RICH

21ਵੀਂ ਸਦੀ ਦਾ ਕਾਰੋਬਾਰ

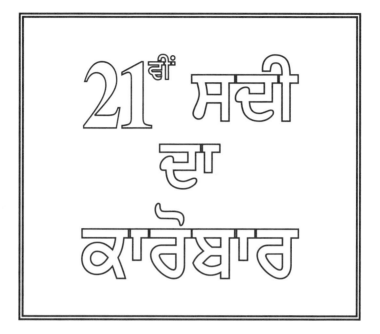

RICH DAD™

21ਵੀਂ ਸਦੀ ਦਾ ਕਾਰੋਬਾਰ

ਰਾੱਬਰਟ ਟੀ. ਕਿਓਸਾਕੀ

ਜਾੱਨ ਫ਼ਲੈਮਿੰਗ ਅਤੇ ਕਿਮ ਕਿਓਸਾਕੀ ਦੇ ਨਾਲ

ਅਨੁਵਾਦਕ : ਇੰਜੀ. ਸੁਰਿੰਦਰ ਪਾਲ ਸਿੰਘ, ਬਲਵਿੰਦਰ ਕੌਰ

MANJUL

ਮੰਜੁਲ ਪਬਲਿਸ਼ਿੰਗ ਹਾਊਸ

First published in India by

Manjul Publishing House Pvt. Ltd.
Corporate Office:
2nd Floor, Usha Preet Complex,
42 Malviya Nagar, Bhopal 462 003 - India
E-mail: manjul@manjulindia.com Website: www.manjulindia.com
Marketing Office:
7/32, Ground Floor, Ansari Road, Daryaganj, New Delhi 110 002
Email: booksupplyco@manjulindia.com

Punjabi language translation of
The Business of the 21st Century by *Robert T. Kiyosaki*
with *John Fleming* and *Kim Kiyosaki*

This edition first published in 2012

ISBN 978-81-8322-341-6

Translation by Er. Surinder Pal Singh, Balwinder Kour
Typesetting by Twin Brother's Graphics, Bhopal.

Printed & bound in India by Manipal Technologies Ltd., Manipal.

ਸਮਰਪਣ

ਮੈਂ ਇਹ ਪੁਸਤਕ ਤੁਹਾਡੇ ਵਰਗੇਂ ਉਨ੍ਹਾਂ ਕਰੋੜਾਂ ਲੋਕਾਂ ਨੂੰ ਸਮਰਪਿਤ ਕਰਦਾ ਹਾਂ, ਜਿਹੜੇ ਜਿੰਦਗੀ ਦੇ ਇਕ ਮਹੱਤਵਪੂਰਨ ਦੋਰਾਹੇ ਉੱਤੇ ਖੜੇ ਹਨ, ਜਿਹੜੇ ਮੌਜੂਦਾਂ ਆਰਥਿਕ ਸੰਕਟ ਤੋਂ ਪ੍ਰਭਾਵਤ ਹਨ ਅਤੇ ਇਹ ਚਿੰਤਾ ਕਰ ਰਹੇ ਹਨ ਕਿ ਆਪਣੇ ਆਰਥਿਕ ਭਵਿੱਖ ਨੂੰ ਸੁਰੱਖਿਅਤ ਰੱਖਣ ਲਈ ਕੀ ਕੀਤਾ ਜਾਵੇ। ਮੈਂ ਤੁਹਾਨੂੰ ਦੱਸਣਾ ਚਾਹੁੰਦਾ ਹਾਂ ਕਿ ਭਾਵੇਂ ਹੀ ਇਹ ਸਾਰਿਆਂ ਤੋਂ ਬੁਰਾ ਦੌਰ ਨਜ਼ਰ ਆਉਂਦਾ ਹੋਵੇ, ਲੇਕਨ ਇਸ ਦੇ ਬਾਵਜੂਦ ਇਹ ਆਪਣੇ ਭਵਿੱਖ ਦੀ ਬਾਗਡੋਰ ਸਾਂਭਣ ਲਈ ਸਾਰਿਆਂ ਤੋਂ ਵਧੀਆਂ ਸਮਾਂ ਵੀ ਹੈ। ਮੈਂ ਲੋਕਾਂ ਨੂੰ ਇਹ ਸਿਖਾਉਣ ਵਿਚ ਆਪਣਾ ਸਾਰਾ ਜੀਵਨ ਲਗਾ ਦਿੱਤਾ ਕਿ ਆਰਥਕ ਸੁਤੰਤਰਤਾ ਕਿਵੇਂ ਹਾਸਲ ਕੀਤੀ ਜਾਵੇ। ਮੈਂ ਜਾਣਦਾ ਹਾਂ ਕਿ *ਰਿਚ ਡੈਡ* ਸੀਰੀਜ਼ ਦੀ ਹੋਰ ਪੁਸਤਕਾਂ ਵਾਂਗ ਹੀ ਇਸ ਪੁਸਤਕ ਤੋਂ ਵੀ ਤੁਹਾਨੂੰ ਉਹ ਗਿਆਨ ਮਿਲੇਗਾ, ਜਿਸਦੀ ਮਦਦ ਨਾਲ ਤੁਸੀਂ ਭਵਿੱਖ ਵਿਚ ਦੌਲਤ ਬਣਾ ਸਕਦੇ ਹੋ – ਅਤੇ ਉਸ ਨੂੰ ਕਾਇਮ ਵੀ ਰੱਖ ਸਕਦੇ ਹੋ। ਜਦੋਂ ਤੁਹਾਨੂੰ ਇਸ ਦੀ ਸੱਚਾਈ ਪਤਾ ਚਲ ਜਾਂਦੀ ਹੈ ਕਿ ਪੈਸਾ ਕਿਵੇਂ ਕੰਮ ਕਰਦਾ ਹੈ ਅਤੇ 21ਵੀਂ ਸਦੀ ਵਿਚ ਤੁਹਾਡੇ ਲਈ ਕਾਰੋਬਾਰ ਦੇ ਕਿਹੜੇ – ਕਿਹੜੇ ਮੌਕੇ ਮੌਜੂਦ ਹਨ, ਤਾਂ ਤੁਸੀਂ ਜੀਵਨ ਨੂੰ ਆਪਣੇ ਮਨਭਾਉਂਦੇ ਸਾਂਚੇ ਵਿਚ ਢਾਲ ਸਕੋਗੇ।

ਵਿਸ਼ਾ ਸੂਚੀ

ਭਾਗ ਪਹਿਲਾ

ਆਪਣੇ ਭਵਿੱਖ ਦੀ ਬਾਗਡੋਰ ਆਪਣੇ ਹੱਥਾਂ ਵਿਚ ਸਾਂਭੋ

ਭਾਗ ਦੂਜਾ

ਇਕ ਕਾਰੋਬਾਰ – ਦੌਲਤ ਬਨਾਉਣ ਵਾਲੀਆਂ ਅੱਠ ਸੰਪੱਤੀਆਂ

ਭਾਗ ਤੀਜਾ

ਤੁਹਾਡਾ ਭਵਿੱਖ ਸ਼ੁਰੂ ਹੁੰਦਾ ਹੈ, ਹੁਣ ....

ਆਭਾਰ

ਨਿਰੰਤਰ ਪ੍ਰੇਮ ਅਤੇ ਸਮਰਥਨ ਲਈ ਮੈਂ ਆਪਣੀ ਪਤਨੀ ਕਿਮ ਨੂੰ ਧੰਨਵਾਦ ਦੇਣਾ ਚਾਹਵਾਂਗਾ। ਨਾਲ ਹੀ ਪੂਰੇ ਰਿਚ ਡੈਡ ਪਰਿਵਾਰ ਨੂੰ ਵੀ, ਜਿਸਨੇ ਵਿੱਤੀ ਸਿੱਖਿਆ ਦਾ ਸੁਨੇਹਾ ਸੰਸਾਰ ਦੇ ਕਰੋੜਾਂ ਲੋਕਾਂ ਤੱਕ ਪਹੁੰਚਾਉਣ ਵਿਚ ਮੇਰੀ ਸਹਾਇਤਾ ਕੀਤੀ ਹੈ।

ਮੈਂ ਜਾੱਨ ਫਲੈਮਿੰਗ ਨੂੰ ਵੀ ਧੰਨਵਾਦ ਦੇਣਾ ਚਾਹਵਾਂਗਾ, ਜਿਨ੍ਹਾਂ ਨੇ ਨੇਟਵਰਕ ਮਾਰਕੇਟਿੰਗ ਸੰਬੰਧੀ ਅਮੁੱਲ ਸੰਤੁਸ਼ਟੀ ਦਿੱਤੀ। ਨਾਲ ਹੀ, ਸਟੂਅਰਟ ਜਾੱਨਸਨ, ਰੀਡ ਬਿਲਰਬੇ ਅਤੇ ਵੀਡਿਓ ਪਲਸ ਦੇ ਸਟਾਫ ਨੂੰ, ਜਿਨ੍ਹਾਂ ਨੇ ਇਸ ਪੁਸਤਕ ਨੂੰ ਤਿਆਰ ਕਰਣ ਵਿਚ ਆਪਣਾ ਪੂਰਾ ਸਹਿਯੋਗ ਦਿੱਤਾ।

ਅੰਤ ਵਿਚ, ਮੈਂ ਜਾੱਨ ਡੇਵਿਡ ਮੈਨ ਅਤੇ ਜੇ. ਐਮ. ਐਮਰਟ ਨੂੰ ਧੰਨਵਾਦ ਦੇਣਾ ਚਾਹਵਾਂਗਾ, ਜਿਨ੍ਹਾਂ ਨੇ ਇਸ ਪ੍ਰੋਜੈਕਟ ਵਿਚ ਆਪਣੀ ਕਲਾ ਅਤੇ ਜੋਸ਼ ਨਾਲ ਰੰਗ ਭਰੇ।

ਮੁੱਖਬੰਧ

ਅਰਥ ਵਿਵਸਥਾ ਦੀ ਹਾਲਤ ਖਸਤਾ ਹੈ ਅਤੇ ਤੁਹਾਡੀ ਨੌਕਰੀ ਖ਼ਤਰੇ ਵਿਚ ਹੈ – ਬਸ਼ਰਤੇ ਤੁਹਾਡੀ ਨੌਕਰੀ ਹੁਣ ਵੀ ਬਚੀ ਹੋਈ ਹੋਵੇ। ਜ਼ਰਾ ਠਹਿਰੋ..... ਕੀ ਤੁਹਾਨੂੰ ਪਤਾ ਹੈ? ਮੈਂ ਇਹ ਗੱਲ ਸਾਲਾਂ ਤੋਂ ਕਹਿ ਰਿਹਾ ਹਾਂ।

ਜਦੋਂ ਮੈਂ ਇਹ ਕਿਹਾ ਸੀ, ਤਾਂ ਜ਼ਿਆਦਾਤਰ ਲੋਕਾਂ ਨੇ ਅਣਸੁਣਾ ਕਰ ਦਿੱਤਾ। ਉਹਨਾਂ ਦੇ ਕੰਨ ਤਾਂ ਉਦੋਂ ਹੀ ਖੁੱਲ੍ਹੇ, ਜਦੋਂ ਇੰਨਾ ਵੱਡਾ ਵਿਸ਼ਵਵਿਆਪੀ ਆਰਥਕ ਸੰਕਟ ਅਚਣਚੇਤ ਹੀ ਉਹਨਾਂ ਦੇ ਸਾਹਮਣੇ ਆ ਕੇ ਖਲੋ ਗਿਆ। ਬਹਰਹਾਲ, ਇਹ ਪੁਸਤਕ ਇਸ ਬਾਰੇ ਵਿਚ ਨਹੀਂ ਹੈ ਕਿ ਹਰ ਚੀਜ਼ ਰੇੜੀ ਤੇ ਸਵਾਰ ਹੋ ਕੇ ਪਾਤਾਲ ਵਿਚ ਕਿਉਂ ਅਤੇ ਕਿੱਥੇ ਚਲੀ ਗਈ। ਇਹ ਤਾਂ ਇਸ ਬਾਰੇ ਹੈ ਕਿ ਇਹ ਬਹੁਤੀ ਮਾੜੀ ਖ਼ਬਰ, ਬੜੀ ਚੰਗੀ ਖ਼ਬਰ ਵਿਚ ਕਿਵੇਂ ਬਦਲ ਸਕਦੀ ਹੈ – ਬਸ਼ਰਤੇ ਤੁਹਾਨੂੰ ਇਸ ਦਾ ਤਰੀਕਾ ਪਤਾ ਹੋਵੇ।

ਕਾਰੋਬਾਰ ਬਾਰੇ ਮੈਂ ਦੋ ਲੋਕਾਂ ਕੋਲੋਂ ਹੀ ਸਿੱਖਿਆ : ਮੇਰੇ ਪਿਤਾਜੀ, ਜਿਹੜੇ ਇਕ ਬੜੇ ਹੀ ਸੁਸਿਖਿਅਤ ਅਤੇ ਉੱਚੇ ਓਹਦੇ ਉੱਤੇ ਸਰਕਾਰੀ ਕਰਮਚਾਰੀ ਸਨ; ਅਤੇ ਮੇਰੇ ਸਭ ਤੋਂ ਚੰਗੇ ਦੋਸਤ ਦੇ ਪਿਤਾ ਜੀ, ਜਿਹਨਾਂ ਨੇ ਅੱਠਵੀਂ ਕਲਾਸ ਵਿਚ ਪੜ੍ਹਾਈ ਛੱਡ ਦਿੱਤੀ ਸੀ ਅਤੇ ਜਿਹੜੇ ਬਾਅਦ ਵਿਚ ਆਪਣੇ ਬੂਤੇ ਕਰੋੜਪਤੀ ਬਣੇ ਸਨ। ਮੇਰੇ ਅਸਲ ਪਿਤਾ ਸਾਰੀ ਜਿੰਦਗੀ ਆਰਥਕ ਸਮੱਸਿਆਵਾਂ ਤੋਂ ਜੂਝਦੇ ਰਹੇ ਅਤੇ ਸਾਲਾਂ ਦੀ ਕਰੜੀ ਮੇਹਨਤ ਦੇ ਬਾਵਜੂਦ ਅੰਤਮ ਸਮੇਂ ਉਨ੍ਹਾਂ ਦੇ ਕੋਲ ਕੁੱਝ ਵੀ ਨਹੀਂ ਸੀ। ਦੂਜੇ ਪਾਸੇ, ਮੇਰੇ ਸਭ ਤੋਂ ਚੰਗੇ ਦੋਸਤ ਦੇ ਪਿਤਾ ਆਖ਼ਰ ਹਵਾਈ ਦੇ ਸਭ ਤੋਂ ਜ਼ਿਆਦਾ ਦੌਲਤਮੰਦ ਲੋਕਾਂ ਵਿਚੋਂ ਇਕ ਬਣੇ।

ਮੈਂ ਇਹਨਾਂ ਦੋਨਾਂ ਨੂੰ ਆਪਣਾ "ਗਰੀਬ ਡੈਡੀ" ਅਤੇ "ਅਮੀਰ ਡੈਡੀ" ਮੰਨਦਾ ਸੀ। ਮੈਂ ਆਪਣੇ ਅਸਲ ਡੈਡੀ ਨੂੰ ਬਹੁਤ ਪਿਆਰ ਕਰਦਾ ਸੀ ਅਤੇ ਉਨ੍ਹਾਂ ਦਾ ਸਨਮਾਨ ਵੀ। ਮੈਂ ਸੌਂ ਖਾਧੀ ਸੀ ਕਿ ਜ਼ਿਆਦਾ ਤੋਂ ਜ਼ਿਆਦਾ ਲੋਕਾਂ ਦੀ ਸਹਾਇਤਾ ਕਰਾਂਗਾ, ਤਾਂ ਜੁ ਸਾਰੀ ਜਿੰਦਗੀ ਮੇਰੇ ਡੈਡੀ ਨੂੰ ਜਿਹੜੀ ਬੇਇੱਜ਼ਤੀ ਅਤੇ ਨਾਕਾਮਯਾਬੀ ਝੱਲਣੀ ਪਈ, ਉਹ ਹੋਰ ਲੋਕਾਂ ਨੂੰ ਨਾ ਝੱਲਣੀ ਪਏ।

ਘਰ ਤੋਂ ਬਾਹਰ ਪੈਰ ਰੱਖਦਿਆਂ ਹੀ ਮੈਨੂੰ ਹਰ ਤਰ੍ਹਾਂ ਦੇ ਅਨੁਭਵ ਹੋਏ। ਨੌਸੇਨਾ ਵਿਚ ਭਰਤੀ ਹੋ ਕੇ ਮੈਂ ਵਿਅਤਨਾਮ ਵਿਚ ਹੈਲੀਕੱਪਟਰ ਚਾਲਕ ਦੇ ਤੌਰ ਤੇ ਸੇਵਾਵਾਂ ਦਿੱਤੀਆਂ। ਮੈਂ ਜ਼ੇਰੱਾਕਸ ਕੱਰਪੋਰੇਸ਼ਨ ਵਿਚ ਵੀ ਕੰਮ ਕੀਤਾ। ਸ਼ੁਰੂਆਤ ਵਿਚ ਤਾਂ ਮੈਂ ਉਨ੍ਹਾਂ ਦਾ ਸਭ ਤੋਂ ਮਾੜਾ ਸੈਲਜ਼ਮੈਨ ਸੀ, ਲੇਕਨ ਚਾਰ ਸਾਲ ਬਾਅਦ ਜ਼ੇਰੱਾਕਸ ਨੂੰ ਛੱਡਣ ਵੇਲੇ ਮੈਂ ਉਨ੍ਹਾਂ ਦਾ ਸਭ ਤੋਂ ਵਧੀਆ ਸੈਲਜ਼ਪਰਸਨ ਬਣ ਚੁੱਕਿਆ ਸੀ। ਜ਼ੇਰੱਾਕਸ ਨੂੰ ਅਲਵਿਦਾ ਕਹਿਣ ਤੋਂ ਬਾਅਦ ਮੈਂ ਕਰੋੜਾਂ ਡਾਲਰਾਂ ਦੀ ਕਈ ਅੰਤਰਕੌਮੀ ਕੰਪਨੀਆਂ ਸਥਾਪਤ ਕੀਤੀਆਂ ਅਤੇ ਆਖ਼ਰ 47 ਸਾਲ ਦੀ ਉਮਰ ਵਿਚ ਰਿਟਾਇਰ ਹੋ ਗਿਆ, ਤਾਂ ਜੁ ਆਪਣਾ ਸੁਫਨਾ ਪੂਰਾ ਕਰ ਸਕਾਂ – ਭਾਵ ਦੂਜਿਆਂ ਨੂੰ ਇਹ ਸਿਖਾ ਸਕਾਂ ਕਿ ਘੁੱਟ – ਘੁੱਟ ਕੇ ਔਸਤ ਜਿੰਦਗੀ ਨਾਲੋਂ ਸੰਤੁਸ਼ਟ ਹੋਣ ਜਾਂ ਸਮਝੌਤਾ ਕਰਣ ਦੀ ਬਜਾਇ ਦੌਲਤ ਕਿਵੇਂ ਬਣਾਈ ਜਾਵੇ ਅਤੇ ਆਪਣੇ ਸੁਫਨਿਆਂ ਦੀ ਜਿੰਦਗੀ ਨੂੰ ਕਿਵੇਂ ਜੀਵੀਐ।

ਆਪਣੇ ਅਨੁਭਵਾਂ ਦੇ ਆਧਾਰ ਤੇ 1997 ਵਿਚ ਮੈਂ ਇਕ ਨਿੱਕੀ ਜਹੀ ਪੁਸਤਕ ਲਿਖੀ। ਇਸ ਨਾਲ ਘੱਟੋਂ–ਘੱਟ ਕੁੱਝ ਪਾਠਕਾਂ ਦੇ ਦਿਲੋਦਿਮਾ.ਗ ਉੱਤੇ ਤਾਂ ਅਸਰ ਜ਼ਰੂਰ ਹੋਇਆ ਹੋਵੇਗਾ:

ਰਿਚ ਡੈਡ ਅਤੇ ਪੂਅਰ ਡੈਡ ਨਿਊਯਾਰਕ ਟਾਈਮਜ਼ ਬੈਸਟ ਸੈਲਰ ਸੂਚੀ ਵਿਚ ਸਿਖਰ ਉੱਤੇ ਪਹੁੰਚ ਗਈ ਅਤੇ ਚਾਰ ਸਾਲਾਂ ਤੋਂ ਵੱਧ ਸਮੇਂ ਤਕ ਉਸੇ ਥਾਂ ਉੱਤੇ ਬਣੀ ਰਹੀ। ਇਸ ਪੁਸਤਕ ਨੂੰ "ਆੱਲ ਟਾਇਮ ਬੈਸਟਸੇਲਿੰਗ ਬਿਜ਼ਨਿਸ ਬੁੱਕ" ਦੇ ਖ਼ਿਤਾਬ ਨਾਲ ਨਿਵਾਜਿਆ ਗਿਆ।

ਇਸ ਤੋਂ ਬਾਅਦ ਮੈਂ *ਰਿਚ ਡੈਡ* ਸੀਰੀਜ਼ ਦੀ ਬਹੁਤ ਸਾਰੀਆਂ ਪੁਸਤਕਾਂ ਲਿਖ ਚੁੱਕਿਆ ਹਾਂ। ਹਾਲਾਂਕਿ ਹਰ ਕਿਤਾਬ ਇਕ ਵੱਖਰੇ ਪਹਿਲੂ ਉੱਤੇ ਕੇਂਦਰਤ ਹੈ, ਲੇਕਨ ਉਹਨਾਂ ਸਾਰਿਆਂ ਦਾ ਸਨੇਹਾ ਨਿਸ਼ਚਤ ਤੌਰ ਤੇ ਓਹੀ ਹੈ, ਜਿਹੜਾ ਪਹਿਲੀ ਕਿਤਾਬ ਦਾ ਸੀ। ਅਤੇ ਉਹੀ ਸਨੇਹਾ ਇਸ ਕਿਤਾਬ ਦੀ ਵੀ ਬੁਨਿਆਦ ਹੈ, ਜਿਹੜੀ ਇਸ ਵੇਲੇ ਤੁਹਾਡੇ ਹੱਥਾਂ ਵਿਚ ਹੈ।

ਆਪਣੀ ਆਰਥਕ ਸਥਿਤੀ ਦੀ ਜ਼ੁੰਮੇਵਾਰੀ ਸਾਂਭੋ – ਜਾਂ ਫਿਰ ਸਾਰੀ ਜ਼ਿੰਦਗੀ ਦੂਜਿਆਂ ਦੇ ਹੁਕਮਾਂ ਦੀ ਪਾਲਣਾ ਕਰਦੇ ਰਹਿਣ ਦੀ ਆਦਤ ਪਾ ਲਓ। ਤੁਸੀਂ ਜਾਂ ਤੇ ਧਨ ਦੇ ਮਾਲਕ ਹੁੰਦੇ ਹੋ ਜਾਂ ਫਿਰ ਇਸ ਦੇ ਗ਼ੁਲਾਮ। ਚੋਣ ਤੁਸੀਂ ਹੀ ਕਰਨੀ ਹੈ।

ਮੈਂ ਬੜਾ ਹੀ ਸੁਭਾਗਾ ਰਿਹਾ ਹਾਂ ਕਿ ਮੈਨੂੰ ਜੀਵਨ ਵਿਚ ਇਹੋ ਜਿਹੇ ਅਨੁਭਵ ਤੇ ਮਾਰਗਦਰਸ਼ਕ ਮਿਲੇ, ਜਿਨ੍ਹਾਂ ਨੇ ਮੈਨੂੰ ਸੱਚੀ ਦੌਲਤ ਬਨਾਉਣ ਦਾ ਤਰੀਕਾ ਸਿਖਾਇਆ। ਨਤੀਜਤਨ ਮੈਨੂੰ ਛੇਤੀ ਰਿਟਾਇਰ ਹੋਣ ਵਿਚ ਕਾਮਯਾਬੀ ਮਿਲੀ ਅਤੇ ਦੁਬਾਰਾ ਕੰਮ ਕਰਣ ਦੀ ਕੋਈ ਲੋੜ ਨਹੀਂ ਰਹੀ। ਉਸ ਵਕਤ ਤਕ ਮੈਂ ਆਪਣੇ ਪਰਿਵਾਰ ਦਾ ਭਵਿੱਖ ਸੰਵਾਰਨ ਲਈ ਕੰਮ ਕਰ ਰਿਹਾ ਸੀ। ਉਸ ਤੋਂ ਬਾਅਦ ਮੈਂ *ਤੁਹਾਡਾ* ਭਵਿੱਖ ਸੰਵਾਰਨ ਦਾ ਕੰਮ ਕਰ ਰਿਹਾ ਹਾਂ।

ਪਿਛਲੇ ਦਸ ਸਾਲਾਂ ਤੋਂ ਮੈਂ ਸਭ ਤੋਂ ਪ੍ਰਭਾਵੀ ਅਤੇ ਵਿਹਾਰਕ ਤਰੀਕੇ ਲੱਭਣ ਲਈ ਸਮਰਪਤ ਹਾਂ, ਜਿਸ ਨਾਲ ਲੋਕੀਂ ਇਹ ਸਿੱਖ ਸਕਣ ਕਿ ਸੱਚੀ ਦੌਲਤ ਕਿਵੇਂ ਬਣਾਈ ਜਾ ਸਕਦੀ ਹੈ ਅਤੇ 21ਵੀਂ ਸਦੀ ਵਿਚ ਉਹ ਆਪਣੀ ਜ਼ਿੰਦਗੀ ਦੀ ਕਾਇਆਪਲਟ ਕਿਵੇਂ ਕਰ ਸਕਦੇ ਹਨ। *ਰਿਚ ਡੈਡ* ਸੀਰੀਜ਼ ਦੀ ਪੁਸਤਕਾਂ ਰਾਹੀਂ ਮੇਰੇ ਭਾਈਵਾਲਾਂ ਅਤੇ ਮੈਂ ਕਈ ਪ੍ਰਕਾਰ ਦੇ ਉਦਮਾਂ ਅਤੇ ਨਿਵੇਸ਼ਾਂ ਬਾਰੇ ਲਿਖਿਆ ਹੈ। ਲੇਕਨ ਡੂੰਘੇ ਸ਼ੋਧ ਰਾਹੀਂ ਇਹਨਾਂ ਸਾਲਾਂ ਦੌਰਾਨ ਮੈਨੂੰ ਇਕ ਖ਼ਾਸ ਬਿਜ਼ਨਿਸ ਮਾਡਲ ਨਜ਼ਰ ਆਇਆ। ਮੈਨੂੰ ਪੂਰਾ ਯਕੀਨ ਹੈ ਕਿ ਇਸ ਨਾਲ ਬਹੁਗਿਣਤੀ ਲੋਕਾਂ ਦੇ ਸਫਲ ਹੋਣ ਦੀ ਸਭ ਤੋਂ ਵੱਧ ਸੰਭਾਵਨਾ ਹੈ ਅਤੇ ਇਸ ਦੀ ਮਦਦ ਨਾਲ ਉਹ ਆਪਣੇ ਆਰਥਕ ਜੀਵਨ, ਭਵਿੱਖ ਅਤੇ ਕਿਸਮਤ ਦੀ ਬਾਗਡੋਰ ਸੰਭਾਲ ਸਕਦੇ ਹਨ।

ਇਕ ਹੋਰ ਗੱਲ। ਜਦੋਂ ਮੈਂ ਸੱਚੀ ਦੌਲਤ ਕਹਿੰਦਾ ਹਾਂ, ਤਾਂ ਮੇਰਾ ਮਤਲਬ ਸਿਰਫ਼ ਧਨ ਤੱਕ ਹੀ ਸੀਮਤ ਨਹੀਂ ਹੈਂ। ਧਨ ਪੂਰੀ ਦੌਲਤ ਨਹੀਂ ਹੈ; ਇਹ ਤਾਂ ਇਸਦਾ ਕੇਵਲ ਇਕ ਹਿੱਸਾ ਹੀ ਹੈ। ਸੱਚੀ ਦੌਲਤ ਦਾ ਸੰਬੰਧ ਜਿੰਨਾ ਪੈਸੇ ਬਨਾਉਣ ਨਾਲ ਹੈ, ਉੱਨਾ ਹੀ ਉਸ ਵਿਅਕਤੀ ਨਾਲ ਵੀ ਹੈ, ਜਿਹੜਾ ਪੈਸੇ ਬਣਾ ਰਿਹਾ ਹੈ।

ਇਸ ਕਿਤਾਬ ਵਿਚ ਮੈਂ ਇਹ ਦੱਸਣ ਜਾ ਰਿਹਾ ਹਾਂ ਕਿ ਤੁਹਾਨੂੰ ਆਪਣੇ–ਆਪ ਦਾ ਵਪਾਰ ਖੜਾ ਜਾਂ ਸਥਾਪਤ ਕਰਨ ਦੀ ਲੋੜ ਕਿਉਂ ਹੈ ਅਤੇ ਤੁਹਾਨੂੰ ਕਿਹੜਾ ਕਾਰ–ਵਿਹਾਰ ਸ਼ੁਰੂ ਕਰਣਾ ਚਾਹੀਦਾ ਹੈ। ਲੇਕਨ ਮੁੱਦਾ ਤੁਹਾਡੇ ਵਰਤਮਾਨ ਕੰਮ–ਕਾਰ ਜਾਂ ਨੌਕਰੀ ਨੂੰ ਬਦਲਣ ਦਾ ਹੀ ਨਹੀਂ ਹੈ; ਮੁੱਦਾ ਦਰਅਸਲ ਇਹ ਹੈ ਕਿ ਤੁਸੀਂ ਆਪਣੇ–ਆਪ ਨੂੰ ਬਦਲ ਲਓ। ਮੈਂ ਤੁਹਾਨੂੰ ਦੱਸ ਸਕਦਾ ਹਾਂ ਕਿ ਆਪਣਾ ਆਦਰਸ਼ ਵਪਾਰ ਸਥਾਪਤ ਕਰਣ ਲਈ ਲੋੜੀਂਦੀ ਚੀਜ਼ਾਂ ਕਿਵੇਂ ਲੱਭੀਐ, ਲੇਕਨ ਆਪਣੇ ਕਾਰ–ਵਿਹਾਰ ਦਾ ਵਿਕਾਸ ਕਰਨ ਲਈ ਤੁਹਾਨੂੰ ਆਪਣਾ ਵਿਕਾਸ ਵੀ ਕਰਣਾ ਹੋਵੇਗਾ।

21ਵੀਂ ਸਦੀ ਦੇ ਵਪਾਰ ਵਿਚ ਤੁਹਾਡਾ ਸੁਆਗਤ ਹੈ।

ਭਾਗ ਪਹਿਲਾ

ਆਪਣੇ ਭਵਿੱਖ ਦੀ ਬਾਗਡੋਰ ਆਪਣੇ ਹੱਥਾਂ ਵਿਚ ਸਾਂਭੋ

ਤੁਹਾਨੂੰ ਆਪਣੇ-ਆਪ ਦੇ
ਕਾਰ-ਵਿਹਾਰ ਦੀ ਲੋੜ ਕਿਉਂ ਹੈ

ਅਧਿਆਇ 1

ਨਿਯਮ ਬਦਲ ਗਏ ਹਨ

ਇਹ ਸੰਕਟ ਦਾ ਦੌਰ ਹੈ। ਪਿਛਲੇ ਕੁੱਝ ਸਾਲਾਂ ਤੋਂ ਅਮਰੀਕਾ ਵਿਚ ਡਰ ਅਤੇ ਦਹਿਸ਼ਤ ਦਾ ਮਾਹੌਲ ਛਾਇਆ ਹੋਇਆ ਹੈ। ਇਹ ਅਖ਼ਬਾਰਾਂ ਦੀ ਸੁਰਖੀਆਂ, ਬੋਰਡ ਰੂਮ ਦੀਆਂ ਬੈਠਕਾਂ ਅਤੇ ਡਾਇਨਿੰਗ ਟੇਬਲ ਉੱਤੇ ਹੋਣ ਵਾਲੀਆਂ ਗੱਲਾਂ ਵਿਚ ਸਾਫ਼ ਨਜ਼ਰੀ ਆ ਰਿਹਾ ਹੈ। ਗਲੋਬਲਾਇਜ਼ੈਸ਼ਨ, ਆਉਟ ਸੋਰਸਿੰਗ, ਛਾਂਟੀ, ਕਰਜ਼ ਨਾ ਚੁੱਕਾ ਪਾਉਣ ਦੇ ਕਾਰਣ ਮਕਾਨਾਂ ਦੀ ਨੀਲਾਮੀ, ਸਬਪ੍ਰਾਇਮ ਮਾਰਟਗੈਜ, ਪਾਂਜੀ ਸਕੀਮਸ, ਸ਼ੇਅਰ ਬਾਜ਼ਾਰ ਦੇ ਘਪਲੇ, ਮੰਦੀ ...... ਇਕ ਤੋਂ ਬਾਅਦ ਇਕ ਬਹੁਤ ਸਾਰੀਆਂ ਮਾੜੀਆਂ ਖ਼ਬਰਾਂ ਲਗਾਤਾਰ ਆਉਂਦੀਆਂ ਜਾ ਰਹੀਆਂ ਹਨ।

ਸੰਨ 2009 ਦੇ ਸੁਰੂਆਤੀ ਮਹੀਨਿਆਂ ਵਿਚ ਅਮਰੀਕੀ ਕੰਪਨੀਆਂ ਹਰ ਮਹੀਨੇ ਢਾਈ ਲੱਖ ਕਰਮਚਾਰੀਆਂ ਦੀ ਛਾਂਟੀ ਕਰ ਰਹੀਆਂ ਸਨ। 2009 ਦੇ ਆਖ਼ਰ ਵਿਚ, ਜਦੋਂ ਮੈਂ ਇਹ ਲਿਖ ਰਿਹਾ ਹਾਂ, ਬੇਰੁਜ਼ਗਾਰੀ ਦਾ ਆਂਕੜਾ 10.2 ਫੀਸਦੀ ਤਕ ਪਹੁੰਚ ਗਿਆ ਹੈ ਅਤੇ ਇਹ ਲਗਾਤਾਰ ਵਧਦਾ ਹੀ ਜਾ ਰਿਹਾ ਹੈ। ਅਲਪ-ਰੁਜ਼ਗਾਰ (ਜਿਸ ਵਿਚ ਤੁਹਾਡੀ ਨੌਕਰੀ ਤੇ ਨਹੀਂ ਛੁੱਟਦੀ, ਲੇਕਨ ਕੰਮ ਦੇ ਘੰਟਿਆਂ ਅਤੇ ਤਨਖ਼ਾਹਾਂ ਵਿਚ ਭਾਰੀ ਕਟੌਤੀ ਕਰ ਦਿਤੀ ਜਾਂਦੀ ਹੈ) ਦਾ ਹਾਲ ਤਾਂ ਹੋਰ ਵੀ ਬਦਤਰ ਹੈ। ਚੰਗੇ ਰੁਜ਼ਗਾਰ ਦੀ ਘਾਟ ਉਹ ਵਿਆਪਕ ਮਹਾਮਾਰੀ ਹੈ, ਜਿਸ ਨਾਲ ਬੜੇ ਘੱਟ ਲੋਕ ਹੀ ਬੱਚ ਪਾਏ ਹਨ। ਐਕਜ਼ਿਕਿਊਟੀਵਜ਼ ਹੋਣ ਜਾਂ ਮਿਡਲ ਕਲਾਸ ਦੇ ਮੈਨੇਜ਼ਰਸ, ਪ੍ਰਬੰਧਕੀ ਕਰਮਚਾਰੀ ਹੋਣ ਜਾਂ ਕਾਮੇਂ, ਬੈਂਕਰਜ਼ ਹੋਣ ਜਾਂ ਰਿਟੇਲ ਕਲਰਕ, ਸਾਰਿਆਂ ਦੇ ਸਿਰਾਂ ਉੱਤੇ ਤਲਵਾਰ ਲਟਕ ਰਹੀ ਹੈ। ਨੌਕਰੀਆਂ ਦੇ ਮਾਮਲੇ ਵਿਚ ਹੁਣ ਤਾਂਈ ਸੁਆਸਥ ਸੇਵਾ ਸੰਬੰਧੀ

2009 ਵਿਚ *ਯੂਐਸਏ ਟੁਡੇ* ਨੇ ਅਮਰੀਕੀਆਂ ਦਾ ਇਕ ਸਰਵੇਖਣ ਕੀਤਾ, ਜਿਸ ਵਿਚ 60 ਫੀਸਦੀ ਨੇ ਕਿਹਾ ਕਿ ਅਜੌਕੀ ਹਾਲਾਤ ਨੂੰ ਉਹ ਆਪਣੇ ਜੀਵਨ ਕਾਲ ਦਾ ਸਭ ਤੋਂ ਵੱਡਾ ਸੰਕਟ ਮੰਨਦੇ ਹਨ।

ਉਦਯੋਗ ਨੂੰ ਸੁਰੱਖਿਅਤ ਮੰਨਿਆ ਜਾਂਦਾ ਸੀ, ਲੇਕਨ ਹੁਣ ਉਹ ਵੀ ਧੜੱਲੇ ਨਾਲ ਕਰਮਚਾਰੀਆਂ ਦੀ

ਛਾਂਟੀ ਕਰ ਰਹੇ ਹਨ।

ਸੰਨ 2008 ਦੇ ਸਿਆਲ ਦੇ ਮੌਸਮ ਵਿਚ ਬਹੁਤ ਸਾਰੇ ਲੋਕਾਂ ਦੇ ਰਿਟਾਇਰਮੈਂਟ ਪੋਰਟਫੋਲਿਓ ਦਾ ਮੁੱਲ ਅਚਾਨਕ ਹੀ ਅੱਧਾ – ਜਾਂ ਇਸ ਤੋਂ ਵੀ ਘੱਟ – ਹੋ ਗਿਆ। ਜ਼ਮੀਨ-ਜਾਇਦਾਦ ਦੀਆਂ ਕੀਮਤਾਂ ਧੜਾਮ ਦੇ ਕੇ ਜ਼ਮੀਨ ਤੇ ਆ ਗਈਆਂ। ਜਿਹੜੀਆਂ ਚੀਜ਼ਾਂ ਨੂੰ ਲੋਕ ਆਪਣੀ ਠੋਸ ਅਤੇ ਭਰੋਸੇਯੋਗ ਸੰਪੱਤੀ *ਮੰਨ ਰਹੇ* ਸਨ, ਉਹ ਪਾਣੀ ਦੀ ਭਾਪ ਵਾਂਗ ਜਿੰਨੀ ਹੀ ਠੋਸ ਨਿਕਲੀ। ਨੌਕਰੀ ਦੀ ਸੁਰੱਖਿਆ ਗਾਇਬ ਹੋ ਗਈ ਅਤੇ ਇਤਿਹਾਸ ਦੀ ਗਰਤ ਵਿਚ ਸਮਾ ਗਈ। 2009 ਵਿਚ *ਯੂਐਸਏ ਟੂਡੇ* ਨੇ ਅਮਰੀਕੀਆਂ ਦਾ ਇਕ ਸਰਵੇਖਣ ਕੀਤਾ, ਜਿਸ ਵਿਚ 60 ਫੀਸਦੀ ਨੇ ਕਿਹਾ ਕਿ ਅਜੋਕੇ ਹਾਲਾਤ ਨੂੰ ਉਹ ਆਪਣੇ ਜੀਵਨ ਕਾਲ ਦਾ ਸਭ ਤੋਂ ਵੱਡਾ ਸੰਕਟ ਮੰਨਦੇ ਹਨ।

ਜ਼ਾਹਰ ਹੈ, ਤੁਸੀਂ ਇਹ ਸਾਰਾ ਕੁੱਝ ਪਹਿਲਾਂ ਤੋਂ ਹੀ ਜਾਣਦੇ ਹੋ। ਲੇਕਨ ਇੱਥੇ ਮੈਂ ਇਕ ਇਹੋ ਜਹੀ ਚੀਜ਼ ਦੱਸਣ ਜਾ ਰਿਹਾ ਹਾਂ, ਜਿਸ ਨੂੰ ਸ਼ਾਇਦ ਤੁਸੀਂ ਨਹੀਂ ਜਾਣਦੇ ਹੋ: *ਦਰਅਸਲ ਇਸ ਵਿਚ ਕੁੱਝ ਅਚਣਚੇਤ ਨਹੀਂ ਹੋਇਆ।* ਨਿਸ਼ਚਤ ਤੌਰ ਤੇ, ਲੋਕਾਂ ਦੀ ਨੀਂਦਰ ਹੁਣੇ ਹੀ ਟੁੱਟੀ ਹੈ, ਜਦੋਂ ਗੰਭੀਰ ਆਰਥਕ ਸੰਕਟ ਕਾਰਣ ਉਨ੍ਹਾਂ ਦੀ ਆਮਦਨ ਖ਼ਤਰੇ ਵਿਚ ਪੈ ਗਈ। ਲੇਕਨ ਤੁਹਾਡੀ ਆਮਦਨ ਰਾਤੋਂ-ਰਾਤ ਖ਼ਤਰੇ ਵਿਚ ਨਹੀਂ ਪਈ – ਇਹ ਤਾਂ *ਹਮੇਸ਼ਾ ਤੋਂ ਖ਼ਤਰੇ* ਵਿਚ ਸੀ।

ਜ਼ਿਆਦਾਤਰ ਅਮਰੀਕੀ ਵਸੋਂ ਸਾਲਾਂ ਤੋਂ ਦਿਵਾਲੀਐਪਨ ਅਤੇ ਤਬਾਹੀ ਦੇ ਵਿਚਕਾਰਲੀ ਖ਼ਾਈ ਵਿਚ ਪੀਂਘ ਲੈ ਰਹੀ ਸੀ। ਮਹੀਨੇ ਦਾ ਖ਼ਰਚ ਚਲਾਉਣ ਲਈ ਇਹ ਅਗਲੇ ਇਕ-ਦੋ ਮਹੀਨਿਆਂ ਦੀ ਤਨਖ਼ਾਹਾਂ ਦੇ ਭਰੋਸੇ ਬੈਠੀ ਹੋਈ ਸੀ। ਇਸ ਦੇ ਕੋਲ ਨਗਦ ਬਚਤ ਦਾ ਬੜਾ ਕਮਜ਼ੋਰ ਸਹਾਰਾ ਸੀ ਜਾਂ ਜ਼ਿਆਦਾਤਰ ਮਾਮਲਿਆਂ ਵਿਚ, ਸਹਾਰਾ ਹੀ ਨਹੀਂ ਸੀ। ਨੌਕਰੀ ਤੋਂ ਮਿਲਣ ਵਾਲੀ ਤਨਖ਼ਾਹ ਨੂੰ "ਸਮੇਂ ਦੇ ਬਦਲੇ ਧਨ ਦੀ ਅਦਲਾ-ਬਦਲੀ" ਕਿਹਾ ਜਾਂਦਾ ਸੀ ਅਤੇ ਮੰਦੀ ਦੇ ਦੌਰ ਵਿਚ ਇਹ ਆਮਦਨ ਦਾ *ਸਭ ਤੋਂ ਘੱਟ* ਭਰੋਸੇਮੰਦ ਸਰੋਤ ਹੈ। ਇੰਜ ਕਿਉਂ? ਕਿਉਂਕਿ ਜਦ ਛਾਂਟੀ ਹੋਣ ਲੱਗਦੀ ਹੈ, ਤਾਂ ਅਰਥ ਵਿਵਸਥਾ ਵਿਚ ਬੜੀ ਘੱਟ ਵਾਧੂ ਆਮਦਨ ਬੱਚਦੀ ਹੈ, ਜਿਹੜੀ ਤੁਹਾਡੇ ਸਮੇਂ ਦੇ ਬਦਲੇ ਪੈਸੇ ਦੇ ਸਕੇ।

ਮੈਂ ਤੁਹਾਨੂੰ ਇਹ ਦੱਸ ਚੁਕਿਆ ਸੀ

ਮੈਂ ਇਹ ਨਹੀਂ ਕਹਿਣਾ ਚਾਹੁੰਦਾ ਹਾਂ ਕਿ ਮੈਂ ਤੁਹਾਨੂੰ ਇਹ ਸਾਰਾ ਕੁੱਝ ਦੱਸ ਚੁੱਕਿਆ ਸੀ, ਲੇਕਨ ..... *ਦਰਅਸਲ ਮੈਂ ਤੁਹਾਨੂੰ ਇਹ ਦੱਸ ਚੁੱਕਿਆ ਸੀ।*

ਮੈਂ ਸਾਲਾਂ ਤੋਂ ਇਹ ਕਹਿੰਦਾ ਆ ਰਿਹਾ ਹਾਂ। ਸੁਰੱਖਿਅਤ ਨੌਕਰੀ ਵਰਗੀ ਕੋਈ ਚੀਜ਼ ਹੁਣ ਨਹੀਂ ਬਚੀ ਹੈ। ਅਮਰੀਕਾ ਦਾ ਕੰਪਨੀ ਜਗਤ 20ਵੀਂ ਸਦੀ ਦਾ ਇਹੋ ਜਿਹਾ ਡਾਇਨਾਸੌਰ ਹੈ, ਜਿਹੜਾ ਲੁਪਤ ਹੋਣ ਦੀ ਕਗਾਰ ਤੇ ਹੈ। ਹੁਣ ਜੇਕਰ ਤੁਸੀਂ ਸੱਚਮੁੱਚ ਸੁਰੱਖਿਅਤ ਭਵਿੱਖ ਚਾਹੁੰਦੇ ਹੋ, ਤਾਂ ਇਸ ਨੂੰ ਪਾਉਣ ਦਾ ਇਕੱਲਾ ਤਰੀਕਾ ਇਹ ਹੈ ਕਿ ਤੁਸੀਂ ਆਪਣੇ ਭਵਿੱਖ ਦੀ ਬਾਗਡੋਰ ਆਪਣੇ ਹੱਥਾਂ ਵਿਚ ਸਾਂਭ ਲੋ।

ਮੈਂ 2001 ਵਿਚ ਆਪਣੀ ਪੁਸਤਕ *ਦ ਬਿਜ਼ਨਿਸ ਸਕੂਲ ਫਾਰ ਪੀਪੁਲ ਹੂ ਲਾਇਕ ਹੈਲਪਿੰਗ ਪੀਪੁਲ* ਵਿਚ ਲਿਖਿਆ ਸੀ :

ਮੇਰੀ ਰਾਇ ਵਿਚ ਅਮਰੀਕਾ ਅਤੇ ਕਈ ਪੱਛਮੀ ਮੁਲਕਾਂ ਵਿਚ ਆਰਥਕ ਤਬਾਹੀ ਆ ਰਹੀ ਹੈ, ਜਿਸਦਾ ਮੁੱਢਲਾ ਕਾਰਣ ਇਹ ਹੈ ਕਿ ਸਾਡਾ ਸਿਖਿਆ ਪਰਨਾਲੀ ਵਿਦਿਆਰਥੀਆਂ ਨੂੰ ਕਾਫ਼ੀ ਯਥਾਰਥਵਾਦੀ ਆਰਥਕ ਸਿਖਿਆ ਦੇਣ ਵਿਚ ਅਸਫਲ ਰਹੀ ਹੈ।

ਉਸੇ ਸਾਲ ਨਾਇਟਿੰਗੇਲ-ਕਾਨੈਂਟ ਨੂੰ ਦਿੱਤੇ ਗਏ ਇਕ ਇੰਟਰਵਿਊ ਵਿਚ ਮੈਂ ਕਿਹਾ ਸੀ:

ਜੇਕਰ ਤੁਸੀਂ ਸੋਚਦੇ ਹੋ ਕਿ ਮਿਊਚਲ ਫੰਡਜ਼ ਤੁਹਾਡੀ ਸਹਾਇਤਾ ਕਰਣਗੇ ਅਤੇ ਤੁਸੀਂ ਸ਼ੇਅਰ ਬਾਜ਼ਾਰ ਦੇ ਉਤਾਰ-ਚੜਾਅ ਉੱਤੇ ਜੂਆ ਖੇਡਣਾ ਚਾਹੁੰਦੇ ਹੋ, ਤਾਂ ਮੈਂ ਤੁਹਾਨੂੰ ਦੱਸ ਦਿਆਂ ਕਿ ਤੁਸੀਂ ਦਰਅਸਲ ਆਪਣੇ ਰਿਟਾਇਰਮੈਂਟ ਨੂੰ ਦਾ ਤੇ ਲਾ ਰਹੇ ਹੋ। ਜੇਕਰ ਸਟਾੱਕ ਮਾਰਕਿਟ ਉੱਤੇ ਜਾਂਦਾ ਹੈ ਅਤੇ 85 ਸਾਲ ਦੀ ਉਮਰ ਵਿਚ ਤੁਸੀਂ ਇਸ ਨੂੰ ਧੜਾਮ ਦੇ ਕੇ ਮੂਧੇ ਮੂੰਹ ਡਿਗਦਿਆਂ ਦੇਖਦੇ ਹੋ, ਤਾਂ ਕੀ ਹੋਵੇਗਾ? ਇਸ ਤੇ ਕੋਈ ਕਾਬੂ ਨਹੀਂ ਹੁੰਦਾ। ਮੈਂ ਇਹ ਨਹੀਂ ਕਹਿ ਰਿਹਾ ਕਿ ਮਿਊਚਲ ਫੰਡਜ਼ ਮਾੜੇ ਹੁੰਦੇ ਹਨ। ਮੈਂ ਤਾਂ ਸਿਰਫ਼ ਇਹ ਕਹਿ ਰਿਹਾ ਹਾਂ ਕਿ ਉਹ ਨਾ ਤੇ ਸੁਰੱਖਿਅਤ ਹੁੰਦੇ ਹਨ ਅਤੇ ਨਾ ਹੀ ਹੋਸ਼ਿਆਰ। ਮੈਂ ਤਾਂ ਉਨ੍ਹਾਂ ਦੇ ਚੱਕਰ ਵਿਚ ਆਪਣਾ ਆਰਥਕ ਭਵਿਖ ਕਦੇ ਵੀ ਦਾ ਉੱਤੇ ਨਹੀਂ ਲਾਵਾਂਗਾ।

ਦੁਨੀਆ ਦੇ ਇਤਿਹਾਸ ਵਿਚ ਇੰਜ ਪਹਿਲਾਂ ਕਦੇ ਵੀ ਨਹੀਂ ਹੋਇਆ ਕਿ ਇੰਨੇ ਸਾਰੇ ਲੋਕਾਂ ਨੇ ਆਪਣੇ ਰਿਟਾਇਰਮੈਂਟ ਨੂੰ ਸ਼ੇਅਰ ਬਾਜ਼ਾਰ ਵਿਚ ਦਾ ਉੱਤੇ ਲਾਇਆ ਹੋਵੇ। ਇਹ ਤਾਂ ਸਰਾਸਰ ਪਾਗਲਪਨ ਹੈ। ਕੀ ਤੁਸੀਂ ਸੋਚਦੇ ਹੋ ਕਿ ਬੁਢਾਪੇ ਵਿਚ ਤੁਹਾਡੀ ਦੇਖਭਾਲ ਕਰਣ ਲਈ ਸਮਾਜਕ ਸੁਰੱਖਿਆ ਮੌਜੂਦ ਰਹੇਗੀ? ਜੇਕਰ ਤੁਹਾਨੂੰ ਇਸ ਗੱਲ ਉੱਤੇ ਭਰੋਸਾ ਹੈ, ਤਾਂ ਤੇ ਸ਼ਾਇਦ ਤੁਸੀਂ ਈਸਟਰ ਬਨੀ ਉੱਤੇ ਵੀ ਭਰੋਸਾ ਕਰਦੇ ਹੋਵੋਗੇ।

ਅਤੇ ਮਾਰਚ 2005 ਵਿਚ ਦਿੱਤੇ ਗਏ ਇਕ ਇੰਟਰਵਿਊ ਵਿਚ ਮੈਂ ਇਹ ਕਿਹਾ ਸੀ :

ਕਿਸੇ ਕਾਗਜ਼ੀ ਸੰਪੱਤੀ ਦੀ ਸਭ ਤੋਂ ਵੱਡੀ ਸ਼ਕਤੀ ਇਹ ਹੈ ਕਿ ਇਸ ਨੂੰ ਤੁਰੰਤ ਭੁਣਾਇਆ ਜਾ ਸਕਦਾ ਹੈ – ਅਤੇ ਇਹੀ ਇਸ ਦੀ ਸਭ ਤੋਂ ਵੱਡੀ ਕਮਜ਼ੋਰੀ ਵੀ ਹੈ। ਅਸੀਂ ਸਾਰੇ ਜਾਣਦੇ ਹਾਂ ਕਿ ਸ਼ੇਅਰ ਬਾਜ਼ਾਰ ਇਕ ਵਾਰ ਫਿਰ ਡਿਗਣ ਵਾਲਾ ਹੈ ਅਤੇ ਅਸੀਂ ਇਕ ਵਾਰੀ ਫਿਰ ਤਬਾਹ ਹੋਣ ਵਾਲੇ ਹਾਂ। ਤੁਸੀਂ ਇੰਜ ਕਿਉਂ ਕਰਣਾ ਚਾਹੁੰਦੇ ਹੋ?

ਇਸ ਤੋਂ ਬਾਅਦ ਕੀ ਹੋਇਆ? ਬਾਜ਼ਾਰ ਇਕ ਵਾਰੀ ਫਿਰ ਡਿਗਿਆ ਅਤੇ ਕਈ ਲੋਕ ਦੁਬਾਰਾ ਤਬਾਹ ਹੋ ਗਏ। ਕਿਉਂ? ਕਿਉਂਕਿ ਸਾਡੀਆਂ ਆਦਤਾਂ ਅਤੇ ਮਾਨਸਕਤਾ ਨਹੀਂ ਬਦਲੀ; ਅਸੀਂ ਜ਼ਰਾ ਵੀ ਨਹੀਂ ਬਦਲੇ।

1971 ਵਿਚ ਅਮਰੀਕੀ ਅਰਥ ਵਿਵਸਥਾ ਨੇ ਸੁਨਿਹਰੇ ਪੈਮਾਨੇ ਦਾ ਪਾਲਨ ਕਰਣਾ ਛੱਡ ਦਿੱਤਾ। ਉਂਜ ਇਹ ਸੰਸਦ ਦੇ ਪਾਸ ਕੀਤੇ ਬਗ਼ੈਰ ਹੋਇਆ, ਲੇਕਨ ਮੁੱਦੇ ਦੀ ਗੱਲ ਇਹ ਸੀ ਕਿ ਇਹ ਹੋ ਗਿਆ। ਇਹ ਕਿਉਂ ਮਹੱਤਵਪੂਰਨ ਹੈ? ਕਿਉਂਕਿ ਇਸ ਦੀ ਬਦੌਲਤ ਅਸੀਂ ਆਪਣੀ ਇੱਛਾ ਮੁਤਾਬਕ ਜ਼ਿਆਦਾ ਤੋਂ ਜ਼ਿਆਦਾ ਨੋਟ ਛਾਪ ਸਕਦੇ ਸੀ ਅਤੇ ਉਨ੍ਹਾਂ ਦਾ ਮੁੱਲ ਕਿਸੇ ਅਸਲ ਜਾਂ ਠੋਸ ਸੰਪੱਤੀ ਉੱਤੇ ਅਧਾਰਤ ਨਹੀਂ ਸੀ ਰਹਿ ਗਿਆ।

ਅਸਲੀਅਤ ਤੋਂ ਪਲਾਇਨ ਕਰਣ ਦੀ ਬਦੌਲਤ ਇਤਿਹਾਸ ਵਿਚ ਸਭ ਤੋਂ ਵੱਡੇ ਆਰਥਕ ਉਛਾਲ ਦਾ ਦਰਵਾਜ਼ਾ ਖੁੱਲ੍ਹ ਗਿਆ। ਇਸ ਤੋਂ ਬਾਅਦ ਤਕਰੀਬਨ ਸਾਢੇ ਤਿੰਨ ਦਹਾਕਿਆਂ ਤੱਕ

ਅਮਰੀਕੀ ਮਿਡਲ ਕਲਾਸ ਵਿਚ ਇਕ ਜ਼ਬਰਦਸਤ ਧਮਾਕਾ ਹੋਇਆ। ਜਿਵੇਂ-ਜਿਵੇਂ ਡਾੱਲਰ ਦਾ ਮੁੱਲ ਘੱਟਦਾ ਗਿਆ, ਤਿਵੇਂ-ਤਿਵੇਂ ਜ਼ਮੀਨ-ਜਾਇਦਾਦ ਤੇ ਹੋਰ ਸੰਪੱਤੀਆਂ ਦੇ ਕਾਗਜ਼ੀ ਕੀਮਤਾਂ ਵਿਚ ਤੇਜੀ ਆਈ, ਆਮ ਲੋਕ ਕਰੋੜਪਤੀ ਬਣਨ ਲੱਗੇ। ਅਚਣਚੇਤ ਹੀ ਕਰਜ਼ ਹਰ ਕਿਸੇ ਨੂੰ, ਹਰ ਵਕਤ, ਹਰ ਕਿਤੇ ਉਪਲਬਧ ਹੋਣ ਲੱਗਾ ਅਤੇ ਕਰੈਡਿਟ ਕਾਰਡਸ ਕੁੱਝ ਉਸੇ ਤਰ੍ਹਾਂ ਪੁੰਗਰਣ ਲੱਗੇ, ਜਿਵੇਂ ਬਸੰਤ ਦੀ ਬਰਖਾ ਵਿਚ ਕੁਕਰਮੁੱਤੇ ਪੁੰਗਰ ਜਾਂਦੇ ਹਨ। ਇਨ੍ਹਾਂ ਕਰੈਡਿਟ ਕਾਰਡਸ ਦਾ ਕਰਜ਼ ਉਤਾਰਣ ਲਈ ਅਮਰੀਕੀ ਆਪਣੇ ਮਕਾਨਾਂ ਦਾ ਇਸਤੇਮਾਲ ਏਟੀਐਮ ਵਾਂਗ ਕਰਣ ਲੱਗੇ; ਉਹ ਕਰਜ਼ ਲੈਂਦੇ ਸਨ ਅਤੇ ਉਸ ਨੂੰ ਉਤਾਰਨ ਲਈ ਆਪਣੇ ਮਕਾਨ ਨੂੰ ਦੁਬਾਰਾ ਫਾਇਨੈਂਸ ਕਰਾ ਲੈਂਦੇ।

ਆਖ਼ਰ, ਜ਼ਮੀਨ-ਜਾਇਦਾਦ ਦਾ ਮੁੱਲ ਹਮੇਸ਼ਾ ਵੱਧਦਾ ਹੈ, ਹੈ ਨਾ?

ਹਰਗਿਜ਼ ਨਹੀਂ। 2007 ਤੱਕ ਅਸੀਂ ਇਸ ਆਰਥਕ ਗੁਬਾਰੇ ਵਿਚ ਇੰਨੀ ਸਾਰੀ ਗਰਮ ਹਵਾ ਭਰ ਚੁੱਕੇ ਸੀ ਕਿ ਉਹ ਇਸ ਤੋਂ ਜ਼ਿਆਦਾ ਹਵਾ ਬਰਦਾਸ਼ਤ ਨਹੀਂ ਕਰ ਸਕਦਾ ਸੀ – ਅਤੇ ਫੈਨਟੰਸੀ ਦੁਬਾਰਾ ਧੜਾਮ ਦੇ ਕੇ ਜ਼ਮੀਨ ਤੇ ਆ ਡਿੱਗੀ। ਇੰਜ ਨਹੀਂ ਹੈ ਕਿ ਸਿਰਫ਼ ਲੈਹਮੈਨ ਬ੍ਰਦਰਜ਼ ਅਤੇ ਬੀਅਰ ਸਟੈਰਨਸ ਹੀ ਢਹਿ-ਢੇਰੀ ਹੋਏ। ਕਰੋੜਾਂ ਅਮਰੀਕੀਆਂ ਨੇ ਆਪਣੀ 401 (ਕੇ) ਰਿਟਾਇਰਮੈਂਟ ਯੋਜਨਾਵਾਂ, ਪੈਨਸ਼ਨ ਅਤੇ ਨੌਕਰੀਆਂ ਵੀ ਗੁਆਂ ਲਈ।

ਸੰਨ 1950 ਦੇ ਦਹਾਕੇ ਵਿਚ ਜਨਰਲ ਮੋਟਰਸ ਅਮਰੀਕਾ ਦਾ ਸਭ ਤੋਂ ਸ਼ਕਤੀਸ਼ਾਲੀ ਕੱਾਰਪੋਰੇਸ਼ਨ ਸੀ। ਉਸ ਵੇਲੇ ਅਖ਼ਬਾਰ ਵਾਲਿਆਂ ਨੇ ਜੀਐਮ ਦੇ ਪ੍ਰੈਸੀਡੈਂਟ ਦੇ ਕਥਨ ਨੂੰ ਇਕ ਸੰਦਰਭ ਵਿਚ ਬਦਲ ਦਿੱਤਾ, ਜਿਹੜਾ ਕਈ ਦਹਾਕਿਆਂ ਤਕ ਪਰਚਲਤ ਰਿਹਾ : "ਜੀਐਮ ਜਿੱਥੇ ਜਾਵੇਗਾ, ਦੇਸ਼ ਉਸੇ ਵੱਲ ਹੀ ਜਾਵੇਗਾ।" ਦੇਖੋਂ ਦੋਸਤੋਂ ! ਇਹ ਸ਼ਾਇਦ ਚੰਗੀ ਖ਼ਬਰ ਨਹੀਂ ਹੈ, ਕਿਉਂਕਿ 2009 ਵਿਚ ਜੀਐਮ ਦਿਵਾਲੀਆ ਹੋ ਗਿਆ ਅਤੇ ਉਸੇ ਸਾਲ ਗਰਮੀਆਂ ਵਿਚ ਕੈਲੀਫੋਰਨੀਆ ਰਾਜ ਨਕਦ ਪੈਸਿਆਂ ਦੀ ਬਜਾਇ ਆਈਓਯੂ ਦੇ ਜ਼ਰੀਏ ਆਪਣੇ ਬਿਲਾਂ ਦਾ ਭੁਗਤਾਨ ਕਰ ਰਿਹਾ ਸੀ।

ਹਾਲ-ਫਿਲਹਾਲ, ਅਮਰੀਕਾ ਵਿਚ ਆਪਣੇ ਘਰ ਦੇ ਮਾਲਕ ਲੋਕਾਂ ਦੀ ਫੀਸਦੀ ਘੱਟ ਰਹੀ ਹੈ। ਕਰਜ਼ ਨਾ ਚੁਕਾਣ ਕਾਰਣ ਬੈਂਕ ਜਿੰਨੇ ਘਰ ਨੀਲਾਮ ਕਰ ਰਹੇ ਹਨ, ਉੱਨੇ ਇਤਿਹਾਸ ਵਿਚ ਪਹਿਲਾਂ ਕਦੇ ਨਹੀਂ ਹੋਏ। ਮਿਡਲ ਕਲਾਸ ਪਰਿਵਾਰਾਂ ਦੀ ਗਿਣਤੀ ਘੱਟਦੀ ਜਾ ਰਹੀ ਹੈ। ਜ਼ਿਆਦਾਤਰ ਲੋਕਾਂ ਦੇ ਬਚਤ ਖ਼ਾਤੇ ਵਿਚ ਕੁੱਝ ਵੀ ਨਹੀਂ ਹੈ ਅਤੇ ਜਿਨ੍ਹਾਂ ਕੋਲ ਹੈ, ਉਨ੍ਹਾਂ ਦੇ ਖ਼ਾਤਿਆਂ ਦਾ ਆਕਾਰ ਛੋਟਾ ਹੋ ਗਿਆ ਹੈ, ਜਦੋਂ ਕਿ ਪਰਿਵਾਰਕ ਕਰਜ਼ ਵੱਧਦਾ ਜਾ ਰਿਹਾ ਹੈ। ਗ਼ਰੀਬੀ ਦੀ ਲਕੀਰ ਹੇਠਾਂ ਰਹਿਣ ਵਾਲੇ ਲੋਕਾਂ ਦੀ ਗਿਣਤੀ ਅਧਿਕਾਰਕ ਤੌਰ ਤੇ ਬੜੀ ਤੇਜੀ ਨਾਲ ਵੱਧ ਰਹੀ ਹੈ। 65 ਸਾਲ ਦੀ ਉਮਰ ਤੋਂ ਬਾਅਦ ਕੰਮ ਕਰਣ ਵਾਲੇ ਲੋਕਾਂ ਦੀ ਗਿਣਤੀ ਵੀ ਵੱਧ ਰਹੀ ਹੈ। ਦਿਵਾਲੀਆ ਹੋਣ ਵਾਲੇ ਲੋਕਾਂ ਦੀ ਗਿਣਤੀ ਅਸਮਾਨ ਨੂੰ ਛੂੰ ਰਹੀ ਹੈ। ਅਤੇ ਕਈ ਅਮਰੀਕੀਆਂ ਕੋਲ ਰਿਟਾਇਰ ਹੋਣ ਲਈ ਯੋਗ ਪੈਸੇ ਨਹੀਂ ਹਨ – ਉਹ ਉਨ੍ਹਾਂ ਦੇ ਨੇੜੇ-ਤੇੜੇ ਵੀ ਨਹੀਂ ਹਨ।

ਕੀ ਇੰਨੀਆ ਤਮਾਮ ਮਾੜੀਆਂ ਖ਼ਬਰਾਂ ਵੱਲ ਤੁਹਾਡਾ ਧਿਆਨ ਗਿਆ? ਯਕੀਨਨ ! ਅਤੇ ਤੁਸੀਂ ਇਕੱਲੇ ਨਹੀਂ ਹੋ। ਆਖ਼ਰਕਾਰ ਅਮਰੀਕੀਆਂ ਨੇ ਨੀਂਦਰ ਦੀ ਮਦਹੋਸ਼ੀ ਵਿਚ ਅਲਾਰਮ ਦਾ ਸਨੂਜ਼ ਬਟਨ ਨੱਪਣਾ ਛੱਡ ਦਿੱਤਾ ਹੈ। ਬੇਹਤਰੀਨ ! ਹੁਣ ਤੁਸੀਂ ਜਾਗ ਚੁੱਕੇ ਹੋ ਅਤੇ ਅੱਖਾਂ ਖੋਲ੍ਹ ਕੇ ਇਹ ਦੇਖ ਰਹੇ ਹੋ ਕਿ ਹਾਲਾਤ ਚੰਗੇ ਨਹੀਂ ਹਨ। ਇਸ ਲਈ ਆਓ, ਅਸੀਂ ਥੋੜੀ ਜ਼ਿਆਦਾ ਡੂੰਘੀ

ਨਜ਼ਰ ਨਾਲ ਦੇਖੀਏ ਕਿ ਇਸ ਦਾ ਅਸਲ ਵਿਚ ਅਰਥ ਕੀ ਹੈ – ਅਤੇ ਇਸ ਬਾਰੇ ਤੁਸੀਂ ਕੀ ਕਰ ਸਕਦੇ ਹੋ।

ਇਹ ਇਕ ਨਵੀਂ ਸਦੀ ਹੈ

ਜਦੋਂ ਮੈਂ ਬੱਚਾ ਸੀ, ਤਾਂ ਮੇਰੇ ਮਾਂ-ਪਿਓ ਨੇ ਮੈਨੂੰ ਸਫਲਤਾ ਦਾ ਉਹੀ ਫਾਰਮੂਲਾ ਸਿਖਾਇਆ,

ਅਧਿਕਾਰਕ ਤੌਰ ਤੇ ਗ਼ਰੀਬੀ ਦੀ ਲਕੀਰ ਹੇਠਾਂ ਰਹਿਣ ਵਾਲੇ ਲੋਕਾਂ ਦੀ ਗਿਣਤੀ ਬੜੀ ਤੇਜੀ ਨਾਲ ਵੱਧ ਰਹੀ ਹੈ। 65 ਸਾਲ ਦੀ ਉਮਰ ਤੋਂ ਬਾਅਦ ਕੰਮ ਕਰਣ ਵਾਲੇ ਲੋਕਾਂ ਦੀ ਗਿਣਤੀ ਵੀ ਵੱਧ ਰਹੀ ਹੈ।

ਜਿਹੜਾ ਕਿ ਸ਼ਾਇਦ ਤੁਹਾਨੂੰ ਵੀ ਸਿਖਾਇਆ ਗਿਆ ਹੋਵੇਗਾ : ਸਕੂਲ ਜਾਓ, ਮੇਹਨਤ ਨਾਲ ਪੜ੍ਹੋ ਅਤੇ ਚੰਗੇ ਗਰੈਡ ਲਿਆਓ, ਤਾਂ ਜੁ ਤੁਹਾਨੂੰ ਸੁਰੱਖਿਅਤ, ਉੱਚੀ ਤਨਖ਼ਾਹ ਅਤੇ ਹੋਰ ਲਾਹੇ ਵਾਲੀ ਨੌਕਰੀ ਮਿਲ ਸਕੇ, ਇਸ ਤੋਂ ਬਾਅਦ ਤੁਹਾਡੀ ਕੰਪਨੀ ਤੁਹਾਡੀ ਪਰਵਾਹ ਕਰੇਗੀ।

ਲੇਕਨ ਇਹ ਉਦਯੋਗਕ ਜੁੱਗ ਦੀ ਸੋਚ ਸੀ ਅਤੇ ਅੱਜਕੱਲ੍ਹ ਅਸੀਂ ਉਦਯੋਗਕ ਜੁੱਗ ਵਿਚ ਨਹੀਂ ਰਹਿੰਦੇ। ਤੁਹਾਡੀ ਕੰਪਨੀ ਤੁਹਾਡੀ ਪਰਵਾਹ *ਨਹੀਂ* ਕਰੇਗੀ। ਸਰਕਾਰ ਤੁਹਾਡੀ ਪਰਵਾਹ *ਨਹੀਂ* ਕਰੇਗੀ। *ਕੋਈ ਵੀ* ਤੁਹਾਡੀ ਪਰਵਾਹ ਨਹੀਂ ਕਰੇਗਾ। ਇਹ ਨਵੀਂ ਸਦੀ ਹੈ ਅਤੇ ਇਸ ਵਿਚ ਨਿਯਮ ਬਦਲ ਗਏ ਹਨ।

ਮੇਰੇ ਮਾਂ-ਪਿਓ ਨੌਕਰੀ ਦੀ ਸੁਰੱਖਿਆ, ਕੰਪਨੀ ਦੀ ਪੈਨਸ਼ਨ, ਸਮਾਜਕ ਸੁਰੱਖਿਆ ਅਤੇ ਮੈਡੀਕੇਅਰ ਉੱਤੇ ਭਰੋਸਾ ਕਰਦੇ ਸਨ। ਇਹ ਸਾਰੇ ਘਿਸੇ-ਪਿਟੇ ਤੇ ਪੁਰਾਤਨਪੰਥੀ ਵਿਚਾਰ ਹਨ, ਜਿਹੜੇ ਗੁਜ਼ਰੇ ਜਮਾਨੇ ਦੇ ਅਵਸ਼ੇਸ਼ ਹਨ। ਅੱਜ ਨੌਕਰੀ ਦੀ ਸੁਰੱਖਿਆ ਕਿਸੇ ਮਖੌਲ ਤੋਂ ਘੱਟ ਨਹੀਂ ਰਹਿ ਗਈ। ਕਿਸੇ ਇਕ ਕੰਪਨੀ ਵਿਚ ਸਾਰੀ ਜਿੰਦਗੀ ਨੌਕਰੀ ਕਰਣ ਦਾ ਵਿਚਾਰ – ਜਿਸਦੀ ਆਈਬੀਐਮ ਨੇ ਆਪਣੇ ਸੁਨਿਹਰੇ ਜੁੱਗ ਵਿਚ ਪੈਰਵੀ ਕੀਤੀ ਸੀ – ਉੱਨਾ ਹੀ ਪੁਰਾਤਨ ਹੋ ਚੁੱਕਿਆ ਹੈ, ਜਿੰਨਾ ਕਿ ਟਾਇਪਰਾਇਟਰ।

ਕਈ ਲੋਕ ਆਪਣੀ 401 (ਕੇ) ਰਿਟਾਇਰਮੈਂਟ ਯੋਜਨਾਵਾਂ ਨੂੰ ਸੁਰੱਖਿਅਤ ਮੰਨਦੇ ਸਨ। ਉਹ ਸੋਚਦੇ ਸਨ ਕਿ ਬਲੂ ਚਿਪ ਸ਼ੇਅਰਾਂ ਅਤੇ ਮਿਊਚਲ ਫੰਡਜ਼ ਉੱਤੇ ਅਧਾਰਤ ਇਹਨਾਂ ਯੋਜਨਾਵਾਂ ਵਿਚ ਕੀ ਗ਼ਲਤ ਹੋ ਸਕਦਾ ਸੀ? ਲੇਕਨ ਜਿਵੇਂ ਬਾਅਦ ਵਿਚ ਪਤਾ ਚੱਲਿਆ, ਇਹਨਾਂ ਵਿਚ *ਸਾਰਾ ਕੁੱਝ* ਗ਼ਲਤ ਹੋ ਸਕਦਾ ਸੀ। ਪੁਰਾਣੇ ਜਮਾਨੇ ਦੀਆਂ ਇਹ ਬੁੱਢੀਆਂ ਗਾਵਾਂ ਹੁਣ ਦੁਧਾਰੂ ਨਹੀਂ ਰਹਿ ਗਈਆਂ ਅਤੇ ਇਸ ਦਾ ਕਾਰਣ ਵੀ ਸਿਰਫ਼ ਇੰਨਾ ਹੈ ਕਿ ਉਹ *ਸਾਰੀਆਂ* ਹੁਣ ਅਪਰਚੱਲਤ ਹੋ ਚੁੱਕੀਆਂ ਹਨ : ਪੈਨਸ਼ਨ, ਨੌਕਰੀ ਦੀ ਸੁਰੱਖਿਆ, ਰਿਟਾਇਰਮੈਂਟ ਦੀ ਸੁਰੱਖਿਆ ! ਇਹ ਸਾਰੇ ਉਦਯੋਗਕ ਜੁੱਗ ਦੇ ਵਿਚਾਰ ਸਨ। ਅੱਜ ਅਸੀਂ ਸੂਚਨਾ ਦੇ ਜੁੱਗ ਵਿਚ ਰਹਿ ਰਹੇ ਹਾਂ, ਇਸ ਲਈ ਹੁਣ ਸਾਨੂੰ ਸੂਚਨਾ ਦੇ ਜੁੱਗ ਦੇ ਵਿਚਾਰਾਂ ਮੁਤਾਬਕ ਸੋਚਣ ਦੀ ਲੋੜ ਹੈ।

ਖੁਸ਼ਕਿਸਮਤੀ ਨਾਲ ਲੋਕਾਂ ਨੇ ਸੁਣਨਾ ਅਤੇ ਸਿਖਣਾ ਸ਼ੁਰੂ ਕਰ ਦਿੱਤਾ ਹੈ। ਉਂਜ ਇਹ ਬੜੇ

ਅਫਸੋਸ ਦੀ ਗੱਲ ਹੈ ਕਿ ਅਸੀਂ ਕਸ਼ਟ ਅਤੇ ਮੁਸ਼ਕਲਾਂ ਵਿਚ ਹੀ ਸਬਕ ਸਿੱਖਦੇ ਹਾਂ। ਬਹਰਹਾਲ, ਤਸੱਲੀ ਦੀ ਗੱਲ ਇਹ ਹੈ ਘੱਟੋਘੱਟ ਹੁਣ ਲੋਕ ਸਬਕ ਸਿਖ ਰਹੇ ਹਨ। ਜਦੋਂ ਵੀ ਸਾਡੇ ਸਾਹਮਣੇ ਕੋਈ ਵੱਡਾ ਸੰਕਟ ਆ ਕੇ ਖੜ੍ਹਾ ਹੁੰਦਾ ਹੈ – ਜਿਵੇਂ ਸ਼ੇਅਰ ਬਾਜ਼ਾਰ ਵਿਚ ਡਾੱਟ-ਕੱਾਮ ਕੰਪਨੀਆਂ ਦਾ ਕਰੈਸ਼, 9/11 ਦੇ ਵਿਪਰੀਤ ਆਰਥਕ ਨਤੀਜੇ, 2008 ਦੀ ਵਿੱਤੀ ਦੈਹਸ਼ਤ ਅਤੇ 2009 ਦੀ ਮੰਦੀ – ਉਸੇ ਵੇਲੇ ਹੀ ਲੋਕਾਂ ਨੂੰ ਅਹਿਸਾਸ ਹੁੰਦਾ ਹੈ ਕਿ ਸੁਰੱਖਿਆ ਦੇ ਪੁਰਾਣੇ ਸਾਧਨ ਹੁਣ ਉਨ੍ਹਾਂ ਨੂੰ ਸੁਰੱਖਿਅਤ ਨਹੀਂ ਰੱਖ ਪਾਉਣਗੇ।

ਕੰਪਨੀਆਂ ਦਾ ਮਿੱਥ ਹੁਣ ਖ਼ਤਮ ਹੋ ਚੁੱਕਿਆ ਹੈ। ਜੇਕਰ ਤੁਸੀਂ ਆਪਣੀ ਕੰਪਨੀ ਵਿਚ ਤੱਰਕੀ ਦੀ ਪੌੜੀ ਉੱਤੇ ਚੜ੍ਹਨ ਵਿਚ ਕਈ ਸਾਲ ਲਾਏ ਹਨ, ਤਾਂ ਕੀ ਤੁਸੀਂ ਕਦੇ ਠਹਿਰ ਕੇ ਇਸ ਉੱਤੇ ਗੌਹ ਕੀਤਾ ਕਿ ਤੁਹਾਨੂੰ ਸਾਹਮਣੇ ਕਿਹੜਾ ਨਜ਼ਾਰਾ ਦਿਖਾਈ ਦੇਂਦਾ ਹੈ? ਤੁਸੀਂ ਪੁੱਛੋਗੇ, ਕਿਹੜਾ ਨਜ਼ਾਰਾ? ਆਪਣੇ ਅੱਗੇ ਵਾਲੇ ਵਿਅਕਤੀ ਦਾ ਪਿਛਵਾੜਾ? ਤੁਹਾਨੂੰ ਬੱਸ ਉਹੀ ਨਜ਼ਰ ਆਉਂਦਾ ਹੈ। ਜੇਕਰ ਤੁਸੀਂ ਆਪਣੇ ਬਾਕੀ ਜੀਵਨ ਵਿਚ ਵੀ ਇਹੀ ਨਜ਼ਾਰਾ ਦੇਖਣਾ ਚਾਹੁੰਦੇ ਹੋ, ਤਾਂ ਇਹ ਪੁਸਤਕ ਸ਼ਾਇਦ ਤੁਹਾਡੇ ਲਈ ਨਹੀਂ ਹੈ। ਲੇਕਨ ਜੇਕਰ ਤੁਸੀਂ ਕਿਸੇ ਦੇ ਪਿਛਵਾੜਾ ਦੇਖਦੇ – ਦੇਖਦੇ ਥੱਕ ਚੁੱਕੇ ਹੋ ਅਤੇ ਉਕਤਾ ਚੁੱਕੇ ਹੋ, ਤਾਂ ਅੱਗੇ ਵੀ ਪੜ੍ਹਦੇ ਰਹੋ।

ਦੁਬਾਰਾ ਮੂਰਖ ਨਾ ਬਣੋ

ਇਹ ਲਿਖਣ ਵੇਲੇ ਵੀ ਬੇਰੁਜ਼ਗਾਰੀ ਸੁਰਸਾ ਦੇ ਮੂੰਹ ਵਾਂਗ ਵੱਧਦੀ ਜਾ ਰਹੀ ਹੈ। ਜਦ ਤੁਸੀਂ ਇਹ ਸ਼ਬਦ ਪੜ੍ਹ ਰਹੇ ਹੋਵੋਗੇ, ਤਦੋਂ ਤਕ ਕੌਣ ਜਾਣੇ ਕੀ ਹਾਲਾਤ ਹੋਣ? ਹੋ ਸਕਦਾ ਹੈ ਜਿ ਤਦੋਂ ਤਕ ਹਾਲਾਤ ਬਦਲ ਜਾਣ। ਮੂਰਖ ਨਾ ਬਣੋ। ਜਦੋਂ ਰੁਜ਼ਗਾਰ ਉਪਲਬਧ ਹੋਣ ਲੱਗਣਗੇ, ਜ਼ਮੀਨ-ਜਾਇਦਾਦ ਦਾ ਮੁੱਲ ਵੱਧਣ ਲੱਗੇਗਾ ਅਤੇ ਕਰਜ਼ ਦੁਬਾਰਾ ਖੁੱਲ੍ਹ ਕੇ ਮਿਲਣ ਲੱਗਣਗੇ, ਜਿਹੜਾ ਕਦੇ ਨਾ ਕਦੇ ਤਾਂ ਹੋਵੇਗਾ, ਤਾਂ ਝੂਠੀ ਸੁਰੱਖਿਆ ਦੇ ਉਸੇ ਪੁਰਾਣੇ ਲਾਲਚ ਵੀ ਨਾ ਆ ਜਾਓ, ਜਿਸ ਦੇ ਕਾਰਣ ਤੁਸੀਂ ਅਤੇ ਬਾਕੀ ਸੰਸਾਰ ਇਸ ਦੇ ਭੰਵਰ ਵਿਚ ਫਸਿਆ ਸੀ।

2008 ਦੀਆਂ ਗਰਮੀਆਂ ਵਿਚ ਗੈਸ ਦੀ ਕੀਮਤ 4 ਡਾੱਲਰ ਪ੍ਰਤਿ ਗੈਲਨ ਤੋਂ ਜ਼ਿਆਦਾ ਸੀ। ਇਸੇ ਕਾਰਣ ਐਸਯੂਵੀ ਦੀ ਵਿਕਰੀ ਕਿਸੇ ਚੱਟਾਨ ਵਾਂਗ ਪਾਣੀ ਵਿਚ ਡੁੱਬ ਗਈ ਅਤੇ ਅਚਣਚੇਤ ਹੀ ਹਰ ਆਦਮੀ ਨਿੱਕੀ ਅਤੇ ਹਾਇਬਰੀਡ ਕਾਰਾਂ ਦੇ ਗੁਣ ਗਾਣ ਲੱਗਾ। ਲੇਕਨ ਇਸ ਤੋਂ ਬਾਅਦ ਜੋ ਹੋਇਆ ਉਸ ਤੇ ਗੌਂਹ ਕਰੋ। 2009 ਵਿਚ ਗੈਸ ਦੀ ਕੀਮਤ ਦੁਬਾਰਾ 2 ਡਾੱਲਰ ਤੋਂ ਹੇਠਾਂ ਆ ਗਈ – ਅਤੇ ਰੱਬ ਉਹਨਾਂ ਦਾ ਭਲਾ ਕਰੇ, ਲੋਕੀਂ ਦੁਬਾਰਾ ਐਸਯੂਵੀ ਖਰੀਦਣ ਲੱਗੇ ਹਨ!

ਕੀ? ਕੀ ਤੁਸੀਂ *ਸੱਚਮੁੱਚ* ਸੋਚਦੇ ਹੋ ਕਿ ਗੈਸ ਦੀ ਕੀਮਤ ਹਮੇਸ਼ਾ ਇੰਨੀ ਹੀ ਘੱਟ ਰਹੇਗੀ? ਜੇਕਰ ਗੈਸ ਇਸ ਵੇਲੇ ਸਸਤੀ ਹੈ, ਤਾਂ ਕੀ ਤੁਸੀਂ ਗੈਸ ਦੀ ਜ਼ਿਆਦਾ ਖ਼ਪਤ ਵਾਲੀ ਕਾਰਾਂ ਨੂੰ ਖ਼ਰੀਦਣਾ ਬੇਹਤਰੀਨ ਲੱਗਦਾ ਹੈ? ਕੀ ਅਸੀਂ ਸੱਚਮੁੱਚ ਹੀ ਇੰਨੇ ਅਦੂਰਦਰਸ਼ੀ ਹੋ ਸਕਦੇ ਹਾਂ? (ਦੇਖੋ, ਮੈਂ ਇੱਥੇ ਭਲਮਨਸਾਈ ਨਾਲ ਕੰਮ ਲੈ ਰਿਹਾ ਹਾਂ; ਦਰਅਸਲ ਮੈਂ "ਮੂਰਖ" ਸ਼ਬਦ ਦਾ ਇਸਤੇਮਾਲ ਕਰਣਾ ਚਾਹੁੰਦਾ ਸੀ।)

ਬਦਕਿਸਮਤੀ ਨਾਲ ਇਸਦਾ ਜਵਾਬ ਹੈ, ਹਾਂ। ਅਸੀਂ ਸਿਰਫ਼ ਇਕੋ ਵਾਰ ਹੀ ਮੂਰਖ ਨਹੀਂ ਬਣਦੇ। ਅਸੀਂ ਆਪਣੇ-ਆਪ ਨੂੰ ਵਾਰ-ਵਾਰ ਮੂਰਖ ਬਣਨ ਦਿੰਦੇ ਹਾਂ। ਬਚਪਨ ਵਿਚ ਅਸੀਂ

ਸਾਰਿਆਂ ਨੇ ਕੀੜੀਆਂ ਅਤੇ ਟਿੱਡਿਆਂ ਦੀ ਕਹਾਣੀ ਪੜ੍ਹੀ ਹੈ, ਲੇਕਨ ਇਸ ਦੇ ਬਾਵਜੂਦ ਸਾਡੇ ਵਿਚੋਂ ਜ਼ਿਆਦਾਤਰ ਲੋਕ ਟਿੱਡੇ ਜਿੰਨੀ ਹੀ ਦੂਰਦਰਿਸ਼ਤਾ ਨਾਲ ਜੀ ਰਹੇ ਹਨ।

ਅਖ਼ਬਾਰਾਂ ਦੀਆਂ ਸੁਰਖੀਆਂ ਕਾਰਣ ਆਪਣਾ ਧਿਆਨ ਨਾ ਭਟਕਣ ਦਿਓ। ਦੁਨੀਆ ਵਿਚ ਸਾਡੇ ਨੇੜੇ-ਤੇੜੇ ਹਮੇਸ਼ਾ ਹੀ ਕਿਸੇ ਨਾ ਕਿਸੇ ਤਰ੍ਹਾਂ ਦਾ ਮੂਰਖਤਾਪੂਰਨ ਹੱਲਾ ਮੱਚਿਆ ਰਹਿੰਦਾ ਹੈ, ਜਿਹੜਾ ਸਾਡੇ ਜੀਵਨ ਨੂੰ ਬੇਹਤਰੀਨ ਬਨਾਉਣ ਦੇ ਗੰਭੀਰ ਕੰਮ ਤੋਂ ਤੁਹਾਡਾ ਧਿਆਨ ਦੂਰ ਖਿੱਚਣ ਦੀ ਕੋਸ਼ਸ਼ ਕਰਦਾ ਹੈ। ਇਹ ਕੇਵਲ ਸ਼ੋਰ-ਸ਼ਰਾਬਾ ਹੈ। ਚਾਹੇ ਅੱਤਵਾਦ ਹੋਵੇਂ ਜਾਂ ਮੰਦੀ ਜਾਂ ਸਭ ਤੋਂ ਨਵਾਂ ਚੋਣ-ਚੱਕਰ ਦਾ ਸਕੈਂਡਲ, ਇਹਨਾਂ ਦਾ ਇਸ ਗੱਲ ਨਾਲ ਕੋਈ ਲੈਣਾ-ਦੇਣਾ ਨਹੀਂ ਹੈ ਕਿ ਸੁਖਮਈ ਭਵਿੱਖ ਦੀ ਸਿਰਜਨਾ ਲਈ ਤੁਹਾਨੂੰ ਅੱਜ ਕੀ ਕਰਣਾ ਚਾਹੀਦਾ ਹੈ।

ਮਹਾਮੰਦੀ ਦੇ ਦੌਰ ਵਿਚ ਵੀ ਬਹੁਤ ਸਾਰੇ ਲੋਕਾਂ ਨੇ ਸੰਪੱਤੀ ਜਾਂ ਦੌਲਤ ਬਣਾਈ ਸੀ। ਦੂਜੇ ਪਾਸੇ, ਸਭ ਤੋਂ ਵੱਡੇ ਉਛਾਲ ਵੇਲੇ, ਜਿਵੇਂ 1980 ਦੇ ਰੀਅਲ ਐਸਟੇਟ ਦੀ ਉਛਾਲ ਦੌਰਾਨ, ਵੀ ਕਰੋੜੋ ਲੋਕੀਂ ਇਹੋ ਜਹੇ ਸਨ, ਜਿਨ੍ਹਾਂ ਨੇ ਆਪਣੇ ਭਵਿੱਖ ਦੀ ਲਗਾਮ ਨਹੀਂ ਸੀ ਸਾਂਭੀ - ਜਿਨ੍ਹਾਂ ਨੇ ਹਰ ਉਸ ਚੀਜ਼ ਨੂੰ ਨਜ਼ਰਅੰਦਾਜ ਕਰ ਦਿੱਤਾ, ਜਿਹੜੀ ਮੈਂ ਇਸ ਪੁਸਤਕ ਵਿਚ ਤੁਹਾਨੂੰ ਦੱਸਣ ਜਾ ਰਿਹਾ ਹਾਂ - ਅਤੇ ਉਹ ਲੋਕ ਜਾਂ ਤਾਂ ਹਾਲਾਤਾਂ ਨਾਲ ਜੂਝਦੇ ਰਹੇ ਜਾਂ ਫਿਰ ਦਿਵਾਲੀਆ ਹੋ ਗਏ। ਅਸਲ ਵਿਚ ਉਨ੍ਹਾਂ ਵਿਚੋਂ ਜ਼ਿਆਦਾਤਰ ਤਾਂ ਅੱਜ ਵੀ ਹਾਲਾਤਾਂ ਨਾਲ ਜੂਝ ਰਹੇ ਹਨ ਜਾਂ ਫਿਰ ਦਿਵਾਲੀਆ ਹਨ।

ਮੁੱਦਾ ਅਰਥ ਵਿਵਸਥਾ ਨਹੀਂ ਹੈ। ਮੁੱਦਾ ਤਾਂ *ਤੁਸੀਂ* ਹੋ !

ਕੀ ਤੁਹਾਨੂੰ ਕੰਪਨੀ ਜਗਤ ਵਿਚ ਫੈਲੇ ਹੋਏ ਭਿਰਸ਼ਟ ਆਚਰਣ ਉੱਤੇ ਗੁੱਸਾ ਆਉਂਦਾ ਹੈ? ਵਾੱਲ ਸਟਰੀਟ ਅਤੇ ਉਨ੍ਹਾਂ ਬੈਂਕਾਂ 'ਤੇ, ਜਿਨ੍ਹਾਂ ਨੇ ਇਹ ਸਾਰਾ ਕੁੱਝ ਹੋਣ ਦਿੱਤਾ? ਸਰਕਾਰ 'ਤੇ, ਜਿਸ ਨੇ ਇਸ ਨੂੰ ਰੋਕਣ ਲਈ ਕੋਈ ਕੋਸ਼ਸ਼ ਹੀ ਨਹੀਂ ਕੀਤੀ ਜਾਂ ਲੋੜ ਤੋਂ ਵੱਧ ਕੀਤਾ; ਜਾਂ ਜ਼ਰੂਰਤ ਤੋਂ ਜ਼ਿਆਦਾ ਗ਼ਲਤ ਅਤੇ ਲੋੜ ਤੋਂ ਘੱਟ ਸਹੀ ਕੰਮ ਕੀਤੇ? ਕੀ ਤੁਹਾਨੂੰ ਆਪਣੇ-ਆਪ 'ਤੇ ਗੁੱਸਾ ਨਹੀਂ ਆਉਂਦਾ ਕਿ ਤੁਸੀਂ ਆਪਣੇ ਭਵਿੱਖ ਦੀ ਲਗਾਮ ਸਾਂਭਣ ਵਿਚ ਇੰਨੀ ਦੇਰ ਕਿਉਂ ਕਰ ਦਿੱਤੀ?

ਜੀਵਨ ਮੁਸ਼ਕਲ ਹੈ। ਅਹਿਮ ਸਵਾਲ ਤਾਂ ਇਹ ਹੈ ਕਿ ਤੁਸੀਂ ਇਸ ਬਾਰੇ ਕੀ ਕਰਣ ਜਾ ਰਹੇ ਹੋ? ਸ਼ਿਕਾਇਤਾਂ ਕਰਣ ਜਾਂ ਅਫਸੋਸ ਕਰਣ ਨਾਲ ਤੁਹਾਡਾ ਭਵਿੱਖ ਸੁਰੱਖਿਅਤ ਨਹੀਂ ਹੋਵੇਗਾ ਅਤੇ ਨਾ ਹੀ ਵਾੱਲ ਸਟਰੀਟ, ਵੱਡੇ ਬੈਂਕਰਜ਼, ਅਮਰੀਕੀ ਕੰਪਨੀਆਂ ਜਾਂ ਸਰਕਾਰ 'ਤੇ ਦੋਸ਼ ਮੜ੍ਹਨ ਨਾਲ।

ਜੇਕਰ ਤੁਸੀਂ ਇਕ ਠੋਸ ਭਵਿੱਖ ਚਾਹੁੰਦੇ ਹੋ, ਤਾਂ ਤੁਹਾਨੂੰ ਇਸ ਦੀ ਸਿਰਜਣਾ ਆਪੇ ਕਰਣੀ ਹੋਵੇਗੀ। ਤੁਸੀਂ ਆਪਣੇ ਭਵਿੱਖ ਦੀ ਬਾਗਡੋਰ *ਕੇਵਲ* ਤਾਂਹੀਓ ਸਾਂਭ ਸਕਦੇ ਹੋ, ਜਦੋਂ ਤੁਹਾਡੀ ਆਮਦਨ ਦੇ ਸਰੋਤਾਂ ਉੱਤੇ ਤੁਹਾਡਾ ਕਾਬੂ ਹੋਵੇ। ਇਸ ਲਈ ਤੁਹਾਨੂੰ ਆਪਣੇ-ਆਪ ਲਈ ਕਾਰੋਬਾਰ ਕਰਣ ਦੀ ਲੋੜ ਹੈ।

ਅਧਿਆਇ 2

ਆਸ ਦੀ ਕਿਰਣ

13 ਜੁਲਾਈ 2009 ਦੇ ਅੰਕ ਵਿਚ ਟਾਇਮ ਮੈਗਜ਼ੀਨ ਦੇ ਸਫਾ ਨੰਬਰ 2 ਤੇ ਇਕ ਲੇਖ ਛੱਪਿਆ, "ਰਾਬਰਟ ਕਿਓਸਾਕੀ ਲਈ ਦਸ ਸਵਾਲ।" ਉਨ੍ਹਾਂ ਵਿਚੋਂ ਇਕ ਸਵਾਲ ਇਹ ਸੀ, "ਕੀ ਇਸ ਅਸ਼ਾਂਤ ਮਾਹੌਲ ਅੰਦਰ ਅਰਥ ਵਿਵਸਥਾ ਵਿਚ ਨਵੀਆਂ ਕੰਪਨੀਆਂ ਬਨਾਉਣ ਦੀਆਂ ਅਵਸਰ ਜਾਂ ਮੌਕੇ ਮੌਜੂਦ ਹਨ?"

ਸਵਾਲ ਪੜ੍ਹਕੇ ਮੇਰੇ ਮਨ ਵਿਚ ਪਹਿਲਾ ਵਿਚਾਰ ਤਾਂ ਇਹ ਆਇਆ, "ਕੀ ਤੁਸੀਂ ਮਖੌਲ ਕਰ ਰਹੇ ਹੋ? !" ਬਾਅਦ ਵਿਚ ਮੈਂ ਇਸ ਦਾ ਜਵਾਬ ਇਸ ਤਰ੍ਹਾਂ ਦਿੱਤਾ :

ਇਹ ਸਭ ਤੋਂ ਵਧੀਆ ਸਮਾਂ ਹੈ। ਜਦੋਂ ਸਮਾਂ ਮਾੜਾ ਹੁੰਦਾ ਹੈ, ਉਸੇ ਵੇਲੇ ਹੀ ਸੱਚੇ ਉਦਮੀ ਉਭਰ ਕੇ ਸਾਮ੍ਹਣੇ ਆਉਂਦੇ ਹਨ। ਉਦਮੀ ਦਰਅਸਲ ਇਸ ਗੱਲ ਦੀ ਪਰਵਾਹ ਨਹੀਂ ਕਰਦੇ ਕਿ ਬਾਜ਼ਾਰ ਦੀ ਹਾਲਤ ਚੰਗੀ ਹੈ ਜਾਂ ਮਾੜੀ। ਉਹ ਤਾਂ ਬੇਹਤਰ ਪ੍ਰਾਡਕਟਸ ਅਤੇ ਬੇਹਤਰ ਪ੍ਰਤਿਕਿਰਿਆਵਾਂ ਉਤਪੰਨ ਕਰਦੇ ਰਹਿੰਦੇ ਹਨ। ਇਸ ਲਈ ਜਦੋਂ ਵੀ ਕੋਈ ਕਹਿੰਦਾ ਹੈ, "ਓਹ, ਹੁਣ ਮੌਕੇ ਘੱਟ ਹੋ ਗਏ," ਤਾਂ ਇਸ ਦਾ ਕਾਰਣ ਸਿਰਫ਼ ਇੰਨਾ ਜਿਹਾ ਹੈ ਕਿ ਉਹ ਹਾਰ ਚੁੱਕਿਆ ਹੈ।

ਅਰਥ ਵਿਵਸਥਾ ਬਾਰੇ ਤੁਹਾਨੂੰ ਤਮਾਮ ਮਾੜੀਆਂ ਖ਼ਬਰਾਂ ਪਤਾ ਹਨ। ਚੰਗੀ ਖ਼ਬਰ ਦਾ ਇੰਤਜ਼ਾਰ ਕਰੋ? ਦੇਖੋ, ਸੱਚ ਤਾਂ ਇਹ ਹੈ ਕਿ ਇਸ ਮਾਮਲੇ ਵਿਚ ਮਾੜੀ ਖ਼ਬਰ ਹੀ ਚੰਗੀ ਖ਼ਬਰ ਹੈ। ਮੈਂ ਤੁਹਾਨੂੰ ਉਹੀ ਕਹਾਂਗਾ, ਜਿਹੜੀ ਮੈਂ ਟਾਇਮ ਮੈਗਜ਼ੀਨ ਵਿਚ ਕਿਹਾ ਸੀ : *ਆਪਣਾ ਕਾਰੋਬਾਰ ਸ਼ੁਰੂ ਕਰਣ ਲਈ ਮੰਦੀ ਦਾ ਦੌਰ ਸਭ ਤੋਂ ਵਧੀਆ ਹੁੰਦਾ ਹੈ।* ਜਦੋਂ ਅਰਥ ਵਿਵਸਥਾ ਦੀ ਰਫ਼ਤਾਰ ਸੁਸਤ ਹੁੰਦੀ ਹੈ, ਤਾਂ ਉਦਮਤਾ ਸਰਦ ਰਾਤਾਂ ਵਿਚ ਲੱਕੜ ਵਾਂਗ ਧਧਕਣ ਲੱਗਦੀ ਹੈ।

ਸਵਾਲ : ਮਾਇਕਰੋਸਾੱਫਟ ਅਤੇ ਡਿਜ਼ਨੀ ਸਾਮਰਾਜ ਵਿਚ ਇਸ ਤੋਂ ਇਲਾਵਾ ਕੀ ਸਮਾਨਤਾ ਹੈ ਕਿ ਉਹ ਦੋਵੇਂ ਹੀ ਅਰਬਾਂ ਡਾੱਲਰ ਦੇ ਬਹੁਤ ਸਫਲ ਕਾਰੋਬਾਰ ਹਨ ਅਤੇ ਬੱਚਾ-ਬੱਚਾ ਉਨ੍ਹਾਂ ਦਾ ਨਾਂ ਜਾਣਦਾ ਹੈ?

ਜਵਾਬ : ਇਹ ਦੋਵੇਂ ਹੀ ਮੰਦੀ ਦੇ ਦੌਰ ਵਿਚ ਸ਼ੁਰੂ ਹੋਏ ਸਨ।

ਦਰਅਸਲ ਡਾਊ ਜੋਨਸ ਇੰਡਸਟਰੀਅਲ ਐਵਰੈਜ਼ ਦੇ ਅੱਧੇ ਤੋਂ ਵੀ ਜ਼ਿਆਦਾ ਕਾੱਰਪੋਰੇਸ਼ਨਸ ਮੰਦੀ ਦੇ ਦੌਰ ਵਿਚ ਹੀ ਸ਼ੁਰੂ ਹੋਏ ਸਨ।

ਕਿਉਂ? ਜਵਾਬ ਸੌਖਾ ਹੈ : ਆਰਥਕ ਅਨਿਸ਼ਚਤਤਾ ਦੇ ਦੌਰ ਵਿਚ *ਲੋਕੀਂ ਜ਼ਿਆਦਾ ਰਚਨਾਤਮਕ* ਹੋ ਜਾਂਦੇ ਹਨ। ਉਹ ਆਪਣੇ ਆਰਾਮਦਾਈ ਖੇਤਰਾਂ ਨੂੰ ਛੱਡ ਕੇ ਬਾਹਰ ਆ ਜਾਂਦੇ ਹਨ ਅਤੇ ਗੁਜ਼ਾਰਾ ਕਰਨ ਲਈ ਪਹਿਲ ਕਦਮੀ ਦਾ ਇਸਤੇਮਾਲ ਕਰਦੇ ਹਨ। ਇਹ ਚੰਗੇ, ਪੁਰਾਣੇ ਜਮਾਨੇ ਦੀ ਅਮਰੀਕੀ ਉਦਮਤਾ ਹੈ – ਆਪਣੇ ਸਭ ਤੋਂ ਵਧੀਆ ਰੂਪ ਵਿਚ। ਜਦੋਂ ਸਫ਼ਰ ਮੁਸ਼ਕਲ ਹੋ ਜਾਂਦਾ ਹੈ, ਤਾਂ ਦਰਿੜ੍ਹ ਇੱਛਾ ਸ਼ਕਤੀ ਵਾਲੇ ਲੋਕ ਅੱਗੇ ਨਿਕਲ ਜਾਂਦੇ ਹਨ।

ਇਕ ਗੱਲ ਤਾਂ ਇਹ ਹੈ ਕਿ ਮੁਸ਼ਕਲ ਆਰਥਕ ਦੌਰ ਵਿਚ ਨਵੇਂ ਮੌਕਿਆਂ ਲਈ ਬਾਜ਼ਾਰ ਤਿਆਰ ਹੁੰਦਾ ਹੈ। ਪੰਜ ਸਾਲ ਪਹਿਲਾਂ ਜਦੋਂ ਮਕਾਨਾਂ ਦੇ ਮੁੱਲ ਅਸਮਾਨ ਛੂੰ ਰਹੇ ਸਨ ਅਤੇ ਕਰਜ਼ ਆਸਾਨੀ ਨਾਲ ਮਿਲ ਰਿਹਾ ਸੀ, ਤਾਂ ਕੋਈ ਭੁੱਖਾ ਨਹੀਂ ਸੀ। ਲੋਕਾਂ ਦੇ ਢਿੱਡ ਭਰੇ ਹੋਏ ਸਨ, ਉਹ ਸੁਰੱਖਿਅਤ ਮਹਿਸੂਸ ਕਰ ਰਹੇ ਸਨ ਅਤੇ ਬੜੇ ਹੀ ਘੱਟ ਲੋਕ ਆਮਦਨ ਦੇ ਹੋਰ ਸਾਧਨਾਂ ਨੂੰ ਤਲਾਸ਼ਦੇ ਸਨ। ਕਰਮਚਾਰੀ ਆਪਣੀ ਕੰਪਨੀਆਂ ਦੀ ਆਰਥਕ ਸਥਿਰਤਾ ਬਾਰੇ ਫਿਕਰਮੰਦ ਨਹੀਂ ਸਨ ਅਤੇ ਉਨ੍ਹਾਂ ਨੂੰ ਇਹ ਵੀ ਫਿਕਰ ਨਹੀਂ ਸੀ ਸਤਾ ਰਹੀ ਕਿ ਅੱਗੇ ਚੱਲ ਕੇ ਕਿਤੇ ਉਨ੍ਹਾਂ ਨੂੰ ਨੌਕਰੀ ਤੋਂ ਨਾ ਕੱਢ ਦਿੱਤਾ ਜਾਵੇ।

ਲੇਕਨ ਹੁਣ ਹਰ ਥਾਂ ਛਾਂਟੀ ਦਾ ਬੋਲਬਾਲਾ ਹੈ, ਇਸ ਲਈ ਹਰ ਵਿਅਕਤੀ ਨੂੰ ਫਿਕਰ ਸਤਾ ਰਹੀ ਹੈ ਕਿ ਭਵਿੱਖ ਵਿਚ ਨਾ ਜਾਣੇ ਕੀ ਹੋਵੇਗਾ। ਇਸ ਲਈ ਹੁਣ ਲੱਖਾਂ–ਕਰੋੜਾਂ ਲੋਕ ਪੂਰੇ ਹੋਸ਼ੋ–ਹਵਾਸ ਵਿਚ ਰਹਿ ਕੇ ਆਪਣੀ ਆਰਥਕ ਸਥਿਤੀ ਦੀ ਦੁਬਾਰਾ ਪੜਚੋਲ ਕਰ ਰਹੇ ਹਨ। ਉਨ੍ਹਾਂ ਨੂੰ ਹੁਣ ਅਹਿਸਾਸ ਹੋ ਗਿਆ ਹੈ ਕਿ ਜੇਕਰ ਉਹ ਇਹੋ ਜਿਹਾ ਸੁਰੱਖਿਅਤ ਭਵਿੱਖ ਚਾਹੁੰਦੇ ਹਨ, ਜਿਸ ਉੱਤੇ ਉਹ ਭਰੋਸਾ ਕਰ ਸਕਣ, ਤਾਂ ਉਨ੍ਹਾਂ ਨੂੰ ਦੂਜੀਆਂ ਬਦਲਵੀਆਂ ਯੋਜਨਾਵਾਂ ਦਾ ਸਹਾਰਾ ਲੈਣਾ ਹੋਵੇਗਾ। ਅਸਲੀਅਤ ਇਹ ਹੈ ਕਿ ਅੱਜ ਲੋਕਾਂ ਦੇ ਮਨਾਂ ਵਿਚ ਵਾਧੂ ਧਨ ਕਮਾਉਣ ਦੀ ਪਹਿਲਾਂ ਤੋਂ ਕਿਤੇ ਜ਼ਿਆਦਾ ਭੁੱਖ ਹੈ। ਇਸੇ ਕਾਰਣ ਉਨ੍ਹਾਂ ਦਾ ਦਿਮਾਗ਼ ਨਵੀਆਂ ਰਾਹਾਂ ਪ੍ਰਤਿ ਜ਼ਿਆਦਾ ਖੁੱਲ੍ਹ ਚੁੱਕਿਆ ਹੈ ਅਤੇ ਉਹ ਸੁਣਨ ਲਈ ਜ਼ਿਆਦਾ ਤਿਆਰ ਹੋ ਚੁੱਕੇ ਹਨ।

---

72 ਫੀਸਦੀ ਵਿਅਸਕ ਅਮਰੀਕੀ ਨੌਕਰੀ ਕਰਣ ਦੀ ਬਜਾਇ ਆਪਣਾ ਖ਼ੁਦ ਦਾ ਕਾਰੋਬਾਰ ਕਰਣਾ ਚਾਹੁੰਦੇ ਹਨ ਅਤੇ ਉਨ੍ਹਾਂ ਵਿਚੋਂ 67 ਫੀਸਦੀ "ਨੇਮਤ ਤੌਰ ਤੇ" ਜਾਂ "ਲਗਾਤਾਰ" ਆਪਣੀ ਨੌਕਰੀ ਨੂੰ ਛੱਡਣ ਬਾਰੇ ਸੋਚਦੇ ਹਨ।

ਅਸਲ ਵਿਚ ਇਹ ਮੌਜੂਦਾ ਆਰਥਕ ਗਿਰਾਵਟ ਤੋਂ *ਪਹਿਲਾਂ* ਵੀ ਸੱਚ ਸੀ। 1980 ਦੇ ਦਹਾਕੇ ਤੋਂ, ਖ਼ਾਸ ਤੌਰ ਉੱਤੇ ਸਦੀ ਬਦਲਣ ਸਮੇਂ ਤੋਂ ਹੀ ਲੋਕਾਂ ਦੇ ਮਨ ਵਿਚ ਆਪਣੇ ਭਵਿੱਖ ਨੂੰ ਕਾਬੂ ਕਰਨ ਦੀ ਇੱਛਾ ਹੋਰ ਤੀਵਰ ਹੋਈ ਜਾ ਰਹੀ ਸੀ। ਯੂ.ਐਸ.ਏ. ਚੈਂਬਰ ਆੱਫ ਕਾੱਮਰਸ ਨੇ 2007 ਦੀ ਰਿਪੋਰਟ *21ਵੀਂ ਸਦੀ ਦੇ ਅਮਰੀਕਾ ਵਿਚ ਕੰਮਕਾਜ, ਉਦਮਤਾ ਅਤੇ ਅਵਸਰ* ਵਿਚ ਕਿਹਾ ਸੀ : "ਕਰੋੜੋ ਅਮਰੀਕੀ ਆਪਣੇ ਛੋਟੇ ਵਪਾਰ ਚਲਾ ਕੇ ਉਦਮਤਾ ਨੂੰ ਅਪਣਾ ਰਹੇ ਹਨ।"

ਦੇਖੋ, ਮੈਂ ਕੋਈ ਅਰਥਸ਼ਾਸਤਰੀ ਨਹੀਂ ਹਾਂ, ਲੇਕਨ ਮੈਂ ਇਕ ਇਹੋ ਜਿਹੇ ਵਿਅਕਤੀ ਨੂੰ ਜਾਣਦਾ ਹਾਂ, ਜੋ ਅਰਥਸ਼ਾਸਤਰੀ ਹੈ : ਪੱਾਲ ਜ਼ੈਨ ਪਿਲਜ਼ਰ।

ਪੱਾਲ ਬਹੁਤ ਹੀ ਹੋਣਹਾਰ ਅਤੇ ਸਫਲ ਵਿਅਕਤੀ ਹਨ। ਉਹ ਸਿਟੀ ਬੈਂਕ ਦੇ ਸਭ ਤੋਂ ਯੁਵਾ ਵਾਇਸ-ਪ੍ਰੈਸੀਡੈਂਟ ਸਨ, ਲੇਕਨ ਆਪਣੇ-ਆਪ ਦਾ ਕਾਰ-ਵਿਹਾਰ ਸ਼ੁਰੂ ਕਰਣ ਅਤੇ ਕਰੋੜਾਂ ਡੱਾਲਰ ਕਮਾਉਣ ਖ਼ਾਤਰ ਉਨ੍ਹਾਂ ਨੇ ਬੈਂਕਿੰਗ ਸੰਸਾਰ ਨੂੰ ਛੱਡ ਦਿੱਤਾ। ਉਨ੍ਹਾਂ ਨੇ ਕੁੱਝ'ਕ *ਨਿਊਯਾਰਕ ਟਾਇਮਜ਼* ਬੈਸਟ ਸੈਲਰਜ਼ ਲਿੱਖੀਆਂ ਹਨ। ਇੰਨਾ ਹੀ ਨਹੀਂ, ਬਚਤ ਅਤੇ ਕਰਜ਼ ਦੇ ਸੰਕਟ ਨੂੰ ਡੂੰਘਾ ਹੋਣ ਤੋਂ ਪਹਿਲਾਂ ਹੀ ਉਨ੍ਹਾਂ ਨੇ ਇਸ ਸੰਬੰਧੀ ਭਵਿੱਖਬਾਣੀ ਕਰ ਦਿੱਤੀ ਸੀ। ਇਸ ਤੋਂ ਇਲਾਵਾ, ਉਨ੍ਹਾਂ ਨੇ ਦੋ ਰਾਸ਼ਟਰਪਤੀਆਂ ਦੇ ਕਾਰਜਕਾਲ ਵਿਚ ਆਰਥਕ ਸਲਾਹਕਾਰ ਦੀ ਭੂਮਿਕਾ ਵੀ ਨਿਭਾਈ ਹੈ। ਉਹ ਇਹੋ ਜਿਹੇ ਸ਼ਖ਼ਸ ਹਨ, ਜਿਨ੍ਹਾਂ ਦੀ ਗੱਲਾਂ ਸੁਣਨ ਲਾਇਕ ਹੁੰਦੀਆਂ ਹਨ।

ਪੱਾਲ ਦਾ ਕਹਿਣਾ ਹੈ ਕਿ ਕੈਰੀਅਰ ਸੰਬੰਧੀ ਸਭਿਆਚਾਰਕ ਕਦਰਾਂ ਵਿਚ ਅੱਜਕੱਲ੍ਹ 180 ਡਿਗਰੀ ਦਾ ਪੂਰਨ ਪਰਿਵਰਤਨ ਹੋਣ ਲੱਗਾ ਹੈ ਅਤੇ ਰਵਾਇਤੀ ਕੰਪਨੀ-ਕਰਮਚਾਰੀ ਢਾਂਚਾ ਹੁਣ ਉਦਮਤਾ ਦੇ ਮਾਰਗ ਸਾਮ੍ਹਣੇ ਗੋਡੇ ਟੇਕ ਰਿਹਾ ਹੈ।

ਪੱਾਲ ਕਹਿੰਦੇ ਹਨ, "20ਵੀਂ ਸਦੀ ਦੇ ਮਗਰਲੇ ਸਮੇਂ ਵਿਚ ਰਵਾਇਤੀ ਬੁੱਧੀਮਤਾ ਇਹ ਸੀ ਕਿ ਸਕੂਲ ਜਾਓ, ਚੰਗੀ ਸਿੱਖਿਆ ਹਾਸਲ ਕਰੋ ਅਤੇ ਕਿਸੇ ਵੱਡੀ ਕੰਪਨੀ ਵਿਚ ਨੌਕਰੀ ਕਰੋ। ਆਪਣਾ ਕਾਰੋਬਾਰ ਸ਼ੁਰੂ ਕਰਣ ਦੇ ਵਿਚਾਰ ਨੂੰ ਆਮਤੌਰ ਉੱਤੇ ਖ਼ਤਰਿਆਂ ਵਾਲਾ ਮੰਨਿਆ ਜਾਂਦਾ ਸੀ। ਸ਼ਾਇਦ ਸ਼ਲਾਘਾਯੋਗ, ਲੇਕਨ ਜੋਖਮ ਤੋਂ ਭਰਪੂਰ ..... ਅਤੇ ਸ਼ਾਇਦ ਥੋੜ੍ਹਾ ਸਨਕੀ ਵੀ। ਅੱਜ ਸਥਿਤੀ ਪੂਰੀ ਤਰ੍ਹਾਂ ਬਦਲ ਚੁੱਕੀ ਹੈ।"

ਪੱਾਲ ਠੀਕ ਕਹਿੰਦੇ ਹਨ। ਮੈਂ ਜਿਹੜੀ ਯੂ.ਐਸ.ਏ. ਚੈਂਬਰ ਅੱਾਫ ਕਾਮਰਸ ਰਿਪੋਰਟ ਦਾ ਜ਼ਿਕਰ ਕੀਤਾ ਹੈ, ਉਹ ਇਕ ਗੱਾਲਪ ਪੋਲ ਦੇ ਨਤੀਜੇ ਵੱਲ ਸੰਕੇਤ ਕਰਦੀ ਹੈ, ਜਿਸ ਵਿਚ ਦੱਸਿਆ ਗਿਆ ਹੈ 61 ਫੀਸਦੀ ਅਮਰੀਕੀ ਆਪਣੇ ਬੱਾਸ ਆਪ ਬਣਨਾ ਚਾਹੁੰਦੇ ਹਨ। ਫਰੈਸਨੋ ਰਿਸਰਚ ਫ਼ਰਮ ਡਿਸਾਇਫਰ ਦੇ ਇਕ ਹੋਰ ਸਰਵੇਖਣ ਤੋਂ ਪਤਾ ਚੱਲਿਆ ਕਿ 72 ਫੀਸਦੀ ਬਾਲਗ ਅਮਰੀਕੀ ਨੌਕਰੀ ਕਰਣ ਦੀ ਬਜਾਇ ਆਪਣੇ-ਆਪ ਦਾ ਵਪਾਰ ਕਰਣਾ ਚਾਹੁੰਦੇ ਹਨ ਅਤੇ ਉਨ੍ਹਾਂ ਵਿਚੋਂ 67 ਫੀਸਦੀ "ਨੇਮਤ ਤੌਰ ਤੇ" ਜਾਂ "ਲਗਾਤਾਰ" ਆਪਣੀ ਨੌਕਰੀ ਨੂੰ ਛੱਡਣ ਬਾਰੇ ਸੋਚਦੇ ਹਨ।

ਦੇਖੋ, ਇਹ ਕੇਵਲ ਰੋਜ਼ੀ *ਕਮਾਉਣ* ਬਾਰੇ ਹੀ ਨਹੀਂ ਹੈ : ਇਹ ਤਾਂ ਸਾਡੇ ਜੀਵਨ ਦੀਆਂ ਖ਼ੂਬੀਆਂ ਬਾਰੇ ਵੀ ਹੈ ਕਿ ਅਸੀਂ *ਕਿਵੇਂ* ਜੀ ਰਹੇ ਹਾਂ। ਲੋਕ ਹੁਣ ਜਾਗ ਚੁੱਕੇ ਹਨ। ਹੁਣ ਉਹ ਆਪਣੇ ਜੀਵਨ ਉੱਤੇ ਜ਼ਿਆਦਾ ਕਾਬੂ ਚਾਹੁੰਦੇ ਹਨ। ਉਹ ਆਪਣੇ ਪਰਿਵਾਰ ਨਾਲ ਜ਼ਿਆਦਾ ਜੁੜਨਾ ਚਾਹੁੰਦੇ ਹਨ, ਆਪਣੇ ਸਮੇਂ ਦੇ ਆਪ ਮਾਲਕ ਬਣਨਾ ਚਾਹੁੰਦੇ ਹਨ, ਅੱਾਫ਼ਿਸ ਦੀ ਬਜਾਇ ਘਰ ਵਿਚ ਰਹਿ ਕੇ ਹੀ ਕੰਮਕਾਜ ਕਰਣਾ ਚਾਹੁੰਦੇ ਹਨ, ਆਪਣੀ ਤਕਦੀਰ ਦੀ ਇਬਾਰਤ ਵੀ ਆਪ ਲਿਖਣਾ ਚਾਹੁੰਦੇ ਹਨ। ਡਿਸਾਇਫਰ ਦੇ ਅਧਿਐਨ ਵਿਚ 84 ਫੀਸਦੀ ਲੋਕਾਂ ਨੇ ਕਿਹਾ ਸੀ ਕਿ ਜੇਕਰ ਉਹ ਆਪਣੇ ਆਪ ਦੇ ਕਾਰੋਬਾਰ ਦੇ ਮਾਲਕ ਬਣ ਜਾਣ, ਤਾਂ ਜ਼ਿਆਦਾ ਜੋਸ਼ ਨਾਲ ਕੰਮ ਕਰਣਗੇ। ਉਨ੍ਹਾਂ ਨੇ ਆਪਣੇ ਆਪ ਦਾ ਕੰਮ ਸ਼ੁਰੂ ਕਰਣ ਦੀ ਇੱਛਾ ਦਾ ਸਭ ਤੋਂ ਵੱਡਾ ਕਾਰਣ ਕੀ ਦੱਸਿਆ? "ਆਪਣੇ ਕੰਮਕਾਜੀ ਜੀਵਨ ਬਾਰੇ ਜ਼ਿਆਦਾ ਜੋਸ਼ੀਲਾ ਬਣਨਾ।"

ਦਰਅਸਲ, ਹੋ ਇਹ ਰਿਹਾ ਹੈ ਕਿ ਨੌਕਰੀ ਦੀ ਸੁਰੱਖਿਆ ਦਾ 20ਵੀਂ ਸਦੀ ਦਾ ਮਿਥ ਸਾਡੀਆਂ ਅੱਖਾਂ ਸਾਮ੍ਹਣੇ ਚੂਰਾ-ਚੂਰ ਹੋ ਰਿਹਾ ਹੈ, ਜਿਸ ਵਿਚ ਇਹ ਵਾਇਦਾ ਕੀਤਾ ਜਾਂਦਾ ਸੀ ਕਿ ਕਿਸੇ ਹੋਰ ਲਈ ਨੌਕਰੀ ਕਰਨਾ ਹੀ ਦੀਰਘਕਾਲੀ, ਸੁਖੀ ਅਤੇ ਤਸੱਲੀਬਖ਼ਸ਼ ਜੀਵਨ ਦਾ ਰਾਹ ਹੈ।

ਰੁਜ਼ਗਾਰ ਦਾ ਮਿਥ

ਹਾਲਾਤ ਜ਼ਿਆਦਾਤਰ ਲੋਕਾਂ ਦੇ ਦਿਮਾਗ਼ ਵਿਚ ਕਈ ਮਿਥਿਆ ਸੰਕਲਪ ਪਾ ਦੇਂਦਾ ਹੈ, ਜਿਸ ਕਾਰਣ ਅਸੀਂ ਰੁਜ਼ਗਾਰ ਨੂੰ ਆਮ ਮੰਨਣ ਲੱਗ ਪੈਂਦੇ ਹਾਂ। ਲੇਕਨ ਇਤਿਹਾਸਕ ਨਜ਼ਰੀਏ ਨਾਲ ਇਹ "ਆਮ" ਨਹੀਂ ਹੈ। ਦਰਅਸਲ ਕਰਮਚਾਰੀ ਬਣਨ ਦਾ ਪੂਰਾ ਸੰਕਲਪ ਕੁੱਝ ਹੀ ਸਮਾਂ ਪੁਰਾਣਾ ਹੈ।

ਖੇਤੀਬਾੜੀ ਜੁੱਗ ਵਿਚ ਜ਼ਿਆਦਾਤਰ ਲੋਕ ਉਦਮੀ ਸਨ। ਹਾਂ, ਉਹ ਰਾਜਾ ਦੀ ਜ਼ਮੀਨ ਉੱਤੇ ਕੰਮ ਕਰਣ ਵਾਲੇ ਕਿਸਾਨ ਜ਼ਰੂਰ ਸਨ, ਲੇਕਨ ਰਾਜਾ ਦੇ ਕਰਮਚਾਰੀ ਨਹੀਂ ਸਨ। ਰਾਜਾ ਉਨ੍ਹਾਂ ਨੂੰ ਤਨਖ਼ਾਹ ਨਹੀ ਸੀ ਦੇਂਦਾ। ਅਸਲ ਵਿਚ, ਹੁੰਦਾ ਇਸ ਦੇ ਉਲਟ ਸੀ। ਕਿਸਾਨ ਰਾਜੇ ਦੀ ਜ਼ਮੀਨ ਦਾ ਇਸਤੇਮਾਲ ਕਰਣ ਦੇ ਬਦਲੇ ਉਸ ਨੂੰ ਟੈਕਸ ਦਿੰਦਾ ਸੀ। ਇਹ ਕਿਸਾਨ ਦਰਅਸਲ ਛੋਟੇ ਕਾਰੋਬਾਰੀ ਜਾਂ ਉਦਮੀ ਦੇ ਤੌਰ ਤੇ ਆਪਣੀ ਰੋਜ਼ੀ ਕਮਾਉਂਦੇ ਸਨ। ਉਹ ਕਸਾਈ ਦਾ ਕੰਮ ਕਰਦੇ ਸਨ, ਬੇਕਰੀ ਚਲਾਉਂਦੇ ਅਤੇ ਮੋਮਬੱਤੀਆਂ ਵੀ ਬਣਾਉਂਦੇ ਸਨ। ਉਨ੍ਹਾਂ ਦਾ ਕਾਰੋਬਾਰ ਪੁਸ਼ਤਾਂ ਤੋਂ ਸੀ ਅਤੇ ਉਨ੍ਹਾਂ ਦੀਆਂ ਸੰਤਾਨਾਂ ਵੀ ਬਾਅਦ ਵਿਚ ਉਹੀ ਕੰਮ ਕਰਣ ਲੱਗ ਪੈਂਦੀਆਂ ਸਨ। ਕਿੱਤੇ ਵੱਜੋਂ ਪਰਿਵਾਰ ਦੀ ਪਛਾਣ ਗੋਤਰਾਂ ਜਾਂ ਸਿਰਨਾਵਿਆਂ ਰਾਹੀਂ ਹੁਣੇ ਤੱਕ ਚੱਲੀਆਂ ਆ ਰਹੀਆਂ ਹਨ: ਸਮਿਥ ਪਿੰਡ ਦੇ ਲੁਹਾਰ ਦਾ ਸਿਰਨਾਵਾਂ ਸੀ, ਬੇਕਰ ਬੇਕਰੀ ਮਾਲਕਾਂ ਦਾ ਸਿਰਨਾਵਾਂ ਸੀ, ਫ਼ਾਰਮਰ ਸਿਰਫ਼ ਖੇਤੀ ਉੱਤੇ ਨਿਰਭਰ ਪਰਿਵਾਰਾਂ ਦਾ ਸਿਰਨਾਵਾਂ ਸੀ, ਟੇਲਰ ਦਰਜੀਆਂ ਦਾ ਸਿਰਨਾਵਾਂ ਸੀ ਅਤੇ ਕੂਪਰ ਪੀਪੇ ਬਨਾਉਣ ਵਾਲਿਆਂ।

ਉਦਯੋਗਕ ਜੁੱਗ ਵਿਚ ਕੰਮ ਕਰਣ ਵਾਲੇ ਇਕ ਨਵੇਂ ਸਮੂਹ – ਕਰਮਚਾਰੀਆਂ – ਦੀ ਮੰਗ ਵਧਣ ਲੱਗੀ। ਨਤੀਜਤਨ, ਸਰਕਾਰ ਨੇ ਲੋਕਾਂ ਨੂੰ ਸਿੱਖਿਅਤ ਕਰਣ ਦਾ ਕੰਮ ਸੰਭਾਲ ਲਿਆ ਅਤੇ ਪਰਸ਼ੀਅਨ ਪ੍ਰਣਾਲੀ ਨੂੰ ਅਪਣਾਇਆ। ਅੱਗੇ ਚੱਲ ਕੇ ਸੰਸਾਰ ਦੀ ਜ਼ਿਆਦਾਤਰ ਪੱਛਮੀ ਸਿੱਖਿਆ ਤੰਤਰ ਪਰਸ਼ੀਆ ਦੇ ਇਸੇ ਪ੍ਰਣਾਲੀ ਦੇ ਆਧਾਰ ਉੱਤੇ ਬਣਿਆ।

ਕੀ ਤੁਸੀਂ ਕਦੇ ਸੋਚਿਆ ਕਿ 65 ਸਾਲ ਦੀ ਉਮਰ ਵਿਚ ਰਿਟਾਇਰਮੈਂਟ ਦਾ ਵਿਚਾਰ ਕਿੱਥੋਂ ਆਇਆ? ਮੈਂ ਤੁਹਾਨੂੰ ਦੱਸਦਾ ਹਾਂ ਕਿ ਇਹ ਕਿੱਥੋਂ ਆਇਆ : ਪਰਸ਼ੀਆ ਦੇ ਰਾਸ਼ਟਰਪਤੀ ਓੱਟੋ ਵੱਾਨ ਬਿਸਮਾਰਕ ਨੇ 1889 ਵਿਚ ਇਹ ਵਿਚਾਰ ਦਿੱਤਾ। ਅਸਲ ਵਿਚ ਬਿਸਮਾਰਕ ਦੀ ਯੋਜਨਾ 65 ਨਹੀਂ ਬਲਕਿ 70 ਸਾਲ ਦੀ ਉਮਰ ਵਿਚ ਸ਼ੁਰੂ ਹੋਣੀ ਸੀ, ਲੇਕਨ ਉਸ ਨਾਲ ਜ਼ਿਆਦਾ ਫ਼ਰਕ ਨਹੀਂ ਸੀ ਪੈਂਦਾ। 65 ਸਾਲ ਦੀ ਉਮਰ ਤੋਂ ਬਾਅਦ ਬੁੱਢੇ ਲੋਕਾਂ ਨੂੰ ਪੈਨਸ਼ਨ ਦੀ ਗਰੰਟੀ ਦੇਣ ਵਿਚ ਬਿਸਮਾਰਕ ਦੀ ਸਰਕਾਰ ਉੱਤੇ ਜ਼ਿਆਦਾ ਜੋਖ਼ਮ ਨਹੀਂ ਸੀ : ਉਸ ਵੇਲੇ ਪਰਸ਼ੀਆ ਦੇ ਨਾਗਰਕਾਂ ਦੀ ਔਸਤ ਉਮਰ ਤਕਰੀਬਨ 45 ਸਾਲਾਂ ਦੀ ਹੀ ਸੀ। ਅੱਜ, ਬੜੇ ਸਾਰੇ ਲੋਕ 80 – 90 ਸਾਲ ਦੀ ਉਮਰ ਤੋਂ ਬਾਅਦ ਵੀ ਇੰਨੀ ਚੰਗੀ ਤਰ੍ਹਾਂ ਜੀ ਰਹੇ ਹਨ ਕਿ ਇਸ ਵਾਇਦੇ ਨਾਲ ਸੰਘੀ ਸਰਕਾਰ ਅਗਲੀ ਪਨੀਰੀਂ ਦੇ ਸਮੇਂ ਵਿਚ ਹੀ ਦਿਵਾਲੀਆ ਹੋ ਸਕਦੀ ਹੈ।

ਜਦੋਂ ਤੁਸੀਂ ਪਰਸ਼ੀਆ ਦੀ ਸਿੱਖਿਆ ਨੀਤੀ ਦੇ ਬੁਨਿਆਦੀ ਦਰਸ਼ਨ ਉੱਤੇ ਸ਼ੋਧ ਕਰਦੇ ਹੋ,

ਤਾਂ ਤੁਸੀਂ ਦੇਖੋਗੇ ਕਿ ਇਸ ਦਾ ਉੱਦੇਸ਼ ਇਹੋ ਜਹੇ ਫ਼ੌਜੀ ਅਤੇ ਕਰਮਚਾਰੀ ਤਿਆਰ ਕਰਣਾ ਸੀ, ਜਿਹੜੇ ਹਰ ਹੁਕਮ ਦੀ ਪਾਲਨਾਂ ਕਰਣ ਅਤੇ ਉਨ੍ਹਾਂ ਨੂੰ ਜਿਹੜਾ ਵੀ ਕੰਮ ਕਰਣ ਲਈ ਕਹਿਆ ਜਾਵੇ, ਉਹ ਬਿਨਾ ਸੋਚੇ-ਸਮਝੇ ਉਸ ਨੂੰ ਚੁਪਚੁਪੀਤੇ ਕਰ ਦੇਣ। ਪਰਸ਼ੀਅਨ ਸ਼ੈਲੀ ਦਾ ਟੀਚਾ ਸੀ ਵੱਡੀ ਗਿਣਤੀ ਵਿਚ ਕਰਮਚਾਰੀਆਂ ਦਾ ਉਤਪਾਦਨ।

60 ਅਤੇ 70 ਦੇ ਦਹਾਕੇ ਵਿਚ ਅਮਰੀਕਾ ਵਿਚ ਆਈਬੀਐਮ ਵਰਗੀਂ ਕੰਪਨੀ ਨੇ "ਅਜੀਵਨ ਰੁਜ਼ਗਾਰ" ਨੂੰ ਨੌਕਰੀ ਦੀ ਸੁਰੱਖਿਆ ਦਾ ਸੁਨਿਹਰਾ ਪੈਮਾਨਾ ਬਣਾ ਦਿੱਤਾ। ਲੇਕਨ 1985 ਤੋਂ ਬਾਅਦ ਆਪ ਆਈਬੀਐਮ ਵੀ ਇਸ ਪੈਮਾਨੇ ਉੱਤੇ ਖਰੀ ਨਾ ਉਤਰ ਪਾਈ। ਉਸ ਤੋਂ ਬਾਅਦ ਮਜ਼ਬੂਤ ਅਤੇ ਭਰੋਸੇਯੋਗ ਕੰਪਨੀ ਵਿਚ ਅਜੀਵਨ ਕੈਰੀਅਰ ਬਨਾਉਣ ਦਾ ਪੂਰਾ ਸੰਕਲਪ ਢਹਿਢੇਰੀ ਹੁੰਦਾ ਚਲਾ ਗਿਆ।

"ਜੀਐਮ ਦੀ ਜਿਵੇਂ ਦੀ ਸਥਿਤੀ ਹੈ, ਉੰਜ ਹੀ ਰਾਸ਼ਟਰ ਦੀ ਸਥਿਤੀ ਹੈ ...."

ਇਸ ਤੋਂ ਅੱਧੀ ਸਦੀ ਬਾਅਦ ਅਸੀਂ ਦੇਖਦੇ ਹਾਂ ਕਿ ਜੀਐਮ ਦੀ ਸਥਿਤੀ ਜ਼ਿਆਦਾ ਚੰਗੀ ਨਹੀਂ ਹੈ। ਕੀ ਇਸ ਦਾ ਮਤਲਬ ਇਹ ਹੈ ਕਿ ਅਮਰੀਕਾ ਦਾ ਨਿਘਾਰ ਨਿਸ਼ਚਤ ਹੈ? ਨਹੀਂ, ਲੇਕਨ ਇਕ ਚੀਜ਼ ਦਾ ਅੰਤ ਨਿਸ਼ਚਤ ਹੈ : ਕੰਪਨੀ ਦੀ ਸੁਰੱਖਿਆ ਦੇ ਮਿੱਥ ਅਤੇ ਚਾਲੀਂ ਸਾਲਾਂ ਦੀ ਪੈਨਸ਼ਨ ਯੋਜਨਾ ਦਾ।

ਉਦਮਤਾ ਦਾ ਬੁਖ਼ਾਰ ਬੜੀ ਤੇਜ਼ੀ ਨਾਲ ਚੜ੍ਹਦਾ ਜਾ ਰਿਹਾ ਹੈ, ਕਿਉਂਕਿ ਜਦੋਂ ਵੀ ਅਰਥ ਵਿਵਸਥਾ ਦੀ ਰਫ਼ਤਾਰ ਸੁਸਤ ਹੁੰਦੀ ਹੈ, ਉਦਮਤਾ ਦੀ ਸਰਗਰਮੀ ਵੱਧ ਜਾਂਦੀ ਹੈ। ਦਰਅਸਲ, ਮਾੜੇ ਦੌਰ ਵਿਚ ਹੀ ਉਦਮੀ ਵੱਧਦੇ-ਫੁੱਲਦੇ ਹਨ।

ਉਦਮਤਾ ਦਾ ਬੁਖ਼ਾਰ

ਮੈਂ ਇਹ ਨਹੀਂ ਕਹਿ ਰਿਹਾ ਕਿ ਨੌਕਰੀ ਕਰਣਾ ਮਾੜੀ ਗੱਲ ਹੈ। ਮੈਂ ਸਿਰਫ਼ ਇਹ ਕਹਿ ਰਿਹਾ ਹਾਂ ਕਿ ਇਹ ਆਮਦਨ ਕਮਾਉਣ ਦਾ ਕੇਵਲ ਇਕ ਤਰੀਕਾ ਹੈ। ਅਤੇ ਇਹ ਇਕ ਇਹੋ ਜਿਹਾ ਤਰੀਕਾ ਹੈ, ਜਿਹੜਾ ਬਹੁਤ ਜ਼ਿਆਦਾ ਸੀਮਤ ਹੈ। ਇਸ ਵੇਲੇ ਹੋ ਇਹ ਰਿਹਾ ਹੈ ਕਿ ਲੋਕ ਹੁਣ ਜਾਗਣ ਲੱਗੇ ਹਨ ਅਤੇ ਉਹ ਗੱਲ ਵੀ ਸਮਝਣ ਲੱਗੇ ਹਨ। ਇਨ੍ਹਾਂ ਲੋਕਾਂ ਨੂੰ – ਜਿਨ੍ਹਾਂ ਵਿਚ ਤੁਸੀਂ ਵੀ ਸ਼ਾਮਲ ਹੋ – ਇਹ ਅਹਿਸਾਸ ਹੋਣ ਲੱਗਾ ਹੈ ਕਿ ਉਹ ਜੀਵਨ ਵਿਚ ਵਾਕਈ ਜੋ ਚਾਹੁੰਦੇ ਹਨ, ਉਸ ਨੂੰ ਪਾਉਣ ਦਾ ਇਕੱਲਾ ਤਰੀਕਾ ਉਦਮੀ ਬਣਨ ਦੀ ਰਾਹ ਉੱਤੇ ਕਦਮ ਰੱਖਣਾ ਹੈ।

ਅਤੇ ਉਂਜ ਵੀ ਮੈਂ ਹੀ ਉਹ ਇਕੱਲਾ ਵਿਅਕਤੀ ਨਹੀਂ ਹਾਂ, ਜਿਸ ਨੂੰ ਇਹ ਦਿਖਾਈ ਦੇ ਰਿਹਾ ਹੈ। ਤੁਸੀਂ *ਬੈਂਕਰ ਟੂ ਦ ਪੂਅਰ* ਦੇ ਲਿਖਾਰੀ ਮੁਹੰਮਦ ਯੂਨੂਸ ਦਾ ਨਾਂ ਸੁਣਿਆ ਹੋਵੇਗਾ ਜਾਂ ਨਹੀਂ, ਲੇਕਨ ਓਸਲੋ (ਨਾਰਵੇ) ਦੀ ਨੋਬਲ ਕਮੇਟੀ ਨੇ ਉਨ੍ਹਾਂ ਦਾ ਨਾਂ ਚੰਗੀ ਤਰ੍ਹਾਂ ਸੁਣਿਆ। ਸੰਨ 2006 ਵਿਚ ਉਨ੍ਹਾਂ ਨੂੰ ਤੀਜੀ ਦੁਨੀਆ ਦੇ ਦੇਸ਼ਾਂ ਦੇ ਉਦਮੀਆਂ ਨੂੰ ਨਿੱਕੇ-ਨਿੱਕੇ ਕਰਜ਼ ਦੇਣ ਦੀ ਧਾਰਨਾ ਲਈ ਨੋਬਲ ਸ਼ਾਂਤੀ ਪੁਰਸਕਾਰ ਨਾਲ ਸਨਮਾਨਤ ਕੀਤਾ ਗਿਆ ਸੀ। ਯੂਨੂਸ ਕਹਿੰਦੇ ਹਨ,

"ਸਾਰੇ ਲੋਕੀਂ ਉਦਮੀ ਹੁੰਦੇ ਹਨ; ਦਿੱਕਤ ਇਹ ਹੈ ਕਿ ਕਈ ਲੋਕਾਂ ਨੂੰ ਇਹ ਜਾਣਨ ਦਾ ਮੌਕਾ ਹੀ ਨਹੀਂ ਮਿਲ ਪਾਉਂਦਾ।"

ਉਨ੍ਹਾਂ ਨੇ ਇਹ ਗੱਲ 2007 – 8 ਵਿਚ ਅਰਥ ਵਿਵਸਥਾ ਦੇ ਫਹਿਢੇਰੀ ਹੋਣ ਤੋਂ *ਪਹਿਲਾਂ* ਕਹੀ ਸੀ। ਤਮਾਮ ਮਾੜੀਆਂ ਆਰਥਕ ਖ਼ਬਰਾਂ ਦੇ ਦੌਰ ਵਿਚ ਅੱਜ ਜ਼ਿਆਦਾ ਤੋਂ ਜ਼ਿਆਦਾ ਲੋਕ ਉਸ ਮੌਕੇ ਨੂੰ ਬੜੀ ਸਰਗਰਮੀ ਨਾਲ ਲੱਭ ਰਹੇ ਹਨ, ਜਿਨ੍ਹਾਂ ਬਾਰੇ ਯੂਨੁਸ ਨੇ ਕਿਹਾ ਸੀ।

ਉਦਮਤਾ ਦਾ ਬੁਖ਼ਾਰ ਬੜੀ ਤੇਜ਼ੀ ਨਾਲ ਚੜ੍ਹਦਾ ਜਾ ਰਿਹਾ ਹੈ, ਕਿਉਂਕਿ ਜਦੋਂ ਵੀ ਅਰਥ ਵਿਵਸਥਾ ਦੀ ਰਫ਼ਤਾਰ ਸੁਸਤ ਹੁੰਦੀ ਹੈ, ਉਦਮਤਾ ਦੀ ਸਰਗਰਮੀ ਵੱਧ ਜਾਂਦੀ ਹੈ। ਦਰਅਸਲ, ਮਾੜੇ ਦੌਰ ਵਿਚ ਹੀ ਉਦਮੀ *ਵੱਧਦੇ–ਫੁੱਲਦੇ* ਹਨ। ਕਾਰਣ ਇਹ ਹੈ ਕਿ ਅਨਿਸ਼ਚਤਤਾ ਵੇਲੇ ਹੀ ਸਾਨੂੰ ਰੋਜ਼ੀ ਕਮਾਉਣ ਲਈ ਹੋਰ ਰਸਤਿਆਂ ਦੀ ਤਲਾਸ਼ ਕਰਣੀ ਹੁੰਦੀ ਹੈ। ਜਦੋਂ ਸਾਨੂੰ ਪਤਾ ਚਲ ਜਾਂਦਾ ਹੈ ਕਿ ਅਸੀਂ ਕੰਪਨੀ ਦੇ ਭਰੋਸੇ ਨਹੀਂ ਰਹਿ ਸਕਦੇ, ਤਾਂ ਅਸੀਂ ਆਪਣੀ ਪਰਵਾਹ ਆਪ ਕਰਨ ਲੱਗ ਪੈਂਦੇ ਹਾਂ। ਤਾਂਹੀਓ ਹੀ ਅਸੀਂ ਇਹ ਸੋਚਦੇ ਹਾਂ ਕਿ ਸ਼ਾਇਦ ਇਹ ਆਪਣੇ ਆਰਾਮਦਾਇਕ ਦਾਇਰੇ ਨੂੰ ਤੋੜਨ ਅਤੇ ਪੈਸੇ ਕਮਾਉਣ ਲਈ ਰਚਨਾਤਮਕ ਹੋਣ ਦਾ ਸਮਾਂ ਹੈ।

ਯੂ.ਐਸ. ਫ਼ੈਡਰਲ ਰਿਜ਼ਰਵ ਦੇ ਇਕ ਸਰਵੇ ਤੋਂ ਪਤਾ ਚੱਲਦਾ ਹੈ ਕਿ ਉਦਮੀਆਂ ਦੀ ਔਸਤ ਘਰੇਲੂ ਨੇਟ ਵਰਥ ਰਵਾਇਤੀ ਕਰਮਚਾਰੀਆਂ ਦੇ ਮੁਕਾਬਲੇ ਪੰਜ ਗੁਣਾ ਜ਼ਿਆਦਾ ਹੁੰਦੀ ਹੈ। ਇਸ ਦਾ ਅਰਥ ਹੈ ਕਿ ਇਸ ਗੱਲ ਦੀ ਪੰਜ ਗੁਣਾ ਜ਼ਿਆਦਾ ਸੰਭਾਵਨਾ ਹੁੰਦੀ ਹੈ ਕਿ ਇਸ ਮੰਦੀ ਵਿਚ ਉਦਮੀਆਂ ਦਾ ਕੋਈ ਨੁਕਸਾਨ ਨਹੀਂ ਹੋਵੇਗਾ, ਬਲਕਿ ਇਸ ਤੋਂ ਬਾਅਦ ਉਹ ਪਹਿਲਾਂ ਤੋਂ ਵੀ ਜ਼ਿਆਦਾ ਤਾਕਤਵਰ ਹੋਣਗੇ ਕਿਉਂਕਿ ਉਨ੍ਹਾਂ ਨੇ *ਆਪਣੇ–ਆਪ ਲਈ ਸ਼ਕਤੀਸ਼ਾਲੀ ਅਰਥਵਿਵਸਥਾ* ਦਾ ਨਿਰਮਾਣ ਕਰ ਲਿਆ ਹੈ।

ਹੁਣੇ ਹੀ ਹੋਏ ਇਕ ਹੋਰ ਸਰਵੇ ਦਾ ਨਤੀਜਾ ਸੀ ਕਿ ਜ਼ਿਆਦਾਤਰ ਅਮਰੀਕੀਆਂ ਨੂੰ ਯਕੀਨ ਹੈ ਕਿ ਉਦਮਤਾ ਹੀ ਅਜੋਕੀ ਆਰਥਕ ਸੰਕਟ ਨੂੰ ਸੁਲਝਾਉਣ ਦੀ ਕੁੰਜੀ ਹੈ। ਸਰਵੇ ਦੇ ਐਗਜ਼ੀਕਿਊਟਿਵ ਡਾਇਰੈਕਟਰ ਮੁਤਾਬਕ, "ਇਤਿਹਾਸ ਨੇ ਵਾਰ–ਵਾਰ ਦਿਖਲਾਇਆ ਹੈ ਕਿ ਨਵੀਆਂ ਕੰਪਨੀਆਂ ਅਤੇ ਉਦਮੀਆਂ ਦੇ ਬਦੌਲਤ ਹੀ ਕਮਜ਼ੋਰ ਅਰਥਵਿਵਸਥਾ ਮੁੜ ਮਜ਼ਬੂਤ ਹੁੰਦੀ ਹੈ।"

ਕੋਈ ਮਖੌਲ ਨਹੀਂ।

ਜਿਹੜੇ "ਜ਼ਿਆਦਾਤਰ ਅਮਰੀਕੀ" ਇਸ ਗੱਲ ਉੱਤੇ ਯਕੀਨ ਕਰਦੇ ਹਨ, ਆਸ ਹੈ ਕਿ ਉਹ ਆਪਣੇ ਸੋਫੇ ਉੱਤੇ ਪਸਰਨਾ ਛੱਡ ਦੇਣਗੇ ਅਤੇ ਇਸ ਬਾਰੇ ਸੱਚਮੁੱਚ *ਕੁੱਝ* ਕਰਣਗੇ। ਇਹ ਸੰਭਵ ਹੈ, ਹਾਲਾਂਕਿ ਮੈਂ ਇਸ ਗੱਲ ਉੱਤੇ ਸ਼ਰਤ ਨਹੀਂ ਲਾ ਰਿਹਾ ਹਾਂ। ਲੇਕਨ ਹਾਲ–ਫਿਰਹਾਲ, ਜਿਸ ਕਮਜ਼ੋਰ ਅਰਥਵਿਵਸਥਾ ਨੂੰ ਉਦਮਤਾ ਦੇ ਜ਼ਰੀਏ ਤਾਕਤਵਰ ਹੁੰਦੇ ਦੇਖਣ ਦੀ ਮੇਰੀ ਸਭ ਤੋਂ ਜ਼ਿਆਦਾ ਦਿਲਚਸਪੀ ਹੈ, ਉਹ *ਤੁਹਾਡੀ* ਅਰਥਵਿਵਸਥਾ ਹੈ।

ਜ਼ਿਆਦਾਤਰ ਲੋਕਾਂ ਲਈ ਇਹ ਮੁਸ਼ਕਲ ਆਰਥਕ ਦੌਰ ਹੋ ਸਕਦਾ ਹੈ, ਲੇਕਨ ਕੁੱਝ ਉਦਮੀਆਂ ਲਈ – ਜਿਨ੍ਹਾਂ ਦਾ ਦਿਮਾਗ਼ ਖੁੱਲ੍ਹ ਚੁੱਕਿਆ ਹੈ ਕਿ ਉਹ ਉਸ ਗੱਲ ਨੂੰ ਸਮਝ ਸਕਦੇ ਹਨ, ਜਿਸ ਨੂੰ ਮੈਂ ਅਗਲੇ ਕੁੱਝ ਅਧਿਆਇ ਵਿਚ ਸਮਝਾਉਣ ਜਾ ਰਿਹਾ ਹਾਂ – ਇਹ ਆਰਥਕ ਸੰਭਾਵਨਾ

ਨਾਲ ਭਰਪੂਰ ਦੌਰ ਵੀ ਹੈ। ਨਾ ਕੇਵਲ ਇਹ ਆਪਣੇ-ਆਪ ਦਾ ਕਾਰੋਬਾਰ ਸ਼ੁਰੂ ਕਰਣ ਲਈ ਸਹੀ ਸਮਾਂ ਹੈ, ਬਲਕਿ ਅਸਲ ਵਿਚ ਇਸ ਨਾਲੋਂ ਬੇਹਤਰ ਸਮਾਂ ਹੋਰ ਕਦੇ ਰਿਹਾ ਵੀ ਨਹੀਂ ਹੈ।

ਜਿਵੇਂ ਮੈਂ ਪਹਿਲਾਂ ਕਿਹਾ ਸੀ, ਜਦੋਂ ਯਾਤਰਾ ਮੁਸ਼ਕਲ ਹੋ ਜਾਂਦੀ ਹੈ, ਤਾਂ ਦਰਿੜ੍ਹ ਇੱਛਾਸ਼ਕਤੀ ਵਾਲੇ ਲੋਕ ਅੱਗੇ ਨਿਕਲ ਜਾਂਦੇ ਹਨ। ਜੇਕਰ ਇਹ ਸੱਚ ਹੈ - ਅਤੇ ਹੈ ਵੀ ਸੌ ਫੀਸਦੀ ਸੱਚ - ਤਾਂ ਕੇਵਲ ਦੋ ਹੀ ਸਵਾਲ ਰਹਿ ਜਾਂਦੇ ਹਨ।

ਪਹਿਲਾ : ਕੀ ਤੁਸੀ ਹਠੀ ਹੋਣਾ ਚਾਹੁੰਦੇ ਹੋ ਜਾਂ ਤੁਹਾਡੇ ਵਿਚ ਦਰਿੜ੍ਹ ਇੱਛਾ ਸ਼ਕਤੀ ਹੈ?

ਜੇਕਰ ਤੁਹਾਡਾ ਉੱਤਰ "ਹਾਂ" ਹੈ, ਤਾਂ ਦੂਜਾ ਸਵਾਲ ਹੈ, ਤੁਸੀਂ *ਕਿਹੜੀ ਰਾਹ* ਉੱਤੇ ਚਲੋ?

ਮੈਂ ਤੁਹਾਡੇ ਵੱਲੋਂ ਪਹਿਲੇ ਸਵਾਲ ਦਾ ਉੱਤਰ ਤਾਂ ਨਹੀਂ ਦੇ ਸਕਦਾ, ਲੇਕਨ ਮੈਨੂੰ *ਪੂਰੀ ਤਰ੍ਹਾਂ* ਪਤਾ ਹੈ ਕਿ ਦੂਜੇ ਸਵਾਲ ਦਾ ਜਵਾਬ ਕਿਵੇਂ ਦਿੱਤਾ ਜਾਵੇ। ਇਹ ਪੂਰੀ ਪੁਸਤਕ ਇਸੇ ਸਵਾਲ ਦਾ ਜਵਾਬ ਦੇਣ ਬਾਰੇ ਹੀ ਹੈ।

ਅਧਿਆਇ 3

ਤੁਸੀਂ ਕਿੱਥੇ ਰਹਿੰਦੇ ਹੋ ?

ਤਾਂ ਤੁਸੀਂ ਸਾਲਾਂ ਤੋਂ ਕਰੜੀ ਮੇਹਨਤ ਕਰ ਰਹੇ ਅਤੇ ਤਰੱਕੀ ਦੀ ਪੌੜੀ ਉੱਤੇ ਚੜ੍ਹ ਰਹੇ ਹੋ। ਹੋ ਸਕਦਾ ਹੈ ਕਿ ਤੁਸੀਂ ਹੁਣ ਵੀ ਪੌੜੀ ਦੇ ਹੇਠਲੇ ਸਿਰੇ ਦੇ ਨੇੜੇ ਹੀ ਹੋਵੋ ਜਾਂ ਫਿਰ ਆਸ ਕਰਕੇ ਸਿਖਰ ਦੇ ਨੇੜੇ ਪੁੱਜਣ ਵਿਚ ਕਾਮਯਾਬ ਹੋ ਗਏ ਹੋ। ਉਂਦਾ ਮਹੱਤਵਪੂਰਨ ਇਹ ਨਹੀਂ ਹੈ ਕਿ ਤੁਸੀਂ ਪੌੜੀ ਉੱਤੇ ਕਿੱਥੇ ਹੋ। ਮਹੱਤਵਪੂਰਨ ਸਵਾਲ ਤਾਂ ਉਹ ਹੈ, ਜਿਸ ਨੂੰ ਤੁਸੀਂ ਪੌੜੀ ਉੱਤੇ ਚੜ੍ਹਨ ਦੇ ਕੰਮ ਵਿਚ ਇੰਨੀ ਸਾਰੀ ਮੇਹਨਤ ਅਤੇ ਸਮਾਂ ਲਗਾਉਣ ਤੋਂ ਪਹਿਲਾਂ ਪੁੱਛਣਾ ਭੁੱਲ ਗਏ : ਤੁਹਾਡੀ ਪੌੜੀ ਰੱਖੀ ਕਿੱਥੇ ਹੈ?

ਜਿਵੇਂ ਸਟੀਫਨ ਆਰ. ਕੋਵੇ ਨੇ ਦੱਸਿਆ ਹੈ, ਜੇਕਰ ਪੌੜੀ ਗ਼ਲਤ ਕੰਧ ਨਾਲ ਟਿਕੀ ਹੋਈ ਹੈ, ਤਾਂ ਇਸ ਨਾਲ ਕੋਈ ਫਰਕ ਨਹੀਂ ਪੈਂਦਾ ਕਿ ਤੁਸੀਂ ਉਸ ਉੱਤੇ ਕਿੰਨੀ ਤੇਜੀ ਨਾਲ ਚੜ੍ਹਦੇ ਹੋ ਜਾਂ ਕਿੰਨੀ ਉੱਚਾਈ ਉੱਤੇ ਪੁੱਜਣ ਵਿਚ ਕਾਮਯਾਬ ਹੁੰਦੇ ਹੋ।

ਇਸ ਅਧਿਆਇ ਦਾ ਉੱਦੇਸ਼ ਇਹ ਹੈ ਕਿ ਤੁਸੀਂ ਬਸ ਇਕ ਮਿੰਟ ਲਈ ਪੌੜੀ ਉੱਤੇ ਚੜ੍ਹਨਾ ਛੱਡ ਦਿਓ, ਜਿਸ ਪਾਇਦਾਨ ’ਤੇ ਹੋ ਉੱਥੇ ਹੀ ਰੁਕ ਜਾਓ ਅਤੇ ਗੌਹ ਨਾਲ ਦੇਖੋ ਕਿ ਤੁਹਾਡੀ ਪੌੜੀ ਕਿੱਥੇ ਰੱਖੀ ਹੈ। ਅਤੇ ਜਿੱਥੇ ਹੈ, ਜੇਕਰ ਤੁਸੀਂ ਉਸ ਥਾਂ ਨਾਲ ਖ਼ੁਸ਼ ਨਹੀਂ ਹੋ, ਤਾਂ ਇਹ ਪਤਾ ਲਾਓ ਕਿ ਤੁਸੀਂ ਉੱਥੋਂ ਹੱਟ ਕੇ ਕਿਹੜੀ ਕੰਧ ਨਾਲ ਟਿਕਣਾ ਚਾਹੁੰਦੇ ਹੋ।

ਤੁਸੀਂ ਜਿਹੜਾ ਪੈਸਾ ਬਨਾਉਂਦੇ ਹੋ, ਉਹ ਕਿਵੇਂ ਬਨਾਉਂਦੇ ਹੋ?

ਜ਼ਿਆਦਾਤਰ ਲੋਕ ਇਹ ਮੰਨਦੇ ਹਨ ਕਿ ਉਨ੍ਹਾਂ ਦੀ ਆਰਥਕ ਸਥਿਤੀ ਇਸ ਗੱਲ ਨਾਲ ਪਤਾ ਚੱਲਦੀ ਹੈ ਕਿ ਉਹ ਕਿੰਨਾ ਜ਼ਿਆਦਾ ਕਮਾਉਂਦੇ ਹਨ ਜਾਂ ਉਨ੍ਹਾਂ ਦੇ ਕੋਲ ਕਿੰਨੀ ਸੰਪੱਤੀ ਹੈ ਜਾਂ ਇਨ੍ਹਾਂ ਦੋਨਾਂ ਦਾ ਹੀ ਕੋਈ ਤਾਲਮੇਲ। ਬੇਸ਼ੱਕ ਆਰਥਕ ਸਥਿਤੀ ਦੇ ਸਮੀਕਰਣ ਵਿਚ ਇਹ ਦੋਵੇਂ ਗੱਲਾਂ ਹੀ ਕੁੱਝ ਹੱਦ ਤੱਕ ਸ਼ਾਮਲ ਹਨ। *ਫ਼ੋਰਬਸ* ਮੈਗਜ਼ੀਨ ਅਨੁਸਾਰ “ਅਮੀਰ” ਉਹ ਹੁੰਦਾ ਹੈ, ਜਿਹੜਾ ਹਰ ਸਾਲ ਦਸ ਲੱਖ ਡਾੱਲਰ ਤੋਂ ਜ਼ਿਆਦਾ ਕਮਾਉਂਦਾ ਹੈ (ਹਰ ਮਹੀਨੇ ਤਕਰੀਬਨ 83,333 ਡਾੱਲਰ

ਜਾਂ ਹਰ ਹਫਤੇ ਤਕਰੀਬਨ 20,000 ਡਾੱਲਰ) ਅਤੇ "ਗਰੀਬ" ਉਹ ਹੁੰਦਾ ਹੈ, ਜਿਹੜਾ ਸਾਰੇ ਸਾਲ ਵਿਚ 25,000 ਡਾੱਲਰ ਤੋਂ ਘੱਟ ਕਮਾਉਂਦਾ ਹੈ।

ਲੇਕਨ ਇਸ ਗੱਲ ਦੀ ਅਣਦੇਖੀ ਨਾ ਕਰੋ ਕਿ ਤੁਹਾਡੀ ਆਮਦਨ ਦੀ *ਪਰਕਿਰਤੀ* ਉਸਦੀ ਮਾਤਰਾ ਤੋਂ ਜ਼ਿਆਦਾ ਮਹੱਤਵਪੂਰਨ ਹੁੰਦੀ ਹੈ। ਦੂਜੇ ਸ਼ਬਦਾਂ 'ਚ, ਸਿਰਫ਼ ਇਹੀ ਮਹੱਤਵਪੂਰਨ ਨਹੀਂ ਹੈ ਕਿ ਤੁਸੀਂ ਕਿੰਨਾ ਜ਼ਿਆਦਾ ਕਮਾਉਂਦੇ ਹੋ, ਬਲਕਿ ਇਹ ਵੀ ਹੈ ਕਿ ਤੁਸੀਂ ਉਸ ਨੂੰ ਕਿਵੇਂ ਕਮਾਉਂਦੇ ਹੋ – ਪੈਸਾ ਆਉਂਦਾ ਕਿੱਥੋਂ ਹੈ? ਦਰਅਸਲ *ਕੈਸ਼ਫਲੋ* ਦੇ *ਚਾਰ ਵੱਖਰੇ-ਵੱਖਰੇ ਸਰੋਤ* ਹੁੰਦੇ ਹਨ। ਹਰ ਸਰੋਤ ਦੂਜੇ ਨਾਲੋਂ ਬਹੁਤ ਅੱਡਰਾ ਹੁੰਦਾ ਹੈ। ਹਰੇਕ ਸਰੋਤ ਇਕ ਬਿਲਕੁੱਲ ਵੱਖਰੀ ਜੀਵਨਸ਼ੈਲੀ ਨੂੰ ਪਰਿਭਾਸ਼ਤ ਅਤੇ ਨਿਸ਼ਚਤ ਕਰਦਾ ਹੈ, ਚਾਹੇ ਤੁਸੀਂ ਕਿੰਨਾ ਹੀ ਪੈਸਾ ਕਮਾਉਂਦੇ ਹੋਵੋ।

ਰਿਚ ਡੈਡ ਪੂਅਰ ਡੈਡ ਪ੍ਰਕਾਸ਼ਤ ਹੋਣ ਤੋਂ ਬਾਅਦ ਮੈਂ ਆਮਦਨ ਦੇ ਇਨ੍ਹਾਂ ਚਾਰ ਵੱਖਰੇ ਸੰਸਾਰਾਂ ਦੀ ਵਿਆਖਿਆ ਕਰਣ ਲਈ ਇਕ ਪੁਸਤਕ ਲਿਖੀ ਸੀ। ਕਈ ਲੋਕਾਂ ਦਾ ਮੰਨਣਾ ਹੈ ਕਿ *ਕੈਸ਼ ਫਲੋ ਕੁਆਡਰੈਂਟ* ਨਾਂ ਦੀ ਇਹ ਪੁਸਤਕ ਮੇਰੇ ਵੱਲੋਂ ਲਿਖੀ ਗਈ ਸਭ ਤੋਂ ਮਹੱਤਵਪੂਰਨ ਪੁਸਤਕ ਹੈ। ਕਾਰਣ ਇਹ ਹੈ ਕਿ ਇਹ ਪੁਸਤਕ ਉਹਨਾਂ ਮੁੱਦਿਆਂ ਦੀ ਤਹਿ ਤੱਕ ਜਾਂਦੀ ਹੈ, ਜਿਨ੍ਹਾਂ ਨੂੰ ਸਮਝਣਾ ਉਨ੍ਹਾਂ ਲੋਕਾਂ ਲਈ ਜ਼ਰੂਰੀ ਹੈ, ਜਿਹੜੇ ਆਪਣੇ ਜੀਵਨ ਵਿਚ ਸੱਚੀ ਤਬਦੀਲੀ ਲਿਆਉਣ ਲਈ ਤਿਆਰ ਹਨ।

ਕੈਸ਼ਫਲੋ ਕੁਆਡਰੈਂਟ ਦਾ ਅਰਥ ਹੈ ਨਗਦ ਆਮਦਨ ਨੂੰ ਉਤਪੰਨ ਕਰਣ ਵਾਲੇ ਵਿਭਿੰਨ ਸਰੋਤ। ਮਿਸਾਲ ਲਈ, ਇਕ *ਕਰਮਚਾਰੀ* ਨੌਕਰੀ ਵਿਚ ਕਿਸੇ ਹੋਰ ਵਿਅਕਤੀ ਜਾਂ ਕੰਪਨੀ ਲਈ ਕੰਮ ਕਰਕੇ ਪੈਸੇ ਕਮਾਉਂਦਾ ਹੈ। *ਸੈਲਫ-ਐਮਪਲਾਇਡ* ਲੋਕ ਆਪਣੇ ਲਈ ਕੰਮ ਕਰਕੇ ਪੈਸੇ ਕਮਾਉਂਦੇ ਹਨ, ਚਾਹੇ ਉਹ ਇਕੱਲੇ ਕੰਮ ਕਰਣ ਜਾਂ ਆਪਣੇ ਨਿੱਕੇ ਜਿਹੇ ਵਪਾਰ ਰਾਹੀਂ। *ਕਾਰੋਬਾਰ ਦਾ ਮਾਲਕ* ਆਮਦਨ ਪ੍ਰਦਾਨ ਕਰਣ ਵਾਲੀ ਕਿਸੇ ਵੱਡੀ ਕੰਪਨੀ ਦਾ ਸੁਆਮੀ ਹੁੰਦਾ ਹੈ (ਜਿਸਦੀ ਆਮ ਪਰਿਭਾਸ਼ਾ ਇਹ ਹੈ ਕਿ ਉਸ ਵਿਚ 500 ਜਾਂ ਇਸ ਤੋਂ ਜ਼ਿਆਦਾ ਕਰਮਚਾਰੀ ਕੰਮ ਕਰਦੇ ਹੋਣ)। *ਨਿਵੇਸ਼ਕ* ਆਪਣੇ ਵਿਭਿੰਨ ਨਿਵੇਸ਼ਾਂ ਨਾਲ ਧਨ ਕਮਾਉਂਦੇ ਹਨ – ਦੂਜੇ ਸ਼ਬਦਾਂ 'ਚ, ਪੈਸੇ ਅਤੇ ਜ਼ਿਆਦਾ ਪੈਸੇ ਉਤਪੰਨ ਕਰਦੇ ਹੋਣ।

ਈ = **ਕ**ਰਮਚਾਰੀ

ਐਸ = **ਸੇ**ਲਫ਼-ਐਮਪਲਾਇਡ ਜਾਂ ਛੋਟਾ ਵਪਾਰੀ

ਬੀ = **ਕਾ**ਰੋਬਾਰ ਦਾ ਮਾਲਕ

ਆਈ = **ਨਿ**ਵੇਸ਼ਕ

ਤੁਸੀਂ ਕਿਹੜੇ ਕੁਆਡਰੈਂਟ ਵਿਚ ਰਹਿੰਦੇ ਹੋ? ਦੂਜੇ ਸ਼ਬਦਾਂ 'ਚ, ਆਪਣੇ ਗੁਜ਼ਰਾਨ ਲਈ ਜ਼ਿਆਦਾਤਰ ਆਮਦਨ ਤੁਹਾਨੂੰ ਕਿਹੜੇ ਕੁਆਡਰੈਂਟ ਤੋਂ ਪ੍ਰਾਪਤ ਹੁੰਦੀ ਹੈ?

ਈ ਕੁਆਡਰੈਂਟ

ਸਾਡੇ ਵਿਚੋਂ ਜ਼ਿਆਦਾਤਰ ਲੋਕ ਈ ਕੁਆਡਰੈਂਟ ਦੇ ਅੰਦਰੋਂ ਹੀ ਸਿੱਖਦੇ ਹਨ, ਜਿਊਂਦੇ ਹਨ, ਪ੍ਰੇਮ ਕਰਦੇ ਹਨ ਅਤੇ ਇਸ ਦੁਨੀਆ ਤੋਂ ਵਿਦਾ ਹੋ ਜਾਂਦੇ ਹਨ। ਸਾਡੀ ਸਿਖਿਆ ਪ੍ਰਣਾਲੀ ਅਤੇ ਸਭਿਆਚਾਰ ਵਿਚ ਪੈਦਾ ਹੋਣ ਤੋਂ ਅਰੰਭ ਹੋ ਕੇ ਮਿਰਤੂ ਤੱਕ ਸਾਨੂੰ ਇਹੋ ਸਿਖਣ ਨੂੰ ਮਿਲਦਾ ਹੈ ਕਿ ਅਸੀਂ ਈ ਕੁਆਡਰੈਂਟ ਦੇ ਅੰਦਰ ਕਿਵੇਂ ਜੀਵੀਏ।

ਇਸ ਸੰਸਾਰ ਦਾ ਕਾਰਜਕਾਰੀ ਦਰਸ਼ਨ ਉਹੀ ਹੈ, ਜਿਹੜਾ ਮੇਰੇ ਗਰੀਬ ਡੈਡੀ – ਮੇਰੇ ਅਸਲੀ ਪਿਤਾ ਜੀ – ਨੇ ਮੈਨੂੰ ਸਿਖਾਇਆ ਸੀ ਅਤੇ ਜਿਹੜਾ ਵੱਡੇ ਹੋਣ ਸਮੇਂ ਸ਼ਾਇਦ ਤੁਸੀਂ ਵੀ ਸਿਖਿਆ ਹੋਵੇਗਾ : ਸਕੂਲ ਜਾਓ, ਜੰਮ ਕੇ ਪੜ੍ਹਾਈ ਕਰੋ, ਚੰਗੇ ਗਰੇਡ ਲਿਆਓ ਅਤੇ ਕਿਸੇ ਬੇਹਤਰੀਨ ਕੰਪਨੀ ਵਿਚ ਵੱਧੀਆ ਮੁਨਾਫ਼ਾ ਦੇਣ ਵਾਲੀ ਕੋਈ ਚੰਗੀ ਜਹੀ ਨੌਕਰੀ ਕਰ ਲਓ।

ਐਸ ਕੁਆਡਰੈਂਟ

ਕੁੱਝ ਲੋਕ ਜ਼ਿਆਦਾ ਸੁਤੰਤਰਤਾ ਦੇ ਚਾਹਵੰਦ ਹੁੰਦੇ ਹਨ ਅਤੇ ਆਪਣਾ ਜੀਵਨ ਆਪਣੇ ਹਿਸਾਬ ਨਾਲ ਜਿਊਣਾ ਚਾਹੁੰਦੇ ਹਨ। ਇਸ ਇੱਛਾ ਨਾਲ ਪ੍ਰੇਰਤ ਹੋ ਕੇ ਬਹੁਤ ਸਾਰੇ ਲੋਕ ਈ ਕੁਆਡਰੈਂਟ ਨੂੰ ਛੱਡ ਕੇ ਐਸ ਕੁਆਡਰੈਂਟ ਵਿਚ ਹਿਜਰਤ ਜਾਂ ਪਰਵਾਸ ਕਰਦੇ ਹਨ। ਇਹੀ ਉਹ ਥਾਂ ਹੈ, ਜਿੱਥੇ ਲੋਕ “ਆਪਣੇ ਦਮ ਤੇ ਕੁੱਝ ਕਰਣ” ਅਤੇ ਅਮਰੀਕੀ ਸੁਫਨੇ ਨੂੰ ਸਾਕਾਰ ਕਰਣ ਦਾ ਨਿਰਣਾ ਲੈਂਦੇ ਹਨ।

ਐਸ ਕੁਆਡਰੈਂਟ ਵਿਚ ਆਮਦਨ ਦੇ ਢੇਰ ਸਾਰੇ ਜ਼ਰੀਏ ਹੁੰਦੇ ਹਨ। ਜੀਵਨ ਦੀ ਸ਼ੁਰੂਆਤ ਕਰ ਰਹੇ ਕਿਸ਼ੋਰ ਅਵਸਥਾ ਦੇ ਫ੍ਰੀਲਾਂਸ ਬੇਬੀ ਸਿਟਰ ਜਾਂ ਲੈਂਡਸਕੈਪਰ ਤੋਂ ਲੈ ਕੇ ਉੱਚੀ ਆਮਦਨ ਵਾਲੇ ਵਕੀਲ, ਸਲਾਹਕਾਰ ਅਤੇ ਪਬਲਿਕ ਬੁਲਾਰੇ ਤੱਕ ਦੇ ਸਾਰੇ ਲੋਕ ਇਸੇ ਕੁਆਡਰੈਂਟ ਵਿਚ ਆਉਂਦੇ ਹਨ।

ਲੇਕਨ ਤੁਸੀਂ ਭਾਵੇਂ 8 ਡਾੱਲਰ ਪ੍ਰਤਿ ਘੰਟਾ ਕਮਾ ਰਹੇ ਹੋ ਜਾਂ 80,000 ਡਾੱਲਰ ਹਰੇਕ ਸਾਲ, ਐਸ ਕੁਆਡਰੈਂਟ ਆਮ ਤੌਰ ਤੇ ਇਕ ਸੁਨਿਹਰਾ ਜਾਲ ਹੁੰਦਾ ਹੈ। ਨੌਕਰੀ ਛੱਡਣ ਵੇਲੇ ਸ਼ਾਇਦ ਤੁਸੀਂ ਸੋਚਿਆ ਹੋਵੇਗਾ ਕਿ ਤੁਸੀਂ “ਆਪਣੇ ਬੌਸ ਦੇ ਚੰਗੁਲ ਤੋਂ” ਛੁਟਕਾਰਾ ਪਾ ਰਹੇ ਹੋ, ਲੇਕਨ ਅਸਲ ਵਿਚ ਹੋਇਆ ਇਹ ਹੈ ਕਿ ਤੁਸੀਂ ਸਿਰਫ਼ ਬੌਸ ਬਦਲਿਆ ਹੈ। ਸਹੀ ਮਾਇਨਿਆਂ ਵਿਚ ਤੁਸੀਂ ਹੁਣ ਵੀ ਕਰਮਚਾਰੀ ਹੋ। ਇਕੱਲੌਤਾ ਫ਼ਰਕ ਇਹ ਹੈ ਕਿ ਹੁਣ ਜਦੋਂ ਤੁਸੀਂ ਆਪਣੀਆਂ ਸਮੱਸਿਆਵਾਂ ਲਈ ਆਪਣੇ ਬੌਸ ਨੂੰ ਦੋਸ਼ ਦੇਣਾ ਚਾਹੁੰਦੇ ਹੋ, ਤਾਂ ਉਹ ਬੌਸ ਤੁਸੀਂ ਆਪ ਹੁੰਦੇ ਹੋ।

ਐਸ ਕੁਆਡਰੈਂਟ ਵਿਚ ਜਿਊਣਾ ਮੁਸ਼ਕਲ ਹੁੰਦਾ ਹੈ, ਕਿਉਂਕਿ ਇਸ ਵਿਚ ਤੁਹਾਨੂੰ ਕੋਈ ਧੰਨਵਾਦ ਨਹੀਂ ਦਿੰਦਾ। ਇੱਥੇ ਹਰ ਕੋਈ ਤੁਹਾਡੇ ਉੱਤੇ ਹੱਥ ਸਾਫ਼ ਕਰਣ ਦੀ ਕੋਸ਼ਸ਼ ਕਰਦਾ ਹੈ। ਸਰਕਾਰ ਤੁਹਾਨੂੰ ਛਿੱਲਦੀ ਹੈ, ਗਾਹਕ ਤੁਹਾਨੂੰ ਚੂਨਾ ਲਾਉਂਦੇ ਲਾਉਣ ਦੀ ਕੋਸ਼ਸ਼ ਕਰਦੇ ਹਨ ਅਤੇ ਤੁਹਾਡਾ ਪਰਿਵਾਰ ਤੁਹਾਡੀ ਨੁਕਤਾਚੀਨੀ ਕਰਦਾ ਹੈ, ਕਿਉਂਕਿ ਤੁਸੀਂ ਕੰਮ ਨਾਲੋਂ ਕਦੇ ਵੀ ਛੁੱਟੀ ਨਹੀਂ ਲੈਂਦੇ। ਤੁਸੀਂ ਲੈ ਵੀ ਕਿਵੇਂ ਸਕਦੇ ਹੋ? ਜੇਕਰ ਤੁਸੀਂ ਛੁੱਟੀ ਲਈ, ਕਿਉਂਕਿ ਜੇਕਰ ਤੁਸੀਂ ਖਾਲੀ ਬੈਠੇ, ਤਾਂ ਕਾਰੋਬਾਰ ਵਿਚੋਂ ਆਮਦਨ ਨਹੀਂ ਹੋਵੇਗੀ।

ਸਹੀ ਮਾਇਨਿਆਂ ਵਿਚ ਐਸ ਦਾ ਅਰਥ ਹੁੰਦਾ ਹੈ ਗ਼ੁਲਾਮੀ (Slavery)। ਅਸਲ ਵਿਚ,

ਤੁਸੀਂ ਆਪਣੇ ਕਾਰੋਬਾਰ ਦੇ ਮਾਲਕ ਨਹੀਂ ਹੁੰਦੇ; ਤੁਹਾਡਾ ਕਾਰੋਬਾਰ ਤੁਹਾਡਾ ਮਾਲਕ ਹੈ।

ਬੀ ਕੁਆਡਰੈਂਟ

ਬੀ ਕੁਆਡਰੈਂਟ ਉਹ ਥਾਂ ਹੈ, ਜਿੱਥੇ ਲੋਕ ਵੱਡੀ-ਵੱਡੀਆਂ ਕੰਪਨੀਆਂ ਖੜੀਆਂ ਕਰਦੇ ਹਨ। ਐਸ ਕਾਰੋਬਾਰ ਅਤੇ ਬੀ ਕਾਰੋਬਾਰ ਵਿਚ ਅੰਤਰ ਇਹ ਹੁੰਦਾ ਹੈ ਕਿ ਆਪਣੇ ਐਸ ਕਾਰੋਬਾਰ ਲਈ *ਤੁਸੀਂ* ਕੰਮ ਕਰਦੇ ਹੋ, ਜਦੋਂ ਕਿ ਬੀ ਕਾਰੋਬਾਰ *ਤੁਹਾਡੇ ਲਈ* ਕੰਮ ਕਰਦਾ ਹੈ।

ਮੇਰੇ ਕੋਲ ਕਈ ਬੀ ਕਾਰੋਬਾਰ ਹਨ, ਜਿਹਨਾਂ ਵਿਚ ਨਿਰਮਾਣ, ਰੀਅਲ ਐਸਟੇਟ, ਖਨਨ ਕੰਪਨੀਆਂ ਅਤੇ ਹੋਰ ਕਈ ਕਾਰੋਬਾਰ ਸ਼ਾਮਲ ਹਨ।

ਜਿਹੜੇ ਲੋਕ ਬੀ ਕੁਆਡਰੈਂਟ ਵਿਚ ਜਿਊਂਦੇ ਅਤੇ ਕੰਮ ਕਰਦੇ ਹਨ, ਉਨ੍ਹਾਂ ਉੱਤੇ ਮੰਦੀ ਦਾ ਖ਼ਾਸ ਅਸਰ ਨਹੀਂ ਹੁੰਦਾ, ਕਿਉਂਕਿ ਆਪਣੀ ਆਮਦਨੀ ਦੇ ਸਰੋਤ ਉੱਤੇ ਉਹਨਾਂ ਦਾ ਪੂਰਾ ਕਾਬੂ ਰਹਿੰਦਾ ਹੈ।

ਆਈ ਕੁਆਡਰੈਂਟ

ਇਹ ਰਾਕਿਟ ਵਿਗਿਆਨ ਨਹੀਂ ਹੈ। ਮੇਰੇ ਅਮੀਰ ਡੈਡੀ ਨੇ ਮੋਨੋਪਾੱਲੀ (ਕਾਰੋਬਾਰ) ਖੇਡ ਦੇ ਜ਼ਰੀਏ ਮੈਨੂੰ ਆਈ ਕੁਆਡਰੈਂਟ ਵਿਚ ਜਿਊਣਾ ਸਿਖਾਇਆ ਸੀ ਅਤੇ ਅਸੀਂ ਸਾਰੇ ਜਾਣਦੇ ਹਾਂ ਕਿ ਇਹ ਕਿਵੇਂ ਕੰਮ ਕਰਦਾ ਹੈ : ਚਾਰ ਹਰੇ ਮਕਾਨ, ਇਕ ਲਾਲ ਹੋਟਲ; ਚਾਰ ਹਰੇ ਮਕਾਨ, ਇਕ ਲਾਲ ਹੋਟਲ।

ਨੌਕਰੀਆਂ ਬਦਲਣ ਦਾ ਅਰਥ ਕੁਆਡਰੈਂਟ ਬਦਲਣਾ ਨਹੀਂ ਹੈ

ਹੁਣ ਜ਼ਰਾ ਮੈਨੂੰ ਇਹ ਸਪਸ਼ਟ ਕਰਣ ਦਿਓ ਕਿ ਇਹਨਾਂ ਕੁਆਡਰੈਂਟਜ਼ ਨੂੰ ਸਮਝਣਾ ਇੰਨਾ ਮਹੱਤਵਪੂਰਨ ਕਿਉਂ ਹੈ। ਤੁਸੀਂ ਕਿੰਨੀ ਵਾਰ ਦੇਖਿਆ ਹੈ ਕਿ ਕੋਈ ਵਿਅਕਤੀ ਆਪਣੀ ਨੌਕਰੀ ਬਾਰੇ ਸ਼ਿਕਾਇਤ ਕਰਦਾ ਹੈ, ਫਿਰ ਉਹ ਨੌਕਰੀ ਬਦਲ ਲੈਂਦਾ ਹੈ, ਲੇਕਨ ਕੁੱਝ ਸਾਲਾਂ ਬਾਅਦ ਤੁਹਾਨੂੰ ਦੁਬਾਰਾ ਉਹੀ ਪੁਰਾਣੀ ਸ਼ਿਕਾਇਤਾਂ ਸੁਣਨ ਨੂੰ ਮਿਲਦੀਆਂ ਹਨ?

ਨੌਕਰੀ ਦੇ ਇਹਨਾਂ ਆਮ ਢਾਚਿਆਂ ਨੂੰ ਤੋੜਨਾ ਅਤੇ ਆਪਣੀ ਖ਼ੁਦ ਦੀ ਆਮਦਨ ਦੇ ਨਵੇਂ ਸਰੋਤਾਂ ਨੂੰ ਉਤਪੰਨ ਕਰਦਾ ਬੜਾ ਜ਼ਰੂਰੀ ਹੈ, ਕਿਉਂਕਿ ਇਸ ਤੋਂ ਬਾਅਦ ਹੀ ਤੁਸੀਂ ਆਰਥਕ ਤੂਫ਼ਾਨ ਨਾਲ ਮੁਕਾਬਲਾ ਕਰਣ ਦੀ ਸਭ ਤੋਂ ਵਧੀਆ ਸਥਿਤੀ ਵਿਚ ਆਉਂਦੇ ਹੋ, ਸਿਰਫ਼ ਇਸ ਲਈ ਕਿਉਂਕਿ ਆਪਣੀ ਵਾਰਸ਼ਕ ਆਮਦਨ ਨੂੰ ਨਿਸ਼ਚਤ ਕਰਣ ਲਈ ਹੁਣ ਤੁਸੀਂ ਕਿਸੇ ਬੌਸ ਜਾਂ ਅਰਥ ਵਿਵਸਥਾ ਉੱਤੇ ਨਿਰਭਰ ਨਹੀਂ ਹੁੰਦੇ। ਹੁਣ ਇਸ ਨੂੰ *ਤੁਸੀਂ* ਖ਼ੁਦ ਹੀ ਤੈਅ ਕਰਦੇ ਹੋ।

ਮੈਂ ਕਾਫੀ ਸਮੇਂ ਤੋਂ ਕਰੜੀ ਮੇਹਨਤ ਕਰ ਰਿਹਾ ਹਾਂ, ਲੇਕਨ ਮੈਂ ਅੱਗੇ ਹੀ ਨਹੀਂ ਵੱਧ ਪਾ ਰਿਹਾ।

ਜਦੋਂ ਵੀ ਮੇਰੀ ਤਨਖ਼ਾਹ ਵੱਧਦੀ ਹੈ, ਹਰ ਵਾਰ ਟੈਕਸ ਅਤੇ ਖ਼ਰਚ ਵੱਧ ਜਾਣ ਕਾਰਣ ਇਹ ਬਰਾਬਰ ਹੋ ਜਾਂਦੀ ਹੈ।

ਮੈਂ (ਖਾਲੀ ਸਥਾਨ ਭਰੋ) ਇਹ ਕਰਣਾ ਚਾਹਵਾਂਗਾ, ਲੇਕਨ ਜੀਵਨ ਦੇ ਇਸ ਦੌਰ ਵਿਚ ਦੁਬਾਰਾ ਕਾਲਿਜ ਜਾ ਕੇ ਕੋਈ ਨਵਾਂ ਕਿੱਤਾ ਨਹੀਂ ਸਿਖ ਸਕਦਾ।

ਇਹ ਨੌਕਰੀ ਘਟੀਆ ਹੈ ! ਮੇਰਾ ਬੱਸ ਘਟੀਆ ਹੈ ! ਜੀਵਨ ਘਟੀਆ ਹੈ ! (ਆਦਿ)

ਇਹ ਅਤੇ ਇਹਨਾਂ ਵਰਗੀਆਂ ਦਰਜਨਾਂ ਹੋਰ ਗੱਲਾਂ ਦੱਸਦੀਆਂ ਹਨ ਕਿ ਉਹ ਵਿਅਕਤੀ ਫਸਿਆ ਹੋਇਆ ਹੈ – ਉਂਜ ਦਰਅਸਲ, ਉਹ ਕਿਸੇ ਖ਼ਾਸ ਨੌਕਰੀ ਵਿਚ ਨਹੀਂ, ਬਲਕਿ ਇਕ ਖ਼ਾਸ ਕੁਆਡਰੈਂਟ ਦੇ ਚੰਗੁਲ ਵਿਚ ਫਸਿਆ ਹੋਇਆ ਹੈ। ਸਮੱਸਿਆ ਇਹ ਹੁੰਦੀ ਹੈ ਕਿ ਜ਼ਿਆਦਾਤਰ ਮੌਕਿਆਂ ਸਮੇਂ ਜਦੋਂ ਲੋਕ ਆਪਣੇ ਜੀਵਨ ਵਿਚ ਸੱਚਮੁੱਚ ਕੋਈ ਤਬਦੀਲੀ ਕਰਦੇ ਹਨ, ਤਾਂ ਉਹ ਬਸ ਆਪਣੀ ਨੌਕਰੀ ਹੀ ਬਦਲਦੇ ਹਨ, ਜਦੋਂ ਕਿ ਬਦਲਣਾ ਉਨ੍ਹਾਂ ਨੂੰ ਕੁਆਡਰੈਂਟ ਚਾਹੀਦਾ ਸੀ।

ਜ਼ਿਆਦਾਤਰ ਲੋਕ ਖੱਬੇ ਹੱਥ ਵਾਲੇ ਹਿੱਸੇ – ਈ ਅਤੇ ਐਸ ਕੁਆਡਰੈਂਟ – ਵਿਚ ਹੀ ਰਹਿੰਦੇ ਹਨ। ਇੱਥੇ ਹੀ ਵੱਡੇ ਹੁੰਦੇ ਹਨ ਅਤੇ ਜਿਊਣ ਦੀ ਸਿਖਲਾਈ ਪ੍ਰਾਪਤ ਕਰਦੇ ਹਨ। ਸਾਨੂੰ ਦੱਸਿਆ ਜਾਂਦਾ ਹੈ, "ਚੰਗੇ ਗਰੈਡ ਲਿਆਓ, ਤਾਂ ਕਿ ਤੁਹਾਨੂੰ ਕੋਈ ਚੰਗੀ ਨੌਕਰੀ ਮਿਲ ਜਾਏ।" ਲੇਕਨ ਤੁਹਾਡੇ ਗਰੈਡ ਨਾਲ ਬੀ ਕੁਆਡਰੈਂਟ ਵਿਚ ਕੋਈ ਫ਼ਰਕ ਨਹੀਂ ਪੈਂਦਾ। ਤੁਹਾਡਾ ਬੈਂਕਰ ਤੁਹਾਡਾ ਰਿਪੋਰਟ ਕਾਰਡ ਨਹੀਂ ਦੇਖਣਾ ਚਾਹੁੰਦਾ; ਉਹ ਤਾਂ ਤੁਹਾਡਾ ਫਾਇਨੈਂਸੀਅਲ ਸਟੇਟਮੈਂਟ ਦੇਖਣਾ ਚਾਹੁੰਦਾ ਹੈ।

ਨੌਕਰੀ ਦੇ ਇਹਨਾਂ ਪੁਰਾਣੇ ਢਾਂਚਿਆਂ ਨੂੰ ਤੋੜਨਾ ਅਤੇ ਆਪਣੀ ਖ਼ੁਦ ਦੀ ਆਮਦਨ ਦੇ ਨਵੇਂ ਸਰੋਤਾਂ ਨੂੰ ਉਤਪੰਨ ਕਰਣਾ ਬੜਾ ਜ਼ਰੂਰੀ ਹੈ, ਕਿਉਂਕਿ ਇਸ ਤੋਂ ਬਾਅਦ ਹੀ ਤੁਸੀਂ ਆਰਥਕ ਤੂਫ਼ਾਨ ਨਾਲ ਮੁਕਾਬਲਾ ਕਰਣ ਦੀ ਸਭ ਤੋਂ ਵਧੀਆ ਸਥਿਤੀ ਵਿਚ ਆਉਂਦੇ ਹੋ, ਸਿਰਫ਼ ਇਸ ਲਈ ਕਿਉਂਕਿ ਆਪਣੀ ਵਾਰਸ਼ਕ ਆਮਦਨ ਨੂੰ ਨਿਸ਼ਚਤ ਕਰਣ ਲਈ ਹੁਣ ਤੁਸੀਂ ਕਿਸੇ ਬੱਸ ਜਾਂ ਅਰਥ ਵਿਵਸਥਾ ਉੱਤੇ ਨਿਰਭਰ ਨਹੀਂ ਹੁੰਦੇ। ਹੁਣ ਇਸ ਨੂੰ ਤੁਸੀਂ ਖ਼ੁਦ ਹੀ ਤੈਅ ਕਰਦੇ ਹੋ।

ਘੱਟੋਘੱਟ 80 ਫੀਸਦੀ ਲੋਕ ਇਸ ਰੇਖਾ ਚਿੱਤਰ ਦੇ ਖੱਬੇ ਹਿੱਸੇ ਵਿਚ ਜਿਊਂਦੇ ਹਨ। ਖ਼ਾਸ ਤੌਰ ਉੱਤੇ ਈ ਕੁਆਡਰੈਂਟ ਵਿਚ। ਸਾਨੂੰ ਸਿਖਾਇਆ ਜਾਂਦਾ ਹੈ ਕਿ ਸਾਨੂੰ ਸੁਰੱਖਿਆ ਇੱਥੇ ਮਿਲੇਗੀ। ਦੂਜੇ ਪਾਸੇ, ਸੱਜੇ ਹੱਥ ਦੇ ਹਿੱਸੇ – ਬੀ ਅਤੇ ਆਈ ਕੁਆਡਰੈਂਟ – ਵਿਚ ਸੁਤੰਤਰਤਾ ਦਾ ਵਾਸ ਹੁੰਦਾ ਹੈ। ਜੇਕਰ ਤੁਸੀਂ ਉਸ ਹਿੱਸੇ ਵਿਚ ਜਿਊਣਾ ਚਾਹੁੰਦੇ ਹੋ, ਤਾਂ ਤੁਸੀਂ ਇਸ ਨੂੰ ਸੰਭਵ ਬਣਾ ਸਕਦੇ ਹੋ। ਲੇਕਨ ਜੇਕਰ ਤੁਸੀਂ ਖੱਬੇ ਹੱਥ ਵਾਲੇ ਹਿੱਸੇ ਦੀ ਤੁਲਨਾਤਮਕ ਸੁਰੱਖਿਆ ਚਾਹੁੰਦੇ ਹੋ, ਤਾਂ ਮੈਂ ਇੱਥੇ ਜਿਹੜਾ ਕੁੱਝ ਦੱਸਣ ਜਾ ਰਿਹਾ ਹਾਂ, ਉਹ ਸ਼ਾਇਦ ਤੁਹਾਡੇ ਲਈ ਨਹੀਂ ਹੈ। ਇਹ ਇਕ ਇਹੋ ਜਿਹਾ ਨਿਰਣਾ ਹੈ, ਜਿਸ ਨੂੰ ਸਿਰਫ਼ ਤੁਸੀਂ ਹੀ ਲੈ ਸਕਦੇ ਹੋ।

ਤੁਸੀਂ ਕਿਹੜੇ ਕੁਆਡਰੈਂਟ ਵਿਚ ਰਹਿੰਦੇ ਹੋ?

ਤੁਸੀਂ ਕਿਹੜੇ ਕੁਆਡਰੈਂਟ ਵਿਚ ਰਹਿਣਾ ਚਾਹੁੰਦੇ ਹੋ?

ਅਧਿਆਇ 4

ਤੁਹਾਡੇ ਬੁਨਿਆਦੀ ਆਰਥਕ ਜੀਵਨ ਮੁੱਲ

ਚਾਰ ਕੁਆਡਰੈਂਟ ਮਹਿਜ ਚਾਰ ਵੱਖੋ-ਵੱਖ ਵਪਾਰਕ ਪ੍ਰਣਾਲੀਆਂ ਹੀ ਨਹੀਂ ਹਨ। ਇਹ ਤਾਂ ਚਾਰ ਵੱਖੋ-ਵੱਖ *ਮਾਨਸਿਕਤਾਵਾਂ*ਦੇ ਸੂਚਕ ਹਨ। ਤੁਸੀਂ ਆਪਣੀ ਬੁਨਿਆਦੀ ਆਮਦਨ ਕਿਸ ਕੁਆਡਰੈਂਟ ਤੋਂ ਕਮਾਉਣ ਦੀ ਚੋਣ ਕਰਦੇ ਹੋ, ਉਸਦਾ ਬਾਹਰਲੇ ਹਾਲਾਤਾਂ - ਤੁਹਾਡੀ ਸਿਖਿਆ, ਸਿਖਲਾਈ, ਅਰਥ ਵਿਵਸਥਾ ਜਾਂ ਤੁਹਾਡੇ ਆਸੇ-ਪਾਸੇ ਮੌਜੂਦ ਮੌਕੇ - ਤੋਂ ਬੜਾ ਘੱਟ ਸੰਬੰਧ ਹੈ; ਇਸਦਾ ਜ਼ਿਆਦਾ ਸੰਬੰਧ ਤਾਂ ਇਸ ਗੱਲ ਨਾਲ ਹੈ ਕਿ ਤੁਸੀਂ ਬੁਨਿਆਦੀ ਤੌਰ ਤੇ ਕੌਣ ਹੋ : ਤੁਹਾਡੀ ਸ਼ਕਤੀਆਂ, ਕਮਜ਼ੋਰੀਆਂ ਅਤੇ ਪ੍ਰਮੁੱਖ ਰੁਚੀਆਂ।

ਇਸਦਾ ਸੰਬੰਧ ਤਾਂ ਤੁਹਾਡੇ *ਬੁਨਿਆਦੀ ਆਰਥਕ ਜੀਵਨ ਮੁੱਲਾਂ*ਨਾਲ ਹੈ। ਇਹੀ ਬੁਨਿਆਦੀ ਵਖਰੇਵੇਂ ਸਾਨੂੰ ਅੱਡ-ਅੱਡ ਕੁਆਡਰੈਂਟਸ ਪ੍ਰਤਿ ਆਕਰਸ਼ਤ ਜਾਂ ਦੂਰ ਕਰਦੀਆਂ ਹਨ।

ਇਸ ਨੂੰ ਸਮਝਣਾ ਮਹੱਤਵਪੂਰਨ ਹੈ, ਕਿਉਂਕਿ ਇਸਦਾ ਮਤਲਬ ਹੈ ਕਿ ਈ ਜਾਂ ਐਸ ਕੁਆਡਰੈਂਟ ਨੂੰ ਛੱਡ ਕੇ ਬੀ ਕੁਆਡਰੈਂਟ 'ਚ ਪੁੱਜਣਾ ਉੱਨਾ ਸੌਖਾ ਨਹੀਂ ਹੈ, ਜਿੰਨਾ ਕਿ ਪੋਸਟ ਆਫ਼ਿਸ ਜਾ ਕੇ ਆਪਣਾ ਪਤਾ ਬਦਲਣ ਦਾ ਫ਼ਾਰਮ ਭਰਣਾ। ਤੁਸੀਂ ਨਾ ਸਿਰਫ਼ ਉਹ ਬਦਲਦੇ ਹੋ, ਜਿਹੜਾ ਤੁਸੀਂ ਕਰਦੇ ਹੋ ਬਲਕਿ *ਤੁਸੀਂ ਆਪਣੇ-ਆਪ ਨੂੰ ਵੀ*ਬਦਲਦੇ ਹੋ। ਜਾਂ ਘੱਟੋਘੱਟ *ਆਪਣੇ ਸੋਚਣ ਦੇ ਤਰੀਕਿਆਂ*ਨੂੰ ਤਾਂ ਬਦਲ ਹੀ ਲੈਂਦੇ ਹੋ।

ਹੋ ਸਕਦਾ ਹੈ ਕੁੱਝ ਲੋਕਾਂ ਨੂੰ ਕਰਮਚਾਰੀ ਬਣੇ ਰਹਿਣਾ ਚੰਗਾ ਲੱਗਦਾ ਹੋਵੇ, ਲੇਕਨ ਬਾਕੀ ਲੋਕ ਇਸ ਕੋਲੋਂ ਨਫ਼ਰਤ ਕਰਦੇ ਹਨ। ਕੁੱਝ ਲੋਕ ਕੰਪਨੀਆਂ ਦੇ ਮਾਲਕ ਤਾਂ ਬਣਨਾ ਚਾਹੁੰਦੇ ਹਨ, ਲੇਕਨ ਉਸ ਨੂੰ ਚਲਾਉਣਾ ਨਹੀਂ ਚਾਹੁੰਦੇ। ਕੁੱਝ ਲੋਕਾਂ ਨੂੰ ਨਿਵੇਸ਼ ਨਾਲ ਪ੍ਰੇਮ ਹੁੰਦਾ ਹੈ, ਜਦੋਂ ਕਿ ਹੋਰਾਂ ਨੂੰ ਇਸ ਵਿਚ ਪੈਸਾ ਗੁਆਚਣ ਦਾ ਖ਼ਤਰਾ ਨਜ਼ਰ ਆਉਂਦਾ ਹੈ। ਸਾਡੇ ਵਿਚੋਂ ਜ਼ਿਆਦਾਤਰ ਲੋਕਾਂ ਵਿਚ ਇਹ ਸਾਰੀਆਂ ਪ੍ਰਵਿਰਤੀਆਂ ਘੱਟ ਜਾਂ ਜ਼ਿਆਦਾ ਮਾਤਰਾ ਵਿਚ ਮੌਜੂਦ ਹੁੰਦੀ ਹੈ। ਇਸ ਗੱਲ ਉੱਤੇ ਗੌਰ ਕਰਣਾ ਵੀ ਮਹੱਤਵਪੂਰਨ ਹੈ ਕਿ ਤੁਸੀ ਇਹਨਾਂ ਚਾਰਾਂ ਕੁਆਡਰੈਂਟ ਵਿਚੋਂ ਹੀ ਅਮੀਰ ਜਾਂ ਗ਼ਰੀਬ ਬਣ ਸਕਦੇ ਹੋ। ਹਰ ਕੁਆਡਰੈਂਟ ਵਿਚ ਲੋਕਾਂ ਨੇ ਕਰੋੜਾਂ ਕਮਾਏ ਵੀ ਹਨ ਅਤੇ ਇਹੋ

ਜਿਹੇ ਵੀ ਲੋਕ ਹਨ, ਜਿਹੜੇ ਹਰ ਕੁਆਡਰੈਂਟ ਵਿਚ ਵੀ ਦਿਵਾਲੀਆ ਹੋਏ ਹਨ। ਇਹ ਗੱਲ ਪੱਲੇ ਬੰਨ੍ਹ ਲਓ ਕਿ ਕਿਸੇ ਕੁਆਡਰੈਂਟ ਵਿਚ ਰਹਿਣ ਨਾਲ ਹੀ ਤੁਹਾਡੀ ਆਰਥਕ ਸਫਲਤਾ ਸੁਨਿਸ਼ਚਤ ਨਹੀਂ ਹੋ ਜਾਂਦੀ।

ਲੋਕਾਂ ਦੀ ਗੱਲਬਾਤ ਸੁਣ ਕੇ ਵੀ ਤੁਸੀਂ ਸਮਝ ਸਕਦੇ ਹੋ ਕਿ ਉਹ ਕਿਸ ਕੁਆਡਰੈਂਟ ਵਿਚ ਰਹਿੰਦੇ ਹਨ। ਜਦੋਂ ਮੈਂ 9 ਸਾਲਾਂ ਦਾ ਸੀ, ਤਾਂ ਆਪਣੇ ਅਮੀਰ ਡੈਡੀ ਦੇ ਨਾਲ ਬੈਠਣ ਲੱਗ ਪਿਆ ਸੀ, ਜਦੋਂ ਉਹ ਕਰਮਚਾਰੀਆਂ ਦੀ ਨਿਯੁਕਤੀ ਕਰਣ ਵੇਲੇ ਉਨ੍ਹਾਂ ਦਾ ਇੰਟਰਵਿਊ ਲੈਂਦੇ ਸਨ। ਇਨ੍ਹਾਂ ਇੰਟਰਵਿਊ ਰਾਹੀਂ ਮੈਂ ਇਹ ਸਿਖਿਆ ਕਿ ਸ਼ਬਦਾਂ ਰਾਹੀਂ ਲੋਕਾਂ ਦੇ ਬੁਨਿਆਦੀ ਜੀਵਨ ਮੁੱਲਾਂ ਨੂੰ ਕਿਵੇਂ ਸਮਝਿਆ ਜਾਏ। ਮੇਰੇ ਅਮੀਰ ਡੈਡੀ ਕਹਿੰਦੇ ਸਨ ਕਿ ਉਹ ਜੀਵਨ ਮੁੱਲ ਉਨ੍ਹਾਂ ਦੀ ਆਤਮਾਵਾਂ ਤੋਂ ਨਿਕਲਦੇ ਸਨ।

ਇੱਥੇ ਹਰ ਕੁਆਡਰੈਂਟ ਤੋਂ ਨਿਕਲਣ ਵਾਲੇ ਕੁੱਝ ਪ੍ਰਮੁੱਖ ਵਾਕ ਦੱਸੇ ਜਾ ਰਹੇ ਹਨ, ਜਿਨ੍ਹਾਂ ਵਿਚੋਂ ਹਰੇਕ ਦੇ ਬੁਨਿਆਦੀ ਜੀਵਨ ਮੁੱਲ ਦਾ ਇਕ ਰੇਖਾ ਚਿੱਤਰ ਵੀ ਹੈ।

ਈ ਕੁਆਡਰੈਂਟ ਦੇ ਜੀਵਨ ਮੁੱਲ

"ਮੈਂ ਇਕ ਸੁਰੱਖਿਅਤ ਨੌਕਰੀ ਦੀ ਤਲਾਸ਼ ਕਰ ਰਿਹਾ ਹਾਂ, ਜਿਸ ਵਿਚੋਂ ਚੰਗੀ ਤਨਖ਼ਾਹ ਮਿਲੇ ਅਤੇ ਉਸ ਤੋਂ ਇਲਾਵਾ ਉਤਕਰਿਸ਼ਟ ਲਾਭ ਵੀ ਮਿਲਦੇ ਹੋਣ।"

ਈ ਕੁਆਡਰੈਂਟ 'ਚ ਰਹਿਣ ਵਾਲੇ ਵਿਅਕਤੀ ਦਾ ਬੁਨਿਆਦੀ ਜੀਵਨਮੁੱਲ ਹੁੰਦਾ ਹੈ ਸੁਰੱਖਿਆ।

ਹੋ ਸਕਦਾ ਹੈ ਕਿ ਤੁਸੀਂ ਕਿਸੇ ਕੰਪਨੀ ਦੇ ਵਾਇਸ ਪ੍ਰੈਜ਼ੀਡੈਂਟ ਹੋ ਅਤੇ ਤੁਹਾਨੂੰ ਮੋਟੀ ਤਨਖ਼ਾਹ ਵੀ ਮਿਲਦੀ ਹੈ, ਲੇਕਨ ਇਸ ਦੇ ਬਾਵਜੂਦ ਤੁਹਾਡੇ ਬੁਨਿਆਦੀ ਜੀਵਨ ਮੁੱਲ ਕੰਪਨੀ ਦੇ ਗੇਟਕੀਪਰ ਵਾਂਗ ਹੋਣ, ਜਿਸ ਨੂੰ ਤੁਹਾਡੇ ਕੋਲੋਂ ਦਸ ਗੁਣਾ ਘੱਟ ਤਨਖ਼ਾਹ ਮਿਲਦੀ ਹੈ। ਈ ਕੁਆਡਰੈਂਟ ਵਾਲਾ ਵਿਅਕਤੀ, ਭਾਵੇਂ ਉਹ ਗੇਟਕੀਪਰ ਹੋਵੇ ਜਾਂ ਪ੍ਰੈਜ਼ੀਡੈਂਟ, ਅਕਸਰ ਇਹੋ ਸ਼ਬਦ ਸੋਚਦਾ ਜਾਂ ਕਹਿੰਦਾ ਹੈ, "ਮੈਂ ਲਾਭ ਵਾਲੀ ਕਿਸੇ ਸੁਰੱਖਿਅਤ ਨੌਕਰੀ ਦੀ ਤਲਾਸ਼ ਕਰ ਰਿਹਾ ਹਾਂ।" ਜਾਂ, "ਓਵਰਟਾਈਮ ਲਈ ਸਾਨੂੰ ਕਿੰਨਾ ਮਿਲੇਗਾ?" ਜਾਂ "ਸਾਨੂੰ ਕਿੰਨੀਆਂ ਵੇਤਨਕ ਛੁੱਟੀਆਂ ਮਿਲਣਗੀਆਂ?"

ਜਦੋਂ ਮੈਂ ਈ ਕੁਆਡਰੈਂਟ ਵਾਲੇ ਕਿਸੇ ਵਿਅਕਤੀ ਨਾਲ ਗੱਲਾਂ ਕਰਦੇ ਸਮੇਂ ਕਹਿੰਦਾ ਹਾਂ ਕਿ ਮੈਨੂੰ ਕਾਰੋਬਾਰ ਸ਼ੁਰੂ ਕਰਣਾ ਬੜਾ ਚੰਗਾ ਲੱਗਦਾ ਹੈ, ਤਾਂ ਉਹ ਅਕਸਰ ਇੰਜ ਟਿੱਪਣੀ ਕਰਦਾ ਹੈ,

"ਉਹ ਤਾਂ ਠੀਕ ਹੈ, ਲੇਕਨ ਕੀ ਇਸ ਵਿਚ ਖ਼ਤਰਾ ਨਹੀਂ ਹੈ?" ਅਸੀਂ ਸਾਰੇ ਜੀਵਨ ਨੂੰ ਆਪਣੇ ਬੁਨਿਆਦੀ ਜੀਵਨਮੁੱਲਾਂ ਦੇ ਚਸ਼ਮੇ ਰਾਹੀਂ ਦੇਖਦੇ ਹਾਂ। ਮੈਨੂੰ ਜਿਹੜੀ ਚੀਜ਼ ਰੁਮਾਂਚਕ ਲੱਗਦੀ ਹੈ, ਹੋ ਸਕਦਾ ਹੈ ਕਿ ਉਹ ਕਿਸੇ ਦੂਜੇ ਨੂੰ ਡਰਾਉਣੀ ਲੱਗੇ। ਇਸਲਈ ਈ ਤੇ ਐਸ ਕੁਆਡਰੈਂਟ ਦੇ ਲੋਕਾਂ ਨਾਲ ਰਹਿਣ ਵੇਲੇ ਮੈਂ ਆਮ ਤੌਰ ਤੇ ਮੌਸਮ, ਖੇਡਾਂ ਜਾਂ ਟੈਲੀਵਿਜਨ ਪ੍ਰੋਗਰਾਮਾਂ ਬਾਰੇ ਹੀ ਗੱਲਬਾਤ ਕਰਦਾ ਹਾਂ।

ਐਸ ਕੁਆਡਰੈਂਟ ਦੇ ਜੀਵਨਮੁੱਲ

"ਜੇਕਰ ਤੁਹਾਨੂੰ ਕੋਈ ਕੰਮ ਸਹੀ ਚਾਹੁੰਦੇ ਹੋ, ਤਾਂ ਉਸ ਨੂੰ ਆਪ ਕਰੋ।"

ਐਸ ਕੁਆਡਰੈਂਟ ਦੇ ਲੋਕਾਂ ਦਾ ਬੁਨਿਆਦੀ ਜੀਵਨਮੁੱਲ ਹੁੰਦਾ ਹੈ *ਸੁਤੰਤਰਤਾ*।ਉਹ ਆਪਣੇ ਮਨਪਸੰਦ ਕੰਮ ਕਰਣ ਦੀ ਸੁਤੰਤਰਤਾ ਚਾਹੁੰਦੇ ਹਨ। ਜਦੋਂ ਕੋਈ ਵਿਅਕਤੀ ਕਹਿੰਦਾ ਹੈ, "ਮੈਂ ਨੌਕਰੀ ਛੱਡ ਕੇ ਆਪਣਾ ਕਾਰੋਬਾਰ ਸ਼ੁਰੂ ਕਰਣ ਜਾ ਰਿਹਾ ਹਾਂ," ਤਾਂ ਸਮਝ ਲਓ, ਉਹ ਈ ਤੋਂ ਐਸ ਕੁਆਡਰੈਂਟ ਵੱਲ ਕਦਮ ਵਧਾ ਰਿਹਾ ਹੈ।

ਐਸ ਕੁਆਡਰੈਂਟ ਵਿਚ ਨਿੱਕੇ ਵਪਾਰੀ, ਕਿਰਿਆਣਾ ਦੁਕਾਨਾਂ ਦੇ ਮਾਲਕ, ਵਿਸ਼ੇਸ਼ੱਗ ਅਤੇ ਸਲਾਹਕਾਰ ਆਉਂਦੇ ਹਨ। ਮਿਸਾਲ ਲਈ, ਮੇਰਾ ਇਕ ਮਿੱਤਰ ਅਮੀਰਾਂ ਦੇ ਘਰਾਂ 'ਚ ਵੱਡੇ ਸਕ੍ਰੀਨ ਵਾਲੇ ਟੈਲੀਵਿਜ਼ਨ, ਫੋਨ ਸਿਸਟਮ ਅਤੇ ਸਿਕਿਉਰਟੀ ਸਿਸਟਮ ਲਾਉਂਦਾ ਹੈ। ਆਪਣੀ ਮਦਦ ਲਈ ਉਸ ਨੇ ਤਿੰਨ ਕਰਮਚਾਰੀ ਰੱਖੇ ਹੋਏ ਹਨ ਅਤੇ ਉਹ ਸਿਰਫ਼ ਤਿੰਨ ਲੋਕਾਂ ਦਾ ਬੱਸ ਬਣ ਕੇ ਖ਼ੁਸ਼ ਹੈ। ਉਹ ਪੱਕਾ ਅਤੇ ਮੇਹਨਤੀ ਐਸ ਹੈ। ਰੀਅਲ ਐਸਟੇਟ ਏਜੰਟਸ, ਬੀਮਾ ਬਰੋਕਰ ਆਦਿ ਕਮੀਸ਼ਨ ਤੇ ਕੰਮ ਕਰਣ ਵਾਲੇ ਸੈਲਜ਼ ਪੀਪੁਲ ਵੀ ਐਸ ਕੁਆਡਰੈਂਟ ਵਿਚ ਹੀ ਆਉਂਦੇ ਹਨ। ਐਸ ਕੁਆਡਰੈਂਟ ਵਿਚ ਪੇਸ਼ੇਵਰ ਲੋਕ ਵੀ ਭਰੇ ਪਏ ਹਨ, ਜਿਵੇਂ ਡਾਕਟਰ, ਵਕੀਲ ਅਤੇ ਅਕਾਉਂਟੈਂਟ, ਜਿਹੜੇ ਕਿਸੇ ਵੱਡੇ ਹਸਪਤਾਲ, ਕਾਨੂੰਨੀ ਜਾਂ ਅਕਾਉਂਟਿੰਗ ਕੰਪਨੀ ਵਿਚ ਕੰਮ ਨਾ ਕਰਦੇ ਹੋਣ।

ਐਸ ਕੁਆਡਰੈਂਟ ਵਿਚ ਰਹਿਣ ਵਾਲੇ ਲੋਕ ਅਕਸਰ ਆਪਣੇ ਦਿਮਾਗ਼ ਜਾਂ ਹੱਥਾਂ ਦੇ ਕੰਮ 'ਤੇ ਬੜਾ ਮਾਣ ਕਰਦੇ ਹਨ। ਜੇਕਰ ਉਨ੍ਹਾਂ ਦਾ ਕੋਈ ਸੂਤਰਵਾਕ ਹੁੰਦਾ, ਤਾਂ ਉਹ ਇਹ ਹੁੰਦਾ, "ਕੋਈ ਵੀ ਇਸ ਨੂੰ ਮੇਰੇ ਤੋਂ ਬੇਹਤਰ ਤਰੀਕੇ ਨਾਲ ਨਹੀਂ ਕਰਦਾ ਹੈ" ਜਾਂ ਫਿਰ ਇਹ ਹੁੰਦਾ, "ਮੇਰਾ ਤਰੀਕਾ ਹੀ ਸਭ ਤੋਂ ਜ਼ਿਆਦਾ ਠੀਕ ਹੈ।" ਬਹਰਹਾਲ, ਸੁਤੰਤਰਤਾ ਦੇ ਭੇਖ ਪਿੱਛੇ ਤੁਹਾਨੂੰ ਆਮ ਕਰਕੇ ਇਹ ਲੱਭੇਗਾ ਕਿ ਕਾਰੋਬਾਰ ਪ੍ਰਤਿ ਉਸ ਵਿਅਕਤੀ ਦੀ ਨੀਤੀ ਵਿਚ ਭਰੋਸੇ ਦੀ ਘਾਟ ਹੈ – ਉਸਦੀ ਇਹੀ ਨੀਤੀ ਜੀਵਨ ਦੇ ਪ੍ਰਤਿ ਵੀ ਹੁੰਦੀ ਹੈ, ਕਿਉਂਕਿ ਅਸੀਂ ਜਿਸ ਪ੍ਰਕਾਰ ਆਪਣੇ ਕਾਰੋਬਾਰ ਨੂੰ ਦੇਖਦੇ ਹਾਂ, ਉਸੇ ਤੋਂ ਪਤਾ ਚੱਲਦਾ ਹੈ ਕਿ ਅਸੀਂ *ਹਰ ਚੀਜ਼* ਨੂੰ ਕਿਵੇਂ ਦੇਖਦੇ ਹਾਂ।

ਐਸ ਕੁਆਡਰੈਂਟ ਦੇ ਵਿਅਕਤੀ ਨੂੰ ਆਮ ਤੌਰ ਉੱਤੇ ਕਮੀਸ਼ਨ ਮਿਲਦਾ ਹੈ ਜਾਂ ਫਿਰ ਕਿਸੇ ਕੰਮ ਵਿਚ ਲੱਗੇ ਸਮੇਂ ਦੇ ਆਧਾਰ ਉੱਤੇ ਭੁਗਤਾਨ ਮਿਲਦਾ ਹੈ। ਮਿਸਾਲ ਲਈ, ਇਸ ਕੁਆਡਰੈਂਟ ਦਾ ਵਿਅਕਤੀ ਇਹੋ ਜਿਹੇ ਸ਼ਬਦ ਕਹਿ ਸਕਦਾ ਹੈ, "ਮੇਰਾ ਕਮੀਸ਼ਨ ਕੁੱਲ ਖ਼ਰੀਦ ਦੇ ਭਾਅ ਦਾ 6 ਫੀਸਦੀ ਹੈ।" ਜਾਂ "ਮੇਰੀ ਫੀਸ 100 ਡਾਲਰ ਪ੍ਰਤਿ ਘੰਟਾ ਹੈ।" ਜਾਂ "ਲਾਗਤ ਤੋਂ ਇਲਾਵਾ ਮੈਂ 10 ਫੀਸਦੀ ਫ਼ੀਸ ਲੈਂਦਾ ਹਾਂ।"

ਜਦੋਂ ਵੀ ਮੈਂ ਈ ਜਾਂ ਐਸ ਕੁਆਡਰੈਂਟ ਦੇ ਕਿਸੇ ਵਿਅਕਤੀ ਨੂੰ ਮਿਲਦਾ ਹਾਂ, ਜਿਸ ਨੂੰ ਬੀ ਕੁਆਡਰੈਂਟ ਵਿਚ ਤਬਦੀਲ ਕਰਨ ਵਿਚ ਮੁਸ਼ਕਲ ਆ ਰਹੀ ਹੁੰਦੀ ਹੈ, ਤਾਂ ਮੈਨੂੰ ਆਮ ਤੌਰ ਤੇ ਇਹੋ ਜਿਹਾ ਵਿਅਕਤੀ ਦਿਖਦਾ ਹੈ, ਜਿਸਦੀ ਤਕਨੀਕੀ ਜਾਂ ਪ੍ਰਬੰਧਨ ਯੋਗਤਾਵਾਂ ਤਾਂ ਬੇਹਤਰੀਨ ਹਨ, ਲੇਕਨ ਉਨ੍ਹਾਂ ਵਿਚ ਅਗਵਾਈ ਕਰਨ ਦੀ ਯੋਗਤਾ ਦੀ ਬੜੀ ਘਾਟ ਹੈ। ਮੇਰੇ ਅਮੀਰ ਡੈਡੀ ਕਹਿੰਦੇ ਸਨ, "ਜੇਕਰ ਤੁਸੀਂ ਕਿਸੇ ਟੀਮ ਦੇ ਲੀਡਰ ਹੋ ਅਤੇ ਨਾਲ ਹੀ ਟੀਮ ਦੇ ਸਭ ਤੋਂ ਸਮਾਰਟ ਵਿਅਕਤੀ ਵੀ, ਤਾਂ ਤੁਹਾਡੀ ਟੀਮ ਸੰਕਟ ਵਿਚ ਹੈ।" ਐਸ ਕੁਆਡਰੈਂਟ ਵਾਲੇ ਲੋਕ ਆਮ ਕਰਕੇ ਟੀਮਾਂ ਨਾਲ ਜ਼ਿਆਦਾ ਚੰਗਾ ਕੰਮ ਨਹੀਂ ਕਰ ਪਾਉਂਦੇ। ਉਨ੍ਹਾਂ ਵਿਚ ਥੋੜ੍ਹੀ ਹੰਕਾਰ ਦੀ ਸਮੱਸਿਆ ਹੋ ਸਕਦੀ ਹੈ।

ਐਸ ਤੋਂ ਬੀ ਕੁਆਡਰੈਂਟ ਵਿਚ ਛਾਲ ਲਗਾਉਣ ਲਈ ਤੁਹਾਨੂੰ ਤਕਨੀਕੀ ਨਹੀਂ, ਬਲਕਿ ਅਗਵਾਈ ਯੋਗਤਾਵਾਂ ਵਿਚ ਉੱਚੀ ਛਾਲ ਲਾਉਣ ਦੀ ਲੋੜ ਹੁੰਦੀ ਹੈ। ਜਿਵੇਂ ਮੈਂ ਪਹਿਲਾਂ ਵੀ ਕਈ ਵਾਰੀ ਕਹਿ ਚੁੱਕਿਆ ਹਾਂ, ਅਸਲੀ ਦੁਨੀਆ ਵਿਚ ਏ ਗਰੈਡ ਵਾਲੇ ਵਿਦਿਆਰਥੀ ਆਮ ਤੌਰ ਉੱਤੇ ਸੀ ਗਰੈਡ ਵਿਦਿਆਰਥੀਆਂ ਲਈ ਕੰਮ ਕਰਦੇ ਹਨ – ਅਤੇ ਬੀ ਗਰੈਡ ਵਾਲੇ ਵਿਦਿਆਰਥੀ ਸਰਕਾਰ ਲਈ।

ਜੇਕਰ ਤੁਸੀਂ ਕਦੇ ਆਪਣੇ–ਆਪ ਨੂੰ ਇਹ ਕਹਿੰਦਿਆਂ ਸੁਣਿਆ ਹੋਵੇ, "ਜੇਕਰ ਤੁਸੀਂ ਕੋਈ ਕੰਮ ਸਹੀ ਕਰਨਾ ਚਾਹੁੰਦੇ ਹੋ, ਤਾਂ ਤੁਸੀਂ ਆਪ ਕਰੋ," ਜਾਂ ਤੁਸੀਂ ਆਪ ਇੰਜ ਸੋਚਦੇ ਹੋਵੋ, ਤਾਂ ਸ਼ਾਇਦ ਇਹ ਚੰਗਾ ਸਮਾਂ ਹੈ ਕਿ ਤੁਸੀਂ ਆਪਣੇ ਇਸ ਜੀਵਨ ਦਰਸ਼ਨ ਦੀ ਗੌਹ ਨਾਲ ਪੜਚੋਲ ਕਰੋ।

ਬੀ ਕੁਆਡਰੈਂਟ ਦੇ ਜੀਵਨਮੁੱਲ

"ਆਪਣੀ ਟੀਮ ਵਿਚ ਸ਼ਾਮਲ ਕਰਣ ਲਈ ਮੈਂ ਸਰੇਸ਼ਠ ਲੋਕਾਂ ਦੀ ਤਲਾਸ਼ ਕਰ ਰਿਹਾ ਹਾਂ।"

ਬੀ ਕੁਆਡਰੈਂਟ ਦੇ ਲੋਕਾਂ ਦਾ ਬੁਨਿਆਦੀ ਜੀਵਨਮੁੱਲ ਹੁੰਦਾ ਹੈ ਦੌਲਤ ਬਨਾਉਣਾ।

ਉਹ ਲੋਕ ਸਿਫ਼ਰ ਤੋਂ ਸ਼ੁਰੂਆਤ ਕਰਕੇ ਬੇਹਤਰੀਨ ਬੀ ਕੁਆਡਰੈਂਟ ਕਾਰੋਬਾਰ ਬਣਾਉਂਦੇ ਹਨ, ਉਹ ਅਕਸਰ ਜਬਰਦਸਤ ਉਦੇਸ਼ਾਂ ਵਾਲੇ ਹੁੰਦੇ ਹਨ, ਉਹ ਬੇਹਤਰੀਨ ਟੀਮ ਅਤੇ ਨਿਪੁੰਨ ਟੀਮਵਰਕ ਨੂੰ ਮਹੱਤਤਾ ਦਿੰਦੇ ਹਨ ਅਤੇ ਜ਼ਿਆਦਾਤਰ ਲੋਕਾਂ ਦੀ ਸੇਵਾ ਕਰਣਾ ਚਾਹੁੰਦੇ ਹਨ ਜਾਂ ਉਨ੍ਹਾਂ ਦੇ ਨਾਲ ਕੰਮ।

ਐਸ ਕੁਆਡਰੈਂਟ ਵਾਲਾ ਵਿਅਕਤੀ ਆਪਣੇ ਖੇਤਰ ਵਿਚ ਸਭ ਤੋਂ ਵਧੀਆ ਬਣਨਾ ਚਾਹੁੰਦਾ ਹੈ, ਜਦੋਂ ਕਿ ਬੀ ਕੁਆਡਰੈਂਟ ਵਾਲਾ ਵਿਅਕਤੀ ਇਹੋ ਜਿਹੇ ਲੋਕਾਂ ਨੂੰ ਆਪਣੀ ਟੀਮ ਵਿਚ ਰੱਖਣਾ ਚਾਹੁੰਦਾ ਹੈ, ਜਿਹੜਾ ਉਨ੍ਹਾਂ ਦੇ ਖੇਤਰਾਂ ਵਿਚ ਸਭ ਤੋਂ ਵਧੀਆ ਹੋਵੇ। ਹੈਨਰੀ ਫੋਰਡ ਆਪਣੇ–ਆਪ ਨੂੰ ਆਪਣੇ ਤੋਂ ਜ਼ਿਆਦਾ ਸਮਾਰਟ ਲੋਕਾਂ ਵਿਚ ਘੇਰੇ ਰੱਖਦੇ ਸਨ। ਆਮ ਕਰਕੇ, ਐਸ ਕੁਆਡਰੈਂਟ ਵਾਲਾ ਵਪਾਰੀ ਕਮਰੇ ਵਿਚ ਮੌਜੂਦ ਸਭ ਤੋਂ ਸਮਾਰਟ ਜਾਂ ਜੋਗ ਵਿਅਕਤੀ ਹੁੰਦਾ ਹੈ, ਲੇਕਨ ਇਹ ਬੀ ਕੁਆਡਰੈਂਟ ਵਾਲੇ ਕਾਰੋਬਾਰੀ ਦੇ ਮਾਮਲੇ ਵਿਚ ਸੱਚ ਨਹੀਂ ਹੁੰਦਾ।

ਜਦੋਂ ਤੁਸੀਂ ਬੀ ਕੁਆਡਰੈਂਟ ਦੇ ਕਿਸੇ ਵਪਾਰ ਦੇ ਮਾਲਕ ਹੁੰਦੇ ਹੋ, ਤਾਂ ਤੁਹਾਨੂੰ ਅਕਸਰ

ਆਪਣੇ ਤੋਂ ਜ਼ਿਆਦਾ ਸਿਆਣੇ, ਅਨੁਭਵੀ ਅਤੇ ਸਮਰੱਥ ਲੋਕਾਂ ਨਾਲ ਵਿਹਾਰ ਕਰਣਾ ਪੈਂਦਾ ਹੈ। ਮੇਰੇ ਅਮੀਰ ਡੈਡੀ ਕੋਲ ਕੋਈ ਓਪਚਾਰਕ ਸਿਖਿਆ ਨਹੀਂ ਸੀ, ਲੇਕਨ ਮੈਂ ਉਨ੍ਹਾਂ ਨੂੰ ਬੈਂਕਰਜ਼, ਵਕੀਲਾਂ, ਅਕਾਊਂਟੈਂਟਸ, ਨਿਵੇਸ਼ ਸਲਾਹਕਾਰਾਂ ਅਤੇ ਵਿਸ਼ੇਸ਼ੱਗਾਂ ਨਾਲ ਸਫਲਤਾਪੂਰਵਕ ਗੱਲਾਂ ਕਰਦਿਆਂ ਦੇਖਦਾ ਸੀ, ਜਿਨ੍ਹਾਂ ਵਿਚ ਕਈਆਂ ਕੋਲ ਤਾਂ ਬੜੀ ਉੱਚੀਆਂ-ਉੱਚੀਆਂ ਡਿਗਰੀਆਂ ਵੀ ਹੁੰਦੀਆਂ ਸਨ। ਆਪਣੇ ਅਨੇਕਾਂ ਕਾਰੋਬਾਰਾਂ ਲਈ ਪੂੰਜੀ ਜੁਟਾਣ ਵੇਲੇ ਉਨ੍ਹਾਂ ਨੂੰ ਅਕਸਰ ਇਹੋ ਜਿਹੇ ਲੋਕਾਂ ਨਾਲ ਸੰਪਰਕ ਕਰਣਾ ਪੈਂਦਾ ਸੀ, ਜਿਹੜੇ ਉਨ੍ਹਾਂ ਤੋਂ ਜ਼ਿਆਦਾ ਅਮੀਰ ਹੁੰਦੇ ਸਨ। ਜੇਕਰ ਉਹ ਇਸ ਸੂਤਰਵਾਕ ਅਨੁਸਾਰ ਜਿਊਣ, "ਜੇਕਰ ਤੁਸੀਂ ਕੋਈ ਕੰਮ ਸਹੀ ਚਾਹੁੰਦੇ ਹੋ, ਤਾਂ ਉਸ ਨੂੰ ਆਪਣੇ-ਆਪ ਕਰੋ," ਤਾਂ ਉਹ ਆਖ਼ਰਕਾਰ ਪੂਰੀ ਤਰ੍ਹਾਂ ਅਸਫਲ ਹੋ ਜਾਂਦੇ।

ਜਦੋਂ ਆਮਦਨ ਦੀ ਗੱਲ ਆਉਂਦੀ ਹੈ, ਤਾਂ ਸੱਚਾ ਬੀ ਕੁਆਡਰੈਂਟ ਵਾਲਾ ਵਿਅਕਤੀ ਵੀਂਹ ਸਾਬਤ ਹੁੰਦਾ ਹੈ। ਉਹ ਆਪਣਾ ਕਾਰੋਬਾਰ ਛੱਡ ਕੇ ਭਾਵੇਂ ਕਿਤੇ ਵੀ ਚਲਾ ਜਾਵੇ ਤਾਂ ਵੀ ਉਸਦੀ ਆਮਦਨ ਹੁੰਦੀ ਰਹੇਗੀ। ਦੂਜੇ ਪਾਸੇ, ਜੇਕਰ ਐਸ ਕੁਆਡਰੈਂਟ ਦਾ ਕੋਈ ਵਿਅਕਤੀ ਕੰਮ ਕਰਣਾ ਛੱਡ ਦੇਵੇ, ਤਾਂ ਜ਼ਿਆਦਾਤਰ ਮਾਮਲਿਆਂ ਵਿਚ ਉਸਦੀ ਆਮਦਨ ਰੁੱਕ ਜਾਵੇਗੀ। ਇਸ ਲਈ ਇਸੇ ਸਮੇਂ ਤੁਹਾਨੂੰ ਆਪਣੇ-ਆਪ ਤੋਂ ਇਹ ਸਵਾਲ ਪੁੱਛਣਾ ਚਾਹੀਦਾ ਹੈ, "ਜੇਕਰ ਮੈਂ ਅੱਜ ਕੰਮ ਕਰਣਾ ਛੱਡ ਦਿਆਂ, ਤਾਂ ਇਸ ਤੋਂ ਬਾਅਦ ਵੀ ਮੈਨੂੰ ਕਿੰਨੀ ਆਮਦਨ ਹੁੰਦੀ ਰਹੇਗੀ?" ਜੇਕਰ ਤੁਹਾਡੀ ਆਮਦਨ ਛੇ ਮਹੀਨੇ ਜਾਂ ਉਸ ਤੋਂ ਵੀ ਘੱਟ ਸਮੇਂ ਵਿਚ ਖ਼ਤਮ ਹੋ ਜਾਂਦੀ ਹੈ, ਤਾਂ ਇਸ ਗੱਲ ਦੀ ਸੰਭਾਵਨਾ ਹੈ ਕਿ ਤੁਸੀਂ ਈ ਜਾਂ ਐਸ ਕੁਆਡਰੈਂਟ ਵਿਚ ਰਹਿ ਰਹੇ ਹੋ। ਬੀ ਜਾਂ ਆਈ ਕੁਆਡਰੈਂਟ ਵਾਲਾ ਵਿਅਕਤੀ ਸਾਲਾਂ ਤੱਕ ਕੰਮ ਨਾ ਕਰੇ ਤਾਂ ਵੀ ਉਸ ਨੂੰ ਪੈਸਾ ਮਿਲਦਾ ਰਹੇਗਾ।

ਆਈ ਕੁਆਡਰੈਂਟ ਦੇ ਜੀਵਨਮੁੱਲ

"ਨਿਵੇਸ਼ ਤੋਂ ਮੈਨੂੰ ਕਿੰਨਾ ਮੁਨਾਫ਼ਾ ਹੋ ਰਿਹਾ ਹੈ।"

ਆਈ ਕੁਆਡਰੈਂਟ ਦੇ ਲੋਕ ਜਿਸ ਚੀਜ਼ ਨੂੰ ਸਭ ਤੋਂ ਜ਼ਿਆਦਾ ਮਹੱਤਵ ਦਿੰਦੇ ਹਨ, ਉਹ ਹੈ *ਆਰਥਕ ਸੁਤੰਤਰਤਾ*। ਨਿਵੇਸ਼ਕ ਨੂੰ ਇਹ ਵਿਚਾਰ ਪਸੰਦ ਹੁੰਦਾ ਹੈ ਕਿ ਉਸਦੇ ਬਜਾਇ ਉਸਦਾ ਪੈਸਾ ਮੇਹਨਤ ਕਰੇ।

ਨਿਵੇਸ਼ਕ ਕਈ ਚੀਜ਼ਾਂ ਵਿਚ ਨਿਵੇਸ਼ ਕਰਦੇ ਹਨ। ਉਹ ਸੋਨੇ ਦੇ ਸਿੱਕਿਆਂ, ਜਮੀਨ-ਜਾਇਦਾਦ, ਕੰਪਨੀਆਂ ਜਾਂ ਸਟਾੱਕਸ, ਬਾਂਡਸ ਅਤੇ ਮਿਊਚਲ ਫੰਡਜ਼ ਵਰਗੀਆਂ ਕਾਗਜ਼ੀ ਸੰਪੱਤੀਆਂ ਵਿਚ ਵੀ ਨਿਵੇਸ਼ ਕਰ ਸਕਦੇ ਹਨ।

ਜੇਕਰ ਤੁਸੀਂ ਅਮੀਰ ਬਣਨਾ ਚਾਹੁੰਦੇ ਹੋ, ਤਾਂ *ਤੁਹਾਨੂੰ ਆਪਣੇ ਰਹਿਣ ਦੀ ਥਾਂ ਬਦਲਣੀ* ਹੋਵੇਗੀ। ਇਸ ਲਈ ਤੁਹਾਨੂੰ ਕਿਸੇ ਨਵੀਂ ਨੌਕਰੀ ਦੀ ਲੋੜ ਨਹੀਂ ਹੈ; ਤੁਹਾਨੂੰ ਤਾਂ ਇਕ ਨਵੇਂ *ਐਡਰੇਸ* ਦੀ ਲੋੜ ਹੈ।

ਜੇਕਰ ਤੁਹਾਡੀ ਆਮਦਨੀ ਵਿਅਕਤੀਗਤ ਨਿਵੇਸ਼ ਗਿਆਨ ਦੀ ਬਜਾਇ ਕੰਪਨੀ ਜਾਂ

ਸਰਕਾਰ ਦੀ ਪੈਨਸ਼ਨ ਯੋਜਨਾ ਨਾਲ ਹੁੰਦੀ ਹੈ, ਤਾਂ ਇਹ ਈ ਕੁਆਡਰੈਂਟ ਦੀ ਆਮਦਨ ਹੈ। ਦੂਜੇ ਸ਼ਬਦਾਂ 'ਚ, ਤੁਹਾਡੀ ਸਾਲਾਂ ਦੀ ਸੇਵਾ ਬਦਲੇ ਤੁਹਾਡਾ ਬੌਸ ਜਾਂ ਕੰਪਨੀ ਤੁਹਾਨੂੰ ਹੁਣ ਵੀ ਭੁਗਤਾਨ ਕਰ ਰਹੀ ਹੈ।

ਆਈ ਕੁਆਡਰੈਂਟ ਦਾ ਨਿਵੇਸ਼ਕ ਇਸ ਪ੍ਰਕਾਰ ਦੀਆਂ ਗੱਲਾਂ ਕਹਿ ਸਕਦਾ ਹੈ, "ਮੈਨੂੰ ਆਪਣੀ ਸੰਪੱਤੀਆਂ ਉੱਤੇ 20 ਫੀਸਦੀ ਮੁਨਾਫ਼ਾ ਹੋ ਰਿਹਾ ਹੈ," ਜਾਂ "ਕੰਪਨੀ ਦੇ ਆਰਥਕ ਵੇਰਵੇ ਦਿਓ," ਜਾਂ "ਜਾਇਦਾਦ ਉੱਤੇ ਕਿੰਨਾ ਮੈਂਟੇਨੈਂਸ ਬਾਕੀ ਹੈ?"

ਵੱਖ-ਵੱਖ ਕੁਆਡਰੈਂਟ, ਅਸਧਾਰਣ ਨਿਵੇਸ਼ਕ

ਅਜੋਕੇ ਸੰਸਾਰ ਵਿਚ ਸਾਨੂੰ ਸਾਰਿਆਂ ਨੂੰ ਨਿਵੇਸ਼ਕ ਬਣਨਾ ਚਾਹੀਦਾ ਹੈ। ਬਹਰਹਾਲ, ਸਾਡੀ ਸਿਖਿਆ ਨੀਤੀ ਸਾਨੂੰ ਨਿਵੇਸ਼ ਬਾਰੇ ਜ਼ਿਆਦਾ ਕੁੱਝ ਨਹੀਂ ਸਿਖਾਉਂਦੀ। ਓਹ, ਮੈਂ ਜਾਣਦਾ ਹਾਂ ਕਿ ਕੁੱਝ ਸਕੂਲਾਂ ਵਿਚ ਸ਼ੇਅਰ ਚੁਣਨਾ ਸਿਖਾਇਆ ਜਾਂਦਾ ਹੈ, ਲੇਕਨ ਇਹ ਨਿਵੇਸ਼ ਨਹੀਂ ਹੈ; ਇਹ ਤਾਂ ਜੂਆ ਹੈ।

ਸਾਲਾਂ ਪਹਿਲੇਂ ਅਮੀਰ ਡੈਡੀ ਨੇ ਮੈਨੂੰ ਦੱਸਿਆ ਸੀ ਕਿ ਜ਼ਿਆਦਾਤਰ ਕਰਮਚਾਰੀ ਮਿਊਚਲ ਫੰਡਜ਼ ਜਾਂ ਬਚਤ ਵਿਚ ਨਿਵੇਸ਼ ਕਰਦੇ ਹਨ। ਉਨ੍ਹਾਂ ਨੇ ਇਹ ਵੀ ਕਿਹਾ ਸੀ, "ਜੇਕਰ ਤੁਸੀਂ ਈ, ਐਸ ਜਾਂ ਬੀ ਵਿਚੋਂ ਕਿਸੇ ਇਕ ਕੁਆਡਰੈਂਟ ਵਿਚ ਸਫਲ ਹੋ, ਤਾਂ ਇਸਦਾ ਇਹ ਮਤਲਬ ਨਹੀਂ ਹੈ ਕਿ ਤੁਸੀਂ ਆਈ ਕੁਆਡਰੈਂਟ ਵਿਚ ਵੀ ਸਫਲ ਹੋਵੋਗੇ। ਡਾਕਟਰ ਆਮ ਕਰਕੇ ਸਭ ਤੋਂ ਮਾੜੇ ਨਿਵੇਸ਼ਕ ਹੁੰਦੇ ਹਨ।"

ਅਮੀਰ ਡੈਡੀ ਨੇ ਮੈਨੂੰ ਇਹ ਵੀ ਦੱਸਿਆ ਕਿ ਵੱਖ-ਵੱਖ ਕੁਆਡਰੈਂਟ ਵਾਲੇ ਲੋਕ ਅੱਡ-ਅੱਡ ਤਰੀਕਿਆਂ ਨਾਲ ਨਿਵੇਸ਼ ਕਰਦੇ ਹਨ। ਮਿਸਾਲ ਲਈ, ਐਸ ਕੁਆਡਰੈਂਟ ਵਾਲਾ ਵਿਅਕਤੀ ਇਹ ਕਹਿ ਸਕਦਾ ਹੈ, "ਮੈਂ ਰੀਅਲ ਐਸਟੇਟ ਵਿਚ ਨਿਵੇਸ਼ ਨਹੀਂ ਕਰਨਾ ਚਾਹੁੰਦਾ, ਕਿਉਂਕਿ ਮੈਂ ਟਾਇਲੈਟ ਠੀਕ ਕਰਣ ਦਾ ਚਾਹਵੰਦ ਨਹੀਂ ਹਾਂ।" ਨਿਵੇਸ਼ ਦੀ ਇਹੀ ਚੁਣੌਤੀ ਸਾਹਮਣੇ ਆਉਣ ਉੱਤੇ ਬੀ ਕੁਆਡਰੈਂਟ ਵਾਲਾ ਵਿਅਕਤੀ ਕਹਿ ਸਕਦਾ ਹੈ, "ਰਾਤੀਂ ਟਾਇਲੈਟਸ ਦੀ ਮੁਰੰਮਤ ਕਰਾਉਣ ਲਈ ਮੈਂ ਕਿਸੇ ਚੰਗੇ ਪ੍ਰਾਪਰਟੀ ਮੈਨੇਜ਼ਮੈਂਟ ਕੰਪਨੀ ਦੀਆਂ ਸੇਵਾਵਾਂ ਲੈ ਸਕਦਾ ਹਾਂ।" ਦੂਜੇ ਸ਼ਬਦਾਂ 'ਚ, ਐਸ ਕੁਆਡਰੈਂਟ ਵਾਲਾ ਨਿਵੇਸ਼ਕ ਇਹ ਸੋਚੇਗਾ ਕਿ ਉਸ ਨੂੰ ਜਾਇਦਾਦ ਦੀ ਦੇਖਭਾਲ ਆਪੇ ਕਰਣੀ ਹੈ, ਜਦੋਂ ਕਿ ਬੀ ਕੁਆਡਰੈਂਟ ਦਾ ਨਿਵੇਸ਼ਕ ਸਹੀ ਦੇਖਭਾਲ ਕਰਨ ਲਈ ਕਿਸੇ ਦੂਜੀ ਕੰਪਨੀ ਦੀਆਂ ਸੇਵਾਵਾਂ ਲਏਗਾ। ਵੱਖਰੇ-ਵੱਖਰੇ ਲੋਕ, ਅੱਡ-ਅੱਡ ਮਾਨਸਕਤਾਵਾਂ; ਵੱਖਰੇ-ਵੱਖਰੇ ਕੁਆਡਰੈਂਟਸ, ਅੱਡ-ਅੱਡ ਜੀਵਨਮੁੱਲ।

ਹੁਣ ਤਾਂਈ ਤੁਸੀਂ ਸ਼ਾਇਦ ਅੰਦਾਜ਼ਾਂ ਲਾ ਲਿਆ ਹੋਵੇਗਾ ਕਿ ਮੈਂ ਕਿਹੜੇ ਪਾਸੇ ਜਾ ਰਿਹਾ ਹਾਂ। ਇਹ ਦਰਅਸਲ ਇਕ ਬੜੀ ਹੀ ਸੌਖੀ ਚੀਜ਼ ਨਾਲ ਤੈਅ ਹੁੰਦਾ ਹੈ। ਜੇਕਰ ਤੁਸੀਂ ਅਮੀਰ ਬਣਨਾ ਚਾਹੁੰਦੇ ਹੋ। *ਤਾਂ ਤੁਹਾਨੂੰ ਆਪਣੇ ਰਹਿਣ ਦੀ ਥਾਂ ਬਦਲਣੀ ਹੋਵੇਗੀ।* ਇਸ ਲਈ ਤੁਹਾਨੂੰ ਕਿਸੇ ਨਵੀਂ ਨੌਕਰੀ ਦੀ ਲੋੜ ਨਹੀਂ ਹੈ; ਤੁਹਾਨੂੰ ਤਾਂ ਬੱਸ ਇਕ ਨਵੇਂ ਐਡਰੇਸ ਦੀ ਲੋੜ ਹੈ।

ਜੇਕਰ ਤੁਸੀਂ ਆਪਣੇ ਜੀਵਨ ਅਤੇ ਤਕਦੀਰ ਉੱਤੇ ਕਾਬੂ ਕਰਣਾ ਚਾਹੁੰਦੇ ਹੋ, ਜੇਕਰ ਤੁਸੀਂ

ਅਸਲੀ ਸੁਤੰਤਰਤਾ – ਭਾਵ ਆਪਣੇ ਮਨਭਾਉਂਦੇ ਨਿਸ਼ਾਨੇ ਲਾਉਣ, ਆਪਣੀ ਰੋਜ਼ਾਨੇ ਦੇ ਕਾਰ-ਵਿਹਾਰ ਨੂੰ ਨਿਰਧਾਰਤ ਕਰਨ, ਆਪਣੇ ਪਰਿਵਾਰ ਨਾਲ ਅਤੇ ਇਕੱਲਿਆ ਸਮਾਂ ਬਤੀਤ ਕਰਣ, ਆਪਣੇ ਮਨਪਸੰਦ ਕੰਮ ਕਰਣ ਦੀ ਸੁਤੰਤਰਤਾ – ਚਾਹੁੰਦੇ ਹੋ, ਜੇਕਰ ਤੁਸੀਂ ਉਹੀ ਜਿਹਾ ਜੀਵਨ ਜੋਸ਼ ਨਾਲ ਭਰਿਆ, ਰੁਮਾਂਚਪੂਰਨ ਅਤੇ ਤਸੱਲੀਬਖ਼ਸ਼ ਜੀਵਨ ਜਿਊਣਾ ਚਾਹੁੰਦੇ ਹੋ, ਜਿਸ ਲਈ ਤੁਹਾਨੂੰ ਇਸ ਪਰਿਥਵੀਂ ਉੱਤੇ ਭੇਜਿਆ ਗਿਆ ਹੈ, ਭਾਵ ਸੰਖੇਪ ਵਿਚ, ਜੇਕਰ ਤੁਸੀਂ *ਅਮੀਰ ਬਣਨਾ* ਅਤੇ *ਅਮੀਰਾਂ ਵਾਂਗ ਜੀਵਨ ਜਿਊਣਾ*ਚਾਹੁੰਦੇ ਹੋ, ਤਾਂ ਹੁਣ ਸਮਾਂ ਆ ਗਿਆ ਹੈ ਕਿ ਤੁਸੀਂ ਆਪਣਾ ਬਿਸਤਰ-ਬੋਰੀਆਂ ਬੰਨ੍ਹ ਕੇ ਕਿਸੀ ਦੂਜੀ ਥਾਂ ਚਲੇ ਜਾਓ।

ਹੁਣ ਸਮਾਂ ਆ ਗਿਆ ਹੈ ਕਿ ਤੁਸੀਂ ਚਾਰਟ ਦੇ ਖੱਬੇ ਪਾਸੇ ਤੋਂ ਨਿਕਲ ਕੇ ਬੀ ਅਤੇ ਆਈ ਕੁਆਡਰੈਂਟਸ ਵੱਲ ਪੁੱਜ ਜਾਓ।

ਅਧਿਆਇ 5

ਉਦਮੀ ਦੀ ਮਾਨਸਿਕਤਾ

ਕਾੱਲਜ ਪੂਰਾ ਕਰਣ ਤੋ ਬਾਅਦ ਮੈਂ ਐਮਬੀਏ ਕਰਣ ਲਈ ਇਕ ਰਵਾਇਤੀ ਬਿਜ਼ਨਿਸ ਸਕੂਲ ਵਿਚ ਨਾਂ ਲਿਖਾ ਲਿਆ, ਤਾਂ ਜੁ ਮੈਂ ਇਕ ਸਿਖਲਾਈ ਪ੍ਰਾਪਤ ਅਤੇ ਸਿਖਿਅਤ ਉਧਮੀ ਬਣ ਸਕਾਂ। ਬਹਰਹਾਲ, ਨੌ ਮਹੀਨਿਆਂ ਬਾਅਦ ਹੀ ਮੈਂ ਬਿਜ਼ਨਿਸ ਸਕੂਲ ਛੱਡ ਦਿੱਤਾ। ਇਹ ਕਹਿਣ ਦੀ ਲੋੜ ਨਹੀਂ ਹੈ ਕਿ ਉੱਥੋਂ ਨਿਕਲਣ ਸਮੇਂ ਮੈਨੂੰ ਐਮਬੀਏ ਦੀ ਡਿਗਰੀ ਨਹੀਂ ਸੀ ਮਿਲੀ।

ਅੱਜਕੱਲ੍ਹ ਬਿਜ਼ਨਿਸ ਸਕੂਲ ਮੈਨੂੰ ਅਕਸਰ ਉਦਮਤਾ ਦੀਆਂ ਕਲਾਸਾਂ ਵਿਚ ਵਿਦਿਆਰਥੀਆਂ ਸਾਮ੍ਹਣੇ ਭਾਸ਼ਣ ਦੇਣ ਲਈ ਸੱਦਾ ਦੇਣ ਲੱਗੇ ਹਨ। ਮੈਨੂੰ ਸ਼ਾਇਦ ਇਹ ਦੱਸਣ ਦੀ ਕੋਈ ਲੋੜ ਵੀ ਨਹੀਂ ਹੈ ਕਿ ਕਈ ਵਾਰੀ ਇਹ ਮੈਨੂੰ ਬੜਾ ਅਜੀਬ ਲੱਗਦਾ ਹੈ।

ਇਹ ਵਿਦਿਆਰਥੀ ਅਕਸਰ ਮੈਨੂੰ ਜਿਹੜੇ ਆਮ ਸਵਾਲ ਪੁੱਛਦੇ ਹਨ, ਉਹ ਇੰਜ ਹੁੰਦੇ ਹਨ, "ਮੈਨੂੰ ਨਿਵੇਸਕ ਕਿੱਥੋਂ ਮਿਲਣਗੇ?" ਅਤੇ "ਮੈਂ ਪੂੰਜੀ ਕਿਵੇਂ ਇਕੱਤਰ ਕਰਾਂਗਾ?" ਮੈਂ ਇਨ੍ਹਾਂ ਸਵਾਲਾਂ ਨੂੰ ਬਖ਼ੂਬੀ ਸਮਝਦਾ ਹਾਂ, ਕਿਉਂਕਿ ਇਨ੍ਹਾਂ ਨੇ ਮੈਨੂੰ ਬੜਾ ਤੰਗ ਕੀਤਾ ਸੀ, ਜਦੋਂ ਮੈਂ ਰਵਾਇਤੀ ਨੌਕਰੀ ਦੀ ਸੁਰੱਖਿਆ ਨੂੰ ਛੱਡ ਆਪ ਉਦਮੀ ਬਣ ਗਿਆ ਸੀ। ਨਾ ਤੇ ਮੇਰੇ ਕੋਲ ਪੈਸੇ ਸਨ ਅਤੇ ਨਾ ਹੀ ਕੋਈ ਮੇਰੇ ਕਾਰੋਬਾਰ ਵਿਚ ਨਿਵੇਸ਼ ਕਰਣਾ ਚਾਹੁੰਦਾ ਸੀ। ਵੱਡੇ-ਵੱਡੇ ਵੈਂਚਰ ਕੈਪੀਟਲ ਫ਼ਰਮਾਂ ਮੇਰੇ ਦਰਵਾਜ਼ੇ ਉੱਤੇ ਦਸਤਕ ਨਹੀਂ ਸੀ ਦੇਂਦੀਆਂ।

ਤਾਂ ਮੈਂ ਬਿਜ਼ਨਿਸ ਸਕੂਲ ਦੇ ਇਨ੍ਹਾਂ ਵਿਦਿਆਰਥੀਆਂ ਨੂੰ ਕੀ ਜਵਾਬ ਦੇਂਦਾ ਹਾਂ? ਮੈਂ ਉਨ੍ਹਾਂ ਨੂੰ ਕਹਿੰਦਾ ਹਾਂ, "ਤੁਸੀਂ ਬਸ ਇਸ ਨੂੰ ਕਰ ਦਿੰਦੇ ਹੋ। ਤੁਸੀਂ ਇਸ ਨੂੰ ਇਸ ਲਈ ਕਰਦੇ ਹੋ, ਕਿਉਂਕਿ ਤੁਹਾਨੂੰ ਇਹ *ਕਰਣਾ ਹੀ* ਹੁੰਦਾ ਹੈ। ਜੇਕਰ ਤੁਸੀਂ ਇੰਜ ਨਹੀਂ ਕਰਦੇ, ਤਾਂ ਕਾਰੋਬਾਰ ਤੋਂ

ਆਪਣਾ ਕਾਰੋਬਾਰ ਸ਼ੁਰੂ ਕਰਨ ਲਈ ਤੁਹਾਨੂੰ ਪੂੰਜੀ ਜੁਟਾਣ ਦੀ ਕੋਈ ਲੋੜ *ਨਹੀਂ* ਹੁੰਦੀ, ਕਿਉਂਕਿ ਇਹ ਕੰਮ ਤਾਂ ਤੁਹਾਡੇ ਲਈ ਕੋਈ ਦੂਜਾ ਪਹਿਲਾਂ ਤੋਂ ਹੀ ਕਰ ਚੁੱਕਿਆ ਹੈ। ਲੇਕਨ ਤੁਹਾਨੂੰ ਆਪਣਾ ਕਾਰ-ਵਿਹਾਰ ਆਪ ਸਥਾਪਤ ਕਰਣਾ ਪੈਂਦਾ ਹੈ!

ਬਾਹਰ ਹੋ ਜਾਂਦੇ ਹੋ।"

"ਅੱਜ ਹਾਲਾਂਕਿ ਮੇਰੇ ਕੋਲ ਕਾਫ਼ੀ ਪੈਸਾ ਹੈ, ਲੇਕਨ ਮੈਂ ਸਿਰਫ਼ ਪੂੰਜੀ ਜੁਟਾਉਂਦਾ ਹਾਂ। ਕਿਸੇ ਉਦਮੀ ਲਈ ਇਹ ਨੰ. 1 ਕੰਮ ਹੈ। ਅਸੀਂ ਤਿੰਨ ਸਮੂਹਾਂ ਤੋਂ ਪੂੰਜੀ ਜੁਟਾਂਦੇ ਹਾਂ : ਗਾਹਕ, ਨਿਵੇਸ਼ਕ ਅਤੇ ਕਰਮਚਾਰੀ। ਉਦਮੀ ਦੇ ਤੌਰ ਤੇ ਤੁਹਾਡਾ ਕੰਮ ਗਾਹਕਾਂ ਨੂੰ ਆਪਣੇ ਪ੍ਰੋਡੈਕਟਸ ਖਰੀਦਣ ਵਾਸਤੇ ਪ੍ਰੇਰਤ ਕਰਣਾ ਹੈ। ਜੇਕਰ ਤੁਹਾਨੂੰ ਗਾਹਕ ਮਿਲ ਸਕਣ, ਜਿਹੜੇ ਤੁਹਾਡੇ ਪ੍ਰੋਡੈਕਟਸ ਨੂੰ ਖ਼ਰੀਦਣ ਬਦਲੇ ਤੁਹਾਨੂੰ ਪੈਸੇ ਦੇਣ, ਤਾਂ ਤੁਹਾਡੇ ਨਿਵੇਸ਼ਕ ਤੁਹਾਨੂੰ ਬੜਾ ਸਾਰਾ ਪੈਸਾ ਦੇਣਗੇ ਅਤੇ ਜੇਕਰ ਤੁਹਾਡੇ ਕੋਲ ਕਰਮਚਾਰੀ ਹਨ, ਤਾਂ ਤੁਹਾਡਾ ਕੰਮ ਉਨ੍ਹਾਂ ਨੂੰ ਦਿੱਤੀ ਜਾਣ ਵਾਲੀ ਤਨਖ਼ਾਹ ਤੋਂ ਘੱਟੋਘੱਟ ਦਸ ਗੁਣਾ ਜ਼ਿਆਦਾ ਉਤਪਾਦਨ ਕਰਾਉਣਾ ਹੈ। ਜੇਕਰ ਤੁਸੀਂ ਆਪਣੇ ਕਰਮਚਾਰੀਆਂ ਤੋਂ ਉਨ੍ਹਾਂ ਦੀ ਤਨਖ਼ਾਹ ਦਾ ਦਸ ਗੁਣਾ ਉਤਪਾਦਨ ਨਹੀਂ ਕਰਵਾ ਸਕਦੇ, ਤਾਂ ਤੁਸੀਂ ਕਾਰੋਬਾਰ ਤੋਂ ਬਾਹਰ ਹੋ ਜਾਂਦੇ ਹੋ ਅਤੇ ਜੇਕਰ ਇੰਜ ਹੁੰਦਾ ਹੈ, ਤਾਂ ਫਿਰ ਤੁਹਾਨੂੰ ਪੂੰਜੀ ਜੁਟਾਉਣ ਦੀ ਕੋਈ ਲੋੜ ਹੀ ਨਹੀਂ ਰਹਿ ਜਾਂਦੀ।"

ਇਹ ਉਹ ਜਵਾਬ *ਨਹੀਂ* ਹੈ, ਜਿਸਦੀ ਜ਼ਿਆਦਾਤਰ ਐਮਬੀਏ ਵਿਦਿਆਰਥੀਆਂ ਨੂੰ ਤਲਾਸ਼ ਹੁੰਦੀ ਹੈ। ਜ਼ਿਆਦਾਤਰ ਨੂੰ ਤਾਂ ਕਿਸੇ ਜਾਦੂਈ ਫ਼ਾਰਮੂਲੇ, ਕਿਸੇ ਰਹੱਸਮਈ ਨੁਸਖ਼ੇ ਜਾਂ ਅਮੀਰ ਬਣਨ ਦੀ ਫਟਾਫਟ ਵਪਾਰਕ ਯੋਜਨਾ ਦੀ ਤਲਾਸ਼ ਰਹਿੰਦੀ ਹੈ। ਮੇਰੇ ਇਸ ਜਵਾਬ ਦੀ ਆਸ ਤਾਂ ਸ਼ਾਇਦ ਉਨ੍ਹਾਂ ਦੇ ਟੀਚਰਾਂ ਨੂੰ ਵੀ ਨਹੀਂ ਹੁੰਦੀ, ਕਿਉਂਕਿ ਜਦੋਂ ਮੈਂ ਇਹ ਗੱਲ ਬੋਲਦਾ ਹਾਂ, ਤਦੋਂ ਉਹ ਤਿਲਮਿਲਾ ਰਹੇ ਹੁੰਦੇ ਹਨ। ਕਿਉਂ? ਕਿਉਂਕਿ ਭਾਵੇਂ ਉਹ ਉਦਮਤਾ *ਸਿਖਾਉਂਦੇ* ਹਨ, ਲੇਕਨ ਉਨ੍ਹਾਂ ਵਿਚੋਂ ਜ਼ਿਆਦਾਤਰ ਆਪ ਉਦਮੀ ਨਹੀਂ ਹੁੰਦੇ। ਉਨ੍ਹਾਂ ਕੋਲ ਤਾਂ ਸਥਾਈ ਤਨਖ਼ਾਹ ਵਾਲੀ ਸਥਾਈ ਨੌਕਰੀ ਹੁੰਦੀ ਹੈ ਅਤੇ ਉਹ ਲੰਮੇ ਸਮੇਂ ਤਕ ਉਹੀ ਕੰਮ ਕਰਣ ਦੀ ਆਸ ਰੱਖਦੇ ਹਨ।

ਮੇਰਾ ਮੁੱਦਾ ਇਹ ਨਹੀਂ ਹੈ ਕਿ ਹਰ ਕਾਰੋਬਾਰ ਲਈ ਤੁਹਾਨੂੰ ਪੂੰਜੀ ਜੁਟਾਉਣੀ ਪੈਂਦੀ ਹੈ। ਅਸਲ ਵਿਚ, ਜਿਸ ਬਿਜ਼ਨਿਸ ਮੱਡਲ ਬਾਰੇ ਮੈਂ ਤੁਹਾਨੂੰ ਇਸ ਪੁਸਤਕ ਰਾਹੀਂ ਦੱਸਣ ਵਾਲਾ ਹਾਂ ਉਸ ਵਿਚ ਆਪਣਾ ਵਪਾਰ ਸ਼ੁਰੂ ਕਰਣ ਲਈ ਪੂੰਜੀ ਜੁਟਾਉਣ ਦੀ ਕੋਇ ਲੋੜ *ਨਹੀਂ* ਹੁੰਦੀ, ਕਿਉਂਕਿ ਇਹ ਕੰਮ ਤਾਂ ਤੁਹਾਡੇ ਲਈ ਕੋਈ ਦੂਜਾ ਹੀ ਕਰ ਚੁੱਕਿਆ ਹੈ। ਲੇਕਨ ਤੁਹਾਨੂੰ ਆਪਣਾ ਕਾਰੋਬਾਰ ਆਪ ਸਥਾਪਤ ਕਰਣਾ ਪੈਂਦਾ ਹੈ।

ਮੇਰਾ ਮੂਲ ਮੁੱਦਾ ਇਹ ਹੈ ਕਿ ਉਦਮੀ ਦੀ ਇਸ ਪਰਿਭਾਸ਼ਾ ਉੱਤੇ ਗੌਰ ਕਰੋ : *ਤੁਸੀਂ ਚੀਜ਼ਾਂ ਨੂੰ ਘਟਤ ਕਰਵਾਉਂਦੇ ਹੋ।* ਤੁਸੀਂ ਯਾਤਰੂਆਂ ਦੀ ਲਾਈਨ ਤੋਂ ਬਾਹਰ ਨਿਕਲਦੇ ਹੋ, ਬਸ ਦੇ ਅਗਲੇ ਹਿੱਸੇ ਤਕ ਚੱਲ ਕੇ ਜਾਂਦੇ ਹੋ ਅਤੇ ਆਪਣੇ ਜੀਵਨ ਦੀ ਡ੍ਰਾਇਵਿੰਗ ਸੀਟ ਉੱਤੇ ਬੈਠ ਜਾਂਦੇ ਹੋ।

ਉਦਮੀ ਬਣਨ ਲਈ ਕਿਹੜੀ ਚੀਜ਼ ਦੀ ਲੋੜ ਹੁੰਦੀ ਹੈ?

ਉਦਮੀ ਹੀ ਸੰਸਾਰ ਦੇ ਸਭ ਤੋਂ ਅਮੀਰ ਲੋਕ ਹੁੰਦੇ ਹਨ। ਅਸੀਂ ਕੁੱਝ ਮਸ਼ਹੂਰ ਉਦਮੀਆਂ ਦੇ ਨਾਂ ਜਾਣਦੇ ਹਾਂ : ਜਿਵੇਂ ਰਿਚਰਡ ਬ੍ਰਾਨਸਨ ਅਤੇ ਡੋਨਾਲਡ ਟ੍ਰੰਪ, ਓਪਰਾ ਵਿਨਫ੍ਰੇ ਅਤੇ ਸਟੀਵ ਜੱਬਸ, ਰੂਪਰਟ ਮਰਡੱਕ ਅਤੇ ਟੈਡ ਟਰਨਰ। ਲੇਕਨ ਸਭ ਤੋਂ ਦੌਲਤਮੰਦ ਉਦਮੀ ਉਹ ਲੋਕ ਹਨ, ਜਿਨ੍ਹਾਂ ਬਾਰੇ ਤੁਸੀਂ ਜਾਂ ਮੈਂ ਕਦੇ ਸੁਣਿਆ ਨਹੀਂ ਹੋਵੇਗਾ, ਕਿਉਂਕਿ ਮੈਗਜ਼ੀਨਸ ਉਨ੍ਹਾਂ ਉੱਤੇ ਜ਼ਿਆਦਾ ਧਿਆਨ ਨਹੀਂ ਦੇਂਦੀਆਂ; ਉਹ ਸ਼ਾਂਤੀ ਨਾਲ ਆਪਣਾ ਅਮੀਰੀ ਜੀਵਨ ਜਿਉਂਦੇ ਰਹਿੰਦੇ ਹਨ।

ਮੈਂ ਅਕਸਰ ਲੋਕਾਂ ਨੂੰ ਬੈਹਸ ਕਰਦਿਆਂ ਸੁਣਿਆ ਹੈ, "ਉਦਮੀ ਪੈਦਾ ਹੁੰਦੇ ਹਨ ਜਾਂ ਉਨ੍ਹਾਂ ਨੂੰ ਬਣਾਇਆ ਜਾ ਸਕਦਾ ਹੈ?" ਕੁੱਝ ਲੋਕ ਸੋਚਦੇ ਹਨ ਕਿ ਖ਼ਾਸ ਲੋਕ ਹੀ ਉਦਮੀ ਬਣ ਸਕਦੇ ਹਨ ਜਾਂ ਇਸ ਲਈ ਕਿਸੇ ਜਾਦੂਈ ਚੀਜ਼ ਦੀ ਲੋੜ ਹੁੰਦੀ ਹੈ। ਮੇਰੇ ਖ਼ਿਆਲ ਨਾਲ ਉਦਮੀ ਬਣਨਾ ਇੰਨਾ ਵੱਡਾ ਮਸਲਾ ਨਹੀਂ ਹੈ, ਬਸ ਤੁਸੀਂ ਇਸ ਨੂੰ ਕਰ ਦੇਂਦੇ ਹੋ।

ਆਪਣੀ ਪਰਤਿਭਾ ਨੂੰ ਖੋਜਣ, ਵਿਕਸਤ ਕਰਣ ਅਤੇ ਸੰਸਾਰ ਨੂੰ ਦੇਣ ਲਈ ਹਿੰਮਤ ਦੀ ਲੋੜ ਹੁੰਦੀ ਹੈ।

ਆਓ, ਮੈਂ ਤੁਹਾਨੂੰ ਇਕ ਉਦਾਹਰਣ ਦਿੰਦਾ ਹਾਂ। ਮੇਰੇ ਇਲਾਕੇ ਵਿਚ ਇਕ ਮੁਟਿਆਰ ਹੈ, ਜਿਸਦਾ ਬੇਬੀ-ਸਿਟਿੰਗ ਦਾ ਕਾਰੋਬਾਰ ਵੱਧ-ਫੁੱਲ ਰਿਹਾ ਹੈ। ਉਸਨੇ ਜੂਨੀਅਰ ਹਾਈ ਸਕੂਲ ਦੀਆਂ ਨਾਲ ਪੜ੍ਹਨ ਵਾਲੀਆਂ ਆਪਣੀ ਸਹੇਲੀਆਂ ਨੂੰ ਇਸ ਕੰਮ ਲਈ ਨਿਯੁਕਤ ਕਰ ਰੱਖਿਆ ਹੈ। ਉਹ ਇਕ ਉਦਮੀ ਹੈ। ਇਕ ਹੋਰ ਮੁੰਡਾ ਸਕੂਲ ਤੋਂ ਬਾਅਦ ਛੋਟੇ-ਮੋਟੇ ਕੰਮਾਂ ਦਾ ਕਾਰੋਬਾਰ ਕਰਦਾ ਹੈ। ਉਹ ਇਕ ਉਦਮੀ ਹੈ। ਜ਼ਿਆਦਾਤਰ ਬੱਚਿਆਂ ਦੇ ਮਨਾਂ ਵਿਚ ਡਰ ਨਹੀਂ ਹੁੰਦਾ, ਜਦੋਂ ਕਿ ਜ਼ਿਆਦਾਤਰ ਵੱਡਿਆਂ ਦੇ ਮਨ ਵਿਚ ਡਰ ਤੋਂ ਇਲਾਵਾ ਕੁੱਝ ਹੋਰ ਨਹੀਂ ਹੁੰਦਾ।

ਅੱਜ ਇਹੋ ਜਿਹੇ ਕਰੋੜੋ ਹੀ ਲੋਕ ਹਨ, ਜਿਹੜੇ ਆਪਣੀ ਨੌਕਰੀ ਨੂੰ ਛੱਡ ਉਦਮੀ ਬਣਨ ਅਤੇ ਆਪਣਾ ਕਾਰੋਬਾਰ ਚਲਾਉਣ ਦੇ ਸੁਫਨੇ ਦੇਖਦੇ ਹਨ। ਲੇਕਨ ਸਮੱਸਿਆ ਇਹ ਹੈ ਕਿ ਜ਼ਿਆਦਾਤਰ ਲੋਕਾਂ ਦਾ ਸੁਫਨਾ ਸਿਰਫ਼ ਸੁਫਨਾ ਹੀ ਰਹਿ ਜਾਂਦਾ ਹੈ, ਹਕੀਕਤ ਨਹੀਂ ਬਣ ਪਾਉਂਦਾ। ਤਾਂ ਸਵਾਲ ਇਹ ਹੈ, ਇੰਨੇ ਸਾਰੇ ਲੋਕ ਉਦਮੀ ਬਣਨ ਦੇ ਆਪਣੇ ਸੁਫਨੇ ਨੂੰ ਸਾਕਾਰ ਕਰਣ ਵਿਚ ਅਸਫਲ ਕਿਉਂ ਹੋ ਜਾਂਦੇ ਹਨ।

ਮੇਰਾ ਇਕ ਮਿੱਤਰ ਬੇਹਤਰੀਨ ਹੈਅਰ ਸਟਾਇਲਿਸਟ ਹੈ। ਔਰਤਾਂ ਨੂੰ ਸੋਹੜਾ ਬਨਾਉਣ ਦੇ ਮਾਮਲੇ ਵਿਚ ਉਹ ਜਾਦੂਗਰ ਹੈ। ਸਾਲਾਂ ਤੋਂ ਉਹ ਆਪਣਾ ਸੈਲੂਨ ਖੋਲ੍ਹਣ ਦੀਆਂ ਗੱਲਾਂ ਕਰ ਰਿਹਾ ਹੈ। ਉਸਦੇ ਕੋਲ ਵੱਡੀਆਂ-ਵੱਡੀਆਂ ਯੋਜਨਾਵਾਂ ਹਨ, ਲੇਕਨ ਦੁਖ ਇਸ ਗੱਲ ਦਾ ਹੈ ਕਿ ਉਹ ਹੁਣ ਵੀ ਛੋਟੇ ਪੈਮਾਨੇ ਉੱਤੇ ਹੀ ਕੰਮ ਕਰ ਰਿਹਾ ਹੈ। ਉਹ ਇਕ ਵੱਡੇ ਸੈਲੂਨ ਵਿਚ ਇਕ ਕੁਰਸੀ ਉਤੇ ਕੰਮ ਅਤੇ ਸੈਲੂਨ ਮਾਲਕ ਨਾਲ ਨੋਂਕ-ਝੋਂਕ ਕਰਦਾ ਰਹਿੰਦਾ ਹੈ।

ਮੇਰੇ ਇਕ ਹੋਰ ਮਿੱਤਰ ਦੀ ਪਤਨੀ ਹੈ, ਜਿਹੜੀ ਫਲਾਇਟ ਅਟੈਂਡੈਂਟ ਦਾ ਕੰਮ ਕਰਦੇ-ਕਰਦੇ ਉਕਤਾ ਗਈ। ਦੋ ਸਾਲ ਪਹਿਲਾਂ ਉਸਨੇ ਨੌਕਰੀ ਛੱਡ ਦਿੱਤੀ ਅਤੇ ਹੈਅਰ ਸਟਾਇਲਸਟ ਬਣਨ ਦੀ ਸਿਖਲਾਈ ਲਈ। ਇਕ ਮਹੀਨੇ ਪਹਿਲੇ ਉਸਨੇ ਆਪਣਾ ਸੈਲੂਨ ਦਾ ਬੜਾ ਸ਼ਾਨਦਾਰ ਉਦਘਾਟਨ ਕੀਤਾ। ਇੱਥੇ ਦਾ ਮਾਹੌਲ ਬੇਹਤਰੀਨ ਹੈ ਅਤੇ ਉਸ ਨੇ ਉੱਥੇ ਕੰਮ ਕਰਣ ਲਈ ਕੁੱਝ ਸਭ ਤੋਂ ਵਧੀਆ ਹੈਅਰ ਸਟਾਇਲਿਸਟਜ਼ ਨੂੰ ਆਕਰਸ਼ਤ ਕਰ ਲਿਆ ਹੈ।

ਜਦੋਂ ਮੈਂ ਪਹਿਲੇਂ ਮਿਤਰ ਨੇ ਉਸ ਮਹਿਲਾ ਦੇ ਸੈਲੂਨ ਬਾਰੇ ਸੁਣਿਆ, ਤਾਂ ਉਹ ਬੋਲਿਆ, "ਉਹ ਸੈਲੂਨ ਕਿਵੇਂ ਖੋਲ੍ਹ ਸਕਦੀ ਹੈ? ਉਸਦੇ ਕੋਲ ਤਾਂ ਕੋਈ ਯੋਗਤਾ ਨਹੀਂ ਹੈ। ਉਸਦੇ ਕੋਲ ਇਸਦੀ ਪ੍ਰਤਿਭਾ ਵੀ ਨਹੀਂ ਹੈ। ਉਸਨੇ ਨਿਊਯਾਰਕ ਤੋਂ ਸਿਖਲਾਈ ਵੀ ਨਹੀਂ ਲਈ ਹੈ, ਜਿਥੇ ਮੈਂ ਲਈ ਸੀ। ਅਤੇ ਇਸ ਤੋਂ ਇਲਾਵਾ, ਉਸਦੇ ਕੋਲ ਨਾਂ ਮਾਤਰ ਦਾ ਵੀ ਅਨੁਭਵ ਨਹੀਂ ਹੈ। ਦੇਖਣਾ,

ਉਹ ਇਕ ਸਾਲ ਵਿਚ ਹੀ ਅਸਫਲ ਹੋ ਜਾਵੇਗੀ।"

ਹੋ ਸਕਦਾ ਹੈ ਕਿ ਉਹ ਅਸਫਲ ਹੋ ਜਾਵੇ : ਆਂਕੜੇ ਦੱਸਦੇ ਹਨ ਕਿ 90 ਫੀਸਦੀ ਕਾਰੋਬਾਰ ਪਹਿਲੇ ਪੰਜ ਸਾਲਾਂ ਵਿਚ ਨਾਕਾਮਯਾਬ ਹੋ ਜਾਂਦੇ ਹਨ। ਦੂਜੇ ਪਾਸੇ, ਇਹ ਵੀ ਹੋ ਸਕਦਾ ਹੈ ਕਿ ਉਹ ਅਸਫਲ ਨਾ ਹੋਵੇ। ਮੁੱਦੇ ਦੀ ਗੱਲ ਇਹ ਹੈ ਕਿ ਉਹ ਆਪਣਾ ਮਨਪਸੰਦ ਕੰਮ ਕਰ ਰਹੀ ਹੈ। ਉਸਨੇ ਇਹ ਸਮਝ ਲਿਆ ਹੈ ਕਿ ਹਿੰਮਤ ਨਾਲ ਸਾਡੇ ਜੀਵਨ ਨੂੰ ਆਕਾਰ ਦੇਣ ਦੀ ਪ੍ਰਬਲ ਸ਼ਕਤੀ ਹੁੰਦੀ ਹੈ। *ਆਪਣੀ ਪ੍ਰਤਿਭਾ ਨੂੰ ਖੋਜਣ, ਵਿਕਸਤ ਕਰਣ ਅਤੇ ਸੰਸਾਰ ਨੂੰ ਦੇਣ ਲਈ ਹਿੰਮਤ ਦੀ ਲੋੜ ਹੁੰਦੀ ਹੈ।*

ਅਮਰੀਕਾ ਦੇ ਜਿਹੜੇ ਲੋਕ 3 ਮਿਲੀਅਨ ਡਾੱਲਰ ਤੋਂ ਜ਼ਿਆਦਾ ਦੀ ਲਾਟਰੀ ਜਿੱਤਦੇ ਹਨ, ਉਨ੍ਹਾਂ ਵਿਚੋਂ 80 ਫੀਸਦੀ ਲੋਕ ਤਿੰਨ ਸਾਲ ਦੇ ਅੰਦਰ ਹੀ ਦਿਵਾਲੀਆ ਹੋ ਜਾਂਦੇ ਹਨ। ਕਿਉਂ? ਕਿਉਂਕਿ ਸਿਰਫ਼ ਪੈਸੇ ਨਾਲ ਹੀ ਤੁਸੀਂ ਅਮੀਰ ਨਹੀਂ ਬਣਦੇ। ਇਹ ਲੋਕ ਆਪਣੇ ਚੈਕਿੰਗ ਅਕਾਊਂਟਸ ਦੇ ਆਂਕੜੇ ਜੋੜ ਸਕਦੇ ਹਨ, ਲੇਕਨ ਉਹ ਸਿਰਫ਼ ਆਂਕੜਿਆਂ ਨਾਲ ਤਦੋਂ ਤਕ ਅਮੀਰ ਨਹੀਂ ਬਣ ਸਕਦੇ, ਜਦੋਂ ਤਕ ਕਿ ਉਹ ਆਪਣੇ ਸੋਚਣ ਦੇ ਤਰੀਕੇ ਨੂੰ ਨਾ ਬਦਲ ਲੈਣ।

ਤੁਹਾਡਾ ਮਸਤਿਸ਼ਕ *ਅਸੀਮ* ਹੈ। ਇਹ ਤਾਂ ਤੁਹਾਡੀਆਂ ਸ਼ੰਕਾਵਾਂ ਹਨ, ਜਿਹੜੀਆਂ ਤੁਹਾਨੂੰ ਸੀਮਤ ਕਰ ਰਹੀਆਂ ਹਨ। *ਐਟਲਸ ਸ਼ਰੈਗਡ* ਦੀ ਲਿਖਾਰੀ ਅੱਇਨ ਰੈਂਡ ਨੇ ਕਿਹਾ ਸੀ, "ਸੰਪੱਤੀ ਜਾਂ ਦੌਲਤ ਕਿਸੇ ਮਨੁੱਖ ਦੀ ਸੋਚਣ ਦੀ ਸਮੱਰਥਾ ਦਾ ਨਤੀਜਾ ਹੈ।" ਇਸ ਲਈ ਜੇਕਰ ਤੁਸੀਂ ਆਪਣੇ ਜੀਵਨ ਨੂੰ ਬਦਲਣ ਲਈ ਤਿਆਰ ਹੋ, ਤਾਂ ਮੈਂ ਤੁਹਾਡੀ ਜਾਣ-ਪਛਾਣ ਇਕ ਇਹੋ ਜਿਹੇ ਮਾਹੌਲ ਨਾਲ ਕਰਵਾਉਣ ਜਾ ਰਿਹਾ ਹਾਂ, ਜਿਹੜਾ ਤੁਹਾਡੇ ਮਸਤਿਸ਼ਕ ਨੂੰ ਸੋਚਣ – ਅਤੇ ਤੁਹਾਨੂੰ ਜ਼ਿਆਦਾ ਅਮੀਰ ਬਣਨ – ਦਾ ਮੌਕਾ ਪ੍ਰਦਾਨ ਕਰੇਗਾ।

ਵੱਡੇ ਹੋ ਕੇ ਤੁਸੀਂ ਕੀ ਬਣਨਾ ਚਾਹੁੰਦੇ ਹੋ?

ਜਦੋਂ ਮੈਂ ਬੱਚਾ ਸੀ, ਤਾਂ ਮੇਰੇ ਅਸਲ ਡੈਡੀ ਅਕਸਰ ਮੈਨੂੰ ਸਕੂਲ ਜਾਣ ਅਤੇ ਚੰਗੇ ਗਰੇਡ ਲਿਆਉਣ ਦੀ ਸਲਾਹ ਦਿੰਦੇ ਸਨ, ਤਾਂ ਕਿ ਮੈਨੂੰ ਸੁਰੱਖਿਅਤ ਨੌਕਰੀ ਮਿਲ ਸਕੇ। ਉਹ ਮੇਰੀ ਪ੍ਰੋਗ੍ਰਾਮਿੰਗ ਈ ਕੁਆਡਰੈਂਟ ਲਈ ਕਰ ਰਹੇ ਸਨ। ਦੂਜੇ ਪਾਸੇ, ਮੇਰੀ ਮਾਂ ਮੈਨੂੰ ਡਾਕਟਰ ਜਾਂ ਵਕੀਲ ਬਣਨ ਲਈ ਪ੍ਰੇਰਤ ਕਰਦੀ ਸੀ। ਉਹ ਕਹਿੰਦੀ ਸੀ, "ਇਸ ਤਰ੍ਹਾਂ ਤੁਹਾਡੇ ਕੋਲ ਹਮੇਸ਼ਾ ਇਕ ਕਿੱਤਾ ਰਹੇਗਾ ਅਤੇ ਤੁਹਾਨੂੰ ਕੋਈ ਸਮੱਸਿਆ ਨਹੀਂ ਆਵੇਗੀ।" ਉਹ ਮੇਰੀ ਪ੍ਰੋਗ੍ਰਾਮਿੰਗ ਐਸ ਕੁਆਡਰੈਂਟ ਲਈ ਕਰ ਰਹੀ ਸੀ। ਅਮੀਰ ਡੈਡੀ ਨੇ ਮੈਨੂੰ ਦੱਸਿਆ ਕਿ ਜੇਕਰ ਮੈਂ ਅੱਗੇ ਚੱਲ ਕੇ ਅਮੀਰ ਬਣਨਾ ਚਾਹੁੰਦਾ ਹਾਂ, ਤਾਂ ਮੈਨੂੰ ਕਾਰੋਬਾਰੀ ਅਤੇ ਨਿਵੇਸ਼ਕ ਬਣਨਾ ਚਾਹੀਦਾ ਹੈ। ਉਹ ਮੇਰੀ ਪ੍ਰੋਗ੍ਰਾਮਿੰਗ ਬੀ ਅਤੇ ਆਈ ਕੁਆਡਰੈਂਟ ਲਈ ਕਰ ਰਹੇ ਸਨ।

ਜਦੋਂ ਮੈਂ ਵਿਯਤਨਾਮ ਤੋਂ ਮੁੜਿਆ, ਤਾਂ ਮੈਨੂੰ ਇਹ ਤੈਅ ਕਰਨਾ ਸੀ ਕਿ ਮੈਂ ਕਿਸਦੀ ਸਲਾਹ ਮੰਨਾਂ। ਤੁਹਾਡੇ ਸਾਮ੍ਹਣੇ ਵੀ ਇਹੀ ਵਿਕਲਪ ਹੈ।

ਜੇਕਰ ਤੁਸੀਂ ਆਪਣਾ ਵਪਾਰ ਬਨਾਉਣਾ ਚਾਹੁੰਦੇ ਹੋ, ਤਾਂ ਇਸਦੇ ਲਈ ਇਕ ਕਾਰਣ ਹੈ ਆਪਣੇ ਸਵੈਮਾਣ ਨੂੰ ਵਾਪਸ ਪਾਉਣਾ।

ਇਸਦੇ ਮਹੱਤਵ ਨੂੰ ਘੱਟ ਕਰ ਕੇ ਨਾ ਦੇਖੋ। ਇਹ ਦੁਨੀਆ ਤੰਗ ਕਰਣ ਵਾਲਿਆਂ ਅਤੇ ਛੋਟੀ ਮਾਨਸਿਕਤਾ ਵਾਲੇ ਲੋਕਾਂ ਨਾਲ ਭਰੀ ਪਈ ਹੈ। ਭਾਵੇਂ ਉਹ ਤੁਹਾਡਾ ਬੌਸ ਹੋਵੇ, ਮੈਨੇਜ਼ਰ ਹੋਵੇ, ਗੁਆਂਢੀ ਹੋਵੇ ਜਾਂ ਮਿੱਤਰ, ਤੁਸੀਂ ਇਹ ਨਹੀਂ ਚਾਹੁੰਦੇ ਕਿ ਉਹ ਤੁਹਾਨੂੰ ਆਪਣੇ ਇਸ਼ਾਰਿਆਂ ਤੇ ਨਚਾਉਣ। ਤੁਸੀਂ ਆਪਣੇ ਜੀਵਨ ਦੀ ਬਾਗਡੋਰ ਆਪਣੇ ਹੱਥਾਂ ਵਿਚ ਲੈਣਾ ਚਾਹੁੰਦੇ ਹੋ। ਤੁਸੀਂ ਇੰਨੇ ਹਿੰਮਤੀ ਬਣਨਾ ਚਾਹੁੰਦੇ ਹੋ ਕਿ ਤੁਹਾਨੂੰ ਦੂਜੇ ਲੋਕਾਂ ਦੇ ਇਸ਼ਾਰੇ ਤੇ ਨੱਚਣ ਜਾਂ ਕੰਮ ਕਰਣ ਦੀ ਲੋੜ ਹੀ ਨਾ ਰਹੇ। ਤੁਸੀਂ ਆਪਣੇ ਲਈ ਸੋਚਣ ਅਤੇ ਕੰਮ ਕਰਣ ਦੀ ਸੁਤੰਤਰਤਾ ਪਾਉਣਾ ਚਾਹੁੰਦੇ ਹੋ।

ਰੈਸਿੰਗ ਕਾਰ ਵਾਲਾ ਮਸਤਿਸ਼ਕ

ਹੁਣ ਆਓ, ਉਹੀ ਸਵਾਲ ਦੁਬਾਰਾ ਪੁੱਛਦੇ ਹਾਂ : *ਤੁਸੀਂ ਕਿੱਥੇ ਰਹਿੰਦੇ ਹੋ?* ਹੁਣ ਤੁਸੀਂ ਸਮਝ ਗਏ ਹੋਵੋਗੇ ਕਿ ਇਕ ਕੈਸ਼ਫਲੋ ਕੁਆਡਰੈਂਟ ਨੂੰ ਛੱਡ ਕੇ ਦੂਜੇ ਕੈਸ਼ਫਲੋ ਕੁਆਡਰੈਂਟ ਵਿਚ ਪਹੁੰਚਣ ਦਾ

21ਵੀਂ ਸਦੀ ਦੇ ਕਾਰੋਬਾਰ ਦੀ ਇਕ ਸੁੰਦਰਤਾ ਇਹ ਹੈ ਕਿ ਉਸ ਕਾਰੋਬਾਰ ਦਾ ਸਾਰਾ ਜ਼ਮੀਨੀ ਕੰਮ ਦੂਜੇ ਲੋਕ ਤੁਹਾਡੇ ਵਾਸਤੇ ਪਹਿਲਾਂ ਤੋਂ ਹੀ ਕਰ ਚੁੱਕੇ ਹਨ

ਕੀ ਅਰਥ ਹੁੰਦਾ ਹੈ। ਇਹ ਇਕ ਹੋਰ ਤਰ੍ਹਾਂ ਦੀ ਘਾੜਤ ਨਹੀਂ ਹੈ। ਇਹ ਤਾਂ ਜੀਵਨ ਪ੍ਰਤਿ ਇਕ ਵੱਖਰੀ ਪਹੁੰਚ ਹੈ।

ਹਾਂ, ਇਹ ਕਾਰੋਬਾਰ ਬਾਰੇ ਹੈ। ਲੇਕਨ ਦਰਅਸਲ ਇਹ ਕਾਰੋਬਾਰ ਬਾਰੇ ਵੀ ਨਹੀਂ ਹੈ – ਇਹ ਤਾਂ ਕੇਵਲ ਬਾਹਰਲੇ ਰੂਪ ਹਨ। ਘੋੜੇ ਪਾਲਣ ਵਾਲੇ ਕਿਸੇ ਵਿਅਕਤੀ ਨੂੰ ਰੈਸਿੰਗ ਕਾਰ ਦੇ ਸਟੈਰਿੰਗ ਵਹੀਲ ਉੱਤੇ ਬੈਠਾ ਦੇਣ ਨਾਲ ਉਹ ਰੈਸਿੰਗ ਕਾਰ ਦਾ ਡ੍ਰਾਇਵਰ ਤਾਂ ਨਹੀਂ ਬਣ ਜਾਂਦਾ। ਇਸਲਈ ਉਸ ਨੂੰ ਰੈਸਿੰਗ ਕਾਰ ਡ੍ਰਾਇਵਰ ਵਰਗੀਆਂ ਯੋਗਤਾਵਾਂ, ਸਿਖਲਾਈ ਅਤੇ ਸਭ ਤੋਂ ਮਹੱਤਵਪੂਰਨ ਗੱਲ, *ਮਾਨਸਿਕਤਾ* ਦੀ ਲੋੜ ਹੁੰਦੀ ਹੈ।

ਇਹੀ ਤੁਹਾਡੇ ਆਰਥਕ ਜੀਵਨ ਬਾਰੇ ਵੀ ਸੱਚ ਹੈ। ਤੁਹਾਨੂੰ ਉਦਮੀ ਦੀ ਮਾਨਸਿਕਤਾ ਨੂੰ ਅਪਨਾਉਣ ਦੀ ਲੋੜ ਹੈ। ਸੰਖੇਪ ਵਿਚ, ਇਹ ਉਹ ਮਾਨਸਿਕਤਾ ਹੈ : ਉਦਮੀ ਆਪਣੇ-ਆਪ ਤੈਅ ਕਰਦਾ ਹੈ। ਤੁਸੀਂ ਚੀਜਾਂ ਨੂੰ ਘਟਤ ਕਰਵਾਉਂਦੇ ਹੋ, ਜਿਸਦਾ ਮਤਲਬ ਇਹ ਹੈ ਕਿ ਤੁਸੀਂ ਆਪਣੇ ਇਲਾਵਾ *ਕਿਸੇ ਵਿਅਕਤੀ* ਜਾਂ *ਕਿਸੇ ਚੀਜ਼* ਨੂੰ ਦੋਸ਼ ਨਹੀਂ ਦੇਂਦੇ।

ਇਹ ਗੱਲ ਨਹੀਂ ਹੈ ਕਿ ਤੁਹਾਨੂੰ ਸਿਫ਼ਰ ਤੋਂ ਹੀ ਸਾਰਾ ਕੰਮ ਕਰਣਾ ਹੋਵੇਗਾ, ਜਿਵੇਂ ਮੈਂ ਆਪਣੇ ਕਾਰੋਬਾਰਾਂ ਵਿਚ ਕੀਤਾ ਸੀ। ਨਹੀਂ, *21ਵੀਂ ਸਦੀ ਦੇ ਕਾਰੋਬਾਰ* ਦੀ ਇਕ ਸੁੰਦਰਤਾ ਇਹ ਵੀ ਹੈ ਕਿ ਉਸ ਕਾਰੋਬਾਰ ਦਾ ਸਾਰਾ ਜ਼ਮੀਨੀ ਕੰਮ ਦੂਜੇ ਲੋਕ ਤੁਹਾਡੇ ਖ਼ਾਤਰ ਪਹਿਲਾਂ ਤੋਂ ਹੀ ਕਰ ਚੁੱਕੇ ਹੁੰਦੇ ਹਨ – ਅਤੇ ਤੁਹਾਡੀ ਸਹਾਇਤਾ ਲਈ ਅਨੁਭਵੀ ਲੀਡਰਜ਼ ਰਹਿੰਦੇ ਹਨ, ਜਿਹੜੇ ਤੁਹਾਨੂੰ ਮਾਰਗਦਰਸ਼ਨ ਦੇਣ ਅਤੇ ਸਫਲ ਬਨਾਉਣ ਲਈ ਸਮਰਪਤ ਹੁੰਦੇ ਹਨ।

ਲੇਕਨ ਇਹ ਸਮਝਣ ਵਿਚ ਕੋਈ ਗ਼ਲਤੀ ਨਾ ਕਰੋ : ਜੇਕਰ ਤੁਸੀਂ ਇਸ ਵਿਚ ਕਾਮਯਾਬ ਹੋਣਾ ਚਾਹੁੰਦੇ ਹੋ, ਤਾਂ ਇਸਦੀ ਜਿੰਮੇਵਾਰੀ ਤੁਹਾਡੇ ਉੱਤੇ ਹੈ। ਇਹ ਤੁਸੀਂ ਹੀ ਹੋਵੋਗੇ, ਜਿਹੜੇ

ਆਪਣੇ-ਆਪ ਨੂੰ ਕਾਮਯਾਬ ਬਣਾਓਗੇ। ਅਤੇ ਇਸ ਲਈ ਤੁਹਾਨੂੰ ਉਦਮ ਵਾਲੀ ਮਾਨਸਿਕਤਾ ਰੱਖਣੀ ਹੋਵੇਗੀ। ਜੇਕਰ ਤੁਹਾਡੇ ਵਿਚ ਉਦਮੀ ਹੋਣ ਦੀ ਮਾਨਸਿਕਤਾ ਨਹੀਂ ਹੈ, ਤਾਂ ਕਾਰੋਬਾਰ ਭਾਵੇਂ ਕਿੰਨਾ ਚੰਗਾ ਹੋਵੇ ਜਾਂ ਤੁਹਾਡੇ ਸਿੱਖਿਅਕ ਭਾਵੇਂ ਕਿੰਨੇ ਮਹਾਨ ਹੋਣ, ਉਸ ਕਾਰੋਬਾਰ ਵਿਚ ਤੁਹਾਨੂੰ ਕਾਫ਼ੀ ਮੁਸਕਲਾਂ ਦਾ ਸਾਮ੍ਹਣਾ ਕਰਣਾ ਪਵੇਗਾ।

ਇਸ ਪੁਸਤਕ ਦੇ ਦੂਜੇ ਹਿੱਸੇ ਵਿਚ ਅਸੀਂ ਜਿਸ ਬਿਜ਼ਨਿਸ ਮਾੱਡਲ ਨੂੰ ਦੇਖਾਂਗੇ, ਉਹ ਇਕ ਰੈਸਿੰਗ ਕਾਰ ਹੈ, ਲੇਕਨ ਉਸਦੇ ਸਟੈਰਿੰਗ ਵਹੀਲ ਪਿੱਛੇ ਤੁਸੀਂ ਬੈਠੇ ਹੋ। ਸਭ ਤੋਂ ਪਹਿਲੀ ਅਤੇ ਮਹੱਤਵਪੂਰਨ ਗੱਲ, *ਇਹ ਤੁਹਾਡੇ ਬਾਰੇ ਹੈ।* ਕੀ ਤੁਸੀਂ ਸਟੈਰਿੰਗ ਵਹੀਲ ਨੂੰ ਸਾਂਭਣ ਲਈ ਤਿਆਰ ਹੋ? ਕੀ ਤੁਹਾਡੇ ਕੋਲ ਉਹ ਸਾਰਾ ਕੁੱਝ ਹੈ, ਜਿਸਦੀ ਲੋੜ ਹੈ?

ਅਧਿਆਇ 6

ਇਹ ਬਾਗਡੋਰ ਸਾਂਭਣ ਦਾ ਸਮਾਂ ਹੈ!

ਸੰਨ 1985 ਦੀ ਗੱਲ ਹੈ। ਮੈਂ ਅਤੇ ਮੇਰੀ ਪਤਨੀ ਕਿਮ ਬੇਘਰ ਸੀ। ਅਸੀਂ ਬੇਰੁਜ਼ਗਾਰ ਸੀ ਅਤੇ ਬਚਤ ਦੇ ਨਾਂ ਤੇ ਸਾਡੇ ਕੋਲ ਨਾਂ-ਮਾਤਰ ਹੀ ਪੈਸਾ ਸੀ। ਸਾਡੇ ਕਰੈਡਿਟ ਕਾਰਡਜ਼ ਦੀਆਂ ਲਿਮਿਟਸ ਖ਼ਤਮ ਹੋ ਚੁੱਕੀਆਂ ਸਨ ਅਤੇ ਅਸੀਂ ਇਕ ਪੁਰਾਣੀ ਭੂਰੇ ਰੰਗ ਦੀ ਟੋਏਟਾ ਗੱਡੀ ਵਿਚ ਰਹਿੰਦੇ ਸੀ, ਜਿਸਦੀ ਮੁੜਨ ਵਾਲੀਆਂ ਸੀਟਾਂ ਸਾਡੇ ਲਈ ਬਿਸਤਰੇ ਦਾ ਕੰਮ ਕਰਦੀਆਂ ਸਨ। ਕਾਰ ਵਿਚ ਸੌਣ ਤੋਂ ਇਕ ਹਫਤੇ ਬਾਅਦ ਇਹ ਨਿਰਦਈ ਅਸਲੀਅਤ ਸਾਨੂੰ ਟੁੰਬਣ ਲੱਗੀ ਕਿ ਅਸੀਂ ਕੌਣ ਸੀ, ਕੀ ਕਰ ਰਹੇ ਹਾਂ ਅਤੇ ਕਿਹੜੀ ਦਿਸ਼ਾ ਵੱਲ ਜਾ ਰਹੇ ਹਾਂ।

ਜਦੋਂ ਇਕ ਮਿੱਤਰ ਨੂੰ ਸਾਡੇ ਮਾੜੇ ਹਾਲਾਤਾਂ ਬਾਰੇ ਪਤਾ ਚੱਲਿਆ, ਤਾਂ ਉਸਨੇ ਸਾਨੂੰ ਆਪਣੇ ਬੇਸਮੈਂਟ ਵਿਚ ਇਕ ਕਮਰਾ ਦੇ ਦਿੱਤਾ। ਜਦੋਂ ਦੋਸਤਾਂ ਅਤੇ ਪਰਿਵਾਰ ਵਾਲਿਆਂ ਨੂੰ ਸਾਡੀ ਹਾਲਤ ਬਾਰੇ ਦੱਸਿਆ ਗਿਆ, ਤਾਂ ਉਨ੍ਹਾਂ ਦਾ ਪਹਿਲਾਂ ਸਵਾਲ ਹਮੇਸ਼ਾ ਇਹੀ ਹੁੰਦਾ ਸੀ, "ਤੁਸੀਂ ਲੋਕ ਕੋਈ ਨੌਕਰੀ ਕਿਉਂ ਨਹੀਂ ਕਰ ਲੈਂਦੇ?" ਪਹਿਲਾਂ ਤਾਂ ਅਸੀਂ ਬੜੀ ਕੋਸ਼ਸ਼ ਕੀਤੀ, ਲੇਕਨ ਸਾਡੇ ਸ਼ੁਭਚਿੰਤਕਾਂ ਨੂੰ ਆਪਣੇ ਤਰਕ ਸਮਝਾਉਣ ਵਿਚ ਸਾਨੂੰ ਬੜੀ ਮੁਸ਼ਕਲਾਂ ਪੇਸ਼ ਆਈਆਂ। ਜਦੋਂ ਤੁਸੀਂ ਕਿਸੇ ਇਹੋ ਜਿਹੇ ਵਿਅਕਤੀ ਨਾਲ ਗੱਲ ਕਰ ਰਹੇ ਹੋ, ਜਿਹੜਾ ਨੌਕਰੀ ਨੂੰ ਮਹੱਤਵ ਦਿੰਦਾ ਹੋਵੇ, ਤਾਂ ਉਸ ਨੂੰ ਇਹ ਸਮਝਾਉਣਾ ਕਾਫੀ ਮੁਸ਼ਕਲ ਹੁੰਦਾ ਹੈ ਕਿ ਤੁਸੀਂ ਨੌਕਰੀ ਕਿਉਂ ਨਹੀਂ ਕਰਣਾ ਚਾਹੁੰਦੇ।

ਅਸੀਂ ਕਦੇ-ਕਦਾਈਂ ਇੱਥੇ-ਉੱਥੇ ਕੰਮ ਕਰਕੇ ਕੁੱਝ ਡਾੱਲਰ ਵੀ ਕਮਾ ਲੈਂਦੇ ਸੀ। ਲੇਕਨ ਅਸੀਂ ਉਹ ਕੰਮ ਸਿਰਫ਼ ਇਸ ਲਈ ਕਰਦੇ ਸੀ, ਤਾਂ ਜੁ ਸਾਡੇ ਢਿੱਡ ਵਿਚ ਰੋਟੀ ਰਹੇ ਅਤੇ ਸਾਡੇ ਘਰ – ਭਾਵ ਸਾਡੀ ਕਾਰ – ਵਿਚ ਗੈਸ।

ਮੈਂ ਸਵੀਕਾਰ ਕਰਦਾ ਹਾਂ ਕਿ ਡੂੰਘੇ ਵਿਅਕਤੀਗਤ ਸ਼ੰਕੇ ਦੇ ਪਲਾਂ ਵਿਚ ਤਨਖ਼ਾਹ ਵਾਲੀ ਸੁਰੱਖਿਅਤ ਨੌਕਰੀ ਦਾ ਵਿਚਾਰ ਬੜਾ ਆਕਰਸ਼ਕ ਲੱਗ ਰਿਹਾ ਸੀ। ਲੇਕਨ ਚੂੰਕਿ ਅਸੀਂ ਨੌਕਰੀ ਦੀ ਸੁਰੱਖਿਆ ਦੀ ਤਲਾਸ਼ ਨਹੀਂ ਸੀ ਕਰ ਰਹੇ, ਇਸ ਲਈ ਅਸੀਂ ਡੱਟੇ ਰਹੇ ਅਤੇ ਆਰਥਕ ਖ਼ਾਈ ਦੀ ਫਸੀਲ ਉੱਤੇ ਇਕ-ਇਕ ਦਿਨ ਜਿਊਂਦੇ ਰਹੇ। ਅਸੀਂ ਜਾਣਦੇ ਸੀ ਕਿ ਅਸੀਂ ਜਦ ਚਾਹਾਂਗੇ, ਸਾਨੂੰ ਇਕ ਸੁਰੱਖਿਅਤ ਅਤੇ ਉੱਚੀ ਤਨਖ਼ਾਹ ਵਾਲੀ ਨੌਕਰੀ ਮਿਲ ਸਕਦੀ ਹੈ। ਅਸੀਂ ਦੋਵੇਂ ਹੀ ਕਾਲਜ ਦੀ ਪੜ੍ਹਾਈ ਪੂਰੀ ਕਰ ਚੁੱਕੇ ਸੀ, ਸਾਡੇ ਵਿਚ ਨੌਕਰੀ ਲਈ ਵਧੀਆ ਯੋਗਤਾਵਾਂ ਵੀ ਸਨ ਅਤੇ

ਸਾਡੀ ਕਾਰਜਨੀਤੀ ਠੋਸ ਸੀ। ਲੇਕਨ ਅਸੀਂ ਨੌਕਰੀ ਦੀ ਸੁਰੱਖਿਆ ਨਹੀਂ ਬਲਕਿ ਆਰਥਕ ਸੁਤੰਤਰਤਾ ਚਾਹੁੰਦੇ ਸੀ।

1989 ਤੱਕ ਅਸੀਂ ਕਰੋੜਪਤੀ ਬਣ ਗਏ।

ਮੈਂ ਅਕਸਰ ਲੋਕਾਂ ਨੂੰ ਕਹਿੰਦਿਆਂ ਸੁਣਿਆ ਹੈ, "ਪੈਸੇ ਬਨਾਉਣ ਲਈ ਪੈਸਿਆਂ ਦੀ ਲੋੜ ਹੁੰਦੀ ਹੈ।" ਇਹ ਸਰਾਸਰ ਬਕਵਾਸ ਹੈ। ਬੇਘਰ ਤੋਂ ਕਰੋੜਪਤੀ ਬਣਨ ਦੇ ਸਾਡੇ ਸਫ਼ਰ ਵਿਚ ਚਾਰ ਸਾਲ ਦਾ ਸਮਾਂ ਲੱਗਿਆ ਸੀ ਅਤੇ ਇਸ ਤੋਂ ਬਾਅਦ ਅਸਲੀ ਆਰਥਕ ਸੁਤੰਤਰਤਾ ਤੱਕ ਪੁੱਜਣ ਵਿਚ ਸਾਨੂੰ ਪੰਜ ਸਾਲ ਹੋਰ ਲੱਗੇ, ਲੇਕਨ ਇਸ ਵਿਚ ਪੈਸਿਆਂ ਦੀ *ਲੋੜ* ਨਹੀਂ ਸੀ ਪਈ। ਜਦੋਂ ਅਸੀਂ ਸ਼ੁਰੂਆਤ ਕੀਤੀ ਸੀ, ਤਾਂ ਸਾਡੇ ਕੋਲ ਜ਼ਰਾ ਵੀ ਪੈਸਾ ਨਹੀਂ ਸੀ – ਅਸਲ ਵਿਚ, ਅਸੀਂ ਕਰਜ਼ੇ ਵਿਚ ਸੀ – ਅਤੇ ਰਾਹ ਵਿਚ ਕਿਸੇ ਨੇ ਸਾਨੂੰ ਕੁੱਝ ਨਹੀਂ ਦਿੱਤਾ।

ਇਸ ਵਿਚ ਚੰਗੀ ਓਪਚਾਰਕ ਸਿਖਿਆ ਦੀ ਲੋੜ ਵੀ ਨਹੀਂ ਪੈਂਦੀ। ਕਾੱਲਜ ਦੀ ਸਿਖਿਆ ਰਵਾਇਤੀ ਕਿੱਤਿਆਂ ਲਈ ਤਾਂ ਮਹਤੱਵਪੂਰਨ ਹੈ, ਲੇਕਨ ਦੌਲਤਮੰਦ ਬਣਨ ਦੀ ਇੱਛਾ ਰੱਖਣ ਵਾਲੇ ਲੋਕਾਂ ਲਈ ਨਹੀਂ ਹੈ।

ਜੇਕਰ ਪੈਸੇ ਬਨਾਉਣ ਵਿਚ ਪੈਸਿਆਂ ਦੀ ਲੋੜ ਨਹੀਂ ਪੈਂਦੀ ਅਤੇ ਆਰਥਕ ਨਜ਼ਰੀਏ ਨਾਲ ਸੁਤੰਤਰ ਬਣਨਾ ਸਿਖਣ ਵਿਚ ਓਪਚਾਰਕ ਸਿਖਿਆ ਦੀ ਵੀ ਜ਼ਰੂਰਤ ਨਹੀਂ ਹੁੰਦੀ ਹੈ, ਤਾਂ ਫਿਰ ਕਿਸ ਚੀਜ਼ ਦੀ ਲੋੜ ਹੁੰਦੀ ਹੈ? ਦਰਅਸਲ, ਇਸ ਵਿਚ ਇਕ ਸੁਫਨੇ ਦੀ ਲੋੜ ਹੁੰਦੀ ਹੈ, ਬਹੁਤੇ ਸੰਕਲਪਾਂ ਦੀ ਲੋੜ ਹੁੰਦੀ ਹੈ, ਫਟਾਫਟ ਸਿੱਖਣ ਦੀ ਇਛਿਆ ਦੀ ਲੋੜ ਹੁੰਦੀ ਹੈ ਅਤੇ ਇਸ ਗੱਲ ਦੀ ਸਮਝ ਦੀ ਵੀ ਲੋੜ ਹੁੰਦੀ ਹੈ ਕਿ ਤੁਸੀਂ ਕੈਸ਼ਫਲੋਂ ਕੁਆਡਰੈਂਟ ਦੇ ਕਿਹੜੇ ਹਿੱਸੇ ਵਿਚ ਰਹਿ ਕੇ ਕੰਮ ਕਰ ਰਹੇ ਹੋ।

ਕਰੜੀ ਮੇਹਨਤ ਨਾਲ ਤੁਸੀਂ ਅਮੀਰ ਨਹੀਂ ਬਣੋਂਗੇ

ਸਾਡੇ ਸਭਿਆਚਾਰ ਵਿਚ ਇਕ ਅਜੀਬ ਜਿਹਾ ਵਿਚਾਰ ਹੈ, ਜਿਹੜਾ ਕਹਿੰਦਾ ਹੈ, "ਜੇਕਰ ਤੁਸੀਂ ਸੱਚਮੁੱਚ ਕਰੜੀ ਮੇਹਨਤ ਕਰੋਗੇ, ਤਾਂ ਸਾਰਾ ਕੁੱਝ ਠੀਕ ਰਹੇਗਾ।" ਬਕਵਾਸ ! ਦੁੱਖ ਇਸ ਗੱਲ ਦਾ ਹੈ ਕਿ ਜ਼ਿਆਦਾਤਰ ਲੋਕਾਂ ਦੀ ਬਰੈਨਵਾਸ਼ਿੰਗ ਕਰ ਕੇ ਉਨ੍ਹਾਂ ਨੂੰ ਇਹ ਯਕੀਨ ਦਿਵਾ ਦਿੱਤਾ ਗਿਆ ਹੈ, ਹਾਲਾਂਕਿ ਇਸ ਦੇ ਵਿਰੋਧ ਵਿਚ ਢੇਰ ਸਾਰੇ ਸਬੂਤ ਸਾਡੇ ਸਾਰਿਆਂ ਦੇ ਕੋਲ ਹੀ ਮੌਜੂਦ ਹਨ।

ਕਿਹੜੇ ਸਬੂਤ? ਬਸ ਆਪਣੇ ਚਾਰੇ ਪਾਸੇ ਨਜ਼ਰ ਪਾ ਲਓ। ਕੀ ਤੁਸੀਂ ਕਿਸੇ ਇਹੋ ਜਿਹੇ ਵਿਅਕਤੀ ਨੂੰ ਜਾਣਦੇ ਹੋ, ਜਿਹੜਾ ਸਾਰੀ ਜਿੰਦਗੀ ਸੱਚਮੁੱਚ ਹੀ ਕਰੜੀ ਮੇਹਨਤ ਕਰਦਾ ਹੋਵੇ, ਲੇਕਨ ਇਸ ਦੇ ਬਾਵਜੂਦ ਅੰਤ ਵਿਚ ਉਸਦਾ ਜੀਵਨ ਗ਼ਰੀਬੀ ਦੀ ਰੇਖਾ ਦੇ ਅਪਮਾਨ ਅਤੇ ਹਤਾਸ਼ਾ ਤੋਂ ਬੱਸ ਥੋੜ੍ਹਾ ਜਿਹਾ ਉੱਪਰ – ਜਾਂ ਥੋੜ੍ਹਾ ਜਿਹਾ ਥੱਲੇ ਰਹਿ ਜਾਂਦਾ ਹੋਵੇ?

ਜ਼ਾਹਰ ਹੈ, ਤੁਸੀਂ ਜਾਣਦੇ ਹੋ। ਅਸੀਂ ਸਾਰੇ ਹੀ ਜਾਣਦੇ ਹਾਂ। ਸੰਸਾਰ ਇਹੋ ਜਿਹੇ ਲੋਕਾਂ ਨਾਲ ਭਰਿਆ ਪਿਆ ਹੈ, ਜਿਹੜੇ ਕਰੜੀ ਮੇਹਨਤ ਕਰਦੇ ਹਨ, ਲੇਕਨ ਇਸ ਦੇ ਬਾਵਜੂਦ ਨਿਸ਼ਚਤ ਤੌਰ ਤੇ ਉਨ੍ਹਾਂ ਦੀ ਹਾਲਤ ਠੀਕ *ਨਹੀਂ* ਹੈ। ਅਤੇ ਸ਼ਾਇਦ ਸਭ ਤੋਂ ਮਾੜਾ ਹਿੱਸਾ ਇਹ ਹੈ ਕਿ ਇਨ੍ਹਾਂ ਵਿਚ ਕਈ ਅਭਾਗੇ ਲੋਕ ਇਸ ਨਤੀਜੇ ਤੇ ਪਹੁੰਚ ਜਾਂਦੇ ਹਨ ਕਿ ਉਨ੍ਹਾਂ ਦੀ ਗ਼ਲਤੀ ਜਾਂ ਵਿਅਕਤੀਗਤ

ਅਸਮਰੱਥਾ ਦੇ ਕਾਰਣ ਹੀ ਇੰਜ ਹੋਇਆ। ਉਨ੍ਹਾਂ ਨੇ ਸਾਰੀਆਂ ਚੀਜ਼ਾਂ ਸਹੀ ਕੀਤੀਆਂ, ਠੀਕ ਹੈ? ਲੇਕਨ ਇਸ ਦੇ ਬਾਵਜੂਦ ਜੇਕਰ ਇਹ ਕਾਮਯਾਬ ਨਹੀਂ ਹੋਏ, ਤਾਂ ਇਸਦਾ ਮਤਲਬ ਸ਼ਾਇਦ ਇਹ ਹੈ ਕਿ ਉਨ੍ਹਾਂ ਨੇ ਕਾਫ਼ੀ ਕਰੜੀ ਮੇਹਨਤ ਨਹੀਂ ਕੀਤੀ ਜਾਂ ਉਨ੍ਹਾਂ ਦੀ ਕਿਸਮਤ ਨੇ ਉਨ੍ਹਾਂ ਨੂੰ ਇਹ ਮੌਕਾ ਹੀ ਨਹੀਂ ਦਿੱਤਾ। ਸ਼ਾਇਦ ਉਹ ਸਫਲਤਾ ਲਈ ਬਣੇ ਹੀ ਨਹੀਂ ਸਨ।

ਬਕਵਾਸ। ਸਮੱਸਿਆ ਇਹ ਹੈ ਕਿ ਕਰੜੀ ਮੇਹਨਤ ਦਾ ਮਿੱਥ ਸਿਰਫ਼ ਇਹੀ ਹੈ – ਇਕ ਮਿੱਥ।

ਦੇਖੋ, ਮੈਨੂੰ ਗ਼ਲਤ ਨਾ ਸਮਝਣਾ। ਮੈਂ ਇਹ ਨਹੀਂ ਕਹਿ ਰਿਹਾ ਹਾਂ ਕਿ ਦੌਲਤ ਬਨਾਉਣ ਅਤੇ ਆਰਥਕ ਸੁਤੰਤਰਤਾ ਪਾਉਣ ਵਿਚ ਕਰੜੀ ਮੇਹਨਤ ਨਹੀਂ ਲੱਗਦੀ। ਲੱਗਦੀ ਹੈ ਅਤੇ ਬਹੁਤ ਜ਼ਿਆਦਾ ਲੱਗਦੀ ਹੈ। ਮੈਨੂੰ ਆਸ ਹੈ ਕਿ ਤੁਸੀਂ ਇੰਨੇ ਮਾਸੂਮ ਨਹੀਂ ਹੋ ਕਿ ਉਹਨਾਂ ਮੂਰਖਾਂ ਦੀ ਗੱਲਾਂ ਉੱਤੇ ਯਕੀਨ ਕਰ ਲਓ, ਜਿਹੜੇ ਤੁਹਾਨੂੰ ਕਹਿੰਦੇ ਹਨ ਕਿ ਉਹ ਤੁਹਾਨੂੰ ਦੌਲਤ ਪਾਉਣ ਦਾ ਇਕ ਇਹੋ ਜਿਹਾ ਤਰੀਕਾ ਦੱਸ ਸਦਕੇ ਹਨ, ਜਿਹੜਾ ਸੌਖਾ ਹੈ, ਤੁਰੰਤ ਕਾਮਯਾਬ ਹੋ ਜਾਂਦਾ ਹੈ ਜਾਂ ਉਸ ’ਚ ਥੋੜ੍ਹੀ ਜਹੀ ਵੀ ਮੇਹਨਤ ਨਹੀਂ ਲੱਗਦੀ। ਕਿਉਂਕਿ ਜੇਕਰ ਤੁਸੀਂ ਨਾਦਾਨ ਹੋ, ਤਾਂ ਮੈਂ ਇਕ ਇਹੋ ਜਿਹੇ ਪੁੱਲ ਬਾਰੇ ਜਾਣਦਾ ਹਾਂ, ਜਿਸ ਨੂੰ ਤੁਸੀਂ ਸੱਚਮੁੱਚ ਹੀ ਸਸਤੇ ਵਿਚ ਖ਼ਰੀਦ ਸਕਦੇ ਹੋ – ਅਤੇ ਸਬਪ੍ਰਾਈਮ ਮੱਾਡਗੇਜ਼ ਜਾਂ ਕਰੈਡਿਟ–ਡਿਫੱਾਲਟ ਸਵੈਪਸ ਦੀ ਸਾਰੀ ਪ੍ਰਣਾਲੀ ਤੁਹਾਡੇ ਲਈ ਬਿਲਕੁੱਲ ਸਹੀ ਹੋ ਸਕਦੀ ਹੈ।

ਨਹੀਂ, ਇਸ ਵਿਚ ਕਰੜੀ ਮੇਹਨਤ ਦੀ ਲੋੜ ਹੁੰਦੀ ਹੈ। ਅਸਲ ਸਵਾਲ ਇਹ ਹੈ, ਤੁਸੀਂ ਕਿਹੜੇ ਕੰਮ ਵਿਚ ਕਰੜੀ ਮੇਹਨਤ ਕਰਦੇ ਹੋ?

ਮੈਨੂੰ ਲੱਗਦਾ ਹੈ, ਤੁਸੀਂ ਕਹਿ ਰਹੇ ਹੋਵੋਗੇ, “ਕਿਹੜੇ ਕੰਮ ਵਿਚ? ਜ਼ਾਹਰ ਹੈ, ਪੈਸੇ ਬਨਾਉਣ ਵਿਚ!” ਲੇਕਨ ਇੰਨੀ ਛੇਤੀ ਨਾ ਕਰੋ, ਕਿਉਂਕਿ ਸਾਡੀ ਸਭਿਆਚਰਕ ਸੋਚ ਦੀ ਇਸ ਦੁੱਖਮਈ ਭੁੱਲ ਪਿੱਛੇ ਇਹ ਕੌੜਾ ਸੱਚ ਛੁਪਿਆ ਹੋਇਆ ਹੈ :

ਪੈਸੇ ਬਨਾਉਣ ਵਿਚ ਕਰੜੀ ਮੇਹਨਤ ਕਰਣ ਨਾਲ ਦੌਲਤ ਕਦੇ ਨਹੀਂ ਬਣ ਪਾਵੇਗੀ।

ਜਿਹੜੇ ਲੋਕ ਆਮਦਨ ਲਈ ਕੰਮ ਕਰਦੇ ਹਨ, ਉਹ ਬੜੀ ਮੇਹਨਤ ਕਰਦੇ ਹਨ, ਲੇਕਨ ਉਹਨਾਂ ਉੱਤੇ ਜ਼ਿਆਦਾ ਟੈਕਸ ਲੱਗਦਾ ਚਲਾ ਜਾਂਦਾ ਹੈ। ਪੈਸੇ ਬਨਾਉਣ ਵਿਚ ਕਰੜੀ ਮੇਹਨਤ ਕਰਣ ਬਾਰੇ ਭੁੱਲ ਜਾਓ : ਇਸ ਨਾਲ ਤਾਂ ਸਿਰਫ਼ ਇਹ ਹੋਵੇਗਾ ਕਿ ਤੁਸੀਂ ਉਸ ਨੂੰ ਖ਼ਰਚ ਕਰ ਦਿਓਗੇ ਅਤੇ ਇਸ ਤੋਂ ਬਾਅਦ ਤੁਹਾਨੂੰ ਦੁਬਾਰਾ ਕਰੜੀ ਮੇਹਨਤ ਕਰਣੀ ਹੋਵੇਗੀ।

ਤੁਸੀਂ ਪੁੱਛ ਸਕਦੇ ਹੋ, “ਠੀਕ ਹੈ, ਤਾਂ ਮੈਂ ਕੀ ਕਰਾਂ?” ਤੁਸੀਂ ਕੰਟਰੋਲ ਆਪਣੇ *ਹੱਥਾਂ ਵਿਚ* ਲੈ ਲਓ।

ਕਿਹੜੀ ਚੀਜ਼ ਉੱਤੇ ਕੰਟਰੋਲ ? ਦੇਖੋ, ਭਾਵੇਂ ਤੁਸੀਂ ਕਿੰਨੀ ਹੀ ਕਰੜੀ ਕੋਸ਼ਸ਼ ਕਰ ਲਓ, ਤੁਸੀਂ ਜੀਵਨ ਦੀਆਂ ਜ਼ਿਆਦਾਤਰ ਚੀਜ਼ਾਂ ਉੱਤੇ ਕੰਟਰੋਲ *ਨਹੀਂ* ਕਰ ਸਕਦੇ। ਤੁਸੀਂ ਬਾਜ਼ਾਰ ਨੂੰ ਕਾਬੂ ਨਹੀਂ ਕਰ ਸਕਦੇ। ਤੁਸੀਂ ਕਰਮਚਾਰੀਆਂ ਨੂੰ ਕਾਬੂ ਨਹੀਂ ਕਰ ਸਕਦੇ। ਤੁਸੀਂ ਅਰਥ ਵਿਵਸਥਾ ਨੂੰ ਕੰਟਰੋਲ ਨਹੀਂ ਕਰ ਸਕਦੇ। ਤਾਂ ਫਿਰ ਤੁਸੀਂ *ਕਿਸ ਨੂੰ* ਕਾਬੂ ਕਰ ਸਕਦੇ ਹੋ? ਦਰਅਸਲ, ਤੁਸੀਂ ਆਪਣੀ ਆਮਦਨ ਦੇ ਸਰੋਤਾਂ ਉੱਤੇ ਕੰਟਰੋਲ ਕਰ ਸਕਦੇ ਹੋ।

ਸਮੱਸਿਆ

ਵਪਾਰ ਜਾਂ ਕਾਰੋਬਾਰ ਸਥਾਪਤ ਕਰਣਾ ਹੀ ਉਹ ਤਰੀਕਾ ਹੈ, ਜਿਸ ਨਾਲ ਬਹੁਤੇ ਅਮੀਰ ਲੋਕ ਅਮੀਰ ਬਣੇ ਹਨ। ਬਿਲ ਗੈਟਸ ਨੇ ਮਾਇਕਰੋਸਾੱਫਟ ਦੀ ਸਥਾਪਨਾ ਕੀਤੀ। ਮਾਇਕਲ ਡੈਲ ਨੇ ਆਪਣੀ ਡੋਰਮੈਟਰੀ ਦੇ ਕਮਰੇ ਵਿਚ ਡੈਲ ਕੰਪਿਊਟਰਜ਼ ਦੀ ਸਥਾਪਨਾ ਕੀਤੀ। ਬਹਰਹਾਲ, ਬੀ ਕੁਆਡਰੈਂਟ ਵਿਚ ਸੱਚਮੁੱਚ ਜਿਊਣ ਵਾਲੇ ਲੋਕਾਂ ਦੀ ਗਿਣਤੀ ਇਤਿਹਾਸਕ ਨਜ਼ਰੀਏ ਨਾਲ ਬਹੁਤ, ਬਹੁਤ ਘੱਟ ਰਹੀ ਹੈ। ਸੱਚੀ ਦੌਲਤ ਉਤਪੰਨ ਕਰਣ ਲਈ ਇਹ ਕੁਆਡਰੈਂਟ ਸਭ ਤੋਂ ਵਧੀਆ ਥਾਂ ਹੈ, ਲੇਕਨ ਇਸ ਵਿਚ ਦਾਖ਼ਲ ਹੋਣ ਲਈ ਕੁੱਝ ਰੁਕਾਵਟਾਂ ਨੂੰ ਪਾਰ ਕਰਣਾ ਹੁੰਦਾ ਹੈ, ਜਿਨ੍ਹਾਂ ਕਾਰਣ ਜ਼ਿਆਦਾਤਰ ਲੋਕ ਬਾਹਰ ਹੀ ਰਹਿ ਜਾਂਦੇ ਹਨ।

ਇਕ ਗੱਲ ਤਾਂ ਇਹ ਹੈ ਕਿ ਜ਼ਿਆਦਾਤਰ ਲੋਕਾਂ ਕੋਲ ਉੱਨਾ ਪੈਸਾ ਨਹੀਂ ਹੁੰਦਾ, ਜਿਸਦੀ ਲੋੜ ਉਨ੍ਹਾਂ ਨੂੰ ਆਪਣਾ ਕਾਰੋਬਾਰ ਸ਼ੁਰੂ ਕਰਣ ਲਈ ਹੁੰਦੀ ਹੈ। ਅੱਜ ਦੀ ਤਰੀਕ ਵਿਚ ਆਪਣਾ ਕਾਰੋਬਾਰ ਸ਼ੁਰੂ ਕਰਣ ਵਿਚ ਔਸਤਨ 5 ਮਿਲੀਅਨ ਡਾੱਲਰ ਦਾ ਖ਼ਰਚਾ ਆਉਂਦਾ ਹੈ। ਦੂਜੀ ਗੱਲ ਇਹ ਹੈ ਕਿ ਸਿਫ਼ਰ ਤੋਂ ਕਾਰੋਬਾਰ ਖੜਾ ਕਰਣਾ ਅਮੀਰ ਬਣਨ ਦਾ ਸਭ ਤੋਂ ਜ਼ਿਆਦਾ ਖ਼ਤਰਨਾਕ ਤਰੀਕਿਆਂ ਵਿਚੋਂ ਇਕ ਹੈ। ਤਕਰੀਬਨ 90 ਫੀਸਦੀ ਕਾਰੋਬਾਰ ਪਹਿਲੇ ਪੰਜ ਸਾਲਾਂ ਵਿਚ ਹੀ ਅਸਫਲ ਹੋ ਜਾਂਦੇ ਹਨ – ਅਤੇ ਜੇਕਰ ਤੁਹਾਡਾ ਨਵਾਂ ਕਾਰੋਬਾਰ ਅਸਫਲ ਹੋ ਜਾਂਦਾ ਹੈ, ਤਾਂ ਜ਼ਰਾ ਅੰਦਾਜ਼ਾ ਲਾਓ ਕਿ 5 ਮਿਲੀਅਨ ਡਾੱਲਰ ਕਿਸਦੇ ਡੁੱਬਣਗੇ? ਕਾਰੋਬਾਰ ਕਰਣ ਦੇ ਮੇਰੇ ਸ਼ੁਰੂਆਤੀ ਸਾਲਾਂ ਵਿਚ ਮੈਂ ਦੋ ਵਾਰੀ ਨਾਕਾਮਯਾਬ ਹੋਇਆ। ਹਾਲਾਂਕਿ ਮੈਂ ਕਦੇ ਦਿਵਾਲੀਆ ਨਹੀਂ ਹੋਇਆ (ਅਤੇ ਮੈਨੂੰ ਕਦੇ ਕੋਈ ਸਰਕਾਰੀ ਮਦਦ ਵੀ ਨਹੀਂ ਮਿਲੀ!), ਲੇਕਨ ਇਸ ਵਿਚ ਮੇਰੇ ਕਈ ਮਿਲੀਅਨ ਡਾੱਲਰ ਡੁੱਬ ਗਏ।

ਆਮ ਤੌਰ ਤੇ ਜਦੋਂ ਤੁਸੀਂ ਆਪਣਾ ਕਾਰੋਬਾਰ ਸ਼ੁਰੂ ਕਰਦੇ ਹੋ, ਤਾਂ ਤੁਹਾਨੂੰ ਇਹ ਸੁਨਿਸ਼ਚਤ ਕਰਣਾ ਹੁੰਦਾ ਹੈ ਕਿ ਜਗ੍ਹਾਂ ਦਾ ਕਿਰਾਇਆ, ਬਿਜਲੀ–ਪਾਣੀ ਦੇ ਬਿਲਾਂ ਅਤੇ ਬਾਕੀ ਲੋੜੀਂਦੇ ਖ਼ਰਚਿਆਂ ਦਾ ਭੁਗਤਾਨ ਹੋਵੇ, ਤੁਹਾਡੇ ਕਰਮਚਾਰੀਆਂ ਨੂੰ ਭੁਗਤਾਨ ਹੋਵੇਂ ਅਤੇ ਤੁਹਾਡੇ ਸਪਲਾਇਰਜ਼ ਨੂੰ ਭੁਗਤਾਨ ਹੋਵੇ, ਵਰਨਾ ਤੁਸੀਂ ਬਿਜ਼ਨਿਸ ਤੋਂ ਬਾਹਰ ਹੋ ਜਾਵੋਗੇ। ਹੁਣ ਜ਼ਰਾ ਅੰਦਾਜ਼ਾ ਲਾਓ, ਭੁਗਤਾਨ ਕਿਸ ਨੂੰ ਨਹੀਂ ਮਿਲਦਾ ਹੈ? ਤੁਹਾਨੂੰ। ਜਦੋਂ ਤੁਸੀਂ ਕੋਈ ਨਵਾਂ ਕਾਰੋਬਾਰ ਸ਼ੁਰੂ ਕਰਦੇ ਹੋ – ਅਤੇ ਇਹੀ ਮੈਂ ਇਕ *ਸਫਲ* ਕਾਰੋਬਾਰ ਦੇ ਬਾਰੇ ਗੱਲ ਕਰ ਰਿਹਾ ਹਾਂ – ਤਾਂ ਤੁਹਾਨੂੰ ਪੰਜ ਤੋਂ ਦੱਸ ਸਾਲਾਂ ਤਕ ਬਿਨਾ ਭੁਗਤਾਨ ਦੇ ਕੰਮ ਕਰਣਾ ਪੈ ਸਕਦਾ ਹੈ।

ਕਿਮ ਅਤੇ ਮੇਰੀ ਕਹਾਣੀ ਨੂੰ ਯਾਦ ਕਰੋ, ਜਿਹੜੀ ਆਪਣੀ ਪੁਰਾਣੀ ਟੋਏਟਾ ਵਿਚ ਸੌਂ ਰਹੇ ਸੀ? ਇਹ ਮਜ਼ੇਦਾਰ ਨਹੀਂ ਸੀ। ਅਸੀਂ ਨੌਕਰੀ ਕਰ ਸਕਦੇ ਸੀ, ਜਿਸ ਨਾਲ ਇਕਦਮ ਸਾਡੇ ਸਿਰਾਂ ’ਤੇ ਛੱਤ ਮੁਹਇਆ ਹੋ ਜਾਂਦੀ, ਲੇਕਨ ਇਹ ਚਾਹੇ ਜਿੰਨਾ ਵੀ ਦਿਲਗੀਰ ਰਿਹਾ ਹੋਵੇ (ਅਤੇ ਮੇਰਾ ਯਕੀਨ ਮੰਨੋ, ਇਹ ਸੀ ਵੀ) ਅਸੀਂ ਨੌਕਰੀ ਕਰਣ ਦੀ ਬਜਾਇ ਬੇਘਰ ਰਹਿਣ ਦੇ ਵਿਕਲਪ ਨੂੰ ਚੁਣਿਆ, ਕਿਉਂਕਿ ਸਾਨੂੰ ਕਾਰੋਬਾਰ ਦਾ ਮਾਲਕ ਬਣਨ ਅਤੇ ਬੀ ਕੁਆਡਰੈਂਟ ਵਿਚ ਰਹਿਣ ਦੇ ਆਪਣੇ ਸੁਫਨੇ ਉੱਤੇ ਪੂਰਾ ਭਰੋਸਾ ਸੀ।

ਜ਼ਿਆਦਾਤਰ ਲੋਕਾਂ ਵਿਚ ਇਨ੍ਹਾਂ ਹਾਲਾਤਾਂ ਨਾਲ ਮੁਕਾਬਲਾ ਕਰਣ ਦਾ ਮਾਨਸਕ, ਭਾਵਨਾਤਮਕ, ਸਰੀਰਕ ਜਾਂ ਆਰਥਕ ਸੱਤਿਆ ਜਾਂ ਸ਼ਕਤੀ ਨਹੀਂ ਹੁੰਦੀ। ਇਹ ਬੇਰੈਹਮ ਹੋ ਸਕਦਾ

ਹੈ ਅਤੇ ਆਮ ਤੌਰ ਉੱਤੇ ਹੁੰਦਾ ਵੀ ਹੈ।

ਇਕ ਫਰੈਂਚਾਇਜ਼ੀ ਬਾਰੇ ਕਿਵੇਂ ?

ਫਰੈਂਚਾਇਜ਼ੀ ਲੈਣ ਨਾਲ ਖ਼ਤਰਾ ਬਹੁਤ ਘੱਟ ਹੋ ਜਾਂਦਾ ਹੈ। ਮੈਕਡਾਨਲਡਜ਼ ਜਾਂ ਸਬਵੇ ਵਰਗੀ ਸਥਾਪਤ ਫਰੈਂਚਾਇਜ਼ੀ ਹੋਣ ਉੱਤੇ ਤੁਹਾਡੀ ਸਫਲਤਾ ਦੀ ਸੰਭਾਵਨਾ ਕਾਫੀ ਵੱਧ ਜਾਂਦੀ ਹੈ ਅਤੇ ਜ਼ਿਆਦਾਤਰ ਜ਼ਮੀਨੀ ਕੰਮ ਬਣਿਆ-ਬਣਾਇਆ ਮਿਲ ਜਾਂਦਾ ਹੈ। ਲੇਕਨ ਤੁਸੀਂ ਹੁਣ ਵੀ ਸਭ ਤੋਂ ਪਹਿਲੀ ਅਤੇ ਸਭ ਤੋਂ ਵੱਡੀ ਸਮੱਸਿਆ ਤੇ ਅਟਕ ਜਾਂਦੇ ਹੋ : ਇਹੀ ਜਹੀ ਫਰੈਂਚਾਇਜ਼ੀ ਲੈਣ ਲਈ ਤੁਹਾਨੂੰ ਨਗਦ ਪੈਸੇ ਦੇਣੇ ਪੈਂਦੇ ਹਨ। ਕਿਸੇ ਸਥਾਪਤ ਫਰੈਂਚਾਇਜ਼ੀ ਨੂੰ ਖ਼ਰੀਦਣ ਦੀ ਲਾਗਤ ਇਕ ਲੱਖ ਡਾੱਲਰ ਤੋਂ ਲੈ ਕੇ ਪੰਦਰ੍ਹਾ ਲੱਖ ਡਾੱਲਰ ਜਾਂ ਇਸ ਤੋਂ ਵੀ ਜ਼ਿਆਦਾ ਹੋ ਸਕਦੀ ਹੈ। ਅਤੇ ਇਹ ਤਾਂ ਸਿਰਫ਼ ਫਰੈਂਚਾਇਜ਼ੀ ਦੇ ਅਧਿਕਾਰ ਖਰੀਦਣ ਦਾ ਹੀ ਖ਼ਰਚ ਹੈ। ਇਸ ਤੋਂ ਬਾਅਦ ਤੁਹਾਨੂੰ ਸਿਖਲਾਈ, ਵਿਗਿਆਪਣ ਅਤੇ ਹਿਮਾਇਤ ਲਈ ਹੈਡਕੁਆਟਰਜ਼ ਨੂੰ ਜਿਹੜੀ ਮਾਸਕ ਅਦਾਇਗੀ ਜਾਂ ਭੁਗਤਾਨ ਕਰਣਾ ਹੁੰਦਾ ਹੈ, ਉਹ ਜੁਦਾ ਹੁੰਦਾ ਹੈ।

ਅਤੇ ਇਹਨਾਂ ਸਾਰੀਆਂ ਹਿਮਾਇਤਾਂ ਦੇ ਬਾਵਜੂਦ ਸੱਚਮੁੱਚ ਦੌਲਤਮੰਦ ਬਣ ਜਾਣ ਦੀ ਕੋਈ ਗਾਰੰਟੀ ਨਹੀਂ ਹੈ। ਕਈ ਵਾਰ ਤਾਂ ਫਰੈਂਚਾਇਜ਼ੀ ਘਾਟੇ ਵਿਚ ਚਲਣ ਦੇ ਬਾਵਜੂਦ ਫਰੈਂਚਾਇਜ਼ੀ ਮਾਲਕ ਜਾਂ ਮੁੱਖ ਦਫ਼ਤਰ ਨੂੰ ਭੁਗਤਾਨ ਭੇਜਣਾ ਹੁੰਦਾ ਹੈ। ਭਲੇ ਹੀ ਤੁਸੀਂ ਉਨ੍ਹਾਂ ਲੋਕਾਂ ਵਿਚੋਂ ਹੋ, ਜਿਨ੍ਹਾਂ ਦੀ ਫਰੈਂਚਾਇਜ਼ੀ ਸਫ਼ਲ ਹੋ ਜਾਂਦੀ ਹੈ, ਲੇਕਨ ਇਸ ਗੱਲ ਦੀ ਕਾਫੀ ਸੰਭਾਵਨਾ ਹੈ ਕਿ ਪਹਿਲਾਂ ਕੁੱਝ ਸਾਲਾਂ ਵਿਚ ਤੁਸੀਂ ਆਪ ਖ਼ਾਸ ਪੈਸੇ ਨਹੀਂ ਕਮਾ ਪਾਵੋਗੇ। ਅਤੇ ਇਹ ਵੀ ਯਾਦ ਰੱਖੋ : ਤਿੰਨ ਵਿਚੋਂ ਇਕ ਫਰੈਂਚਾਇਜ਼ੀ ਅੰਤ ਵਿਚ ਡੁੱਬ ਹੀ ਜਾਂਦੀ ਹੈ।

ਜਦੋਂ ਮੇਰੇ ਗ਼ਰੀਬ ਡੈਡੀ 50 ਸਾਲ ਦੇ ਸਨ, ਤਾਂ ਉਨ੍ਹਾਂ ਨੇ ਹਵਾਈ ਦੇ ਰਾਜਪਾਲ ਦੇ ਖ਼ਿਲਾਫ ਚੋਣ ਲੜਨ ਦੀ ਹਿੰਮਤ ਕੀਤੀ - ਅਤੇ ਉਹ ਜਿਸਦੇ ਮੁਕਾਬਲੇ ਲੜ ਰਹੇ ਸਨ, ਉਹ ਕੋਈ ਹੋਰ ਨਹੀਂ, ਉਨ੍ਹਾਂ ਦੇ ਉਸ ਵੇਲੇ ਦਾ ਬੱਸ ਹੀ ਸੀ। ਇਸ ਤੋਂ ਬਾਅਦ ਕੀ ਹੋਇਆ, ਤੁਸੀਂ ਬੜੀ ਸਹਿਜਤਾ ਨਾਲ ਅੰਦਾਜ਼ਾ ਲਾ ਸਕਦੇ ਹੋ। ਗ਼ਰੀਬ ਡੈਡੀ ਨਾ ਸਿਰਫ਼ ਚੋਣ ਹਾਰ ਗਏ, ਬਲਕਿ ਉਨ੍ਹਾਂ ਦੇ ਬੱਸ ਨੇ ਉਨ੍ਹਾਂ ਨੂੰ ਨੌਕਰੀ ਤੋਂ ਵੀ ਕੱਢ ਦਿੱਤਾ ਅਤੇ ਸਾਫ਼ ਸ਼ਬਦਾਂ 'ਚ ਦੱਸ ਦਿੱਤਾ ਕਿ ਉਹ ਦੁਬਾਰਾ ਕਦੇ ਹਵਾਈ ਵਿਚ ਨੌਕਰੀ ਨਹੀਂ ਕਰ ਪਾਉਣਗੇ। ਡੈਡੀ ਨੇ ਆਪਣੀ ਸਾਰੀ ਬਚਤ ਇਕੱਠਾ ਕਰਕੇ ਇਕ ਪ੍ਰਸਿੱਧ ਫਰੈਂਚਾਇਜ਼ੀ ਖਰੀਦ ਲਈ, ਜਿਸ ਦੇ ਬਾਰੇ ਵਿਚ ਕਿਹਾ ਜਾਂਦਾ ਸੀ ਕਿ "ਇਹ ਫਰੈਂਚਾਇਜ਼ੀ ਕਦੇ ਡੁੱਬ ਨਹੀਂ ਸਕਦੀ।"

ਜਿਹੜੀ ਫਰੈਂਚਾਇਜ਼ੀ ਕਦੇ ਨਹੀਂ ਸੀ ਡੁੱਬ ਸਕਦੀ, ਉਹ ਡੁੱਬ ਗਈ ਅਤੇ ਨਾਲ ਹੀ ਮੇਰੇ ਡੈਡੀ ਵੀ। ਦਰਅਸਲ, ਉਨ੍ਹਾਂ ਦਾ ਸਾਰਾ ਕੁੱਝ ਡੁੱਬ ਗਿਆ।

ਅਸੂਲਨ ਫਰੈਂਚਾਇਜ਼ੀ ਦਾ ਵਿਚਾਰ ਬੇਹਤਰੀਨ ਹੈ, ਲੇਕਨ ਅਸਲ ਵਿਚ ਇਹ ਇਕ ਜੂਆ ਹੈ - ਅਤੇ ਇਹ ਇਕ ਇਹੋ ਜਿਹਾ ਜੂਆ ਹੈ, ਜਿਸ ਵਿਚ ਤੁਹਾਨੂੰ ਟੇਬਲ ਉੱਤੇ ਪੁੱਜਣ ਅਤੇ ਖੇਡਣ ਦਾ ਮੌਕਾ ਪਾਉਣ ਲਈ ਬਹੁਤ ਵੱਡੀ ਕੀਮਤ ਅਦਾ ਕਰਣੀ ਪੈਂਦੀ ਹੈ।

ਨਿਸ਼ਕਿਰਿਅ ਆਮਦਨੀ ਦੀ ਸ਼ਕਤੀ

ਕੀ ਤੁਸੀਂ ਕਦੇ ਪਾਣੀ ਦੇ ਉਹਨਾਂ ਸਪਰਿੰਗਾਂ ਵਾਲੇ ਨਲਕਿਆਂ ਦਾ ਇਸਤੇਮਾਲ ਕੀਤਾ ਹੈ, ਜਿਹੜੇ ਕੁੱਝ ਰਾਜਸੀ ਜਾਂ ਲੌਕਕ ਰੈਸਟ ਰੂਮਜ਼ ਵਿਚ ਪਾਣੀ ਬਚਾਉਣ ਲਈ ਲਾਏ ਜਾਂਦੇ ਹਨ? ਜਦੋਂ ਤੁਸੀਂ ਪਾਣੀ ਚਾਲੂ ਕਰਦੇ ਹੋ, ਤਾਂ ਤੁਹਾਨੂੰ ਬਟਨ ਦੱਬ ਕੇ ਰੱਖਣਾ ਪੈਂਦਾ ਹੈ, ਕਿਉਂਕਿ ਬਟਨ ਛੱਡ ਦੇ ਸਾਰ ਹੀ ਪਾਣੀ ਵੀ ਬੰਦ ਹੋ ਜਾਂਦਾ ਹੈ।

ਜ਼ਿਆਦਾਤਰ ਲੋਕਾਂ ਦੀ ਆਮਦਨੀ ਦਾ ਸਰੋਤ ਉਸੇ ਨਲਕੇ ਵਾਂਗ ਹੁੰਦਾ ਹੈ। ਤੁਹਾਡੇ ਕੋਲ ਥੋੜ੍ਹਾ ਪਾਣੀ ਵੈਹ ਕੇ ਆਉਂਦਾ ਹੈ ਅਤੇ ਜਿਵੇਂ ਹੀ ਤੁਸੀਂ ਕੰਮ ਕਰਨਾ ਛੱਡਦੇ ਹੋ, ਇਹ ਬੰਦ ਹੋ ਜਾਂਦਾ ਹੈ। ਇੰਜ ਤੁਸੀਂ ਆਰਥਕ ਨਜ਼ਰੀਏ ਤੋਂ ਕਦੇ ਸੁਤੰਤਰ ਨਹੀਂ ਹੋ ਸਕਦੇ। ਤੁਹਾਨੂੰ ਤਾਂ ਪੈਸਿਆਂ ਦਾ ਇਹੋ ਜਿਹਾ ਨਲਕਾ ਚਾਹੀਦਾ ਹੈ, ਜਿਸ ਨੂੰ ਤੁਸੀਂ ਇਕ ਵਾਰੀ ਚਾਲੂ ਕਰਣ ਤੋਂ ਬਾਅਦ ਖੁੱਲ੍ਹਾ ਛੱਡ ਦਿਓ ਅਤੇ ਫਿਰ ਇਹ ਆਪਣੇ-ਆਪ ਚੱਲਦਾ ਰਹੇ।

ਇਹ ਅੱਜ, ਕੱਲ੍ਹ ਅਤੇ ਅਗਲੇ ਹਫਤੇ ਆਮਦਨੀ ਪਾਉਣ ਬਾਰੇ ਨਹੀਂ ਹੈ, ਇਹ ਤਾਂ ਅਨੰਤ ਕਾਲ ਤੱਕ ਆਪਣੀ ਆਮਦਨ ਨੂੰ ਸੁਰੱਖਿਅਤ ਕਰਣ ਬਾਰੇ ਹੈ। ਇਹ *ਨਿਸ਼ਕਿਰਿਅ ਆਮਦਨੀ* ਹੈ, ਜਿਸ ਨੂੰ ਰੈਸੀਡਿਊਲ ਇਨਕਮ ਵੀ ਕਿਹਾ ਜਾਂਦਾ ਹੈ : ਯਾਨੀ ਇਹੋ ਜਹੀ ਆਮਦਨੀ ਜਿਹੜੀ ਵਾਰ-ਵਾਰ ਆਉਂਦੀ ਰਹਿੰਦੀ ਹੈ - ਤੁਹਾਡੇ ਮੇਹਨਤ ਕਰਨ ਅਤੇ ਆਮਦਨੀ ਦੇ ਉਸ ਸਰੋਤ ਵਿਚ ਲੋੜੀਂਦੀ ਪੂੰਜੀ ਲਗਾਉਣ ਦੇ ਲੰਮੇ ਅਰਸੇ ਬਾਅਦ ਵੀ।

ਆਪਣੇ-ਆਪ ਨੂੰ ਬੀ ਕੁਆਡਰੈਂਟ ਵਿਚ ਪਹੁੰਚਾਉਣਾ ਇਸ ਦਿਸ਼ਾ ਵਿਚ ਇਕ ਸ਼ਕਤੀਸ਼ਾਲੀ ਕਦਮ ਹੈ, ਲੇਕਨ ਸਾਰੇ ਕਾਰੋਬਾਰਾਂ ਵਿਚ ਨਿਸ਼ਕਿਰਿਅ ਆਮਦਨ ਨਹੀਂ ਮਿਲਦੀ। ਜੇਕਰ ਤੁਸੀਂ ਕਿਸੇ ਰੇਸਤਰਾਂ ਦੇ ਮਾਲਕ ਹੋ, ਤਾਂ ਤੁਹਾਨੂੰ ਆਮਦਨ ਤਾਂਹੀਓ ਹੋਵੇਗੀ, ਜਦੋਂ ਤੁਸੀਂ ਖਾਣਾ ਬਣਾਉਗੇ ਅਤੇ ਵੇਚੋਗੇ। ਜੇਕਰ ਤੁਸੀਂ ਏਅਰ ਕੰਡੀਸ਼ਨਰਸ ਦੀ ਮੁਰੰਮਤ ਕਰਣ ਦੇ ਕਾਰੋਬਾਰ ਵਿਚ ਹੋ, ਤਾਂ ਤੁਹਾਡੀ ਆਮਦਨ ਤਦੋਂ ਹੀ ਹੋਵੇਗੀ, ਜਦੋਂ ਤੁਸੀਂ ਉਹ ਸੇਵਾ ਪ੍ਰਦਾਨ ਕਰੋਗੇ। ਇਥੋਂ ਤਕ ਕਿ ਉੱਚੀ ਆਮਦਨੀ ਵਾਲੇ ਡਾਕਟਰ ਅਤੇ ਵਕੀਲ ਵੀ ਪੈਸਾ ਸਿਰਫ਼ ਉਦੋਂ ਤਕ ਹੀ ਕਮਾਉਂਦੇ ਹਨ, ਜਦੋਂ ਤਕ ਉਹ ਰੋਗੀਆਂ ਜਾਂ ਅਸਾਮੀਆਂ ਨੂੰ ਮਿਲਦੇ ਹਨ। ਜੇਕਰ ਕਿਸੇ ਰੋਗੀ ਜਾਂ ਅਸਾਮੀ ਨੂੰ ਕਿਸੇ ਖ਼ਾਸ ਹਫਤੇ ਵਿਚ ਉਨ੍ਹਾਂ ਦੇ ਗਿਆਨ ਜਾਂ ਸੇਵਾਵਾਂ ਦੀ ਲੋੜ ਨਹੀਂ ਹੈ, ਤਾਂ ਉਨ੍ਹਾਂ ਦੀ ਆਮਦਨੀ ਦਾ ਨਲਕਾ ਬੰਦ ਹੋ ਜਾਂਦਾ ਹੈ ਅਤੇ ਉਸ ਹਫਤੇ ਉਸ ਵਿਚੋਂ ਕੋਈ ਪੈਸਾ ਨਹੀਂ ਆਉਂਦਾ।

ਜ਼ਿਆਦਾਤਰ ਲੋਕਾਂ ਨੂੰ ਨਿਸ਼ਕਿਰਿਅ ਆਮਦਨ ਉਤਪੰਨ ਕਰਣ ਵਾਲੇ ਰਸਤਿਆਂ ਦੀ ਲੋੜ ਹੁੰਦੀ ਹੈ। ਇਸੇ ਉੱਦੇਸ਼ ਨਾਲ ਡੋਨਾਲਡ ਟ੍ਰੰਪ ਅਤੇ ਮੈਂ ਮਿਲ ਕੇ ਕਈ ਪ੍ਰਕਾਰ ਦੇ ਵਪਾਰਕ ਪ੍ਰਣਾਲੀਆਂ ਦਾ ਮੁੱਲਾਂਕਨ ਕੀਤਾ, ਜਿਹਨਾਂ ਨਾਲ ਨਿਸ਼ਕਿਰਿਅ ਆਮਦਨੀ ਉਤਪੰਨ ਹੋ ਸਕਦੀ ਹੈ। ਅਸੀਂ ਆਪਣੇ ਨਤੀਜੇ *ਵੀ ਵਾਂਟ ਯੂ ਟੂ ਬੀ ਰਿਚ* ਕਿਤਾਬ ਵਿਚ ਪ੍ਰਕਾਸ਼ਤ ਕੀਤੇ।

ਅਤੇ ਉਂਜ, ਇਹ ਸਿਰਫ਼ ਸਾਡੀ ਕਿਤਾਬ ਦਾ ਸਿਰਲੇਖ ਹੀ ਨਹੀਂ ਹੈ। ਅਸੀਂ ਤੁਹਾਨੂੰ ਹਕੀਕਤਨ ਅਮੀਰ ਬਨਾਉਣਾ ਚਾਹੁੰਦੇ ਹਾਂ। ਦੌਲਤ ਸੀਮਤ ਧਨ ਦਾ ਖੇਡ ਨਹੀਂ ਹੈ। ਇੰਜ ਵੀ ਨਹੀਂ ਹੈ ਕਿ ਜੇਕਰ ਤੁਸੀਂ ਅਮੀਰ ਬਣ ਗਏ, ਤਾਂ ਤੁਸੀਂ ਮੇਰੇ ਤੋਂ ਜਾਂ ਡੋਨਾਲਡ ਤੋਂ ਜਾਂ ਕਿਸੇ ਹੋਰ ਕੋਲੋਂ ਕੁੱਝ ਲੈ ਲਵੋਗੇ। ਦਰਅਸਲ, ਅਸੀਂ ਜਿਸ ਸੰਸਾਰ ਵਿਚ ਰਹਿ ਰਹੇ ਹਾਂ, ਉਹ ਅਦਭੁੱਤ ਅਤੇ

ਸ਼ਾਨਦਾਰ ਹੈ। ਇਥੇ ਕਾਫੀ ਜ਼ਿਆਦਾ ਮਾਤਰਾ ਵਿਚ ਊਰਜਾ, ਸਮਗਿਰੀ, ਚਤੂਰਾਈ, ਰਚਨਾਤਮਕਤਾ ਅਤੇ ਤਾਂਘਾਂ ਮੌਜੂਦ ਹਨ, ਜਿਸ ਨਾਲ ਇਸ ਸੰਸਾਰ ਵਿਚ ਰਹਿਣ ਵਾਲਾ *ਹਰ ਵਿਅਕਤੀ* ਦੌਲਤਮੰਦ ਬਣ ਸਕਦਾ ਹੈ।

ਤਾਂ ਅਸੀਂ ਕੀ ਪਾਇਆ? ਅਸੀਂ ਇਹ ਪਾਇਆ ਕਿ ਇਕ ਬਿਜ਼ਨਿਸ ਮਾੱਡਲ ਬਾਕੀ ਸਾਰਿਆਂ ਤੋਂ ਅੱਡਰਾ ਦਿਖਦਾ ਹੈ। ਇਹ ਵਿਸ਼ੇਸ਼ ਬਿਜ਼ਨਿਸ ਮਾੱਡਲ ਨਿਸ਼ਕਿਰਿਅ ਆਮਦਨੀ ਪ੍ਰਦਾਨ ਕਰਦਾ ਹੈ। ਨਾਲ ਹੀ, ਇਸ ਨੂੰ ਸ਼ੁਰੂ ਕਰਣ ਦੀ ਲਾਗਤ ਹੋਰਾਂ ਦੇ ਮੁਕਾਬਲੇ ਬੜੀ ਘੱਟ ਹੁੰਦੀ ਹੈ। ਇਸ ਵਿਚ ਹੋਰ ਖ਼ਰਚੇ ਵੀ ਬੜੇ ਘੱਟ ਹੁੰਦੇ ਹਨ ਅਤੇ ਇਸ ਨੂੰ ਆਪਣੀ ਸਹੂਲੀਅਤ ਮੁਤਾਬਕ ਪਾਰਟ-ਟਾਇਮ ਵੀ ਕੀਤਾ ਜਾ ਸਕਦਾ ਹੈ, ਜਦੋਂ ਤੱਕ ਕਿ ਇਸ ਨਾਲ ਉਦਮੀ ਨੂੰ ਕਾਫੀ ਕੈਸ਼ਫਲੋ ਨਾ ਮਿਲਣ ਲੱਗੇ ਅਤੇ ਉਹ ਆਪਣੀ ਅਜੌਕੀ ਪੂਰੇ ਸਮੇਂ ਦੀ ਨੌਕਰੀ ਨੂੰ ਛੱਡਣ ਦੀ ਸਥਿਤੀ ਵਿਚ ਨਾ ਆ ਜਾਵੇ।

ਇਸ ਬਿਜ਼ਨਿਸ ਮਾਡਲ ਦਾ ਨਾਂ ਹੈ *ਨੇਟਵਰਕ ਮਾਰਕੇਟਿੰਗ!* ਬਾਕੀ ਕਿਤਾਬ ਇਸੇ ਬਾਰੇ ਹੈ।

ਭਾਗ ਦੂਜਾ

ਇਕ ਕਾਰੋਬਾਰ –
ਦੌਲਤ ਬਨਾਉਣ ਵਾਲੀਆਂ ਅੱਠ ਸੰਪੱਤੀਆਂ

ਅੱਠ ਕਾਰਣ, ਜਿਹਨਾਂ ਦੀ ਬਦੌਲਤ ਨੇਟਵਰਕ ਮਾਰਕੇਟਿੰਗ
ਤੁਹਾਡੇ ਭਵਿੱਖ ਨੂੰ ਸੁਰੱਖਿਅਤ ਬਣਾ ਸਕਦਾ ਹੈ

ਅਧਿਆਇ 7

ਕਾਰੋਬਾਰ ਵਿਚ ਮੇਰੇ ਸਾਲ

ਸ਼ੁਰੂਆਤ ਵਿਚ ਹੀ ਮੈਂ ਸਥਿਤੀ ਨੂੰ ਪੂਰੀ ਤਰ੍ਹਾਂ ਸਪਸ਼ਟ ਕਰ ਦੇਣਾ ਚਾਹੁੰਦਾ ਹਾਂ : ਮੈਂ *ਅਸਲ* ਵਿਚ ਨੇਟਵਰਕ ਮਾਰਕੇਟਿੰਗ ਕਾਰੋਬਾਰ "ਵਿਚ" ਕਦੇ ਨਹੀਂ ਰਿਹਾ ਹਾਂ। ਮੈਂ ਕਿਸੇ ਨੇਟਵਰਕ ਮਾਰਕੇਟਿੰਗ ਕੰਪਨੀ ਦਾ ਮਾਲਕ ਜਾਂ ਡਿਸਟਰੀਬਿਊਟਰ ਵੀ ਨਹੀਂ ਹਾਂ, ਕਿਸੇ ਨੇਟਵਰਕ ਮਾਰਕੇਟਿੰਗ ਕੰਪਨੀ ਤੋਂ ਮੈਨੂੰ ਕੋਈ ਆਰਥਕ ਲਾਭ ਨਹੀਂ ਹੁੰਦਾ ਹੈ ਅਤੇ ਨਾ ਹੀ ਮੈਂ ਕਿਸੇ ਵਿਸ਼ੇਸ਼ ਕੰਪਨੀ ਦਾ ਪ੍ਰਚਾਰ-ਪ੍ਰਸਾਰ ਕਰਦਾ ਹਾਂ। ਲੇਕਨ ਮੈਂ ਸਾਲਾਂ ਤੋਂ ਇਸ ਪੂਰੇ ਕਾਰ-ਵਿਹਾਰ ਦਾ ਪੂਰਜੋਰ ਆਵਾਜ਼ ਵਿਚ ਸਮਰਥਨ ਕਰਦਾ ਆ ਰਿਹਾ ਹਾਂ ਅਤੇ ਇਸ ਅਧਿਆਇ ਵਿਚ ਮੈਂ ਤੁਹਾਨੂੰ ਇਸ ਦਾ ਕਾਰਨ ਦੱਸਣਾ ਚਾਹੁੰਦਾ ਹਾਂ।

1975 ਵਿਚ ਮੇਰਾ ਨੇਟਵਰਕ ਮਾਰਕੇਟਿੰਗ ਨਾਲ ਪਹਿਲੀ ਵਾਰ ਮੇਲ ਹੋਇਆ, ਜਦੋਂ ਇਕ ਮਿੱਤਰ ਨੇ ਮੈਨੂੰ ਇਕ ਨਵੇਂ ਵਪਾਰਕ ਮੌਕੇ ਦੀ ਪੇਸ਼ਕਸ਼ ਲਈ ਸੱਦਾ ਦਿੱਤਾ। ਚੂੰਕਿ ਮੈਨੂੰ ਵਪਾਰਕ ਅਤੇ ਨਿਵੇਸ਼ ਮੌਕਿਆਂ ਦੀ ਪੜਤਾਲ ਕਰਦੇ ਰਹਿਣ ਦੀ ਆਦਤ ਹੈ, ਇਸ ਲਈ ਮੈਂ ਉਸ ਕੋਲ ਜਾਣ ਲਈ ਰਾਜ਼ੀ ਹੋ ਗਿਆ, ਹਾਲਾਂਕਿ ਮੈਨੂੰ ਇਹ ਗੱਲ ਥੋੜ੍ਹੀ ਅਜੀਬ ਜਹੀ ਲੱਗੀ ਕਿ ਉਹ ਵਪਾਰਕ ਬੈਠਕ ਕਿਸੇ ਆਫ਼ਿਸ ਦੀ ਬਜਾਇ ਕਿਸੇ ਦੇ ਘਰ ਵਿਚ ਹੋ ਰਹੀ ਸੀ।

ਮੈਂ ਤਿੰਨ ਘੰਟਿਆਂ ਤਕ ਹੋਈ ਪੇਸ਼ਕਸ਼ ਵਿਚ ਦੱਸੀਆ ਗਈਆਂ ਗੱਲਾਂ ਨੂੰ ਸੁਣਿਆ। ਉਸ ਨੇ ਨੌਕਰੀ ਕਰਣ ਦੀ ਬਜਾਇ ਆਪਣੇ-ਆਪ ਦਾ ਕਾਰੋਬਾਰ ਸਥਾਪਤ ਕਰਨ ਦਾ ਮਹੱਤਵ ਚੰਗੀ ਤਰ੍ਹਾਂ ਦੱਸਿਆ। ਮੈਂ ਉਸ ਵੱਲੋਂ ਦੱਸੀਆਂ ਗਈਆਂ ਜ਼ਿਆਦਾਤਰ ਗੱਲਾਂ ਨਾਲ ਸਹਿਮਤ ਸੀ। ਪੇਸ਼ਕਸ਼ ਖ਼ਤਮ ਹੋਣ ਤੋਂ ਬਾਅਦ ਮੇਰੇ ਮਿੱਤਰ ਨੇ ਮੈਨੂੰ ਪੁੱਛਿਆ ਕਿ ਇਨ੍ਹਾਂ ਗੱਲਾਂ ਬਾਰੇ ਮੇਰੇ ਕੀ ਵਿਚਾਰ ਹਨ। ਮੈਂ ਜਵਾਬ ਦਿੱਤਾ, "ਇਹ ਰੌਚਕ ਹਨ, ਲੇਕਨ ਮੇਰੇ ਕੰਮ ਦੇ ਨਹੀਂ ਹਨ।"

ਮੈਂ ਪਹਿਲਾਂ ਹੀ ਆਪਣੇ ਕਾਰੋਬਾਰ ਨੂੰ ਸਥਾਪਤ ਕਰਣ ਦੀ ਪ੍ਰਕਿਰਿਆ ਵਿਚ ਪੂਰੀ ਤਰ੍ਹਾਂ ਸਰਗਰਮ ਸੀ। ਤਾਂ ਫਿਰ ਦੂਜੇ ਲੋਕਾਂ ਨਾਲ ਕਾਰੋਬਾਰ ਸਥਾਪਤ ਕਰਨ ਦੀ ਕੀ ਲੋੜ ਸੀ? ਅਤੇ ਇਸ ਤੋਂ ਇਲਾਵਾ, *ਇਹ ਨੇਟਵਰਕ ਮਾਰਕੇਟਿੰਗ ਕਾਰੋਬਾਰ ਸੀ*। ਮੈਨੂੰ ਦਰਅਸਲ ਜ਼ਰਾ ਵੀ ਨਹੀਂ ਸੀ ਪਤਾ ਕਿ ਇਸਦਾ ਕੀ ਮਤਲਬ ਹੈ, ਲੇਕਨ ਮੈਂ *ਸੋਚਿਆ* ਕਿ ਮੈਂ ਇਸਦਾ ਮਤਲਬ ਜਾਣਦਾ ਹਾਂ ਅਤੇ ਮੈਨੂੰ ਯਕੀਨ ਸੀ ਕਿ ਇਸ ਨਾਲ ਮੈਨੂੰ ਕੋਈ ਫਾਇਦਾ ਨਹੀਂ ਹੋਵੇਗਾ।

ਮੈਂ ਆਪਣੇ ਦੋ ਮਿਤਰਾਂ ਨਾਲ ਮਿਲ ਕੇ ਜਿਹੜਾ ਸਪੋਰਟਸ ਵੱਲੇਟ ਬਿਜ਼ਨਿਸ ਸ਼ੁਰੂ ਕੀਤਾ ਸੀ, ਉਹ ਮੇਰੀ ਪਹਿਲੀ ਨੇਟਵਰਕ ਮਾਰਕੇਟਿੰਗ ਮੀਟਿੰਗ ਤੋਂ ਬਾਅਦ ਛੇਤੀ ਹੀ ਕਾਮਯਾਬ ਹੋ ਗਿਆ। ਮੇਰੀ ਦੋ ਸਾਲ ਦੀ ਕਰੜੀ ਮੇਹਨਤ ਰੰਗ ਲਿਆਉਣ ਲੱਗੀ। ਮੇਰੇ ਦੋਵੇਂ ਪਾਰਟਨਰ ਅਤੇ ਮੇਰੇ ਉੱਤੇ ਸਫਲਤਾ, ਸ਼ੋਹਰਤ ਅਤੇ ਦੌਲਤ ਦੀ ਵਰਖਾ ਹੋਣ ਲੱਗੀ। ਅਸੀਂ ਸੌਂਹਾਂ ਖਾਦੀਆਂ ਸਨ ਕਿ ਸਾਡੇ ਵਿਚੋਂ ਹਰੇਕ 30 ਸਾਲ ਦੀ ਉਮਰ ਤਕ ਕਰੋੜਪਤੀ ਬਣ ਜਾਏਗਾ ਅਤੇ ਆਪਣੀ ਕਰੜੀ ਮੇਹਨਤ ਦੀ ਬਦੌਲਤ ਅਸੀਂ ਆਪਣੇ ਨਿਸ਼ਾਨੇ ਤੱਕ ਪੁੱਜ ਵੀ ਗਏ। (ਇਹ 1970 ਦੇ ਦਹਾਕੇ ਦੀ ਗੱਲ ਸੀ, ਜਦੋਂ ਇਕ ਮਿਲੀਅਨ ਡਾੱਲਰ ਸੱਚਮੁੱਚ ਵੱਡੀ ਰਕਮ ਹੁੰਦੀ ਸੀ।) ਸਾਡੀ ਕੰਪਨੀ ਅਤੇ ਪ੍ਰੌਡਕਟਸ ਬਾਰੇ *ਸਰਫ਼ਰ, ਰਨਰਸ ਵਰਲਡ* ਅਤੇ *ਜੈਂਟਲਮੈਨਸ ਕੁਆਟਰਲੀ* ਵਰਗੀ ਮੈਗਜ਼ੀਨਸ ਵਿਚ ਲੇਖ ਪ੍ਰਕਾਸ਼ਤ ਹੋਏ। ਅਸੀਂ ਖੇਡਾਂ ਦੇ ਸਾਮਾਨ ਦੀ ਦੁਨੀਆ ਵਿਚ ਨਵੀਂ ਧਮਾਕੇਦਾਰ ਚੀਜ਼ਾਂ ਲਿਆਏ ਸੀ ਅਤੇ ਉਸ ਪ੍ਰਾਡਕਟ ਦੀ ਮੰਗ ਪੂਰੀ ਦੁਨੀਆ ਵਿਚ ਹੋਣ ਲੱਗੀ। ਅਸੀਂ ਪੂਰੀ ਤਰ੍ਹਾਂ ਸਫਲ ਹੋ ਚੁੱਕੇ ਸੀ।

ਇਸ ਤੋਂ ਬਾਅਦ ਮੈਂ ਨੇਟਵਰਕ ਮਾਰਕੇਟਿੰਗ ਬਾਰੇ ਇਕ ਵਾਰ ਵੀ ਨਹੀਂ ਸੋਚਿਆ – ਘੱਟੋਘੱਟ ਅਗਲੇ ਦਹਾਕੇ ਤੱਕ ਤਾਂ ਨਹੀਂ।

ਮਸਤਿਸ਼ਕ ਦਾ ਖੁੱਲ੍ਹਣਾ

ਬਾਅਦ ਦੇ ਸਾਲਾਂ ਵਿਚ ਮੇਰਾ ਦਿਮਾਗ ਖੁੱਲ੍ਹਣ ਲੱਗਾ। ਮੇਰਾ ਜਿਹੜਾ ਵੱਲੇਟ ਕਾਰੋਬਾਰ ਹੈਰਾਨੀਜਨਕ ਢੰਗ ਨਾਲ ਸਫਲ ਹੋਇਆ ਸੀ, ਉਹ ਕੁੱਝ ਸਾਲਾਂ ਵਿਚ ਡੁੱਬ ਗਿਆ। ਇਹ ਕਾਫੀ ਨਿਮਰ ਬਨਾਉਣ ਵਾਲਾ ਅਨੁਭਵ ਸੀ ਅਤੇ ਬੜਾ ਸਕਾਰਾਤਮਕ ਵੀ, ਕਿਉਂਕਿ ਇਸਦੀ ਬਦੌਲਤ ਮੈਂ ਆਪਣੇ ਆਸ-ਪਾਸ ਦੇ ਸੰਸਾਰ ਨੂੰ ਹੋਰ ਜ਼ਿਆਦਾ ਗੌਹ ਨਾਲ ਦੇਖਿਆ ਅਤੇ ਸਵਾਲ ਪੁੱਛੇ। ਮੇਰੇ ਅਮੀਰ ਡੈਡੀ ਨੇ ਮੈਨੂੰ ਜਿਹੜੀਆਂ ਗੱਲਾਂ ਸਿਖਲਾਈਆਂ ਸਨ, ਉਹ ਹੋਰ ਜ਼ਿਆਦਾ ਡੂੰਘਿਆਈ ਨਾਲ ਮੇਰੇ ਦਿਲ ਵਿਚ

ਹਾਲਾਂਕਿ ਵਿਅਕਤੀਗਤ ਸਫਲਤਾ ਨਾਲ ਤਸੱਲੀ ਮਿਲਦੀ ਹੈ, ਲੇਕਨ ਜਦੋਂ ਤੁਸੀਂ ਸਫਲ ਹੋਣ ਵਿਚ ਦੂਜਿਆਂ ਦੀ ਮਦਦ ਕਰਦੇ ਹੋ, ਤਾਂ ਕਿਤੇ ਜ਼ਿਆਦਾ ਸੰਤੋਖ ਮਿਲਦਾ ਹੈ।

ਉਤਰਨ ਲੱਗੀਆਂ ਅਤੇ ਮੇਰਾ ਨਜ਼ਰੀਆ ਹੋਰ ਵਿਆਪਕ ਹੋਣ ਲੱਗਾ। ਮੈਨੂੰ ਦੂਜੇ ਸਫਲ ਕਾਰੋਬਾਰ ਬਨਾਉਣ ਵਿਚ ਜ਼ਿਆਦਾ ਸਮਾਂ ਨਹੀਂ ਲੱਗਾ, ਫਿਰ ਇਕ ਹੋਰ, ਫਿਰ ਇਕ ਹੋਰ, ਇਕ ਹੋਰ – ਲੇਕਨ ਉਸ ਪਹਿਲੇ ਕਾਰੋਬਾਰ ਤੋਂ ਠੀਕ ਉਲਟ ਇਨ੍ਹਾਂ ਵਿਚੋਂ ਕੋਈ ਵੀ ਨਹੀਂ ਡੁੱਬਿਆ ਬਲਕਿ ਲਗਾਤਾਰ ਸਫਲ ਹੁੰਦਾ ਰਿਹਾ।

ਉਨ੍ਹਾਂ ਸਾਲਾਂ ਦੌਰਾਨ ਮੇਰੇ ਮਨ ਵਿਚ ਆਪ ਅਮੀਰ ਬਣਨ ਦਾ ਵਿਚਾਰ ਬੜਾ ਜੋਰ ਮਾਰ ਰਿਹਾ ਸੀ। ਲੇਕਨ ਇਸ ਦੇ ਨਾਲ ਹੀ ਮੈਂ ਅਮੀਰ ਬਣਨ ਵਿਚ ਦੂਜਿਆਂ ਦੀ ਮਦਦ ਕਰਣ ਦੇ ਵਿਚਾਰ ਵੱਲ ਵੀ ਆਕਰਸ਼ਤ ਹੋਇਆ। ਮੈਨੂੰ ਅਹਿਸਾਸ ਹੋਇਆ ਕਿ ਹਾਲਾਂਕਿ ਵਿਅਕਤੀਗਤ ਸਫਲਤਾ ਨਾਲ ਤਸੱਲੀ ਮਿਲਦੀ ਹੈ, ਲੇਕਨ ਜਦੋਂ ਤੁਸੀਂ ਸਫਲ ਹੋਣ ਵਿਚ ਦੂਜਿਆਂ ਦੀ ਮਦਦ ਕਰਦੇ ਹੋ, ਤਾਂ ਕਿਤੇ ਜ਼ਿਆਦਾ ਸੰਤੋਖ ਮਿਲਦਾ ਹੈ।

ਅਗਲੇ ਪੰਦਰ੍ਹਾਂ ਸਾਲਾਂ ਤਕ ਮੈਂ ਨੇਟਵਰਕ ਮਾਰਕੇਟਿੰਗ ਬਾਰੇ ਨਕਾਰਾਤਮਕ ਗੱਲਾਂ ਸੁਣਦਾ ਰਿਹਾ, ਜ਼ਿਆਦਾਤਰ ਮਾਮਲਿਆਂ ਵਿਚ ਆਪਣੀ ਜਾਣ-ਪਛਾਣ ਦੇ ਲੋਕਾਂ ਕੋਲੋਂ। ਆਖ਼ਰਕਾਰ ਮੈਂ ਆਪ ਇਸ ਕਾਰੋਬਾਰ ਦੀ ਪੜਚੋਲ ਕਰਣ ਦਾ ਨਿਰਣਾ ਲਿਆ।

1990 ਦੇ ਦਹਾਕੇ ਦੀ ਸ਼ੁਰੂਆਤ ਵਿਚ ਬਿਲ ਨਾਂ ਦੇ ਇਕ ਮਿੱਤਰ ਨਾਲ ਮੇਰੀ ਮੁਲਾਕਾਤ ਹੋਈ, ਜਿਹੜਾ ਕਿ ਰਿਟਾਇਰਡ ਅਰਬਪਤੀ ਸੀ। ਅਸੀਂ ਗੱਲਬਾਤ ਕਰਣ ਲੱਗੇ ਅਤੇ ਮੈਨੂੰ ਇਹ ਹੈਰਾਨੀਕੁਨ ਤੱਥ ਪਤਾ ਚੱਲਿਆ ਕਿ ਉਹ ਨੇਟਵਰਕ ਮਾਰਕੇਟਿੰਗ ਕਾਰੋਬਾਰ ਨਾਲ ਜੁੜਿਆ ਹੋਇਆ ਸੀ!

ਬਿਲ ਬਹੁਤ ਹੀ ਤੀਖਣ ਬੁੱਧੀ ਅਤੇ ਬੇਹਦ ਵਿਹਾਰਕ ਇਨਸਾਨ ਹੈ। ਮੈਂ ਜਾਣਦਾ ਸੀ ਕਿ ਉਸਨੇ ਕੁੱਝ ਸਮਾਂ ਪਹਿਲਾਂ ਹੀ ਇਕ ਅਰਬ ਡਾੱਲਰ ਤੋਂ ਜ਼ਿਆਦਾ ਦੇ ਕਮਰਸ਼ੀਅਲ ਰੀਅਲ ਐਸਟੇਟ ਪ੍ਰੋਜੈਕਟਸ ਪੂਰੇ ਕੀਤੇ ਸਨ। ਮੈਂ ਉਸ ਨੂੰ ਪੁੱਛਿਆ ਕਿ ਆਖ਼ਰ ਉਹ ਨੇਟਵਰਕ ਮਾਰਕੇਟਿੰਗ ਵਿਚ ਕਿਉਂ ਜੁੜਿਆ? ਉਸ ਨੂੰ ਇਸ ਦੀ ਕੀ ਲੋੜ ਸੀ?

ਉਸਨੇ ਦੱਸਿਆ, "ਸਾਲਾਂ ਤੋਂ ਲੋਕੀਂ ਮੇਰੇ ਕੋਲੋਂ ਰੀਅਲ ਐਸਟੇਟ ਵਿਚ ਨਿਵੇਸ਼ ਕਰਣ ਦੀ ਸਲਾਹ ਮੰਗਦੇ ਆ ਰਹੇ ਹਨ। ਉਹ ਜਾਣਨਾ ਚਾਹੁੰਦੇ ਹਨ ਕਿ ਕੀ ਉਹ ਮੇਰੇ ਨਾਲ ਨਿਵੇਸ਼ ਕਰ ਸਕਦੇ ਹਨ। ਦੇਖੋ, ਉਹ ਇਸ ਤਰ੍ਹਾਂ ਨਹੀਂ ਕਰ ਸਕਦੇ, ਕਿਉਂਕਿ ਉਨ੍ਹਾਂ ਵਿਚ ਜ਼ਿਆਦਾਤਰ ਕੋਲ 50,000 ਜਾਂ 1,00,000 ਡਾੱਲਰ ਨਹੀਂ ਹੁੰਦੇ, ਜਿਹੜੇ ਮੇਰੇ ਸਤਰ ਦੇ ਰੀਅਲ ਐਸਟੇਟ ਨਿਵੇਸ਼ਾਂ ਲਈ ਜ਼ਰੂਰੀ ਹੁੰਦਾ ਹੈ।"

"ਅਸਲ ਵਿਚ, ਉਨ੍ਹਾਂ ਵਿਚੋਂ ਕਈਆਂ ਕੋਲ ਤਾਂ ਬਿਲਕੁੱਲ ਹੀ ਪੈਸਾ ਨਹੀਂ ਹੁੰਦਾ। ਕੁੱਝ ਤਾਂ ਦਿਵਾਲੀਐਪਣ ਦੇ ਸਿਰੇ ਤੋਂ ਸਿਰਫ਼ ਦੋ ਤਨਖ਼ਾਹਾਂ ਦੂਰ ਹੁੰਦੇ ਹਨ। ਇਸ ਲਈ ਉਹ ਉਨ੍ਹਾਂ ਸਸਤੇ, ਬਿਨਾ ਡਾਊਨ ਪੇਮੈਂਟ ਵਾਲੇ ਸੌਦਿਆਂ ਦੀ ਤਲਾਸ਼ ਕਰਦੇ ਹਨ, ਜਿਹੜੇ ਅਕਸਰ ਬਹੁਤ ਮਾੜੇ ਨਿਵੇਸ਼ ਸਾਬਤ ਹੁੰਦੇ ਹਨ। ਨੇਟਵਰਕ ਮਾਰਕੇਟਿੰਗ ਰਾਹੀਂ ਮੈਂ ਅਸਲ ਵਿਚ ਉੱਨਾ ਪੈਸਾ ਬਨਾਉਣ ਵਿਚ ਲੋਕਾਂ ਦੀ ਮਦਦ ਕਰ ਸਕਦਾ ਹਾਂ, ਜਿਸ ਨਾਲ ਉਹ ਰੀਅਲ ਐਸਟੇਟ ਵਿਚ ਗੰਭੀਰ ਨਿਵੇਸ਼ ਕਰ ਸਕਦੇ ਹਨ। ਮੈਂ ਜਿੰਨੇ ਜ਼ਿਆਦਾ ਲੋਕਾਂ ਦੀ ਮਦਦ ਕਰਦਾ ਹਾਂ, ਮੇਰੇ ਕੋਲ ਉੱਨੇ ਹੀ ਜ਼ਿਆਦਾ ਨਿਵੇਸ਼ਕ ਹੁੰਦੇ ਹਨ।"

ਉਸਨੇ ਅੱਗੇ ਕਿਹਾ, "ਇਸ ਤੋਂ ਇਲਾਵਾ ਮੈਨੂੰ ਦਰਅਸਲ ਇਹੋ ਜਿਹੇ ਲੋਕਾਂ ਨਾਲ ਕੰਮ ਕਰਣਾ ਬੜਾ ਚੰਗਾ ਲੱਗਦਾ ਹੈ, ਜਿਨ੍ਹਾਂ ਵਿਚ ਸਿਖਣ ਅਤੇ ਵਿਕਾਸ ਕਰਣ ਦੀ ਭੁੱਖ ਹੁੰਦੀ ਹੈ। ਦੂਜੇ ਪਾਸੇ, ਉਨ੍ਹਾਂ ਲੋਕਾਂ ਨਾਲ ਕੰਮ ਕਰਣਾ ਬੜਾ ਔਖਾ ਹੁੰਦਾ ਹੈ, ਜਿਹੜੇ ਸੋਚਦੇ ਹਨ ਕਿ ਉਹ ਪਹਿਲਾਂ ਤੋਂ ਹੀ ਸਾਰਾ ਕੁੱਝ ਜਾਣਦੇ ਹਨ, ਜਿਵੇਂ ਮੇਰੇ ਰੀਅਲ ਐਸਟੇਟ ਸੌਦਿਆਂ ਵਿਚ ਅਕਸਰ ਹੁੰਦਾ ਰਹਿੰਦਾ ਹੈ। ਨੇਟਵਰਕ ਮਾਰਕੇਟਿੰਗ ਵਿਚ ਮੈਂ ਜਿਨ੍ਹਾਂ ਲੋਕਾਂ ਨਾਲ ਕੰਮ ਕਰਦਾ ਹਾਂ, ਉਹ ਨਵੇਂ ਵਿਚਾਰਾਂ ਨੂੰ ਲੈ ਕੇ ਵਾਕਈ ਰੁਮਾਂਚਤ ਹੁੰਦੇ ਹਨ।

ਬਿਲ ਦੇ ਨਾਲ ਕੁੱਝ ਮਿੰਟਾਂ ਦੀ ਗੱਲਬਾਤ ਕਰਣ ਤੋਂ ਬਾਅਦ ਮੈਨੂੰ ਹਵਾਈ ਅੱਡੇ ਵੱਲ ਦੌੜ ਲਾਉਣੀ ਪਈ। ਬਹਰਹਾਲ, ਅਗਲੇ ਕੁੱਝ ਮਹੀਨਿਆਂ ਤਕ ਸਾਡਾ ਸੰਵਾਦ ਬਰਾਬਰ ਚੱਲਦਾ ਰਿਹਾ ਅਤੇ ਇਸ ਨਾਲ ਹੀ ਨੇਟਵਰਕ ਮਾਰਕੇਟਿੰਗ ਅਤੇ ਇਸ ਤੋਂ ਹੋਣ ਵਾਲੇ ਮੁਨਾਫਿਆਂ ਪ੍ਰਤਿ ਮੇਰਾ

ਸਨਮਾਨ ਵੀ ਵੱਧਦਾ ਚਲਾ ਗਿਆ।

1994 ਵਿਚ ਮੈਂ ਇਸ ਉਦਯੋਗ 'ਤੇ ਗੰਭੀਰ ਸ਼ੋਧ ਪ੍ਰਾਰੰਭ ਕੀਤਾ। ਮੈਨੂੰ ਜਿਸ ਵੀ ਪ੍ਰਸਤੁਤੀ ਦੀ ਜਾਣਕਾਰੀ ਮਿਲਦੀ ਸੀ, ਮੈਂ ਉਸ ਵਿਚ ਚਲਾ ਜਾਂਦਾ ਅਤੇ ਉਥੇ ਕਹੀ ਜਾਣ ਵਾਲੀ ਹਰ ਗੱਲ ਨੂੰ ਗੌਹ ਨਾਲ ਸੁਣਦਾ। ਮੈਂ ਕਈ ਕੰਪਨੀਆਂ ਦੇ ਸਾਹਿਤ ਦਾ ਅਧਿਐਨ ਕੀਤਾ, ਉਨ੍ਹਾਂ ਦੇ ਟ੍ਰੈਕ ਰਿਕਾਰਡਜ਼ ਤੇ ਨਜ਼ਰ ਪਾਈ, ਡੂੰਘਿਆਈ ਵਿਚ ਜਾ ਕੇ ਉਨ੍ਹਾਂ ਦੀ ਪੜਚੋਲ ਕੀਤੀ। ਮੈਂ ਇਹ ਸਾਰੀ ਘੋਖ-ਪੜਚੋਲ ਉਸੇ ਤਰ੍ਹਾਂ ਹੀ ਕੀਤੀ, ਜਿਵੇਂ ਮੈਂ ਨਿਵੇਸ਼ ਲਈ ਕਿਸੇ ਵਪਾਰਕ ਕੰਪਨੀ ਦਾ ਅਧਿਐਨ ਕਰਦਾ ਹਾਂ। ਜੇਕਰ ਘੋਖ-ਪੜਚੋਲ ਤੋਂ ਬਾਅਦ ਮੈਨੂੰ ਕੰਪਨੀ ਪਸੰਦ ਆ ਜਾਉਂਦੀ, ਤਾਂ ਮੈਂ ਉਸ ਨਾਲ ਜੁੜ ਵੀ ਜਾਂਦਾ ਸਾਂ, ਤਾਂ ਜੁ ਉਸਦੇ ਬਾਰੇ ਅੰਦਰਲੀ ਜਾਣਕਾਰੀ ਵੀ ਹਾਸਲ ਕਰ ਸਕਾਂ ਅਤੇ ਇਹ ਜਾਣ ਸਕਾ ਕਿ ਅਨੁਭਵ ਅੰਦਰੋਂ ਕਿਵੇਂ ਰਹਿੰਦਾ ਹੈ।

ਆਖ਼ਰਕਾਰ ਇਹਨਾਂ ਕੰਪਨੀਆਂ ਦੇ ਕੁੱਝ ਲੀਡਰਜ਼ ਨਾਲ ਮੇਰੇ ਮੁਲਾਕਾਤ ਹੋਣ ਲੱਗੀ। ਮੈਨੂੰ ਇਹ ਜਾਣ ਕੇ ਹੈਰਾਨੀ ਹੋਈ ਕਿ ਕਾਰੋਬਾਰ ਦੌਰਾਨ ਮੈਂ ਜਿਹੜੇ ਲੋਕਾਂ ਨੂੰ ਮਿਲਿਆ ਸੀ, ਉਹ ਉਨ੍ਹਾਂ ਵਿਚੋਂ ਸਭ ਤੋਂ ਬੁੱਧੀਮਾਨ, ਦਿਆਲੂ, ਨੈਤਕ, ਅਧਿਆਤਮਕ ਅਤੇ ਪੇਸ਼ੇਵਰ ਲੋਕਾਂ ਵਿਚੋਂ ਸਨ। ਇਕ ਵਾਰ ਜਦੋਂ ਮੈਂ ਆਪਣੇ ਪੱਖਪਾਤੀ ਨਜ਼ਰੀਏ ਤੋਂ ਉਬਰ ਗਿਆ ਅਤੇ ਨੇਟਵਰਕ ਮਾਰਕੇਟਿੰਗ ਦੇ ਲੋਕਾਂ ਨਾਲ ਮਿਲਣ ਤੋਂ ਬਾਅਦ ਉਨ੍ਹਾਂ ਸਨਮਾਨ ਕਰਣ ਲੱਗਾ ਅਤੇ ਉਨ੍ਹਾਂ ਨਾਲ ਜੁੜ ਵੀ ਗਿਆ, ਤਾਂ ਮੈਨੂੰ ਇਸ ਉਦਯੋਗ ਦਾ ਹਿਰਦਾ ਮਿਲ ਗਿਆ ਅਤੇ ਮੈਨੂੰ ਜਿਹੜਾ ਕੁੱਝ ਮਿਲਿਆ, ਉਸ ਨਾਲ ਮੈਂ ਹੈਰਾਨ ਰਹਿ ਗਿਆ।

ਜਦੋਂ 1975 ਵਿਚ ਪਹਿਲੀ ਵਾਰੀ ਮੀਟਿੰਗ ਵਿਚ ਮੈਨੂੰ ਨੇਟਵਰਕ ਮਾਰਕੇਟਿੰਗ ਦੇ ਸੰਕਲਪ ਦੀ ਜਾਣਕਾਰੀ ਮਿਲੀ ਸੀ, ਤਦੋਂ ਮੇਰਾ ਦਿਮਾਗ਼ ਇਸ ਵਿਚਾਰ ਪ੍ਰਤਿ ਘੁੱਟਕੇ ਬੰਦ ਹੋ ਗਿਆ ਸੀ। ਹੁਣ ਤਕਰੀਬਨ ਵੀਹ ਸਾਲਾਂ ਬਾਅਦ ਮੇਰਾ ਨਜ਼ਰੀਆ ਪੂਰੀ ਤਰ੍ਹਾਂ ਬਦਲ ਗਿਆ ਸੀ।

ਲੋਕ ਕਈ ਵਾਰੀਂ ਮੈਨੂੰ ਪੁੱਛਦੇ ਹਨ, "ਤੁਸੀਂ ਆਪ ਨੇਟਵਰਕ ਮਾਰਕੇਟਿੰਗ ਰਾਹੀਂ ਅਮੀਰ ਨਹੀਂ ਬਣੇ ਹੋ, ਫਿਰ ਤੁਸੀਂ ਦੂਜੇ ਲੋਕਾਂ ਨੂੰ ਇਸ ਰਾਹੀਂ ਦੌਲਤ ਬਨਾਉਣ ਦੀ ਸਲਾਹ ਕਿਉਂ ਦਿੰਦੇ ਹੋ?"

ਦੇਖੋ, ਚੂੰਕਿ ਮੈਂ ਆਪਣੀ ਦੌਲਤ ਨੇਟਵਰਕ ਮਾਰਕੇਟਿੰਗ ਰਾਹੀਂ ਨਹੀਂ ਬਣਾਈ ਹੈ, ਇਸ ਲਈ ਮੈਂ ਇਸ ਉਦਯੋਗ ਬਾਰੇ ਜ਼ਿਆਦਾ ਨਿਰਪੱਖ ਹੋ ਸਕਦਾ ਹਾਂ। ਮੈਂ ਬਾਰਹਲੇ ਵਿਅਕਤੀ ਦੇ ਤੌਰ ਉੱਤੇ ਇਸ ਕਾਰੋਬਾਰ ਦੀ ਕਦਰ ਕਰਣ ਲੱਗਾ ਅਤੇ ਇਹ ਤਦੋਂ ਹੋਇਆ, ਜਦੋਂ ਮੈਂ ਪਹਿਲਾਂ ਹੀ ਆਪਣੀ ਦੌਲਤ ਬਣਾ ਚੁੱਕਿਆ ਸੀ ਅਤੇ ਆਰਥਕ ਨਜ਼ਰੀਏ ਤੋਂ ਸੁਤੰਤਰ ਵੀ।

ਉਂਜ ਜੇਕਰ ਮੈਨੂੰ ਅੱਜ ਦੁਬਾਰਾ ਸਿਫ਼ਰ ਤੋਂ ਸਾਰਾ ਕੁੱਝ ਮੁੜ ਸ਼ੁਰੂ ਕਰਣਾ ਪਵੇ, ਤਾਂ ਪੁਰਾਣੀ ਸ਼ੈਲੀ ਦਾ ਕਾਰੋਬਾਰ ਸਥਾਪਤ ਕਰਣ ਦੀ ਬਜਾਇ ਮੈਂ ਨੇਟਵਰਕ ਮਾਰਕੇਟਿੰਗ ਕਾਰੋਬਾਰ ਨੂੰ ਸ਼ੁਰੂ ਕਰਣਾ ਚਾਹਵਾਂਗਾ।

... ਤਾਂ ਨੇਟਵਰਕ ਮਾਰਕੇਟਿੰਗ ਆਖ਼ਰ ਕੀ ਹੈ?

ਮੈਂ ਕਿਹਾ ਸੀ ਕਿ ਮੈਂ ਦਰਅਸਲ ਕਦੇ ਵੀ ਭਾਈਵਾਲ ਦੇ ਤੌਰ ਉੱਤੇ ਨੇਟਵਰਕ ਮਾਰਕੇਟਿੰਗ ਵਿਚ

ਜੁੜਿਆ ਨਹੀਂ ਰਿਹਾ, ਲੇਕਨ ਮੈਂ ਇਕ ਇਹੋ ਜਹੇ ਸ਼ਖ਼ਸ ਨੂੰ ਜਾਣਦਾ ਹਾਂ, ਜਿਹੜਾ ਕਾਫੀ ਸਮੇਂ ਤੋਂ ਇਸ ਨਾਲ ਜੁੜਿਆ ਹੋਇਆ ਹੈ ਅਤੇ ਮੈਂ ਉਨ੍ਹਾਂ ਨੂੰ ਆਪਣਾ ਗਿਆਨ ਦਾ ਲਾਹਾ ਦੇਣ ਲਈ ਸੱਦਾ ਦਿੱਤਾ ਹੈ।

ਮੇਰੇ ਮਿੱਤਰ ਜਾੱਨ ਫਲੈਮਿੰਗ ਨੇ ਜੀਵਨ ਵਿਚ ਬਤੌਰ ਆਰਕੀਟੈਕਟ ਸ਼ੁਰੂਆਤ ਕੀਤੀ ਸੀ (ਇਕ ਵਾਰ ਤਾਂ ਉਨ੍ਹਾਂ ਨੇ ਮਸ਼ਹੂਰ ਆਰਕੀਟੈਕਟ ਮਾਇਸ ਵੈਨ ਡਰ ਰੋਹੇ ਲਈ ਵੀ ਕੰਮ ਕੀਤਾ ਸੀ) ਇਸ ਕਾਰਨ ਵੀ ਮੈਂ ਨੇਟਵਰਕ ਮਾਰਕੇਟਿੰਗ ਪ੍ਰਤਿ ਉਨ੍ਹਾਂ ਦੀ ਨੀਤੀ ਦੀ ਕਦਰ ਕਰਦਾ ਹਾਂ। ਖ਼ਾਸ ਗੱਲ ਇਹ ਹੈ ਕਿ ਇਸ ਕਾਰੋਬਾਰ ਵਿਚ ਵੀ ਉਨ੍ਹਾਂ ਨੇ ਵਿਹਾਰਕ ਸਰੰਚਨਾ ਅਤੇ ਉਪਯੋਗੀ ਨਿਰਮਾਣ ਦਾ ਉਹੀ ਜੋਸ਼ ਦਿਖਾਇਆ। ਦੂਜੇ ਸ਼ਬਦਾਂ ਵਿਚ, ਉਹ ਇਹੋ ਜਹੀ ਪ੍ਰਣਾਲੀ ਜਾਂ ਸ਼ੈਲੀ ਬਨਾਉਣ ਨੂੰ ਮਹੱਤਵ ਦਿੰਦੇ ਹਨ, ਜਿਹੜਾ ਲੰਮੇ ਸਮੇਂ ਤਕ ਕਾਇਮ ਰਹੇ।

ਜਾੱਨ ਕੋਲ ਨੇਟਵਰਕ ਮਾਰਕੇਟਿੰਗ ਦਾ ਤਕਰੀਬਨ ਚਾਲ੍ਹੀਂ ਸਾਲਾਂ ਦਾ ਅਨੁਭਵ ਹੈ, ਜਿਸ ਬਦੌਲਤ ਉਹ ਇਨ੍ਹਾਂ ਪੰਨਿਆਂ ਰਾਹੀਂ ਸਾਨੂੰ ਲਾਹੇਵੰਦ ਕਰਣਗੇ। ਉਨ੍ਹਾਂ ਨੇ ਆਪਣੀ ਖ਼ੁਦ ਦੀ ਕੰਪਨੀ ਬਣਾਈ ਅਤੇ ਚਲਾਈ। ਉਹ ਬਹੁਤੀਆਂ ਕੰਪਨੀਆਂ ਵਿਚ ਕਈ ਐਕਜ਼ੀਕਿਊਟਿਵਜ਼ ਓਹਦਿਆਂ ਤੇ ਵੀ ਰਹਿ ਚੁੱਕੇ ਹਨ, ਜਿਹਨਾਂ ਵਿਚ ਇਕ ਬਹੁਤ ਵੱਡੀ ਅਤੇ ਸਨਮਾਨਤ ਕੰਪਨੀ ਵੀ ਸ਼ਾਮਲ ਹੈ। ਇਸ ਵਿਚ ਉਹ ਪੰਦਰ੍ਹਾਂ ਸਾਲਾਂ ਤਕ ਰੀਜ਼ਨਲ ਵਾਇਸ ਪ੍ਰੈਜ਼ੀਡੈਂਟ ਰਹੇ ਅਤੇ ਫਿਰ ਵਿਕਰੀ ਰਣਨੀਤੀ, ਸਿਖਲਾਈ ਅਤੇ ਵਿਕਾਸ ਦੇ ਵਾਇਸ ਪ੍ਰੈਜ਼ੀਡੈਂਟ ਵੀ। ਉਹ ਉਦਯੋਗ ਦੇ ਅਨੇਕ ਟਰੈਡ ਸਮੂਹਾਂ ਵਿਚ ਵੀ ਸਰਗਰਮ ਰਹੇ ਹਨ। 1997 ਵਿਚ ਡਾਇਰੈਕਟ ਸੈਲਿੰਗ ਐਜੂਕੇਸ਼ਨ ਫਾਉਂਡੇਸ਼ਨ ਨੇ ਜਾੱਨ ਨੂੰ ਆਪਣੇ ਸਰਵਉੱਚ ਸਨਮਾਨ ਸਰਕਲ ਆੱਫ ਆੱਨਰ ਅਵਾਰਡ ਨਾਲ ਨਿਵਾਜਿਆ। ਅੱਜ ਜਾੱਨ *ਡਾਇਰੈਕਟ ਸੈਲਿੰਗ ਨਿਊਜ਼* ਦੇ ਪ੍ਰਕਾਸ਼ਕ ਅਤੇ ਪ੍ਰਮੁੱਖ ਸੰਪਾਦਕ ਦੇ ਤੌਰ ਤੇ ਕੰਮ ਕਰ ਰਹੇ ਹਨ, ਜਿਹੜੀ ਡਾਇਰੈਕਟ ਸੈਲਿੰਗ ਅਤੇ ਨੇਟਵਰਕ ਮਾਰਕੇਟਿੰਗ ਐਕਜ਼ੀਕਿਊਟਿਵਜ਼ ਦੀ ਸੇਵਾ ਕਰਣ ਵਾਲਾ ਇਕ ਸਨਮਾਨਤ ਟਰੈਡ ਪ੍ਰਕਾਸ਼ਨ ਹੈ।

ਰਾਬਰਟ : ਜਾੱਨ, ਉਨ੍ਹਾਂ ਪਾਠਕਾਂ ਲਈ, ਜਿਨ੍ਹਾਂ ਨੇ ਸ਼ਾਇਦ ਪਹਿਲਾਂ ਤੋਂ ਨਾ ਪਤਾ ਹੋਵੇ, ਤੁਸੀਂ ਇਹ ਦੱਸੋ ਕਿ ਨੇਟਵਰਕ ਮਾਰਕੇਟਿੰਗ ਆਖ਼ਰ ਕੀ ਹੈ ਅਤੇ ਇਸ ਨੂੰ ਕਿਹੜੀ ਚੀਜ਼ ਚਲਾਉਂਦੀ ਹੈ?

ਜਾੱਨ : ਨੇਟਵਰਕ ਮਾਰਕੇਟਿੰਗ ਪਿਛਲੀ ਸਦੀ ਦੇ ਮੱਧ ਤੋਂ ਅਨੇਕਾਂ ਰੂਪਾਂ ਨਾਲ ਸਾਡੇ ਵਿਚਕਾਰ ਰਹੀ ਹੈ। ਇਸਦਾ ਬੁਨਿਆਦੀ ਵਿਚਾਰ ਸਰਲ ਵੀ ਹੈ ਅਤੇ ਬੇਹਤਰੀਨ ਵੀ : ਪ੍ਰੌਡਕਟਸ ਜਾਂ ਸੇਵਾਵਾਂ ਦੇ ਪ੍ਰਚਾਰ ਲਈ ਤਮਾਮ ਪੇਸ਼ੇਵਰ ਸੰਸਥਾਵਾਂ ਅਤੇ ਮਾਰਕੇਟਿੰਗ ਚੈਨਲਾਂ ਉੱਤੇ ਢੇਰ ਸਾਰਾ ਪੈਸਾ ਖ਼ਰਚਣ ਦੀ ਬਜਾਇ ਕਿਉਂ ਨਾ ਉਹਨਾਂ ਲੋਕਾਂ ਨੂੰ ਹੀ ਅਦਾ ਕੀਤੇ ਜਾਣ, ਜਿਹੜੇ ਉਨ੍ਹਾਂ ਪ੍ਰੌਡਕਟਸ ਨੂੰ ਸਭ ਤੋਂ ਵੱਧ ਪ੍ਰੇਮ ਕਰਦੇ ਹਨ ਅਤੇ ਦੂਜਿਆਂ ਨੂੰ ਵੀ ਉਨ੍ਹਾਂ ਬਾਰੇ ਦੱਸਦੇ ਹਨ।

ਨੇਟਵਰਕ ਮਾਰਕੇਟਿੰਗ ਕੰਪਨੀ ਬਿਲਕੁੱਲ ਇਹੀ ਕਰਦੀ ਹੈ। ਉਸ ਨੂੰ ਵਿਕਰੀ ਤੋਂ ਜਿੰਨੇ ਵੀ ਡਾੱਲਰ ਮਿਲਦੇ ਹਨ, ਉਨ੍ਹਾਂ ਦਾ ਇਕ ਹਿੱਸਾ ਇਹ ਸੁਤੰਤਰ ਪ੍ਰਤਿਨਿਧੀਆਂ ਨੂੰ ਮੋੜ ਦਿੰਦੀ ਹੈ, ਜਿਹੜੇ ਆਮਤੌਰ ਤੇ ਉਸਦੇ ਪ੍ਰੌਡਕਟਸ ਦੇ ਸਭ ਤੋਂ ਸਮਰਪਤ ਅਤੇ ਉਤਸਾਹੀ ਗਾਹਕ ਜਾਂ ਉਪਭੋਗਤਾ ਹੁੰਦੇ ਹਨ।

ਰਾਬਰਟ : ਇਕ ਮਿੰਟ ਲਈ ਮੈਂ ਇਸਦੇ ਵਿਰੋਧੀ ਦੀ ਭੂਮਿਕਾ ਨਿਭਾਉਣਾ ਚਾਹਵਾਂਗਾ। ਉਂਜ ਇਹ ਕਾਰਗਰ ਕਿਵੇਂ ਹੋ ਸਕਦਾ ਹੈ? ਮੇਰਾ ਮਤਲਬ ਹੈ, ਮਾਰਕੇਟਿੰਗ ਦੀ ਖ਼ਾਸ ਯੋਗਤਾ ਨਾ ਰੱਖਣ ਵਾਲੇ ਆਮ ਲੋਕਾਂ ਦਾ ਸਮੂਹ ਅਸਲ ਵਿਚ ਮੁਕਾਬਲੇ ਦੇ ਅਜੋਕੇ ਮਾਹੌਲ ਵਿਚ ਜ਼ਿਆਦਾ ਵਿਕਰੀ ਕਿਵੇਂ ਕਰ ਸਕਦਾ ਹੈ?

ਜੌਨ : ਦੇਖੋ, ਦਰਅਸਲ ਇਹੀ ਇਸ ਦੀ ਸੁੰਦਰਤਾ ਹੈ। ਜਿਵੇਂ ਹਰ ਮਾਰਕੇਟਿੰਗ ਪ੍ਰੋਫੈਸ਼ਨਲ, ਹਾੱਲੀਵੁਡ ਪ੍ਰੋਡਿਊਸਰ ਅਤੇ ਵੱਡੀ ਕੰਪਨੀ ਦਾ ਮਾਲਕ ਜਾਣਦਾ ਹੈ, ਵਿਅਕਤੀਗਤ ਮੂੰਹ-ਜ਼ਬਾਨੀ ਪ੍ਰਚਾਰ ਹੀ ਦੁਨੀਆ ਦਾ ਸਭ ਤੋਂ ਸ਼ਕਤੀਸ਼ਾਲੀ ਪ੍ਰਚਾਰ ਮਾਧਿਅਮ ਹੁੰਦਾ ਹੈ। ਇਸ ਲਈ ਟੈਲੀਵਿਜਨ ਉੱਤੇ ਵਿਗਿਆਪਣ ਦੇਣ ਵਾਲੀਆਂ ਕੰਪਨੀਆਂ ਐਕਟਰਾਂ ਨੂੰ ਕਰੋੜਾਂ ਡਾੱਲਰ ਦੀ ਫੀਸ ਚੁਕਾਉਂਦੀਆਂ ਹਨ, ਤਾਂ ਜੁ ਤੁਹਾਡੀ ਮਾਂ, ਤੁਹਾਡੀ ਜੀਵਨ ਸੰਗੀ, ਤੁਹਾਡੇ ਸਭ ਤੋਂ ਪਿਆਰੇ ਮਿੱਤਰ ਜਾਂ ਤੁਹਾਡੇ ਬੱਚਿਆਂ ਵਾਂਗ ਗੱਲ ਕਰਣ: ਇਹ ਲੋਕ ਵਿਅਕਤੀਗਤ ਮੂੰਹ-ਜ਼ਬਾਨੀ ਸੰਬੰਧ ਦੀ ਨਕਲ ਕਰ ਰਹੇ ਹੁੰਦੇ ਹਨ।

ਨੇਟਵਰਕ ਮਾਰਕੇਟਿੰਗ ਵਿਚ ਅਸੀਂ ਅਸਲੀ ਚੀਜ਼ਾਂ ਦਾ ਹੀ ਇਸਤੇਮਾਲ ਕਰਦੇ ਹਾਂ। ਮਾੱਡਲ ਦੀ ਅਸਲੀ ਸ਼ਕਤੀ – ਜਿਸ ਨੂੰ ਤੁਸੀਂ *ਲੀਵਰੈਜ* ਕਹਿੰਦੇ ਹੋ, ਰਾਬਰਟ – ਇਹ ਹੈ ਕਿ ਪ੍ਰਤਿਨਿਧੀ ਦੇ ਤੌਰ ਤੇ ਤੁਹਾਨੂੰ ਸਿਰਫ਼ ਉਨ੍ਹਾਂ ਹੀ ਪ੍ਰੋਡਕਟਸ ਉੱਤੇ ਕਮੀਸ਼ਨ ਨਹੀਂ ਮਿਲਦਾ, ਜਿਹੜੇ ਤੁਹਾਡੇ ਦੁਆਰਾ ਸੰਦਰਭਤ ਲੋਕ ਖਰੀਦਦੇ ਹਨ, ਬਲਕਿ ਆਮਤੌਰ ਤੇ ਉਨ੍ਹਾਂ ਪ੍ਰੋਡਕਟਸ ਤੇ ਵੀ ਮਿਲਦਾ ਹੈ, ਜਿਹੜਾ ਉਨ੍ਹਾਂ ਦੁਆਰਾ ਸੰਦਰਭਿਤ ਲੋਕ ਪਰਤੱਖ ਜਾਂ ਅਪਰਤੱਖ ਤੌਰ ਤੇ ਖਰੀਦਦੇ ਹਨ। ਜੇਕਰ ਇਹਨਾਂ ਸਾਰਿਆਂ ਨੂੰ ਜੋੜਿਆ ਜਾਵੇ, ਤਾਂ ਆਂਕੜੇ ਕਾਫੀ ਵੱਡੇ ਹੋ ਸਕਦੇ ਹਨ।

ਹੁਣ, ਇਹ ਤੰਤਰ ਕਿਵੇਂ ਕੰਮ ਕਰਦਾ ਹੈ? ਤੁਸੀਂ ਇਸ ਗੱਲ ਦਾ ਜਵਾਬ ਜਾਣਦੇ ਹੋ: ਦਰਅਸਲ, ਡਾਇਰੈਕਟ ਸੈਲਿੰਗ/ਨੇਟਵਰਕ ਮਾਰਕੇਟਿੰਗ ਦਾ ਵਾਰਸ਼ਕ ਕਾਰੋਬਾਰ ਅੱਜ ਸਾਰੀ ਦੁਨੀਆ ਵਿਚ 110 ਅਰਬ ਡਾੱਲਰ ਤੋਂ ਜ਼ਿਆਦਾ ਦਾ ਹੈ। ਆਰਥਕ ਸੰਦਰਭ ਵਿਚ ਇਹ ਬਹੁਤ ਵਿਸ਼ਾਲ ਭੂਖੰਡ ਹੈ, ਜਿਹੜਾ ਲਗਭਗ ਨਿਊਜ਼ੀਲੈਂਡ, ਪਾਕਿਸਤਾਨ ਜਾਂ ਫ਼ਿਲੀਪੀਨਸ ਦੇ ਆਕਾਰ ਦਾ ਹੋਵੇਗਾ। (ਮੈਂ ਅਕਸਰ ਇਸ ਬਿਜ਼ਨਿਸ ਮਾੱਡਲ ਦਾ ਵਰਨਣ ਕਰਣ ਲਈ "ਡਾਇਰੈਕਟ ਸੈਲਿੰਗ" ਅਤੇ "ਨੇਟਵਰਕ ਮਾਰਕੇਟਿੰਗ" ਦੋਨਾਂ ਹੀ ਸ਼ਬਦਾਵਲੀ ਦਾ ਇਸਤੇਮਾਲ ਕਰਦਾ ਹਾਂ, ਕਿਉਂਕਿ ਅੱਜ ਜ਼ਿਆਦਾਤਰ ਡਾਇਰੈਕਟ ਸੈਲਿੰਗ ਕੰਪਨੀਆਂ ਨੇਟਵਰਕ ਮਾਰਕੇਟਿੰਗ ਨੀਤੀਆਂ ਉੱਤੇ ਹੀ ਚੱਲ ਰਹੀਆਂ ਹਨ। ਬਹਰਹਾਲ, ਇਸ ਪੁਸਤਕ ਦੇ ਉਦੇਸ਼ ਨੂੰ ਧਿਆਨ ਵਿਚ ਰੱਖਦਿਆਂ ਮੈਂ ਸਿਰਫ਼ "ਨੇਟਵਰਕ ਮਾਰਕੇਟਿੰਗ" ਦਾ ਹੀ ਇਸਤੇਮਾਲ ਕਰਾਂਗਾ।)

ਨੇਟਵਰਕ ਮਾਰਕੇਟਿੰਗ ਤੋਂ ਪੂਰੀ ਵਿਕਰੀ ਵਧਦੀ ਰਹਿੰਦੀ ਹੈ, ਇਸ ਦਾ ਇਕ ਕਾਰਣ ਇਹ ਹੈ ਕਿ ਇਹ ਅਸਲੀ ਜਿੱਤ-ਜਿੱਤ ਸਥਿਤੀ ਹੈ। ਬਾਜ਼ਾਰ ਵਿਚ ਕੰਪਨੀ ਦੀ ਹੈਰਾਨੀਜਨਕ ਢੰਗ ਨਾਲ ਪਹੁੰਚ ਵੱਧ ਜਾਂਦੀ ਹੈ ਅਤੇ ਗਾਹਕਾਂ ਦੀ ਜਾਗਰੁਕਤਾ ਵੀ, ਜਿਸ ਨੂੰ ਰਵਾਇਤੀ ਮਾਰਕੇਟਿੰਗ ਰਾਹੀਂ ਹਾਸਲ ਕਰਨਾ ਬੜਾ ਮੁਸ਼ਕਲ ਅਤੇ ਮਹਿੰਗਾ ਹੋ ਸਕਦਾ ਹੈ। ਇਸ ਤੋਂ ਇਲਾਵਾ ਸੁਤੰਤਰ ਪ੍ਰਤਿਨਿਧੀ ਨੂੰ ਮਹੱਤਵਪੂਰਨ ਕੈਸ਼ਫਲੋ ਪ੍ਰਾਪਤ ਕਰਣ ਦਾ ਮੌਕਾ ਵੀ

ਮਿਲਦਾ ਹੈ।

ਕਿਵੇਂ? ਕੰਪਨੀ ਦੀ ਪ੍ਰੌਡਕਟਸ ਲਾਈਨ ਅਤੇ/ਜਾਂ ਸੇਵਾਵਾਂ ਦਾ ਅਗਵਾਈ ਕਰਣ ਵਾਲਾ ਮਹੱਤਵਪੂਰਨ ਨੇਟਵਰਕ ਬਨਾਉਣ ਲਈ ਮੂੰਹ–ਜ਼ਬਾਨੀ ਪ੍ਰਚਾਰ – ਆਪਸੀ ਸੰਬੰਧਾਂ – ਦੀ ਸ਼ਕਤੀ ਦਾ ਬੰਨ੍ਹ ਮਾਰਕੇ।

ਰੱਾਬਰਟ, ਤੁਸੀਂ ਕਿਹਾ ਹੈ ਕਿ ਬੀ ਕੁਆਡਰੈਂਟ ਦੇ ਵਪਾਰ ਵਿਚ ਘੱਟੋ–ਘੱਟ 500 ਕਰਮਚਾਰੀ ਹੁੰਦੇ ਹਨ। ਨੇਟਵਰਕ ਮਾਰਕੇਟਿੰਗ ਵਿਚ ਤੁਸੀਂ ਕਰਮਚਾਰੀਆਂ ਨੂੰ ਨੌਕਰੀ ਉੱਤੇ ਨਹੀਂ ਰੱਖਦੇ ਹੋ। ਇਸ ਵਿਚ ਤਾਂ ਤੁਸੀਂ ਸੁਤੰਤਰ ਨੁਮਾਇੰਦਿਆਂ ਨੂੰ ਸਪਾਂਸਰ ਕਰਦੇ ਹੋ। ਲੇਕਨ ਆਰਥਕ ਪੈਮਾਨਾ ਉਹੀ ਰਹਿੰਦਾ ਹੈ। ਜਦੋਂ ਤੁਹਾਡੇ ਸੁਤੰਤਰ ਪ੍ਰਤਿਨਿਧੀਆਂ ਦਾ ਨੇਟਵਰਕ ਵੱਧ ਕੇ 300, 400 ਜਾਂ 500 ਵਿਅਕਤੀਆਂ ਦਾ ਹੋ ਜਾਂਦਾ ਹੈ, ਤਾਂ ਤੁਹਾਡੇ ਕੋਲ ਇਕ ਵੱਡਾ ਸੰਗਠਨ ਹੋ ਜਾਂਦਾ ਹੈ, ਜਿਹੜਾ ਕਾਫੀ ਰੈਜ਼ੀਡਿਊਲ ਆਮਦਨੀ ਪ੍ਰਦਾਨ ਕਰਦਾ ਹੈ।

ਅੱਜ ਕਈ ਵਿਸ਼ੇਸ਼ੱਗ ਅਤੇ ਸਫਲ ਵਪਾਰੀ ਨੇਟਵਰਕ ਮਾਰਕੇਟਿੰਗ ਨੂੰ ਦੁਨੀਆ ਦਾ ਸਭ ਤੋਂ ਜ਼ਿਆਦਾ ਤੇਜ਼ ਗਤੀ ਨਾਲ ਵਿਕਸਤ ਹੋਣ ਵਾਲਾ ਬਿਜ਼ਨਿਸ ਮੱਾਡਲਸ ਵਿਚੋਂ ਇਕ ਮੰਨਦੇ ਹਨ।

ਦੂਜੇ ਲੋਕ ਨੇਟਵਰਕ ਮਾਰਕੇਟਿੰਗ ਬਾਰੇ ਕੀ ਕਹਿੰਦੇ ਹਨ

ਜਿਵੇਂ ਜੱਾਨ ਕਹਿੰਦੇ ਹਨ, ਇਹ ਮੱਾਡਲ ਇਸਲਈ ਸ਼ਕਤੀਸ਼ਾਲੀ ਹੈ, ਕਿਉਂਕਿ *ਇਹ ਕਾਰਗਰ ਹੈ*– ਅਤੇ ਇਹ ਸਿਰਫ਼ ਅਸੀਂ ਹੀ ਨਹੀਂ ਕਹਿੰਦੇ।

ਮਸ਼ਹੂਰ ਪ੍ਰਬੰਧ ਵਿਸ਼ੇਸ਼ੱਗ ਅਤੇ ਬੈਸਟ ਸੈਲਰ *ਇਨ ਸਰਚ ਆੱਫ਼ ਐਕਸੀਲੈਂਸ* ਦੇ ਲਿਖਾਰੀ ਟੱਾਮ ਪੀਟਰਸ ਨੇ ਨੇਟਵਰਕ ਮਾਰਕੇਟਿੰਗ ਦਾ ਵਰਨਣ ਕਰਦਿਆਂ ਕਿਹਾ, "ਮਾਰਕੇਟਿੰਗ ਵਿਚ ਪਹਿਲਾ ਸੱਚਮੁੱਚ ਕ੍ਰਾਂਤੀਕਾਰੀ ਬਦਲਾਅ, ਜਿਹੜਾ ਪੰਜਾਹ ਸਾਲ ਤੋਂ ਜ਼ਿਆਦਾ ਸਮਾਂ ਪਹਿਲਾਂ ਪ੍ਰਾਕਟਰ ਐਂਡ ਗੈਂਬਲ ਅਤੇ ਹਾਵਰਡ ਬਿਜ਼ਨਿਸ ਸਕੂਲ ਵਿਚ 'ਅਜੋਕੀ' ਮਾਰਕੇਟਿੰਗ ਦੇ ਆਗਮਨ ਤੋਂ ਬਾਅਦ ਹੋਇਆ ਹੈ।"

ਨੇਟਵਰਕ ਮਾਰਕੇਟਿੰਗ ਦੀ ਵਰਤਮਾਨ ਅਤੇ ਭਾਵੀ ਸਫਲਤਾ ਬਾਰੇ *ਫੋਰਬਸ, ਫ਼ੱਾਰਚੂਨ, ਨਿਊਜ਼ ਵੀਕ, ਟਾਇਮ, ਯੂ.ਐਸ. ਨਿਊਜ਼ ਐਂਡ ਵਰਲਡ ਰਿਪੋਰਟ, ਯੂਐਸਏ ਟੁਡੇ, ਦਿ ਨਿਊਯਾਰਕ ਟਾਇਮਜ਼* ਅਤੇ *ਦ ਵੱਾਲ ਸਟਰੀਟ ਜਰਨਲ* ਵਰਗੀਂ ਮੈਗਜ਼ੀਨਸ ਵਿਚ ਬੜੇ ਸਾਰੇ ਲੇਖ ਪ੍ਰਕਾਸ਼ਤ ਹੋਏ ਹਨ। ਬਹਰਹਾਲ, ਪੰਦਰਾਂ ਸਾਲ ਪਹਿਲਾਂ ਇਨ੍ਹਾਂ ਵਿਚੋਂ ਕਿਸੇ ਵੀ ਮੈਗਜ਼ੀਨ ਨੇ ਇਸ ਵਪਾਰ ਨੂੰ ਸੁਨਹਿਰੀ ਅਵਸਰ ਨਹੀਂ ਸੀ ਕਿਹਾ। ਅਤੇ ਹੁਣ ਦੇਖੋ ਕਿ *ਫ਼ੱਾਰਚੂਨ* ਦਾ ਨਵਾਂ ਅੰਕ ਨੇਟਵਰਕ ਮਾਰਕੇਟਿੰਗ ਬਾਰੇ ਕੀ ਕਹਿੰਦਾ ਹੈ :

"ਇਕ ਨਿਵੇਸ਼ਕ ਦਾ ਸੁਫਨਾ .... ਕਾਰੋਬਾਰੀ ਜਗਤ ਦਾ ਸ਼ਰੇਸ਼ਠ ਢੰਗ ਨਾਲ ਕਾਇਮ ਰਹੱਸ .... ਇਕ ਉਦਯੋਗ, ਜਿਸ ਵਿਚ ਸਥਾਈ ਵਾਰਸ਼ਕ ਵਿਕਾਸ ਹੈ, ਸੁਅਸਥ ਕੈਸ਼ਫਲੋ ਹੈ,

ਨਿਵੇਸ਼ਤ ਪੂੰਜੀ ਅਤੇ ਉੱਚਾ ਮੁਨਾਫਾ ਹੈ, ਨਾਲ ਹੀ ਜਿਸ ਵਿਚ ਵਿਸ਼ਵ ਵਿਆਪੀ ਵਿਸਤਾਰ ਦੀ ਦੀਰਘਕਾਲੀਨ ਸੰਭਾਵਨਾਵਾਂ ਵੀ ਮੌਜੂਦ ਹਨ।"

ਵੱਰੈਨ ਬਫੈਟ ਅਤੇ ਰਿਚਰਡ ਬਰਾਨਸਨ ਵਿਚ ਇੰਨੀ ਜ਼ਿਆਦਾ ਭਿੰਨਤਾ ਹੈ, ਜਿੰਨੀ ਕਿ ਦੋ ਲੋਕਾਂ ਵਿਚਕਾਰ ਹੋ ਸਕਦੀ ਹੈ। ਬਫੈਟ ਇਕ ਪਿਕਅਪ ਚਲਾਉਂਦੇ ਹਨ ਅਤੇ ਓਮਾਹਾ ਵਿਚ ਰਹਿੰਦੇ ਹਨ, ਦੂਜੇ ਪਾਸੇ, ਬਰਾਨਸਨ ਆਪਣੀ ਖ਼ੁਦ ਦੀ ਏਅਰਲਾਇਨ ਵਿਚ ਉਡਦੇ ਹਨ ਅਤੇ ਬ੍ਰਿਟਿਸ਼ ਵਰਜਿਨ ਆਈਲੈਂਡਸ ਵਿਚ ਆਪਣੇ–ਆਪ ਦੇ ਆਈਲੈਂਡ ਉੱਤੇ ਰਹਿੰਦੇ ਹਨ। ਲੇਕਨ ਇਨ੍ਹਾਂ ਵਿਚ ਤਿੰਨ ਚੀਜ਼ਾਂ ਸਮਾਨ ਹੈ। ਦੋਵੇਂ ਹੀ ਅਰਬਪਤੀ ਹਨ। ਦੋਵੇਂ ਹੀ ਬੇਹਦ ਵਿਹਾਰਕ ਹਨ। ਅਤੇ ਇਹ ਦੋਵੇਂ ਹੀ ਨੇਟਵਰਕ ਮਾਰਕੇਟਿੰਗ ਕੰਪਨੀਆਂ ਦੇ ਮਾਲਕ ਹਨ।

ਕੀ ਇਸ ਨਾਲ ਤੁਹਾਨੂੰ ਕੋਈ ਨਵੀਂ ਗੱਲ ਪਤਾ ਚੱਲਦੀ ਹੈ?

ਸਿਟੀ ਗਰੁਪ, ਜੱਕੀ, ਲੋਰੀਅਲ, ਮਾਰਸ, ਰੈਮਿੰਗਟਨ ਅਤੇ ਯੂਨੀਲੀਵਰ : ਜ਼ਰਾ ਅੰਦਾਜ਼ਾਂ ਲਾਓ ਕਿ ਇਹਨਾਂ ਸਾਰੀਆਂ ਵਿਚ ਕਿਹੜੀ ਸਮਾਨਤਾ ਹੈ? ਇਹਨਾਂ ਸਾਰਿਆਂ ਨੇ ਨੇਟਵਰਕ ਮਾਰਕੇਟਿੰਗ ਦੇ ਸਮੁੰਦਰ ਵਿਚ ਆਪਣੇ ਪੈਰ ਦਾ ਅੰਗੂਠਾ ਰੱਖਿਆ ਹੈ – ਅਤੇ ਕੁੱਝ ਮਾਮਲਿਆਂ ਵਿਚ ਜਾਂ ਕਮਰ ਤੱਕ ਦਾ ਸਰੀਰ ਵੀ।

ਅੱਜ ਕਈ ਵਿਸ਼ੇਸ਼ੱਗ ਅਤੇ ਸਫਲ ਵਪਾਰੀ ਨੇਟਵਰਕ ਮਾਰਕੇਟਿੰਗ ਨੂੰ ਦੁਨੀਆ ਦਾ ਸਭ ਤੋਂ ਜ਼ਿਆਦਾ ਤੇਜ਼ ਗਤੀ ਨਾਲ ਵਿਕਸਤ ਹੋਣ ਵਾਲਾ ਬਿਜ਼ਨਿਸ ਮੱਡਲਸ ਵਿਚੋਂ ਇਕ ਮੰਨਦੇ ਹਨ।

ਅਧਿਆਇ 8

ਇਹ ਆਮਦਨ ਬਾਰੇ ਨਹੀਂ ਹੈ - ਇਹ ਤਾਂ ਉਹਨਾਂ ਸੰਪੱਤੀਆਂ ਬਾਰੇ ਹੈ, ਜਿਹਨਾਂ ਨਾਲ ਆਮਦਨ ਉਤਪੰਨ ਹੁੰਦੀ ਹੈ

ਇਸ ਵਿਚ ਹੈਰਾਨੀ ਦੀ ਕੋਈ ਗੱਲ ਨਹੀਂ ਹੈ ਕਿ ਬੜੇ ਸਾਰੇ ਲੋਕ ਨੇਟਵਰਕ ਮਾਰਕੇਟਿੰਗ ਦਾ ਮੁੱਲ ਨਹੀਂ ਸਮਝ ਪਾਉਂਦੇ : ਦਰਅਸਲ ਜਿਹੜੇ ਲੋਕੀਂ ਇਸ ਨਾਲ ਸੱਚਮੁੱਚ ਜੁੜੇ ਹੋਏ ਹਨ, ਉਨ੍ਹਾਂ ਵਿਚੋਂ ਵੀ ਕਈ ਪੂਰੀ ਤਰ੍ਹਾਂ ਨਹੀਂ ਸਮਝ ਪਾਉਂਦੇ ਕਿ ਉਨ੍ਹਾਂ ਨੇ ਆਪਣੇ ਹੱਥਾਂ ਵਿਚ ਜਿਹੜੇ ਮੌਕਿਆਂ ਨੂੰ ਸਾਂਭਿਆ ਹੋਇਆ ਹੈ, ਉਹ ਕਿੰਨੇ ਕੀਮਤੀ ਹਨ।

ਜਦੋਂ ਲੋਕ ਨੇਟਵਰਕ ਮਾਰਕੇਟਿੰਗ ਸੰਬੰਧੀ ਪ੍ਰਸਤੁਤੀਆਂ ਨੂੰ ਸੁਣਦੇ ਹਨ, ਤਾਂ ਆਮ ਕਰਕੇ ਉਨ੍ਹਾਂ ਦਾ ਸਭ ਤੋਂ ਮਹੱਤਵਪੂਰਨ ਸਵਾਲ ਇਹ ਹੁੰਦਾ ਹੈ, "ਜੇਕਰ ਮੈਂ ਇਸ ਕਾਰ-ਵਿਹਾਰ ਨਾਲ ਜੁੜ ਜਾਵਾਂ, ਤਾਂ ਕਿੰਨੀ ਕੁ ਆਮਦਨ ਹੋ ਸਕਦੀ ਹੈ?" ਕੋਈ ਹੈਰਾਨੀ ਦੀ ਗੱਲ ਨਹੀਂ ਹੈ ਕਿ ਨੇਟਵਰਕ ਮਾਰਕੇਟਿੰਗ ਵਪਾਰ ਦਾ ਪ੍ਰਚਾਰ ਕਰਣ ਵਾਲੇ ਲੋਕ ਅਕਸਰ ਇਸੇ ਗੱਲ ਉੱਤੇ ਜ਼ਿਆਦਾ ਜ਼ੋਰ ਦਿੰਦੇ ਹਨ : ਤੁਸੀਂ ਹਰ ਮਹੀਨੇ ਕਿੰਨਾ ਕਮਾ ਸਕਦੇ ਹੋ।

ਹਰ ਮਹੀਨੇ ਕਿੰਨੀ ਆਮਦਨੀ ਹੋਵੇਗੀ, ਲੋਕੀਂ ਇਸ ਬਾਰੇ ਇਸਲਈ ਜਾਣਨਾ ਚਾਹੁੰਦੇ ਹਨ, ਕਿਉਂਕਿ ਉਹ ਈ ਜਾਂ ਐਸ ਕੁਆਡਰੈਂਟ ਵਿਚ ਜਿਊਣ ਦੇ ਸੰਦਰਭ ਵਿਚ ਸੋਚਦੇ ਹਨ। ਉਹ ਆਪਣੇ ਵਰਤਮਾਨ ਈ ਜਾਂ ਐਸ ਕੁਆਡਰੈਂਟ ਤੋਂ ਹੋਣ ਵਾਲੀ ਆਮਦਨ ਦੇ ਨਾਲ-ਨਾਲ ਵਾਧੂ ਆਮਦਨ ਕਰਣਾ ਚਾਹੁੰਦੇ ਹਨ ਜਾਂ ਫਿਰ ਉਸਦੀ ਥਾਂ ਤੇ ਇਹ ਕਾਰੋਬਾਰ ਕਰਣ ਬਾਰੇ ਸੋਚ ਰਹੇ ਹਨ।

ਲੇਕਨ ਨੇਟਵਰਕ ਮਾਰਕੇਟਿੰਗ ਦੀ ਸੱਚੀ ਕੀਮਤ ਇਸ ਨਾਲ ਹੋਣ ਵਾਲੀ ਆਮਦਨ ਨਹੀਂ ਹੈ।

ਆਦਮਨੀ ਨਾਲ ਇਕ ਸਮੱਸਿਆ ਇਹ ਹੈ ਕਿ ਇਹ ਬੇਹਦ ਸੀਮਤ ਅਤੇ ਸਿੱਧੀ ਪ੍ਰਕਿਰਿਆ ਹੈ। ਇਕ ਘੰਟੇ ਕੰਮ ਕਰੋ, ਇਕ ਡਾਲਰ ਕਮਾਓ: ਦੋ ਘੰਟੇ ਕੰਮ ਕਰੋ, ਦੋ ਡਾਲਰ ਕਮਾਓ। ਭਾਵ ਇਹ ਕਿ ਆਮਦਨ ਪੂਰੀ ਤਰ੍ਹਾਂ ਤੁਹਾਡੀ ਲਗਨ ਉੱਤੇ ਨਿਰਭਰ ਕਰਦੀ ਹੈ, ਯਾਨੀ ਤੁਸੀਂ ਕਦੇ ਰੁਕ

ਨਹੀਂ ਸਕਦੇ। ਜਿਵੇਂ ਮੈਂ ਪਹਿਲਾਂ ਕਿਹਾ ਸੀ, ਇਹ ਇਕ ਜਾਲ ਹੈ। ਜ਼ਿਆਦਾਤਰ ਲੋਕਾਂ ਨੂੰ ਸਹਿਜ ਬੁੱਧੀ ਨਾਲ ਇਸ ਗੱਲ ਦਾ ਅਹਿਸਾਸ ਹੋ ਜਾਂਦਾ ਹੈ, ਲੇਕਨ ਉਹ ਇਹ ਮੰਨ ਲੈਂਦੇ ਹਨ ਕਿ ਜ਼ਿਆਦਾ ਆਮਦਨ ਕਮਾਉਣਾ ਹੀ ਇਸ ਜਾਲ ਤੋਂ ਬਾਹਰ ਆਉਣ ਦਾ ਤਰੀਕਾ ਹੈ। ਪਰੰਤੂ ਜ਼ਿਆਦਾ ਆਮਦਨ ਕਮਾਉਣ ਨਾਲ ਇਹ ਬੁਨਿਆਦੀ ਤੱਥ ਨਹੀਂ ਬਦਲ ਜਾਂਦਾ ਕਿ ਉਹ ਆਮਦਨ ਤੁਹਾਡੇ ਬਿਨਾ ਨਹੀਂ ਹੋ ਸਕਦੀ। ਦਰਅਸਲ ਹੁੰਦਾ ਇਹ ਹੈ ਕਿ ਜ਼ਿਆਦਾ ਆਮਦਨ ਕਮਾਉਣ ਦੇ ਚੱਕਰ ਵਿਚ ਅਕਸਰ ਫੰਦਾ ਹੋਰ ਕਸੀ ਜਾਂਦਾ ਹੈ।

ਬੀ ਅਤੇ ਆਈ ਕੁਆਡਰੈਂਟ ਦਾ ਉੱਦੇਸ਼ ਜ਼ਿਆਦਾ ਆਮਦਨ ਕਮਾਉਣਾ ਨਹੀਂ ਹੁੰਦਾ, ਉਨ੍ਹਾਂ ਦਾ ਉੱਦੇਸ਼ ਤਾਂ ਉਹਨਾਂ ਸੰਪੱਤੀਆਂ ਦਾ ਮਾਲਕ ਬਣਨਾ ਹੁੰਦਾ ਹੈ, ਜਿਸ ਤੋਂ ਆਮਦਨ *ਉਤਪੰਨ* ਹੁੰਦੀ ਹੈ।

ਤੁਹਾਡੇ ਮਕਾਨ ਬਾਰੇ ਸੱਚਾਈ

ਜ਼ਿਆਦਾਤਰ ਲੋਕ ਜਿਹੜੀਆਂ ਚੀਜ਼ਾਂ ਨੂੰ ਸੰਪੱਤੀ ਮੰਨਦੇ ਹਨ, ਉਹ ਦਰਅਸਲ ਸੰਪੱਤੀ ਹੀ ਨਹੀਂ ਹੁੰਦੀਆਂ; ਅਸਲ ਵਿਚ ਤਾਂ ਉਹ ਜ਼ੁੰਮੇਵਾਰੀਆਂ ਜਾਂ ਕਰਜ਼ ਹੁੰਦੇ ਹਨ।

ਕੋਈ ਚੀਜ਼ ਸੰਪਤੀ ਹੈ ਜਾਂ ਜ਼ੁੰਮੇਵਾਰੀ, ਇਸਦਾ ਨਿਰਧਾਰਣ ਮੁੱਲ ਦੀ ਕਿਸੇ ਕਲਪਤ ਧਾਰਨਾ ਨਾਲ ਨਹੀਂ, ਬਲਕਿ ਕੈਸ਼ਫਲੋ ਨਾਲ ਹੁੰਦਾ ਹੈ। ਦੂਜੇ ਸ਼ਬਦਾਂ ਵਿਚ, ਕੀ ਇਸ ਨਾਲ ਪੈਸਾ ਉਤਪੰਨ ਹੋ ਕੇ ਤੁਹਾਡੀ ਜ਼ੇਬ ਵਿਚ ਜਾ ਰਿਹਾ ਹੈ? ਜਾਂ ਫਿਰ ਇਸ ਨਾਲ ਪੈਸਾ ਤੁਹਾਡੀ ਜ਼ੇਬ ਤੋਂ ਨਿਕਲ ਰਿਹਾ ਹੈ? ਹਰ ਚੀਜ਼ ਜਾਂ ਤਾਂ ਤੁਹਾਨੂੰ ਪੈਸਾ ਕਮਾ ਕੇ ਦਿੰਦੀ ਹੈ ਜਾਂ ਤੁਹਾਡੇ ਕੋਲੋਂ ਪੈਸੇ ਖ਼ਰਚ ਕਰਵਾਉਂਦੀ ਹੈ। ਜੇਕਰ ਇਹ ਤੁਹਾਨੂੰ ਪੈਸੇ ਕਮਾ ਕੇ ਨਹੀਂ ਦੇਂਦੀ, ਤਾਂ ਇਹ ਸੰਪੱਤੀ ਨਹੀਂ ਹੈ; ਇਹ ਤਾਂ ਜ਼ੁੰਮੇਵਾਰੀ ਜਾਂ ਕਰਜ਼ ਹੈ।

ਸਾਲਾਂ ਤੋਂ ਲੋਕ ਆਪਣੇ ਮਕਾਨਾਂ ਦਾ ਇਸਤੇਮਾਲ ਏਟੀਐਮ ਦੇ ਤੌਰ ਤੇ ਕਰਦੇ ਆ ਰਹੇ ਹਨ। ਉਹ ਉਨ੍ਹਾਂ ਬਦਲੇ ਉਧਾਰ ਲੈ ਰਹੇ ਹਨ, ਤਾਂ ਜੁ ਆਪਣੇ ਕਰੈਡਿਟ ਕਾਰਡਾਂ ਦੇ ਕਰਜ਼ ਦਾ ਭੁਗਤਾਨ ਕਰਣ ਲਈ ਪੈਸੇ ਜੋੜ ਸਕਣ, ਛੁੱਟੀਆਂ ਮਨਾਉਣ ਜਾ ਸਕਣ, ਐਸਯੂਵੀ ਖਰੀਦ ਸਕਣ ਜਾਂ ਭਾਵੇ ਜੋ ਕਾਰਣ ਹੋਵੇ। ਸੰਭਵ ਹੈ ਤੁਸੀਂ ਵੀ ਇੰਜ ਕੀਤਾ ਹੋਵੇਗਾ। ਜੇਕਰ ਤੁਸੀਂ ਇੰਜ ਕੀਤਾ ਹੈ, ਤਾਂ ਇਸ ਦਾ ਕਾਰਣ ਸ਼ਾਇਦ ਇਹ ਹੈ ਕਿ ਤੁਸੀਂ ਰਵਾਇਤੀ ਨਜ਼ਰੀਏ ਉੱਤੇ ਚੱਲਦੇ ਹੋਏ ਆਪਣੇ ਮਕਾਨ ਨੂੰ ਸੰਪੱਤੀ ਮੰਨਿਆ ਹੋਵੇਗਾ ਅਤੇ ਇਹ ਸੋਚਿਆ ਵੀ ਨਹੀਂ ਹੋਵੇਗਾ ਕਿ ਦਰਅਸਲ ਇਹ ਇਕ ਕਰੈਡਿਟ ਕਾਰਡ ਹੈ, ਜਿਸ ਵਿਚ ਛੱਤ ਅਤੇ ਗੈਰਿਜ਼ ਵੀ ਹੈ।

ਆਓ, ਮੈਂ ਸਪਸ਼ਟ ਕਰਦਾ ਹਾਂ ਕਿ ਸੰਪੱਤੀ ਕੀ ਹੁੰਦੀ ਹੈ।

ਜ਼ਿਆਦਾਤਰ ਲੋਕ ਇਸ ਬਾਰੇ ਇੰਨੇ ਸ਼ੱਕੀ ਹੁੰਦੇ ਹਨ ਕਿ ਉਹ ਇਸ ਤੋਂ ਉਲਟ ਸਮਝ ਬੈਠਦੇ ਹਨ। ਉਹ ਡਿਕਸ਼ਨਰੀ ਦੇ ਪੰਨੇ ਉਲੱਟਦੇ ਹਨ ਅਤੇ ਦੇਖਦੇ ਹਨ ਕਿ ਸੰਪੱਤੀ ਉਹ ਹੁੰਦੀ ਹੈ, “ਜਿਸਦਾ ਕੁੱਝ ਮੁੱਲ ਹੁੰਦਾ ਹੈ।” ਦੇਖੋ, ਸ਼ਾਇਦ। ਸਮੱਸਿਆ *ਮੁੱਲ* ਸ਼ਬਦ ਵਿਚ ਛੁਪੀ ਹੋਈ ਹੈ। ਮੇਰੇ ਇਕ ਸਵਾਲ ਦਾ ਜਵਾਬ ਦਿਓ:

ਤੁਹਾਡੇ ਮਕਾਨ ਦਾ ਮੁੱਲ ਕਿੰਨਾ ਹੈ?

ਇਸ ਤੋਂ ਪਹਿਲਾਂ ਕਿ ਤੁਸੀਂ ਜਵਾਬ ਦਿਓ, ਮੈਂ ਇਹ ਸਵਾਲ ਇਕ ਵੱਖਰੇ ਢੰਗ ਨਾਲ ਪੁੱਛਣਾ ਚਾਹਵਾਂਗਾ :

ਤੁਹਾਡੇ ਮਕਾਨ ਤੋਂ ਹਰ ਮਹੀਨੇ ਤੁਹਾਨੂੰ ਕਿੰਨੀ ਆਮਦਨ ਹੁੰਦੀ ਹੈ?

ਸੰਭਾਵਨਾ ਇਸ ਗੱਲ ਦੀ ਹੈ ਕਿ ਤੁਹਾਡਾ ਜਵਾਬ ਇਹ ਹੋਵੇਗਾ, "ਦੇਖੋ, ਕੁੱਝ ਵੀ ਨਹੀਂ, ਸੱਚ ਕਹਾਂ, ਤਾਂ ਹਰ ਮਹੀਨੇ ਇਸਦੀ ਦੇਖਭਾਲ, ਮੁਰੰਮਤ ਆਦਿ 'ਚ ਕਾਫੀ ਖ਼ਰਚ ਹੋ ਜਾਂਦਾ ਹੈ।"

ਯਕੀਨਨ! ਇੰਜ ਇਸਲਈ ਹੈ, ਕਿਉਂਕਿ *ਤੁਹਾਡਾ ਮਕਾਨ ਸੰਪੱਤੀ ਨਹੀਂ ਹੈ; ਇਹ ਤਾਂ ਜ਼ੁੰਮੇਵਾਰੀ ਹੈ।*

ਤੁਸੀਂ ਕਹਿੰਦੇ ਹੋ, "ਲੇਕਨ ਇਕ ਮਿੰਟ ਠਹਿਰੋ, ਮੇਰੇ ਮਕਾਨ ਦਾ ਮੁੱਲ ਤਾਂ ਦੋ ਲੱਖ ਡਾਲਰ ਹੋਵੇਗਾ!"

ਅੱਛਾ, ਸੱਚੀ? ਕਦੋਂ? ਜਦੋਂ ਤੁਸੀਂ ਇਸ ਨੂੰ ਭਵਿੱਖ ਵਿਚ ਕਿਸੇ ਕਲਪਤ ਸਮੇਂ ਵੇਚੋਗੇ? ਲੇਕਨ ਇਸ ਤੋਂ ਬਾਅਦ ਤੁਸੀਂ ਕਿੱਥੇ ਰਹੋਗੇ? ਕੀ ਤੁਸੀਂ ਮਕਾਨ ਵੇਚਣ ਤੋਂ ਮਿਲੀ ਰਕਮ ਨਾਲ ਰਹਿਣ ਲਈ ਕੋਈ ਦੂਜਾ ਮਕਾਨ ਖਰੀਦੋਗੇ? ਜੇਕਰ ਤੁਸੀਂ ਇੰਜ ਕਰਦੇ ਹੋ, ਤਾਂ ਫਿਰ ਉਹ ਅਸਲ ਖ਼ਰਚ ਕਰਨ ਵਾਲੀ ਆਮਦਨ ਕਿੱਥੇ ਹੈ, ਜਿਸ ਨੂੰ ਤੁਸੀਂ ਆਪਣੇ ਹੱਥਾਂ ਵਿਚ ਸਾਂਭ ਸਕਦੇ ਹੋ ਅਤੇ ਮਨਪਸੰਦ ਚੀਜ਼ ਖਰੀਦਣ ਜਾਂ ਨਿਵੇਸ਼ ਕਰਨ ਵਿਚ ਇਸਤੇਮਾਲ ਕਰ ਸਕਦੇ ਹੋ? ਇਹ ਉੱਥੇ ਹੈ ਹੀ ਨਹੀਂ : ਉੱਥੇ ਆਮਦਨ ਹੈ ਹੀ ਨਹੀਂ। *ਇਸਲਈ ਚੰਗੀ ਤਰ੍ਹਾਂ ਸਮਝ ਲਓ ਕਿ ਤੁਹਾਡਾ ਮਕਾਨ ਸੰਪੱਤੀ ਨਹੀਂ ਹੈ। ਇਹ ਤਾਂ ਜ਼ਮੀਨ ਵਿਚ ਖੋਦਿਆ ਹੋਇਆ ਇਕ ਇਹੋ ਜਿਹਾ ਟੋਆ ਹੈ, ਜਿਸ ਵਿਚ ਤੁਸੀਂ ਆਪਣਾ ਪੈਸਾ ਉਲੱਦਦੇ ਰਹਿੰਦੇ ਹੋ।*

ਆਪਣੀ ਸੰਪੱਤੀ ਅਤੇ ਜ਼ਮੀਨ ਦੇ ਟੋਏ ਦੇ ਫ਼ਰਕ ਨੂੰ ਪਹਿਚਾਣੋ

ਇਕ ਪਲ ਲਈ ਡਿਕਸ਼ਨਰੀ ਵਿਚ ਦਿੱਤੀ ਗਈ ਪਰਿਭਾਸ਼ਾ ਨੂੰ ਭੁੱਲ ਜਾਓ। ਆਓ, ਅਸਲ ਦੁਨੀਆ ਬਾਰੇ ਗੱਲ ਕਰਦੇ ਹਾਂ। ਦਰਅਸਲ, ਸੰਪੱਤੀ ਉਹ ਚੀਜ਼ ਹੈ, ਜਿਹੜੀ ਤੁਹਾਡੇ ਲਈ ਕੰਮ ਕਰਦੀ ਹੈ, ਤਾਂ ਜੁ ਤੁਹਾਨੂੰ ਆਪਣੇ ਬਕਾਇਆ ਜਿੰਦਗੀ ਵਿਚ ਕੰਮ ਨਾ ਕਰਨਾ ਪਵੇ। ਮੇਰੇ ਗ਼ਰੀਬ ਡੈਡੀ ਹਮੇਸ਼ਾ ਕਹਿੰਦੇ ਸਨ, "ਨੌਕਰੀ ਲਈ ਮੇਹਨਤ ਕਰੋ।" ਦੂਜੇ ਪਾਸੇ, ਮੇਰੇ ਅਮੀਰ ਡੈਡੀ ਕਹਿੰਦੇ ਸਨ, "ਸੰਪੱਤੀਆਂ ਬਣਾਓ।"

ਬੀ ਕੁਆਡਰੈਂਟ ਦਾ ਜੀਵਨ ਇਸ ਲਈ ਇੰਨਾ ਸ਼ਕਤੀਸ਼ਾਲੀ ਹੁੰਦਾ ਹੈ, ਕਿਉਂਕਿ ਤੁਸੀਂ ਜਦ ਕੋਈ ਕਾਰੋਬਾਰ ਬਣਾਉਂਦੇ ਹੋ, ਤਾਂ ਦਰਅਸਲ ਤੁਸੀਂ ਇਕ ਸੰਪੱਤੀ ਬਣਾ ਰਹੇ ਹੁੰਦੇ ਹੋ।

ਅੱਜ ਸਾਰੀ ਦੁਨੀਆ ਵਿਚ ਸਾਡੇ ਰਿਚ ਡੈਡ ਕਾਰੋਬਾਰ ਦੇ ਆਫ਼ਿਸ ਹਨ। ਭਾਵੇਂ ਮੈਂ ਕੰਮ ਕਰਾਂ, ਸੌਂਵਾਂ ਜਾਂ ਗੋਲ਼ਫ਼ ਖੇਡਾਂ, ਚੈੱਕ ਲਗਾਤਾਰ ਆਉਂਦੇ ਰਹਿੰਦੇ ਹਨ। ਇਹ ਨਿਸ਼ਕਿਰਿਅ ਆਮਦਨ ਹੈ, ਬਕਾਇਆ ਆਮਦਨ ਹੈ। ਹਾਲਾਂਕਿ ਮੈਂ ਕਿਸੇ ਨੌਕਰੀ ਵਿਚ ਕਰੜੀ ਮੇਹਨਤ ਕਰਨ ਨੂੰ ਤਿਆਰ ਨਹੀਂ ਹਾਂ, ਲੇਕਨ ਕਿਸੇ ਸੰਪੱਤੀ ਨੂੰ ਬਨਾਉਣ ਖਾਤਰ ਕਰੜੀ ਮੇਹਨਤ ਕਰਨ ਲਈ ਹਮੇਸ਼ਾ ਤਿਆਰ ਰਹਿੰਦਾ ਹਾਂ ਸਿਰਫ਼ ਇਸਲਈ ਕਿਉਂਕਿ ਮੈਂ ਨੌਕਰੀਪੇਸ਼ਾ ਨਹੀਂ, ਬਲਕਿ ਅਮੀਰ ਆਦਮੀ ਵਾਂਗ ਸੋਚਦਾ ਹਾਂ।

ਚੂੰਕਿ ਕਿਸੇ ਕਾਰੋਬਾਰ ਦਾ ਮਾਲਕ ਬਣਨ ਦਾ ਅਰਥ ਇਕ ਸੰਪੱਤੀ ਦਾ ਮਾਲਕ ਬਣਨਾ ਹੁੰਦਾ ਹੈ, ਇਸਲਈ ਨੇਟਵਰਕ ਮਾਰਕੇਟਿੰਗ ਕਾਰੋਬਾਰ ਸਥਾਪਤ ਕਰਣ ਵੇਲੇ ਤੁਸੀਂ ਨਾ ਸਿਰਫ਼ ਜ਼ਿੰਦਗੀ ਸੰਬੰਧੀ ਮਹੱਤਵਪੂਰਨ ਯੋਗਤਾਵਾਂ ਸਿਖ ਰਹੇ ਹੁੰਦੇ ਹੋ, ਬਲਕਿ ਤੁਸੀਂ ਆਪਣੇ ਲਈ ਇਕ ਅਸਲ ਸੰਪੱਤੀ ਵੀ ਬਣਾ ਰਹੇ ਹੁੰਦੇ ਹੋ। ਨੌਕਰੀ ਵਿਚ ਤੁਸੀਂ ਆਮਦਨ ਕਮਾਉਂਦੇ ਹੋ। ਨੇਟਵਰਕ ਮਾਰਕੇਟਿੰਗ ਵਿਚ ਆਮਦਨ ਕਮਾਉਣ ਦੀ ਥਾਂ ਤੁਸੀਂ ਇਕ ਸੰਪੱਤੀ – ਆਪਣਾ ਕਾਰੋਬਾਰ – ਬਣਾਉਂਦੇ ਹੋ ਅਤੇ *ਉਹ ਸੰਪਤੀ ਤੁਹਾਡੇ ਲਈ ਆਮਦਨ ਉਤਪੰਨ ਕਰਦੀ ਹੈ।*

ਮੈਂ ਕੇਵਲ ਉਹਨਾਂ ਚੀਜਾਂ ਵਿਚ ਨਿਵੇਸ਼ ਕਰਦਾ ਹਾਂ, ਜਿਹੜੀਆਂ ਮੈਨੂੰ ਪੈਸੇ ਬਣਾ ਕੇ ਦੇਂਦੀਆਂ ਹਨ। ਜੇਕਰ ਕੋਈ ਚੀਜ਼ ਮੈਨੂੰ ਪੈਸੇ ਬਣਾ ਕੇ ਦੇਂਦੀ ਹੈ, ਤਾਂ ਉਹ ਸੰਪੱਤੀ ਹੈ। ਜੇਕਰ ਉਹ ਮੇਰੇ ਤੋਂ ਪੈਸੇ ਖ਼ਰਚ ਕਰਾਉਂਦੀ ਹੈ, ਤਾਂ ਉਹ ਜ਼ੁੰਮੇਵਾਰੀ ਹੈ। ਮੇਰੇ ਕੋਲ ਦੋ ਪੋਸ਼ ਕਾਰਾਂ ਹਨ। ਉਹ ਜ਼ੁੰਮੇਵਾਰੀਆਂ ਹਨ। ਮੈਂ ਪੂਰੀ ਤਰ੍ਹਾਂ ਨਾਲ ਉਨ੍ਹਾਂ ਦਾ ਮਾਲਕ ਹਾਂ, ਲੇਕਨ ਉਹ ਮੇਰੀ ਜੇਬ ਵਿਚ ਪੈਸਾ ਨਹੀਂ ਪਾਉਂਦੀਆਂ, ਉਲਟੇ ਉਹ ਤਾਂ ਪੈਸਾ ਕੱਢ ਰਹੀਆਂ ਹਨ। ਇਹ ਰਾਕਟ ਵਿਗਿਆਨ ਨਹੀਂ ਹੈ।

ਜਿਹੜੇ ਲੋਕ ਇਸ ਗੱਲ ਨੂੰ ਸਮਝਦੇ ਹਨ, ਉਹਨਾਂ ਲਈ ਪਹਿਲੇ ਨੰਬਰ ਦੀ ਸੰਪੱਤੀ ਆਮ ਤੌਰ ਉੱਤੇ ਇਕ ਕਾਰੋਬਾਰ ਹੁੰਦਾ ਹੈ ਅਤੇ ਦੂਜੇ ਨੰਬਰ ਦੀ ਸੰਪੱਤੀ ਰਵਾਇਤੀ ਤੌਰ ਤੇ ਰੀਅਲ ਐਸਟੇਟ ਹੁੰਦੀ ਹੈ। ਉਂਜ ਰੀਅਲ ਐਸਟੇਟ ਦੇ ਮਾਮਲੇ ਵਿਚ ਵੀ ਤੁਹਾਨੂੰ ਕੈਸ਼ਫਲੋ ਅਤੇ ਕੈਪੀਟਲ ਗੈਨ ਦੇ ਫ਼ਰਕ ਨੂੰ ਸਮਝਣਾ ਹੁੰਦਾ ਹੈ। ਜ਼ਿਆਦਾਤਰ ਲੋਕ ਇਸ ਫ਼ਰਕ ਨੂੰ ਨਹੀਂ ਸਮਝਦੇ ਹਨ। ਜਦੋਂ ਉਹ ਨਿਵੇਸ਼ ਕਰਦੇ ਹਨ, ਤਾਂ ਉਹ ਕੈਪੀਟਲ ਗੈਨ ਜਾਂ ਮੁਨਾਫ਼ੇ ਲਈ ਨਿਵੇਸ਼ ਕਰਦੇ ਹਨ। ਉਹ ਕਹਿਣਗੇ, "ਮੇਰੇ ਮਕਾਨ ਦਾ ਮੁੱਲ ਵੱਧ ਗਿਆ ਹੈਂ। ਮੇਰੀ ਕਾਰ ਦਾ ਮੁੱਲ ਵੱਧ ਗਿਆ ਹੈ।" ਦੇਖੋਂ, ਇਹ ਕੈਸ਼ਫਲੋ ਨਹੀਂ, ਕੈਪੀਟਲ ਗੈਨ ਹੈ।

ਰੀਅਲ ਐਸਟੇਟ ਦਾ ਮਾਲਕ ਬਣਨ ਦਾ ਉੱਦੇਸ਼ ਇਸ ਨੂੰ ਮੁਨਾਫ਼ੇ ਵਿਚ ਵੇਚਣਾ ਨਹੀਂ, ਬਲਕਿ ਇਕ ਸੰਪੱਤੀ ਦੇ ਤੌਰ ਉੱਤੇ ਰੱਖਣਾ ਹੈ। ਜੇਕਰ ਤੁਸੀਂ ਇਕ ਲੱਖ ਡਾੱਲਰ ਵਿਚ ਕੋਈ ਪਲਾਟ ਖਰੀਦਦੇ ਹੋ ਅਤੇ ਇਸ ਤੋਂ ਬਾਅਦ ਉਸ ਨੂੰ ਦੋ ਲੱਖ ਡਾੱਲਰ ਵਿਚ ਵੇਚ ਦਿੰਦੇ ਹੋ, ਤਾਂ ਉਹ ਸੰਪੱਤੀ ਨਹੀਂ ਹੈ; ਤੁਹਾਨੂੰ ਤਾਂ ਦਰਅਸਲ ਸਿਰਫ਼ ਇਕ ਲੱਖ ਡਾੱਲਰ ਦਾ ਕੈਪੀਟਲ ਗੈਨ ਜਾਂ ਮੁਨਾਫ਼ਾ ਹੋਇਆ ਹੈ। ਇਸ ਖ਼ਾਤਰ ਤੁਹਾਨੂੰ ਇਕ ਸੰਪੱਤੀ ਵੇਚਣੀ ਪਈ। ਤੁਸੀਂ ਉਸ ਸੰਪੱਤੀ ਦਾ ਖ਼ੂਨ ਕਰ ਦਿੱਤਾ। ਇਹ ਤਾਂ ਪੈਸਿਆਂ ਦੀ ਖ਼ਾਤਰ ਆਪਣੀ ਗਾਂ ਨੂੰ ਵੇਚਣ ਵਰਗਾ ਹੈ। ਮੈਂ ਤਾਂ ਗਾਂ ਦਾ ਮਾਲਕ ਬਣਿਆ ਰਹਿ ਕੇ ਦੁੱਧ ਵੇਚਣਾ ਚਾਹਵਾਂਗਾ।

ਨੌਕਰੀ ਕਰਣ ਵਿਚ ਸਭ ਤੋਂ ਵੱਡੀ ਸਮੱਸਿਆ ਇਹੀ ਹੈ : ਨੌਕਰੀ ਕੋਈ ਸੰਪੱਤੀ ਨਹੀਂ ਹੈ। ਤੁਸੀਂ ਇਸ ਨੂੰ ਈਬੇ ਤੇ ਵੇਚ ਨਹੀਂ ਸਕਦੇ; ਨਾ ਹੀ ਤੁਸੀਂ ਇਸ ਨੂੰ ਕਿਰਾਏ ਉੱਤੇ ਕਿਸੇ ਹੋਰ ਨੂੰ ਦੇ ਸਕਦੇ ਹੋ; ਤੁਸੀਂ ਇਸ ਤੋਂ ਡਿਵੀਡੈਂਟਸ ਵੀ ਪ੍ਰਾਪਤ ਨਹੀਂ ਕਰ ਸਕਦੇ। ਆਪਣੀ ਜ਼ਿੰਦਗੀ ਦੇ ਕਈ ਦਹਾਕਿਆਂ – ਆਪਣੇ ਜੀਵਨ ਦੇ ਸ਼ਰੇਸ਼ਠ ਸਾਲ – ਕਿਸੇ ਇਹੋ ਜਹੀ ਚੀਜ਼ ਨੂੰ ਬਨਾਉਣ ਵਿਚ ਬਰਬਾਦ ਕਿਉਂ ਕਰੋ, ਜਿਹੜੀ ਕਿ ਸੰਪੱਤੀ ਨਹੀਂ ਹੈ? ਜਾਂ ਜ਼ਿਆਦਾ ਠੀਕ ਢੰਗ ਨਾਲ ਕਿਹਾ ਜਾਵੇ, ਤਾਂ ਖ਼ੁਦ ਦੀ ਨਹੀਂ, ਬਲਕਿ *ਕਿਸੇ ਦੂਜੇ ਦੀ* ਸੰਪੱਤੀ ਬਨਾਉਣ ਵਿਚ ਬਰਬਾਦ ਕਿਉਂ ਕਰੀਏ?

ਇਸ ਨੂੰ ਸਮਝਣ ਵਿਚ ਗ਼ਲਤੀ ਨਾ ਕਰੋ : ਤੁਸੀਂ ਜਦ ਨੌਕਰੀ ਕਰਦੇ ਹੋ, ਤਾਂ ਇਕ ਸੰਪੱਤੀ ਬਣਾ ਰਹੇ ਹੁੰਦੇ ਹੋ – ਬਸ ਉਹ *ਤੁਹਾਡੀ* ਸੰਪੱਤੀ ਨਹੀਂ ਹੁੰਦੀ।

ਸਾਡੇ ਦਿਮਾਗ਼ ਵਿਚ ਇਹ ਵਿਚਾਰ ਡੂੰਘਿਆਈ ਤੱਕ ਪਾ ਦਿੱਤਾ ਗਿਆ ਹੈ ਕਿ ਚੰਗੀ ਨੌਕਰੀ ਵਿਚ ਕਿਸੇ ਪ੍ਰਕਾਰ ਦਾ ਆਂਤਰਕ ਮੁੱਲ ਹੁੰਦਾ ਹੈ, ਲੇਕਨ ਦਰਅਸਲ ਇਸ ਵਿਚ ਕੋਈ ਮੁੱਲ ਨਹੀਂ ਹੁੰਦਾ– ਭਾਵ ਸਿਫ਼ਰ ਹੁੰਦਾ ਹੈ। ਅਤੇ ਸਥਿਤੀ ਇਸਲਈ ਵੀ ਬਦਤਰ ਹੋ ਜਾਂਦੀ ਹੈ, ਕਿਉਂਕਿ ਨੌਕਰੀ ਤੋਂ ਤੁਹਾਨੂੰ ਜਿਹੜੀ ਆਮਦਨ ਹੁੰਦੀ ਹੈ, ਉਸ ਉੱਤੇ ਤੁਹਾਨੂੰ ਕਿਸੇ ਹੋਰ ਤਰ੍ਹਾਂ ਦੀ ਆਮਦਨ ਨਾਲੋਂ ਜ਼ਿਆਦਾ ਉੱਚੇ ਰੇਟ ਤੇ ਟੈਕਸ ਦੇਣਾ ਪੈਂਦਾ ਹੈ। ਇਹ ਤਾਂ ਉਂਜ ਹੀ ਹੈ, ਜਿਵੇਂ ਬਹੁਤ ਸਾਰੇ ਹਾਲਾਤ ਤੁਹਾਡੇ ਖ਼ਿਲਾਫ ਸਰਗਰਮ ਹੋਣ ! ਬਹਰਹਾਲ, ਕੁੱਝ ਲੋਕ ਈ ਕੁਆਡਰੈਂਟ ਦੀ "ਸੁਰੱਖਿਆ" ਖ਼ਾਤਰ ਇਹ ਕੀਮਤ ਚੁਕਾਉਣ ਲਈ ਵੀ ਤਿਆਰ ਰਹਿੰਦੇ ਹਨ।

ਨੇਟਵਰਕ ਮਾਰਕੇਟਿੰਗ ਪ੍ਰੱਡਕਟਸ ਵੇਚਣ ਜਾਂ ਆਮਦਨ ਕਮਾਉਣ ਬਾਰੇ ਵਿਚ ਨਹੀਂ ਹੈ!

ਨੇਟਵਰਕ ਮਾਰਕੇਟਿੰਗ ਦੇ ਸੰਬੰਧ ਵਿਚ ਸਭ ਤੋਂ ਵੱਡੀ ਗਲਤਫ਼ਹਿਮੀ ਇਹ ਹੈ ਕਿ ਇਹ *ਵੇਚਣ* ਵਾਲਾ ਕਾਰੋਬਾਰ ਹੈ। ਲੇਕਨ ਵੇਚਣ ਦਾ ਅਰਥ ਤਾਂ ਸਿਰਫ਼ ਜ਼ਿਆਦਾ ਆਮਦਨ ਕਮਾਉਣਾ ਹੁੰਦਾ ਹੈ। ਜਿਹੜਾ ਕਾਰੋਬਾਰ ਸਿਰਫ਼ ਵੇਚਣ ਉੱਤੇ ਅਧਾਰਤ ਹੁੰਦਾ ਹੈ, ਉਸ ਵਿਚ ਸਭ ਤੋਂ ਵੱਡੀ ਸਮੱਸਿਆ ਇਹ ਹੈ ਕਿ ਜਦੋਂ ਤੁਸੀਂ ਉਸ ਗਤੀਵਿਧੀ ਨੂੰ ਰੋਕ ਦੇਂਦੇ ਹੋ, ਤਾਂ ਆਮਦਨ ਵੀ ਰੁਕ ਜਾਂਦੀ ਹੈ।

ਸੈਲਜ਼ਪਰਸਨ ਕਿਸੇ ਕੰਪਨੀ ਦੀ ਨੌਕਰੀ ਕਰ ਜਾਂ ਫਿਰ ਕਮੀਸ਼ਨ ਉੱਤੇ ਸਮਾਨ ਵੇਚ ਸਕਦਾ ਹੈ। ਜੇਕਰ ਤੁਸੀਂ ਕਿਸੇ ਡਿਪਾਰਟਮੈਂਟ ਸਟੋਰ ਦੇ ਕਾਊਂਟਰ ਪਿੱਛੇ ਕੰਮ ਕਰਦੇ ਹੋ, ਤਾਂ ਤੁਸੀਂ ਈ ਕੁਆਡਰੈਂਟ ਵਿਚ ਹੋ। ਦੂਜੇ ਪਾਸੇ, ਜੇਕਰ ਤੁਸੀਂ ਆਪਣੇ ਲਈ ਕਾਰੋਬਾਰ ਕਰਦੇ ਹੋ ਅਤੇ ਬੀਮਾ, ਮਕਾਨ ਜਾਂ ਗੈਹਣੇ ਵੇਚਦੇ ਹੋ, ਤਾਂ ਤੁਸੀਂ ਐਸ ਕੁਆਡਰੈਂਟ ਵਿਚ ਹੋ। ਲੇਕਨ ਦੋਵੇਂ ਹੀ ਮਾਮਲਿਆਂ ਵਿਚ ਤੁਹਾਡੇ ਕੋਲ ਇਕ ਕੰਮ ਰਹਿੰਦਾ ਹੈ ਉਹ ਹੈ ਵੇਚਣਾ।

ਇਸ ਨਾਲ ਤੁਹਾਡੀ ਦੌਲਤ ਨਹੀਂ ਬਣੇਗੀ ਜਾਂ ਤੁਸੀਂ ਆਰਥਕ ਨਜ਼ਰੀਏ ਤੋਂ ਸੁਤੰਤਰ ਨਹੀਂ ਹੋਵੋਗੇ।

ਤੁਸੀਂ ਇਕ ਨਵਾਂ ਕੰਮ ਨਹੀਂ ਚਾਹੁੰਦੇ, ਤੁਸੀਂ ਤਾਂ *ਇਕ ਵੱਖਰਾ ਪਤਾ* ਚਾਹੁੰਦੇ ਹੋ, ਜਿਹੜਾ ਬੀ ਕੁਆਡਰੈਂਟ ਦਾ ਹੋਵੇ।

ਜੌਨ : ਰੱਬਰਟ, ਤੁਹਾਡੀ ਗੱਲ ਬਿਲਕੁੱਲ ਠੀਕ ਹੈ। ਲੋਕ ਅਕਸਰ ਇਹ ਮੰਨ ਲੈਂਦੇ ਹਨ ਕਿ ਇਸ ਕਾਰੋਬਾਰ ਵਿਚ ਸਫਲ ਹੋਣ ਦਾ ਮਤਲਬ ਹੁੰਦਾ ਹੈ, "ਵਿਕਰੀ ਵਿਚ ਬੇਹਤਰੀਨ ਹੋਣਾ।" ਲੇਕਨ ਨੇਟਵਰਕ ਮਾਰਕੇਟਿੰਗ ਦੀ ਅਸਲ ਗੱਲ ਆਪਣੇ ਖ਼ਾਸ ਪ੍ਰੱਡਕਟ ਜਾਂ ਸੇਵਾ ਨੂੰ ਵੇਚਣ ਵਿਚ ਬੇਹਤਰੀਨ ਬਣਨਾ ਨਹੀਂ ਹੈ, ਕਿਉਂਕਿ ਤੁਸੀਂ ਉਸ ਵਿਚ ਭਾਵੇਂ ਜਿੰਨੇ ਨਿਪੁੰਨ ਹੋਵੇ – ਅਤੇ ਈਮਾਨਦਾਰੀ ਨਾਲ ਸੋਚਿਆ ਜਾਵੇ, ਤਾਂ ਜੇਕਰ ਤੁਸੀਂ ਜ਼ਿਆਦਾਤਰ ਲੋਕਾਂ ਵਰਗੇ ਹੋ, ਤਾਂ ਸ਼ੁਰੂਆਤ ਵਿਚ ਇਸ ਵਿਚ ਬਹੁਤੇ ਨਿਪੁੰਨ ਨਹੀਂ ਹੁੰਦੇ – ਤੁਸੀਂ ਸਾਮਾਨ ਵੇਚ ਕੇ ਸਿਰਫ਼ ਸੀਮਤ ਆਮਦਨ ਹੀ ਕਮਾ ਸਕਦੇ ਹੋ।

ਦੇਖੋ, ਦਿਨ ਵਿਚ ਸਿਰਫ਼ 24 ਘੰਟੇ ਹੀ ਹੁੰਦੇ ਹਨ, ਹੈ ਕਿ ਨਾ?

ਨੇਟਵਰਕ ਮਾਰਕੇਟਿੰਗ ਦਾ ਮੂਲ ਮੁੱਦਾ *ਪ੍ਰੱਡਕਟ ਵੇਚਣਾ* ਨਹੀਂ, ਬਲਕਿ ਇਕ *ਨੇਟਵਰਕ*

ਬਨਾਉਣਾ ਹੈ – ਭਾਵ ਲੋਕਾਂ ਦੀ ਇਕ ਇਹੋ ਜਹੀ ਫੌਜ਼ ਤਿਆਰ ਕਰਣਾ, ਜਿਹੜੀ ਉਸੇ ਪ੍ਰੌਡਕਟ ਜਾਂ ਸੇਵਾ ਦਾ ਪ੍ਰਚਾਰ ਕਰੇ।

ਉੱਦੇਸ਼ ਇਹ ਨਹੀਂ ਹੈ ਕਿ ਤੁਸੀਂ ਜਾਂ ਕੋਈ ਹੋਰ ਵਿਅਕਤੀ ਬਹੁਤ ਸਾਰੇ ਪ੍ਰੌਡਕਟ ਵੇਚੇ। ਇਹ ਉਹਨਾਂ *ਬਹੁਤ ਸਾਰੇ ਲੋਕਾਂ* ਲਈ ਹੈ, ਜਿਹੜੇ ਆਪਣੇ ਖ਼ੁਦ ਦੇ ਵਧੀਆ ਗਾਹਕ ਬਣਨ, ਤਾਰਕਕ ਗਿਣਤੀ ਵਿਚ ਗਾਹਕਾਂ ਨੂੰ ਸਾਮਾਨ ਵੇਚਣ ਜਾਂ ਸੇਵਾ ਕਰਣ, ਦੂਜਿਆਂ ਨੂੰ ਨਿਯੁਕਤ ਕਰਣ ਅਤੇ ਬਹੁਤ ਸਾਰੇ ਹੋਰ ਲੋਕਾਂ ਨੂੰ ਦਿਖਾਉਣ ਕਿ ਇਹੀ ਚੀਜ਼ ਕਿਵੇ ਕਰਣੀ ਹੈ।

ਅਤੇ ਇੱਥੇ ਅਸੀਂ ਇਹ ਕਾਰਣ ਦੱਸਣਾ ਚਾਹੁੰਦੇ ਹਾਂ ਕਿ ਤੁਸੀਂ ਸੁਤੰਤਰ ਪ੍ਰਤਿਨਿਧੀਆਂ ਦੀ ਫੌਜ਼ ਕਿਉਂ ਬਣਾਉਂਦੇ ਹੋ। ਇਕ ਵਾਰ ਜਦੋਂ ਤੁਸੀਂ ਇਹ ਕਹਿ ਦਿੰਦੇ ਹੋ, ਤਾਂ ਤੁਸੀਂ ਜਾਣਦੇ ਹੋ ਤੁਹਾਡੇ ਕੋਲ ਕੀ ਹੋਵੇਗਾ? ਇਕ ਇਹੋ ਜਹੀ ਸੰਪੱਤੀ, ਜਿਹੜੀ ਤੁਹਾਡੇ ਲਈ ਆਮਦਨ ਉਤਪੰਨ ਕਰਦੀ ਰਹੇਗੀ – *ਨਿਸ਼ਕਿਰਿਅਆਮਦਨ*।

ਅਧਿਆਇ 13 ਵਿਚ ਮੈਂ ਜੱਾਨ ਨੂੰ ਜ਼ਿਆਦਾ ਵਿਸਤਾਰ ਨਾਲ ਇਸ ਗੱਲ ਨੂੰ ਸਪੱਸ਼ਟ ਕਰਣ ਲਈ ਕਹਾਂਗਾ ਕਿ ਨੇਟਵਰਕ ਮਾਰਕੇਟਿੰਗ ਦਾ ਕਾਰੋਬਾਰ ਵੇਚਣ ਜਾਂ ਸੈਲਜ਼ਪਰਸਨ ਬਨਾਉਣ ਬਾਰੇ ਕਿਉਂ ਨਹੀਂ ਹੈ। ਮੈਨੂੰ ਆਸ ਹੈ ਕਿ ਤੁਸੀਂ ਉਸ ਨੂੰ ਪੂਰੀ ਤਵੱਜੋ ਨਾਲ ਪੜ੍ਹੋਗੇ, ਕਿਉਂਕਿ ਇਹੀ ਮੁੱਖ ਮੁੱਦਾ ਹੈ – ਇਹੋ ਜਿਹਾ ਮੁੱਦਾ, ਜਿਸ ਨੂੰ ਜ਼ਿਆਦਾਤਰ ਲੋਕ ਨਹੀਂ ਸਮਝ ਪਾਉਂਦੇ। ਹਾਲ–ਫਿਰਹਾਲ, ਇੱਥੇ ਉਹ ਪ੍ਰਮੁੱਖ ਕਿੱਲ ਜਾਂ ਮੇਖ ਹੈ, ਜਿਹੜੀ ਮੈਂ ਠੋਕਣਾ ਚਾਹੁੰਦਾ ਹਾਂ : *ਨੇਟਵਰਕ ਮਾਰਕੇਟਿੰਗ ਜ਼ਿਆਦਾ ਆਮਦਨ ਕਮਾਉਣ ਬਾਰੇ ਨਹੀਂ ਹੈ; ਇਹ ਤਾਂ ਇਕ ਸੰਪੱਤੀ ਬਨਾਉਣ ਬਾਰੇ ਹੈ।*

ਅਸਲ ਵਿਚ, ਇਹ *ਅੱਠ* ਸੰਪੱਤੀਆਂ ਬਨਾਉਣ ਬਾਰੇ ਹੈ, ਜਿਹੜੀਆਂ ਸਾਰੀਆਂ ਇਕੋ ਨਾਲ ਬਣਦੀਆਂ ਹਨ। ਅਤੇ ਆਉਣ ਵਾਲੇ ਪ੍ਰਕਰਣਾਂ ਵਿਚ ਅਸੀਂ ਉਨ੍ਹਾਂ ਵਿਚੋਂ ਹਰ ਇਕ ਉੱਤੇ ਨਜ਼ਰਸਾਨੀ ਕਰੋਗੇ।

ਅਧਿਆਇ 9

ਸੰਪੱਤੀ # 1 : ਅਸਲ ਦੁਨੀਆ ਦੀ ਕਾਰੋਬਾਰੀ ਸਿੱਖਿਆ

ਮੈਂ ਇਕ ਗੱਲ ਦੱਸਣਾ ਚਾਹੁੰਦਾ ਹਾਂ : ਮੈਂ ਢਿੱਲਾ ਜਾਂ ਮੱਧਮ ਪੜ੍ਹਨ ਵਾਲਾ ਹਾਂ। ਉਂਜ ਮੈਂ ਬਹੁਤ ਸਾਰੀਆਂ ਕਿਤਾਬਾਂ ਪੜ੍ਹਦਾ ਹਾਂ, ਲੇਕਨ ਗੱਲ ਬੱਸ ਇੰਨੀ ਹੀ ਹੈ ਕਿ ਮੇਰੀ ਪੜ੍ਹਨ ਦੀ ਰਫ਼ਤਾਰ ਬਹੁਤ ਸੁਸਤ ਹੈ। ਅਕਸਰ ਮੈਨੂੰ ਕੋਈ ਕਿਤਾਬ ਦੋ-ਤਿੰਨ ਵਾਰੀ ਪੜ੍ਹਨੀ ਪੈਂਦੀ ਹੈ, ਤਦੋਂ ਕਿਤੇ ਜਾ ਕੇ ਮੈਨੂੰ ਸੱਚਮੁੱਚ ਸਮਝ ਆਉਂਦਾ ਹੈ ਕਿ ਮੈਂ ਕੀ ਪੜ੍ਹ ਰਿਹਾ ਹਾਂ। ਇਹੀ ਨਹੀਂ, ਲਿਖਣ ਵਿਚ ਵੀ ਮੈਂ ਬਹੁਤ ਖ਼ਰਾਬ ਹਾਂ। ਸੱਚ ਤਾਂ ਇਹ ਹੈ ਕਿ ਮੈਂ ਹਾਈ ਸਕੂਲ ਵਿਚ ਲਿਖਣ ਵਿਚ ਦੋ ਵਾਰੀ ਫੈਲ ਹੋਇਆ ਸੀ।

ਤਾਂ ਕੀ ਤੁਸੀਂ ਇਕ ਅਸਚਰਜਪੂਰਨ ਗੱਲ ਨੂੰ ਜਾਣਨਾ ਚਾਹੁੰਦੇ ਹੋ? ਇਹ ਸੀ ਗਰੈਡ ਦਾ ਵਿਦਿਆਰਥੀ, ਜਿਹੜਾ ਸਕੂਲ ਵਿਚ ਆਪਣੇ ਲਿਖਣ ਦੇ ਪਾਠਕ੍ਰਮ ਵਿਚ ਫੈਲ ਹੋਇਆ ਸੀ ਅਤੇ ਜਿਹੜਾ ਅੱਜ ਤਕ ਬਹੁਤ ਵਧੀਆ ਲਿਖਾਰੀ ਨਹੀਂ ਬਣ ਪਾਇਆ, ਉਸਦੀ ਲਿਖੀਆਂ ਹੋਈਆਂ ਸੱਤ ਕਿਤਾਬਾਂ *ਦ ਨਿਊਯਾਰਕ ਟਾਇਮਜ਼* ਬੈਸਟਸੈਲਰ ਲਿਸਟ ਵਿਚ ਆ ਚੁੱਕੀਆਂ ਹਨ।

ਮੇਰਾ ਮਤਲਬ? ਚੰਗੇ ਗਰੈਡ ਹੀ ਕਾਫੀ ਨਹੀਂ ਹਨ।

ਮੇਰੀ ਗੱਲ ਦਾ ਗ਼ਲਤ ਅਰਥ ਨਾ ਕੱਢੋ : ਮੈਂ ਸਿਖਿਆ ਨੂੰ ਨੀਵਾਂ ਨਹੀਂ ਦਿਖਾ ਰਿਹਾ ਹਾਂ। ਮੈਨੂੰ ਸਿਖਿਆ ਵਿਚ ਭਰੋਸਾ ਹੈ। ਇਹੀ ਨਹੀਂ, ਮੈਂ ਪੂਰੇ ਜੋਸ਼ੋਖ਼ਰੋਸ਼ ਨਾਲ ਇਸ ਵਿਚ ਯਕੀਨ ਕਰਦਾ ਹਾਂ। ਗੱਲ ਬੱਸ ਇੰਨੀ ਹੈ ਕਿ ਮੈਨੂੰ ਉਸ ਸਿਖਿਆ ਵਿਚ ਸਭ ਤੋਂ ਜ਼ਿਆਦਾ ਭਰੋਸਾ ਹੈ, ਜਿਹੜੀ ਤੁਹਾਨੂੰ ਉਹ ਸਾਰਾ ਕੁੱਝ ਸਿਖਾਏ, ਜਿਸਦੀ ਲੋੜ ਤੁਹਾਨੂੰ ਆਪਣੇ ਜੀਵਨ 'ਚ ਸਫਲ ਹੋਣ ਲਈ ਹੈ।

ਜਦੋਂ ਮੈਂ ਇਹ ਸਲਾਹ ਦਿੰਦਾ ਹਾਂ ਕਿ ਲੋਕ ਆਪਣਾ ਨੇਟਵਰਕ ਮਾਰਕੇਟਿੰਗ ਵਪਾਰ ਬਨਾਉਣ, ਤਾਂ ਮੈਂ ਉਹਨਾਂ ਨੂੰ ਇਸ ਦਾ ਸਭ ਤੋਂ ਵੱਡਾ ਕਾਰਣ ਜਾਂ ਲਾਭ ਕਿਹੜਾ ਦੱਸਦਾ ਹਾਂ? ਮੇਰੀ ਨਜ਼ਰ ਵਿਚ ਸਭ ਤੋਂ ਵੱਡਾ ਲਾਭ ਉਹ ਉਤਕਰਿਸ਼ਟ, ਇੱਥੋਂ ਤਕ ਕਿ ਜੀਵਨ ਬਦਲਣ ਵਾਲੇ, ਪ੍ਰੋਡਕਟਸ ਵੀ ਨਹੀਂ ਹਨ, ਜਿਹਨਾਂ ਨੂੰ ਤੁਸੀਂ ਵੇਚ ਸਕਦੇ ਹੋ। ਸਭ ਤੋਂ ਵੱਡਾ ਲਾਹਾ ਉਹ ਪੈਸਾ ਵੀ

ਨਹੀਂ ਹੈ, ਜਿਸ ਨੂੰ ਤੁਸੀਂ ਕਮਾ ਸਕਦੇ ਹੋ। ਉਹ ਆਰਥਕ ਸੁਤੰਤਰਤਾ ਵੀ ਨਹੀਂ, ਜਿਸ ਨੂੰ ਤੁਸੀਂ ਪ੍ਰਾਪਤ ਕਰ ਸਕਦੇ ਹੋ।

ਹਾਂ, ਪ੍ਰੌਡਕਟਸ ਅਕਸਰ ਉੱਤਮ ਹੁੰਦੇ ਹਨ। ਅਤੇ ਹਾਂ, ਮੈਂ ਦੌਲਤ ਬਨਾਉਣ ਦਾ ਅਸਲ ਰਾਹ ਪ੍ਰਦਾਰ ਕਰਣ ਦੇ ਸੰਦਰਭ ਵਿਚ ਵੀ ਨੇਟਵਰਕ ਮਾਰਕੇਟਿੰਗ ਨੂੰ ਬੜਾ ਕੀਮਤੀ ਮੰਨਦਾ ਹਾਂ। ਲੇਕਨ ਇਹ ਉਹ ਮਹੱਤਵਪੂਰਨ ਲਾਭ ਨਹੀਂ ਹਨ, ਜਿਹੜੇ ਤੁਹਾਨੂੰ ਇਸ ਅਨੁਭਵ ਨਾਲ ਹਾਸਲ ਹੁੰਦੇ ਹਨ। ਇਸ ਅਨੁਭਵ ਤੋਂ ਮਿਲਣ ਵਾਲਾ ਸਭ ਤੋਂ ਕੀਮਤੀ ਲਾਭ ਹੈ *ਅਸਲ ਦੁਨੀਆ ਦੀ ਵਪਾਰਕ ਸਿਖਿਆ।*

ਤਿੰਨ ਪ੍ਰਕਾਰ ਦੀਆਂ ਸਿਖਿਆਵਾਂ

ਜੇਕਰ ਤੁਸੀਂ ਵਿੱਤੀ ਨਜ਼ਰੀਏ ਤੋਂ ਸਫਲ ਹੋਣਾ ਚਾਹੁੰਦੇ ਹੋ, ਤਾਂ ਤੁਹਾਨੂੰ ਤਿੰਨ ਪ੍ਰਕਾਰ ਦੀਆਂ ਸਿਖਿਆਵਾਂ ਦੀ ਲੋੜ ਹੁੰਦੀ ਹੈ। ਸਕੂਲੀ, ਪੇਸ਼ੇਵਰ ਅਤੇ ਵਿੱਤੀ ਸਿਖਿਆ।

ਸਕੂਲੀ ਸਿਖਿਆ ਤੁਹਾਨੂੰ ਪੜ੍ਹਨਾ, ਲਿਖਣਾ ਅਤੇ ਹਿਸਾਬ-ਕਿਤਾਬ ਕਰਣਾ ਸਿਖਾਉਂਦੀ ਹੈ। ਇਹ ਇਕ ਮਹੱਤਵਪੂਰਨ ਸਿਖਿਆ ਹੈ, ਖ਼ਾਸ ਤੌਰ ਤੇ ਅੱਜੋਕੇ ਸੰਸਾਰ ਵਿਚ। ਵਿਅਕਤੀਗਤ ਤੌਰ ਤੇ ਮੈਂ ਸਕੂਲੀ ਸਿਖਿਆ ਵਿਚ ਚੰਗੀ ਕਾਰਗੁਜ਼ਾਰੀ ਨਹੀਂ ਕਰ ਪਾਇਆ। ਜਿਵੇਂ ਮੈਂ ਪਹਿਲਾਂ ਹੀ ਦੱਸ ਚੁੱਕਿਆ ਹਾਂ, ਜ਼ਿਆਦਾਤਰ ਕਲਾਸਾਂ ਵਿਚ ਮੈਨੂੰ ਸੀ ਗਰੈਡ ਹੀ ਮਿਲਿਆ ਸੀ, ਸਿਰਫ਼ ਇਸ ਲਈ ਕਿਉਂਕਿ ਮੈਨੂੰ ਜੋ ਪੜ੍ਹਾਇਆ ਜਾ ਰਿਹਾ ਸੀ, ਉਸ ਵਿਚ ਮੇਰੀ ਦਿਲਚਸਪੀ ਨਹੀਂ ਸੀ।

ਪੇਸ਼ੇਵਰ ਸਿਖਿਆ ਤੁਹਾਨੂੰ ਪੈਸੇ ਲਈ ਕੰਮ ਕਰਣ ਦਾ ਤਰੀਕਾ ਸਿਖਾਉਂਦੀ ਹੈ। ਦੂਜੇ ਸ਼ਬਦਾਂ 'ਚ ਇਹ ਤੁਹਾਨੂੰ ਈ ਅਤੇ ਐਸ ਕੁਆਡਰੈਂਟ ਦੇ ਜੀਵਨ ਲਈ ਤਿਆਰ ਕਰਦੀ ਹੈ। ਸਕੂਲ ਦੇ ਮੇਰੇ ਸਮਾਰਟ ਸਹਿਪਾਠੀ ਅੱਗੇ ਚੱਲਕੇ ਡਾਕਟਰ, ਵਕੀਲ ਅਤੇ ਐਕਾਊਂਟੈਂਟਸ ਬਣੇ। ਬਾਕੀਆਂ ਨੇ ਕਿਸੇ ਨਾ ਕਿਸੇ ਹੁਨਰ ਦੀ ਸਿਖਲਾਈ ਲਈ, ਜਿਸ ਨਾਲ ਉਹ ਮੈਡੀਕਲ ਅਸਿਸਟੈਂਟ, ਪਲੰਬਰ, ਭਵਨ ਨਿਰਮਾਤਾ, ਇਲੈਕਟਰੀਸ਼ੀਅਨ ਅਤੇ ਅਟੋਮੋਬਾਇਲ ਮੈਕੇਨਿਕ ਬਣਨਾ ਸਿਖ ਗਏ।

ਮੈਂ ਇਥੇ ਵੀ ਉੱਤਮ ਨਹੀਂ ਸੀ। ਚੂੰਕਿ ਸਕੂਲੀ ਸਿਖਿਆ ਵਿਚ ਮੇਰਾ ਕਾਰਗੁਜ਼ਾਰੀ ਚੰਗੀ ਨਹੀਂ ਰਹੀ, ਇਸ ਲਈ ਮੈਨੂੰ ਡਾਕਟਰ, ਵਕੀਲ ਜਾਂ ਐਕਾਊਂਟੈਂਟ ਬਣਨ ਲਈ ਉਤਸਾਹਤ ਨਹੀਂ ਕੀਤਾ ਗਿਆ। ਇਸਦੀ ਬਜਾਇ ਮੈਂ ਇਕ ਸਮੁੰਦਰੀ ਜਹਾਜ ਦਾ ਅਫ਼ਸਰ ਬਣ ਗਿਆ ਅਤੇ ਇਸ ਤੋਂ ਬਾਅਦ ਇਕ ਹੈਲੀਕੱਪਟਰ ਪਾਇਲੇਟ, ਜੋ ਵਿਅਤਨਾਮ ਵਿਚ ਮੈਰੀਨ ਕਾਰਪਸ ਲਈ ਉਡਾਨ ਭਰਣ ਲੱਗਾ। 23 ਸਾਲ ਦੀ ਉਮਰ ਤਕ ਮੈਂ ਦੋ ਕਿੱਤਿਆਂ ਵਿਚ ਕੰਮ ਕਰ ਚੁੱਕਿਆ ਸੀ, ਇਕ ਤਾਂ ਸਮੁੰਦਰੀ ਜਹਾਜ ਦੇ ਅਫ਼ਸਰ ਅਤੇ ਦੂਜਾ ਪਾਇਲੇਟ ਦੇ ਤੌਰ ਤੇ, ਲੇਕਨ ਮੈਂ ਦਰਅਸਲ ਉਨ੍ਹਾਂ ਵਿਚੋਂ ਕਿਸੇ ਦਾ ਇਸਤੇਮਾਲ ਪੈਸੇ ਬਨਾਉਣ ਲਈ ਨਹੀਂ ਕੀਤਾ।

ਵਿੱਤੀ ਸਿਖਿਆ ਉਹ ਹੁੰਦੀ ਹੈ, ਜਿਸ ਵਿਚ ਤੁਸੀਂ ਇਸ ਸਿਖਦੇ ਹੋ ਕਿ *ਪੈਸੇ ਲਈ ਆਪ ਕੰਮ ਕਰਣ ਦੀ ਬਜਾਇ ਪੈਸੇ ਕੋਲੋਂ ਆਪਣੇ ਲਈ ਕੰਮ ਕਰਵਾਇਆ ਜਾਵੇ।* ਤੁਹਾਨੂੰ ਲੱਗਦਾ ਹੋਵੇਗਾ ਕਿ ਤੁਹਾਨੂੰ ਬਿਜ਼ਨਿਸ ਸਕੂਲ ਵਿਚ ਵਿੱਤੀ ਸਿਖਿਆ ਮਿਲਦੀ ਹੈ, ਲੇਕਨ ਜ਼ਿਆਦਾਤਰ ਮਾਮਲਿਆਂ ਵਿਚ ਇੰਜ ਨਹੀਂ ਹੁੰਦਾ ਹੈ। ਬਿਜ਼ਨਿਸ ਸਕੂਲ ਆਮ ਤੌਰ ਤੇ ਸਾਰਿਆਂ ਤੋਂ ਸਿਆਣੇ ਵਿਦਿਆਰਥੀਆਂ

ਨੂੰ ਲੈਂਦੇ ਹਨ ਅਤੇ ਉਨ੍ਹਾਂ ਨੂੰ ਅਮੀਰਾਂ ਦੇ ਬਿਜ਼ਨਿਸ ਐਕਜ਼ੀਕਿਊਟਿਵਜ਼ ਬਣਨ ਦੀ ਸਿਖਲਾਈ ਦਿੰਦੇ ਹਨ। ਦੂਜੇ ਸ਼ਬਦਾਂ 'ਚ, ਉਹ ਆਪਣੇ ਵਿਦਿਆਰਥੀਆਂ ਈ ਕੁਆਡਰੈਂਟ ਦੀ ਉਪਰੱਲੀ ਸ਼ਰੇਣੀ ਦੇ ਜੀਵਨ ਲਈ ਸਿਖਿਅਤ ਕਰਦੇ ਹਨ – ਲੇਕਨ ਇਸ ਦੇ ਬਾਵਜੂਦ ਕੁਆਡਰੈਂਟ ਈ *ਹੁਣਵੀ* ਰਹਿੰਦਾ ਹੈ।

ਵਿਅਤਨਾਮ ਤੋਂ ਵਾਪਸ ਆਉਣ ਤੋਂ ਬਾਅਦ ਮੈਂ ਐਮਬੀਏ ਕਰਣ ਲਈ ਬਿਜ਼ਨਿਸ ਸਕੂਲ ਵਿਚ ਦਾਖ਼ਲਾ ਲੈਣ ਬਾਰੇ ਸੋਚਿਆ, ਲੇਕਨ ਮੇਰੇ ਅਮੀਰ ਡੈਡੀ ਨੇ ਇਸਦਾ ਵਿਰੋਧ ਕੀਤਾ। ਉਨ੍ਹਾਂ ਨੇ ਕਿਹਾ, "ਜੇਕਰ ਤੂੰ ਕਿਸੇ ਰਵਾਇਤੀ ਸਕੂਲ ਤੋਂ ਐਮਬੀਏ ਕਰਦਾ ਹੈ, ਤਾਂ ਸਮਝ ਲਉ ਕਿ ਤੂੰ ਅਮੀਰਾਂ ਦਾ ਕਰਮਚਾਰੀ ਬਣਨ ਦੀ ਸਿਖਲਾਈ ਲੈ ਰਿਹਾ ਹੈ। ਜੇਕਰ ਤੂੰ ਆਪਣੀ ਤਾਕਤ ਉੱਤੇ ਅਮੀਰ ਬਣਨਾ ਚਾਹੁੰਦਾ ਹੈ, ਤਾਂ ਤੈਨੂੰ ਜ਼ਿਆਦਾ ਸਕੂਲੀ ਸਿਖਿਆ ਦੀ ਲੋੜ ਨਹੀਂ ਹੈ, ਤੈਨੂੰ ਤਾਂ ਅਸਲ ਦੁਨੀਆ ਦੀ ਵਿੱਤੀ ਸਿਖਿਆ ਦੀ ਲੋੜ ਹੈ।"

ਮਹੱਤਵਪੂਰਨ ਯੋਗਤਾਵਾਂ

ਉਦਮੀ ਬਣਨਾ ਅਤੇ ਬੀ ਕੁਆਡਰੈਂਟ ਦਾ ਕਾਰੋਬਾਰ ਬਨਾਉਣਾ ਸੌਖਾ ਨਹੀਂ ਹੁੰਦਾ। ਅਸਲ ਵਿਚ, ਮੈਨੂੰ ਯਕੀਨ ਹੈ ਕਿ ਬੀ ਕੁਆਡਰੈਂਟ ਕਾਰੋਬਾਰ ਸਥਾਪਤ ਕਰਣਾ ਕਿਸੇ ਵੀ ਵਿਅਕਤੀ ਦੀ ਸਭ ਤੋਂ ਮੁਸ਼ਕਲ ਚੁਣੌਤੀਆਂ ਵਿਚੋਂ ਇਕ ਹੈ। ਇੰਨੇ ਸਾਰੇ ਲੋਕ ਈ ਅਤੇ ਐਸ ਕੁਆਡਰੈਂਟਸ ਵਿਚ ਇਸੇ ਕਾਰਣ ਕਰਕੇ ਰਹਿੰਦੇ ਹਨ, ਕਿਉਂਕਿ ਬੀ ਕੁਆਡਰੈਂਟ ਵਿਚ ਘੱਟ ਚੁਣੌਤੀਆਂ ਹੁੰਦੀਆਂ ਹਨ। ਜੇਕਰ ਇਹ ਇੰਨਾ ਸੌਖਾ ਹੁੰਦਾ ਤਾਂ ਹਰ ਵਿਅਕਤੀ ਇਹੀ ਕੰਮ ਨਾ ਕਰ ਰਿਹਾ ਹੁੰਦਾ।

ਜੇਕਰ ਤੁਸੀਂ ਵਪਾਰ ਵਿਚ ਸਫਲ ਹੋਣਾ ਚਾਹੁੰਦੇ ਹੋ, ਤਾਂ ਤੁਹਾਨੂੰ ਕੁੱਝ ਇਹੋ ਜਹੀ ਤਕਨੀਕੀ ਯੋਗਤਾਵਾਂ ਸਿਖਣ ਦੀ ਲੋੜ ਹੈ, ਜਿਹੜੀ ਤੁਸੀਂ ਸ਼ਾਇਦ ਸਕੂਲ ਵਿਚ ਨਹੀਂ ਸਿਖੀ।

ਮਿਸਾਲ ਲਈ, ਵਿਵਸਥਤ ਹੋਣ ਤੇ ਆਪਣੇ-ਆਪ ਲਈ ਐਜੰਡਾ ਤੈਅ ਕਰਣ ਦੀ ਯੋਗਤਾ।

ਇਹ ਜਿੰਨਾ ਦਿਖਦਾ ਹੈ, ਉਸ ਤੋਂ ਜ਼ਿਆਦਾ ਵੱਡਾ ਕੰਮ ਹੈ। ਜਿਹੜੇ ਲੋਕ ਨੇਟਵਰਕ ਮਾਰਕੇਟਿੰਗ ਦੇ ਦਾਇਰੇ ਵਿਚ ਦਾਖ਼ਲ ਹੁੰਦੇ ਹਨ, ਕਈ ਵਾਰ ਤਾਂ ਉਨ੍ਹਾਂ ਨੂੰ ਇਕ ਪ੍ਰਕਾਰ ਦਾ ਸਭਿਆਚਾਰਕ ਸਦਮਾ ਪਹੁੰਚਦਾ ਹੈ, ਕਿਉਂਕਿ ਇਸ ਤੋਂ ਪਹਿਲੇਂ ਤਾਂ ਕੋਈ ਦੂਜਾ ਵਿਅਕਤੀ ਉਨ੍ਹਾਂ ਨੂੰ ਹਰ ਵਾਰ ਦੱਸਦਾ ਸੀ ਕਿ ਕੀ ਕਰਣਾ ਹੈ। ਹੋ ਸਕਦਾ ਹੈ ਕਿ ਤੁਸੀਂ ਈ ਕੁਆਡਰੈਂਟ ਵਿਚ ਬਹੁਤ-ਬਹੁਤ ਕਰੜੀ ਮੇਹਨਤ ਕਰੋ, ਲੇਕਨ ਇਸ ਦੇ ਬਾਵਜੂਦ ਤੁਹਾਨੂੰ ਨਿਸ਼ਾਨਾ ਤੈਅ ਕਰਣ, ਕਾਰਜ ਯੋਜਨਾ ਬਨਾਉਣ, ਆਪਣਾ ਐਜੰਡਾ ਨਿਸ਼ਚਤ ਕਰਣ, ਆਪਣੇ ਸਮੇਂ ਦਾ ਪ੍ਰਬੰਧਨ ਕਰਣ ਅਤੇ ਉਤਪਾਦਕ ਕਾਰਜਾਂ ਦੀ ਇਕ ਸਪੱਸ਼ਟ ਲੜੀ ਨੂੰ ਕਰਣ ਦਾ ਜ਼ਰਾ ਵੀ ਅਨੁਭਵ ਨਾ ਹੋਵੇ।

ਅਚੰਭੇ ਵਾਲੀ ਗੱਲ ਇਹ ਹੈ ਕਿ ਬਹੁਤੇ ਲੋਕਾਂ ਵਿਚ ਇਹ ਬੁਨਿਆਦੀ ਯੋਗਤਾਵਾਂ ਵੀ ਨਹੀਂ ਹੁੰਦੀਆਂ। ਅਚੰਭੇ ਨਾਲ ਭਰੀ, ਲੇਕਨ ਹੈਰਾਨ ਕਰਣ ਵਾਲੀ ਨਹੀਂ। ਦੇਖੋ, ਈ ਕੁਆਡਰੈਂਟ ਵਿਚ ਤੁਹਾਨੂੰ ਦਰਅਸਲ ਇਨ੍ਹਾਂ ਯੋਗਤਾਵਾਂ ਦੀ ਲੋੜ ਹੀ ਨਹੀਂ ਹੁੰਦੀ। ਲੇਕਨ ਜੇਕਰ ਤੁਸੀਂ ਬੀ ਕੁਆਡਰੈਂਟ ਵਿਚ ਦਾਖ਼ਲ ਹੋਣ ਜਾ ਰਹੇ ਹੋ, ਤਾਂ ਇਹ ਯੋਗਤਾ ਦਾ ਬਦਲ ਨਹੀਂ ਹੈ। ਉਹ ਤਾਂ ਉਨ੍ਹਾਂ ਯੋਗਤਾਵਾਂ

ਜਿੰਨੀਆਂ ਹੀ ਮਹੱਤਵਪੂਰਨ ਹਨ, ਜਿਵੇਂ ਇਹ ਜਾਣਨਾ ਕਿ ਚੈਕਬੁੱਕ ਨੂੰ ਬੈਲੰਸ ਕਿਵੇਂ ਕੀਤਾ ਜਾਵੇ, ਵਿੱਤੀ ਯੋਜਨਾ ਕਿਵੇਂ ਲਿਖੀਆਂ ਅਤੇ ਵਾਰਸ਼ਕ ਰਿਪੋਰਟ ਕਿਵੇਂ ਪੜ੍ਹਿਆ ਜਾਵੇ।

ਟੈਕਸ ਲਾਭ – ਅਤੇ ਉਨ੍ਹਾਂ ਦੁਆਰਾ ਸਿਖਾਇਆ ਗਿਆ ਸਬਕ

ਜਿਹੜੇ ਲੋਕ ਨੇਟਵਰਕ ਮਾਰਕੇਟਿੰਗ ਦੇ ਖੇਤਰ ਵਿਚ ਬਿਲਕੁੱਲ ਨਵੇਂ ਹੁੰਦੇ ਹਨ, ਉਨ੍ਹਾਂ ਨੂੰ ਇਹ ਜਾਣ ਕੇ ਬੜੀ ਹੈਰਾਨੀ ਹੁੰਦੀ ਹੈ ਕਿ ਘਰ ਤੋਂ ਕੀਤੇ ਜਾਣ ਵਾਲੇ ਇਸ ਕਾਰੋਬਾਰ ਵਿਚ ਉਨ੍ਹਾਂ ਨੂੰ ਟੈਕਸ ਸੰਬੰਧੀ ਕਿੰਨਾ ਜ਼ਿਆਦਾ ਲਾਭ ਹੁੰਦਾ ਹੈ।

ਜ਼ਿਆਦਾਤਰ ਲੋਕਾਂ ਦੇ ਦਿਮਾਗ਼ ਵਿਚ ਘੱਟੋਘੱਟ ਇਕ ਧੁੰਧਲਾ ਵਿਚਾਰ ਹੁੰਦਾ ਹੈ ਕਿ ਅਮੀਰ ਲੋਕ ਸਾਰੇ ਤਰ੍ਹਾਂ ਦੇ ਟੈਕਸਾਂ ਦਾ ਆਨੰਦ ਲੈਂਦੇ ਹਨ, ਜਿਨ੍ਹਾਂ ਦਾ ਆਨੰਦ ਉਹ ਨਹੀਂ ਲੈ ਸਕਦੇ, ਲੇਕਨ ਚੂੰਕਿ ਉਹ ਆਪਣਾ ਸਾਰਾ ਜੀਵਨ ਈ ਕੁਆਡਰੈਂਟ ਦੇ ਅੰਦਰ ਜਿਊਂਦੇ ਹਨ, ਇਸਲਈ ਉਨ੍ਹਾਂ ਨੂੰ ਆਮਤੌਰ ਤੇ ਇਸ ਗੱਲ ਦੀ ਸਮਝ ਹੀ ਨਹੀਂ ਹੁੰਦੀ ਕਿ ਟੈਕਸ ਸੰਬੰਧੀ ਉਹ ਲਾਭ ਕਿਹੜੇ ਹਨ ਜਾਂ ਕਿਵੇਂ ਮਿਲਦੇ ਹਨ। ਇਸਲਈ, ਲੋਕਾਂ ਨੂੰ ਇਹ ਜਾਣਨ ’ਤੇ ਅਕਸਰ ਸਦਮਾ ਪੁੱਜਦਾ ਹੈ ਕਿ ਉਹ ਵੀ ਟੈਕਸ ਸੰਬੰਧੀ ਓਹੀ ਮੁਨਾਫ਼ਿਆਂ ਤੋਂ ਛੂਟ ਦਾ ਆਨੰਦ ਲੈ ਸਕਦੇ ਹਨ ਅਤੇ ਆਪਣਾ ਨਵਾਂ ਕਾਰੋਬਾਰ ਸ਼ੁਰੂ ਕਰਣ ਤੇ ਪਹਿਲੇ ਦਿਨ ਤੋਂ ਹੀ ਆਪਣੀ ਜੇਬ ਭਰਣੀ ਅਰੰਭ ਕਰ ਸਕਦੇ ਹਨ।

ਹੁਣੇ-ਹੁਣੇ ਹੀ ਟੈਕਸ ਪਾੱਲਿਸੀਜ਼ ਵਿਚ ਕਈ ਬਦਲਾਅ ਹੋਏ ਹਨ। ਨਾਲ ਹੀ ਛੋਟੇ ਵਪਾਰੀਆਂ ਅਤੇ ਸਵੈਰੁਜ਼ਗਾਰ ਕਰਣ ਵਾਲੇ ਲੋਕਾਂ ਲਈ ਖ਼ਾਸ ਬੀਮਾ ਯੋਜਨਾਵਾਂ ਵੀ ਸ਼ੁਰੂ ਕੀਤੀਆਂ ਗਈਆਂ ਹਨ। ਇਨ੍ਹਾਂ ਦੀ ਬਦੌਲਤ ਟੈਕਸ ਸੰਬੰਧੀ ਬੜੇ ਸਾਰੇ ਮੁਨਾਫ਼ੇ ਲੈਣਾ ਹੁਣ ਪਹਿਲਾਂ ਦੇ ਮੁਕਾਬਲੇ ਬਹੁਤਾਂ ਸੌਖਾ ਹੋ ਗਿਆ ਹੈ, ਜਿਹੜੇ ਆਮ ਕਰਕੇ ਵੱਡੇ ਕਾੱਰਪੋਰੇਸ਼ਨ ਦੇ ਮੁਕਾਬਲੇ ਵਾਲੇ ਹਨ, ਇੱਥੋਂ ਤਕ ਕਿ ਉਸ ਤੋਂ ਵੀ ਵੱਧ ਹਨ। ਆਪਣੇ ਵੇਹਲੇ ਸਮੇਂ ਵਿਚ ਨੇਟਵਰਕ ਮਾਰਕੇਟਿੰਗ ਕਾਰੋਬਾਰ ਸ਼ੁਰੂ ਕਰਕੇ ਅਤੇ ਆਪਣੀ ਨੇਮਤ ਨੌਕਰੀ ਵਿਚ ਰਹਿ ਕੇ ਤੁਸੀਂ ਅਮੀਰਾਂ ਵਰਗੀ ਟੈਕਸ ਸੰਬੰਧੀ ਲਾਭ ਹਾਸਲ ਕਰਣ ਲੱਗਦੇ ਹੋ। ਪਾਰਟ ਟਾਈਮ ਕਾਰੋਬਾਰ ਕਰਣ ਵਾਲਾ ਵਿਅਕਤੀ ਕਰਮਚਾਰੀਆਂ ਦੇ ਮੁਕਾਬਲੇ ਟੈਕਸ ਵਿਚ ਜ਼ਿਆਦਾ ਛੂਟ ਲੈ ਸਕਦਾ ਹੈ।

ਘਰ ਨੂੰ ਆਫਿਸ ਬਨਾਉਣਾ	ਆਟੋ, ਗੈਸ, ਮਾਇਲੇਜ	ਪਰਸਨਲ ਕੰਪਿਊਟਰ	ਇੰਟਰਨੇਟ, ਫੋਨ ਅਤੇ ਸੈਲਫੋਨ	ਯਾਤਰਾ, ਖਾਣਾ-ਪੀਣਾ, ਹੋਟਲ	ਪ੍ਰੋਂਡਕਟਸ ਦਾ ਵਿਅਕਤੀਗਤ ਉਪਯੋਗ

ਨੇਟਵਰਕ ਮਾਰਕੇਟਿੰਗ ਦੀ ਇਕ ਹੋਰ ਖ਼ੂਬੀ ਹੈ ਕਿ ਇਹ ਰਹੱਸ ਦਾ ਪਰਦਾ ਚੁੱਕ ਕੇ ਤੁਹਾਨੂੰ ਬੀ ਕੁਆਡਰੈਂਟ ਦਾ ਜੀਵਨ ਦਿਖਾ ਦਿੰਦਾ ਹੈ।

ਉੱਤੇ ਉਹਨਾਂ ਚੀਜ਼ਾਂ ਦੇ ਚੰਦ ਉਦਾਹਰਣ ਦਿੱਤੇ ਗਏ ਹਨ, ਜਿਹਨਾਂ ਤੇ ਤੁਸੀਂ ਪਹਿਲਾਂ ਤੋਂ ਹੀ ਪੈਸੇ ਖ਼ਰਚ ਕਰ ਰਹੇ ਹੋ, ਲੇਕਨ ਘਰ ਤੇ ਅਧਾਰਤ ਨੇਟਵਰਕ ਮਾਰਕੇਟਿੰਗ ਕਾਰੋਬਾਰ ਸ਼ੁਰੂ ਕਰਣ ਤੋਂ ਬਾਅਦ ਤੁਸੀਂ ਕਾਨੂੰਨੀ ਤੌਰ ਤੇ ਉਨ੍ਹਾਂ ਤੇ ਟੈਕਸ ਵਿਚ ਛੂਟ ਲੈ ਸਕਦੇ ਹੋ। ਟਿਪ : ਇਹ ਸੂਚੀ ਸਿਰਫ਼ ਸਮਝਾਉਣ ਦੇ ਉੱਦੇਸ਼ ਨਾਲ ਦਿੱਤੀ ਗਈ ਹੈ। ਆਪਣੀ ਵਿਅਕਤੀਗਤ ਸਥਿਤੀ ਬਾਰੇ ਟੈਕਸ ਸੰਬੰਧੀ ਸਲਾਹ ਲਈ ਤੁਹਾਨੂੰ ਆਪਣੇ ਟੈਕਸ ਸਲਾਹਕਾਰ ਕੋਲੋਂ ਮਸ਼ਵਰਾ ਲੈਣਾ ਚਾਹੀਦਾ ਹੈ।

ਮਿਸਾਲ ਲਈ, ਤੁਸੀਂ ਕਾਰ ਖ਼ਰਚ, ਪੈਟਰੋਲ, ਲੰਚ/ਡੀਨਰ ਅਤੇ ਮਨੋਰੰਜਨ ਉੱਤੇ ਹੋਣ ਵਾਲੇ ਖ਼ਰਚ ਤੇ ਟੈਕਸ ਵਿਚ ਛੂਟ ਲੈ ਸਕਦੇ ਹੋ। ਜ਼ਾਹਰ ਹੈ, ਇਸ ਮਾਮਲੇ ਵਿਚ ਤੁਹਾਨੂੰ ਕਿਸੇ ਸੀਪੀਏ ਤੋਂ ਮਸ਼ਵਰਾ ਲੈਣ ਦੀ ਜ਼ਰੂਰਤ ਹੈ। ਅਤੇ ਇੰਜ ਕਰਣ ਨਾਲ ਤੁਸੀਂ ਪਾਓਗੇ ਕਿ *ਸੀਪੀਏ ਤੋਂ ਮਿਲਣ ਜਾਣ ਵਿਚ ਤੁਸੀਂ ਜੋ ਖ਼ਰਚ ਕੀਤਾ ਹੈ, ਉਸ 'ਤੇ ਵੀ ਤੁਹਾਨੂੰ ਟੈਕਸ ਵਿਚ ਰਿਹਾਇਤ ਮਿਲਦੀ ਹੈ।* ਦੂਜੇ ਸ਼ਬਦਾਂ 'ਚ, ਸਰਕਾਰ ਤੁਹਾਨੂੰ ਇਹ ਸਲਾਹ ਲੈਣ ਲਈ ਵੀ ਟੈਕਸ ਵਿਚ ਛੂਟ ਦੇਵੇਗੀ ਕਿ ਘੱਟ ਟੈਕਸ ਕਿਵੇਂ ਭਰਿਆ ਜਾਏ।

ਇਹ ਸਾਰਾ ਕੁੱਝ ਦੱਸਣ ਦਾ ਮੇਰਾ ਮਕਸਦ ਤੁਹਾਨੂੰ ਸਿਰਫ਼ ਇਹ ਦੱਸਣਾ ਹੀ ਨਹੀਂ ਹੈ ਕਿ ਨਵੇਂ ਵਪਾਰ ਦੇ ਪਹਿਲੇ ਦਿਨ ਤੋਂ ਹੀ ਤੁਹਾਨੂੰ ਟੈਕਸ ਬਚਤ ਰਾਹੀਂ ਕਿੰਨਾ ਮਹੱਤਵਪੂਰਨ ਆਰਥਕ ਲੀਵਰੇਜ਼ ਮਿਲਦਾ ਹੈ। ਇਸ ਤੋਂ ਵੱਧ, ਕਿ ਮੈਂ ਇਹ ਗੱਲ ਵੀ ਤੁਹਾਡੇ ਦਿਮਾਗ਼ ਵਿਚ ਪਾਉਣਾ ਚਾਹੁੰਦਾ ਹਾਂ : ਜ਼ਿਆਦਾਤਰ ਲੋਕਾਂ ਨੂੰ ਜ਼ਰਾ ਵੀ ਅੰਦਾਜ਼ਾਂ ਨਹੀਂ ਹੁੰਦਾ ਕਿ ਬੀ ਕੁਆਡਰੈਂਟ ਵਿਚ ਰਹਿਣਾ ਕਿਵੇਂ ਹੁੰਦਾ ਹੈ।

ਜਦੋਂ ਜ਼ਿਆਦਾਤਰ ਲੋਕਾਂ ਨੂੰ ਇੱਥੇ ਮੌਜੂਦ ਟੈਕਸ ਮੁਨਾਫ਼ਿਆਂ ਦਾ ਪਤਾ ਚੱਲਦਾ ਹੈ, ਤਾਂ ਉਨ੍ਹਾਂ ਨੂੰ ਸਦਮਾ ਇਸਲਈ ਲੱਗਦਾ ਹੈ, ਕਿਉਂਕਿ ਬੀ ਕੁਆਡਰੈਂਟ ਉਨ੍ਹਾਂ ਲਈ ਐਟਲਾਂਟਿਸ ਦੇ ਗੁਆਚੇ ਹੋਏ ਮਹਾਂਦੀਪ ਵਰਗਾ ਹੁੰਦਾ ਹੈ। ਨੇਟਵਰਕ ਮਾਰਕੇਟਿੰਗ ਦੀ ਇਕ ਖ਼ੂਬੀ ਹੈ ਕਿ ਇਹ ਰਹੱਸ ਤੋਂ ਪਰਦਾ ਚੁੱਕ ਦਿੰਦਾ ਹੈ ਅਤੇ ਤੁਹਾਨੂੰ ਬੀ ਕੁਆਡਰੈਂਟ ਦਾ ਜੀਵਨ ਦਿਖਾਈ ਦੇਂਦਾ ਹੈ।

ਅਸਲ ਦੁਨੀਆ ਦੀ ਵਪਾਰਕ ਸਿਖਿਆ ਵਿਚ ਤੁਹਾਡਾ ਸੁਆਗਤ ਹੈ।

ਜੀਵਨ ਸੰਬੰਧੀ ਯੋਗਤਾਵਾਂ

ਜਦੋਂ ਕਾਰੋਬਾਰ ਨੂੰ ਸਫਲ ਬਨਾਉਣ ਦੀ ਗੱਲ ਆਉਂਦੀ ਹੈ, ਤਾਂ ਇਹ ਸਿਰਫ਼ ਤਕਨੀਕੀ ਯੋਗਤਾਵਾਂ ਦੀ ਬਦੌਲਤ ਹੀ ਨਹੀਂ ਹੋ ਜਾਂਦਾ। ਇਨ੍ਹਾਂ ਤੋਂ ਵੀ ਜ਼ਿਆਦਾ ਮਹੱਤਵਪੂਰਨ ਜੀਵਨ ਸੰਬੰਧੀ ਉਹ ਯੋਗਤਾਵਾਂ ਹਨ, ਜਿਨ੍ਹਾਂ ਦੀ ਬਦੌਲਤ ਤੁਸੀਂ ਬੀ ਕੁਆਡਰੈਂਟ ਵਿਚ ਸਫਲਤਾਪੂਰਵਕ ਯਾਤਰਾ ਕਰ ਸਕਦੇ ਹੋ। ਜੀਵਨ ਵਿਚ ਦੀਰਘਕਾਲੀ ਸਫਲਤਾ ਦੀ ਕੁੰਜੀ ਤੁਹਾਡੀ ਸਿਖਿਆ ਅਤੇ ਯੋਗਤਾਵਾਂ ਹਨ, ਤੁਹਾਡੇ ਜੀਵਨ ਦੇ ਅਨੁਭਵ ਹਨ ਅਤੇ ਸਭ ਤੋਂ ਵੱਧਕੇ, ਤੁਹਾਡਾ ਵਿਅਕਤੀਗਤ ਚਰਿੱਤਰ ਹੈ।

ਮਿਸਾਲ ਲਈ, ਮੈਨੂੰ ਇਹ ਸਿਖਣਾ ਸੀ ਕਿ ਆਪਣੀ ਆਤਮ-ਸ਼ੰਕਾ, ਸੰਕੋਚ ਅਤੇ ਅਸਵੀਕਿਰਤੀ ਦੇ ਭੈ ਤੋਂ ਕਿਵੇਂ ਉਬਰਿਆ ਜਾਏ। ਮੈਨੂੰ ਵਿਅਕਤੀਗਤ ਵਿਕਾਸ ਦੀ ਇਹ ਯੋਗਤਾ ਵੀ ਸਿਖਣੀ ਸੀ ਕਿ ਅਸਫਲ ਹੋਣ ਤੋਂ ਬਾਅਦ ਕਿਵੇਂ ਉਠਿਆ ਜਾਏ ਤੇ ਅੱਗੇ ਵੱਧਦੇ ਰਹਿਣ ਦਾ

ਹੌਂਸਲਾ ਕਿਵੇਂ ਜੁਟਾਇਆ ਜਾਵੇ। ਬੀ ਕੁਆਡਰੈਂਟ ਦੇ ਵਪਾਰ ਵਿਚ ਸਫਲ ਹੋਣ ਦੇ ਚਾਹਵੰਦ ਹਰ ਵਿਅਕਤੀ ਨੂੰ ਇਹਨਾਂ ਗੁਣਾਂ ਦਾ ਵਿਕਾਸ ਕਰਨਾ ਹੁੰਦਾ ਹੈ, ਫਿਰ ਭਾਵੇਂ ਇਹ ਨੇਟਵਰਕ ਮਾਰਕੇਟਿੰਗ ਹੋਵੇ, ਫਰੈਂਚਾਇਜ਼ੀ ਜਾਂ ਉਦਮਸ਼ੀਲ ਕੰਪਨੀ ਹੋਵੇ।

ਜੇਕਰ ਤੁਸੀਂ ਇਹ ਗੁਣ ਸਕੂਲ ਵਿਚ ਨਹੀਂ ਸਿਖਦੇ ਹੋ, ਕੰਮ ਕਰਣ ਦੀ ਥਾਂ ਉੱਤੇ ਨਹੀਂ ਸਿਖਦੇ ਅਤੇ ਵੱਡੇ ਹੋਣ ਵੇਲੇ ਤੁਹਾਨੂੰ ਘਰ ਵਿਚ ਵੀ ਨਹੀਂ ਸਿਖਾਏ ਗਏ ਹਾਂ, ਤਾਂ ਤੁਸੀਂ ਉਨ੍ਹਾਂ ਨੂੰ ਕਿੱਥੇ ਸਿਖੋਗੇ? ਦੁਨੀਆ ਵਿਚ ਤੁਹਾਨੂੰ ਇਹੋ ਜਿਹਾ ਕਾਰੋਬਾਰ ਕਿੱਥੇ ਮਿਲੇਗਾ, ਜਿਹੜਾ ਤੁਹਾਡੀ ਸਿਖਿਆ ਅਤੇ ਵਿਅਕਤੀਗਤ ਵਿਕਾਸ ਵਿਚ ਸਮੇਂ ਦਾ ਨਿਵੇਸ਼ ਕਰੇ, ਨਾਲ ਹੀ ਆਪਣਾ ਕਾਰੋਬਾਰ ਸਥਾਪਤ ਕਰਣ ਵਿਚ ਤੁਹਾਡੀ ਮਦਦ ਵੀ ਕਰੇ?

ਅਤੇ ਕਿੱਥੇ, ਨੇਟਵਰਕ ਮਾਰਕੇਟਿੰਗ ਵਿਚ?

ਜੌਨ : ਰੌਬਰਟ, ਇਹ ਰੌਚਕ ਹੈ ਕਿ ਤੁਸੀਂ ਹਮੇਸ਼ਾ ਵਪਾਰਕ ਸਿਖਿਆ ਨੂੰ ਨੇਟਵਰਕ ਮਾਰਕੇਟਿੰਗ ਦਾ ਸਭ ਤੋਂ ਵੱਡਾ ਲਾਭ ਮੰਨਦੇ ਹੋ। ਮੈਂ ਸੋਚਦਾ ਹਾਂ, ਇਸ ਗੱਲ ’ਚ ਕਾਫੀ ਜ਼ੋਰ ਹੈ। ਅਕਸਰ, ਲੋਕ ਨੇਟਵਰਕ ਮਾਰਕੇਟਿੰਗ ਵਿਚ ਆਪਣੇ ਅਨੁਭਵਾਂ ਰਾਹੀਂ ਇਹੋ ਜਹੀਆਂ ਯੋਗਤਾਵਾਂ ਸਿਖਦੇ ਅਤੇ ਇਹੋ ਜਿਹੇ ਗੁਣਾ ਦਾ ਵਿਕਾਸ ਕਰਦੇ ਹਨ, ਜਿਹੜੇ ਉਹ ਇਸ ਤੋਂ ਬਿਨਾ ਕਦੇ ਨਹੀਂ ਸਿਖ ਪਾਉਂਦੇ।

ਨੇਟਵਰਕ ਮਾਰਕੇਟਿੰਗ ਲੋਕਾਂ ਨੂੰ ਸਿਖਾਉਂਦੀ ਹੈ ਕਿ ਉਹ ਆਪਣੇ ਭੈ ਤੋਂ ਕਿਵੇਂ ਉਬਰਨ, ਕਿਵੇਂ ਸੰਵਾਦ ਕਰਣ, ਕਿਵੇਂ “ਨਹੀਂ” ਕਹਿਣ ਵਾਲੇ ਲੋਕਾਂ ਦੇ ਮਨੋਵਿਗਿਆਨ ਨੂੰ ਸਮਝਣ ਅਤੇ ਕਿਵੇਂ ਅਸਵੀਕਿਰਤੀ ਤੇ ਅਸਲ ਦੁਨੀਆ ਦੀ ਹੋਰ ਚੁਣੌਤੀਆਂ ਦੇ ਬਾਵਜੂਦ ਲਗਨ ਨਾਲ ਜੁਟੇ ਰਹਿਣ।

ਇੱਥੇ ਕੁੱਝ ਅਤਿਅੰਤ ਮਹੱਤਵਪੂਰਨ ਯੋਗਤਾਵਾਂ ਦਿੱਤੀਆਂ ਜਾ ਰਹੀਆਂ ਹਨ, ਜਿਹੜੀਆਂ ਨੇਟਵਰਕ ਮਾਰਕੇਟਿੰਗ ਦੀ ਅਸਲ ਦੁਨੀਆ ਦੀ ਸਿਖਿਆ ਵਿਚ ਸਿਖਲਾਈ ਜਾਂਦੀ ਹੈ।

- ਸਫਲਤਾ ਦਾ ਨਜ਼ਰੀਆ
- ਸਫਲਤਾ ਲਈ ਪੋਸ਼ਾਕ
- ਵਿਅਕਤੀਗਤ ਭੈ, ਸ਼ੰਕਾਵਾਂ ਤੇ ਆਤਮਵਿਸ਼ਵਾਸ ਦੀ ਘਾਟ ਤੋਂ ਉਬਰਨਾ
- ਅਸਵੀਕਿਰਤੀ ਦੇ ਭੈ ਤੋਂ ਉਬਰਨਾ
- ਸੰਵਾਦ ਕੁਸ਼ਲਤਾ
- ਲੋਕ-ਵਿਹਾਰ ਦੀਆਂ ਯੋਗਤਾਵਾਂ
- ਸਮੇਂ ਪ੍ਰਬੰਧਨ ਦੀਆਂ ਯੋਗਤਾਵਾਂ

ਨੇਟਵਰਕ ਮਾਰਕੇਟਿੰਗ ਉਨ੍ਹਾਂ ਲੋਕਾਂ ਲਈ ਅਸਲ ਦੁਨੀਆ ਦਾ ਬਿਜ਼ਨਿਸ ਸਕੂਲ ਹੈ, ਜਿਹੜੇ ਕਿਸੇ ਕਰਮਚਾਰੀ ਦੀ ਬਜਾਇ ਉਦਮੀ ਦੀ ਯੋਗਤਾਵਾਂ ਸਿਖਣਾ ਚਾਹੁੰਦੇ ਹਨ।

- ਜਵਾਬਦੇਹੀ ਦੀਆਂ ਯੋਗਤਾਵਾਂ
- ਵਿਹਾਰਕ ਨਿਸ਼ਾਨਿਆਂ ਦਾ ਨਿਰਧਾਰਣ
- ਧਨ-ਪ੍ਰਬੰਧਨ ਦੀਆਂ ਯੋਗਤਾਵਾਂ
- ਨਿਵੇਸ਼ ਸੰਬੰਧੀ ਯੋਗਤਾਵਾਂ

ਚੰਗੀ ਨੇਟਵਰਕ ਮਾਰਕੇਟਿੰਗ ਕੰਪਨੀਆਂ ਇਹਨਾਂ ਸਾਰੇ ਖੇਤਰਾਂ ਵਿਚ ਸਿਖਲਾਈ ਦੀ ਠੋਸ ਯੋਜਨਾ ਪ੍ਰਦਾਨ ਕਰਦੀਆਂ ਹਨ। ਅਤੇ ਮੈਂ ਸਹਿਮਤ ਹਾਂ : ਇਹੋ ਜਿਹੀ ਸਿਖਿਆ ਸੱਚੀ ਅਨਮੋਲ ਹੈ।

ਅਸਲ ਵਿਚ, ਤੁਹਾਨੂੰ ਇਹੋ ਜਿਹੀ ਦੂਜੀ ਥਾਂ ਮੁਸ਼ਕਲ ਨਾਲ ਮਿਲੇਗੀ, ਜਿੱਥੇ ਤੁਸੀਂ ਚੰਗਾ ਪੈਸਾ ਦੇਣ ਦੇ ਬਾਵਜੂਦ ਇਹ ਸਾਰੀ ਸਿਖਲਾਈ ਹਾਸਲ ਕਰ ਸਕੋ- ਇਹੋ ਜਿਹੀ ਸਥਿਤੀ ਨੂੰ ਤਾਂ ਰਹਿਣ ਹੀ ਦਿਓ, ਜਿੱਥੇ ਇਹ ਸਿਖਣ ਲਈ ਉਹ ਤੁਹਾਨੂੰ ਭੁਗਤਾਨ ਵੀ ਕਰਣ।

ਨੇਟਵਰਕ ਮਾਰਕੇਟਿੰਗ ਵਿਚ ਸਾਰਿਆਂ ਲਈ ਇਹ ਅਖਾਣ ਮਸ਼ਹੂਰ ਹੈ ਕਿ ਇਹ ਇਕ ਇਹੋ ਜਿਹਾ ਕਾਰੋਬਾਰ ਹੈ, "ਜਿੱਥੇ ਤੁਸੀਂ ਸਿਖਦੇ-ਸਿਖਦੇ ਕਮਾਉਂਦੇ ਹੋ।" ਇਹ ਇਕ ਬੇਹਤਰੀਨ ਅਖਾਣ ਹੈ, ਕਿਉਂਕਿ ਇਹ ਨੇਟਵਰਕ ਮਾਰਕੇਟਿੰਗ ਕਾਰੋਬਾਰ ਬਾਰੇ ਇਸ ਪ੍ਰਮੁੱਖ ਨੁਕਤੇ ਨੂੰ ਰੇਖਾਂਕਤ ਕਰਦਾ ਹੈ : ਤੁਸੀਂ ਇਹ ਕਰਕੇ ਹੀ ਇਸ ਨੂੰ ਕਰਣਾ ਸਿਖਦੇ ਹੋ; ਕਲਾਸ ਰੂਮ ਵਿਚ ਸਾਲਾਂ ਤਕ ਬੈਠ ਕੇ ਕਿਸੇ ਦਾ ਲੈਕਚਰ ਸੁਣ ਕੇ ਨਹੀਂ।

ਨੇਟਵਰਕ ਮਾਰਕੇਟਿੰਗ ਵਿਚ ਦਿੱਤੀ ਜਾਣ ਵਾਲੀ ਸਿਖਲਾਈ ਕੇਵਲ ਸਿਧਾਂਤਕ ਹੀ ਨਹੀਂ ਹੁੰਦੀ; ਇਹ ਪ੍ਰਯੋਗਾਤਮਕ ਹੁੰਦੀ ਹੈ। ਅਤੇ ਤੁਸੀਂ ਜਿਸ ਵਿਸ਼ੇਸ਼ ਯੋਜਨਾ ਵਿਚ ਹੋ, ਭਾਵੇਂ ਤੁਸੀਂ ਉਸਦੀ ਟੀਸੀ ਉੱਤੇ ਪੁੱਜੋ ਜਾਂ ਨਾ, ਤੁਸੀਂ ਬਹੁਤ ਸਾਰਾ ਪੈਸਾ ਬਣਾ ਪਾਓ ਜਾਂ ਨਹੀਂ, ਤੁਹਾਡੇ ਬਾਕੀ ਜੀਵਨ ਵਿਚ ਵੀ ਇਸ ਸਿਖਲਾਈ ਦਾ ਬੜਾ ਜ਼ਬਰਦਸਤ ਮਹੱਤਵ ਹੁੰਦਾ ਹੈ। ਸੱਚ ਤਾਂ ਇਹ ਹੈ ਕਿ ਨੇਟਵਰਕ ਮਾਰਕੇਟਿੰਗ ਤੋਂ ਬਾਅਦ ਕਈ ਲੋਕ ਦੂਜੇ ਕਾਰੋਬਾਰਾਂ ਵਿਚ ਚਲੇ ਜਾਂਦੇ ਹਨ, ਜਿੱਥੇ ਉਨ੍ਹਾਂ ਨੂੰ ਬਹੁਤ ਕਾਮਯਾਬੀ ਮਿਲਦੀ ਹੈ। ਇਸਦਾ ਕਾਰਣ ਨੇਟਵਰਕ ਮਾਰਕੇਟਿੰਗ ਵਿਚ ਮਿਲੀ ਵਿਵਸਾਇਕ ਸਿਖਲਾਈ ਅਤੇ ਅਨੁਭਵ ਹੀ ਹੁੰਦਾ ਹੈ।

ਅਤੇ ਇਹੀ ਉਹ ਅਸਲ ਨੁਕਤਾ ਅਤੇ ਸਭ ਤੋ ਵੱਡਾ ਕਾਰਣ ਹੈ ਜਿਸ ਕਰਕੇ ਮੈਂ ਇਕ ਦਹਾਕੇ ਤੋਂ ਲੋਕਾਂ ਨੂੰ ਇਹ ਕਾਰ-ਵਿਹਾਰ ਕਰਣ ਦੀ ਸਲਾਹ ਦੇ ਰਿਹਾ ਹਾਂ। ਜਦੋਂ ਤੁਸੀਂ ਕਿਸੇ ਚੰਗੇ ਨੇਟਵਰਕ ਮਾਰਕੇਟਿੰਗ ਨਾਲ ਜੁੜਦੇ ਹੋ, ਤਾਂ ਉਹ ਤੁਹਾਨੂੰ ਦੌੜਨ ਲਈ ਕੇਵਲ ਇਕ ਟ੍ਰੈਕ ਹੀ ਨਹੀਂ ਉਪਲਬਧ ਕਰਾਉਂਦੀ; ਉਹ ਤਾਂ ਤੁਹਾਨੂੰ ਸਫਲ ਹੋਣ ਲਈ ਲੋੜੀਂਦੀ ਯੋਗਤਾਵਾਂ ਅਤੇ ਗੁਣ ਵਿਕਸਤ ਕਰਣ ਦਾ ਮੌਕਾ ਵੀ ਦਿੰਦੀ ਹੈ।

ਨੇਟਵਰਕ ਮਾਰਕੇਟਿੰਗ ਉਨ੍ਹਾਂ ਲੋਕਾਂ ਲਈ ਅਸਲ ਦੁਨੀਆ ਦਾ ਬਿਜ਼ਨਿਸ ਸਕੂਲ ਹੈ, ਜਿਹੜੇ ਕਿਸੇ ਕਾਮੇ ਭਾਵ ਕਰਮਚਾਰੀ ਦੀ ਬਜਾਇ ਉਧਮੀ ਹੋਣ ਦੀ ਯੋਗਤਾਵਾਂ ਸਿਖਣਾ ਚਾਹੁੰਦੇ ਹਨ।

ਅਧਿਆਇ 10

ਸੰਪੱਤੀ # 2: ਵਿਅਕਤੀਗਤ ਵਿਕਾਸ ਦੀ ਲਾਹੇਵੰਦ ਰਾਹ

ਮੈਂ ਜਾਣਦਾ ਹਾਂ, ਤੁਸੀਂ ਸ਼ਾਇਦ ਕਹਿੰਦੇ ਹੋਵੋਗੇ, "ਕਿਓਸਾਕੀ, ਕੀ ਤੁਸੀਂ ਬੁੱਧੀਹੀਣ ਹੋ ਗਏ ਹੋ? !" 'ਵਿਅਕਤੀਗਤ ਵਿਕਾਸ ਦੀ ਰਾਹ' ਬਾਰੇ ਇੰਨੀ ਲੰਮੀ–ਚੌੜੀ ਗੱਲਬਾਤ ਕਿਉਂ? ਮੈਨੂੰ ਟਾਕਰੇ ਲਈ ਆਪਣੇ–ਆਪ ਨੂੰ ਤਿਆਰ ਕਰਣ ਦੀ ਲੋੜ ਨਹੀਂ ਹੈ; ਮੈਨੂੰ ਤਾਂ ਬੱਸ ਮਹੀਨੇ ਦਾ ਖ਼ਰਚ ਚਲਾਉਣ ਦੀ ਲੋੜ ਹੈ। ਮੈਂ ਦੌਲਤ ਬਨਾਉਣਾ ਚਾਹੁੰਦਾ ਹਾਂ, 'ਕੁਮਬਾਇਆ' ਨਹੀਂ ਗਾਉਣਾ ਚਾਹੁੰਦਾ !"

ਇੰਨੀ ਜਲਦਬਾਜੀ ਨਾ ਕਰੋ। ਮੈਂ ਬੁੱਧੀਹੀਣ ਨਹੀਂ ਹੋਇਆ ਹਾਂ : ਮੈਂ ਤਾਂ ਬਸ ਯਥਾਰਥਵਾਦੀ ਬਣ ਰਿਹਾ ਹਾਂ। ਅਮੀਰ ਬਣਨਾ ਸਹੀ ਸਲਾੱਟ ਮਸ਼ੀਨ ਵਿਚ ਪੰਜਾਹ ਸੈਂਟ ਦਾ ਸੁਭਾਗਾ ਸਿੱਕਾ ਪਾਉਣ ਬਾਰੇ ਬਿਲਕੁੱਲ ਨਹੀਂ ਹੈ। ਅਤੇ ਇਹ ਵੀ ਸਹੀ ਹੈ ਕਿ ਤੁਸੀਂ ਵਾਧੂ ਆਮਦਨ ਕਮਾਉਣ ਦੇ ਇਕ ਨਵੇਂ ਤਰੀਕੇ ਨੂੰ ਹੀ ਨਹੀਂ ਦੇਖ ਰਹੇ ਹੋ। ਤੁਸੀਂ ਤਾਂ ਅਸਲ ਵਿਚ ਆਪਣੇ ਬੁਨਿਆਦੀ ਜੀਵਨ ਮੁੱਲਾਂ ਵਿਚ ਪਰਿਵਰਤਨ ਕਰ ਰਹੇ ਹੋ। ਇਹ ਉਸ ਨੂੰ ਬਦਲਣ ਬਾਰੇ ਨਹੀਂ ਹੈ ਜਿਹੜਾ ਤੁਸੀਂ ਕਰਦੇ ਹੋ; ਬੜੇ ਵਾਸਤਵਕ ਸੰਦਰਭ ਵਿਚ ਇਹ ਤਾਂ ਉਸ ਨੂੰ ਬਦਲਣ ਬਾਰੇ ਹੈ, ਜਿਹੜਾ ਆਪ *ਹੈ।*

ਮੇਰੇ ਮਿੱਤਰ ਡੋਨਾੱਲਡ ਟਰੰਪ ਦੀ ਨੇਟ ਵਰਥ ਅੱਜ ਅਰਬਾਂ ਡਾੱਲਰ ਹੈ, ਲੇਕਨ ਇਕ ਸਮਾਂ ਇਹੋ ਜਿਹਾ ਵੀ ਸੀ, ਜਦੋਂ ਰੀਅਲ ਐਸਟੇਟ ਕਰੈਸ਼ ਹੋਣ ਤੇ ਉਨਾਂ ਨੇ ਇਹ ਸਾਰੀ ਦੌਲਤ ਗੁਆਂ ਦਿੱਤੀ ਸੀ। ਉਹ 9.2 ਅਰਬ ਡਾੱਲਰ ਦੇ ਕਰਜ਼ ਵਿਚ ਡੁੱਬਣ ਦਾ ਅਨੁਭਵ ਦੱਸਦਿਆਂ ਹੋਏ ਕਹਿੰਦੇ ਹਨ: "ਜਦੋਂ ਮੈਂ ਸੜਕ ਉੱਤੇ ਇਕ ਭਿਖਾਰੀ ਕੋਲੋਂ ਗੁਜ਼ਰਿਆ, ਤਾਂ ਮੈਨੂੰ ਅਹਿਸਾਸ ਹੋਇਆ ਕਿ ਉਸਦੀ ਨੇਟਵਰਥ ਮੇਰੀ ਨੇਟਵਰਥ ਤੋਂ 9.2 ਅਰਬ ਡਾੱਲਰ ਜ਼ਿਆਦਾ ਸੀ !" ਬਹਰਹਾਲ, ਛੇਤੀ ਹੀ ਡੋਨਾੱਲਡ ਦੁਬਾਰਾ ਸਿਖਰ ਉੱਤੇ ਪਹੁੰਚ ਗਏ। ਕਿਉਂ? ਉਸਦੀ ਬਦੌਲਤ, ਜਿਹੜੇ ਉਹ ਹਨ – ਜਾਂ ਜ਼ਿਆਦਾ ਸੁਚੇਤ ਹੋ ਕੇ ਕਿਹਾ ਜਾਏ, ਤਾਂ ਜਿਹੜੇ ਉਹ ਬਣ ਗਏ ਸਨ।

ਮੈਨੂੰ ਵੀ ਇਕ ਵਾਰੀ ਇਹੀ ਅਨੁਭਵ ਹੋ ਚੁੱਕਿਆ ਹੈ। 30 ਸਾਲ ਦੀ ਉਮਰ ਤਕ ਮੈਂ ਕਰੋੜਪਤੀ ਬਣ ਚੁੱਕਿਆ ਸੀ। ਲੇਕਨ ਉਸਦੇ ਦੋ ਸਾਲ ਬਾਅਦ ਹੀ ਮੇਰੀ ਕੰਪਨੀ ਦਿਵਾਲੀਆਂ ਹੋ ਗਈ। ਕਾਰੋਬਾਰ ਦਾ ਡੁੱਬਣਾ ਕਤਈ ਸੁਖਦ ਅਨੁਭਵ ਨਹੀਂ ਸੀ, ਲੇਕਨ ਇਹ ਇਕ ਬੇਹਤਰੀਨ

ਸਬਕ ਸੀ। ਉਨ੍ਹਾਂ ਕੁੱਝ ਸਾਲਾਂ ਵਿਚ ਮੈਂ ਬਹੁਤ ਕੁੱਝ ਸਿਖਿਆ – ਕਾਰੋਬਾਰ ਬਾਰੇ ਬੜਾ ਕੁੱਝ, ਲੇਕਨ ਆਪਣੇ ਬਾਰੇ ਹੋਰ ਕੁੱਝ ਜ਼ਿਆਦਾ।

ਮੇਰੇ ਤਬਾਹ ਹੋਣ ਤੋਂ ਬਾਅਦ ਅਮੀਰ ਡੈਡੀ ਨੇ ਮੈਨੂੰ ਕਿਹਾ, "ਧਨ ਅਤੇ ਸਫਲਤਾ ਇਨਸਾਨ ਨੂੰ ਹੰਕਾਰੀ ਅਤੇ ਮੂਰਖ ਬਣਾ ਦੇਂਦੀ ਹੈ। ਹੁਣ ਜਦ ਤੁਸੀਂ ਗ਼ਰੀਬੀ ਅਤੇ ਨਿਮਰਤਾ ਦਾ ਸੁਆਦ ਚੱਖ ਲਿਆ ਹੈ, ਇਸਲਈ ਤੁਸੀਂ ਦੁਬਾਰਾ ਵਿਦਿਆਰਥੀ ਬਣ ਸਕਦੇ ਹੋ।" ਉਨ੍ਹਾਂ ਨੇ ਸਹੀ ਕਿਹਾ ਸੀ। ਉਸ ਅਨੁਭਵ ਤੋਂ ਮੈਂ ਜਿਹੜੇ ਸਬਕ ਸਿੱਖੇ, ਉਹ ਅੱਗੇ ਚੱਲ ਕੇ ਅਨਮੋਲ ਸਾਬਤ ਹੋਏ। ਇਕ ਵਿਸ਼ਵਵਿਆਪੀ ਕਾਰੋਬਾਰ ਬਣਾ ਕੇ ਉਸਨੂੰ ਗੁਆਉਣ ਤੋਂ ਬਾਅਦ ਮੈਨੂੰ ਅਸਲ ਦੁਨੀਆ ਦੀ ਉਹ ਸਿਖਿਆ ਮਿਲੀ, ਜਿਸ ਨੇ ਆਖ਼ਰ ਵਿਚ ਮੈਨੂੰ ਅਮੀਰ ਬਣਾ ਹੀ ਦਿੱਤਾ। ਇਸ ਤੋਂ ਵੀ ਮਹੱਤਵਪੂਰਨ ਗੱਲ, ਉਸ ਸਿਖਿਆ ਨੇ ਮੈਨੂੰ ਆਰਥਕ ਨਜ਼ਰੀਏ ਤੋਂ ਸੁਤੰਤਰ ਬਣਾ ਦਿੱਤਾ। ਅਤੇ ਮੈਂ ਉਸ ਸਿਖਿਆ ਦੇ ਪਾਠਕ੍ਰਮ ਵਿਚ ਜਿਹੜੀ ਸਭ ਤੋਂ ਮਹੱਤਵਪੂਰਨ ਚੀਜ਼ਾਂ ਸਿਖੀਆਂ, ਉਹ ਵਪਾਰ ਜਾਂ ਧਨ ਬਾਰੇ ਨਹੀਂ ਸਨ– ਉਹ ਤਾਂ ਮੇਰੇ *ਆਪਣੇ* ਬਾਰੇ ਸਨ।

ਇਸ ਬਾਰੇ ਮੈਨੂੰ ਜਾੱਨ ਤੋਂ ਇਕ ਸਵਾਲ ਪੁੱਛਣ ਦਿਓ। ਜੇਕਰ ਉਹਨਾਂ ਦਾ ਜਵਾਬ ਉਹੀ ਹੈ, ਜਿਹੜਾ ਮੈਂ ਸੋਚਦਾ ਹਾਂ ਕਿ ਹੋਵੇਗਾ, ਤਾਂ ਤੁਸੀਂ ਮੇਰਾ ਮਤਲਬ ਸਮਝ ਜਾਵੋਗੇ।

> **ਰੌਬਰਟ :** ਜਾੱਨ, ਇਕ ਗੱਲ ਤਾਂ ਸਪਸਟ ਹੈ : ਨੇਟਵਰਕ ਮਾਰਕੇਟਿੰਗ ਵਿਚ ਆਉਣ ਵਾਲਾ ਹਰ ਵਿਅਕਤੀ ਨੂੰ ਇਕੋ ਜਹੀ ਸਫਲਤਾ ਨਹੀਂ ਮਿਲਦੀ। ਤੁਹਾਡੇ ਅਨੁਭਵ ਵਿਚ ਉਹ ਸਭ ਤੋਂ ਵੱਡਾ ਕਾਰਣ ਕਿਹੜਾ ਹੈ, ਜਿਸ ਕਾਰਣ ਨੇਟਵਰਕ ਮਾਰਕੇਟਿੰਗ ਵਿਚ ਕੁੱਝ ਲੋਕ ਸਫਲਤਾ ਦੇ ਉਸ ਸਤਰ ਤੇ ਪੁੱਜਣ ਵਿਚ ਨਾਕਾਮਯਾਬ ਰਹਿੰਦੇ ਹਨ, ਜਿੱਥੇ ਤਕ ਪੁੱਜਣ ਦੀ ਉਨ੍ਹਾਂ ਨੇ ਉਮੀਦ ਲਾਈ ਸੀ?
>
> **ਜਾੱਨ :** ਅਸਲ ਵਿਚ ਅੱਡ–ਅੱਡ ਲੋਕਾਂ ਦੀ ਸਫਲਤਾ ਦੀ ਪਰਿਭਾਸ਼ਾ ਵੱਖਰੀ–ਵੱਖਰੀ ਹੁੰਦੀ ਹੈ। ਇਕ ਵਿਅਕਤੀ ਲਈ ਜੋ ਮਹੱਤਵਪੂਰਨ ਹੈ, ਹੋ ਸਕਦਾ ਹੈ ਕਿ ਉਹ ਦੂਜੇ ਲਈ ਮਹੱਤਵਪੂਰਨ ਨਾ ਹੋਵੇ। ਕੁੱਝ ਲੋਕ ਆਪਣੀ ਆਮਦਨ ਦੇ ਵਰਤਮਾਨ ਸਤਰ 'ਚ ਥੋੜੀ ਵਾਧੂ ਆਮਦਨ ਜੋੜ ਕੇ ਹੀ ਖ਼ੁਸ਼ ਹੋ ਜਾਂਦੇ ਹਨ, ਜਦੋਂ ਕਿ ਬਾਕੀ ਲੋਕ ਕਿਸੇ ਜ਼ਬਰਦਸਤ ਵਪਾਰਕ ਮੌਕੇ ਦੀ ਤਲਾਸ਼ ਵਿਚ ਹੁੰਦੇ ਹਨ, ਜਿਹੜੀ ਉਨ੍ਹਾਂ ਦੀ ਆਮਦਨ ਦੀ ਸੰਭਾਵਨਾ ਅਤੇ ਜੀਵਨਸ਼ੈਲੀ ਦੇ ਨਿਸ਼ਾਨਿਆਂ ਦੇ ਸੰਦਰਭ ਵਿਚ ਕਾਇਆਪਲਟ ਕਰ ਸਕੇ। ਇਸੇ ਤਰ੍ਹਾਂ ਅਸਫਲਤਾ ਦੀ ਪਰਿਭਾਸ਼ਾ ਨੂੰ ਵੀ ਬਹੁਤ ਵਿਆਪਕ ਸੰਦਰਭ ਵਿਚ ਦੇਖਣਾ ਹੋਵੇਗਾ। 1,000 ਡਾੱਲਰ ਹਰ ਮਹੀਨੇ ਦੀ ਆਮਦਨ ਉਸ ਵਿਅਕਤੀ ਲਈ ਅਸਫਲਤਾ ਮੰਨੀ ਜਾ ਸਕਦੀ ਹੈ, ਜਿਹੜਾ ਬਹੁਤ ਵੱਡਾ ਕਾਰੋਬਾਰ ਸਥਾਪਤ ਕਰਣ ਦੀ ਕੋਸ਼ਸ਼ ਕਰ ਰਿਹਾ ਸੀ, ਲੇਕਨ ਉਸ ਮਾਂ ਲਈ ਬਹੁਤ ਵੱਡੀ ਸਫਲਤਾ ਹੋਵੇਗੀ, ਜਿਸਦਾ ਨਿਸ਼ਾਨਾ ਸਿਰਫ਼ ਘਰੇਲੂ ਆਮਦਨ ਵਿਚ ਵਾਧੂ ਕਮਾਈ ਜੋੜਨਾ ਸੀ।

ਨਿਸ਼ਾਨੇ ਭਾਵੇਂ ਜਿਹੜੇ ਵੀ ਹੋਣ, ਅਸੀਂ ਜਾਣਦੇ ਹਾਂ ਕਿ ਜਿਹੜੇ ਲੋਕ ਨੇਟਵਰਕ ਮਾਰਕੇਟਿੰਗ ਵਿਚ ਲਗਨ ਨਾਲ ਡਟੇ ਰਹਿੰਦੇ ਹਨ, ਉਹ ਬੇਹਤਰ ਤੋਂ ਬੇਹਤਰ ਬਣਦੇ ਜਾਂਦੇ ਹਨ। ਅਸਲ ਵਿਚ, ਮੈਨੂੰ ਯਕੀਨ ਹੈ ਇਸ ਵਿਚ ਲੋਕ ਕੇਵਲ ਇਕੋ ਹੀ ਤਰੀਕੇ ਨਾਲ ਅਸਫਲ ਹੁੰਦੇ ਹਨ– ਜਦੋਂ ਉਹ ਆਪ ਇਸ ਨੂੰ ਛੱਡ ਦਿੰਦੇ ਹਨ।

ਲੇਕਨ ਪੂਰੀ ਸਾਵਧਾਨੀ ਨਾਲ ਸਮਝਣ ਲਈ ਇਸ ਨੂੰ ਥੋੜਾ ਵਿਸਤਾਰ ਨਾਲ ਕਹਿਣ ਦੀ ਲੋੜ ਹੈ। ਇਹ ਕੇਵਲ ਇੰਨਾ ਜਿਹਾ ਮਾਮਲਾ ਨਹੀਂ ਹੈ ਕਿ ਕੋਈ ਵਿਅਕਤੀ ਕੰਪਨੀ ਛੱਡ ਦੇਂਦਾ ਹੈ– ਯਾਨੀ, ਆਪਣੀ ਡਿਸਟ੍ਰੀਬਿਊਟਰਸ਼ਿਪ ਤੋਂ ਅਸਤੀਫ਼ਾ ਦੇ ਦੇਂਦਾ ਹੈ ਤੇ ਇੰਜ ਦੀ ਓਪਚਾਰਕ ਘੋਸ਼ਣਾ ਕਰ ਦੇਂਦਾ ਹੈ, "ਮੈਂ ਇਸ ਨੂੰ ਛੱਡ ਦਿੱਤਾ।" ਇਹ ਮੁੱਦਾ ਕਾਰੋਬਾਰ ਛੱਡਣ ਦਾ ਨਹੀਂ ਹੈ; ਇਹ ਤਾਂ ਆਪਣੀ *ਆਪ ਦੀਆਂ ਸੰਭਾਵਨਾਵਾਂ ਨੂੰ ਛੱਡਣ* ਬਾਰੇ ਹੈ।

ਮੈਂ ਬਿਲਕੁੱਲ ਇਹੀ ਸੋਚਿਆ ਸੀ। ਇਹੀ ਉਹ ਗੱਲ ਹੈ, ਜਿਹੜੀ ਮੈਂ ਇਸ ਪੁਸਤਕ ਦੀ ਸ਼ੁਰੂਆਤ ਵਿਚ ਕਹੀ ਸੀ : ਇਹ ਕੇਵਲ ਤੁਹਾਡੇ ਅਜੋਕੇ ਕਾਰੋਬਾਰ ਨੂੰ ਬਦਲਣ ਬਾਰੇ ਨਹੀਂ ਹੈ, ਇਹ ਤਾਂ *ਤੁਹਾਨੂੰ* ਬਦਲਣ ਬਾਰੇ ਵੀ ਹੈ। ਮੈਂ ਤੁਹਾਨੂੰ ਆਦਰਸ਼ ਕਾਰੋਬਾਰ ਦਿਖਾ ਸਕਦਾ ਹਾਂ, ਲੇਕਨ ਆਪਣੇ ਕਾਰ-ਵਿਹਾਰ ਦਾ ਵਿਕਾਸ ਕਰਣ ਲਈ ਤੁਹਾਨੂੰ ਆਪਣਾ ਵਿਕਾਸ ਵੀ ਸੁਨਿਸ਼ਚਤ ਕਰਣਾ ਹੋਵੇਗਾ।

ਜਿੱਤ ਅਤੇ ਹਾਰ ਤੁਹਾਡੇ ਅੰਦਰ ਹੀ ਹਨ

ਜਾੱਨ ਨੇ ਹੁਣੇ-ਹੁਣੇ ਜਿਹੜਾ ਵਰਨਣ ਕੀਤਾ ਹੈ, ਉਸਦੇ ਲਈ ਇਹ ਦੋ ਸ਼ਬਦ ਹਨ। ਇਕ ਹੈ *ਪਲਾਇਨਵਾਦੀ*, ਅਤੇ ਦੂਜਾ ਸ਼ਬਦ ਹੈ *ਹਾਰਿਆ ਹੋਇਆ ਭਾਵ ਪਰਾਜਿਤ।*

ਸਾਡੇ ਸਾਰਿਆਂ ਦੇ ਅੰਦਰ ਇਕ ਜੇਤੂ ਵਿਅਕਤਿਤਵ ਅਤੇ ਇਕ ਹਾਰਿਆ ਹੋਇਆ ਵਿਅਕਤਿਤਵ ਰਹਿੰਦਾ ਹੈ। ਇਸ ਵਿਚ ਮੈਂ ਵੀ ਸ਼ਾਮਲ ਹਾਂ: ਮੇਰੇ ਅੰਦਰ ਵੀ ਇਕ ਜੇਤੂ ਵਿਅਕਤਿਤਵ ਹੈ ਅਤੇ ਇਕ ਹਾਰਿਆ ਹੋਇਆ ਵੀ। ਅਕਸਰ ਇਹ ਦੋਵੇਂ ਕਾਬਜ਼ ਹੋਣ ਲਈ ਮੁਕਾਬਲਾ ਕਰਦੇ ਰਹਿੰਦੇ ਹਨ। ਜ਼ਿਆਦਾਤਰ ਲੋਕ ਜੀਵਨ ਵਿਚ ਸੱਚਮੁੱਚ ਸਫਲ ਹੋਣ ਦੀ ਬਜਾਇ "ਬਸ ਗੁਜ਼ਾਰਾ" ਇਸਲਈ ਕਰਦੇ ਰਹਿੰਦੇ ਹਨ, ਕਿਉਂਕਿ ਉਹ ਆਪਣੇ ਅੰਦਰ ਦੇ ਹਾਰੇ ਹੋਏ ਵਿਅਕਤਿਤਵ ਨੂੰ ਹਾਵੀ ਹੋਣ ਦੀ ਇਜਾਜ਼ਤ ਦੇ ਦੇਂਦੇ ਹਨ। ਮੈਂ ਨਹੀਂ ਦੇਂਦਾ। ਮੈਂ ਇਸ ਗੱਲ 'ਤੇ ਜ਼ੋਰ ਦਿੰਦਾ ਹਾਂ ਕਿ ਜੇਤੂ ਜਿੱਤ ਜਾਏ।

ਤੁਹਾਨੂੰ ਕਿਵੇਂ ਪਤਾ ਚੱਲੇਗਾ ਕਿ ਹਾਰਿਆ ਹੋਇਆ ਵਿਅਕਤਿਤਵ ਕਦੋਂ ਬੋਲ ਰਿਹਾ ਹੈ? "ਓਹ, ਮੈਂ ਇਸਦਾ ਖ਼ਰਚ ਨਹੀਂ ਚੁੱਕ ਸਕਦਾ।" "ਅਰੇ, ਇਹ ਤਾਂ ਬਹੁਤ ਜ਼ਿਆਦਾ ਖ਼ਤਰਨਾਕ ਹੈ।" ਜਾਂ "ਜੇਕਰ ਮੈਂ ਅਸਫਲ ਹੋ ਗਿਆ, ਤਾਂ ਕੀ ਹੋਵੇਗਾ?" ਜੇਤੂ ਖ਼ਤਰੇ ਚੁੱਕਣ ਲਈ ਉਤਸਕ ਰਹਿੰਦਾ ਹੈ ਜਦੋਂ ਕਿ ਪਰਾਜਿਤ ਵਿਅਕਤਿਤਵ ਕੇਵਲ ਸੁਰੱਖਿਆ ਬਾਰੇ ਸੋਚਦਾ ਹੈ।

ਇਹ ਵਿਅੰਗਮਈ ਹੈ। ਹਾਰਿਆ ਹੋਇਆ ਵਿਅਕਤੀ ਸੁਰੱਖਿਆ ਬਾਰੇ ਸੋਚਦਾ ਹੈ – ਅਤੇ ਆਖ਼ਰ ਇਹੋ ਜਿਹੇ ਕੈਰੀਅਰ ਅਤੇ ਜੀਵਨ ਵਿਚ ਅਟਕ ਜਾਂਦਾ ਹੈ, ਜਿਸ ਵਿਚ ਦਰਅਸਲ ਸੁਰੱਖਿਆ ਹੁੰਦੀ ਹੀ ਨਹੀਂ। ਕਿਸੇ ਕਾੱਰਪੋਰੇਸ਼ਨ ਵਿਚ ਹਫਤੇ ਦੇ ਚਾਲੀਂ ਘੰਟੇ ਦੀ ਨੌਕਰੀ ਕਰਣ ਵਿਚ ਭਲਾ ਕਿਹੜੀ ਸੁਰੱਖਿਆ ਹੈ, ਜਿੱਥੇ ਸ਼ਾਇਦ ਅਗਲੇ ਕੁੱਝ ਸਾਲਾਂ ਵਿਚ ਤੁਹਾਡੀ ਛਾਂਟੀ ਹੋ ਜਾਏਗੀ? ਜਾਂ 401 (ਕੇ) ਰਿਟਾਇਰਮੈਂਟ ਪਲਾਨ ਵਿਚ ਆਪਣੀ ਥੋੜ੍ਹੀ ਜਹੀ ਆਮਦਨ ਪਾਉਣ ਵਿਚ, ਜਿਸ ਨੂੰ ਕੋਈ ਮਿਊਚਲ ਫੰਡ ਡਕਾਰ ਜਾਵੇਗਾ ਅਤੇ ਪੁੱਠੇ ਮੂੰਹ ਡਿਗ ਜਾਵੇਗਾ ਜਾਂ ਇਹੋ ਜਿਹੇ ਫੰਡ ਵਿਚ, ਜਿਸਦਾ ਪ੍ਰਬੰਧਨ ਕੋਈ ਇਹੋ ਜਿਹਾ ਵਿੱਤੀ ਸਲਾਹਕਾਰ ਕਰੇਗਾ, ਜਿਹੜਾ ਇਕ ਹੋਰ ਬੈਰਨੀ ਮੈਡਾੱਫ਼ ਸਾਬਤ ਹੋਵੇਗਾ?

ਦਰਅਸਲ, ਸਾਡੇ ਵਿਚੋਂ ਹਰੇਕ ਦੇ ਅੰਦਰ ਇਕ ਜੇਤੂ ਅਤੇ ਇਕ ਹਾਰਿਆ ਹੋਇਆ ਵਿਅਕਤਿਤਵ ਹੁੰਦਾ ਹੈ, ਅਮੀਰ ਆਦਮੀ ਅਤੇ ਗ਼ਰੀਬ ਆਦਮੀ, ਇਕ ਉਹ ਜਿਹੜਾ ਕਸਰਤ ਕਰਦਾ ਹੈ ਅਤੇ ਇਕ ਉਹ ਜਿਹੜਾ ਬਿਸਤਰੇ ਉੱਤੇ ਪਸਰਿਆ ਰਹਿੰਦਾ ਹੈ। ਇਹੀ ਜੰਗ ਹੈ। ਕਿਸੇ ਨੇਟਵਰਕ ਮਾਰਕੇਟਿੰਗ ਕੰਪਨੀ ਵਿਚ ਸ਼ਾਮਲ ਹੋਣ ਦਾ ਇਕ ਕਾਰਣ ਇਹ ਹੈ ਕਿ ਉਹ ਤੁਹਾਡੇ ਅੰਦਰਲੇ ਅਮੀਰ ਆਦਮੀ ਨੂੰ ਸਹਾਰਾ ਦੇਵੇਗੀ, ਤਾਂ ਜੁ ਤੁਸੀਂ ਸਰਗਰਮ ਹੋਵੋ ਅਤੇ ਤਰੱਕੀ ਕਰੋ। ਤੁਹਾਡੇ ਹਾਰੇ ਹੋਏ ਮਿੱਤਰ ਤਾਂ ਇਹੀ ਚਾਹੁਣਗੇ ਕਿ ਤੁਸੀਂ ਪਲੰਗ ਉੱਤੇ ਸੁੱਤੇ ਰਹੋ, ਉਹ ਚਾਹੁਣਗੇ ਕਿ ਤੁਸੀਂ ਖੇਡ ਨੂੰ ਸੁਰੱਖਿਅਤ ਤਰੀਕੇ ਨਾਲ ਖੇਡੋ ਅਤੇ ਚਾਲੀਂ ਘੰਟੇ ਤੱਕ ਕੰਮ ਕਰੋ, ਤਾਂ ਜੁ ਤੁਸੀਂ ਉਨ੍ਹਾਂ ਨੂੰ ਕੋਈ ਵੱਖਰੀ ਚੀਜ਼ ਕਰਣ ਦੀ ਚੁਣੌਤੀ ਨਹੀਂ ਦਿਓਗੇ। ਤੁਹਾਡਾ ਨੇਟਵਰਕ ਮਾਰਕੇਟਿੰਗ ਸਪਾਂਸਰ ਇੰਜ ਹਰਗਿਜ਼ ਨਹੀਂ ਕਰੇਗਾ। ਤੁਹਾਡੀ ਨੇਟਵਰਕ ਮਾਰਕੇਟਿੰਗ ਟੀਮ ਤੁਹਾਨੂੰ ਉਤਕਰਿਸ਼ਟ ਬਣਦੇ ਦੇਖਣਾ ਚਾਹੁੰਦੀ ਹੈ। ਇਹ ਚਾਹੁੰਦੀ ਹੈ ਕਿ ਤੁਸੀਂ ਜਿਹੜਾ ਕੁੱਝ ਕਰ ਰਹੇ ਹੋ, ਉਸ ਤੋਂ ਅੱਗੇ ਕਦਮ ਵਧਾਓ। ਇਹ ਚਾਹੁੰਦੀ ਹੈ ਕਿ ਤੁਸੀਂ ਆਪਣੇ ਇਤਿਹਾਸ ਤੋਂ ਅੱਗੇ ਨਿਕਲੋ ਅਤੇ ਸਧਾਰਨ ਦੀ ਬਜਾਇ ਅਸਧਾਰਨ ਬਣ ਜਾਓ।

ਇਹ ਕਹਿਣਾ ਸੌਖਾ ਹੈ, "ਮੈਂ ਇਸਦਾ ਖ਼ਰਚ ਨਹੀਂ ਚੁੱਕ ਸਕਦਾ," ਜਾਂ "ਇਹ ਬਹੁਤ ਜ਼ਿਆਦਾ ਮਹਿੰਗਾ ਹੈ," ਜਾਂ "ਮੈਂ ਤਾਂ ਬਸ ਆਪਣਾ ਲਾਭ ਚਾਹੁੰਦਾ ਹਾਂ; ਮੈਂ ਕਰੜੀ ਮੇਹਨਤ ਨਹੀਂ ਕਰਣਾ ਚਾਹੁੰਦਾ ਜਾਂ ਇਹ ਖ਼ਤਰਾ ਮੁੱਲ ਨਹੀਂ ਲੈਣਾ ਚਾਹੁੰਦਾ।" ਇਹ ਹਾਰੇ ਹੋਏ ਵਿਅਕਤੀ ਦੇ ਬੋਲ ਹਨ।

ਅਤੇ ਤੁਹਾਨੂੰ ਇਸ ਗੱਲ ਦਾ ਬੁਰਾ ਨਹੀਂ ਮੰਨਣਾ ਚਾਹੀਦਾ। ਹਾਰਾ ਹੋਇਆ ਵਿਅਕਤਿਤਵ ਸਾਡੇ ਸਾਰਿਆਂ ਦੇ ਅੰਦਰ ਛੁਪਿਆ ਹੁੰਦਾ ਹੈ। ਮੇਰੇ ਅੰਦਰ ਵੀ ਹੈ ਅਤੇ ਅਕਸਰ ਉਹ ਹਾਵੀ ਹੋ ਜਾਂਦਾ ਹੈ– ਘੱਟ ਤੋਂ ਘੱਟ ਥੋੜੇ ਸਮੇਂ ਲਈ। ਹਰ ਸਵੇਰ ਮੈਨੂੰ ਇਹ ਚੁਣਨਾ ਹੁੰਦਾ ਹੈ : ਅੱਜ ਸਵੇਰ ਕੌਣ ਉਠਿਆ ਹੈ, ਅਮੀਰ ਮੈਂ ਜਾਂ ਗ਼ਰੀਬ ਮੈਂ? ਜੇਤੂ ਜਾਂ ਹਾਰਿਆ ਹੋਇਆ? ਇਹ ਸਾਡੀ ਜੰਗ ਹੈ।

ਅਸਲ ਵਿਚ, ਸਾਡੇ ਅੰਦਰ ਕਲਾਕਾਰਾਂ ਦੀ ਇਕ ਲੰਮੀ ਲਾਇਨ ਹੁੰਦੀ ਹੈ, ਇਕ ਪੂਰੀ ਲੜੀ ਹੁੰਦੀ ਹੈ ਕਿ ਅਸੀਂ ਸੰਭਾਵਤ ਤੌਰ ਤੇ ਕਿਵੇਂ ਬਣ ਸਕਦੇ ਹਾਂ। ਮੈਂ ਇਹੋ ਜਿਹਾ ਵਿਅਕਤੀ ਬਣਨਾ ਚਾਹੰਦਾ ਸੀ, ਜਿਹੜਾ ਸੁੱਖੀ ਅਤੇ ਵਿਆਹੁਤਾ ਹੋਵੇ, ਇਸ ਸੰਸਾਰ ਪ੍ਰਤਿ ਆਪਣਾ ਯੋਗਦਾਨ ਦੇਵੇ ਅਤੇ ਅਧਿਆਤਮਕ ਤੌਰ ਉੱਤੇ ਸੁਤੰਤਰ ਹੋਵੇ।

ਜਦ ਵੀ ਅਸੀਂ ਆਪਣੇ ਭੈ, ਸ਼ੰਕਾਵਾਂ ਜਾਂ ਘੱਟ ਸਵੈਮਾਣ ਨੂੰ ਜਿੱਤਣ ਦੇਂਦੇ ਹਾਂ, ਤਾਂ ਹਰ ਵਾਰੀ ਹਾਰਿਆ ਹੋਇਆ ਵਿਅਕਤਿਤਵ ਉਭਰ ਆਉਂਦਾ ਹੈ ਤੇ ਸਾਡੇ 'ਤੇ ਹਾਵੀ ਹੋ ਜਾਂਦਾ ਹੈ। ਆਪਣੇ ਸੁਫਨੇ ਦੱਸਣਾ ਸਿਖਣ, ਸ਼ਕਤੀਸ਼ਾਲੀ ਅਤੇ ਪ੍ਰਭਾਵੀ ਕਹਾਣੀ ਸੁਨਾਉਣਾ ਸਿਖਣ ਨਾਲ ਹੀ ਅਸੀਂ ਇਹ ਵੀ ਸਿਖ ਸਕਦੇ ਹਾਂ ਕਿ ਆਪਣੇ ਅੰਦਰਲੇ ਦੇ ਹਾਰੇ ਹੋਏ ਵਿਅਕਤਿਤਵ ਨੂੰ ਕਿਵੇਂ ਦਬਾਈਐ ਅਤੇ ਜੇਤੂ ਨੂੰ ਸਤਹ ਤਕ ਉੱਠ ਕੇ ਆਉਣ ਦੀ ਇਜਾਜ਼ਤ ਕਿਵੇਂ ਦਿੱਤੀ ਜਾਏ। ਇਕ ਜ਼ੋਰਦਾਰ ਕਹਾਣੀ ਕਿਵੇਂ ਸੁਣਾਈ ਜਾਏ, ਇਹ ਸਿਖਣਾ ਦਰਅਸਲ ਇਹ ਹੈ ਕਿ ਉਸ ਜੇਤੂ ਵਾਂਗ ਕਿਵੇਂ ਦਿਖਿਆ ਜਾਵੇ, ਜਿਹੜੇ ਵਾਕਈ ਤੁਸੀਂ ਹੋ।

ਜ਼ਿਆਦਾਤਰ ਲੋਕਾਂ ਵਿਚ ਜੁਟੇ ਰਹਿਣ, ਨਿਰਾਸ਼ਾ ਨਾਲ ਮੁਕਾਬਲਾ ਕਰਣ ਅਤੇ ਆਪਣੀ ਮੰਜ਼ਲ ਦੇ ਸੁਫਨੇ ਨੂੰ ਕਦੇ ਅੱਖਾਂ ਤੋਂ ਓਹਲੇ ਨਾ ਹੋਣ ਦੇਣ ਦੀ ਯੋਗਤਾ ਨਹੀਂ ਹੁੰਦੀ। ਉਨ੍ਹਾਂ ਨੂੰ

ਨੇਟਵਰਕ ਮਾਰਕੇਟਿੰਗ ਤੁਹਾਨੂੰ ਆਪਣੇ ਭੈ ਦਾ ਸਾਹਮਣਾ ਕਰਣ, ਉਨ੍ਹਾਂ ਨਾਲ ਮੁਕਾਬਲਾ ਕਰਣ, ਉਨ੍ਹਾਂ ਤੋਂ ਉਭਰਨ ਅਤੇ ਆਪਣੇ ਅੰਦਰ ਛੁੱਪੇ ਹੋਏ ਜੇਤੂ ਨੂੰ ਬਾਹਰ ਕੱਢਣ ਦਾ ਅਵਸਰ ਪ੍ਰਦਾਨ ਕਰਦੀ ਹੈ।

ਦਰਅਸਲ ਕਦੇ ਇਸ ਯੋਗਤਾ ਦੀ ਸਿਖਲਾਈ ਹੀ ਨਹੀਂ ਮਿਲਦੀ। ਲੇਕਨ ਇਹ ਬੇਹਦ ਮਹੱਤਵਪੂਰਨ ਹੈ। ਇਹ ਬੀ ਕੁਆਡਰੈਂਟ ਵਿਚ ਮਾਹਰ ਵਿਅਕਤੀ ਦੀ ਸੱਚੀ ਯੋਗਤਾ ਹੁੰਦੀ ਹੈ। ਇਹ ਉਦਮੀ ਵਰਗੀ ਸੋਚ ਹੈ- ਅਤੇ ਇਹੀ ਉਹ ਸਭ ਤੋਂ ਮਹੱਤਵਪੂਰਨ ਗੁਣ ਹੈ, ਜਿਸ ਨਾਲ ਤੁਸੀਂ ਆਪਣਾ ਨੇਟਵਰਕ ਮਾਰਕੇਟਿੰਗ ਕਾਰੋਬਾਰ ਸਥਾਪਤ ਕਰਣ ਦੌਰਾਨ ਸਿਖ ਸਕਦੇ ਹੋ।

ਜਦੋਂ ਮੈਂ ਪਹਿਲੇ-ਪਹਿਲ ਜ਼ੇਰੱਾਕਸ ਕੱਾਰਪੋਰੇਸ਼ਨ ਵਿਚ ਕੰਮ ਕਰਣ ਗਿਆ, ਤਾਂ ਆਪਣੀ ਸ਼ਕਤੀ ਤੇ ਆਪਣੇ ਅੰਦਰਲੇ ਜੇਤੂ ਨੂੰ ਉਭਾਰਨ ਵਿਚ ਮੈਨੂੰ ਪੂਰੇ ਦੋ ਸਾਲ ਲੱਗ ਗਏ। ਉਹਨਾਂ ਦੋ ਸਾਲਾਂ ਦੇ ਅੰਤ ਵਿਚ ਮੈਂ ਨੌਕਰੀ ਤੋਂ ਕੱਢੇ ਜਾਣ ਦੇ ਕੰਡੇ ’ਤੇ ਸੀ, ਲੇਕਨ ਸੁਭਾਗੀ ਗੱਲ ਇਹ ਰਹੀ ਕਿ ਉਸੇ ਦੌਰਾਨ ਮੇਰਾ ਆਤਮਵਿਸ਼ਵਾਸ ਆਖ਼ਰਕਾਰ ਵੱਧਣ ਲੱਗਾ। ਮੇਰੀ ਵਿਕਰੀ ਬੇਹਤਰ ਹੋ ਗਈ ਅਤੇ ਅਗਲੇ ਦੋ ਸਾਲਾਂ ਅੰਦਰ ਹੀ ਮੈਂ ਆਪਣੇ ਆਫ਼ਿਸ ਵਿਚ ਲਗਾਤਾਰ ਨੰਬਰ ਇਕ ਜਾਂ ਦੋ ’ਤੇ ਰਹਿਣ ਲੱਗਾ।

ਆਪਣੇ ਆਤਮਸਨਮਾਨ ਨੂੰ ਵਧਾਉਣਾ ਮੇਰੇ ਲਈ ਤਨਖ਼ਾਹ ਦੇ ਚੈੱਕ ਤੋਂ ਜ਼ਿਆਦਾ ਮਹੱਤਵਪੂਰਨ ਸੀ। ਮੇਰੇ ਲਈ ਆਪਣੇ ਆਤਮਵਿਸ਼ਵਾਸ ਅਤੇ ਸਵੈਮਾਨ ਨੂੰ ਦੁਬਾਰਾ ਬਨਾਉਣਾ ਅਨਮੋਲ ਸੀ। ਇਸ ਨਾਲ ਮੈਨੂੰ ਕਰੋੜਾਂ ਡਾੱਲਰ ਕਮਾਉਣ ਵਿਚ ਮਦਦ ਮਿਲੀ। ਇਸ ਲਈ ਮੈਂ ਹਮੇਸ਼ਾ ਜ਼ੇਰੱਾਕਸ ਕਾਰੱਪੋਰੇਸ਼ਨ ਅਤੇ ਉਸਦੇ ਸਟਾਫ਼ ਦਾ ਕਿਰਤੱਗ ਰਹਾਂਗਾ, ਜਿਸਨੇ ਮੈਨੂੰ ਸਿਖਾਇਆ ਕਿ ਆਪਣੇ ਦੈਂਤਾਂ, ਸ਼ੰਕਾਵਾਂ ਅਤੇ ਭੈ ਕੋਲੋਂ ਕਿਵੇਂ ਉਭਰਾਂ। ਅੱਜ ਮੈਂ ਨੇਟਵਰਕ ਮਾਰਕੇਟਿੰਗ ਦੀ ਪੂਰੇ ਜ਼ੋਰ ਨਾਲ ਸਲਾਹ ਇਸਲਈ ਦਿੰਦਾ ਹਾਂ, ਕਿਉਂਕਿ ਇਹ ਉਦਯੋਗ ਤੁਹਾਡੇ ਆਤਮਵਿਸ਼ਵਾਸ ਨੂੰ ਮਜ਼ਬੂਤ ਬਨਾਉਣ ਦਾ ਉਹੀ ਮੌਕਾ ਪ੍ਰਦਾਨ ਕਰਦਾ ਹੈ, ਜਿਹੜਾ ਜ਼ੇਰੱਾਕਸ ਕੱਾਰਪੋਰੇਸ਼ਨ ਨੇ ਮੈਨੂੰ ਦਿੱਤਾ ਸੀ।

ਨੇਟਵਰਕ ਮਾਰਕੇਟਿੰਗ ਤੁਹਾਨੂੰ ਆਪਣੇ ਭੈ ਦਾ ਸਾਹਮਣਾ ਕਰਣ, ਉਨ੍ਹਾਂ ਨਾਲ ਮੁਕਾਬਲਾ ਕਰਣ, ਉਨ੍ਹਾਂ ਤੋਂ ਉਭਰਨ ਅਤੇ ਆਪਣੇ ਅੰਦਰ ਛੁੱਪੇ ਹੋਏ ਜੇਤੂ ਨੂੰ ਬਾਹਰ ਕੱਢਣ ਦਾ ਅਵਸਰ ਪ੍ਰਦਾਨ ਕਰਦੀ ਹੈ।

ਅਤੇ ਇਸ ਨੂੰ ਸਮਝਣ ਵਿਚ ਕੋਈ ਗ਼ਲਤੀ ਨਾ ਕਰੋ- ਸਿਰਫ਼ ਇਸਲਈ ਕਿ ਤੁਸੀਂ ਕਿਸੇ ਨੇਟਵਰਕ ਮਾਰਕੇਟਿੰਗ ਕੰਪਨੀ ਵਿਚ ਸ਼ਾਮਲ ਹੋ ਜਾਂਦੇ ਹੋ ਅਤੇ ਆਪਣਾ ਕਾਰ-ਵਿਹਾਰ ਸਥਾਪਤ ਕਰਣ ਲੱਗਦੇ ਹੋ, ਇਸਦਾ ਮਤਲਬ ਇਹ ਨਹੀਂ ਹੈ ਕਿ ਤੁਸੀਂ ਆਪਣੇ ਅੰਦਰ ਦੇ ਹਾਰੇ ਹੋਏ ਵਿਅਕਤਿਤਵ ਨੂੰ ਪਿੱਛੇ ਛੱਡ ਦੇਂਦੇ ਹੋ। ਅਸਲ ਸੁਤੰਤਰਤਾ ਨੂੰ ਪਾਉਣ ਵਿਚ ਤੁਹਾਨੂੰ ਸਾਲਾਂ ਦਾ ਸਮਾਂ ਲੱਗੇਗਾ। ਅਮਰੀਕਾ ਵਿਚ ਅਸੀਂ ਸੁਤੰਤਰਤਾ ਬਾਰੇ ਬੜੀਆਂ ਗੱਲਾਂ ਕਰਦੇ ਹਾਂ। ਲੇਕਨ ਦਰਅਸਲ ਤੁਹਾਨੂੰ ਤਦੋਂ ਤਕ ਸੁਤੰਤਰਤਾ ਨਹੀਂ *ਮਿਲਦੀ,* ਜਦੋਂ ਤਕ ਕਿ ਤੁਹਾਨੂੰ *ਵਿੱਤੀ* ਸੁਤੰਤਰਤਾ ਨਾ ਮਿਲ ਜਾਵੇ। ਅਤੇ ਇਸ ਨੂੰ ਹਾਸਲ ਕਰਨ ਵਿਚ ਸਮਾਂ ਲੱਗਦਾ ਹੈ।

ਮੈਂ ਆਪਣਾ ਕੈਰੀਅਰ ਸਿਫ਼ਰ ਤੋਂ ਸ਼ੁਰੂ ਕੀਤਾ ਸੀ। ਰਾਹ ਵਿਚ ਮੈਂ ਕਈ ਵਾਰ ਦੌਲਤ ਬਣਾਈ ਅਤੇ ਗੁਆਂਈ, ਇਸਲਈ ਮੈਂ ਜਾਣਦਾ ਹਾਂ ਕਿ ਸਾਰਾ ਕੁੱਝ ਚਲੇ ਜਾਣ 'ਤੇ ਕਿਵੇਂ ਦਾ ਮਹਿਸੂਸ ਹੁੰਦਾ ਹੈ, ਇਹੋ ਜਿਹੇ ਮੁਸ਼ਕਲ ਦੌਰ ਵਿਚ ਹਾਰਿਆ ਹੋਇਆ ਵਿਅਕਤਿਤਵ ਨੂੰ ਹਾਵੀ ਹੋਣ ਦੀ ਇਜਾਜ਼ਤ ਦੇਣੀ ਸੌਖੀ ਸੀ। ਇਹੋ ਜਿਹੇ ਸਮੇਂ ਆਉਣਗੇ, ਜਦੋਂ ਤੁਸੀਂ ਮਹਿਸੂਸ ਕਰੋਗੇ ਕਿ ਤੁਹਾਡਾ ਇਮਤਿਹਾਨ ਲਿਆ ਜਾ ਰਿਹਾ ਹੈ, ਜਦੋਂ ਤੁਹਾਡੇ ਦੋਸਤ ਤੁਹਾਨੂੰ ਕਹਿਣਗੇ, "ਮੈਂ ਤੈਨੂੰ ਪਹਿਲਾਂ ਹੀ ਚੇਤਾਵਨੀ ਦਿੱਤੀ ਸੀ," ਅਤੇ ਤੁਹਾਡੇ ਪਰਿਵਾਰ ਵਾਲੇ ਤੁਹਾਡੇ ਕੰਨਾਂ ਵਿਚ ਕਹਿਣਗੇ, "ਕੀ ਇਹ ਬੇਹਤਰ ਨਹੀਂ ਰਹੇਗਾ ਕਿ ਤੁਸੀਂ ਆਪਣੀ ਨਿੱਕੀ ਜਹੀ ਨੌਕਰੀ ਵਿਚ ਜ਼ਿਆਦਾ ਕਰੜੀ ਮੇਹਨਤ ਕਰੋ ਅਤੇ ਉਸ ਨੇਟਵਰਕ ਵਾਲੀ ਚੀਜ਼ ਨੂੰ ਛੱਡ ਦਿਓ?"

ਮੈਂ ਤੁਹਾਡੇ ਨਾਲ ਵਾਇਦਾ ਕਰਦਾ ਹਾਂ, ਇਹੋ ਜਿਹੇ ਸਮੇਂ ਆਉਣਗੇ, ਜਦੋਂ ਤੁਹਾਡਾ ਮਨ ਲਲਚਾਏਗਾ ਕਿ ਤੁਸੀਂ ਆਪਣਾ ਜੀਵਨ ਹਾਰੇ ਹੋਏ ਵਿਅਕਤਿਤਵ ਨੂੰ ਸੌਂਪ ਦਿਓ। ਇੰਜ ਹਰਗਿਜ਼ ਨਾ ਹੋਣ ਦਿਓ।

ਜਿੱਤੋ !

ਫ਼ਲਾਇਟ ਸਕੂਲ

ਸਾਰੀਆਂ ਇੱਲੀਆਂ ਤਿਤਲੀਆਂ ਬਣਨ ਤੋਂ ਪਹਿਲਾਂ ਕੋਕੂਨ ਬਣਾਉਂਦੀਆਂ ਹਨ। ਫ਼ਲਾਇਟ ਸਕੂਲ ਮੇਰਾ ਕੋਕੂਨ ਸੀ। ਮੈਂ ਇਸ ਵਿਚ ਬਤੌਰ ਕਾੱਲਜ ਗਰੈਜੂਐਟ ਦਾਖ਼ਲ ਹੋਇਆ ਸੀ ਅਤੇ ਵਿਅਤਨਾਮ ਜਾਣ ਲਈ ਤਿਆਰ ਪਾਈਲਟ ਦੇ ਰੂਪ ਵਿਚ ਬਾਹਰ ਨਿਕਲਿਆ।

ਜੇਕਰ ਮੈਂ ਕਿਸੇ ਸਧਾਰਨ ਫ਼ਲਾਇਟ ਸਕੂਲ ਗਿਆ ਹੁੰਦਾ, ਤਾਂ ਮੈਂ ਪਾਈਲਟ ਤਾਂ ਬਣ ਸਕਦਾ ਸੀ, ਲੇਕਨ ਸ਼ਾਇਦ ਜੰਗ ਲਈ ਤਿਆਰ ਨਹੀਂ ਹੋ ਪਾਉਂਦਾ। ਬਤੌਰ ਮਿਲਟਰੀ ਪਾਈਲਟਸ ਸਾਨੂੰ ਜੋ ਸਿਖਣਾ ਸੀ, ਉਹ ਸਧਾਰਨ ਪਾਈਲੈਟਸ ਤੋਂ ਇਕ ਦਮ ਵੱਖਰਾ ਸੀ। ਯੋਗਤਾਵਾਂ ਵੱਖਰੀਆਂ ਸਨ, ਸਿਖਲਾਈ ਦੀ ਤੀਬਰਤਾ ਵੀ ਭਿੰਨ ਸੀ ਅਤੇ ਸਿਖਲਾਈ ਦੇ ਅੰਤ ਵਿਚ ਜੰਗ ਤੇ ਜਾਣ ਦੀ ਅਸਲੀਅਤ ਤੋਂ ਹਾਲਾਤ ਵੀ ਵੱਖਰੇ ਹੋ ਜਾਂਦੇ ਹਨ।

ਫ਼ਲੋਰਿਡਾ ਵਿਚ ਬੁਨਿਆਦੀ ਫ਼ਲਾਇਟ ਸਕੂਲ ਪੂਰਾ ਕਰਣ ਵਿਚ ਮੈਨੂੰ ਦੋ ਸਾਲ ਲੱਗੇ। ਮੈਂ ਜਦੋਂ ਉੱਥੇ ਦੀ ਸਿਖਲਾਈ ਨੂੰ ਪੂਰਾ ਕਰ ਲਿਆ, ਤਾਂ ਉਸ ਤੋਂ ਬਾਅਦ ਉੱਨਤ ਉਡਾਨ ਸਿਖਲਾਈ ਲਈ ਮੈਨੂੰ ਕੈਂਪ ਪੈਂਡਲਟਨ, ਕੈਲੀਫੋਰਨੀਆ ਭੇਜਿਆ ਗਿਆ। ਉੱਥੇ ਸਿਖਲਾਈ ਦੀ ਗੰਭੀਰਤਾ ਹੋਰ ਵੱਧ ਗਈ : ਕੈਂਪ ਪੈਂਡਲਟਨ ਵਿਚ ਸਾਨੂੰ ਉਡਾਣ ਭਰਣ ਤੋਂ ਜ਼ਿਆਦਾ ਲੜਨ ਦੀ ਸਿਖਲਾਈ ਦਿੱਤੀ ਗਈ।

ਜਦੋਂ ਅਸੀਂ ਫ਼ਲਾਇਟ ਸਕੂਲ ਪੂਰਾ ਕਰ ਲਿਆ ਅਤੇ ਪਾਈਲਟ ਬਣ ਗਏ, ਤਾਂ ਸਾਡੇ ਕੋਲ ਵਿਅਤਨਾਮ ਜਾਣ ਦੀ ਤਿਆਰੀ ਕਰਣ ਲਈ ਇਕ ਸਾਲ ਦਾ ਸਮਾਂ ਸੀ। ਅਸੀਂ ਆਮ ਕਰਕੇ ਇਹੋ ਜਿਹੇ ਹਾਲਾਤਾਂ ਵਿਚ ਲਗਾਤਾਰ ਉਡਾਣ ਭਰਦੇ ਸੀ, ਜਿਹੜੀ ਮਾਨਸਕ, ਭਾਵਨਾਤਮਕ, ਸਰੀਰਕ ਅਤੇ ਰੂਹਾਨੀ ਤਰੀਕਿਆਂ ਨਾਲ ਸਾਡਾ ਇਮਤਿਹਾਨ ਲੈਂਦੀਆਂ ਸਨ।

ਕੈਂਪ ਪੈਂਡਲਟਨ ਦੀ ਸਿਖਲਾਈ ਦੌਰਾਨ ਲਗਭਗ ਅੱਠ ਮਹੀਨਿਆਂ ਬਾਅਦ ਮੇਰੇ ਅੰਦਰ

ਕੋਈ ਚੀਜ਼ ਬਦਲ ਗਈ। ਇਕ ਸਿਖਲਾਈ ਦੌਰਾਨ ਮੈਂ ਆਖ਼ਰਕਾਰ ਪਾਈਲਟ ਬਣ ਗਿਆ, ਜਿਹੜਾ ਜੰਗ ਵਿਚ ਜਾਣ ਲਈ ਪੂਰੀ ਤਰ੍ਹਾਂ ਤਿਆਰ ਸੀ। ਉਸ ਪਲ ਤੱਕ ਮੈਂ ਮਾਨਸਕ, ਭਾਵਨਾਤਮਕ ਤੇ ਸਰੀਰਕ ਤੌਰ ਤੇ ਉਡਾਣ ਭਰ ਰਿਹਾ ਸੀ। ਕੁੱਝ ਲੋਕ ਇਸ ਨੂੰ "ਮਸ਼ੀਨੀ ਅੰਦਾਜ਼ ਵਿਚ ਉਡਾਣ ਭਰਨਾ" ਕਹਿੰਦੇ ਹਨ। ਇਹੋ ਜਹੀ ਹੀ ਇਕ ਸਿਖਲਾਈ ਮਿਸ਼ਨ ਦੌਰਾਨ ਮੇਰੇ ਅੰਦਰ ਰੂਹਾਨੀ ਤੌਰ ਉੱਤੇ ਬਦਲਾਅ ਆ ਗਿਆ। ਮਿਸ਼ਨ ਇੰਨਾ ਡੂੰਘਾ ਤੇ ਖ਼ੌਫਨਾਕ ਸੀ ਕਿ ਅਚਣਚੇਤ ਹੀ ਮੇਰੀਆਂ ਸਾਰੀਆਂ ਸ਼ੰਕਾਵਾਂ ਅਤੇ ਭੈ ਰਾਹ ਤੋਂ ਹੱਟ ਗਏ ਤੇ ਮੇਰੀ ਮਾਨਵੀ ਆਤਮਾ ਹਾਵੀ ਹੋ ਗਈ। ਉਡਾਣ ਭਰਨਾ ਮੇਰਾ ਅਨਿਖੜਵਾ ਹਿੱਸਾ ਬਣ ਗਿਆ। ਮੈਂ ਸ਼ਾਂਤੀ ਮਹਿਸੂਸ ਕਰਣ ਲੱਗਾ ਅਤੇ ਹੈਲੀਕਾੱਪਟਰ ਮੈਨੂੰ ਘਰ ਵਰਗਾ ਲੱਗਣਾ ਲੱਗਾ। ਉਹ ਮੈਨੂੰ ਆਪਣਾ ਹਿੱਸਾ ਮਹਿਸੂਸ ਹੋਣ ਲੱਗਾ। ਮੈਂ ਵਿਅਤਨਾਮ ਜਾਣ ਲਈ ਤਿਆਰ ਸੀ।

ਇੰਜ ਨਹੀਂ ਸੀ ਕਿ ਮੇਰੇ ਅੰਦਰ ਕੋਈ ਭੈ ਨਹੀਂ ਸੀ। ਜੰਗ 'ਤੇ ਜਾਣ ਨੂੰ ਲੈ ਕੇ ਮੇਰੇ ਅੰਦਰ ਹੁਣ ਵੀ ਉਹੀ ਡਰ ਸਨ- ਮਰਣ ਦਾ ਡਰ ਜਾਂ ਇਸ ਤੋਂ ਮਾੜਾ, ਅਪਾਹਿਜ ਹੋਣ ਦਾ ਡਰ। ਬਸ ਫ਼ਰਕ ਇੰਨਾ ਸੀ ਕਿ ਹੁਣ ਮੈਂ ਜੰਗ 'ਤੇ ਜਾਣ ਲਈ ਬਿਲਕੁੱਲ ਤਿਆਰ ਸੀ। ਮੇਰਾ ਆਤਮਵਿਸ਼ਵਾਸ ਮੇਰੇ ਡਰ ਤੋਂ ਜ਼ਿਆਦਾ ਵੱਡਾ ਹੋ ਗਿਆ ਸੀ।

ਵਪਾਰੀ ਅਤੇ ਨਿਵੇਸ਼ਕ ਬਣਨ ਦੀ ਮੇਰੀ ਪ੍ਰਕਿਰਿਆ ਵੀ ਕਾਫੀ ਕੁੱਝ ਵੀ ਉਂਜ ਰਹੀ, ਜਿਵੇਂ ਕਿ ਜੰਗ 'ਤੇ ਜਾਣ ਲਈ ਤਿਆਰ ਪਾਈਲਟ ਬਣਨ ਦੀ ਰਹੀ ਸੀ। ਕਾਰੋਬਾਰ ਵਿਚ ਮੈਨੂੰ ਦੋ ਵਾਰੀ ਅਸਫਲ ਹੋਣਾ ਪਿਆ, ਤਦ ਕਿਤੇ ਜਾ ਕੇ ਮੇਰੇ ਵਿਚ ਅਚਣਚੇਤ ਉਹ ਗੁਣ ਆ ਗਿਆ, ਜਿਸ ਨੂੰ ਅਕਸਰ *ਉਦਮੀ ਭਾਵਨਾ* ਕਿਹਾ ਜਾਂਦਾ ਹੈ। ਇਹੀ ਭਾਵਨਾ ਮੈਨੂੰ ਕੈਸ਼ਫਲੋ ਕੁਆਡਰੈਂਟ ਦੇ ਬੀ ਅਤੇ ਆਈ ਵਾਲੇ ਹਿੱਸੇ ਵਿਚ ਬਣਾਏ ਰੱਖਦੀ ਹੈ, ਭਾਵੇਂ ਹਾਲਾਤ ਕਿੰਨੇ ਹੀ ਮੁਸ਼ਕਲ ਹੋ ਜਾਣ। ਮੈਂ ਈ ਅਤੇ ਐਸ ਪਹਿਲੀ ਦੀ ਸੁਰੱਖਿਆ ਤੇ ਆਰਾਮ ਵਿਚ ਤਿਲਕਣ ਦੀ ਬਜਾਇ ਬੀ ਤੇ ਆਈ ਵਾਲੇ ਹਿੱਸੇ ਵਿਚ ਹੀ ਰੁੱਕਿਆ ਰਹਿੰਦਾ ਹਾਂ।

ਮੈਂ ਤੁਹਾਨੂੰ ਦੱਸਣਾ ਚਾਹੁੰਦਾ ਹਾਂ ਕਿ ਬੀ ਕੁਆਡਰੈਂਟ ਵਿਚ ਆਰਾਮਦੇਹ ਮਹਿਸੂਸ ਕਰਣ ਦੇ ਆਤਮਵਿਸ਼ਵਾਸ ਨੂੰ ਹਾਸਲ ਕਰਣ ਵਿਚ ਮੈਨੂੰ ਪੰਦਰਾਂ ਸਾਲ ਲੱਗੇ। ਤੁਸੀਂ ਮੇਰੇ ਤੋਂ ਜ਼ਿਆਦਾ ਖ਼ੁਸ਼ਕਿਸਮਤ ਹੋ : ਤੁਹਾਨੂੰ ਉੱਨਾ ਲੰਮਾ ਸਮਾਂ ਖ਼ਰਚ ਕਰਣ ਜਾਂ ਉਹਨਾਂ ਅਸਫਲਤਾਵਾਂ ਅਤੇ ਸੰਘਰਸ਼ਾਂ ਨੂੰ ਝੱਲਣ ਦੀ ਲੋੜ ਨਹੀਂ ਹੈ। ਤੁਸੀਂ ਆਪਣੇ ਖ਼ੁਦ ਦੇ ਫ਼ਲਾਇਟ ਸਕੂਲ- ਨੇਟਵਰਕ ਮਾਰਕੇਟਿੰਗ- ਵਿਚ ਵੀ ਉਂਜ ਦੀ ਹੀ ਜੀਵਨ ਬਦਲਣ ਵਾਲੀ ਸਿਖਿਆ ਹਾਸਲ ਕਰ ਸਕਦੇ ਹੋ।

ਵਪਾਰਕ ਯੋਗਤਾਵਾਂ ਨੇ ਮੇਰੀ ਜਿੰਦਗੀ ਕਿਵੇਂ ਬਦਲ ਦਿੱਤੀ

ਹੁਣ ਜਦੋਂ ਮੈਂ ਫੌਜੀ ਸਿਖਲਾਈ ਅਤੇ ਵਿਅਤਨਾਮ ਦੇ ਜੰਗਲਾਂ ਵਿਚ ਜੰਗ ਦੀਆਂ ਸਥਿਤੀਆਂ ਵਿਚ ਉਡਾਣ ਭਰਣ ਸਿਖਣ ਬਾਰੇ ਦੱਸ ਚੁੱਕਿਆ ਹਾਂ, ਤਾਂ ਮੈਂ ਤੁਹਾਨੂੰ ਚਰਿੱਤਰ ਨਿਰਮਾਣ ਦੀ ਇਕ ਹੋਰ ਕਹਾਣੀ ਦੱਸਣਾ ਚਾਹੁੰਦਾ ਹਾਂ- ਇਹ ਜੰਗ ਨਹੀਂ, ਪ੍ਰੇਮ ਬਾਰੇ ਹੈ।

ਜੇਕਰ ਮੈਨੂੰ ਅਸਲ ਦੁਨੀਆ ਦੀ ਵਪਾਰਕ ਯੋਗਤਾਵਾਂ ਸਿਖਾਉਣ ਵਾਲੀ ਡੂੰਘੀ ਸਿਖਲਾਈ ਨਹੀਂ ਮਿਲਦੀ, ਤਾਂ ਮੈਨੂੰ ਨਹੀਂ ਲੱਗਦਾ ਕਿ ਮੈਂ ਆਪਣੇ ਸੁਫਨਿਆਂ ਦੀ ਔਰਤ ਨਾਲ ਵਿਆਹ ਕਰ ਪਾਉਂਦਾ। ਲੇਕਨ ਮੈਨੂੰ ਸਿਖਲਾਈ ਮਿਲੀ- ਅਤੇ ਮੈਂ ਵਿਆਹ ਕਰ ਲਿਆ।

ਜਦੋਂ ਮੈਂ ਪਹਿਲੀ ਵਾਰੀ ਕਿਮ ਨੂੰ ਮਿਲਿਆ, ਤਾਂ ਮੈਂ ਸੋਚਿਆ ਕਿ ਉਹ ਸੰਸਾਰ ਦੀ ਸਭ ਤੋਂ ਸੋਹਣੀ ਔਰਤ ਹੈ। ਮੇਰੇ ਮੂੰਹ ਤੋਂ ਬੋਲ ਨਹੀਂ ਸੀ ਫੁੱਟ ਰਹੇ ਅਤੇ ਮੈਂ ਉਸ ਨਾਲ ਗੱਲ ਕਰਣ ਬਾਰੇ ਸੋਚ ਕੇ ਹੀ ਬੁਰੀ ਤਰ੍ਹਾਂ ਦਹਿਸ਼ਤ ਵੀ ਆ ਜਾਂਦਾ ਸੀ। ਬਹਰਹਾਲ, ਮੇਰੀ ਵਪਾਰਕ ਸਿਖਲਾਈ ਨੇ ਮੈਨੂੰ ਆਪਣੀ ਅਸਫਲਤਾ ਅਤੇ ਅਸਵੀਕਿਰਤੀ ਦੇ ਡਰ ਤੋਂ ਨਿਬੱੜਨਾ ਸਿਖਾ ਦਿੱਤਾ ਸੀ- ਅਤੇ ਉਹ ਸਿਖਲਾਈ ਉਸ ਵਕਤ ਕੰਮ ਆਈ, ਬੜੀ ਕੰਮ ਆਈ। ਕਮਰੇ ਦੇ ਪਿੱਛੇ ਛੁਪਣ ਅਤੇ ਦੂਰ ਤੋਂ ਟਕਟਕੀ ਲਾ ਕੇ ਦੇਖਦੇ ਰਹਿਣ ਦੀ ਬਜਾਇ, ਜਿਹੜੀ ਮੈਂ ਸਾਲਾਂ ਪਹਿਲਾਂ ਕਰਦਾ ਸੀ, ਮੈਂ ਹਿੰਮਤ ਕਰ ਕੇ ਅੱਗੇ ਵਧਿਆ ਅਤੇ ਬੋਲਿਆ, "ਹੈਲੋ!"

ਕਿਮ ਮੁੜੀ ਅਤੇ ਉਸਦੇ ਚੇਹਰੇ ਉੱਤੇ ਸੋਹਣੀ ਜਹੀ ਮੁਸਕਾਨ ਖਿਲ ਉੱਠੀ- ਤੇ ਮੈਨੂੰ ਪ੍ਰੇਮ ਹੋ ਗਿਆ। ਉਹ ਮੇਰੇ ਸੁਫਨਿਆਂ ਦੀ ਸਾਕਾਰ ਅਪਛਰਾ ਸੀ। ਲੇਕਨ ਜਦੋਂ ਮੈਂ ਉਸਨੂੰ ਡੈਟਿੰਗ ਉੱਤੇ ਚਲਣ ਲਈ ਕਿਹਾ, ਤਾਂ ਉਹ ਬੋਲੀ, "ਨਹੀਂ!"

ਪੁਰਾਣਾ ਰੱਬਰਟ ਕਿਓਸਾਕੀ ਹੁੰਦਾ, ਤਾਂ ਉਹ ਘਬਰਾ ਕੇ ਦੂਰ ਚਲਾ ਗਿਆ ਹੁੰਦਾ ਅਤੇ ਹਾਰ ਮੰਨ ਲੈਂਦਾ। ਲੇਕਨ ਆਪਣੀ ਵਪਾਰਕ ਸਿਖਲਾਈ ਦੀ ਬਦੌਲਤ ਮੈਂ ਸਖ਼ਤ ਹੋ ਗਿਆ ਸੀ। ਮੈਂ ਹਿੰਮਤ ਜੁਟਾ ਕੇ ਡੈਟਿੰਗ 'ਤੇ ਚੱਲਣ ਲਈ ਦੁਬਾਰਾ ਪੁੱਛਿਆ। ਇਕ ਵਾਰੀ ਫਿਰ ਉਸਨੇ ਕਿਹਾ, "ਨਹੀਂ!" ਹੁਣ ਮੇਰਾ ਆਤਮਵਿਸ਼ਵਾਸ ਘਾਇਲ ਹੋ ਗਿਆ ਅਤੇ ਮੇਰਾ ਹੰਕਾਰ ਤੁੱਟ ਰਿਹਾ ਸੀ, ਲੇਕਨ ਮੈਂ ਇਕ ਵਾਰ ਫਿਰ ਉਸ ਨੂੰ ਡੈਟਿੰਗ 'ਤੇ ਚੱਲਣ ਲਈ ਪੁੱਛਿਆ- ਅਤੇ ਇਕ ਵਾਰ ਫਿਰ ਉਸਦਾ ਜਵਾਬ ਸੀ "ਨਹੀਂ!"

ਇਹ ਸਿਲਸਿਲਾ ਛੇ ਮਹੀਨੇ ਤਕ ਚੱਲਦਾ ਰਿਹਾ। ਹਰ ਵਾਰ ਜਦੋਂ ਉਹ "ਨਹੀਂ" ਕਹਿੰਦੀ ਸੀ, ਤਾਂ ਮੈਂ ਆਪਣੇ ਸੱਟ ਖਾਦੇ ਅਹੰ ਦੀ ਮਰਹਮ-ਪੱਟੀ ਕਰਣ ਲਈ ਇਕਾਂਤ ਵਿਚ ਚਲਾ ਜਾਂਦਾ ਸੀ। ਮੈਂ ਅੰਦਰੋਂ ਸੱਟ ਖਾਇਆ ਹੋਇਆ ਸੀ। ਜੇਕਰ ਮੈਂ ਆਪਣੀ ਆਤਮ-ਸ਼ੰਕਾਵਾਂ ਤੋਂ ਨਿਬੜਨ ਦਾ ਤਰੀਕਾ ਨਹੀਂ ਸਿਖਿਆ ਹੁੰਦਾ, ਤਾਂ ਮੈਂ ਕਦੇ ਵੀ ਛੇ ਮਹੀਨਿਆਂ ਤਕ ਉਸ ਨਾਲ ਲਗਾਤਾਰ ਪੁੱਛਦਾ ਨਹੀਂ ਰਹਿੰਦਾ, ਲੇਕਨ ਮੈਂ ਪੁੱਛਿਆ। ਅਤੇ ਆਖ਼ਰਕਾਰ, ਇਕ ਦਿਨ ਉਹ ਬੋਲੀ, "ਹਾਂ!" ਤਦੋਂ ਤੋਂ ਹੀ ਅਸੀਂ ਨਾਲ ਰਹਿ ਰਹੇ ਹਾਂ।

ਮੈਂ ਇਹ ਕਹਾਣੀ ਇਸਲਈ ਨਹੀਂ ਦੱਸ ਰਿਹਾ, ਕਿਉਂਕਿ ਇਹ ਇਕ ਰੋਮਾਂਟਿਕ ਕਹਾਣੀ ਹੈ ਕਿ ਰੱਬਰਟ ਅਤੇ ਕਿਮ ਵਿਚ ਪ੍ਰੇਮ ਕਿਵੇਂ ਹੋਇਆ। ਮੈਂ ਇਹ ਇਸਲਈ ਦੱਸ ਰਿਹਾ ਹਾਂ, ਕਿਉਂਕਿ ਇਹ ਇਕ ਮਹੱਤਵਪੂਰਨ ਮੁੱਦੇ ਨੂੰ ਰੇਖਾਂਕਤ ਕਰਦੀ ਹੈ : ਇਸ ਸਿਖਲਾਈ ਦਾ ਸੰਬੰਧ ਸਿਰਫ਼ ਕਾਰੋਬਾਰ ਅਤੇ ਪੈਸੇ ਨਾਲ ਨਹੀਂ ਹੈ। ਅਸੀਂ ਤਾਂ ਤੁਹਾਡੇ *ਜੀਵਨ* ਬਾਰੇ ਗੱਲ ਕਰ ਰਹੇ ਹਾਂ। ਅਸਲ ਵਿਚ, ਤੁਸੀਂ ਆਪਣਾ ਪੈਸਾ ਕਿਵੇਂ ਕਮਾਉਂਦੇ ਹੋ ਅਤੇ ਆਪਣਾ ਕੈਰੀਅਰ ਕਿਵੇਂ ਬਨਾਉਂਦੇ ਹੋ, ਉਸੇ ਨਾਲ ਇਹ ਵੀ ਤੈਅ ਹੁੰਦਾ ਹੈ ਕਿ ਤੁਸੀਂ ਆਪਣੀ ਤਕਦੀਰ ਕਿਵੇਂ ਬਣਾਉਂਦੇ ਹੋ ਅਤੇ ਆਪਣੀ ਵਿਰਾਸਤ ਵੀ।

ਅਧਿਆਇ 11

ਸੰਪੱਤੀ # 3: ਸਮਾਨ ਸੁਫਨਿਆਂ ਅਤੇ ਜੀਵਨ ਮੁੱਲ ਵਾਲੇ ਦੋਸਤਾਂ ਦਾ ਦਾਇਰਾ

ਇਹ ਸੁਣਨਾ ਸ਼ਾਇਦ ਤੁਹਾਨੂੰ ਪਸੰਦ ਨਹੀਂ ਆਵੇਗਾ, ਲੇਕਨ ਜੇਕਰ ਤੁਸੀਂ ਆਪਣੇ ਜੀਵਨ ਵਿਚ ਇਕ ਜੁਦਾ ਅਰਥ ਵਿਵਸਥਾ ਸਿਰਜਣਾ ਚਾਹੁੰਦੇ ਹੋ, ਤਾਂ ਤੁਹਾਨੂੰ ਨਵੀਂ ਨੌਕਰੀ ਦੀ ਜਿੰਨੀ ਲੋੜ ਹੈ, ਉਸ ਤੋਂ ਜ਼ਿਆਦਾ ਨਵੇਂ ਦੋਸਤਾਂ ਦੀ ਹੋ ਸਕਦੀ ਹੈ। ਕਿਉਂ? ਕਿਉਂਕਿ ਭਲੇ ਹੀ ਉਹ ਤੁਹਾਨੂੰ ਪ੍ਰੇਮ ਕਰਦੇ ਹੋਣ ਅਤੇ ਭਾਵੇਂ ਉਨ੍ਹਾਂ ਦਾ ਇਹੋ ਜਿਹਾ ਇਰਾਦਾ ਨਾ ਹੋਵੇ, ਲੇਕਨ ਇਸ ਵੇਲੇ ਤੁਸੀਂ ਜਿਹੜੇ ਦੋਸਤਾਂ ਨਾਲ ਰਹਿੰਦੇ ਹੋਵੋ, ਹੋ ਸਕਦਾ ਹੈ ਕਿ ਉਹ ਹੀ ਤੁਹਾਡੇ ਪਿੱਛੇ ਪਏ ਹੋਣ।

ਹੋ ਸਕਦਾ ਹੈ, ਤੁਸੀਂ ਇਹ ਗੱਲ ਸੁਣੀ ਹੋਵੇਗੀ ਤੁਹਾਡੀ ਆਮਦਨ ਅਕਸਰ ਆਪਣੇ ਪੰਜ ਸਾਰਿਆਂ ਤੋਂ ਨੇੜਲੇ ਦੋਸਤਾਂ ਦੀ ਔਸਤ ਆਮਦਨ ਦੇ ਬਰਾਬਰ ਹੁੰਦੀ ਹੈ। ਅਤੇ ਤੁਸੀਂ ਬੇਸ਼ੱਕ ਇਹ ਅਖਾਣ ਵੀ ਸੁਣਿਆ ਹੋਵੇਗਾ, "ਇਕੋ ਜਹੀ ਪ੍ਰਕਿਰਤੀ ਵਾਲੇ ਲੋਕ ਨਾਲ-ਨਾਲ ਰਹਿੰਦੇ ਹਨ।" ਇਹ ਅਮੀਰ, ਗ਼ਰੀਬ ਅਤੇ ਮੱਧਵਰਗੀ ਸਾਰੇ ਲੋਕਾਂ ਲਈ ਸੱਚ ਵੀ ਹੈ। ਦੂਜੇ ਸ਼ਬਦਾਂ 'ਚ, ਅਮੀਰ ਲੋਕ ਅਮੀਰਾਂ ਨਾਲ, ਗ਼ਰੀਬ ਲੋਕ ਗ਼ਰੀਬਾਂ ਨਾਲ ਨੇਟਵਰਕਿੰਗ ਕਰਦੇ ਹਨ ਅਤੇ ਮੱਧ ਵਰਗੀ ਲੋਕ ਦੂਜੇ ਮੱਧਵਰਗੀ ਲੋਕਾਂ ਨਾਲ ਉੱਠਦੇ-ਬੈਠਦੇ ਹਨ।

ਮੇਰੇ ਅਮੀਰ ਡੈਡੀ ਅਕਸਰ ਕਿਹਾ ਕਰਦੇ ਸਨ, "ਜੇਕਰ ਤੁਸੀਂ ਅਮੀਰ ਬਣਨਾ ਚਾਹੁੰਦੇ ਹੋ, ਤਾਂ ਤੁਹਾਨੂੰ ਉਨ੍ਹਾਂ ਲੋਕਾਂ ਨਾਲ ਨੇਟਵਰਕਿੰਗ ਕਰਨ ਦੀ ਲੋੜ ਹੈ, ਜਿਹੜੇ ਜਾਂ ਤਾਂ ਅਮੀਰ ਹਨ ਜਾਂ ਅਮੀਰ ਬਣਨ ਵਿਚ ਤੁਹਾਡੀ ਮਦਦ ਕਰ ਸਕਦੇ ਹਨ।"

ਕਈ ਲੋਕ ਆਪਣਾ ਸਾਰਾ ਜੀਵਨ ਇਹੋ ਜਿਹੇ ਲੋਕਾਂ ਨਾਲ ਉੱਠਣ-ਬੈਠਣ ਤੇ ਨੇਟਵਰਕਿੰਗ ਕਰਨ ਵਿਚ ਬਤੀਤ ਕਰ ਦਿੰਦੇ ਹਨ, ਜਿਹੜੇ ਆਰਥਕ ਦਰਿਸ਼ਟੀ ਤੋਂ ਉਨ੍ਹਾਂ ਨੂੰ ਪਿੱਛੇ ਰੋਕੀਂ ਰੱਖਦੇ ਹਨ। ਨੇਟਵਰਕ ਮਾਰਕੇਟਿੰਗ ਕਾਰੋਬਾਰ ਵਿਚ ਤੁਸੀਂ ਇਹੋ ਜਿਹੇ ਲੋਕਾਂ ਨਾਲ ਉੱਠਦੇ-ਬੈਠਦੇ ਹੋ, ਜਿਹੜੇ ਤੁਹਾਨੂੰ ਜ਼ਿਆਦਾ ਅਮੀਰ ਬਣਨ ਵਿਚ ਤੁਹਾਡੀ ਮਦਦ ਕਰਦੇ ਹਨ। ਆਪਣੇ-ਆਪ ਨੂੰ ਪੁੱਛੋ: "ਮੈਂ ਜਿਹੜੇ ਲੋਕਾਂ ਨਾਲ ਸਮਾਂ ਬਤੀਤ ਕਰਦਾ ਹਾਂ, ਕੀ ਉਹ ਮੈਨੂੰ ਅਮੀਰ ਬਨਾਉਣ ਲਈ ਸਮਰਪਤ ਹਨ? ਜਾਂ ਉਨ੍ਹਾਂ ਦੀ ਜ਼ਿਆਦਾ ਇਸ ਵਿਚ ਹੈ ਕਿ ਮੈਂ ਕਰੜੀ ਮੇਹਨਤ ਕਰਦਾ ਰਹਾਂ?"

15 ਸਾਲ ਦੀ ਉਮਰ ਤੱਕ ਮੈਂ ਜਾਣ ਗਿਆ ਸੀ ਕਿ ਮੈਂ ਆਰਥਕ ਸੁਤੰਤਰਤਾ ਪਾਉਣਾ ਚਾਹੁੰਦਾ ਹਾਂ। ਅਤੇ ਇਸ ਨੂੰ ਹਾਸਲ ਕਰਣ ਦਾ ਇਕ ਤਰੀਕਾ ਇਹ ਸਿਖਣਾ ਸੀ ਕਿ ਮੈਂ ਉਨ੍ਹਾਂ ਲੋਕਾਂ ਨਾਲ ਨੇਟਵਰਕਿੰਗ ਕਿਵੇਂ ਕਰਾਂ, ਜਿਹੜੇ ਆਰਥਕ ਤੌਰ ਉੱਤੇ ਸੁਤੰਤਰ ਹੋਣ ਵਿਚ ਮੇਰੀ ਮਦਦ ਕਰਣ। ਮੈਂ ਨਿਰਣਾ ਲਿਆ ਕਿ ਮੈਂ ਉਨ੍ਹਾਂ ਲੋਕਾਂ ਨਾਲ ਮਿੱਤਰਤਾਂ ਕਰਣਾ ਚਾਹਵਾਂਗਾ, ਜਿਹੜੇ ਮੇਰੇ ਅਮੀਰ ਬਣਨ ਵਿਚ ਦਿਲਚਸਪੀ ਰੱਖਦੇ ਹੋਣ। ਮੈਂ ਉਨ੍ਹਾਂ ਲੋਕਾਂ ਨਾਲ ਮਿੱਤਰਤਾ ਨਹੀਂ ਕਰਣਾ ਚਾਹੁੰਦਾ ਸੀ, ਜਿਹੜੇ ਮੈਨੂੰ ਅਮੀਰਾਂ ਲਈ ਕੰਮ ਕਰਣ ਵਾਲੇ ਵਫ਼ਾਦਾਰ ਕਰਮਚਾਰੀ ਬਨਾਉਣਾ ਚਾਹੁੰਦੇ ਹੋਣ।

ਇਹ ਜੀਵਨ ਬਦਲਣ ਵਾਲਾ ਪਲ ਸੀ। ਇਹ ਨਿਰਣਾ ਸੌਖਾ ਨਹੀਂ ਸੀ, ਕਿਉਂਕਿ 15 ਸਾਲ ਦੀ ਉਮਰ ਵਿਚ ਮੈਨੂੰ ਇਸ ਬਾਰੇ ਬੜਾ ਸਾਵਧਾਨ ਰਹਿਣਾ ਪੈਂਦਾ ਸੀ ਕਿ ਮੈਂ ਕਿਸਦੇ ਨਾਲ ਸਮਾਂ ਬਤੀਤ ਕਰਾਂ ਅਤੇ ਕਿਹੜੇ ਟੀਚਰਜ਼ ਦੀ ਗੱਲ ਸੁਣਾ। ਜੇਕਰ ਤੁਸੀਂ ਆਪਣੇ-ਆਪ ਦਾ ਕਾਰੋਬਾਰ ਸਥਾਪਤ ਕਰਣ ਬਾਰੇ ਸੋਚ ਰਹੇ ਹੋ, ਤਾਂ ਤੁਹਾਨੂੰ ਇਸ ਬਾਰੇ ਬੜਾ ਸੁਚੇਤ ਰਹਿਣਾ ਹੋਵਗਾ ਕਿ ਤੁਸੀਂ ਕਿਸਦੇ ਨਾਲ ਆਪਣਾ ਸਮਾਂ ਬਤੀਤ ਕਰ ਰਹੇ ਹੋ ਅਤੇ ਤੁਹਾਡੇ ਟੀਚਰ ਕੌਣ ਹਨ। ਇਹ ਇਕ ਮਹੱਤਵਪੂਰਨ ਵਿਚਾਰਣਜੋਗ ਮੁੱਦਾ ਹੈ।

ਜ਼ੇਰੱਾਕਸ ਛੱਡਣ ਬਾਰੇ ਸਭ ਤੋਂ ਮੁਸ਼ਕਲ ਚੀਜ਼ ਇਹ ਸੀ ਕਿ ਮੈਨੂੰ ਕੁੱਝ ਦੋਸਤੀਆਂ ਨੂੰ ਵੀ ਛੱਡਣਾ ਪਿਆ। ਮੇਰੇ ਜ਼ਿਆਦਾਤਰ ਦੋਸਤ ਅਤੇ ਪਰਿਵਾਰ ਵਾਲੇ ਈ ਕੁਆਡਰੈਂਟ ਵਿਚ ਰਹਿੰਦੇ ਸਨ ਤੇ ਉਨ੍ਹਾਂ ਦੇ ਜੀਵਨ ਮੁੱਲ ਮੇਰੇ ਤੋਂ ਭਿੰਨ ਸਨ। ਉਹ ਸੁਰੱਖਿਆ ਅਤੇ ਨੇਮਬੱਧ ਤਨਖ਼ਾਹ ਨੂੰ ਮਹੱਤਵ ਦੇਂਦੇ ਸਨ, ਜਦੋਂ ਕਿ ਮੈਂ ਸੁਤੰਤਰਤਾ ਅਤੇ ਆਰਥਕ ਸੁਤੰਤਰਤਾ ਨੂੰ ਮਹੱਤਵ ਦਿੰਦਾ ਸੀ। ਇਸੇ ਕਾਰਣ ਮੇਰਾ ਨਿਰਣਾ ਕਾਫ਼ੀ ਦੁਖਦਾਈ ਰਿਹਾ, ਲੇਕਨ ਵਿਕਾਸ ਕਰਣ ਲਈ ਇਹ ਨਿਰਣਾ ਲੈਣਾ ਜ਼ਰੂਰੀ ਵੀ ਸੀ।

ਤੁਸੀਂ ਵੀ ਨੇਟਵਰਕ ਮਾਰਕੇਟਿੰਗ ਵਿਚ ਇਹੋ ਜਿਹਾ ਕੁੱਝ ਅਨੁਭਵ ਕਰ ਸਕਦੇ ਹੋ। ਤੁਹਾਨੂੰ ਲੱਗ ਸਕਦਾ ਹੈ ਕਿ ਤੁਹਾਡੇ ਕੁੱਝ ਦੋਸਤ ਜਾਂ ਪਰਿਵਾਰ ਇਸ ਤਰ੍ਹਾਂ ਦੇ ਵੀ ਹਨ, ਜਿਹੜੇ ਨੇਟਵਰਕ ਮਾਰਕੇਟਿੰਗ ਨਾਲ ਜੁੜਨ ਦੇ ਤੁਹਾਡੇ ਨਿਰਣੇ ਨੂੰ ਨਹੀਂ ਸਮਝਦੇ, ਉਸ ਨਾਲ ਹਮਦਰਦੀ ਨਹੀਂ ਰੱਖਦੇ ਜਾਂ ਜਿਹੜੇ ਤੁਹਾਡੇ ਹੌਂਸਲੇ ਢਾਉਣ ਦੀ ਲਗਾਤਾਰ ਕੋਸ਼ਸ਼ ਵੀ ਕਰ ਸਕਦੇ ਹਨ। ਤੁਹਾਡੇ ਦੋਸਤ ਤੁਹਾਨੂੰ ਕਹਿ ਸਕਦੇ ਹਨ ਕਿ ਤੁਸੀਂ ਮੂਰਖ ਹੋ, ਫੱਸ ਗਏ ਹੋ ਜਾਂ ਬਹੁਤ ਵੱਡੀ ਗ਼ਲਤੀ ਕਰ ਰਹੇ ਹੋ। ਹੋ ਸਕਦਾ ਹੈ ਕਿ ਤੁਸੀਂ ਦੋਸਤ ਗੁਆਂ ਦਿਓ। ਮੈਂ ਇਹ ਵਾਕ ਲਿਖਣ ਤੋਂ ਝਿਝਕਦਾ ਹਾਂ, ਕਿਉਂਕਿ ਇਹ ਕੌੜਾ ਲੱਗਦਾ ਹੈ। ਅਤੇ ਇੰਜ ਇਸਲਈ ਹੈ, ਕਿਉਂਕਿ ਇਹ ਖਰ੍ਹਵਾ

ਨੇਟਵਰਕ ਮਾਰਕੇਟਿੰਗ ਨ ਸਿਰਫ਼ ਬੇਹਤਰੀਨ ਵਿਹਾਰਕ ਸਿਖਿਆ ਪ੍ਰਦਾਨ ਕਰਦੀ ਹੈ, ਬਲਕਿ ਇਹ ਮਿੱਤਰਾਂ ਦਾ ਇਕ ਬਿਲਕੁੱਲ ਨਵਾਂ ਸੰਸਾਰ ਵੀ ਪ੍ਰਦਾਨ ਕਰਦੀ ਹੈ- ਇਹੋ ਜਿਹੇ ਮਿੱਤਰ, ਜਿਹੜੇ ਉਸੇ ਦਿਸ਼ਾ ਵੱਲ ਜਾ ਰਹੇ ਹਨ, ਜਿੱਥੇ ਤੁਸੀਂ ਜਾ ਰਹੇ ਹੋ ਅਤੇ ਉਨ੍ਹਾਂ ਦੇ ਬੁਨਿਆਦੀ ਜੀਵਨ ਮੁੱਲ ਵੀ ਉਹੀ ਹਨ, ਜਿਹੜੇ ਕਿ ਤੁਹਾਡੇ ਨੇ।

ਹੈ। ਇਹੀ ਅਸਲੀਅਤ ਹੈ।

ਅਤੇ ਤੁਸੀਂ ਇਹ ਗੱਲ ਚੰਗੀ ਤਰ੍ਹਾਂ ਜਾਣ ਲਵੋ, ਇਸਦਾ ਨੇਟਵਰਕ ਮਾਰਕੇਟਿੰਗ ਨਾਲ ਕੋਈ ਲੈਣਾ-ਦੇਣਾ ਨਹੀਂ ਹੈਂ। ਅਸਲ ਵਿਚ ਇੱਥੇ ਹੋ ਇਹ ਰਿਹਾ ਹੈ ਕਿ ਤੁਸੀਂ ਆਪਣੇ ਜੀਵਨ ਵਿਚ ਇਕ ਬਹੁਤ ਵੱਡਾ ਪਰਿਵਰਤਨ ਕਰਣ ਜਾ ਰਹੇ ਹੋ ਅਤੇ ਈ ਜਾਂ ਐਸ ਕੁਆਡਰੈਂਟ ਵਿਚ ਜਿਊਣਾ ਛੱਡ ਕੇ ਬੀ ਕੁਆਡਰੈਂਟ ਵਿਚ ਜਿਊਣ ਜਾ ਰਹੇ ਹੋ। ਇਹ ਮਹਿਜ਼ ਇਕ ਵੱਖਰੀ ਨੌਕਰੀ ਕਰਣ ਦਾ ਮਾਮਲਾ *ਨਹੀਂ* ਹੈ। ਇਹ ਤਾਂ ਕਿਸੇ ਦੂਜੇ ਦੇਸ਼ ਵਿਚ ਜਾ ਕੇ ਰਹਿਣ, ਆਪਣਾ ਧਰਮ ਬਦਲਣ ਜਾਂ ਆਪਣੀ ਰਾਜਨੀਤਕ ਪਾਰਟੀ ਬਦਲਣ ਜਿੰਨਾ ਮਹੱਤਵਪੂਰਨ ਮਾਮਲਾ ਹੈ।

ਅੰਗਰੇਜ਼ ਕਵੀ ਜਾੱਨ ਡੋਨੈ ਨੇ ਲਿਖਿਆ ਸੀ, "ਕੋਈ ਵੀ ਮਨੁੱਖ ਟਾਪੂ ਨਹੀਂ ਹੁੰਦਾ, ਜਿਹੜਾ ਆਪਣੇ-ਆਪ ਵਿਚ ਪੂਰਨ ਹੋਵੇ; ਹਰ ਮਨੁੱਖ ਮਹਾਂਦੀਪ ਦਾ ਇਕ ਹਿੱਸਾ ਹੁੰਦਾ ਹੈ, ਪੂਰਨ ਦਾ ਅੰਸ਼।" ਇਹ ਗੱਲ ਉਨ੍ਹਾਂ ਨੇ ਸੰਨ 1623 ਵਿਚ ਕਹੀ ਸੀ ਅਤੇ ਅੱਜ ਦੇ ਬੇਹੱਦ ਗੁੰਨ੍ਹੇ ਹੋਏ ਸੰਸਾਰ ਵਿਚ ਹਜ਼ਾਰ ਗੁਣਾ ਜ਼ਿਆਦਾ ਸੱਚ ਹੈ। ਤੁਸੀਂ ਇਕੱਲਿਆਂ ਅਮੀਰ ਨਹੀਂ ਬਣ ਸਕਦੇ। ਤੁਸੀਂ ਉਨ੍ਹਾਂ ਲੋਕਾਂ ਜਿੰਨੇ ਹੀ ਚੰਗੇ ਹੁੰਦੇ ਹੋ, ਜਿਨ੍ਹਾਂ ਨਾਲ ਤੁਸੀਂ ਉੱਠਦੇ-ਬੈਠਦੇ ਹੋ, ਗੱਲ ਕਰਦੇ ਹੋ, ਕੰਮ ਕਰਦੇ ਹੋ ਅਤੇ ਮੌਜ-ਮਸਤੀ ਕਰਦੇ ਹੋ।

ਜਾੱਨ : ਇਹ ਜੀਵਨ ਵਿਚ ਹਰ ਥਾਂ ਸੱਚ ਹੈ, ਲੇਕਨ ਇਹ ਵਿਸ਼ੇਸ਼ ਤੌਰ ਤੇ ਨੇਟਵਰਕ ਮਾਰਕੇਟਿੰਗ ਵਿਚ ਸੱਚ ਅਤੇ ਢੁਕਵਾਂ ਹੈ, ਕਿਉਂਕਿ ਜਦੋਂ ਤੁਸੀਂ ਨੇਟਵਰਕ ਮਾਰਕੇਟਿੰਗ ਕਾਰੋਬਾਰ ਸਥਾਪਤ ਕਰਦੇ ਹੋ, ਤਾਂ ਤੁਸੀਂ ਆਪਣੇ ਨੇੜੇ-ਤੇੜੇ ਇਹੋ ਜਿਹੇ ਦੋਸਤਾਂ ਦਾ ਨਵਾਂ ਸ਼ਕਤੀਸ਼ਾਲੀ ਸਮੂਹ ਬਣਾ ਲੈਂਦੇ ਹੋ, ਜਿਹੜੇ ਤੁਹਾਡੇ ਵਰਗੇ ਜੀਵਨ ਮੁੱਲ ਅਤੇ ਅਸਲੀ ਦੁਨੀਆ ਦੀ ਵਿਹਾਰਕ ਯੋਗਤਾਵਾਂ ਸਿਖ ਰਹੇ ਹੋਣ।

ਇਹ ਨੇਟਵਰਕ ਮਾਰਕੇਟਿੰਗ ਕਾਰੋਬਾਰ ਦਾ ਇਕ ਹੋਰ ਵੱਡਾ ਲਾਭ ਹੈ : ਅਗਲੇ ਪ੍ਰੋਮੋਸ਼ਨ ਲਈ ਤੁਹਾਡੇ ਨਾਲ ਮੁਕਾਬਲਾ ਕਰਣ ਵਾਲੇ ਲੋਕਾਂ ਨਾਲ ਘਿਰੇ ਰਹਿਣ ਦੀ ਬਜਾਇ ਇੱਥੇ ਤੁਹਾਡਾ ਕਾਰੋਬਾਰ ਇਹੋ ਜਿਹੇ ਲੋਕਾਂ ਨਾਲ ਭਰਿਆ ਰਹਿੰਦਾ ਹੈ, ਜਿਹੜੇ ਤੁਹਾਡੀ ਸਫਲਤਾ ਪ੍ਰਤਿ ਉੱਨੇ ਹੀ ਸਮਰਪਤ ਹਨ, ਜਿੰਨੇ ਕਿ ਤੁਸੀਂ, ਕਿਉਂਕਿ ਤੁਹਾਡੀ ਸਫਲਤਾ ਨਾਲ ਹੀ ਉਨ੍ਹਾਂ ਦੀ ਸਫਲਤਾ ਸੁਨਿਸ਼ਚਤ ਹੁੰਦੀ ਹੈ। ਇਸ ਗੱਲ ਦੀ ਵਧੀਆ ਸੰਭਾਵਨਾ ਹੈ ਕਿ ਉਨ੍ਹਾਂ ਵਿਚੋਂ ਕੁੱਝ ਤੁਹਾਡੇ ਬੜੇ ਚੰਗੇ ਮਿੱਤਰ ਬਣ ਜਾਣਗੇ।

ਡਾਇਰੈਕਟ ਸੈਲਿੰਗ ਐਸੋਸੀਏਸ਼ਨ (ਡੀਸੀਏ) ਅਨੁਸਾਰ ਜਿਹੜੇ ਲੋਕ ਨੇਟਵਰਕ ਮਾਰਕੇਟਿੰਗ ਕੰਪਨੀਆਂ ਨਾਲ ਜੁੜਦੇ ਅਤੇ ਕੰਮ ਕਰਦੇ ਰਹਿੰਦੇ ਹਨ, ਉਨ੍ਹਾਂ ਵਿਚੋਂ ਬੜੇ ਸਾਰੇ ਲੋਕ ਆਪਣੇ ਇਸ *ਸਮਾਜਕ ਨੇਟਵਰਕ* ਨੂੰ ਆਪਣੀ ਆਮਦਨ ਤੋਂ ਜ਼ਿਆਦਾ ਪਹਿਲ ਦੇਂਦੇ ਹਨ।

ਤਾਂ ਮਾਮਲਾ ਇਹ ਹੈ : ਨੇਟਵਰਕ ਮਾਰਕੇਟਿੰਗ ਨਾ ਸਿਰਫ਼ ਬੇਹਤਰੀਨ ਵਿਹਾਰਕ ਸਿਖਿਆ ਪ੍ਰਦਾਨ ਕਰਦੀ ਹੈ, ਬਲਕਿ ਇਹ ਮਿੱਤਰਾਂ ਦਾ ਇਕ ਬਿਲਕੁੱਲ ਨਵਾਂ ਸੰਸਾਰ ਵੀ ਪ੍ਰਦਾਨ ਕਰਦੀ ਹੈ- ਇਹੋ ਜਿਹੇ ਮਿੱਤਰ, ਜਿਹੜੇ ਉਸੇ ਦਿਸ਼ਾ ਵੱਲ ਜਾ ਰਹੇ ਹਨ, ਜਿੱਥੇ ਤੁਸੀਂ ਜਾ ਰਹੇ ਹੋ ਅਤੇ ਉਨ੍ਹਾਂ ਦੇ ਬੁਨਿਆਦੀ ਜੀਵਨਮੁੱਲ ਵੀ ਉਹੀ ਹਨ, ਜਿਹੜੇ ਕਿ ਤੁਹਾਡੇ।

ਜੱਾਨ ਜਿਸ ਤਰ੍ਹਾਂ ਦੀ ਮਿੱਤਰਤਾਂ ਬਾਰੇ ਗੱਲ ਕਰ ਰਹੇ ਹਨ, ਮੇਰੇ ਹਿਸਾਬ ਨਾਲ ਤਾਂ ਉਹ ਸ਼ਰੇਸ਼ਠ ਵਿਹਾਰਕ ਸਿਖਲਾਈ ਜਿੰਨੇ ਹੀ ਅਨਮੋਲ ਹਨ।

ਅੱਜ ਸਾਰੇ ਚਾਰਾਂ ਕੁਆਡਰੈਂਟਸ ਵਿਚ ਮੇਰੇ ਮਿੱਤਰ ਹਨ, ਲੇਕਨ ਮੇਰੇ ਬੁਨਿਆਦੀ ਮਿੱਤਰ– ਜਿਨ੍ਹਾਂ ਨਾਲ ਮੈਂ ਸੱਚਮੁੱਚ ਉਠਦਾ–ਬੈਠਦਾ ਹਾਂ, ਜਿਨ੍ਹਾਂ ਦਾ ਸਮਾਂ ਮੇਰੇ ਲਈ ਸਭ ਤੋਂ ਜ਼ਿਆਦਾ ਮਾਇਨੇ ਰੱਖਦਾ ਹੈ– ਬੀ ਅਤੇ ਆਈ ਕੁਆਡਰੈਂਟਸ ਦੇ ਹੁੰਦੇ ਹਨ।

ਅਤੇ ਉਂਜ, ਉਨ੍ਹਾਂ ਦੋਸਤਾਂ ਦਾ ਕੀ, ਜਿਨ੍ਹਾਂ ਨੂੰ ਜ਼ੇਰੱਾਕਸ ਵਿਚ ਪਿੱਛੇ ਛੱਡ ਆਇਆ ਸੀ? ਉਹ ਅੱਜ ਵੀ ਮੇਰੇ ਚੰਗੇ ਮਿੱਤਰ ਹਨ। ਉਹ *ਹਮੇਸ਼ਾ* ਚੰਗੇ ਮਿੱਤਰ ਰਹਿਣਗੇ, ਕਿਉਂਕਿ ਮੇਰੇ ਜੀਵਨ ਵਿਚ ਥੋੜ੍ਹੇ ਚਿਰ ਲਈ ਉਹ ਮੇਰੇ ਨਾਲ ਮੌਜੂਦ ਰਹੇ ਸਨ। ਲੇਕਨ ਮੇਰੇ ਲਈ ਉਹ ਅੱਗੇ ਵੱਧਣ ਦਾ ਸਮਾਂ ਸੀ। ਜੇਕਰ ਇਹ ਤੁਹਾਡੇ ਲਈ ਵੀ ਅੱਗੇ ਵੱਧਣ ਦਾ ਸਮਾਂ ਹੋਵੇ ਅਤੇ ਬੀ ਕੁਆਡਰੈਂਟ ਤੁਹਾਨੂੰ ਆਵਾਜ਼ਾਂ ਮਾਰ ਰਿਹਾ ਹੋਵੇ, ਤਾਂ ਤੁਸੀਂ ਕਿਸੇ ਨੇਟਵਰਕ ਮਾਰਕੇਟਿੰਗ ਨਾਲ ਜੁੜ ਸਕਦੇ ਹੋ ਅਤੇ ਨਵੇਂ ਦੋਸਤਾਂ ਨਾਲ ਮਿਲਣਾ ਸ਼ੁਰੂ ਕਰ ਸਕਦੇ ਹੋ।

ਅਧਿਆਇ 12

ਸੰਪੱਤੀ # 4 : ਤੁਹਾਡੇ ਆਪਣੇ ਨੇਟਵਰਕ ਦੀ ਸ਼ਕਤੀ

ਜਦੋਂ ਮੈਂ 1990 ਦੇ ਦਹਾਕੇ ਵਿਚ ਇਕ ਕਾਰੋਬਾਰ ਦੀ ਗੰਭੀਰਤਾ ਨਾਲ ਘੋਖ-ਪੜਤਾਲ ਕੀਤੀ, ਤਾਂ ਇਸਦੀ ਇਕ ਗੱਲ ਮੈਨੂੰ ਬੜੀ ਦਿਲਚਸਪ ਲੱਗੀ। ਉਹ ਇਹ ਸੀ ਕਿ ਇਸ ਵਿਚ *ਨੇਟਵਰਕ* ਸ਼ਬਦ ਦਾ ਇਸਤੇਮਾਲ ਕੀਤਾ ਜਾਂਦਾ ਸੀ। ਮੈਨੂੰ ਯਾਦ ਆਇਆ ਕਿ ਮੇਰੇ ਅਮੀਰ ਡੈਡੀ ਇਸ ਸ਼ਬਦ ਦਾ ਸੱਚਮੁੱਚ ਸਨਮਾਨ ਕਰਦੇ ਸਨ।

ਥੱਾਮਸ ਐਡੀਸਨ ਮੇਰੇ ਅਮੀਰ ਡੈਡੀ ਦੇ ਹੀਰੋ ਸਨ। ਅੱਜ ਲੋਕੀਂ ਐਡੀਸਨ ਨੂੰ ਆਮਤੌਰ ਤੇ ਬਤੌਰ ਬਿਜਲੀ ਦੇ ਬਲਬ ਦੇ ਖੋਜੀ ਕਰਕੇ ਹੀ ਜਾਣਦੇ ਹਨ। ਲੇਕਨ ਇਹ ਸੱਚ ਨਹੀਂ ਹੈ। ਐਡੀਸਨ ਨੇ ਬਿਜਲੀ ਦੇ ਬਲਬ ਦੀ ਖੋਜ ਨਹੀਂ ਸੀ ਕੀਤੀ। ਉਨ੍ਹਾਂ ਨੇ ਤਾਂ ਸਿਰਫ਼ ਇਸ ਨੂੰ ਬੇਹਤਰ ਅਤੇ ਆਦਰਸ਼ ਬਣਾਇਆ ਸੀ। ਇਸ ਤੋਂ ਜ਼ਿਆਦਾ ਮਹੱਤਵਪੂਰਨ ਗੱਲ, ਉਨ੍ਹਾਂ ਇਹ ਅਨੁਮਾਨ ਲਾਇਆ ਸੀ ਕਿ ਇਸ ਨੂੰ ਇਕ ਕਾਰੋਬਾਰ ਵਿਚ ਕਿਵੇਂ ਬਦਲਣਾ ਹੈ।

ਸਕੂਲ ਛੱਡਣ ਤੋਂ ਬਾਅਦ (ਕਿਉਂਕਿ ਉਨ੍ਹਾਂ ਦੇ ਟੀਚਰਜ਼ ਦੀ ਰਾਇ ਵਿਚ ਉਹ ਇੰਨੇ ਸਮਾਰਟ ਨਹੀਂ ਸਨ ਕਿ ਉਹ ਸਫਲ ਹੋ ਸਕਣ), ਐਡੀਸਨ ਟ੍ਰੇਨ ਵਿਚ ਟੱਾਫੀ ਅਤੇ ਮੈਗਜ਼ੀਨ ਵੇਚਣ ਦੀ ਨੌਕਰੀ ਕਰਣ ਲੱਗੇ। ਛੇਤੀ ਹੀ ਉਹ ਆਪਣਾ ਅਖ਼ਬਾਰ ਛਾਪਣ ਲੱਗੇ ਅਤੇ ਇਕ ਸਾਲ ਦੇ ਅੰਦਰ ਹੀ ਉਨ੍ਹਾਂ ਨੇ ਮੁੰਡਿਆਂ ਦੀ ਇਕ ਟੀਮ ਨਿਯੁਕਤ ਕਰ ਲਈ, ਜਿਹੜੇ ਉਨ੍ਹਾਂ ਦੇ ਅਖ਼ਬਾਰ ਦੇ ਨਾਲ ਹੀ ਟੱਾਫੀਆਂ ਵੇਚਣ ਲੱਗੇ। ਉਹ ਕਰਮਚਾਰੀ ਤੋਂ ਕਾਰੋਬਾਰੀ ਬਣ ਗਏ ਸਨ।

ਸ਼ਕਤੀ ਪ੍ਰੱਾਡਕਟ ਵਿਚ ਨਹੀਂ ਹੈ; ਸ਼ਕਤੀ ਤਾਂ ਨੇਟਵਰਕ ਵਿਚ ਹੈ। ਜੇਕਰ ਤੁਸੀਂ ਅਮੀਰ ਬਣਨਾ ਚਾਹੁੰਦੇ ਹੋ, ਤਾਂ ਸਭ ਤੋਂ ਵਧੀਆ ਰਣਨੀਤੀ ਇਹ ਹੈ ਕਿ ਤੁਸੀਂ ਇਕ ਸ਼ਕਤੀਸ਼ਾਲੀ, ਵਿਹਾਰਕ ਅਤੇ ਵਿਕਾਸਸ਼ੀਲ ਨੇਟਵਰਕ ਬਨਾਉਣ ਦਾ ਤਰੀਕਾ ਲੱਭ ਲਓ।

ਅਖ਼ਬਾਰ ਵੇਚਣ ਦੇ ਕੰਮ ਨਾਲ ਨੌਜਵਾਨ ਐਡੀਸਨ ਹੌਲੀ-ਹੌਲੀ ਉਕਤਾ ਗਏ। ਟੈਲੀਗ੍ਰਾਫ ਓਪਰੇਟਰ ਦੀ ਨੌਕਰੀ ਪਾਉਣ ਲਈ ਉਨ੍ਹਾਂ ਨੇ ਇਹ ਸਿਖਿਆ ਕਿ ਮੋਰਸ ਕੋਡ ਕਿਵੇਂ ਭੇਜੇ ਅਤੇ ਪ੍ਰਾਪਤ ਕੀਤੇ ਜਾਂਦੇ ਹਨ। ਛੇਤੀ ਹੀ ਉਹ ਸ਼ਰੇਸ਼ਠ ਟੈਲੀਗ੍ਰਾਫ ਓਪਰੇਟਰਸ ਵਿਚੋਂ ਇਕ ਬਣ ਗਏ- ਅਤੇ ਇਥੇ ਉਨ੍ਹਾਂ ਨੇ ਉਹ ਰਹੱਸ ਸਿਖਿਆ, ਜਿਸਦੀ ਬਦੌਲਤ ਉਹ ਬਾਅਦ ਵਿਚ ਕਰੋੜਪਤੀ ਬਣੇ। ਬਤੌਰ ਟੈਲੀਗ੍ਰਾਫ਼ ਅੱਪਰੇਟਰ ਉਨ੍ਹਾਂ ਨੇ ਦੇਖਿਆ ਕਿ ਟੈਲੀਗ੍ਰਾਫ਼ ਦੀ ਖੋਜ ਨੂੰ ਇੰਨੀ ਜ਼ਬਰਦਸਤ ਸਫਲਤਾ ਕਿਉਂ ਮਿਲੀ ਸੀ : ਇਹ ਤਾਰਾਂ, ਖੰਭਿਆਂ, ਕਾਬਲ ਵਿਅਕਤੀਆਂ ਅਤੇ ਰਿਲੇ ਸਟੇਸ਼ਨਸ ਦਾ ਆਪਸ ਵਿਚ ਜੁੜੀ ਹੋਈ ਪ੍ਰਣਾਲੀ ਸੀ। ਇਸ ਵਿਚ ਨੇਟਵਰਕ ਦੀ ਸ਼ਕਤੀ ਸੀ।

ਹਾਲਾਂਕਿ ਐਡੀਸਨ ਬਿਜਲੀ ਦੇ ਬਲਬ ਸੰਬੰਧੀ ਪ੍ਰਯੋਗਾਂ ਅਤੇ ਉਸ ਫਿਲਾਮੈਂਟ ਨੂੰ ਆਦਰਸ਼ ਬਨਾਉਣ ਲਈ ਮਸ਼ਹੂਰ ਹਨ, ਜਿਸਦੀ ਬਦੌਲਤ ਬਲਬ ਵਿਹਾਰਕ ਬਣਿਆ, ਲੇਕਨ ਐਡੀਸਨ ਦੀ ਸੱਚੀ ਪਰਤਿਭਾ ਇਕ ਕੰਪਨੀ ਬਨਾਉਣ ਵਿਚ ਨਜ਼ਰ ਆਉਂਦੀ ਹੈ, ਜਿਸ ਨੇ ਬਿਜਲੀ ਦੇ ਤਾਰਾਂ ਦਾ ਜਾਲ ਵਛਾਇਆ ਅਤੇ ਬਿਜਲੀ ਦੇ ਬਲਬ ਨੂੰ ਸਮਾਜ ਵਿਚ ਜਗ੍ਹਾਂ ਬਨਾਉਣ ਦਾ ਮੌਕਾ ਦਿੱਤਾ। ਐਡੀਸਨ ਨੇ ਜਿਸ ਕੰਪਨੀ ਦੀ ਸਥਾਪਨਾ ਕੀਤੀ, ਉਸ ਨੇ ਉਨ੍ਹਾਂ ਨੂੰ ਅਰਬਪਤੀ ਬਣਾ ਦਿੱਤਾ। ਉਸ ਕੰਪਨੀ ਦਾ ਨਾਂ ਸੀ ਜਨਰਲ ਇਲੈਕਟਰਿਕ।

ਐਡੀਸਨ ਦੇ ਕਾਰੋਬਾਰ ਨੂੰ ਕ੍ਰਾਂਤੀਕਾਰੀ ਬਨਾਉਣ ਵਾਲੀ ਚੀਜ਼ ਬਿਜਲੀ ਦਾ ਬਲਬ ਨਹੀਂ, ਬਲਕਿ ਬਿਜਲੀ ਦੇ ਤਾਰਾਂ ਅਤੇ ਰਿਲੇ ਸਟੇਸ਼ਨਸ ਦਾ ਤੰਤਰ ਸੀ, ਜਿਸਦੀ ਬਦੌਲਤ ਬਿਜਲੀ ਦੇ ਬਲਬ ਨੂੰ ਊਰਜਾ ਮਿਲੀ। ਇਹ *ਨੇਟਵਰਕ* ਸੀ।

ਮੇਰੇ ਅਮੀਰ ਡੈਡੀ ਨੇ ਮੈਨੂੰ ਦੱਸਿਆ ਸੀ, "ਸੰਸਾਰ ਦੇ ਸਭ ਤੋਂ ਅਮੀਰ ਲੋਕ ਨੇਟਵਰਕ ਬਣਾਉਂਦੇ ਹਨ; ਬਾਕੀ ਹਰ ਵਿਅਕਤੀ ਨੌਕਰੀ ਜਾਂ ਕੰਮ ਦੀ ਤਲਾਸ਼ ਕਰਦਾ ਹੈ।"

ਸਮੁੰਦਰੀ ਜਹਾਜ ਦੇ ਦੌਲਤਮੰਦ ਮਾਲਕਾਂ ਅਤੇ ਰੇਲਰੋਡ ਬੈਰਨਸ ਤੋਂ ਲੈ ਕੇ ਸੈਮ ਵੱਾਲਟਨ, ਬਿਲ ਗੇਟਸ ਅਤੇ ਜੈਫ਼ ਬੇਜ਼ੋਸ਼ ਤਕ ਉਨ੍ਹਾਂ ਲੋਕਾਂ ਨੇ ਸੰਸਾਰ ਵਿਚ ਢੇਰ ਸਾਰੀ ਦੌਲਤ ਬਣਾਈ ਹੈ, ਜਿਨ੍ਹਾਂ ਨੇ ਇਹ ਪਤਾ ਲਾ ਲਿਆ ਸੀ ਕਿ ਨੇਟਵਰਕ ਕਿਵੇਂ ਬਨਾਉਣਾ ਹੈ। ਸੈਮ ਵੱਾਲਟਨ ਨੇ ਲੋਕਾਂ ਲਈ ਵਸਤੂਆਂ ਦਾ ਉਤਪਾਦਨ ਨਹੀਂ ਕੀਤਾ; ਉਨ੍ਹਾਂ ਨੇ ਤਾਂ ਉਨ੍ਹਾਂ ਨੂੰ ਵੰਡਣ ਦਾ ਨੇਟਵਰਕ ਬਣਾਇਆ। ਬਿਲ ਗੇਟਸ ਨੇ ਕੰਪਿਊਟਰ ਨਹੀਂ ਬਣਾਏ; ਉਨ੍ਹਾਂ ਨੇ ਤਾਂ ਇਕ ਆਪਰੇਟਿੰਗ ਸਿਸਟਮ ਬਣਾਇਆ, ਜਿਸ ਉੱਤੇ ਕੰਪਿਊਟਰ ਚੱਲਦੇ ਸਨ। ਜੈਫ਼ ਬੇਜ਼ੋਸ ਨੇ ਪੁਸਤਕਾਂ ਦਾ ਪ੍ਰਕਾਸ਼ਨ ਨਹੀਂ ਕੀਤਾ; ਉਨ੍ਹਾਂ ਨੇ ਤਾਂ ਪੁਸਤਕਾਂ ਨੂੰ ਗਾਹਕਾਂ ਤੱਕ ਪਹੁੰਚਾਉਣ ਲਈ ਇਕ ਅੱਨਲਾਇਨ ਨੇਟਵਰਕ ਅਮੇਜ਼ਾਨ ਬਣਾਇਆ।

ਸ਼ਕਤੀ ਪ੍ਰੱਡਕਟ ਵਿਚ ਨਹੀਂ ਹੈ; ਸ਼ਕਤੀ ਤਾਂ ਨੇਟਵਰਕ ਵਿਚ ਹੈ। ਜੇਕਰ ਤੁਸੀਂ ਅਮੀਰ ਬਣਨਾ ਚਾਹੁੰਦੇ ਹੋ, ਤਾਂ ਇਸ ਲਈ ਸਭ ਤੋਂ ਵਧੀਆ ਰਣਨੀਤੀ ਇਹ ਹੈ ਕਿ ਤੁਸੀਂ ਇਕ ਸ਼ਕਤੀਸ਼ਾਲੀ ਵਿਹਾਰਕ ਅਤੇ ਵਿਕਾਸਸ਼ੀਲ ਨੇਟਵਰਕ ਬਨਾਉਣ ਦਾ ਤਰੀਕਾ ਖੋਜ ਲਓ।

ਜ਼ਾਹਰ ਹੈ, ਸਾਡੇ ਵਿਚੋਂ ਜ਼ਿਆਦਾਤਰ ਲੋਕ ਥੱਾਮਸ ਐਡੀਸਨ, ਸੈਮ ਵੱਾਲਟਨ ਜਾਂ ਬਿਲ ਗੇਟਸ ਨਹੀਂ ਹਨ, ਨਾ ਹੀ ਕਦੇ ਬਣ ਸਕਦੇ ਹਨ। ਹਾਂ, ਹਰ ਪਨੀਰੀ ਵਿਚ ਮੁੱਠੀ ਭਰ ਬੇਹਦ ਰਚਨਾਤਮਕ ਲੋਕ ਹੋਣਗੇ, ਜਿਹੜੇ ਸਿਫ਼ਰ ਤੋਂ ਅਰਬਾਂ ਡੱਾਲਰ ਦੇ ਨਵੇਂ ਨੇਟਵਰਕ ਬਣਾ ਕੇ ਕਿਸੇ ਕਾਰੋਬਾਰ ਨੂੰ ਫਰਸ਼ ਤੋਂ ਅਰਸ਼ ਤਕ ਪਹੁੰਚਾਉਂਦੇ ਹਨ, ਜਿਵੇਂ ਇਹਨਾਂ ਲੋਕਾਂ ਨੇ ਕੀਤਾ, ਲੇਕਨ ਲੱਖਾਂ

ਲੋਕਾਂ ਦੀ ਗੱਲ ਤਾਂ ਰਹਿਣ ਹੀ ਦਿਓ, ਇਹ ਹਜਾਰਾਂ ਲੋਕਾਂ ਲਈ ਵੀ ਤਾਰਕਕ ਤਾਂਘ ਨਹੀਂ ਹੈ।

ਇਸਲਈ ਨੇਟਵਰਕ ਮਾਰਕੇਟਿੰਗ ਇੰਨਾ ਜ਼ਬਰਦਸਤ ਕਾਰੋਬਾਰ ਹੈ। ਨੇਟਵਰਕ ਮਾਰਕੇਟਿੰਗ ਉਦਯੋਗ ਦੀਆਂ ਕੰਪਨੀਆ ਹੁਣ ਤੁਹਾਡੇ ਵਰਗੇ ਕਰੋੜਾਂ ਲੋਕਾਂ ਨੂੰ ਉਨ੍ਹਾਂ ਦਾ ਆਪਣਾ ਨੇਟਵਰਕ ਬਨਾਉਣ ਦਾ ਅਵਸਰ ਦੇਂਦੀਆਂ ਹਨ, ਬਜਾਇ ਇਸਦੇ ਕਿ ਉਹ ਕਿਸੇ ਦੂਜੇ ਦੇ ਨੇਟਵਰਕ ਲਈ ਕੰਮ ਕਰਣ ਵਿਚ ਆਪਣੀ ਜਿੰਦਗੀ ਬਤੀਤ ਕਰ ਦੇਣ।

ਮੈਟਕਾੱਫ ਦਾ ਨਿਯਮ

3ਕੱਮ ਦੇ ਬਾਨੀ ਅਤੇ ਈਥਰਨੇਟ ਦੇ ਇਕ ਨਿਰਮਾਤਾ ਰਾੱਬਰਟ ਮੈਟਕਾੱਫ ਨੂੰ ਇਕ ਸਮੀਕਰਣ ਬਨਾਉਣ ਦਾ ਸਿਹਰਾ ਦਿੱਤਾ ਜਾਂਦਾ ਹੈ, ਜਿਹੜਾ ਨੇਟਵਰਕਸ ਦੇ ਮੁੱਲ ਨੂੰ ਪਰਿਭਾਸ਼ਤ ਕਰਦਾ ਹੈ:

$$V = N^2$$

ਦੂਜੇ ਸ਼ਬਦਾਂ ਵਿਚ, ਕਿਸੇ ਨੇਟਵਰਕ ਦਾ ਆਰਥਕ ਮੁੱਲ ਉਸ ਨੇਟਵਰਕ ਦਾ ਉਪਯੋਗ ਕਰਣ ਵਾਲਿਆਂ ਦੀ ਗਿਣਤੀ ਦੇ ਵਰਗ ਦੇ ਬਰਾਬਰ ਹੁੰਦਾ ਹੈ।

ਮੈਟਕਾੱਫ ਦੇ ਨਿਯਮ ਨੂੰ ਜ਼ਿਆਦਾ ਸੌਖੀ ਸ਼ਬਦਾਵਲੀ ਵਿਚ ਦੱਸਿਆ ਜਾਵੇ, ਤਾਂ ਇਸਦਾ ਇਹ ਮਤਲਬ ਹੈ ਕਿ ਜਿਵੇਂ-ਜਿਵੇਂ ਤੁਸੀਂ ਇਸ ਵਿਚ ਉਪਯੋਗ ਕਰਣ ਵਾਲਿਆਂ ਨੂੰ ਜੋੜਦੇ ਹੋ, ਇਸਦਾ ਮੁੱਲ ਜਿਆਮਿਤੀ ਤੌਰ ਤੇ ਵੱਧਦਾ ਜਾਂਦਾ ਹੈ।

ਟੈਲੀਫੋਨ ਨੇਟਵਰਕ ਬਾਰੇ ਸੋਚੋ। ਜੇਕਰ ਸੰਸਾਰ ਵਿਚ ਸਿਰਫ਼ ਇਕੋ ਹੀ ਟੈਲੀਫੋਨ ਹੋਵੇ, ਤਾਂ ਉਸਦਾ ਕੋਈ ਅਸਲ ਆਰਥਕ ਮੁੱਲ ਨਹੀਂ ਹੈ। (ਜੇਕਰ ਸਾਰੇ ਸੰਸਾਰ ਵਿਚ ਸਿਰਫ਼ ਤੁਹਾਡੇ ਹੀ ਕੋਲ ਟੈਲੀਫੋਨ ਹੈ, ਤਾਂ ਤੁਸੀਂ ਕਿਸੇ ਫੋਨ ਕਰੋਗੇ?) ਜਿਸ ਪਲ ਤੁਸੀਂ ਇਕ ਹੋਰ ਫੋਨ ਜੋੜ ਦੇਂਦੇ ਹੋ, ਤਾਂ ਮੈਟਕਾੱਫ ਦੇ ਨਿਯਮ ਮੁਤਾਬਕ, ਫੋਨ ਨੇਟਵਰਕ ਦਾ ਆਰਥਕ ਮੁੱਲ ਤੇਜ਼ੀ ਨਾਲ ਵੱਧ ਜਾਂਦਾ ਹੈ। ਇਸ ਤਰ੍ਹਾਂ ਨੇਟਵਰਕ ਦਾ ਆਰਥਕ ਮੁੱਲ ਸਿਫ਼ਰ ਤੋਂ ਦੋ ਦਾ ਵਰਗ ਭਾਵ ਚਾਰ ਹੋ ਜਾਵੇਗਾ। ਇਕ ਤੀਜਾ ਫੋਨ ਜੋੜ ਦਿੰਦੇ ਹੋ, ਤਾਂ ਆਰਥਕ ਮੁੱਲ ਵੱਧ ਕੇ ਨੌਂ ਹੋ ਜਾਂਦਾ ਹੈ। ਦੂਜੇ ਸ਼ਬਦਾਂ ਵਿਚ, ਕਿਸੇ ਨੇਟਵਰਕ ਦਾ ਆਰਥਕ ਮੁੱਲ ਗਿਣਤੀ ਵਿਚ ਨਹੀਂ, ਘਾਤ ਅੰਕ ਤੌਰ ਤੇ ਵੱਧਦਾ ਹੈ।

ਨੇਟਵਰਕ ਵਿਹਾਰਕ ਜਗਤ ਵਿਚ ਕਿਵੇਂ ਆਏ

ਉਦਯੋਗਕ ਜੁੱਗ ਦਾ ਕਾਰੋਬਾਰ ਮਾੱਡਲ ਕਿਸੇ ਸਾਮਰਾਜ ਵਾਂਗ ਕੰਮ ਕਰਦਾ ਹੈ। ਇਹ ਇਕ ਸ਼ਕਤੀਸ਼ਾਲੀ ਕੇਂਦਰੀ "ਸਰਕਾਰ" ਰਾਹੀਂ ਨਿਯੰਤਰਤ ਹੁੰਦਾ ਸੀ, ਜਿਹੜੀ ਇਸਦੀ ਪ੍ਰਬਲਤਾ ਨਾਲ ਕੇਂਦਰਤ ਪਹਿਚਾਣ ਨੂੰ ਬਣਾਏ ਰੱਖਦੀ ਸੀ, ਭਾਵੇਂ ਇਹ ਕਿੰਨੀ ਵੀ ਵੱਡੀ ਹੋ ਜਾਏ।

1950 ਦੇ ਦਹਾਕੇ ਵਿਚ ਇਕ ਨਵੇਂ ਪ੍ਰਕਾਰ ਦਾ ਕਾਰੋਬਾਰ ਉਭਰਿਆ, ਜਿਹੜਾ ਆਪਣੇ ਸਾਰੇ ਹਿੱਸਿਆਂ ਨੂੰ ਕਿਸੇ ਇਕ ਕੇਂਦਰੀ ਆਫ਼ਿਸ ਰਾਹੀਂ ਨਿਯੰਤਰਤ ਨਹੀਂ ਕਰਦਾ ਸੀ, ਬਲਕਿ ਇਸ ਲਈ ਨੇਟਵਰਕ ਮਾੱਡਲ ਦਾ ਇਸਤੇਮਾਲ ਕਰਦਾ ਸੀ। ਇਹ ਵਿਚਾਰ ਇੰਨਾ ਕ੍ਰਾਂਤੀਕਾਰੀ ਸੀ ਕਿ ਬਹੁਤ ਸਾਰੇ ਲੋਕਾਂ ਨੇ ਇਸਦੀ ਆਲੋਚਨਾ ਕੀਤੀ ਅਤੇ ਅਮਰੀਕੀ ਸੰਸਦ ਇਸ ਨੂੰ ਗ਼ੈਰ-ਕਾਨੂੰਨੀ ਕਰਣ ਤੋਂ ਸਿਰਫ਼ ਗਿਆਰਾਂ ਵੋਟ ਦੂਰ ਸੀ। ਲੇਕਨ ਇਹ ਅਰੰਭਕ ਸਾਲਾਂ ਵਿਚ ਬਚਣ

ਵਿਚ ਕਾਮਯਾਬ ਹੋਇਆ ਅਤੇ ਅੱਜ ਇਹ 3 ਫੀਸਦੀ ਤੋਂ ਵਧ ਅਮਰੀਕੀ ਰੀਟੇਲ ਵਿਕਰੀ ਲਈ ਜ਼ਿੰਮੇਵਾਰ ਹੈ ਅਤੇ ਸਾਰੀ ਦੁਨੀਆ ਵਿਚ ਵੱਧ ਫੁੱਲ ਰਿਹਾ ਹੈ। ਇਹਦੇ ਕੁੱਝ ਮਸ਼ਹੂਰ ਬਰਾਂਡਸ ਵਿਚ ਐਸ ਹਾਰਡਵੇਅਰ, ਸਬ ਵੇ ਅਤੇ ਜ਼ਾਹਰ ਹੈ, ਸਭ ਤੋਂ ਜ਼ਿਆਦਾ ਮਸ਼ਹੂਰ ਮੈਕਡੱਾਨਲਡਸ ਸ਼ਾਮਲ ਹੈ।

ਇਸ ਕ੍ਰਾਂਤੀਕਾਰੀ ਵਿਹਾਰਕ ਮੱਾਡਲ ਨੂੰ *ਫਰੈਂਚਾਇਜ਼ੀ* ਕਿਹਾ ਜਾਂਦਾ ਹੈ।

ਫਰੈਂਚਾਇਜ਼ੀ ਇਕ ਪ੍ਰਕਾਰ ਦਾ ਬਿਜ਼ਨਿਸ ਮੱਾਡਲ ਨੇਟਵਰਕ ਹੈ, ਜਿਸ ਵਿਚ ਬਹੁਤ ਸਾਰੇ ਕਾਰੋਬਾਰ ਮਾਲਕ ਇਕੋ ਹੀ ਬਲੂਪ੍ਰਿੰਟ ਮੁਤਾਬਕ ਕੰਮ ਕਰਦੇ ਹਨ। ਬਹੁਤ ਵਿਹਾਰਕ ਸੰਦਰਭਾਂ ਵਿਚ ਤੁਸੀਂ ਇਹ ਕਹਿ ਸਕਦੇ ਹੋ ਕਿ ਉਨ੍ਹਾਂ ਸਾਰਿਆਂ ਦੇ ਜੀਵਨ ਮੁੱਲ ਬਰਾਬਰ ਹੁੰਦੇ ਹਨ।

ਲੇਕਨ ਫਰੈਂਚਾਇਜ਼ੀ ਵਿਹਾਰਕ ਜਗਤ ਵਿਚ ਨੇਟਵਰਕ ਦੇ ਵਿਕਾਸ ਦੀ ਰਾਹ ਵਿਚ ਸਿਰਫ਼ ਇਕੋ ਪੈਂਡਾ ਸੀ। ਹੁਣ ਜੱਾਨ ਤੁਹਾਨੂੰ ਦੱਸਣਗੇ ਕਿ ਇਸ ਤੋਂ ਬਾਅਦ ਕੀ ਹੋਇਆ।

ਜੱਾਨ : ਰੱਾਬਰਟ ਨੇ ਸਹੀ ਕਿਹਾ ਹੈ। ਇਹ ਇਕ ਵੱਖਰੇ ਤਰੀਕੇ ਨਾਲ ਕਮੀਸ਼ਨ ਨੂੰ ਅਦਾ ਕਰਣ ਦਾ ਹੀ ਮਾਮਲਾ ਨਹੀਂ ਹੈ ਜਾਂ ਮਾਰਕੇਟਿੰਗ ਦੀ ਜ਼ਿੰਮੇਵਾਰੀ ਕਿਸੇ ਦੂਜੇ ਪੱਖ ਉੱਤੇ ਪਾਉਣ ਦੀ ਗੱਲ ਨਹੀਂ ਹੈ। ਇਹ ਦਰਅਸਲ ਕਾਰੋਬਾਰ ਨੂੰ ਦੇਖਣ ਦਾ ਇਕ ਬਿਲਕੁੱਲ ਹੀ ਜੁਦਾ ਢੰਗ ਹੈ– ਇਹੋ ਜਿਹਾ ਤਰੀਕਾ, ਜਿਹੜਾ ਵਿਆਪਕ ਵਿਗਿਆਪਨ ਨੀਤੀ ਰਾਹੀਂ ਉਦਯੋਗਕ ਜੁੱਗ ਦੀ ਅਰਥ ਵਿਵਸਥਾ ਨੂੰ ਪ੍ਰਦਰਸ਼ਤ ਨਹੀਂ ਕਰਦਾ, ਬਲਕਿ ਨੇਟਵਰਕ ਰਾਹੀਂ ਸੂਚਨਾ ਜੁੱਗ ਦੀ ਅਰਥ ਵਿਵਸਥਾ ਨੂੰ ਪ੍ਰਦਰਸ਼ਤ ਕਰਦਾ ਹੈ।

ਫ਼ਰੈਂਚਾਇਜ਼ਿੰਗ ਤੋਂ ਬਾਅਦ ਨੇਟਵਰਕਿੰਗ ਵਾਲੇ ਕਾਰੋਬਾਰਾਂ ਦੇ ਵਿਕਾਸ ਵਿਚ ਅਗਲਾ ਪੈਂਡਾ 1960 ਦੇ ਦਹਾਕੇ ਵਿਚ ਚੁੱਕਿਆ ਗਿਆ ਅਤੇ 1970 ਤੇ 1980 ਦੇ ਦਹਾਕਿਆਂ ਵਿਚ ਇਸਦੀ ਰਫ਼ਤਾਰ ਤੇਜ ਹੋ ਗਈ। ਫ਼ਰੈਂਚਾਇਜ਼ੀ ਕਾਰੋਬਾਰਾਂ ਦੇ ਨੇਟਵਰਕ ਦੀ ਬਜਾਇ ਇਹ ਮੱਾਡਲ ਫ਼ਰੈਂਚਾਇਜ਼ੀ *ਵਿਅਕਤੀਆਂ* ਦੇ ਨੇਟਵਰਕ ਰਾਹੀਂ ਵਿਕਸਤ ਹੋਇਆ। ਇਕ ਤਰ੍ਹਾਂ ਨਾਲ ਤੁਸੀਂ ਇਸ ਨੂੰ "ਵਿਅਕਤੀਗਤ ਫ਼ਰੈਂਚਾਇਜ਼ੀ" ਵੀ ਕਹਿ ਸਕਦੇ ਹੋ।

ਮੂਲ ਫ਼ਰੈਂਚਾਇਜ਼ੀ ਮੱਾਡਲ ਵਾਂਗ ਹੀ ਇਸ ਨਵੇਂ ਪ੍ਰਕਾਰ ਦੇ ਕਾਰੋਬਾਰ ਦੀ ਵੀ ਕਾਫੀ ਆਲੋਚਨਾ ਹੋਈ, ਲੇਕਨ ਆਲੋਚਨਾਵਾਂ ਦੇ ਬਾਵਜੂਦ ਇਹ ਆਪਣੇ ਅਸਤਿਤਵ ਨੂੰ ਬਚਾਉਣ ਅਤੇ ਸਰਿਧ ਹੋਣ ਵਿਚ ਕਾਮਯਾਬ ਹੋਇਆ।

ਇਸ ਮੱਾਡਲ ਨੂੰ ਨੇਟਵਰਕ ਮਾਰਕੇਟਿੰਗ ਕਿਹਾ ਜਾਂਦਾ ਹੈ।

ਰੱਾਬਰਟ : ਉਂਜ ਫ਼ਰੈਂਚਾਇਜ਼ੀ ਬਾਰੇ ਵਿਚ ਸੱਚਾਈ ਇਹ ਹੈ ਕਿ ਫ਼ਰੈਂਚਾਇਜ਼ੀ ਦਾ ਮਾਲਕ ਬਣਨ ਤੋਂ ਬਾਅਦ ਤੁਸੀਂ ਆਪ ਇਕ ਨੇਟਵਰਕ ਦਾ ਹਿੱਸਾ ਤਾਂ ਬਣ ਜਾਂਦੇ ਹੋ – ਲੇਕਨ ਉਸ ਨੇਟਵਰਕ ਦੇ ਮਾਲਕ ਨਹੀਂ ਬਣਦੇ; ਤੁਸੀਂ ਤਾਂ ਕੇਵਲ ਆਪਣੇ ਕਾਰੋਬਾਰ ਦੇ ਮਾਲਕ ਬਣਦੇ ਹੋ। ਦੂਜੇ ਪਾਸੇ, ਨੇਟਵਰਕ ਮਾਰਕੇਟਰ ਦੇ ਤੌਰ ਤੇ....

ਜੱਾਨ : ਨੇਟਵਰਕ ਮਾਰਕੇਟਰ ਦੇ ਤੌਰ ਤੇ ਤੁਸੀਂ ਨਾ ਸਿਰਫ਼ ਨੇਟਵਰਕ ਬਣਾਉਂਦੇ ਹੋ, ਬਲਕਿ ਤੁਸੀਂ ਦਰਅਸਲ ਆਪਣੇ ਆਪ ਦੇ ਨੇਟਵਰਕ ਦੇ ਮਾਲਕ ਵੀ ਹੁੰਦੇ ਹੋ। ਅਤੇ ਰੱਾਬਰਟ, ਜਿਵੇਂ ਤੁਸੀਂ ਕਹਿੰਦੇ ਹੋ, ਇਸ ਨਾਲ ਜ਼ਬਰਦਸਤ ਵਿੱਤੀ ਲੀਵਰੇਜ਼ ਹਾਸਲ

ਹੁੰਦਾ ਹੈ।

ਦੂਜੇ ਸ਼ਬਦਾਂ 'ਚ, ਬਤੌਰ ਨੇਟਵਰਕ ਮਾਰਕੇਟਰ ਤੁਹਾਨੂੰ ਮੈਟਕਾੱਫ ਦੇ ਨਿਯਮ ਦੀ ਸ਼ਕਤੀ ਨੂੰ ਵਰਤਣ ਦਾ ਮੌਕਾ ਮਿਲ ਜਾਂਦਾ ਹੈ।

ਕਿਵੇਂ, ਇਹ ਸਿਰਫ਼ ਨੇਟਵਰਕ ਮਾਰਕੇਟਿੰਗ ਕੰਪਨੀ ਨਾਲ ਜੁੜਨ ਮਾਤਰ ਨਾਲ ਹੀ ਨਹੀਂ ਹੋ ਜਾਂਦਾ। ਇਹ ਤਾਂ ਉਂਜ ਦੀ ਹੀ ਗੱਲ ਹੋ ਜਾਵੇਗੀ, ਜਿਵੇ ਸੰਸਾਰ ਵਿਚ ਕੇਵਲ ਤੁਹਾਡੇ ਕੋਲ ਹੀ ਟੈਲੀਫੋਨ ਹੋਵੇ। ਮੈਟਕਾੱਫ ਦੇ ਨਿਯਮ ਦੀ ਸ਼ਕਤੀ ਨੂੰ ਵਰਤਣ ਲਈ ਤੁਹਾਡੇ ਆਪਣੇ ਵਰਗੇ ਕਿਸੇ ਵਿਅਕਤੀ– ਕਿਸੇ ਸਾਂਝੀਦਾਰ– ਨੂੰ ਜੋੜ ਕੇ ਆਪਣੇ–ਆਪ ਨੂੰ ਬਹੁਗਿਣਤੀ ਕਰਣਾ ਪੈਂਦਾ ਹੈ। ਜਿਸ ਪਲ ਤੁਹਾਡੀ ਗਿਣਤੀ ਦੋ ਹੋ ਜਾਂਦੀ ਹੈ, ਤੁਹਾਡੇ ਨੇਟਵਰਕ ਦਾ ਆਰਥਕ ਮੁੱਲ ਤੇਜੀ ਨਾਲ ਵੱਧ ਕੇ ਚਾਰ ਹੋ ਜਾਂਦਾ ਹੈ। ਜਦ ਤੁਹਾਡੀ ਗਿਣਤੀ ਤਿੰਨ ਹੋ ਜਾਂਦੀ ਹੈ ਤਾਂ ਤੁਹਾਡੇ ਨੇਟਵਰਕ ਦਾ ਆਰਥਕ ਮੁੱਲ ਚਾਰ ਤੋਂ ਨੌ ਹੋ ਜਾਂਦਾ ਹੈ। ਤੁਸੀਂ ਜਿਹਨਾਂ ਦੋ ਲੋਕਾਂ ਨੂੰ ਜੋੜਿਆ ਹੈ, ਜਦੋਂ ਉਨ੍ਹਾਂ ਵਿਚੋਂ ਹਰੇਕ ਦੋ ਹੋਰ ਲੋਕਾਂ ਨੂੰ ਜੋੜ ਲੈਂਦਾ ਹੈ, ਤਾਂ ਤੁਹਾਡਾ ਨੇਟਵਰਕ ਉਸ ਰਾਕਟ ਵਾਂਗ ਦਿਖਣ ਲੱਗਦਾ ਹੈ, ਜਿਹੜਾ ਚੰਦਰਮਾ ਵੱਲ ਉਡਾਣ ਭਰਣ ਵਾਲਾ ਹੈ। ਤੁਸੀਂ ਗਣਿਤੀਅ ਤੌਰ ਤੇ ਕੰਮ ਕਰ ਰਹੇ ਹੁੰਦੇ ਹੋ, ਲੇਕਨ ਤੁਹਾਡਾ ਆਰਥਕ ਮੁੱਲ ਘਾਤ ਅੰਕ ਦੇ ਰੂਪ ਵਿਚ ਵਿਕਾਸ ਕਰਦਾ ਹੈ।

ਸੌਖੀ ਭਾਸ਼ਾ ਵਿਚ ਮੈਟਕਾੱਫ ਦੇ ਨਿਯਮ ਦਾ ਅਰਥ ਇਹ ਹੈ ਕਿ ਨੇਟਵਰਕ ਇਕ ਲੀਵਰ ਦੇ ਤੌਰ ਤੇ ਕੰਮ ਕਰਦਾ ਹੈ : ਇਹ ਤੁਹਾਨੂੰ ਆਪਣੇ ਸਮੇਂ ਅਤੇ ਯਤਨ ਦੀ *ਲੀਵਰੇਜਿੰਗ* ਕਰਣ ਦੀ ਮੰਜ਼ੂਰੀ ਦੇਂਦਾ ਹੈ।

ਲੀਵਰੇਜ਼ ਦਾ ਸਿਧਾਂਤ ਖੋਜਣ ਦਾ ਸਿਹਰਾ ਪ੍ਰਾਚੀਨ ਯੂਨਾਨ ਦੇ ਇੰਜੀਨੀਅਰ ਆਰਕਮਿਡੀਜ਼ ਨੂੰ ਦਿੱਤਾ ਜਾਂਦਾ ਹੈ। ਉਨ੍ਹਾਂ ਨੇ ਇਹ ਤਸਦੀਕ ਕੀਤੀ ਸੀ : "ਮੈਨੂੰ ਖੜੇ ਹੋਣ ਦੀ ਥਾਂ ਦੇ ਦਿਓ, ਤਾਂ ਮੈਂ ਦੁਨੀਆ ਨੂੰ ਹਿਲਾ ਸਕਦਾ ਹਾਂ।" ਲੀਵਰੇਜ਼ ਦੀ ਲਗਭਗ ਅਸੀਮ ਸ਼ਕਤੀ ਦਾ ਪ੍ਰਦਰਸ਼ਨ ਕਰਣ ਲਈ ਉਨ੍ਹਾਂ ਨੇ ਰੱਸੀਆਂ ਅਤੇ ਚਰਖੀਆਂ ਦਾ ਇਕ ਵਿਆਪਕ ਤੰਤਰ ਤਿਆਰ ਕੀਤਾ। ਇਸ ਤੋਂ ਬਾਅਦ ਰੱਸੀਆਂ ਦੇ ਇਸ ਵਿਸ਼ਾਲ ਜਾਲ ਨਾਲ ਯੂਨਾਨੀ ਲੜਾਕੂ ਜਹਾਜਾਂ ਦੇ ਪੂਰੇ ਬੇੜੇ ਨੂੰ ਬੰਨ੍ਹਿਆ। ਜਦ ਹਰ ਚੀਜ਼ ਤਿਆਰ ਹੋ ਗਈ ਅਤੇ ਇਕੱਤਰ ਭੀੜ ਵੀ ਸ਼ਾਂਤ ਹੋ ਗਈ, ਤਾਂ ਆਰਕਮਿਡੀਜ਼ ਨੇ ਲਕੱੜ ਦੇ ਇਕ ਲੱਠੇ ਨੂੰ ਫੜਕੇ ਉਸ ਨੂੰ ਪੂਰੀ ਤਾਕਤ ਨਾਲ ਖਿੱਚਿਆ– ਅਤੇ ਜਹਾਜਾਂ ਦਾ ਪੂਰਾ ਬੇੜਾ ਪਾਣੀ ਵਿਚ ਤਰਨ ਲੱਗਾ !

ਇਹੀ *ਨੇਟਵਰਕ ਦੀ* ਸ਼ਕਤੀ ਹੈ।

ਰੱਸੀਆਂ ਦੇ ਉਸ ਵਿਆਪਕ ਜਾਲ ਨਾਲ ਆਰਕਮਿਡੀਜ਼ ਨੇ ਇਕ ਇਹੋ ਜਿਹਾ ਕੰਮ ਕਰ

ਦਿਖਾਇਆ ਜਿਸ ਲਈ ਆਮ ਤੌਰ ਤੇ ਕਈ ਹਜ਼ਾਰ ਮਲਾਹਾਂ ਨੂੰ ਮਿਲ ਕੇ ਜੋਰ ਲਾਉਣਾ ਪੈਂਦਾ ਸੀ। ਅਤੇ ਰੱਸੀਆਂ ਦਾ ਉਹ ਜਾਲ ਆਖ਼ਰ ਕੀ *ਸੀ?* ਇਕ ਨੇਟਵਰਕ।

ਇਹੀ ਉਹ ਜ਼ਬਰਦਸਤ ਸ਼ਕਤੀ ਹੈ, ਜਿਸਦੀ ਬਦੌਲਤ ਅਫਵਾਹਾਂ ਇੰਨੀ ਤੇਜ਼ੀ ਨਾਲ ਫੈਲਦੀਆਂ ਹਨ : ਇਕ ਆਦਮੀ ਤਿੰਨ ਨੂੰ ਦੱਸਦਾ ਹੈ, ਜਿਹਨਾਂ ਵਿਚੋਂ ਹਰੇਕ ਹੋਰ ਤਿੰਨਾਂ ਨੂੰ ਦੱਸਦਾ ਹੈ, ਉਹ ਤਿੰਨਾਂ ਵਿਚੋਂ ਹਰੇਕ ਦੂਜਾ ਤਿੰਨਾਂ ਨੂੰ ਦੱਸਦਾ ਹੈ, ਅਤੇ ਬੜੀ ਛੇਤੀ ਹੀ ਉਹ ਗੱਲ ਸ਼ਹਿਰ ਦੇ ਹਰ ਵਿਅਕਤੀ ਨੂੰ ਪਤਾ ਚੱਲ ਜਾਂਦੀ ਹੈ। ਫ਼ੈਸ਼ਨ ਦੇ ਰੁਝਾਨ ਵੀ ਇਸੇ ਤਰ੍ਹਾਂ ਫੈਲਦੇ ਹਨ। ਅਤੇ ਇਹੀ ਨੇਟਵਰਕ ਮਾਰਕੇਟਿੰਗ ਕਾਰੋਬਾਰ ਦੀ ਬੁਨਿਆਦੀ ਰਣਨੀਤੀ ਵੀ ਹੈ : ਮੈਟਕਾੱਫ ਦੇ ਨਿਯਮ ਦੀ ਸ਼ਕਤੀ ਦਾ ਦੋਹਨ ਕਰਦੇ ਹੋਏ ਲੋਕਾਂ ਦੇ ਨੇਟਵਰਕ ਦੇ ਜ਼ਰੀਏ ਆਪਣੇ ਯਤਨਾਂ ਨੂੰ ਡੁਪਲੀਕੇਟ ਕਰਣਾ।

ਅੱਜ ਨੇਟਵਰਕ ਮਾਰਕੇਟਿੰਗ ਦੁਨੀਆ ਦੀ ਸਭ ਤੋਂ ਤੀਵਰ ਗਤੀ ਨਾਲ ਵਿਕਾਸ ਕਰਣ ਵਾਲੇ ਬਿਜ਼ਨਿਸ ਮੱਾਡਲਾਂ ਵਿਚੋਂ ਇਕ ਹੈ, ਬਹਰਹਾਲ, ਜ਼ਿਆਦਾਤਰ ਲੋਕਾਂ ਨੂੰ ਹੁਣ ਵੀ ਇਸਦਾ ਅਹਿਸਾਸ ਨਹੀਂ ਹੈ। ਕਿਉਂ ਨਹੀਂ? ਲੋਕ ਪ੍ਰੋਡਕਟਸ ਤਾਂ ਦੇਖ ਸਕਦੇ ਹਨ– ਘਰੇਲੂ ਉਪਯੋਗ ਜਾਂ ਸੇਹਤ ਸੰਬੰਧੀ ਪ੍ਰਾੱਡਕਟਸ ਹਾਂ ਟੈਲੀਕੱਾਮ, ਵਿੱਤੀ ਜਾਂ ਕਾਨੂੰਨੀ ਸੇਵਾਵਾਂ– ਲੇਕਨ ਉਨ੍ਹਾਂ ਇਹ ਅਹਿਸਾਸ ਨਹੀਂ ਹੁੰਦਾ ਕਿ ਇਹ ਦਰਅਸਲ ਕਾਰੋਬਾਰ ਨਹੀਂ ਹੈ। ਅਸਲ ਕਾਰੋਬਾਰ ਪ੍ਰਾੱਡਕਟ ਨਹੀਂ, ਉਹ ਨੇਟਵਰਕ ਹੈ, ਜਿਸਦੇ ਜਰੀਏ ਪ੍ਰਾੱਡਕਟ ਯਾਤਰਾ ਕਰਦਾ ਹੈ– ਐਡੀਸਨ ਦਾ ਬਿਜਲੀ ਦਾ ਬਲਬ ਨਹੀਂ, ਬਲਕਿ ਉਨ੍ਹਾਂ ਦੀ ਇਲੈਕਟਰਿਕ ਗਰਿਡ ਹੈ।

ਲੋਕ ਹੁਣ ਵੀ ਨੇਟਵਰਕ ਮਾਰਕੇਟਿੰਗ ਦੇ ਮੁੱਲ ਨੂੰ ਇਸ ਲਈ ਨਹੀਂ ਸਮਝ ਪਾਏ ਹਨ, ਕਿਉਂਕਿ ਇਹ *ਅਦਰਿਸ਼* ਹਨ : ਇਹ ਭੌਤਕ ਨਹੀਂ, ਵਿਹਾਰਕ ਹੈ। ਤੁਸੀਂ ਇਸ ਨੂੰ ਆਪਣੀ ਅੱਖਾਂ ਨਾਲ ਨਹੀਂ ਦੇਖ ਸਕਦੇ, ਕਿਉਂਕਿ ਦੇਖਣ ਲਈ ਜ਼ਿਆਦਾ ਕੁੱਝ ਹੈ ਵੀ ਨਹੀਂ। ਇਹ ਸੂਚਨਾ ਜੁੱਗ ਦਾ ਅਸਲੀ ਬਿਜ਼ਨਿਸ ਮੱਾਡਲ ਹੈ : ਇਸਦੇ ਮੁੱਲ ਨੂੰ ਸਮਝਣ ਲਈ ਅੱਖਾਂ ਖੋਲ੍ਹਣੀਆਂ ਹੀ ਕਾਫੀ ਨਹੀਂ ਹੈ, ਇਸ ਲਈ ਤਾਂ ਤੁਹਾਨੂੰ ਆਪਣੇ ਦਿਮਾਗ਼ ਨੂੰ ਖੋਲ੍ਹਣ ਦੀ ਜ਼ਰੂਰਤ ਹੈ। ਕੋਈ ਸੋਨੇ ਦੀ ਮੇਹਰਾਬ ਨਹੀਂ ਹੈ, ਕੋਈ ਹਰੀ ਜਲਪਰੀ ਨਹੀਂ ਹੈ, ਜਿਹੜੀ ਇਸ਼ਾਰਾ ਦੇ ਕੇ ਤੁਹਾਨੂੰ ਉਨ੍ਹਾਂ ਦੇ ਕਾਰੋਬਾਰ ਦੀ ਜਗ੍ਹਾਂ ਤੇ ਸੱਦਾ ਦੇਵੇ। ਨੇਟਵਰਕ ਮਾਰਕੇਟਿੰਗ ਕਾਰੋਬਾਰ ਦਾ ਧਮਾਕਾ ਸਾਰੇ ਸੰਸਾਰ ਵਿਚ ਹੋ ਚੁੱਕਿਆ ਹੈ, ਲੇਕਨ ਜਨਤਾ ਅਕਸਰ ਹੁਣ ਵੀ ਇਸ ਨੂੰ ਨਹੀਂ ਦੇਖ ਪਾਉਂਦੀ।

ਜਰਨਲ ਮੋਟਰਜ ਅਤੇ ਜਨਰਲ ਇਲੈਕਟਰਿਕ ਵਰਗੀਂ ਕੰਪਨੀਆਂ ਉਦਯੋਗਕ ਯੁੱਗ ਦੀਆਂ ਹਨ। ਮੈਕਡਾੱਨਲਡਸ, ਸਬ ਵੇ, ਦ ਯੂਪੀਐਸ ਸਟੋਰ, ਐਸ ਹਾਰਡਵੇਅਰ ਅਤੇ ਬਾਕੀ ਫ਼ਰੈਂਚਾਇਜ਼ੀ ਕੰਪਨੀਆਂ ਪਰਿਵਰਤਨਕਾਰੀ ਸਮੇਂ ਦੀਆਂ ਹਨ, ਜਿਹੜੀਆਂ ਉਦਯੋਗਕ ਯੁੱਗ ਤੋਂ ਸੂਚਨਾ ਯੁੱਗ ਦੇ ਪੁੱਲ ਦੇ ਤੌਰ ਤੇ ਉਭਰੀਆ। ਨੇਟਵਰਕ ਮਾਰਕੇਟਿੰਗ ਕਾਰੋਬਾਰ ਹੀ ਸੂਚਨਾ ਯੁੱਗ ਦਾ ਅਸਲ ਕਾਰੋਬਾਰ ਹੈ, ਕਿਉਂਕਿ ਇਸਦਾ ਸਾਰੋਕਾਰ ਜ਼ਮੀਨ ਅਤੇ ਕੱਚੇ ਮਾਲ, ਫੈਕਟਰੀਆਂ ਅਤੇ ਕਰਮਚਾਰੀਆਂ ਤੋਂ ਨਹੀਂ, ਬਲਕਿ ਖ਼ਾਲਸ ਜਾਣਕਾਰੀ ਨਾਲ ਹੈ।

ਨੇਟਵਰਕ ਮਾਰਕੇਟਰ ਦੇ ਤੌਰ ਤੇ ਤੁਸੀਂ ਇਹ ਸੋਚ ਸਕਦੇ ਹੋ ਕਿ ਤੁਹਾਡਾ ਕੰਮ ਕਿਸੇ ਪ੍ਰਾੱਡਕਟ ਦਾ ਪ੍ਰਦਰਸ਼ਨ ਕਰਣਾ ਤੇ ਵੇਚਣਾ ਹੈ। ਇੰਜ ਨਹੀਂ ਹੈ। ਤੁਹਾਡਾ ਕੰਮ ਤਾਂ ਸੂਚਨਾ ਦੇਣਾ, ਇਕ ਬੇਹਤਰੀਨ ਕਹਾਣੀ ਸੁਨਾਉਣਾ ਅਤੇ ਇਕ ਨੇਟਵਰਕ ਬਨਾਉਣਾ ਹੈ।

ਅਧਿਆਇ 13

ਸੰਪੱਤੀ # 5: ਇਕ ਪ੍ਰਤਿਰੂਪਣ ਅਤੇ ਬਹੁਪੱਧਰੀ ਕਾਰੋਬਾਰ

ਇਥੇ ਨੇਟਵਰਕ ਮਾਰਕੇਟਿੰਗ ਬਾਰੇ ਵਿਚ ਇਕ ਅਤਿ ਮਹੱਤਵਪੂਰਨ ਸੱਚਾਈ ਦੱਸੀ ਜਾ ਰਹੀ ਹੈ, ਜਿਸ ਨਾਲ ਤੁਹਾਨੂੰ ਹੈਰਾਨੀ ਹੋ ਸਕਦੀ ਹੈ : ਇਹ ਕਾਰੋਬਾਰ ਉਨ੍ਹਾਂ ਲੋਕਾਂ ਲਈ ਨਹੀਂ ਹੈ ਜਿਹੜੇ ਵੇਚਣ ਵਿਚ ਬਹੁਤ ਪ੍ਰਤਿਭਾਸ਼ਾਲੀ ਹੋਣ। ਮੈਂ ਕੁੱਝ ਅਧਿਆਇ ਪਹਿਲਾਂ ਵਾਇਦਾ ਕੀਤਾ ਸੀ ਕਿ ਜੱਾਨ ਇਸ ਬਾਰੇ ਜ਼ਿਆਦਾ ਗੱਲਾਂ ਦੱਸਣਗੇ ਅਤੇ ਹੁਣ ਉਹ ਸਮਾਂ ਆ ਚੁੱਕਿਆ ਹੈ।

ਰੱਾਬਰਟ : ਜੱਾਨ, ਕੀ ਤੁਸੀਂ ਮੇਰੀ ਗੱਲ ਨਾਲ ਸਹਿਮਤ ਹੋ ਕਿ ਇਹ ਜ਼ਰੂਰੀ ਨਹੀਂ ਹੈਂ ਕਿ ਸ਼ਰੇਸ਼ਠ ਪੈਦਾਇਸ਼ੀ ਸੈਲਜ਼ਪੀਪੁਲ ਨੇਟਵਰਕ ਮਾਰਕੇਟਿੰਗ ਵਿਚ ਸਭ ਤੋਂ ਜ਼ਿਆਦਾ ਸਫਲ ਹੋ ਪਾਉਣ?

ਜੱਾਨ : ਇਸ ਤੋਂ ਨਾ ਸਿਰਫ਼ ਮੈਂ ਪੂਰੀ ਤਰ੍ਹਾਂ ਸਹਿਮਤ ਹਾਂ, ਬਲਕਿ ਅਸਲ ਵਿਚ ਮੈਂ ਤਾਂ ਇੱਥੋ ਤੱਕ ਕਹਾਂਗਾ ਕਿ ਇਕ ਤਰ੍ਹਾਂ ਨਾਲ ਇਸਦੇ ਉਲਟ *ਸੱਚ* ਹੈ। ਨੇਟਵਰਕ ਮਾਰਕੇਟਿੰਗ ਵਿਚ ਸਫਲ ਹੋਣ ਲਈ ਕਿਸੇ "ਪੈਦਾਇਸ਼ੀ ਸੈਲਜ਼ਮੈਨ" ਨੂੰ ਅਕਸਰ ਪਹਿਲੀ ਚੀਜ਼ ਇਹ ਕਰਣੀ ਹੁੰਦੀ ਹੈ ਕਿ *ਉਹ ਵੇਚਣ ਬਾਰੇ ਹਰ ਉਹ ਚੀਜ਼ ਭੁੱਲ ਜਾਏ, ਜਿਹੜੀ ਉਹ ਜਾਣਦਾ ਹੈ।*

ਮੈਂ ਜਿੰਨੇ ਵੀ ਬੇਹੱਦ ਸਫਲ ਨੇਟਵਰਕ ਮਾਰਕੇਟਰਸ ਦੇਖੇ ਹਨ, – ਜਿਨ੍ਹਾਂ ਵਿਚੋਂ ਕਈ ਕੋਚ, ਮਾਂ, ਪਾਦਰੀ ਅਤੇ ਟੀਚਰ ਹਨ– ਉਨ੍ਹਾਂ ਨੂੰ ਕਹਾਣੀਆਂ ਸੁਨਾਉਣ ਅਤੇ ਦੂਜਿਆਂ ਦੀ ਮਦਦ ਕਰਣ ਵਿਚ ਵਾਕਈ ਮਜ਼ਾ ਆਉਂਦਾ ਹੈ। ਨੇਟਵਰਕ ਮਾਰਕੇਟਿੰਗ ਜਬਰਨ ਵੇਚਣ ਬਾਰੇ ਨਹੀਂ, ਬਲਕਿ ਜਾਣਕਾਰੀ ਦਾ ਲੈਣ–ਦੇਣ ਕਰਣ ਅਤੇ ਵਿਅਕਤੀਗਤ ਕਹਾਣੀਆਂ ਸੁਨਾਉਣ ਬਾਰੇ ਹੈ। ਇਹ ਇਸ ਕਾਰੋਬਾਰ ਵਿਚ ਆਪਣੇ ਵੱਲੋ ਲਿਆਏ ਗਏ ਲੋਕਾਂ ਦੀ ਸਫਲਤਾ ਦੀ *ਪਰਵਾਹ* ਕਰਣੀ ਵੀ ਹੈ।

ਉਂਜ ਇਹ ਚੰਗੀ ਗੱਲ ਹੈ, ਕਿਉਂਕਿ ਵੀਹ ਵਿਚੋਂ ਕੇਵਲ ਇਕ ਵਿਅਕਤੀ ਹੀ ਪੈਦਾਇਸ਼ੀ ਸੈਲਜ਼ਮੈਨ ਹੁੰਦਾ ਹੈ।

ਵਿਕਰੀ ਵਿਚ ਸਫਲਤਾ ਦੀ ਕੁੰਜੀ ਇਹ ਹੈ ਕਿ ਤੁਸੀਂ ਕੀ ਕਰ ਸਕਦੇ ਹੋ।

ਨੇਟਵਰਕ ਮਾਰਕੇਟਿੰਗ ਵਿਚ ਸਫਲਤਾ ਦੀ ਕੁੰਜੀ ਇਹ ਹੈ ਕਿ ਤੁਸੀਂ ਕਿੰਨਾ *ਦੁਹਰਾ* ਕਰ ਸਕਦੇ ਹੋ।

ਰੱਬਰਟ : ਕਈ ਵਾਰੀ ਜਦੋਂ ਮੈਂ ਕਹਿੰਦਾ ਹਾਂ ਕਿ ਇਹ ਕਾਰੋਬਾਰ ਵਿਕਰੀ ਬਾਰੇ ਨਹੀਂ ਹੈ, ਤਾਂ ਮੈਨੂੰ ਸ਼ੱਕੀ ਪ੍ਰਤਿਕਿਰਿਆ ਮਿਲਦੀ ਹੈ। "ਹਾਂ, ਲੇਕਨ ਕੀ ਤੁਸੀਂ ਲੋੜ ਤੋਂ ਵੱਧ ਡੂੰਘਿਆਈ ਵਿਚ ਨਹੀਂ ਜਾ ਰਹੇ ਹੋ? ਮੇਰਾ ਮਤਲਬ ਹੈ, ਭਾਵੇਂ ਤੁਸੀਂ ਇਸ ਨੂੰ *ਵੇਚਣਾ ਕਹਿ ਲਓ* ਜਾਂ *ਜਾਣਕਾਰੀ ਦਾ ਲੈਣ-ਦੇਣ ਕਰਨਾ*, ਗੱਲ ਤਾਂ ਉਹੀ ਹੈ। ਕੀ ਇਹ ਕਾਫੀ ਹੱਦ ਤਕ ਸ਼ਬਦ-ਜਾਲ ਨਹੀਂ ਹੈ?"

ਜੱਾਨ : ਨਹੀਂ, ਇਹ ਸ਼ਬਦਜਾਲ ਨਹੀਂ ਹੈ ਅਤੇ ਇਹ ਜ਼ਰੂਰਤ ਤੋਂ ਵੱਧ ਡੂੰਘਾ ਵੀ ਨਹੀਂ ਹੈ। ਅਤੇ ਇਹ ਦੂਹਰਾ ਜਾਂ ਨਕਲ ਹੀ ਸੈਲਜ਼ ਅਤੇ ਨੇਟਵਰਕ ਮਾਰਕੇਟਿੰਗ ਦੇ ਵਿਚਕਾਰਲਾ ਸਭ ਤੋਂ ਵੱਡਾ ਅੰਤਰ ਹੈ।

ਮੈਂ ਉਸ ਵਿਅਕਤੀ ਨੂੰ ਕਹਾਂਗਾ :

"ਜੇਕਰ ਤੁਸੀਂ ਇਕ ਕਮਾਲ ਦੇ, ਅਨੂਠੀ ਯੋਗਤਾ ਵਾਲੇ, ਸੁਪਰਸਟਾਰ ਸੈਲਜ਼ਪਰਸਨ ਹੋ, ਤਾਂ ਤੁਸੀਂ ਸੈਲਜ਼ ਵਿਚ ਬੇਹਤਰੀਨ ਕੈਰੀਅਰ ਬਣਾ ਸਕਦੇ ਹੋ- ਲੇਕਨ ਸ਼ਾਇਦ ਨੇਟਵਰਕ ਮਾਰਕੇਟਿੰਗ ਵਿਚ ਤੁਹਾਡੀ ਕਾਰਗੁਜ਼ਾਰੀ ਕਮਜ਼ੋਰ ਰਹੇ।"

ਕਿਉਂ? ਕਿਉਂਕਿ ਹਾਲਾਂਕਿ ਤੁਸੀਂ ਬਹੁਤ ਸਾਰੇ ਪ੍ਰੌਡਕਟਸ ਵੇਚ ਸਕਦੇ ਹੋ, *ਲੇਕਨ ਤੁਹਾਡੇ ਨੇਟਵਰਕ ਦੇ ਜ਼ਿਆਦਾਤਰ ਲੋਕ ਤੁਹਾਡੀ ਨਕਲ ਨਹੀਂ ਕਰ ਪਾਉਣਗੇ।* ਨਤੀਜਤਨ ਤੁਹਾਡਾ ਨੇਟਵਰਕ ਨਹੀਂ ਵੱਧ ਪਾਏਗਾ ਅਤੇ ਛੇਤੀ ਹੀ ਦਮ ਤੋੜ ਦੇਵੇਗਾ।

ਰੱਬਰਟ : ਕਿਉਂਕਿ ਤੁਸੀਂ ਬਚਪਨ ਵਿਚ ਹੀ ਇਸਦਾ ਸੰਘ ਘੁੱਟ ਦੇਂਦੇ ਹੋ।

ਜੱਾਨ : ਠੀਕ ਗੱਲ ਹੈ ਅਤੇ ਮੈਂ ਕਈ ਵਾਰ ਇੰਜ ਹੁੰਦਿਆ ਵੀ ਦੇਖਿਆ ਹੈ। ਮੈਂ ਆਮ ਕਰਕੇ ਦੇਖਿਆ ਹੈ ਕਿ ਨੇਟਵਰਕ ਮਾਰਕੇਟਿੰਗ ਵਿਚ ਜਦੋਂ ਪ੍ਰਤਿਭਾਸ਼ਾਲੀ ਤੇ ਰਚਨਾਤਮਕ ਲੋਕ ਸ਼ੁਰੂਆਤ ਕਰਦੇ ਹਨ, ਤਾਂ ਉਹ ਇੱਟ ਦੀ ਇਸ ਕੰਧ ਨਾਲ ਸਿਰ ਟਕਰਾ ਕੇ ਨਾਕਾਮ ਹੋ ਜਾਂਦੇ ਹਨ, ਕਿਉਂਕਿ ਉਹ ਸੋਚਦੇ ਹਨ ਕਿ ਆਪਣੀ ਅਨੂਠੀ ਪਰਵੀਣਤਾ, ਗੁਣਾਂ ਤੇ ਵਿਸ਼ੇਸ਼ ਯੋਗਤਾਵਾਂ ਦਾ ਇਸਤੇਮਾਲ ਕਰਣ ਨਾਲ ਹੀ ਉਹ ਸਫਲ ਹੋ ਸਕਦੇ ਹਨ। ਲੇਕਨ ਅਹਿਮ ਸਵਾਲ ਇਹ ਨਹੀਂ ਹੈ ਕਿ ਤੁਸੀਂ ਕੀ ਕਰ ਸਕਦੇ ਹੋ; ਸਵਾਲ ਤਾਂ ਇਹ ਹੈ ਕਿ ਤੁਸੀਂ ਕੀ ਕਰ ਸਕਦੇ ਹੋ ਅਤੇ ਫਿਰ *ਦੂਜੇ* ਵੀ ਕੀ ਕਰ ਸਕਦੇ ਹਨ।

ਮੈਂ ਕੰਪਨੀਆਂ ਨੂੰ ਵੀ ਇਹੀ ਗ਼ਲਤੀ ਕਰਦਿਆਂ ਦੇਖਿਆ ਹੈ। ਉਹ ਵਿਅਕਤੀਗਤ ਵਿਕਰੀ ਦੇ ਉੱਚ ਸਤਰਾਂ ਨੂੰ ਬੜਾ ਮਹੱਤਵ ਦੇਂਦੀਆਂ ਹਨ, ਲੇਕਨ ਹਰ ਇਕ ਨੂੰ ਇਹ ਦਿਖਾਉਣ ਤੇ ਜ਼ਿਆਦਾ ਜ਼ੋਰ ਨਹੀਂ ਦੇਂਦੀਆਂ ਕਿ ਉਹ ਆਪਣੇ ਯਤਨਾਂ ਨਾਲ ਦੂਜਿਆਂ ਰਾਹੀਂ ਇਸ ਨੂੰ ਬਹੁਗਣਤ ਕਿਵੇਂ ਕਰ ਸਕਦੇ ਹਨ। ਇਥੇ ਮੋਹਰੀ ਸੈਲਜ਼ਪਰਸਨ ਬਣਨ

ਦੀ ਯੋਗਤਾ ਨਹੀਂ, ਬਲਕਿ ਪਿੱਛਾ ਜਾਂ ਨਕਲ ਕਰਣ ਦੀ ਯੋਗਤਾ ਜਾਦੂਈ ਕੁੰਜੀ ਹੈ। ਜਦੋਂ ਤਾਂਈ ਨੇਟਵਰਕ ਮਾਰਕੇਟਿੰਗ ਕੰਪਨੀਆਂ ਇਸ ਗੱਲ ਨੂੰ ਸਪਸ਼ਟ ਨਹੀਂ ਕਰਦੀਆਂ, ਤਾਂ ਇਸ ਨਾਲ ਉਨ੍ਹਾਂ ਦਾ ਵਿਕਾਸ ਦਾ ਇੰਜਨ ਊਰਜਾਵਾਨ ਨਹੀਂ ਬਣ ਪਾਉਂਦਾ : ਯਾਨੀ ਉਹ ਲੋਕ ਜਿਹੜੇ ਆਪਣੇ-ਆਪ ਨੂੰ ਡੁਪਲੀਕੇਟ ਕਰਦੇ ਹਨ ਜਾਂ ਆਪਣੇ ਵਰਗੇ ਦੂਜੇ ਲੋਕਾਂ ਨੂੰ ਤਿਆਰ ਕਰਦੇ ਹਨ।

ਰੌਬਰਟ : ਇਹ ਮਨਮੋਹਣਾ ਹੈ, ਕਿਉਂਕਿ ਜਦੋਂ ਲੋਕ ਵੇਚਣ ਸਮੇਂ ਅਨੂਠੇ ਤਰੀਕਿਆਂ ਨੂੰ ਅਜ਼ਮਾਉਣ ਦੀ ਕੋਸ਼ਸ਼ ਕਰਦੇ ਹਨ, ਤਾਂ ਤੁਸੀਂ ਜਾਣਦੇ ਹੋ ਕਿ ਇਹ ਕੀ ਹੈ? ਇਹ ਤਾਂ ਐਸ ਕੁਆਡਰੈਂਟ ਵਾਲੇ ਵਿਅਕਤੀ ਦੀ ਸੋਚ ਹੁੰਦੀ ਹੈ- ਬੀ ਕੁਆਡਰੈਂਟ ਵਰਗੀਂ ਨਹੀਂ। ਐਸ ਕੁਆਡਰੈਂਟ ਵਿਚ ਰਹਿਣ ਵੇਲੇ ਬੇਸ਼ੱਕ ਪ੍ਰਤਿਭਾਸ਼ਾਲੀ, ਰਚਨਾਤਮਕ ਅਤੇ ਅਨੂਠੇ ਬਣੋ ! ਲੇਕਨ ਬੀ ਕੁਆਡਰੈਂਟ ਵਿਚ? ਉੱਥੇ ਤਾਂ ਇਹ ਮੌਤ ਦੀ ਚੁੰਮੀ ਹੈ।

ਹੈਨਰੀ ਫੋਰਡ ਨੇ ਆਪਣੇ ਕਰਮਚਾਰੀਆਂ ਦੀ ਅਨੂਠੀਆਂ ਯੋਗਤਾਵਾਂ ਤੇ ਪ੍ਰਤਿਭਾਵਾਂ ਦੇ ਨੇੜੇ-ਤੇੜੇ ਬਿਜ਼ਨਿਸ ਮੱਡਲ ਬਣਾ ਕੇ ਇਕ ਸਾਮਰਾਜ ਨਹੀਂ ਬਣਾਇਆ ਅਤੇ ਪਿਰਥਵੀਂ ਦਾ ਨਕਸ਼ਾ ਨਹੀਂ ਬਦਲਿਆ।

ਦੇਖੋਂ, ਉਹ ਆਪਣੀ ਕਾਰਾਂ ਨੂੰ ਹੱਥ ਨਾਲ ਬਨਾਉਣ ਲਈ ਮਜ਼ਦੂਰ *ਰੱਖ ਸਕਦੇ ਸਨ।* ਉਹ ਕਾਰਾਂ ਗਜ਼ਬ ਦੀਆਂ ਹੁੰਦੀਆਂ- ਅਤੇ ਸ਼ਾਇਦ ਉਹ ਸੈਂਕੜੇ ਕਾਰਾਂ ਵੇਚ ਵੀ ਸਕਦੇ ਸਨ। ਲੇਕਨ ਇਸਦੀ ਬਜਾਇ ਉਨ੍ਹਾਂ ਨੇ ਇਕ ਇਹੋ ਜਿਹਾ ਮੱਡਲ ਤਿਆਰ ਕੀਤਾ, ਜਿਸ ਵਿਚ ਸਧਾਰਨ ਲੋਕ ਆਪਣਾ ਸਮਾਂ ਅਤੇ ਯਤਨ ਲਾ ਸਕਣ ਅਤੇ ਵਿਆਪਕ ਪੈਮਾਨੇ ਉੱਤੇ ਕਰੋੜਾਂ ਕਾਰਾਂ ਬਣਾ ਸਕਣ।

ਫ਼ੋਰਡ ਨੇ ਬੀ ਕੁਆਡਰੈਂਟ ਵਿਚ ਰਹਿਣ ਵਾਲੇ ਵਿਅਕਤੀ ਵਾਂਗ ਸੋਚਿਆ।

ਜੱਾਨ : ਮੈਂ ਇੰਜ ਇਸ ਨੂੰ ਨਹੀਂ ਕਹਿੰਦਾ, ਲੇਕਨ ਮਾਮਲਾ ਬਿਲਕੁੱਲ ਇਹੀ ਹੈ। ਜੇਕਰ ਤੁਸੀਂ ਨੇਟਵਰਕ ਮਾਰਕੇਟਿੰਗ ਵਿਚ ਸਫਲ ਹੋਣਾ ਚਾਹੁੰਦੇ ਹੋ, ਤਾਂ *ਤੁਹਾਨੂੰ* ਇਸੇ ਤਰੀਕੇ ਨਾਲ ਸੋਚਣਾ ਹੁੰਦਾ ਹੈ।

ਇਕ ਵਾਰ ਫਿਰ, ਤੁਹਾਡੇ ਨੇਟਵਰਕ ਮਾਰਕੇਟਿੰਗ ਕਾਰੋਬਾਰ ਨੂੰ ਅਸਲੀ ਸ਼ਕਤੀ ਇਸ ਨਾਲ ਨਹੀਂ ਮਿਲਦੀ ਕਿ ਤੁਸੀਂ ਕੀ ਕਰ ਸਕਦੇ ਹੋ; ਬਲਕਿ ਇਸ ਗੱਲ ਨਾਲ ਮਿਲਦੀ ਹੈ ਕਿ ਤੁਸੀਂ ਕਿੰਨਾ ਪਿੱਛਾ *(ਡੁਪਲੀਕੇਟ)* ਕਰ ਸਕਦੇ ਹੋ। ਦੂਜੇ ਸ਼ਬਦਾਂ 'ਚ, ਤੁਸੀਂ ਆਪਣਾ ਕਾਰੋਬਾਰ ਇਹੋ ਜਿਹਾ ਬਨਾਉਣਾ ਚਾਹੁੰਦੇ ਹੋ, ਜਿਸਦੀ ਲਗਭਗ ਹਰ ਵਿਅਕਤੀ ਇਕਦਮ ਨਕਲ ਕਰ ਸਕੇ। ਕਿਉਂ? ਕਿਉਂਕਿ ਤੁਸੀਂ ਜੋ ਕਰਦੇ ਹੋ, ਉਸਦੀ ਦੂਜਿਆਂ ਰਾਹੀਂ ਨਕਲ ਕਰਾਉਣਾ ਹੀ ਤਾਂ ਉਹ ਕੰਮ ਹੈ, ਜਿਹੜਾ ਤੁਸੀਂ ਕਰਵਾਉਣਾ ਚਾਹੁੰਦੇ ਹੋ : ਜਿਹੜਾ ਤੁਹਾਨੂੰ ਕਰਵਾਉਣ ਦੀ *ਲੋੜ* ਹੈ। ਇਸੇ ਨਾਲ ਤੁਹਾਡੀ ਕਾਮਯਾਬੀ ਨਿਸ਼ਚਤ ਹੁੰਦੀ ਹੈ।

ਅਸੀਂ ਇਕ ਪਲ ਵਿਚ ਡੁਪਲੀਕੇਸ਼ਨ ਜਾਂ ਨਕਲ ਦੇ ਇਸ ਵਿਚਾਰ-ਵਟਾਂਦਰੇ ਨੂੰ ਅੱਗੇ ਵਧਾਵਾਂਗੇ ਲੇਕਨ ਉਸ ਤੋਂ ਪਹਿਲਾਂ ਮੈਂ *ਬਹੁਪੱਧਰੀ* ਸ਼ਬਦਾਵਲੀ ਬਾਰੇ ਥੋੜ੍ਹੀ ਜਹੀ ਗੱਲਬਾਤ ਕਰਣਾ ਚਾਹੁੰਦਾ ਹਾਂ।

ਅਸੀਮ ਬਹੁਪੱਧਰਤਾ ਲਈ ਸੂਚਨਾ ਦੇ ਸੰਧ

ਜੱਾਨ ਨੇ ਕਿਹਾ ਡੁਪਲੀਕੇਸ਼ਨ ਹੀ ਰਹੱਸ ਹੈ। ਇਸ ਨੂੰ ਕਹਿਣ ਦਾ ਇਕੋ ਹੀ ਤਰੀਕਾ ਇਹ ਹੈ : ਤੁਹਾਡੇ ਕਾਰੋਬਾਰ ਦੀ ਸ਼ਕਤੀ ਇਸਦੀ *ਬਹੁਪੱਧਰਤਾ* ਵਿਚ ਹੈ। *ਬਹੁਪੱਧਰੀ* ਕਾਰੋਬਾਰ ਉਹ ਹੁੰਦਾ ਹੈ, ਜਿਸ ਵਿਚ ਕਿਸੇ ਵੀ ਪੱਧਰ ਉੱਤੇ ਕੰਮ ਕੀਤਾ ਜਾ ਸਕਦਾ ਹੈ।

ਉਦਮੀਆਂ ਦੇ ਮਾਮਲੇ ਵਿਚ ਇਹ ਅਕਸਰ ਸਫਲਤਾ-ਜਾਂ-ਅਸਫਲਤਾ ਦਾ ਅਹਿਮ ਮੁੱਦਾ ਹੁੰਦਾ ਹੈ। ਦੁਨੀਆ ਵਿਚ ਇਹੋ ਜਿਹੇ ਕਈ ਸੰਭਾਵਤ ਉਦਮੀ ਭਰੇ ਪਏ ਹੋਏ ਹਨ, ਜਿਹੜੇ ਅਦਭੁੱਤ ਕਾਰੋਬਾਰ ਸਥਾਪਤ ਕਰ ਲੈਂਦੇ ਹਨ, ਜਦੋਂ ਤਕ ਕਿ ਉਹ ਇੰਨੇ ਨਿੱਕੇ ਪੈਮਾਨੇ 'ਤੇ ਚੱਲਣ ਕਿ ਉਹ ਵਿਅਕਤੀਗਤ ਤੌਰ ਤੇ ਕਾਰੋਬਾਰ ਦੇ ਹਰ ਪਹਿਲੂ ਨੂੰ ਨਿਯੰਤਰਤ ਕਰ ਸਕਣ। ਲੇਕਨ ਬੜੇ ਘੱਟ ਉਦਮੀ ਇਹ ਗੱਲ ਸਮਝ ਪਾਉਂਦੇ ਹਨ ਕਿ ਆਪਣੇ ਛੋਟੇ ਜਿਹੇ ਬਿਜ਼ਨਿਸ ਮੱਾਡਲ ਨੂੰ ਵੱਡਾ ਕਿਵੇਂ ਬਣਾਇਆ ਜਾਵੇ, ਤਾਂ ਜੁ *ਉਨ੍ਹਾਂ ਦੀ ਪਰਤੱਖ ਭਾਈਵਾਲਤਾ ਤੋਂ ਬਿਨਾ ਹੀ* ਕਾਰੋਬਾਰ ਵਾਰ-ਵਾਰ ਬਹੁਗੁਣਤ ਹੋ ਸਕੇ।

ਇਹੀ ਰੇ ਕਰਾੱਕ ਦੀ ਪਰਤਿਭਾ ਦਾ ਰਹੱਸ ਹੈ, ਜਿਸ ਨਾਲ ਉਨ੍ਹਾਂ ਮੈਕਡਾੱਨਲਡਸ ਚੈਨ ਬਣਾਈ। ਉਨ੍ਹਾਂ ਨੇ ਖ਼ਾਸ ਤੌਰ ਤੇ ਪਰਤਿਭਾਸ਼ਾਲੀ ਰੇਸਤਰਾਂ ਵਾਲਿਆਂ ਦਾ ਇਕ ਸ਼ਰੇਸ਼ਠ ਲੋਕਾਂ ਦਾ ਸਮੂਹ ਨਹੀਂ ਖੋਜਿਆਂ, ਜਿਨ੍ਹਾਂ ਵਿਚ ਉਨ੍ਹਾਂ ਬਹੁਤ ਸਾਰੇ ਰੇਸਤਰਾਂ ਨੂੰ ਚਲਾਉਣ ਦੀ ਉੱਚ-ਪੱਧਰੀ ਮਾਹਰਤਾ ਹੋਵੇ। ਇਸਦੀ ਬਜਾਇ, *ਉਨ੍ਹਾਂ ਨੇ ਇਕ ਇਹੋ ਜਿਹਾ ਤੰਤਰ ਬਣਾਇਆ, ਜਿਸ ਨਾਲ ਮਾਹਰਤਾ ਰੇਸਤਰਾਂ ਵਿਚ ਹੀ ਆ ਜਾਵੇ।*

ਇਹੀ ਕੰਮ ਸਮਾਰਟ ਨੇਟਵਰਕ ਮਾਰਕੇਟਿੰਗ ਕੰਪਨੀਆਂ ਨੇ ਕੀਤਾ ਹੈ। ਕੇਵਲ ਬੇਹੱਦ ਨਿਪੁੰਨ ਬੁਲਾਰਿਆਂ, ਪ੍ਰਸਤੁਤੀਆਂ ਦੇਣ ਵਾਲੇ ਤੇ ਸੈਲਜ਼ਪੀਪੁਲ ਨੂੰ ਨਿਯੁਕਤ ਕਰਣ ਦੀ ਕੋਸ਼ਸ਼ ਕਰਣ ਦੀ ਬਜਾਇ ਉਨ੍ਹਾਂ ਨੇ *ਸੂਚਨਾ ਸਾਧਨਾਂ* ਦੇ ਰੂਪ ਵਿਚ ਪ੍ਰਸਤੁਤਿ ਨੂੰ ਸ਼ੈਲੀ ਵਿਚ ਹੀ ਸਥਾਪਤ ਕਰ ਦਿੱਤਾ- ਅਤੇ ਜਿਵੇਂ ਜੱਾਨ ਸਪਸ਼ਟ ਕਰਦੇ ਹਨ, ਇਹ ਰਾਤੋਰਾਤ ਨਹੀਂ ਹੋਇਆ।

ਜੱਾਨ : ਨੇਟਵਰਕ ਮਾਰਕੇਟਿੰਗ ਦੇ ਅਰੰਭਕ ਦਿਨਾਂ ਵਿਚ ਇਸਦੇ ਮੈਂਬਰਾਂ ਦੇ ਸਾਹਮਣੇ ਇਕ ਗੰਭੀਰ ਚੁਣੌਤੀ ਆਈ : ਹਾਲਾਂਕਿ ਇਹ ਸੱਚ ਹੈ ਕਿ ਹਰ ਵਿਅਕਤੀ ਪ੍ਰਸਤੁਤਿ ਦੇਣਾ ਸਿਖ ਸਕਦਾ ਹੈ, ਲੇਕਨ ਇਹ ਸੱਚ ਨਹੀਂ ਹੈ ਕਿ ਹਰ ਵਿਅਕਤੀ *ਪ੍ਰਭਾਵੀ* ਪੇਸ਼ਕਸ਼ ਦੇ ਸਕਦਾ ਹੈ। ਇਸਦਾ ਮਤਲਬ ਸੀ ਕਿ ਸਿਧਾਂਤਕ ਤੌਰ ਤੇ ਤਾਂ "ਕੋਈ ਵੀ" ਇਸ ਕਾਰੋਬਾਰ ਵਿਚ ਸਫਲ ਹੋ ਸਕਦਾ ਸੀ, ਲੇਕਨ ਅਸਲ ਵਿਚ ਇੰਜ ਨਹੀਂ ਸੀ।

ਅਰੰਭਕ ਦਿਨਾਂ ਵਿਚ ਇਹ ਕਾਰੋਬਾਰ ਜ਼ਰੂਰ ਸੱਚਮੁੱਚ ਬੇਹਤਰੀਨ ਪੇਸ਼ਕਸ਼ ਦੇਣ ਵਾਲੇ ਲੋਕਾਂ ਤੇ ਨਿਰਭਰ ਰਿਹਾ ਅਤੇ ਇਸ ਨਾਲ ਸਫਲ ਹੋਣ ਦਾ ਇਕ ਬਹੁਤ ਵੱਡਾ ਹਿੱਸਾ ਇਹ ਸਿਖਣਾ ਸੀ ਕਿ ਬੇਹਤਰੀਨ ਪੇਸ਼ਕਸ਼ ਕਿਵੇਂ ਕੀਤੀ ਜਾਵੇ। ਲੇਕਨ ਸੈਲਿੰਗ ਦੀ ਤਰ੍ਹਾਂ ਹੀ ਪ੍ਰਭਾਵੀ ਅਤੇ ਪੇਸ਼ੇਵਰ ਪ੍ਰਸਤੁਤਿ ਦੇਣ ਵਿਚ ਵੀ ਬਹੁਤ ਘੱਟ ਲੋਕ ਨਿਪੁੰਨ ਹੋ ਪਾਉਂਦੇ ਸੀ। ਇਸ ਕਾਰਣ ਕਾਰੋਬਾਰ ਦੇ ਵੱਧਣ ਫੁੱਲਣ ਦੀ ਸਮਰੱਥਾ ਕਾਫੀ ਸੀਮਤ ਹੋਣ ਲੱਗੀ।

ਰੱਾਬਰਟ : ਅਤੇ ਇਥੇ ਹੀ ਪ੍ਰਸਤੁਤਿ ਦੇ ਸਾਧਨ ਫਰੇਮ ਵਿਚ ਆਉਂਦੇ ਹਨ।

ਜੱਾਨ : ਸਹੀ ਹੈ। ਸਾਲਾਂ ਪਹਿਲਾਂ, ਲੋਕਾਂ ਨੂੰ ਬਰੋਸ਼ਰਸ ਅਤੇ ਸੈਲਜ਼ ਬੁਕਸ ਰਾਹੀਂ ਇਸ ਨੂੰ

ਚਲਾਉਣ ਦੀ ਕੋਸ਼ਸ਼ ਕੀਤੀ ਸੀ ਅਤੇ ਉਹ ਕਾਫੀ ਹੱਦ ਤੱਕ ਕਾਮਯਾਬ ਵੀ ਹੋਏ। ਹਾਲਾਂਕਿ ਆਮ ਆਦਮੀ ਬੇਹਤਰੀਨ ਪੇਸ਼ਕਸ਼ ਤਾਂ ਨਹੀਂ ਦੇ ਸਕਦਾ ਸੀ, ਲੇਕਨ ਉਹ ਸੰਭਾਵਤ ਗਾਹਕ ਨੂੰ ਆਪਣਾ ਬਰੋਸ਼ਰ ਜਾਂ ਕੈਟੇਲਾੱਗ ਜ਼ਰੂਰ ਦਿਖਾ ਸਕਦਾ ਸੀ। ਉਂਜ ਬੁਕਲੈਟਸ ਤੇ ਬਰੋਸ਼ਰਸ ਇੰਨੇ ਰੋਚਕ ਨਹੀਂ ਸੀ ਹੁੰਦੇ ਕਿ ਉਹ ਕਿਸੇ ਦੀ ਰੁਚੀ ਨੂੰ ਉਸ ਤਰ੍ਹਾਂ ਜਾਗਰਤ ਕਰ ਦੇਣ, ਜਿਵੇਂ ਇਕ ਜ਼ਬਰਦਸਤ ਬੁਲਾਰੇ ਦੀ ਬੇਹਤਰੀਨ ਪੇਸ਼ਕਸ਼ ਜਗਾ ਸਕਦੀ ਹੈ।

ਉਂਜ ਪਿਛਲੇ ਕੁੱਝ ਦਹਾਕਿਆਂ ਦੀ ਪ੍ਰਸਤੁਤਿ ਦੀ ਤਕਨੀਕ ਵਿਚ ਬਾਰੀ ਬਦਲਾਅ ਆਏ ਹਨ। ਡਿਜਿਟਲ ਟੈਕਨਾਲੱਜੀ ਦੇ ਧਮਾਕੇ ਨਾਲ ਖੇਡ ਦੇ ਮੈਦਾਨ ਨੂੰ ਸਮਾਨ ਬਣਾ ਦਿੱਤਾ ਹੈ। ਡਿਜਿਟਲ ਟੂਲਸ– ਸੀਡੀ, ਡੀਵੀਡੀ ਅਤੇ ਆੱਨਲਾਇਨ ਮੀਡੀਆ– ਦੀ ਬਦੌਲਤ ਕਿਸੇ ਸਜੀਵ ਪ੍ਰਸਤੁਤਿ ਦੀ ਰੋਚਕਤਾ ਅਤੇ ਪ੍ਰਭਾਵੀ ਗੁਣਵੱਤਾ ਦਾ ਦੁਬਾਰਾ ਦੋਹਨ ਕਰਣਾ ਹੁਣ ਸੰਭਵ ਹੋ ਗਿਆ ਹੈ।

ਰੱਾਬਰਟ, ਮੈਨੂੰ ਇਹ ਗੱਲ ਦਿਲਚਸਪ ਲੱਗਦੀ ਹੈ ਕਿ ਤੁਸੀਂ ਇਸ ਪੁਸਤਕ ਦਾ ਸਿਰਲੇਖ *21ਵੀਂ ਸਦੀ ਦਾ ਕਾਰੋਬਾਰ* ਰੱਖਿਆ ਹੈ। ਹਾਲਾਂਕਿ ਇਹ ਕਾਰੋਬਾਰ ਕਈ ਦਹਾਕਿਆਂ ਤੋਂ ਚੱਲਦਾ ਆ ਰਿਹਾ ਹੈ, ਲੇਕਨ ਬਹੁਤ ਵਾਸਤਵਕ ਅਰਥਾਂ ਵਿਚ ਇਹ ਬਿਜ਼ਨਿਸ ਮਾੱਡਲ ਇਸੇ ਸਮੇਂ ਆਪਣੀ ਸੱਚੀ ਸੰਭਾਵਨਾ ਤੱਕ ਪਹੁੰਚ ਰਿਹਾ ਹੈ– ਅਤੇ ਇਸਦਾ ਇਕ ਕਾਰਣ ਉਹ ਵੀ ਹੈ, ਜਿਸਦੇ ਸੰਦਰਭ ਵਿਚ ਅਸੀਂ ਗੱਲ ਕਰ ਰਹੇ ਹਾਂ।

ਅੱਜ ਜਦ ਤੁਸੀਂ ਆਪਣਾ ਖ਼ੁਦ ਦਾ ਨੇਟਵਰਕ ਮਾਰਕੇਟਿੰਗ ਕਾਰੋਬਾਰ ਸ਼ੁਰੂ ਕਰਦੇ ਹੋ, ਤਾਂ ਤੁਹਾਨੂੰ ਕੋਈ ਲੌਕਕ ਬੁਲਾਰੇ *ਹੋਣ ਦੀ ਲੋੜ* ਨਹੀਂ ਹੈ। ਇੰਜ ਬਣਨ ਦੀ ਕੋਸ਼ਸ਼ ਅਸਲ ਵਿਚ ਤੁਹਾਨੂੰ ਨੁਕਸਾਨ ਪਹੁੰਚਾ ਸਕਦੀ ਹੈ, ਕਿਉਂਕਿ ਮੈਂ ਫਿਰ ਕਹਿੰਦਾ ਹਾਂ ਕਿ ਇਹ ਬਹੁਤ ਮਾਹਰਤਾਪੂਰਨ ਯੋਗਤਾ ਹੈ, ਇਸਲਈ ਇਸਦਾ ਵਿਆਪਕ ਪਿੱਛਾ ਜਾਂ ਨਕਲ ਸੰਭਵ ਨਹੀਂ ਹੈ।

ਇਸਲਈ ਤੁਸੀਂ ਖ਼ੁਦ ਨੂੰ ਵਿਸ਼ੇਸ਼ੱਗ ਬੁਲਾਰਾ ਬਣਨ ਤੇ ਅਨੂਠੀ ਪ੍ਰਸਤੁਤਿ ਦੇਣ ਲਈ ਸਿਖਿਅਤ ਨਹੀਂ ਕਰਦੇ, ਬਲਕਿ ਉਨ੍ਹਾਂ ਬਿਜ਼ਨਿਸ ਟੂਲਸ ਦਾ ਇਸਤੇਮਾਲ ਕਰਦੇ ਹੋ ਜਿਹੜੀ ਤੁਹਾਡੀ ਕੰਪਨੀ ਨੇ *ਤੁਹਾਨੂੰ ਪ੍ਰਸਤੁਤ ਦੇਣ ਲਈ ਦਿੱਤੇ ਹਨ।*

ਇਹੀ ਨਹੀਂ, ਇਹਨਾਂ ਬਿਜ਼ਨਿਸ ਟੂਲਸ ਦੀ ਲਾਗਤ ਕਾਫੀ ਘੱਟ ਹੁੰਦੀ ਹੈ, ਇਸਲਈ ਵੀ ਕਿਉਂਕਿ ਉਨ੍ਹਾਂ ਨੂੰ ਸਸਤਾ *ਬਨਾਉਣਾ* ਕੰਪਨੀਆਂ ਦੇ ਹਿੱਤ ਵਿਚ ਹੁੰਦਾ ਹੈ, ਅਤੇ ਇਸ ਲਈ ਵੀ, ਕਿਉਂਕਿ ਟੈਕਨਾਲੱਜੀ ਦੇ ਕਾਰਣ ਉਹ ਇਹ ਸੰਭਵ ਹੋ ਗਿਆ ਹੈ।

ਘੱਟ ਲਾਗਤ, ਉੱਚ ਗੁਣਵੱਤਾ ਦੀ ਸੀਡੀਜ਼, ਡੀਵੀਡੀਜ਼ ਅਤੇ ਆੱਨਲਾਇਨ ਪ੍ਰਸਤੁਤਿਆਂ– ਉੱਚ ਗੁਣਵੱਤਾ ਦੇ ਲਾਇਵ ਆਡਿਓ ਤੇ ਵੀਡੀਓ– ਨੇ ਸੱਚਮੁੱਚ ਪ੍ਰਜਾਤੰਤਰਕ ਅਤੇ *ਬਹੁਪੱਧਰੀ* ਨੇਟਵਰਕ ਮਾਰਕੇਟਿੰਗ ਕਾਰੋਬਾਰ ਦੇ ਸੁਫਨੇ ਨੂੰ ਸੰਭਵ ਬਣਾ ਦਿਤਾ ਹੈ। ਇਹ ਇਕ ਇਹੋ ਜਿਹਾ ਬਿਜ਼ਨਿਸ ਮਾੱਡਲ ਬਣ ਗਿਆ ਹੈ, ਜਿਸਦੀ ਬਦੌਲਤ ਕਰੋੜਾਂ ਲੋਕਾਂ ਨੂੰ ਸ਼ਾਮਲ ਹੋਣ ਅਤੇ ਉੱਤਮ ਬਣਨ ਦਾ ਅਵਸਰ ਮਿਲਦਾ ਹੈ।

ਕੀ ਤੁਹਾਨੂੰ ਅਹਿਸਾਸ ਹੈ ਕਿ ਇਸਦਾ ਕੀ ਮਤਲਬ ਹੈ? ਇਸਦਾ ਮਤਲਬ ਹੈ ਕਿ ਜਦੋਂ

ਤੁਸੀਂ ਆਪਣਾ ਨੇਟਵਰਕ ਮਾਰਕੇਟਿੰਗ ਕਾਰੋਬਾਰ ਬਨਾਉਂਦੇ ਹਾਂ, ਤਾਂ ਤੁਸੀਂ ਇਕ ਬਹੁਪੱਧਰੀ ਸੰਪੱਤੀ ਬਣਾ ਰਹੇ ਹੋ। ਸੌਖੀ ਭਾਸ਼ਾ ਵਿਚ ਇਸਦਾ ਅਰਥ ਇਹ ਹੈ ਕਿ ਤੁਸੀਂ ਆਪਣੇ ਕਾਰੋਬਾਰ ਨੂੰ ਜਿੰਨਾ ਚਾਹੇ, ਉੱਨਾ ਵਧਾ ਸਕਦੇ ਹੋ।

ਉਂਜ ਅੱਗੇ ਜਾਣ ਤੋਂ ਪਹਿਲਾਂ ਮੈਨੂੰ ਇਕ ਵਾਰ ਫਿਰ ਖਲਨਾਇਕ ਦੀ ਭੂਮਿਕਾ ਨਿਭਾਉਣਦੀ ਹੋਵੇਗੀ।

ਰੌਬਰਟ : ਜੌਨ, ਮੈਂ ਤੁਹਾਡੇ ਕੋਲੋਂ ਉਹ ਸਵਾਲ ਪੁੱਛਦਾ ਹਾਂ, ਜਿਹੜਾ ਮੈਂ ਕੁਝ ਸੰਦੇਹਵਾਦੀਆਂ ਨੂੰ ਪੁੱਛਦਿਆਂ ਸੁਣਿਆ ਹੈ, ਜਦੋਂ ਉਹ ਨਕਲ ਕਰਣ ਬਾਰੇ 'ਚ ਇਸ ਨੁਕਤੇ ਨੂੰ ਸੁਣਦੇ ਹਨ :

"ਜੇਕਰ ਤੁਹਾਨੂੰ ਸੱਚਮੁੱਚ ਮੋਹਰੀ ਸੈਲਜ਼ਪਰਸਨ ਬਣਨ ਦੀ ਲੋੜ ਨਹੀਂ ਹੈ ਅਤੇ ਤੁਹਾਨੂੰ ਮਾਹਰ ਬੁਲਾਰਾ ਜਾਂ ਪ੍ਰਸਤੁਤਿ ਦੇਣ ਵਾਲਾ ਬਣਨ ਦੀ ਵੀ ਲੋੜ ਨਹੀਂ ਹੈ, ਤਾਂ ਫਿਰ ਤੁਹਾਨੂੰ ਕੀ ਕਰਣਾ ਹੈ? ਕੰਪਨੀ ਨੂੰ ਤੁਹਾਡੀ ਲੋੜ ਹੀ ਕਿਉਂ ਹੈ?"

ਜੌਨ : ਤੁਹਾਡੇ ਨੇਟਵਰਕ ਕਾਰਣ। ਇਸਲਈ ਇਸ ਨੂੰ ਨੇਟਵਰਕ ਮਾਰਕੇਟਿੰਗ ਕਿਹਾ ਜਾਂਦਾ ਹੈ, ਇਸੇਲਈ ਕੰਪਨੀ ਨੂੰ ਤੁਹਾਡੀ ਲੋੜ ਹੈ – ਇਸੇਲਈ ਉਹ ਤੁਹਾਨੂੰ ਭੁਗਤਾਨ ਕਰਦੀ ਹੈ।

ਨੇਟਵਰਕ ਮਾਰਕੇਟਰ ਦੇ ਤੌਰ ਤੇ ਤੁਹਾਡਾ ਕੰਮ ਇਹ ਹੁੰਦਾ ਹੈ ਕਿ ਤੁਸੀਂ ਲੋਕਾਂ ਨਾਲ ਸੰਪਰਕ ਕਰੋ; ਉਨ੍ਹਾਂ ਨੂੰ ਉਹਨਾਂ ਪ੍ਰੌਡਕਟਸ ਦਾ ਅਨੁਭਵ ਲੈਣ ਲਈ ਸੱਦਾ ਦਿਓ, ਜਿਨ੍ਹਾਂ ਬਾਰੇ ਤੁਸੀਂ

ਸੱਦਾ ਦਿਓ
ਪ੍ਰਸਤੁਤਿ ਦਿਓ
ਦੁਬਾਰਾ ਸੰਪਰਕ ਕਰੋ
ਸਿਖਿਅਤ ਕਰੋ

ਰੋਮਾਂਚਤ ਹੋ; ਉਨ੍ਹਾਂ ਨੂੰ ਆਪਣੇ ਕੋਲ ਮੌਜੂਦ ਜਾਣਕਾਰੀ ਦੱਸੋ, ਅਤੇ ਫਿਰ ਉਨ੍ਹਾਂ ਨਾਲ ਦੁਬਾਰਾ ਸੰਪਰਕ ਕਰੋ। ਜਦੋਂ ਉਹ ਇਸ ਕਾਰ–ਵਿਹਾਰ ਵਿਚ ਤੁਹਾਡੇ ਨਾਲ ਜੁੜਨ ਦਾ ਨਿਰਣਾ ਕਰ ਲੈਣ, ਤਦੋਂ ਤੁਸੀਂ ਉਨ੍ਹਾਂ ਨੂੰ ਉਤਸਾਹ ਨਾਲ ਆਪਣੇ ਅਨੁਭਵ ਦੱਸਦੇ ਹੋ ਅਤੇ ਤੁਸੀਂ ਜੋ ਸਿਖਿਆ ਹੈ, ਉਹ ਸਿਖਣ ਵਿਚ ਉਨ੍ਹਾਂ ਦੀ ਮਦਦ ਕਰਦੇ ਹੋ। ਇਕ ਵਾਰ ਫਿਰ, ਇੱਥੇ ਵੀ ਇਹੋ ਜਿਹੇ ਡਿਜਿਟਲ ਟੂਲਸ ਹਨ, ਜਿਹੜੇ ਸਿਖਲਾਈ ਦੀ ਮਾਹਰਤਾ ਅਤੇ ਬਹੁਤ ਸਾਰੇ ਬੋਝੇ ਨੂੰ ਤੁਹਾਡੇ ਮੋਢਿਆਂ ਤੋਂ ਹਟਾ ਦਿੰਦਾ ਹੈ।

ਤੁਹਾਡਾ ਕੰਮ ਸੰਬੰਧ ਬਨਾਉਣਾ ਹੈ, ਗੱਲਬਾਤ ਕਰਣਾ ਹੈ, ਸੰਭਾਵਨਾਵਾਂ ਨੂੰ ਟਟੋਲਣਾ ਹੈ, ਲੋਕਾਂ ਨਾਲ ਜਾਣ–ਪਛਾਣ ਵਧਾਉਣਾ ਹੈ ਅਤੇ ਇਸ ਸਮਝਾਉਣ ਵਿਚ ਉਨ੍ਹਾਂ ਦੀ ਮਦਦ ਕਰਣਾ ਹੈ ਕਿ ਇਹ ਵਪਾਰ ਕਿਸ ਬਾਰੇ ਹੈ।

ਤਾਂ ਇਸ ਕਾਰ–ਵਿਹਾਰ ਦੇ ਕੁੱਝ ਹਿੱਸੇ ਹਨ, ਜਿਥੇ ਇਕ ਔਜਾਰ ਤੁਹਾਡੇ ਕੋਲੋਂ ਬੇਹਤਰ ਕੰਮ ਕਰ ਸਕਦਾ ਹੈ : ਇਹ ਪੇਸ਼ਕਸ਼ ਹੈ ਅਤੇ ਕੁੱਝ ਹੱਦ ਤੱਕ ਸਿਖਲਾਈ। ਲੇਕਨ ਕੁੱਝ ਇਹੋ ਜਿਹੇ ਵੀ ਹਨ, ਜਿਨ੍ਹਾਂ ਨੂੰ ਸਿਰਫ਼ ਤੁਸੀਂ ਹੀ ਅਨੂਠੇ ਢੰਗ ਨਾਲ ਕਰ ਸਕਦੇ ਹੋ, ਜਿਵੇਂ ਲੋਕਾਂ ਨਾਲ ਜੁੜਨ

ਵਾਲਾ ਹਿਸਾ।

ਇਹ ਬੁਨਿਆਦੀ ਵਿਚਾਰ ਇਹ ਹੈ : ਨੇਟਵਰਕ ਮਾਰਕੇਟਿੰਗ ਵਿਚ *ਤੁਸੀਂ ਸੰਦੇਸ਼ ਨਹੀਂ, ਸੰਦੇਸ਼ਵਾਹਕ ਹੁੰਦੇ ਹੋ।*

ਉਹ ਦਿਨ ਲੱਦ ਗਏ, ਜਦੋਂ ਤੁਸੀਂ ਸੈਂਪਲ ਦੇਣ ਲਈ ਆਪਣੀ ਗੱਡੀ ਵਿਚ ਪ੍ਰੋਡਕਟਸ ਦਾ ਭਾਰੀ ਪੈਕ ਲੱਦੇ-ਲੱਦੇ ਘੁੰਮਦੇ ਸੀ, ਆਪਣੇ ਲਿਵਿੰਗ ਰੂਮ ਵਿਚ ਪੂਰਾ ਰਿਟੇਲ ਸਟੋਰ ਸਜਾ ਲੈਂਦੇ ਸੀ ਜਾਂ ਪ੍ਰੋਡਕਟਸ ਦੀ ਵਿਸ਼ੇਸ਼ਤਾਵਾਂ ਅਤੇ ਆਰਥਕ ਆਂਕੜਿਆਂ ਦੀ ਲੰਮੀਆਂ ਸੂਚੀਆਂ ਰੱਟਦੇ ਸੀ। *ਇਹ 21ਵੀਂ ਸਦੀ ਹੈ।* ਅੱਜ ਦੀ ਨੇਟਵਰਕ ਮਾਰਕੇਟਿੰਗ ਵਿਚ ਇਹ ਸਾਰਾ ਕੰਮ ਇਲੈਕਟਰਾਨਿਕ ਸਾਧਨਾ ਨਾਲ ਹੋ ਜਾਂਦਾ ਹੈ। ਤੁਹਾਡਾ ਕੰਮ ਤਾਂ ਸਿਰਫ਼ ਸੰਪਰਕ ਕਰਣਾ ਅਤੇ ਸੱਦਾ ਦੇ ਕੇ ਬੁਲਾਉਣਾ ਹੈ।

ਉਂਜ, ਇਸਦਾ ਇਹ ਮਤਲਬ ਨਹੀਂ ਹੈ ਕਿ ਤੁਹਾਨੂੰ ਯੋਗ ਬਣਨ ਦੀ ਲੋੜ ਨਹੀਂ ਹੈ। ਬਿਲਕੁੱਲ ਹੈ। ਤੁਹਾਨੂੰ ਉਹ ਯੋਗਤਾਵਾਂ ਵਿਕਸਤ ਕਰਣ ਦੀ ਲੋੜ ਹੈ, ਜਿਨ੍ਹਾਂ ਨੂੰ ਅਸੀਂ ਸੰਪੱਤੀ #1 ਦੇ ਹਿੱਸੇ ਦੇ ਤੌਰ ਤੇ ਦੇਖਿਆ ਹੈ : ਆਤਮਵਿਸ਼ਵਾਸ ਪਾਉਣ, ਅਸਵੀਕਿਰਤੀ ਝੱਲਣ, ਸੰਵਾਦ ਕਰਣ, ਬੇਹਤਰੀਨ ਕਹਾਣੀ ਸੁਨਾਉਣ ਵਾਲਾ ਬਣਨ, ਲੋਕਾਂ ਦੀ ਪਰਵਾਹ ਕਰਣ, ਲੋਕਾਂ ਨੂੰ ਸਿਖਾਉਣ ਅਤੇ ਬਾਕੀ ਹੋਰ ਯੋਗਤਾਵਾਂ।

ਲੇਕਨ ਇਹ ਇਹੋ ਜਹੀਆਂ ਯੋਗਤਾਵਾਂ ਹਨ, ਜਿਹੜੀ ਹਰ ਇਕ ਲਈ ਮੌਜੂਦ ਹਨ। ਜੇਕਰ ਤੁਸੀਂ ਕਦੇ ਕਿਸੇ ਸੱਕਰ ਲੀਗ, ਪੀਟੀਏ ਸਮੂਹ ਜਾਂ ਚੈਸ ਕਲੱਬ ਨੂੰ ਬਨਾਉਣ ਵਿਚ ਮਦਦ ਕੀਤੀ ਹੈ ਜਾਂ ਕਿਸੇ ਰਾਜਨੀਤਕ ਮੁਹਿੰਮ ਜਾਂ ਚਰਚ ਕਮੇਟੀ ਦੇ ਮੈਂਬਰ ਰਹੇ ਹੋ, ਕਦੇ ਲਿਟਿਲ ਲੀਗ ਨੂੰ ਕੋਚਿੰਗ ਦਿਤੀ ਹੋਵੇ ਜਾਂ ਆਪਣਾ ਖ਼ੁਦ ਦਾ ਬੈਂਡ ਬਣਾਇਆ ਹੋਵੇ, ਤਾਂ ਤੁਸੀਂ ਜਾਣਦੇ ਹੋ ਕਿ ਨੇਟਵਰਕ ਬਨਾਉਣਾ ਕਿਵੇਂ ਹੁੰਦਾ ਹੈ।

ਤੁਸੀਂ ਜੋ ਕਰਦੇ ਹੋ, ਉਸਦੀ ਨਕਲ ਲਈ ਤੁਹਾਨੂੰ ਬੇਹੱਦ ਯੋਗ ਸੈਲਜ਼ਪੀਪੁਲ ਦੀ ਲੋੜ ਨਹੀਂ ਹੁੰਦੀ। ਤੁਹਾਨੂੰ ਤਾਂ ਇਹੋ ਜਿਹੇ ਲੋਕਾਂ ਦੀ ਲੋੜ ਹੁੰਦੀ ਹੈ, ਜਿਹੜੇ ਬੁਨਿਆਦੀ ਵਿਹਾਰਕ ਅਤੇ ਸੰਵਾਦ ਯੋਗਤਾਵਾਂ ਸਿੱਖਣ ਦੇ ਚਾਹਵੰਦ ਹੋਣ ਅਤੇ ਉਹ ਆਪ ਸੰਕਲਪਵਾਨ, ਉਦਮੀ ਅਤੇ ਟੀਮ-ਨਿਰਮਾਤਾਵਾਂ ਦੇ ਰੂਪ ਵਿਚ ਵਿਕਾਸ ਕਰਣਾ ਚਾਹੁੰਦੇ ਹੋਣ।

ਸੰਸਾਰ ਵਿਚ ਬਹੁਤ ਘੱਟ ਲੋਕ ਵੇਚਣ ਵਿਚ ਸੱਚਮੁੱਚ ਹੀ ਨਿਪੁੰਨ ਹੁੰਦੇ ਹਨ। ਲੇਕਨ ਵਿਹਾਰਕ ਨਜ਼ਰੀਏ ਨਾਲ ਕੋਈ ਵੀ ਨੇਟਵਰਕਿੰਗ, ਕੋਚਿੰਗ ਅਤੇ ਟੀਮ ਬਨਾਉਣ ਵਿਚ ਨਿਪੁੰਨ ਬਣ ਸਕਦਾ ਹੈ। ਇਸਦਾ ਮਤਲਬ ਹੈ ਕਿ ਨੇਟਵਰਕ ਮਾਰਕੇਟਿੰਗ ਦਾ ਕਾਰੋਬਾਰ ਤੁਹਾਡੇ ਕਰੋੜਾਂ ਗੁਆਂਢੀਆਂ ਲਈ ਖੁੱਲ੍ਹਿਆ ਹੋਇਆ ਹੈ। ਇਸਦਾ ਮਤਲਬ ਹੈ ਕਿ ਤੁਹਾਡੇ ਕੋਲ ਇਕ ਪ੍ਰਤਿਰੂਪਣ ਅਤੇ ਬਹੁਪੱਧਰੀ ਕਾਰੋਬਾਰ ਹੈ। ਜਦ ਤੁਸੀਂ ਆਪਣੇ ਨੇਟਵਰਕ ਨੂੰ ਵਧਾ ਕੇ ਪੰਜ ਅਤੇ ਪੰਜਾਹ ਲੋਕਾਂ ਤੱਕ ਕਰ ਲੈਂਦੇ ਹੋ, ਤਾ ਤੁਸੀਂ ਉਹਨਾਂ ਬੁਨਿਆਦੀ ਯੋਗਤਾਵਾਂ ਵਿਚ ਮਾਹਰ ਹੋ ਜਾਂਦੇ ਹੋ, ਜਿਹਨਾਂ ਦੀ ਲੋੜ ਤੁਹਾਨੂੰ ਇਸ ਨੂੰ ਵਧਾ ਕੇ ਪੰਜ ਸੌ, ਪੰਜ ਹਜਾਰ ਅਤੇ ਇਸ ਤੋਂ ਵੀ ਅੱਗੇ ਤੱਕ ਲੈ ਜਾਣ ਲਈ ਹੁੰਦੀ ਹੈ।

ਅਤੇ ਇਸ ਨਾਲ ਅਸੀਂ *ਅਗਵਾਈ* ਉੱਤੇ ਪਹੁੰਚ ਜਾਂਦੇ ਹਾਂ।

ਅਧਿਆਇ 14

ਸੰਪੱਤੀ # 6: ਅਤੁੱਲ ਅਗਵਾਈ ਯੋਗਤਾਵਾਂ

ਜਦੋਂ ਮੈਂ ਪਹਿਲੇ-ਪਹਿਲ ਨੇਟਵਰਕ ਮਾਰਕੇਟਿੰਗ ਦੇ ਸੰਸਾਰ ਉੱਤੇ ਸ਼ੋਧ ਕਰ ਰਿਹਾ ਸੀ, ਤਾਂ ਉਸ ਦੌਰਾਨ ਮੈਂ ਕਈ ਮੀਟਿੰਗਸ ਅਤੇ ਪ੍ਰੋਗਰਾਮਾਂ ਵਿਚ ਗਿਆ, ਜਿੱਥੇ ਮੈਂ ਦਰਜਨਾਂ ਲੋਕਾਂ ਨੂੰ ਖੜ੍ਹੇ ਹੋ ਕੇ ਬੋਲਦੇ ਸੁਣਿਆ ਅਤੇ ਦੂਜਿਆਂ ਨੂੰ ਉਨ੍ਹਾਂ ਦੀ ਵਿਅਕਤੀਗਤ ਮਹਾਨਤਾ ਖੋਜਣ ਲਈ ਪ੍ਰੇਰਤ ਕਰਦੇ ਦੇਖਿਆ।

ਇਹਨਾਂ ਲੋਕਾਂ ਨੇ ਸਿਫ਼ਰ ਤੋਂ ਸ਼ੁਰੂਆਤ ਕਰਣ ਦੀ ਆਪਣੀਆਂ ਕਹਾਣੀਆਂ ਦੱਸੀਆਂ ਕਿ ਕਿਵੇਂ ਉਹ ਆਖ਼ਰਕਾਰ ਆਪਣੇ ਸਭ ਤੋਂ ਉੱਚੇ ਸੁਫਨਿਆਂ ਤੋਂ ਵੀ ਜ਼ਿਆਦਾ ਦੌਲਤਮੰਦ ਬਣੇ। ਇਹ ਸੁਣ ਕੇ ਮੈਨੂੰ ਅਹਿਸਾਸ ਹੋਇਆ ਕਿ ਇਹ ਕਾਰੋਬਾਰ ਉਨ੍ਹਾਂ ਲੋਕਾਂ ਲਈ ਬਿਲਕੁੱਲ ਉਹੀ ਕਰ ਰਿਹਾ ਹੈ, ਜਿਹੜਾ ਮੇਰੇ ਅਮੀਰ ਡੈਡੀ ਨੇ ਮੈਨੂੰ ਕਰਣ ਨੂੰ ਕਿਹਾ ਸੀ : ਇਹ ਉਨ੍ਹਾਂ ਨੂੰ ਕਾਰੋਬਾਰੀ ਸਿਧਾਂਤ ਹੀ ਨਹੀਂ ਸਿਖਾ ਰਿਹਾ ਸੀ; ਇਹ ਤਾਂ ਉਨ੍ਹਾਂ ਨੂੰ ਲੀਡਰਸ ਦੇ ਰੂਪ ਵਿਚ ਢਾਲ ਰਿਹਾ ਸੀ।

ਹਾਲਾਂਕਿ ਉਹ ਢੇਰ ਸਾਰੇ ਪੈਸਿਆਂ ਦੀ ਗੱਲ ਕਰ ਰਹੇ ਸਨ, ਲੇਕਨ ਇਹ ਲੋਕ ਦਰਅਸਲ ਦੂਜਿਆਂ ਨੂੰ ਉਨ੍ਹਾਂ ਦੇ ਖੋਲ ਤੋਂ ਬਾਹਰ ਨਿਕਲਣ, ਆਪਣੇ ਭੈ ਤੋਂ ਪਾਰ ਜਾ ਕੇ ਆਪਣੇ ਸੁਫਨਿਆਂ ਦਾ ਪਿੱਛਾ ਕਰਣ ਲਈ ਪ੍ਰੇਰਤ ਕਰ ਰਹੇ ਸਨ। ਇਹਨਾਂ ਲਈ ਇਹ ਜ਼ਰੂਰੀ ਸੀ ਕਿ ਬੁਲਾਰੇ ਕੋਲ ਅਗਵਾਈ ਸੰਬੰਧੀ ਯੋਗਤਾਵਾਂ ਹੋਣ। ਅਗਵਾਈ ਦੀ ਲੋੜ ਇਸਲਈ ਪੈਂਦੀ ਹੈ, ਕਿਉਂਕਿ ਭਲੇ ਹੀ ਕਈ ਲੋਕ *ਸੁਫਨੇ*, *ਪਰਿਵਾਰ ਨਾਲ ਜ਼ਿਆਦਾ ਸਮਾਂ ਵਤੀਤ ਕਰਣ*ਅਤੇ *ਸੁਤੰਤਰਤਾ*ਵਰਗੇ ਘਿਸੇ-ਪਿਟੇ ਸ਼ਬਦ ਦੁਹਰਾਉਂਦੇ ਰਹਿੰਦੇ ਹਨ, ਲੇਕਨ ਬਹੁਤ ਘੱਟ ਲੋਕ ਇੰਨਾ ਵਿਸ਼ਵਾਸ ਅਤੇ ਪ੍ਰੇਰਣਾ ਜਗਾ ਪਾਉਂਦੇ ਹਨ ਕਿ ਦੂਜੇ ਉਨਾਂ ਸ਼ਬਦਾਂ ਦਾ ਪਿੱਛਾ ਕਰਣ ਲੱਗਣ।

ਅਗਵਾਈ ਹੀ ਉਹ ਸ਼ਕਤੀ ਹੈ, ਜਿਹੜੀ ਸਾਰੀਆਂ ਚੀਜ਼ਾਂ ਨੂੰ ਇਕ ਨਾਲ ਜੋੜਦੀ ਹੈ। ਅਗਵਾਈ ਹੀ ਉਹ ਸ਼ਕਤੀ ਹੈ, ਜਿਸਦੀ ਬਦੌਲਤ ਕੋਈ ਕਾਰੋਬਾਰ ਬੇਹਤਰੀਨ ਬਣਦਾ ਹੈ।

ਇਹ ਸਹੀ ਸ਼ਬਦਾਂ ਨੂੰ ਰਟਣ ਤੇ ਉਨ੍ਹਾਂ ਨੂੰ ਦੁਹਰਾਉਣ ਦਾ ਮਾਮਲਾ ਨਹੀਂ ਹੈ। ਇਹ ਤਾਂ ਸ਼ਬਦਾਂ ਰਾਹੀਂ ਦੂਜਿਆਂ ਦੇ ਦਿਲਾਂ ਤਕ ਸਿੱਧੇ ਪੁੱਜਣ ਦੀ ਯੋਗਤਾ ਵਿਕਸਤ ਕਰਨਾ ਹੈ। ਇਹ ਇਕ ਇਹੋ ਜਿਹਾ ਗੁਣ ਹੈ, ਜਿਹੜਾ ਸ਼ਬਦਾਂ ਤੋਂ ਪਰੇ ਹੁੰਦਾ ਹੈ। ਇਹ ਅਸਲੀਅਤ ਵਿਚ ਅਗਵਾਈ ਹੈ।

ਤੁਸੀਂ ਸੋਚ ਸਕਦੇ ਹੋ ਕਿ ਅਗਵਾਈ ਯੋਗਤਾਵਾਂ ਸੰਪੱਤੀ # 1 "ਅਸਲੀ ਦੁਨੀਆ ਦੀ ਵਿਹਾਰਕ ਸਿਖਿਆ" ਜਾਂ ਸੰਪੱਤੀ # 2 "ਵਿਅਕਤੀਗਤ ਵਿਕਾਸ ਦਾ ਲਾਹੇਵੰਦ ਰਾਹ" ਦੇ ਹਿੱਸੇ ਵਿਚ ਸ਼ਾਮਲ ਹੋਣਾ ਚਾਹੀਦਾ ਸੀ। ਤਾਰਕਕ ਗੱਲ ਹੈ; ਤੁਸੀਂ ਦੋਵੇਂ ਹੀ ਪੱਖਾਂ ਵਿਚ ਦਲੀਲ ਦੇ ਸਕਦੇ ਹੋ। ਲੇਕਨ ਸੱਚਾਈ ਇਹ ਹੈ ਕਿ ਅਗਵਾਈ ਦੀ ਸਮਰੱਥਾ ਇਹੋ ਜਹੀਆਂ ਯੋਗਤਾਵਾਂ ਦਾ ਇੰਨਾ ਮੁੱਲਵਾਨ, ਇੰਨਾ ਸ਼ਕਤੀਸ਼ਾਲੀ ਅਤੇ ਇੰਨਾ ਦੁਰਲੱਭ ਸਮੂਹ ਹੈ ਕਿ ਇਹ ਆਪਣੇ ਆਪ ਵਿਚ ਇਕ ਅਸਲ ਸੰਪੱਤੀ ਹੈ ਅਤੇ ਇਕ ਵੱਖਰਾ ਅਧਿਆਇ ਦੀ ਹਕਦਾਰ ਹੈ।

ਸਾਰੀਆਂ ਹੋਰ ਵਿਹਾਰਕ ਯੋਗਤਾਵਾਂ ਮਹੱਤਵਪੂਰਨ ਹੁੰਦੀਆਂ ਹਨ। ਲੇਕਨ ਅਗਵਾਈ ਹੀ ਉਹ ਸ਼ਕਤੀ ਹੈ, ਜਿਹੜੀ ਸਾਰੀਆਂ ਚੀਜ਼ਾਂ ਨੂੰ ਨਾਲ ਜੋੜਦੀ ਹੈ। ਅਗਵਾਈ ਹੀ ਉਹ ਸ਼ਕਤੀ ਹੈ, ਜਿਸਦੀ ਬਦੌਲਤ ਕੋਈ ਕਾਰੋਬਾਰ ਬੇਹਤਰੀਨ ਬਣਦਾ ਹੈ।

ਸ਼ਬਦਾਂ ਨੂੰ ਸਿੱਧੇ ਦਿਲ ਤਾਂਈ ਪਹੁੰਚਾਉਣਾ

ਮੈਂ 50 ਤੇ 60 ਦੇ ਦਹਾਕੇ ਵਿਚ ਵੱਡਾ ਹੋਇਆ ਸੀ। ਉਸ ਵਕਤ ਜਾੱਨ ਐਫ਼ ਕੈਨੇਡੀ ਉਨ੍ਹਾਂ ਮਹਾਨਤਮ ਬੁਲਾਰਿਆਂ ਵਿਚੋਂ ਇਕ ਸਨ, ਜਿਨ੍ਹਾਂ ਨੂੰ ਮੈਂ ਸੁਣਿਆ ਸੀ। ਜਦੋਂ ਮਈ 1961 ਵਿਚ ਉਨ੍ਹਾਂ ਨੇ ਅਮਰੀਕਾ ਨੂੰ ਦੱਸਿਆ ਕਿ ਅਸੀਂ *ਇਕ ਦਹਾਕੇ ਦੇ ਅੰਦਰ* ਇਨਸਾਨ ਨੂੰ ਚੰਦਰਮਾ ਤੱਕ ਪਹੁੰਚਾਉਣ ਵਾਲੇ ਹਾਂ, ਤਾਂ ਸਾਡੇ ਵਿਗਿਆਨਕਾਂ ਨੂੰ ਦਰਅਸਲ ਜ਼ਰਾ ਵੀ ਪਤਾ ਨਹੀਂ ਸੀ ਕਿ ਅਸੀਂ ਇੰਨਾ ਵੱਡਾ ਕੰਮ ਕਿਵੇਂ ਕਰ ਸਕਾਂਗੇ। ਇਹ ਤਾਂਘ ਤੋਂ ਪਰੇ ਸੀ; ਇਹ ਤਾਂ ਅਕਲਪਤ ਸੀ। ਲੇਕਨ ਇਸਦੇ ਬਾਵਜੂਦ ਅਸੀਂ ਇਹ ਕਰ ਦਿਖਾਇਆ। ਹਾਲਾਂਕਿ ਤਿੰਨ ਸਾਲ ਦੇ ਅੰਦਰ ਹੀ ਕੈਨੇਡੀ ਦੀ ਹਤਿਆ ਹੋ ਗਈ, ਲੇਕਨ ਉਨ੍ਹਾਂ ਦੀ ਅਗਵਾਈ ਇੰਨੀ ਪ੍ਰਬਲ ਅਤੇ ਸ਼ਕਤੀਸ਼ਾਲੀ ਸੀ ਕਿ ਉਨ੍ਹਾਂ ਦਾ ਸੁਫਨਾ ਉਨ੍ਹਾਂ ਦੀ ਮੌਤ ਤੋਂ ਬਾਅਦ ਵੀ ਕਾਇਮ ਰਿਹਾ। ਉਨ੍ਹਾਂ ਦੀ ਹਤਿਆ ਦੇ ਬਾਵਜੂਦ, ਵਿਅਤਨਾਮ ਦੀ ਆਫ਼ਤ ਦੇ ਬਾਵਜੂਦ, ਦੇਸ਼ ਵਿਚ ਦੰਗਿਆ ਅਤੇ ਮਤਭਿੰਨਤਾ ਦੇ ਬਾਵਜੂਦ, ਅਤੇ ਕੈਨੇਡੀ ਦੇ ਉਪਰਾਸ਼ਟ੍ਰਪਤੀ ਤੋਂ ਬਾਅਦ ਉਨ੍ਹਾਂ ਦਾ ਸਾਬਕਾ ਵਿਰੋਧੀ ਰਿਚਰਡ ਨਿਕਸਨ ਦੇ 1968 ਵਿਚ ਰਾਸ਼ਟ੍ਰਪਤੀ ਬਣਨ ਦੇ ਬਾਵਜੂਦ ਅਸੀਂ ਕੀ ਕੀਤਾ?

ਅਸੀਂ 1969 ਵਿਚ ਇਨਸਾਨ ਨੂੰ ਚੰਦਰਮਾ ਉੱਤੇ ਪਹੁੰਚਾ ਦਿੱਤਾ– ਨਿਸ਼ਚਤ ਤੌਰ ਤੇ *ਇਕ ਦਹਾਕੇ ਦੇ ਅੰਦਰ।*

ਇਹੀ ਅਗਵਾਈ ਹੈ : ਤੁਹਾਡੇ ਦੱਸੇ ਗਏ ਸੁਫਨੇ ਦੀ ਪ੍ਰਬਲ ਸ਼ਕਤੀ ਰਾਹੀਂ ਕੰਮ ਕਰਵਾਉਣ ਦੀ ਸ਼ਕਤੀ। ਸੱਚੇ ਲੀਡਰਸ ਪਹਾੜ ਵੀ ਹਿਲਾ ਸਕਦੇ ਹਨ।

ਪੈਸਾ ਸਭ ਤੋਂ ਵਧੀਆ ਪ੍ਰੱਡਕਟਸ ਜਾਂ ਸੇਵਾ ਵਾਲੇ ਕਾਰੋਬਾਰ ਵੱਲ ਆਕਰਸ਼ਤ ਨਹੀਂ ਹੁੰਦਾ। ਇਹ ਤਾਂ ਸਭ ਤੋਂ ਚੰਗੇ ਲੀਡਰਸ ਵਾਲੇ ਕਾਰੋਬਾਰ ਵੱਲ ਹੀ ਪ੍ਰਵਾਹਤ ਹੁੰਦਾ ਹੈ।

ਵਿਅਤਨਾਮ ਵਿਚ ਮੈਂ ਖੋਜਿਆ ਕਿ ਮਹਾਨ ਲੀਡਰਸ ਸਖ਼ਤ ਨਹੀਂ ਸਨ, ਜਿਹੜੇ ਚੀਕਦੇ ਹੋਣ ਜਾਂ ਹੋਰਾਂ ਨੂੰ ਅਪਮਾਨਤ ਕਰਦੇ ਹੋਣ। ਮੈਂ ਜਾਣਿਆ ਕਿ ਜੰਗ ਦੀ ਗਰਮੀ ਵਿਚ ਵੀ ਮਹਾਨ, ਸਾਹਸੀ ਲੀਡਰਸ ਆਮ ਤੌਰ ਉੱਤੇ ਸ਼ਾਂਤ ਰਹਿੰਦੇ ਸਨ, ਲੇਕਨ ਜਦੋਂ ਵੀ ਉਹ ਬੋਲਦੇ ਸਨ, ਤਾਂ ਉਨ੍ਹਾਂ ਦੇ ਸ਼ਬਦ ਸਾਡੇ ਦਿਲਾਂ ਅਤੇ ਆਤਮਾਵਾਂ ਤਕ ਪਹੁੰਚ ਜਾਂਦੇ ਸਨ।

ਸਾਰੇ ਮਹਾਨ ਲੀਡਰਸ ਮਹਾਨ ਕਹਾਣੀਕਾਰ ਸਨ, ਜਿਹੜੇ ਆਪਣੇ ਸੁਫਨਿਆਂ ਨੂੰ ਇੰਨੇ ਸਜੀਵ ਤਰੀਕੇ ਨਾਲ ਸੰਚਾਰਤ ਕਰ ਸਕਦੇ ਸਨ ਕਿ ਬਾਕੀ ਲੋਕ ਵੀ ਉਸਦੀ ਸਾਕਾਰ ਤਸਵੀਰ ਦੇਖ ਲੈਂਦੇ ਸਨ। ਈਸਾ ਮਸੀਹ, ਬੁੱਧ, ਮਦਰ ਟੇਰੇਸਾ, ਗਾਂਧੀ, ਮੁਹੰਮਦ ਨੂੰ ਦੇਖੋ। ਉਹ ਸਾਰੇ ਮਹਾਨ ਲੀਡਰਸ ਸਨ, ਜਿਸਦਾ ਅਰਥ ਹੈ ਕਿ ਉਹ ਮਹਾਨ ਕਹਾਣੀਕਾਰ ਸਨ।

ਪੈਸਾ ਸਭ ਤੋਂ ਵਧੀਆ ਪ੍ਰੋਡਕਟਸ ਜਾਂ ਸੇਵਾ ਵਾਲੇ ਕਾਰੋਬਾਰ ਵੱਲ ਆਕਰਸ਼ਤ ਨਹੀਂ ਹੁੰਦਾ। ਇਹ ਤਾਂ ਸਭ ਤੋਂ ਚੰਗੇ ਲੀਡਰਸ ਵਾਲੇ ਕਾਰੋਬਾਰ ਵੱਲ ਪ੍ਰਵਾਹਤ ਹੁੰਦਾ ਹੈ। ਜਿਹੜਾ ਕਾਰੋਬਾਰ ਆਪਣੀ ਕਹਾਣੀ ਦੱਸਣ ਦਾ ਤਰੀਕਾ ਭੁੱਲ ਗਿਆ ਹੈ, ਉਸਦਾ ਧੰਧਾ ਵੀ ਛੇਤੀ ਹੀ ਚੌਪਟਹੋ ਜਾਂਦਾ ਹੈ, ਭਲੇ ਹੀ ਉਸਦੇ ਕੋਲ ਟਨਾਂ ਸਮਾਨ ਪਿਆ ਹੋਵੇ। ਜਦੋਂ ਮੈਂ ਕੋਈ ਇਹੋ ਜਹੀ ਕੰਪਨੀ ਦੇਖਦਾ ਹਾਂ, ਜਿਹੜੀ ਆਰਥਕ ਤੌਰ ਤੇ ਸੰਘਰਸ਼ ਕਰ ਰਹੀ ਹੈ, ਤਾਂ ਇਹੋ ਜਿਹਾ ਅਕਸਰ ਇਸਲਈ ਹੁੰਦਾ ਹੈ, ਕਿਉਂਕਿ ਉਸਦਾ ਲੀਡਰ ਕੰਪਨੀ ਦੇ ਸੁਫਨੇ ਨੂੰ ਸੰਚਾਰਤ ਨਹੀਂ ਕਰ ਪਾਉਂਦਾ– ਉਹ ਕਹਾਣੀ ਨਹੀਂ ਦੱਸ ਪਾਉਂਦਾ। ਉਹ ਲੀਡਰ ਸਮਾਰਟ ਤਾਂ ਹੋ ਸਕਦਾ ਹੈ, ਲੇਕਨ ਸੰਚਾਰਣ ਦੇ ਮਾਮਲੇ ਵਿਚ ਕਮਜ਼ੋਰ ਹੁੰਦਾ ਹੈ।

ਬੀ ਕੁਆਡਰੈਂਟ ਲਈ ਤੁਹਾਨੂੰ ਅਗਵਾਈ ਦੀ ਜਿਹੜੀਆਂ ਯੋਗਤਾਵਾਂ ਦੀ ਲੋੜ ਹੁੰਦੀ ਹੈ, ਉਹ ਉਨ੍ਹਾਂ ਪ੍ਰਬੰਧਨ ਯੋਗਤਾਵਾਂ ਤੋਂ ਬਹੁਤ ਜੁਦਾ ਹੁੰਦੀ ਹੈ, ਜਿਨ੍ਹਾਂ ਦੀ ਤੁਹਾਨੂੰ ਈ ਅਤੇ ਐਸ ਕੁਆਡਰੈਂਟਸ ਵਿਚ ਸਾਰਿਆਂ ਤੋਂ ਵੱਧ ਲੋੜ ਹੁੰਦੀ ਹੈ। ਮੈਨੂੰ ਗ਼ਲਤ ਨਾ ਸਮਝਿਓ : ਪ੍ਰਬੰਧਨ ਦੀ ਯੋਗਤਾਵਾਂ ਮਹੱਤਵਪੂਰਨ ਹਨ, ਲੇਕਨ ਪ੍ਰਬੰਧਨ ਅਤੇ ਅਗਵਾਈ ਦੀ ਯੋਗਤਾਵਾਂ ਵਿਚ ਬੜਾ ਫ਼ਰਕ ਹੁੰਦਾ ਹੈ। ਜ਼ਰੂਰੀ ਨਹੀਂ ਹੈ ਕਿ ਮੈਨੇਜ਼ਰਸ ਲੀਡਰ ਹੋਣ ਅਤੇ ਇਹ ਵੀ ਜ਼ਰੂਰੀ ਨਹੀਂ ਹੈ ਕਿ ਲੀਡਰਸ ਮੈਨੇਜ਼ਰ ਹੋਣ।

ਮੈਂ ਐਸ ਕੁਆਡਰੈਂਟ ਦੇ ਕਈ ਮਾਹਰਾਂ ਜਾਂ ਛੋਟੇ ਕਾਰੋਬਾਰ ਮਾਲਕਾਂ ਨਾਲ ਮਿਲਦਾ ਹਾਂ, ਜਿਹੜੇ ਆਪਣੇ ਕਾਰੋਬਾਰ ਦਾ ਵਿਸਤਾਰ ਤਾਂ ਕਰਣਾ ਚਾਹੁੰਦੇ ਹਨ, ਲੇਕਨ ਇਕੋ ਕਾਰਣ ਕਰਕੇ ਇੰਜ ਨਹੀਂ ਕਰ ਪਾਉਂਦੇ। ਉਨ੍ਹਾਂ ਵਿਚ ਅਗਵਾਈ ਕਰਣ ਦੀ ਯੋਗਤਾ ਨਹੀਂ ਹੁੰਦੀ। ਕੋਈ ਵੀ ਉਨ੍ਹਾਂ ਦਾ ਅਨੁਸਰਣ ਕਰਣਾ ਨਹੀਂ ਚਾਹੁੰਦਾ। ਕਰਮਚਾਰੀ ਉਨ੍ਹਾਂ ਤੇ ਵਿਸ਼ਵਾਸ ਨਹੀਂ ਕਰਦੇ, ਨਾ ਹੀ ਉਨ੍ਹਾਂ ਕੋਲੋਂ ਪ੍ਰੇਰਤ ਹੁੰਦੇ ਹਨ। ਮੈਂ ਮਿਡਲ ਕਲਾਸ ਦੇ ਕਈ ਇਹੋ ਜਿਹੇ ਮੈਨੇਜ਼ਰਾਂ ਨੂੰ ਮਿਲਿਆ ਹਾਂ, ਜਿਹੜੀ ਕੰਪਨੀ ਦੀ ਉਤਲਿਆਂ ਪੌੜੀ ਚੜ੍ਹਨ ਵਿਚ ਇਸਲਈ ਨਾਕਾਮ ਰਹਿੰਦੇ ਹਨ, ਕਿਉਂਕਿ ਉਹ ਦੂਜਿਆਂ ਨਾਲ ਸੰਵਾਦ ਨਹੀਂ ਕਰ ਪਾਉਂਦੇ। ਸੰਸਾਰ ਇਹੋ ਜਿਹੇ ਇਕੱਲਿਆਂ ਲੋਕਾਂ ਨਾਲ ਭਰਿਆ ਹੋਇਆ ਹੈ, ਜਿਹੜੇ ਆਪਣੇ ਸੁਫਨੇ ਦਾ ਇਸਤਰੀ–ਪੁਰਖ ਸਿਰਫ਼ ਇਸਲਈ ਨਹੀਂ ਖੋਜ ਪਾਉਂਦੇ, ਕਿਉਂਕਿ ਉਹ ਇਹ ਸੰਚਾਰਤ ਹੀ ਨਹੀਂ ਕਰ ਪਾਉਂਦੇ ਕਿ ਉਹ ਕਿੰਨੇ ਚੰਗੇ ਇਨਸਾਨ ਹਨ।

ਸੰਵਾਦ ਜੀਵਨ ਦੇ ਹਰ ਪਹਿਲੂ ਉੱਤੇ ਅਸਰ ਪਾਉਂਦਾ ਹੈ– ਅਤੇ ਇਹੀ ਉਹ ਨੰਬਰ ਵਨ ਯੋਗਤਾ ਹੈ, ਜਿਹੜੀ ਨੇਟਵਰਕ ਮਾਰਕੇਟਿੰਗ ਤੁਹਾਨੂੰ ਸਿਖਾਉਂਦੀ ਹੈ।

ਨੇਟਵਰਕ ਮਾਰਕੇਟਿੰਗ ਲੀਡਰਸ ਕਈ ਵਾਰ ਆਪਣੇ-ਆਪ ਨੂੰ "ਸਭ ਤੋਂ ਜ਼ਿਆਦਾ ਭੁਗਤਾਨ ਪਾਉਣ ਵਾਲੇ ਕਹਾਣੀਕਾਰ" ਕਹਿੰਦੇ ਹਨ। ਅਸਲ ਵਿਚ, ਉਨ੍ਹਾਂ ਦਾ *ਸਭ ਤੋਂ ਜ਼ਿਆਦਾ ਭੁਗਤਾਨ ਪਾਉਣ* ਵਾਲਾ ਕਹਾਣੀਕਾਰ ਹੋਣ ਦਾ ਕਾਰਣ ਬੜਾ ਸਿੱਧਾ ਜਿਹਾ ਹੈ : ਉਹ ਦਰਅਸਲ ਸਭ ਤੋਂ *ਚੰਗੇ* ਕਹਾਣੀਕਾਰ ਹੁੰਦੇ ਹਨ।

ਨੇਟਵਰਕ ਮਾਰਕੇਟਿੰਗ ਦੀ ਵਿਹਾਰਕ ਸਿਖਲਾਈਆਂ ਵਿਚ ਹਿੱਸਾ ਲੈਣ ਕਾਰਣ ਮੈਨੂੰ ਕਈ ਬੇਹੱਦ ਸਫਲ, ਅਸਲ ਦੁਨੀਆ ਦੇ ਕਾਰੋਬਾਰ ਮਾਲਕਾਂ ਨਾਲ ਮਿਲਣ ਦਾ ਅਵਸਰ ਮਿਲਿਆ, ਜਿਨ੍ਹਾਂ ਨੇ ਆਪਣੇ ਵਪਾਰ ਸਿਫ਼ਰ ਤੋਂ ਸ਼ੁਰੂ ਕੀਤੇ ਸਨ। ਕਈ ਬੇਹਤਰੀਨ ਟੀਚਰ ਸਨ, ਕਿਉਂਕਿ ਉਹ ਸਿਧਾਂਤ ਨਹੀਂ, ਅਨੁਭਵ ਸਿਖਾ ਰਹੇ ਸਨ। ਕਈ ਸੈਮੀਨਾਰਾਂ ਵਿਚ ਮੈਂ ਆਮ ਕਰਕੇ ਉਨ੍ਹਾਂ ਦੀ ਬਿਨਾਂ ਲਾਗ-ਲਪੇਟ ਦੀਆਂ ਗੱਲਾਂ ਤੇ ਸਹਿਮਤੀ ਨਾਲ ਸਿਰ ਹਿਲਾਉਣ ਲੱਗਦਾ ਸੀ, ਜਦੋਂ ਉਹ ਦੱਸਦੇ ਸਨ ਕਿ ਕਾਰੋਬਾਰ ਦੀ ਅਸਲੀ ਦੁਨੀਆ ਵਿਚ ਬਚੇ ਰਹਿਣ ਲਈ ਕਿਹੜੀਆਂ ਚੀਜ਼ਾਂ ਦੀ ਲੋੜ ਹੁੰਦੀ ਹੈ।

ਸੈਮੀਨਾਰਾਂ ਤੋਂ ਬਾਅਦ ਮੈਂ ਅਕਸਰ ਨਿਰਦੇਸ਼ਕਾਂ ਨਾਲ ਗੱਲਬਾਤ ਕਰਦਾ ਸੀ। ਮੈਂ ਇਸ ਗੱਲ ਉੱਤੇ ਹੈਰਾਨ ਹੁੰਦਾ ਸੀ ਕਿ ਉਨ੍ਹਾਂ ਨੇ ਕਿੰਨਾ ਸਾਰਾ ਪੈਸਾ ਕਮਾਇਆ, ਨਾ ਸਿਰਫ਼ ਕਾਰੋਬਾਰ ਤੋਂ, ਬਲਕਿ ਨਿਵੇਸ਼ਾਂ ਤੋਂ ਵੀ। ਕਈਆਂ ਨੇ ਤਾਂ ਅਮਰੀਕੀ ਕੰਪਨੀਆਂ ਦੇ ਕਈ ਮੋਹਰੀ ਸੀਈਓਜ਼ ਤੋਂ ਵੀ ਬੜੇ ਜ਼ਿਆਦਾ ਪੈਸੇ ਬਣਾਏ ਸਨ।

ਬਹਰਹਾਲ, ਇਨ੍ਹਾਂ ਨਿਰਦੇਸ਼ਕਾਂ ਵਿਚ ਇਕ ਇਹੋ ਜਹੀ ਚੀਜ਼ ਸੀ, ਜਿਸ ਨਾਲ ਮੈਂ ਹੋਰ ਵੀ ਜ਼ਿਆਦਾ ਪ੍ਰਭਾਵਤ ਹੋਇਆ। ਹਾਲਾਂਕਿ ਉਹ ਅਮੀਰ ਸਨ, ਅਤੇ ਉਨ੍ਹਾਂ ਨੂੰ ਇਹੋ ਜਿਹੇ ਪ੍ਰੋਗਰਾਮ ਦੇਣ ਦੀ ਨਿਸ਼ਚਤ ਹੀ ਲੋੜ ਨਹੀਂ ਸੀ, ਲੇਕਨ ਉਨ੍ਹਾਂ ਵਿਚ ਆਪਣੇ ਸਾਥੀਆਂ ਨੂੰ ਸਿਖਾਉਣ ਅਤੇ ਉਨ੍ਹਾਂ ਦੀ ਮਦਦ ਕਰਣ ਦਾ ਜੋਸ਼ ਸੀ।

ਮੈਨੂੰ ਅਹਿਸਾਸ ਹੋਣ ਲੱਗਾ ਕਿ ਨੇਟਵਰਕ ਮਾਰਕੇਟਿੰਗ ਕਾਰੋਬਾਰ ਇਸ ਗੱਲ ਤੇ ਅਧਾਰਤ ਹੈ ਕਿ ਲੀਡਰਸ ਲੋਕਾਂ ਨੂੰ ਉੱਪਰ ਖਿੱਚਣ, ਜਦੋਂ ਕਿ ਰਵਾਇਤੀ ਕੰਪਨੀਆਂ ਜਾਂ ਸਰਕਾਰੀ ਸੰਸਥਾਵਾਂ ਕੇਵਲ ਕੁੱਝ ਹੀ ਲੋਕਾਂ ਨੂੰ ਤਰੱਕੀ ਦੇਣ ਉੱਤੇ ਅਧਾਰਤ ਹਨ, ਜਦੋਂ ਕਿ ਜ਼ਿਆਦਾਤਰ ਕਰਮਚਾਰੀਆਂ ਨੂੰ ਨੇਮਬੱਧ ਤਨਖ਼ਾਹ ਨਾਲ ਸੰਤੁਸ਼ਟ ਰੱਖਿਆ ਜਾਂਦਾ ਹੈ। ਨੇਟਵਰਕ ਮਾਰਕੇਟਿੰਗ ਜਗਤ ਦੇ ਇਹ ਨਿਰਦੇਸ਼ਕ ਇਹ *ਨਹੀਂ* ਕਹਿ ਰਹੇ ਸਨ, "ਜੇਕਰ ਤੁਸੀਂ ਪ੍ਰਦਰਸ਼ਨ ਨਹੀਂ ਕਰਦੇ ਹੋ, ਤਾਂ ਤੁਹਾਡੀ ਨੌਕਰੀ ਚਲੀ ਜਾਵੇਗੀ।" ਇਸਦੀ ਬਜਾਇ ਉਹ ਇਹ ਕਹਿ ਰਹੇ ਸਨ, "ਆਓ, ਮੈਂ ਬੇਹਤਰ ਤੋਂ ਬੇਹਤਰ ਪ੍ਰਦਰਸ਼ਨ ਕਰਣ ਵਿਚ ਤੁਹਾਡੀ ਮਦਦ ਕਰਦਾ ਹਾਂ। ਜਦੋਂ ਤਕ ਤੁਸੀਂ ਸਿੱਖਣਾ ਚਾਹੁੰਦੇ ਹੋ, ਤਦੋ ਤਕ ਮੈਂ ਤੁਹਾਡੇ ਲਈ ਹਮੇਸ਼ਾ ਮੌਜੂਦ ਰਹਾਂਗਾ। ਅਸੀਂ ਇਕੋ ਹੀ ਟੀਮ ਵਿਚ ਹਾਂ।"

ਨੇਟਵਰਕ ਮਾਰਕੇਟਿੰਗ ਇਸ ਤਰ੍ਹਾਂ ਦਾ ਲੀਡਰ ਵਿਕਸਤ ਕਰਦੀ ਹੈ, ਜਿਹੜਾ ਬੇਹਤਰੀਨ ਟੀਚਰ ਬਣ ਦੂਜਿਆਂ ਨੂੰ ਪ੍ਰਭਾਵਤ ਕਰੇ ਅਤੇ ਉਨ੍ਹਾਂ ਨੂੰ ਸੁਫਨਿਆਂ ਦਾ ਪਿੱਛਾ ਕਰਣਾ ਸਿਖਾ ਕੇ ਉਨ੍ਹਾਂ ਦੇ ਜੀਵਨ ਦੇ ਸੁਫਨਿਆਂ ਨੂੰ ਸਾਕਾਰ ਕਰਣਾ ਵੀ ਸਿਖਾਏ।

ਇਕ ਬਹੁਤ ਖ਼ਾਸ ਤਰ੍ਹਾਂ ਦਾ ਲੀਡਰ

ਅਗਵਾਈ ਗੁਣ ਕਈ ਲੋਕਾਂ ਅੰਦਰ ਹੁੰਦੇ ਹਨ, ਲੇਕਨ ਉਹ ਬਾਹਰ ਪ੍ਰਗਟ ਨਹੀਂ ਹੋ ਪਾਉਂਦੇ। ਉਨ੍ਹਾਂ ਨੂੰ ਕਦੇ ਮੌਕਾ ਹੀ ਨਹੀਂ ਮਿਲਦਾ। ਮੇਰੇ ਅਮੀਰ ਡੈਡੀ ਇਹ ਗੱਲ ਸਮਝਦੇ ਸਨ। ਉਨ੍ਹਾਂ ਨੇ ਮੈਨੂੰ ਮੈਰੀਨ ਕੱਾਪਸ ਅਤੇ ਇਸ ਤੋਂ ਬਾਅਦ ਵਿਅਤਨਾਮ ਜਾਣ ਲਈ ਉਤਸ਼ਾਹਤ ਕੀਤਾ, ਇਸਦਾ ਇਕ ਕਾਰਣ ਇਹ ਵੀ ਸੀ ਕਿ ਉਹ ਜਾਣਦੇ ਸਨ ਕਿ ਇਸ ਨਾਲ ਮੇਰੀ ਅਗਵਾਈ ਯੋਗਤਾਵਾਂ ਦਾ ਵਿਕਾਸ ਹੋਵੇਗਾ।

ਲੇਕਨ ਆਪਣੇ ਅੰਦਰ ਦੇ ਲੀਡਰ ਨੂੰ ਪ੍ਰਗਟ ਕਰਣ ਲਈ ਤੁਹਾਨੂੰ ਨੌਸੈਨਾ ਵਿਚ ਜਾਣ ਦੀ ਲੋੜ ਨਹੀਂ ਹੈ। ਤੁਹਾਨੂੰ ਉਹ ਮੌਕਾ ਨੇਟਵਰਕ ਮਾਰਕੇਟਿੰਗ ਰਾਹੀਂ ਵੀ ਮਿਲ ਸਕਦਾ ਹੈ। ਅਤੇ ਨੇਟਵਰਕ ਮਾਰਕੇਟਿੰਗ ਦੇ ਅਗਵਾਈ ਪ੍ਰੋਗਰਾਮ ਦੀ ਸੱਚੀ ਸੁੰਦਰਤਾ ਸਿਰਫ਼ ਇਸੇ ਤੱਥ ਵਿਚ ਅੰਤਰੀਵ ਨਹੀਂ ਹੈ ਕਿ ਇਸ ਨਾਲ ਅਗਵਾਈ ਦਾ ਵਿਕਾਸ ਹੁੰਦਾ ਹੈ; ਵਿਸ਼ੇਸ਼ ਗੱਲ ਤਾਂ ਇਹ ਹੈ ਕਿ ਇਸ ਨਾਲ ਇਕ ਖ਼ਾਸ ਪ੍ਰਕਾਰ ਦੀ ਅਗਵਾਈ ਪ੍ਰਗਟ ਹੁੰਦੀ ਹੈ।

ਫੌਜ਼ ਇਸ ਤਰ੍ਹਾਂ ਦੇ ਲੀਡਰ ਤਿਆਰ ਕਰਦੀ ਹੈ, ਜਿਹੜੇ ਲੋਕਾਂ ਨੂੰ ਆਪਣੇ ਦੇਸ਼ ਦੀ ਰੱਖਿਆ ਕਰਣ ਲਈ ਪ੍ਰੇਰਤ ਕਰਣ। ਵਿਹਾਰਕ ਜਗਤ ਇਸ ਤਰ੍ਹਾਂ ਦੇ ਲੀਡਰ ਤਿਆਰ ਕਰਦਾ ਹੈ, ਜਿਹੜਾ ਮੁਕਾਬਲੇ ਵਿਚ ਹਰਾਉਣ ਲਈ ਟੀਮਾਂ ਬਣਾਏ। ਨੇਟਵਰਕ ਮਾਰਕੇਟਿੰਗ ਇਸ ਤਰ੍ਹਾਂ ਦਾ ਲੀਡਰ ਵਿਕਸਤ ਕਰਦੀ ਹੈ, ਜਿਹੜਾ ਬੇਹਤਰੀਨ ਟੀਚਰ ਬਣ ਦੂਜਿਆਂ ਨੂੰ ਪ੍ਰਭਾਵਤ ਕਰੇ ਅਤੇ ਉਨ੍ਹਾਂ ਨੂੰ ਸੁਫਨਿਆਂ ਦਾ ਪਿੱਛਾ ਕਰਣਾ ਸਿਖਾ ਕੇ ਉਨ੍ਹਾਂ ਦੇ ਜੀਵਨ ਦੇ ਸੁਫਨਿਆਂ ਨੂੰ ਸਾਕਾਰ ਕਰਣਾ ਵੀ ਸਿਖਾਏ।

ਦੁਸ਼ਮਨ ਨੂੰ ਹਰਾਉਣ ਜਾਂ ਵਿਰੋਧੀਆਂ ਨੂੰ ਢਹਿ-ਢੇਰੀ ਕਰਣ ਦੀ ਬਜਾਇ ਜ਼ਿਆਦਾਤਰ ਨੇਟਵਰਕ ਮਾਰਕੇਟਿੰਗ ਲੀਡਰਸ ਦੂਜਿਆਂ ਨੂੰ ਪ੍ਰੇਰਤ ਕਰਦੇ ਹਨ ਅਤੇ ਦੂਜਿਆਂ ਨੂੰ ਨੁਕਸਾਨ ਪਹੁੰਚਾਏ ਬਿਨਾ ਦੁਨੀਆ ਵਿਚ ਮੌਜੂਦ ਆਰਥਕ ਸੰਪੰਨਤਾ ਨੂੰ ਪਾਉਣ ਦਾ ਤਰੀਕਾ ਸਿਖਾਉਂਦੇ ਹਨ।

ਅਗਵਾਈ ਦੀ ਸਮਰੱਥਾ ਵਿਕਸਤ ਕਰਣ ਦਾ ਮੌਕਾ ਇਕ ਇਹੋ ਜਿਹਾ ਜੀਵਨਮੁੱਲ ਹੈ, ਜਿਹੜਾ ਨੇਟਵਰਕ ਮਾਰਕੇਟਿੰਗ ਦੇ ਮਾਮਲੇ ਵਿਚ ਅਨੂਠਾ ਤੇ ਅੰਤਰੀਵ ਹੈ। ਨਿਸ਼ਚਤ ਤੌਰ ਤੇ, ਤੁਸੀਂ ਕਿਸੇ ਹੋਰ ਖੇਤਰ ਵਿਚ ਜਾ ਕੇ ਵੀ ਅਗਵਾਈ ਦੇ ਗੁਰ ਸਿਖ ਸਕਦੇ ਹੋ। ਇੰਜ ਤਾਂ ਫੌਜ਼, ਸਰਕਾਰ, ਕੰਪਨੀ ਅਤੇ ਜੀਵਨ ਦੇ ਹਰ ਖੇਤਰ ਵਿਚ ਲੀਡਰਸ ਉਤਪੰਨ ਹੁੰਦੇ ਹਨ, ਲੇਕਨ ਬਹੁਤ ਜ਼ਿਆਦਾ ਨਹੀਂ। ਵਾਸਤਵਕ ਅਗਵਾਈ ਬੜੀ ਦੁਰਲਭ ਹੁੰਦੀ ਹੈ- ਨੇਟਵਰਕ ਮਾਰਕੇਟਿੰਗ ਨੂੰ ਛੱਡਕੇ।

ਜੱਾਨ ਬੜੇ ਹੀ ਦਿਲਚਸਪ ਅੰਦਾਜ਼ ਵਿਚ ਦੱਸਦੇ ਹਨ ਕਿ ਇੰਜ ਕਿਉਂ ਹੈ।

ਜੱਾਨ : ਨੇਟਵਰਕ ਮਾਰਕੇਟਿੰਗ ਦੇ ਬਾਰੇ ਅਨੂਠੀ ਗੱਲ ਇਹ ਹੈ ਕਿ ਇਹ ਇਕ ਇਹੋ ਜਿਹਾ ਵਿਆਪਕ ਭੁਗਤਾਨ ਪ੍ਰਣਾਲੀ ਹੈ, ਜਿਸ ਵਿਚ 100 ਫੀਸਦੀ ਲੋਕ ਆਪਣੀ ਮਰਜ਼ੀ ਨਾਲ ਆਉਂਦੇ ਹਨ।

ਤੁਹਾਨੂੰ ਇਕ ਵੀ ਇਹੋ ਜਿਹਾ ਨੇਟਵਰਕ ਮਾਰਕੇਟਿੰਗ ਡਿਸਟਰੀਬਿਊਟਰ ਨਹੀਂ ਮਿਲੇਗਾ, ਜਿਸ ਨੂੰ ਸਮੇਂ ਤੇ ਆਫ਼ਿਸ ਆਉਣਾ ਪੈਂਦਾ ਹੋਵੇ ਜਾਂ ਹਾਜ਼ਰੀ ਦੇਣੀ ਪੈਂਦੀ ਹੋਵੇ। ਸੁਤੰਤਰ

ਪ੍ਰਤਿਨਿਧੀਆਂ ਦੇ ਤੌਰ ਤੇ ਕਿਸੇ ਨੂੰ ਵੀ ਨੌਕਰੀ ਉੱਤੇ ਰੱਖਿਆ ਜਾਂ ਕੱਢਿਆ ਨਹੀਂ ਜਾਂਦਾ: ਇਥੇ ਹਰ ਵਿਅਕਤੀ ਸਵੈ-ਇੱਛਾ ਨਾਲ ਕੰਮ ਕਰਦਾ ਹੈ। ਕੋਈ ਵੀ ਤੁਹਾਨੂੰ ਇਹ ਨਹੀਂ ਦੱਸ ਸਕਦਾ ਕਿ ਕੀ ਕਰਣਾ ਹੈ; ਕੋਈ ਵੀ ਤੁਹਾਨੂੰ ਹੁਕਮ ਨਹੀਂ ਦੇ ਸਕਦਾ।

ਤਾਂ ਫਿਰ ਇਹ ਕੰਮ ਕਿਵੇਂ ਕਰਦਾ ਹੈ? ਆਖ਼ਰ ਇਹ ਮਸ਼ੀਨ ਚੱਲਦੀ ਕਿਸ ਇੰਜਨ ਦੇ ਜ਼ੋਰ ਤੇ? ਜਵਾਬ ਇਕੋ ਹੀ ਸ਼ਬਦ ਵਿਚ ਦਿੱਤਾ ਜਾ ਸਕਦਾ ਹੈ : ਅਗਵਾਈ।

ਅਤੇ ਜਿਹੜੀ ਅਗਵਾਈ ਤੁਸੀਂ ਆਪਣੇ ਨੇਟਵਰਕ ਮਾਰਕੇਟਿੰਗ ਕਾਰ-ਵਿਹਾਰ ਵਿਚ ਵਿਕਸਤ ਕਰਦੇ ਹੋ, ਉਹ ਤੁਹਾਡੇ ਜੀਵਨ ਦੇ ਹਰ ਹੋਰ ਪਹਿਲੂਆਂ ਤੇ ਵੀ ਨਜ਼ਰ ਆਉਣ ਲੱਗਦਾ ਹੈ।

ਅਗਵਾਈ ਦੇ ਚਾਰ ਤੱਤ

ਰਵਾਇਤੀ ਸਕੂਲ ਤੁਹਾਨੂੰ ਇਕ ਚੰਗਾ ਕਰਮਚਾਰੀ ਬਨਾਉਣ ਲਈ ਸਿਖਲਾਈ ਦੇਂਦੇ ਹਨ। ਉਹ ਕੇਵਲ ਇਕੋ ਹੀ ਚੀਜ਼ ਤੇ ਧਿਆਨ ਕੇਂਦਰਤ ਕਰਦੇ ਹਨ: ਤੁਹਾਡੀ ਮਾਨਸਕ ਯੋਗਤਾ। ਜੇਕਰ ਤੁਸੀਂ ਸਮੀਕਰਣ ਸੁਲਝਾ ਸਕਦੇ ਹੋ ਅਤੇ ਪਰੀਖਿਆ ਵਿਚ ਚੰਗੇ ਨੰਬਰ ਲਿਆ ਸਕਦੇ ਹੋ; ਤਾਂ ਤੁਹਾਨੂੰ ਕੰਪਨੀ ਚਲਾਉਣ ਲਾਇਕ ਸਮਾਰਟ ਮੰਨ ਲਿਆ ਜਾਂਦਾ ਹੈ।

ਇਹ ਮੂਰਖਤਾਪੂਰਨ ਹੈ।

ਮੈਂ ਜੇਕਰ ਅੱਜ ਇਕ ਸਫਲ ਉਦਮੀ ਹਾਂ, ਤਾਂ ਉਸਦਾ ਕਾਰਣ ਹੈ ਨੌਸੈਨਾ ਵਿਚ ਮੈਨੂੰ ਮਿਲੀ ਸਿਖਲਾਈ। ਮਿਲਟਰੀ ਸਕੂਲਸ ਤੁਹਾਨੂੰ ਬੇਹਤਰੀਨ ਲੀਡਰ ਬਨਾਉਣ ਲਈ ਤਿਆਰ ਕਰਦੇ ਹਨ ਅਤੇ ਇਸਦੇ ਲਈ ਉਹ ਤੁਹਾਡੀ ਮਾਨਸਕ ਹੀ ਨਹੀਂ, ਬਲਕਿ ਭਾਵਨਾਤਮਕ, ਸਰੀਰਕ ਅਤੇ ਰੂਹਾਨੀ ਯੋਗਤਾਵਾਂ ਉੱਤੇ ਵੀ ਧਿਆਨ ਕੇਂਦਰਤ ਕਰਦੇ ਹਨ। ਉਹ ਤੁਹਾਨੂੰ ਸਿਖਾਉਂਦੇ ਹਨ ਕਿ ਭਾਰੀ ਦਬਾ ਵਿਚ ਕਿਵੇਂ ਕੰਮ ਕੀਤਾ ਜਾਵੇ।

ਮੈਨੂੰ ਵਿਅਤਨਾਮ ਵਿਚ ਹੈਲੀਕੱਪਟਰ ਉਡਾਉਣ ਦੀ ਸਿਖਲਾਈ ਮਿਲੀ ਸੀ, ਲੇਕਨ ਆਪਣੀ ਰੂਹਾਨੀਅਤ ਨੂੰ ਵਿਕਸਤ ਕੀਤੇ ਬਿਨਾ ਮੈਂ ਕਦੇ ਮੁੜ ਕੇ ਨਹੀਂ ਆ ਪਾਉਂਦਾ। ਉਸਦੇ ਕਮਜ਼ੋਰ ਹੋਣ ਤੇ ਡਰ (ਭਾਵਨਾ) ਹਾਵੀ ਹੋ ਜਾਂਦੀ ਅਤੇ ਗੋਲੀਆਂ ਚਲਾਉਣ ਦੇ ਕੰਮ ਵਿਚ ਮੇਰੇ ਗੜਬੜਾਉਣ ਦੀ ਸ਼ੰਕਾ ਸੀ (ਸਰੀਰਕ)। ਇਹਨਾਂ ਚਾਰੇ ਤੱਤਾਂ- ਮਾਨਸਕ, ਭਾਵਨਾਤਮਕ, ਸਰੀਰਕ ਅਤੇ ਅਧਿਆਤਮਕ- ਦੇ ਤਾਲਮੇਲ ਨਾਲ ਕੰਮ ਕਰਣ ਨਾਲ ਮੈਨੂੰ ਆਪਣੇ ਮਿਸ਼ਨ ਅੰਦਰ ਕਾਮਯਾਬ ਹੋਣ ਵਿਚ ਮਦਦ ਮਿਲੀ।

ਇਸ ਨਾਲ ਮੈਨੂੰ ਉਹ ਗਿਆਨ ਅਤੇ ਸਮਝ ਵੀ ਮਿਲੀ, ਜਿਸਦੀ ਲੋੜ ਵਿਹਾਰਕ ਜਗਤ ਵਿਚ ਚੰਗਾ ਲੀਡਰ ਬਣਨ ਲਈ ਹੁੰਦੀ ਹੈ, ਕਿਉਂਕਿ ਅਗਵਾਈ ਦੇ ਇਹੀ ਚਾਰ ਤੱਤ ਵਪਾਰ ਵਿਚ ਸਫਲਤਾ ਪਾਉਣ ਲਈ ਲੋੜੀਂਦੇ ਹੁੰਦੇ ਹਨ: ਮਸਤਿਸ਼ਕ, ਆਤਮਾ, ਸਰੀਰ, ਅਧਿਆਤਮਕਤਾ।

ਜੇਕਰ ਤੁਸੀਂ ਆਪਣੇ ਇਹਨਾਂ ਚਾਰੇ ਪਹਿਲੂਆਂ ਨੂੰ ਨਿਯੰਤਰਤ ਨਹੀਂ ਕਰ ਸਕਦੇ, ਤਾਂ ਤੁਸੀਂ ਨਾਕਾਮ ਹੋ ਜਾਵੋਗੇ। ਅਤੇ ਜੇਕਰ ਤੁਸੀਂ ਆਪਣੇ ਲੋਕਾਂ ਵਿਚ ਵੀ ਇਨ੍ਹਾਂ ਚਾਰਾਂ ਨੂੰ ਵਿਕਸਤ ਨਹੀਂ ਕਰ ਪਾਉਂਦੇ ਅਤੇ ਇਸ ਤਰ੍ਹਾਂ ਉਨ੍ਹਾਂ ਨੂੰ ਪ੍ਰਭਾਵੀ ਲੀਡਰ ਨਹੀਂ ਬਣਾ ਪਾਉਂਦੇ, ਤਦੋਂ ਵੀ ਤੁਸੀਂ ਨਾਕਾਮਯਾਬ ਹੋ ਜਾਵੋਗੇ। ਇਹ ਇੰਨੀ ਹੀ ਸਿੱਧੀ ਗੱਲ ਹੈ।

ਇਥੇ ਇਕ ਹੋਰ ਗੱਲ ਦੱਸੀ ਜਾ ਰਹੀ ਹੈ, ਜਿਹੜੀ ਮਿਲਟਰੀ ਸਕੂਲਸ ਵਿਚ ਸਿਖਾਈ ਜਾਂਦੀ ਹੈ: ਮੋਰਚੇ ਤੇ ਰਹਿਣ ਵੇਲੇ ਇਸ ਚਿੰਤਾ ਵਿਚ ਨਾ ਡੁੱਬੋ ਕਿ ਤੁਹਾਨੂੰ ਪਸੰਦ ਕੀਤਾ ਜਾ ਰਿਹਾ ਹੈ ਜਾਂ ਨਹੀਂ। ਜ਼ਾਹਿਰ ਹੈ, ਅਸੀਂ ਸਾਰੇ *ਚਾਹੁੰਦੇ* ਹਾਂ ਕਿ ਲੋਕ ਸਾਨੂੰ ਪਸੰਦ *ਕਰਣ*– ਲੇਕਨ ਮਹਾਨ ਲੀਡਰ ਬਣਨ ਲਈ ਤੁਹਾਨੂੰ ਸੀਮਾਵਾਂ ਨਿਸ਼ਚਤ ਕਰਣੀਆਂ ਹੁੰਦੀਆਂ ਹਨ, ਆਪਣੇ ਸਟਾਫ਼ ਦੇ ਵਿਹਾਰ ਦੀ ਨਿਗਰਾਨੀ ਕਰਣੀ ਪੈਂਦੀ ਹੈ ਅਤੇ ਲੋੜ ਪੈਣ ਉੱਤੇ ਸੁਧਾਰਾਤਮਕ ਕਦਮ ਵੀ ਚੁੱਕਣੇ ਪੈ ਸਕਦੇ ਹਨ। ਕਈ ਵਾਰੀ ਤੁਹਾਨੂੰ ਆਪਣੀ ਸੂਚੀ ਤੋਂ ਲੋਕਾਂ ਦੇ ਨਾਂ ਵੀ ਕੱਟਣੇ ਪੈਂਦੇ ਹਨ। ਹਾਂ, ਇਹ ਵੀ ਹੁੰਦਾ ਹੈ– ਇਸ ਤੋਂ ਬਚਣ ਦਾ ਕੋਈ ਉਪਾ ਨਹੀਂ ਹੈ। ਲੇਕਨ ਨਾਲ ਹੀ ਇਹ ਵੀ ਹੋਣ ਵਾਲਾ ਹੈ: ਤੁਸੀਂ ਸ਼ਰੇਸ਼ਠ ਸੰਭਾਵਤ ਟੀਮ ਬਨਾਉਣ ਜਾ ਰਹੇ ਹੋ, ਜਿਹੜੀ ਚੰਗੀ ਤਰ੍ਹਾਂ ਸਮਝਦੀ ਹੈ ਕਿ ਤੁਹਾਡੀ ਉਮੀਦਾਂ ਕੀ ਹਨ ਅਤੇ ਤੁਸੀਂ ਕੀ ਸਹਾਰੋਗੇ ਅਤੇ ਕੀ ਨਹੀਂ।

ਅਧਿਆਇ 15

ਸੰਪੱਤੀ # 7: ਅਸਲ ਦੌਲਤ ਬਨਾਉਣ ਦੀ ਕਾਰਜ ਪ੍ਰਣਾਲੀ

ਸਵੈ-ਅਧੀਨਤਾ ਦਾ ਘੋਸ਼ਣਾ ਪੱਤਰ ਜਿਨ੍ਹਾਂ ਤਿੰਨ ਲੋਕਾਂ ਨੇ ਤਿਆਰ ਕੀਤਾ ਸੀ, ਉਨ੍ਹਾਂ ਵਿਚ ਥੱਮਸ ਜੈਫ਼ਰਸਨ ਅਤੇ ਜੱਾਨ ਐਡਮਸ ਸ਼ਾਮਲ ਸਨ। ਦੋਵੇਂ ਤਾਉਮਰ ਬੇਹਤਰੀਨ ਦੋਸਤ ਰਹੇ, ਹਾਲਾਂਕਿ ਕਈ ਵਾਰ ਉਨ੍ਹਾਂ ਵਿਚ ਮਤਭੇਦ ਵੀ ਹੋਏ, ਬਹੁਤ ਗੰਭੀਰ ਮਤਭੇਦ। ਉਨ੍ਹਾਂ ਦਾ ਸੁਭਾ ਇਕ ਦੂਜੇ ਤੋਂ ਬਹੁਤ ਜੁਦਾ ਸੀ ਅਤੇ ਇਕ ਸਮੇਂ ਤਾਂ ਦੋਵੇਂ ਕੱਟੜ ਰਾਜਨੀਤਕ ਵਿਰੋਧੀ ਵੀ ਬਣ ਗਏ ਅਤੇ ਕਈ ਮੁੱਦਿਆਂ ਤੇ ਇਕ-ਦੂਜੇ ਦਾ ਵਿਰੋਧ ਕਰਣ ਲੱਗੇ। ਸਾਲਾਂ ਤਕ ਦੂਜੇ ਅਤੇ ਤੀਜੇ ਰਾਸ਼ਟਰਪਤੀਆਂ ਨੇ ਆਪਸ ਵਿਚ ਗੱਲਬਾਤ ਵੀ ਨਹੀਂ ਕੀਤੀ। ਲੇਕਨ ਆਖ਼ਰਕਾਰ ਬਾਅਦ ਦੇ ਸਾਲਾਂ ਅੰਦਰ ਉਨ੍ਹਾਂ ਵਿਚ ਸੁਲਹ ਹੋ ਗਈ ਅਤੇ ਉਨ੍ਹਾਂ ਦਾ ਲੰਮੇ-ਲੰਮੇ ਖਤਾਂ ਦਾ ਸਿਲਸਿਲਾ ਹੁਣ ਅਮਰੀਕੀ ਸਾਹਿਤ ਦਾ ਇਕ ਸੰਗ੍ਰਹ ਜੋਗ ਖ਼ਜ਼ਾਨਾ ਹੈ।

ਸੰਜੋਗ ਨਾਲ ਉਨ੍ਹਾਂ ਦੋਨਾਂ ਦੀ ਮਿਰਤੂ ਇਕੋ ਹੀ ਦਿਨ 4 ਜੂਲਾਈ 1826 ਨੂੰ ਹੋਈ- ਸਵੈਅਧੀਨਤਾ ਦੇ ਘੋਸ਼ਣਾ ਪੱਤਰ ਤੇ ਹਸਤਾਖਰ ਕਰਣ ਦੇ ਠੀਕ ਪੰਜਾਹ ਸਾਲ ਬਾਅਦ, ਜਿਸ ਨੂੰ ਉਨ੍ਹਾਂ ਨੇ ਬੈਂਜਾਮਿਨ ਫਰੈਂਕਲੀਨ ਨਾਲ ਲਿਖਿਆ ਸੀ।

ਇਨ੍ਹਾਂ ਦੋਨਾਂ ਬਾਰੇ ਇਕ ਹੋਰ ਅਜੀਬ ਤੱਥ ਹੈ : ਦੌਲਤ ਨਾਲ ਉਨ੍ਹਾਂ ਦਾ ਸੰਬੰਧ।

ਜੈਫ਼ਰਸਨ ਵਰਜੀਨੀਆ ਦੇ ਸਾਮੰਤੀ ਜੰਮੀਦਾਰ ਸਨ ਅਤੇ ਉਨ੍ਹਾਂ ਕੋਲ ਹਜ਼ਾਰਾ ਏਕੜ ਦੀ ਜਾਇਦਾਦ ਸੀ। ਦੂਜੇ ਪਾਸੇ, ਐਡਮਸ ਕਾਫ਼ੀ ਗ਼ਰੀਬ ਕਿਸਾਨ ਪਰਿਵਾਰ 'ਚ ਪੈਦਾ ਹੋਏ ਸਨ ਅਤੇ ਮੈਸੇਚਿਊਸੇਟਸ ਵਿਚ ਵਕੀਲ ਬਣੇ ਸਨ। ਲੰਮੇ ਜੀਵਨਕਾਲ ਵਿਚ ਉਨ੍ਹਾਂ ਕੋਲ ਕਦੇ ਦੌਲਤ ਨਹੀਂ ਰਹੀ। ਬਹਰਹਾਲ, ਜਿਸ ਦਿਨ ਉਨ੍ਹਾਂ ਦੋਨਾਂ ਦੀ ਮਿਰਤੂ ਹੋਈ, ਉਸ ਦਿਨ ਐਡਮਸ ਕੋਲ ਲਗਭਗ ਇਕ ਲੱਖ ਡਾੱਲਰ ਦੀ ਸੰਪੱਤੀ ਸੀ- ਜਦੋਂ ਕਿ ਜੈਫ਼ਰਸਨ ਉੱਤੇ ਇਕ ਲੱਖ ਡਾੱਲਰ ਦਾ *ਕਰਜ਼* ਸੀ।

ਦੌਲਤ ਦਾ ਅਰਥ ਧਨ ਨਹੀਂ ਹੈ। ਦੌਲਤ ਆਮਦਨੀ ਦੇ ਆਕਾਰ ਨਾਲ ਨਹੀਂ ਮਾਪੀ ਜਾਂਦੀ। ਦੌਲਤ ਤਾਂ ਸਮੇਂ ਨਾਲ ਮਾਪੀ ਜਾਂਦੀ ਹੈ।

ਜੈਫ਼ਰਸਨ ਕੋਲ ਪੈਸਾ ਸੀ, ਜਾਇਦਾਦ ਸੀ, ਲੇਕਨ ਇਹ ਸਾਰਾ ਕੁੱਝ ਉਨ੍ਹਾਂ ਦੀਆਂ ਉਂਗਲਾਂ ਨਾਲ ਹੌਲ਼ੀ-ਹੌਲ਼ੀ ਤਿਲਕਦਾ ਚਲਾ ਗਿਆ। ਐਡਮਸ ਕੋਲ ਕਦੇ *ਜ਼ਿਆਦਾ ਪੈਸਾ* ਨਹੀਂ ਰਿਹਾ ਤੇ ਉਹ ਸਾਰਾ ਜੀਵਨ ਸਾਦਗੀ ਨਾਲ ਰਹੇ, ਲੇਕਨ ਦੌਲਤ ਬਨਾਉਣ ਤੇ ਉਨ੍ਹਾਂ ਦੀ ਪਕੜ ਮਜ਼ਬੂਤ ਸੀ।

ਇਹ ਪੁਸਤਕ ਲਿਖਣ ਦਾ ਇਕ ਕੇਂਦਰੀ ਕਾਰਣ ਇਹ ਸੁਨਿਸ਼ਚਤ ਕਰਣਾ ਵੀ ਹੈ ਕਿ ਤੁਸੀਂ ਪੈਸੇ ਅਤੇ ਦੌਲਤ ਦੇ ਵਿਚਕਾਰਲੇ ਅਤਿ ਮਹੱਤਵਪੂਰਨ ਫ਼ਰਕ ਨੂੰ ਸਮਝ ਲਓ। ਕਰੋੜਾਂ ਡਾੱਲਰ ਦੀ ਲਾਟਰੀ ਜਿੱਤਣ ਵਾਲੇ ਜ਼ਿਆਦਾਤਰ ਲੋਕ ਤਿੰਨ ਸਾਲ ਬਾਅਦ ਦਿਵਾਲੀਆ ਕਿਉਂ ਹੋ ਜਾਂਦੇ ਹਨ? ਇੰਜ ਇਸਲਈ ਹੁੰਦਾ ਹੈ, ਕਿਉਂਕਿ ਭਲੇ ਹੀ ਉਨ੍ਹਾਂ ਨੂੰ ਅਚਣਚੇਤ ਢੇਰ ਸਾਰਾ *ਪੈਸਾ ਮਿਲ* ਗਿਆ ਸੀ, ਲੇਕਨ ਉਹ *ਦੌਲਤ* ਦੇ ਸੰਕਲਪ ਨੂੰ ਨਹੀਂ ਸਮਝਦੇ ਸਨ।

ਦੌਲਤ ਦਾ ਅਰਥ ਧਨ ਨਹੀਂ ਹੈ। ਦੌਲਤ ਆਮਦਨੀ ਦੇ ਆਕਾਰ ਨਾਲ ਨਹੀਂ ਮਾਪੀ ਜਾਂਦੀ। ਦੌਲਤ ਤੇ ਸਮੇਂ ਨਾਲ ਮਾਪੀ ਜਾਂਦੀ ਹੈ। ਜੇਕਰ ਮੇਰੇ ਕੋਲ ਬਚਤ ਦੇ ਨਾਂ ਤੇ ਸਿਰਫ਼ 1,000 ਡਾੱਲਰ ਜਮਾ ਹਨ ਅਤੇ ਮੇਰੇ ਜੀਵਨ-ਨਿਰਬਾਹ ਦਾ ਖ਼ਰਚ 100 ਡਾੱਲਰ ਪ੍ਰਤਿ ਦਿਨ ਹੈ, ਤਾਂ ਮੇਰੀ ਦੌਲਤ 10 ਦਿਨਾਂ ਦੇ ਬਰਾਬਰ ਹੈ। ਦੌਲਤ ਇਹ ਦੱਸਣ ਵਾਲੀ ਸਮਰੱਥਾ ਹੈ ਕਿ ਤੁਸੀਂ ਭਵਿੱਖ ਵਿਚ ਕਿੰਨੇ ਦਿਨਾਂ ਤਕ ਆਪਣਾ ਅਸਤਿਤਵ ਬਚਾ ਸਕਦੇ ਹੋ। ਆਪਣੇ-ਆਪ ਨੂੰ ਪੁੱਛੋ, "ਜੇਕਰ ਮੈਂ ਅੱਜ ਕੰਮ ਕਰਣਾ ਛੱਡ ਦਿਆਂ, ਤਾਂ ਆਰਥਕ ਨਜ਼ਰੀਏ ਨਾਲ ਮੈਂ ਕਿੰਨੇ ਸਮੇਂ ਤਕ ਬਚਿਆ ਰਹਿ ਸਕਦਾ ਹਾਂ?" ਤੁਹਾਡਾ ਜਿਹੜਾ ਵੀ ਜਵਾਬ ਹੋਵੇ, ਉਹੀ ਇਸ ਪਲ ਤੁਹਾਡੀ ਦੌਲਤ ਹੈ।

ਆਓ, ਅਸੀਂ ਇਸ ਪਰਿਭਾਸ਼ਾ ਨੂੰ ਡੂੰਘਾ ਕਰ ਲੈਂਦੇ ਹਾਂ। ਦੌਲਤ ਦਾ ਪੈਮਾਨਾ ਇਹ ਹੈ ਕਿ *ਤੁਸੀਂ ਆਪਣੇ ਅਜੋਕੀ ਸਤਰ ਦੀ ਜੀਵਨਸ਼ੈਲੀ ਨੂੰ ਭਵਿਖ ਵਿਚ ਕਿੰਨੇ ਦਿਨ ਤਕ ਕਾਇਮ ਰੱਖ ਸਕਦੇ ਹੋ* ਯਾਨੀ ਤੁਹਾਡੇ ਵਿਚ ਜੀਵਨਸ਼ੈਲੀ ਦੇ ਉਸ ਸਤਰ ਉੱਤੇ ਕਿੰਨੇ ਦਿਨਾਂ ਤਕ ਜਿਊਂਦੇ ਰਹਿਣ ਦੀ ਸਮਰੱਥਾ ਹੈ।

ਅਮੀਰ ਲੋਕ ਜ਼ਿਆਦਾ ਅਮੀਰ ਬਣ ਜਾਂਦੇ ਹਨ, ਇਸਦਾ ਇਕ ਕਾਰਣ ਇਹ ਹੈ ਕਿ ਅਮੀਰ ਲੋਕ ਇਕ ਵੱਖਰੇ ਢੰਗ ਨਾਲ ਪੈਸੇ ਲਈ ਕੰਮ ਕਰਦੇ ਹਨ। ਉਹ ਆਮਦਨੀ ਉਤਪੰਨ ਕਰਣ ਲਈ ਕੰਮ ਨਹੀਂ ਕਰਦੇ- ਉਹ ਤਾਂ ਦੌਲਤ ਬਨਾਉਣ ਲਈ ਕੰਮ ਕਰਦੇ ਹਨ। ਦੋਨਾਂ ਵਿਚ ਬਹੁਤ ਵੱਡਾ ਫ਼ਰਕ ਹੁੰਦਾ ਹੈ।

ਨੇਟਵਰਕ ਮਾਰਕੇਟਿੰਗ ਕਾਰ-ਵਿਹਾਰ ਵਿਚ ਸਭ ਤੋਂ ਗੂੜ੍ਹੇ ਜੀਵਨ ਮੁੱਲਾਂ ਵਿਚੋਂ ਇਕ- ਜਿਸ ਨੂੰ ਇਸ ਕਾਰੋਬਾਰ ਨੂੰ ਦੇਖਣ ਵਾਲੇ ਜ਼ਿਆਦਾਤਰ ਲੋਕ ਨਹੀਂ ਸਮਝ ਪਾਉਂਦੇ- ਇਹ ਹੈ ਕਿ ਇਹ ਵਿਅਕਤੀਗਤ ਦੌਲਤ ਨਿਰਮਾਣ ਦਾ ਇਕ ਇੰਜਨ ਹੈ।

ਵਿੱਤੀ ਸੁਤੰਤਰਤਾ ਪਾਣ ਲਈ ਮੇਰੇ ਚਾਰ ਕਦਮਾਂ ਦਾ ਸੌਖਾ ਰਾਹ

ਕਿਮ ਅਤੇ ਮੈਂ ਜਿੰਦਗੀ ਵਿਚ ਬੜੀ ਛੇਤੀ ਰਿਟਾਇਰ ਹੋ ਗਏ- ਉਹ ਵੀ ਨੌਕਰੀ ਤੋਂ ਬਿਨਾਂ, ਸਰਕਾਰੀ ਸਹਾਇਤਾ ਦੇ ਬਗੈਰ ਅਤੇ ਸਟਾੱਕਸ ਜਾਂ ਮਿਊਚਲ ਫੰਡਜ਼ ਵਿਚ ਕਿਸੇ ਤਰ੍ਹਾਂ ਦੇ ਨਿਵੇਸ਼ ਤੋਂ ਬਿਨਾਂ। ਅਸੀਂ ਸਟਾੱਕਸ ਜਾਂ ਮਿਊਚਲ ਫੰਡਜ਼ ਵਿਚ ਨਿਵੇਸ਼ ਕਿਉਂ ਨਹੀਂ ਕੀਤਾ? ਕਿਉਂਕਿ ਅਸੀਂ ਉਨ੍ਹਾਂ ਨੂੰ ਬੜੇ ਜੋਖ਼ਮ ਭਰੇ ਨਿਵੇਸ਼ ਮੰਨਦੇ ਸੀ। ਮੇਰੀ ਰਾਇ ਵਿਚ ਮਿਊਚਲ ਫੰਡਜ਼ ਸਭ ਤੋਂ ਜ਼ਿਆਦਾ ਜੋਖ਼ਮ ਭਰੇ ਨਿਵੇਸ਼ਾਂ ਵਿਚੋਂ ਇਕ ਹਨ।

ਜਵਾਨੀ ਵਿਚ ਅਮੀਰ ਬਣ ਕੇ ਰਿਟਾਇਰ ਹੋਣ ਲਈ ਕਿਮ ਅਤੇ ਮੈਂ ਚਾਰ ਕਦਮਾਂ ਦੀ ਸੌਖੀ ਜਹੀ ਯੋਜਨਾ ਉੱਤੇ ਅਮਲ ਕੀਤਾ। ਇਸ ਕੰਮ ਵਿਚ ਸਾਨੂੰ ਨੌਂ ਸਾਲ ਦਾ ਸਮਾਂ ਲੱਗਾ: 1985 ਤੋਂ ਲੈ ਕੇ 1994 ਤੱਕ। ਅਸੀਂ ਸਿਫ਼ਰ ਤੋਂ ਸ਼ੁਰੂਆਤ ਕੀਤੀ ਅਤੇ ਆਰਥਕ ਦਰਿਸ਼ਟੀ ਤੋਂ ਸੁਤੰਤਰ ਹੋ ਕੇ ਰਿਟਾਇਰ ਹੋ ਗਏ– ਸਟਾੱਕਸ ਜਾਂ ਮਿਊਚਲ ਫੰਡਜ਼ ਵਿਚ ਬਿਲਕੁੱਲ ਵੀ ਨਿਵੇਸ਼ ਕੀਤੇ ਬਗੈਰ। ਇਹ ਯੋਜਨਾ ਇਸ ਤਰ੍ਹਾਂ ਸੀ :

1. ਇਕ ਕਾਰੋਬਾਰ ਬਣਾਓ
2. ਆਪਣੇ ਕਾਰੋਬਾਰ ਵਿਚ ਦੁਬਾਰਾ ਨਿਵੇਸ਼ ਕਰੋ
3. ਰੀਅਲ ਐਸਟੇਟ ਵਿਚ ਨਿਵੇਸ਼ ਕਰੋ
4. ਆਪਣੀ ਸੰਪੱਤੀਆਂ ਨੂੰ ਵਿਲਾਸੀ ਸਮਾਨ ਖਰੀਦਣ ਦਿਓ

ਆਓ ਦੇਖਦੇ ਹਾਂ ਕਿ ਇਹ ਲੜੀ ਕਿਵੇਂ ਕੰਮ ਕਰਦੀ ਹੈ।

1. ਇਕ ਕਾਰੋਬਾਰ ਬਣਾਓ

ਕਾਰੋਬਾਰ ਜਾਂ ਕੰਪਨੀ ਬਣਾ ਕੇ ਤੁਸੀਂ ਬਹੁਤ ਸਾਰਾ ਪੈਸਾ ਬਣਾ ਸਕਦੇ ਹੋ। ਇਹੀ ਨਹੀਂ, ਅਮਰੀਕਾ ਦੇ ਟੈਕਸ ਕਾਨੂੰਨ ਉਨ੍ਹਾਂ ਲੋਕਾਂ ਲਈ ਬੜੇ ਲਾਹੇਵੰਦ ਹਨ, ਜਿਹੜੇ ਆਪਣੀ ਆਮਦਨੀ ਬੀ ਕੁਆਡਰੈਂਟ ਤੋਂ ਕਮਾਉਂਦੇ ਹਨ। ਦੂਜੇ ਪਾਸੇ, ਟੈਕਸ ਕਾਨੂੰਨ ਉਨ੍ਹਾਂ ਲੋਕਾਂ ਨੂੰ ਸਜ਼ਾ ਦਿੰਦਾ ਹੈ, ਜਿਹੜੇ ਕਿ ਈ ਕੁਆਡਰੈਂਟ 'ਚੋਂ ਕਮਾਈ ਕਰਦੇ ਹਨ।

ਕੋਈ ਵੀ ਵਪਾਰ ਜਾਂ ਕਾਰੋਬਾਰ ਕਿਸੇ ਬੱਚੇ ਵਾਂਗ ਹੁੰਦਾ ਹੈ: ਉਸ ਨੂੰ ਵੱਧਣ ਲਈ ਸਮੇਂ ਦੀ ਲੋੜ ਹੁੰਦੀ ਹੈ। ਕਿਸੇ ਵੀ ਕਾਰੋਬਾਰ ਨੂੰ ਜ਼ਮੀਨ ਤੋਂ ਉੱਠਣ ਵਿਚ ਆਮਤੌਰ ਤੇ ਪੰਜ ਸਾਲ ਦਾ ਸਮਾਂ ਲੱਗਦਾ ਹੈ, ਹਾਲਾਂਕਿ ਕਈ ਵਾਰ ਇਸ ਵਿਚ ਘੱਟ ਸਮਾਂ ਲੱਗ ਸਕਦਾ ਹੈ ਅਤੇ ਨਿਸ਼ਚਤ ਤੌਰ ਤੇ ਜ਼ਿਆਦਾ ਸਮਾਂ ਤਾਂ ਲੱਗ ਹੀ ਸਕਦਾ ਹੈ।

2. ਆਪਣੇ ਕਾਰੋਬਾਰ ਵਿਚ ਦੁਬਾਰਾ ਨਿਵੇਸ਼ ਕਰੋ

ਇਸ ਪ੍ਰਕਿਰਿਆ ਦੀ ਕੁੰਜੀ ਇਹ ਹੈ ਕਿ ਤੁਸੀਂ ਆਪਣੇ ਕਾਰੋਬਾਰ ਦਾ ਇਸਤੇਮਾਲ ਜ਼ਿੰਦਗੀ ਜਿਊਣ ਦੇ ਮੁੱਢਲੇ ਸਰੋਤ ਦੇ ਰੂਪ ਵਿਚ ਨਹੀਂ ਕਰਦੇ। ਨੇਟਵਰਕ ਮਾਰਕੇਟਿੰਗ ਵਿਚ ਨਵੇਂ–ਨਵੇਂ ਸ਼ਾਮਲ ਹੋਣ ਵਾਲੇ ਬਹੁਤ ਸਾਰੇ ਲੋਕ ਇਹ ਗ਼ਲਤੀ ਕਰ ਬੈਠਦੇ ਹਨ। ਜਿਵੇਂ ਹੀ ਉਹ ਆਪਣੇ ਨਵੇਂ ਕਾਰੋਬਾਰ ਤੋਂ ਆਮਦਨ ਦੀ ਧਾਰਾ ਉਤਪੰਨ ਹੁੰਦੀ ਦੇਖਦੇ ਹਨ, ਉਹ ਉਸੇ ਨਵੀਂ ਆਮਦਨ ਤੋਂ ਆਪਣੇ ਜਿਊਣ ਸੰਬੰਧੀ ਖ਼ਰਚਿਆਂ ਨੂੰ ਵਧਾ ਲੈਂਦੇ ਹਨ: ਦੂਜੀ ਕਾਰ ਖਰੀਦਣਾ, ਜ਼ਿਆਦਾ ਵੱਡਾ ਮਕਾਨ ਖਰੀਦਣਾ, ਮਹਿੰਗੀ ਛੁੱਟੀਆਂ ਮਨਾਉਣਾ ਆਦਿ।

ਲੋਕ ਇੰਜ ਕਿਉਂ ਕਰਦੇ ਹਨ? ਇਸਲਈ ਨਹੀਂ, ਕਿਉਂਕਿ ਉਹ ਮੂਰਖ ਹੁੰਦੇ ਹਨ : ਮੈਂ ਬੜੇ ਬੁੱਧੀਮਾਨ ਅਤੇ ਜਾਣਕਾਰ ਲੋਕਾਂ ਨੂੰ ਵੀ ਇਸੇ ਰਾਹ ਤੇ ਚਲਦਿਆਂ ਦੇਖਿਆ ਹੈ। ਉਹ ਇਸਨੂੰ ਇਕ ਕਾਰਣ ਨਾਲ ਕਰਦੇ ਹਨ: ਉਹ ਹੁਣ ਵੀ *ਈ ਕੁਆਡਰੈਂਟ ਵਿਚ* ਹੀ ਜੀ ਰਹੇ ਹਨ, ਸਾਹ ਲੈ ਰਹੇ ਹਨ ਅਤੇ ਸੋਚ ਰਹੇ ਹਨ। ਜੇਕਰ ਤੁਸੀਂ ਦੌਲਤ ਬਨਾਉਣਾ ਚਾਹੁੰਦੇ ਹੋ, ਤਾਂ ਤੁਹਾਨੂੰ ਆਪਣੇ

ਦਿਮਾਗ਼ ਨੂੰ ਉਸ ਰੇਖਾ-ਚਿੱਤਰ ਦੇ ਖੱਬੇ ਹੱਥ ਵਾਲੇ ਹਿੱਸੇ ਤੋਂ ਕੱਢ ਕੇ *ਬੀ*ਅਤੇ *ਆਈ* ਕੁਆਡਰੈਂਟ ਦੇ ਸੰਦਰਭ ਵਿਚ ਸੋਚਣਾ ਸ਼ੁਰੂ ਕਰਣਾ ਹੋਵੇਗਾ।

ਸਭ ਤੋਂ ਪਹਿਲੀ ਗੱਲ, ਆਪਣੀ ਦਿਨ ਦੀ ਨੌਕਰੀ ਕਰਦੇ ਰਹੋ। ਤੁਹਾਡਾ ਨਿਸ਼ਾਨਾ ਨੌਕਰੀ ਦੇ ਸਥਾਨ ਉੱਤੇ ਕਾਰੋਬਾਰ ਕਰਣਾ ਨਹੀਂ- ਇਸ ਤਰ੍ਹਾਂ ਤਾਂ ਤੁਸੀਂ ਆਪਣੇ ਕਾਰੋਬਾਰ ਨੂੰ ਹੀ ਨਵੀਂ ਨੌਕਰੀ ਮੰਨ ਲਓਗੇ। ਇੰਜ ਤੁਸੀਂ ਕਦੇ ਦੌਲਤ ਨਹੀਂ ਬਣਾ ਪਾਓਗੇ। ਇਸਦੀ ਬਜਾਇ, ਇਕ ਵਾਰ ਜਦੋਂ ਤੁਹਾਡਾ ਨਵਾਂ ਕਾਰੋਬਾਰ ਥੋੜਾ ਪੈਸਾ ਬਨਾਉਣ ਲੱਗੇ, ਤਾਂ ਸਿੱਧੇ ਕਦਮ 2 ਤੇ ਪਹੁੰਚ ਜਾਓ : ਉਸ ਕਾਰੋਬਾਰ ਵਿਚ ਆਪਣੀ ਨਵੀਂ ਆਮਦਨ ਦਾ ਦੁਬਾਰਾ ਨਿਵੇਸ਼ ਕਰੋ, ਤਾਂ ਕਿ ਉਹ ਹੋਰ ਜ਼ਿਆਦਾ ਵਧ ਸਕੇ।

"ਲੇਕਨ ਮੈਂ ਆਪਣੀ ਦਿਨ ਦੀ ਨੌਕਰੀ ਨਹੀਂ ਕਰਣਾ ਚਾਹੁੰਦਾ- ਮੈਨੂੰ ਉੱਥੇ ਕੰਮ ਕਰਣ ਨਾਲ ਨਫ਼ਰਤ ਹੈ ! ਕੀ ਇਹੀ ਅਸਲ ਮੁੱਦਾ ਨਹੀਂ ਹੈ? ਮੈਂ ਬਤੌਰ ਕਰਮਚਾਰੀ ਹੁਣ ਕੰਮ ਨਹੀਂ ਕਰਣਾ ਚਾਹੁੰਦਾ !

ਤੁਹਾਡੀ ਗੱਲ ਵਾਜਬ ਹੈ: ਤੁਸੀਂ ਈ ਕੁਆਡਰੈਂਟ ਤੋਂ ਬਾਹਰ ਨਿਕਲਣਾ ਚਾਹੁੰਦੇ ਹੋ ਅਤੇ ਉਸ ਨੌਕਰੀ ਨੂੰ ਲੱਤ ਮਾਰਣਾ ਚਾਹੁੰਦੇ ਹੋ। ਸ਼ਾਇਦ ਤੁਸੀਂ ਉਸ ਨੌਕਰੀ ਤੋਂ ਨਫ਼ਰਤ ਕਰਦੇ ਹੋ। ਜਾਂ ਫਿਰ ਸ਼ਾਇਦ ਤੁਸੀਂ ਉਨ੍ਹਾਂ ਬਹੁਤੇ ਪ੍ਰੋਫੈਸ਼ਨਲਜ਼ ਵਰਗੇ ਹੋ ਸਕਦੇ ਹੋ, ਜਿਨ੍ਹਾਂ ਨਾਲ ਮੈਂ ਮਿਲਿਆ ਹਾਂ। ਉਨ੍ਹਾਂ ਨੂੰ ਆਪਣੇ ਕੰਮ ਨਾਲ ਤਾਂ ਪ੍ਰੇਮ ਹੈ, ਲੇਕਨ ਇਸ ਤੱਥ ਨਾਲ ਨਹੀਂ ਹੈ ਕਿ ਉਨ੍ਹਾਂ ਉਹੀ ਕੰਮ ਹਰ ਹਫਤੇ ਚਾਲੀ, ਪੰਜਾਹ ਜਾਂ ਸੱਠ ਘੰਟਿਆਂ ਤਕ ਕਰਦੇ ਰਹਿਣਾ ਪੈਂਦਾ ਹੈ। ਕਾਰਣ ਭਾਵੇਂ ਜੋ ਵੀ ਹੋ, ਖਰਵ੍ਹੀ ਸੱਚਾਈ ਇਹੀ ਹੈ: ਜੇਕਰ ਤੁਸੀਂ ਆਪਣੇ ਜਿਊਣ ਦੇ ਮਾਸਕ ਖਰਚਿਆਂ ਲਈ ਨਵੇਂ ਕਾਰੋਬਾਰ ਤੋਂ ਮਿਲਣ ਵਾਲੀ ਸਾਰੀ ਆਮਦਨੀ ਖ਼ਰਚ ਕਰ ਦਿੰਦੇ ਹੋ, ਤਾਂ ਤੁਸੀਂ ਕਾਰੋਬਾਰ ਸਥਾਪਤ ਨਹੀਂ ਕਰ ਰਹੇ ਹੋ; ਤੁਸੀਂ ਤਾਂ ਦਰਅਸਲ ਇਕ ਦੂਜੀ ਨੌਕਰੀ ਕਰ ਰਹੇ ਹੋ।

ਆਪਣੇ ਕਾਰੋਬਾਰ ਨੂੰ ਸਥਾਪਤ ਕਰਣ ਲਈ ਕਾਰੋਬਾਰ ਦਾ ਸੱਚਾ ਮਾਲਕ ਨਿਵੇਸ਼ ਕਰਣਾ ਅਤੇ ਦੁਬਾਰਾ ਨਿਵੇਸ਼ ਕਰਣਾ ਕਦੇ ਨਹੀਂ ਛੱਡਦਾ। ਬਹੁਤ ਸਾਰੇ ਲੋਕ ਕਿਸੇ ਵੀ ਕਾਰੋਬਾਰ ਵਿਚ ਭਾਰੀ ਦੌਲਤ ਸਿਰਫ਼ ਇਸਲਈ ਪ੍ਰਾਪਤ ਨਹੀਂ ਕਰ ਪਾਉਂਦੇ, ਕਿਉਂਕਿ ਉਹ ਆਪਣੀ ਆਮਦਨੀ ਨੂੰ ਕਾਰੋਬਾਰ ਵਿਚ ਲਗਾਤਾਰ ਨਿਵੇਸ਼ ਨਹੀਂ ਕਰਦੇ।

ਤਾਂ, ਨੇਟਵਰਕ ਮਾਰਕੇਟਿੰਗ ਵਿਚ ਇਹ ਕਿਵੇਂ ਕੀਤਾ ਜਾ ਸਕਦਾ ਹੈ?

ਜੱਾਨ : ਰਵਾਇਤੀ ਕੰਪਨੀਆਂ ਦੁਬਾਰਾ ਨਿਵੇਸ਼ ਕਰਣ ਲਈ ਕਈ ਕੰਮ ਕਰ ਸਕਦੀਆਂ ਹਨ, ਜਿਵੇਂ ਨਵਾਂ ਵੇਅਰ ਹਾਊਸ ਬਨਾਉਣਾ, ਦੇਸ਼ਵਿਆਪੀ ਵਿਗਿਆਪਨਾਂ ਉੱਤੇ ਪੈਸੇ ਖ਼ਰਚ ਕਰਣਾ, ਨਵੀਂ ਪ੍ਰਾਡਕਰ ਲਾਇਨਜ ਵਿਕਸਤ ਕਰਣਾ ਜਾਂ ਨਵੇਂ ਵਿਤਰਣ ਮਾਰਗ ਖਰੀਦਣਾ। ਲੇਕਨ ਨੇਟਵਰਕ ਮਾਰਕੇਟਰ ਦੇ ਰੂਪ ਵਿਚ ਤੁਹਾਨੂੰ ਇਹਨਾਂ ਚੀਜ਼ਾਂ ਉੱਤੇ ਖ਼ਰਚ ਕਰਣ ਦੀ ਕੋਈ ਲੋੜ ਨਹੀਂ ਪੈਂਦੀ: ਇਹ ਸਾਰੇ ਨਿਵੇਸ਼ ਨੇਟਵਰਕ ਮਾਰਕੇਟਿੰਗ ਕੰਪਨੀ ਤੁਹਾਡੇ ਲਈ ਆਪ ਕਰ ਦੇਂਦੀ ਹੈ।

ਤਾਂ ਫਿਰ ਤੁਸੀਂ ਆਪਣੇ ਕਾਰੋਬਾਰ ਵਿਚ ਦੁਬਾਰਾ ਨਿਵੇਸ਼ ਕਿਵੇਂ *ਕਰੋ*? ਨਿਸ਼ਚਤ ਤੌਰ ਤੇ ਕੁੱਝ ਇਹੋ ਜਹੀ ਥਾਂਵਾਂ ਹਨ, ਜਿਥੇ ਤੁਸੀਂ ਸਮਝਦਾਰੀ ਨਾਲ ਥੋੜੇ ਪੈਸਿਆਂ ਦਾ ਨਿਵੇਸ਼ ਕਰ ਸਕਦੇ ਹੋ:

ਤੁਸੀਂ ਆਪਣੇ-ਆਪ ਨੂੰ ਸਿਖਲਾਈ ਅਤੇ ਸਿਖਿਅਤ ਕਰਣ ਵਿਚ ਨਿਵੇਸ਼ ਕਰ ਸਕਦੇ ਹੋ, ਦੂਜੇ ਸ਼ਹਿਰਾਂ ਵਿਚ ਆਪਣੇ ਵੱਧਦੇ ਨੇਟਵਰਕ ਨੂੰ ਸਹਾਰਾ ਦੇਣ ਲਈ ਯਾਤਰਾਵਾਂ ਵਿਚ ਨਿਵੇਸ਼ ਕਰ ਸਕਦੇ ਹੋ ਜਾਂ ਫਿਰ ਵਿਹਾਰਕ ਸਫਲਤਾ ਵਿਚ ਮਦਦਗਾਰ ਪ੍ਰਚਾਰਾਤਮਕ ਅਤੇ ਸਿਖਿਅਕ ਸਾਧਨਾਂ-ਸੰਸਾਧਨਾਂ ਉੱਤੇ ਖ਼ਰਚ ਕਰ ਸਕਦੇ ਹੋ।

ਉਂਜ ਜ਼ਿਆਦਾਤਰ ਮਾਮਲਿਆਂ ਵਿਚ ਨੇਟਵਰਕ ਮਾਰਕੇਟਿੰਗ ਇਕ ਇਹੋ ਜਿਹਾ ਕਾਰੋਬਾਰ ਹੈ, ਜਿਸ ਵਿਚ ਸਭ ਤੋਂ ਵੱਡਾ ਪੂੰਜੀ ਨਿਵੇਸ਼ ਤੁਹਾਡੇ ਧਨ ਦਾ ਨਹੀਂ, ਬਲਕਿ ਤੁਹਾਡੇ *ਸਮੇਂ ਅਤੇ ਯਤਨਾਂ* ਦਾ ਹੁੰਦਾ ਹੈ।

ਇਸਦਾ ਮਤਲਬ ਹੈ ਕਿ ਨੇਟਵਰਕ ਤੋਂ ਹੋਣ ਵਾਲੀ ਆਮਦਨ ਦਾ ਜ਼ਿਆਦਾਤਰ ਹਿੱਸਾ ਤੁਹਾਡੇ ਕੋਲ ਬੱਚ ਜਾਂਦਾ ਹੈ। ਇਸ ਬਕਾਇਆ ਪੈਸੇ ਨਾਲ ਤੁਸੀਂ ਦੌਲਤ ਬਨਾਉਣ ਦੀ ਗੰਭੀਰ ਪ੍ਰਕਿਰਿਆ ਸ਼ੁਰੂ ਕਰ ਸਕਦੇ ਹੋ। ਗੌਰ ਕਰੋ, ਮੈਂ "ਦੌਲਤ ਬਨਾਉਣ ਦੀ" ਦੀ ਕਿਹਾ ਹੈ, "ਦੌਲਤ ਗੁਆਉਣ ਦੀ" ਨਹੀਂ ਕਿਹਾ ਹੈ !

ਉਹ ਗ਼ਲਤੀ ਨਾ ਕਰੋ, ਜਿਹੜੀ ਮੈਂ ਬੜੇ ਲੋਕਾਂ ਨੂੰ ਕਰਦਿਆਂ ਦੇਖਿਆ ਹੈ ! ਕਮੀਸ਼ਨ ਵਿਚ ਮਿਲਣ ਵਾਲੇ ਚੈਕ ਨੂੰ ਜ਼ਿਆਦਾ ਵੱਡੀ ਕਾਰ ਜਾਂ ਮਕਾਨ ਉੱਤੇ ਖ਼ਰਚ ਨਾ ਕਰੋ। ਕਮੀਸ਼ਨ ਤੋਂ ਮਿਲਣ ਵਾਲਾ ਸਾਰਾ ਪੈਸਾ ਆਪਣੀ ਜੀਵਨਸ਼ੈਲੀ ਨੂੰ ਬੇਹਤਰ ਬਨਾਉਣ ਵਿਚ ਉਡਾ ਨਾ ਦੇਣਾ। ਆਪਣੇ ਨਵੇਂ ਕਾਰੋਬਾਰ ਤੋਂ ਹੋਣ ਵਾਲੀ ਆਮਦਨ ਦਾ ਅਪਮਾਨ ਨਾ ਕਰੋ ਅਤੇ ਉਸ ਨੂੰ ਜ਼ਮੀਨ ਵਿਚ ਜ਼ਿਆਦਾ ਵੱਡੇ ਟੋਏ ਪੁੱਟ ਕੇ ਉਨ੍ਹਾਂ ਵਿਚ ਪਾਓ।

ਇਸਦੇ ਨਾਲ ਉੱਨੇ ਹੀ ਸਨਮਾਨ ਨਾਲ ਪੇਸ਼ ਆਓ, ਜਿੰਨਾ ਕਿ ਇਹ ਹਕਦਾਰ ਹੈ। ਇਸਦਾ ਨਿਵੇਸ਼ ਕਰੋ।

3. ਰੀਅਲ ਐਸਟੇਟ ਵਿਚ ਨਿਵੇਸ਼ ਕਰੋ

ਜਦੋਂ ਤੁਹਾਡੀ ਵਿਹਾਰਕ ਆਮਦਨ ਵੱਧਣ ਲੱਗਦੀ ਹੈ, ਤਾਂ ਤੁਸੀਂ ਉਸ ਵਾਧੂ ਆਮਦਨੀ ਨੂੰ ਰੀਅਲ ਐਸਟੇਟ ਯਾਨੀ ਜ਼ਮੀਨ-ਜਾਇਦਾਦ ਖਰੀਦਦੇ ਹੋ।

ਤੁਸੀਂ ਗੌਰ ਕੀਤਾ ਹੋਵੇਗਾ ਕਿ ਮੈਂ ਇਸ ਯੋਜਨਾ ਵਿਚ ਮਿਊਚਲ ਫੰਡਜ਼, ਸਟਾੱਕ ਪੋਰਟਫੋਲੀਓ ਜਾਂ ਹੋਰ ਪੇਪਰ ਐਸਟਸ ਨੂੰ ਸ਼ਾਮਲ ਨਹੀਂ ਕੀਤਾ ਹੈ। ਇੰਜ ਇਸ ਲਈ ਹੈ, ਕਿਉਂਕਿ ਭਲੇ ਹੀ ਇਹਨਾਂ ਸੰਪੱਤੀਆਂ ਨੂੰ ਬਨਾਉਣਾ ਸੌਖਾ ਹੁੰਦਾ ਹੈ (ਤੁਹਾਨੂੰ ਬਸ ਉਨ੍ਹਾਂ ਨੂੰ ਖਰੀਦਣਾ ਭਰ ਹੁੰਦਾ ਹੈ), ਲੇਕਨ ਸਟਾੱਕਸ ਅਤੇ ਮਿਊਚਲ ਫੰਡਜ਼ ਵਿਚ ਨਿਵੇਸ਼ ਕਰਣਾ ਬਹੁਤ ਜੋਖ਼ਮ ਭਰਿਆ ਹੁੰਦਾ ਹੈ, ਮੁਨਾਫ਼ੇ ਉੱਤੇ ਕੈਪੀਟਲ ਗੈਨ ਟੈਕਸ ਦੇਣਾ ਪੈਂਦਾ ਹੈ ਅਤੇ ਨਿਵੇਸ਼ ਵਿਚ ਖ਼ਤਰੇ ਨੂੰ ਘੱਟ ਕਰਣ ਲਈ ਵਿੱਤੀ ਸਿਖਿਆ ਦੀ ਲੋੜ ਹੁੰਦੀ ਹੈ। ਇਥੇ ਵਿਚਾਰ ਇਹ ਹੈ ਕਿ ਤੁਸੀਂ ਆਪਣੀ ਵਾਧੂ ਆਮਦਨ ਦਾ ਉਪਯੋਗ ਇਸ ਤਰ੍ਹਾਂ ਕਰੋ, ਤਾਂ ਕਿ ਆਮਦਨੀ ਉਤਪੰਨ ਕਰਣ ਵਾਲੀ ਇਕ ਹੋਰ ਸੰਪੱਤੀ ਬਣ ਜਾਏ। ਉਂਜ ਤਾਂ ਆਮਦਨੀ ਪ੍ਰਦਾਨ ਕਰਣ ਵਾਲੀ ਕਈ ਪ੍ਰਕਾਰ ਦੀਆਂ ਸੰਪੱਤੀਆਂ ਹੁੰਦੀਆ ਹਨ, ਲੇਕਨ ਮੈਂ ਦੋ ਖ਼ਾਸ ਕਾਰਨਾਂ ਕਰਕੇ ਰੀਅਲ ਐਸਟੇਟ ਦੀ ਸਾਰਿਆਂ ਨੂੰ ਸਭ ਤੋਂ ਜ਼ਿਆਦਾ ਸਲਾਹ ਦਿੰਦਾ ਹਾਂ।

ਪਹਿਲਾ ਕਾਰਣ, ਟੈਕਸ ਕਾਨੂੰਨ ਰੀਅਲ ਐਸਟੇਟ ਵਿਚ ਨਿਵੇਸ਼ ਕਰਣ ਵਾਲੇ ਕਾਰੋਬਾਰ

ਮਾਲਕਾਂ ਨੂੰ ਮੁਨਾਫੇ ਪਹੁੰਚਾਉਣ ਲਈ ਬਣਾਏ ਜਾਂਦੇ ਹਨ।

ਦੂਜਾ ਕਾਰਣ, ਤੁਹਾਡਾ ਬੈਂਕਰ ਰੀਅਲ ਐਸਟੇਟ ਖਰੀਦਣ ਲਈ ਤੁਹਾਨੂੰ ਖ਼ੁਸ਼ੀ-ਖ਼ੁਸ਼ੀ ਕਰਜ਼ ਦੇ ਦੇਵੇਗਾ। ਦੂਜੇ ਪਾਸੇ, ਮਿਊਚਲ ਫੰਡਜ਼ ਜਾਂ ਸਟਾੱਕਸ ਖਰੀਦਣ ਲਈ 6.5 ਫੀਸਦੀ ਦੀ ਦਰ ਤੇ ਤੀਹ ਸਾਲ ਦਾ ਲੋਨ ਮੰਗ ਕੇ ਦੇਖੋ। ਉਹ ਤੁਹਾਡੀ ਖਿੱਲੀ ਉਡਾਉਂਦੇ ਹੋਏ ਤੁਹਾਨੂੰ ਬੈਂਕ ਤੋਂ ਬਾਹਰ ਕੱਢ ਦੇਣਗੇ।

ਲੋਕ ਅਕਸਰ ਮੈਨੂੰ ਪੁੱਛਦੇ ਹਨ, "ਜਦੋਂ ਕਿਰਾਇਆ ਚੁਕਾਉਣ ਲਈ ਪੈਸੇ ਮੁਸ਼ਕਲ ਨਾਲ ਨਿਕਲ ਪਾਉਂਦੇ ਹਨ, ਤਾਂ ਮੈਂ ਰੀਅਲ ਐਸਟੇਟ ਕਿਵੇਂ ਖਰੀਦ ਸਕਦਾ ਹਾਂ?" ਚੰਗਾ ਸਵਾਲ ਹੈ; ਤੁਸੀਂ ਨਹੀਂ ਖਰੀਦ ਸਕਦੇ। ਯਾਨੀ ਤਦੋਂ ਤਕ ਨਹੀਂ ਖਰੀਦ ਸਕਦੇ, ਜਦੋਂ ਤਕ ਕਿ ਤੁਹਾਡੇ ਕੋਲ

ਬਹੁਤ ਸਾਰੇ ਲੋਕ ਕਿਸੇ ਵੀ ਕਾਰੋਬਾਰ ਵਿਚ ਭਾਰੀ ਦੌਲਤ ਸਿਰਫ਼ ਇਸਲਈ ਪ੍ਰਾਪਤ ਨਹੀਂ ਕਰ ਪਾਉਂਦੇ, ਕਿਉਂਕਿ ਉਹ ਆਪਣੀ ਆਮਦਨੀ ਨੂੰ ਕਾਰੋਬਾਰ ਵਿਚ ਲਗਾਤਾਰ ਨਿਵੇਸ਼ ਨਹੀਂ ਕਰਦੇ।

ਵਾਧੂ ਪੈਸਾ ਨਾ ਆ ਜਾਵੇ। ਇਸਲਈ ਇਹ ਕਦਮ ਕਾਰੋਬਾਰ ਸਥਾਪਤ ਕਰਣ ਤੇ ਉਸਦੇ ਵਿਕਾਸ ਵਿਚ ਦੁਬਾਰਾ ਨਿਵੇਸ਼ ਕਰਣ ਤੋਂ ਬਾਅਦ ਆਉਂਦਾ ਹੈ: ਤਾਂਕਿ ਤੁਹਾਡੇ ਕੋਲ ਵਾਧੂ ਨਕਦ ਪੈਸਾ ਰਹੇ।

ਲੇਕਨ ਮੈਨੂੰ ਆਪਣਾ ਮਤਲਬ ਪੂਰੀ ਤਰ੍ਹਾਂ ਸਪਸ਼ਟ ਕਰਣ ਦੀ ਮੰਜੂਰੀ ਦਿਓ। ਜਦੋਂ ਮੈਂ ਕਹਿੰਦਾ ਹਾਂ, "ਰੀਅਲ ਐਸਟੇਟ ਵਿਚ ਨਿਵੇਸ਼ ਕਰੋ," ਤਾਂ ਕਈ ਵਾਰ ਗ਼ਲਤਫਹਿਮੀ ਹੋ ਜਾਂਦੀ ਹੈ, ਕਿਉਂਕਿ ਕਈ ਲੋਕ ਇਸ ਗੱਲ ਨੂੰ ਸਮਝਦੇ ਹੀ ਨਹੀਂ ਹਨ ਕਿ ਰੀਅਲ ਐਸਟੇਟ ਸੰਪੱਤੀ ਦੇ ਤੌਰ ਤੇ ਕਿਵੇਂ ਕੰਮ ਕਰਦੀ ਹੈ। ਜ਼ਿਆਦਾਤਰ ਲੋਕ ਸੋਚਦੇ ਹਨ ਕਿ ਰੀਅਲ ਐਸਟੇਟ ਤੋਂ ਮੁਨਾਫ਼ਾ ਕਮਾਉਣਾ ਦਾ ਇਕੋ ਹੀ ਤਰੀਕਾ ਹੈ: ਕਿਸੇ ਕੀਮਤ ਤੇ ਜਾਇਦਾਦ ਖਰੀਦਣਾ ਅਤੇ ਫਿਰ ਜ਼ਿਆਦਾ ਉੱਚੀ ਕੀਮਤ ਤੇ ਉਸ ਨੂੰ ਵੇਚ ਦੇਣਾ (ਜਾਂ ਤਾਂ ਥੋੜ੍ਹੇ ਸੁਧਾਰ ਤੋਂ ਬਾਅਦ ਫਟਾਫਟ ਜਾਂ ਫਿਰ ਕੁੱਝ ਸਮੇਂ ਬਾਅਦ। ਗ਼ਲਤ ! ਇਹ ਤਾਂ ਗਾਂ ਖਰੀਦ ਕੇ ਉਸ ਨੂੰ ਕਿਸੇ ਕਸਾਈ ਨੂੰ ਵੇਚਣ ਵਰਗਾ ਹੈ। ਤੁਹਾਨੂੰ ਤਾਂ ਇਹ ਚਾਹੀਦਾ ਹੈ ਕਿ ਤੁਸੀਂ ਗਾਂ ਖਰੀਦੋ ਅਤੇ ਉਸ ਨੂੰ ਹਮੇਸ਼ਾ ਲਈ ਆਪਣੇ ਕੋਲ ਰੱਖੋ, ਤਾਂ ਜੁ ਤੁਸੀਂ ਉਸਦਾ ਦੁੱਧ ਵੇਚ ਸਕੋ।

ਰੀਅਲ ਐਸਟੇਟ ਖ਼ਰੀਦਣ ਦਾ ਉੱਦੇਸ਼ ਇਸ ਨੂੰ ਵੇਚਣਾ ਨਹੀਂ ਹੈ; ਇਸਦਾ ਉੱਦੇਸ ਤਾਂ ਆਮਦਨੀ ਉਤਪੰਨ ਕਰਣ ਵਾਲੀ ਸੰਪੱਤੀ ਬਨਾਉਣਾ ਹੈ।

ਇਸ ਨੂੰ ਚੰਗੀ ਤਰ੍ਹਾਂ ਸਿਖਣ ਵਿਚ ਸਮਾਂ, ਸਿਖਿਆ, ਅਨੁਭਵ ਅਤੇ ਧਨ ਦੀ ਲੋੜ ਹੁੰਦੀ ਹੈ। ਕਿਸੇ ਵੀ ਨਵੀਂ ਚੀਜ਼ ਵਾਂਗ ਇਸ ਨੂੰ ਸਿਖਣ ਵਿਚ ਵੀ ਕੁੱਝ ਗ਼ਲਤੀਆਂ ਆਸਾਨੀ ਨਾਲ ਹੋ ਜਾਂਦੀਆਂ ਹਨ- ਅਤੇ ਰੀਅਲ ਐਸਟੇਟ ਦੀ ਗ਼ਲਤੀਆਂ (ਖ਼ਾਸਤੌਰ ਉੱਤੇ ਜਾਇਦਾਦ ਦੇ ਪ੍ਰਬੰਧਨ ਵਿਚ) ਬੜੀ ਮਹਿੰਗੀ ਸਾਬਤ ਹੋ ਸਕਦੀਆਂ ਹਨ। ਜਦੋਂ ਤਕ ਕਿ ਤੁਹਾਡੇ ਕੋਲ ਵਾਧੂ ਨੇਮਬੱਧ ਆਮਦਨ ਅਤੇ ਟੈਕਸ ਲਾਭ ਨਾ ਹੋਣ, ਜਿਹੜੇ ਬੀ ਕੁਆਡਰੈਂਟ ਦੇ ਬਿਜ਼ਨਿਸ ਵਿਚ ਹੁੰਦੇ ਹਨ, ਤਦੋਂ ਤਕ ਰੀਅਲ ਐਸਟੇਟ ਤਾਂ ਜ਼ਰੂਰਤ ਤੋਂ ਜ਼ਿਆਦਾ ਖ਼ਤਰਿਆ ਨਾਲ ਭਰੀ ਜਾਂ ਫਿਰ ਲੋੜ ਤੋਂ ਵੱਧ ਸੁਸਤ ਹੈ।

ਕਈ ਲੋਕ ਰੀਅਲ ਐਸਟੇਟ ਵਿਚ ਸਿਰਫ਼ ਇਸਲਈ ਅਮੀਰ ਨਹੀਂ ਬਣ ਪਾਉਂਦੇ, ਕਿਉਂਕਿ ਉਨ੍ਹਾਂ ਕੋਲ ਨਗਦ ਪੈਸੇ ਨਹੀਂ ਹੁੰਦੇ। ਸੱਚ ਤਾਂ ਇਹ ਹੈ ਕਿ ਰੀਅਲ ਐਸਟੇਟ ਦੇ ਸ਼ਰੇਸ਼ਠ ਸੌਦੇ ਆਮਤੌਰ ਉੱਤੇ ਵੱਡੀ ਰਕਮਾਂ ਨਾਲ ਹੁੰਦੇ ਹਨ। ਜੇਕਰ ਤੁਹਾਡੇ ਕੋਲ ਜ਼ਿਆਦਾ ਪੈਸਾ ਨਹੀਂ ਹੈ, ਤਾਂ ਤੁਹਾਨੂੰ ਸਿਰਫ਼ ਉਹੀ ਰੀਅਲ ਐਸਟੇਟ ਸੌਦੇ ਮਿਲ ਸਕਦੇ ਹਨ, ਜਿਨ੍ਹਾਂ ਨੂੰ ਅਸਲੀ ਦੌਲਤਮੰਦ ਲੋਕਾਂ ਨੂੰ ਠੁਕਰਾਇਆ ਹੁੰਦਾ ਹੈ। ਇੰਨੇ ਸਾਰੇ ਲੋਕ "ਬਿਨਾ ਡਾਊਨ ਪੈਮੇਂਟ" ਵਾਲੇ ਨਿਵੇਸ਼ ਦੀ ਖੋਜ ਇਸਲਈ ਕਰਦੇ ਹਨ, ਕਿਉਂਕਿ ਉਨ੍ਹਾਂ ਕੋਲ ਕੋਈ ਡਾਊਨ ਪੈਮੇਂਟ ਹੁੰਦਾ ਹੀ ਨਹੀਂ ਹੈ ! ਜਦੋਂ ਤਕ ਕਿ ਤੁਸੀਂ ਸੱਚੀ ਅਨੁਭਵੀ ਨਾ ਹੋਵੋ ਅਤੇ ਤੁਹਾਡੇ ਕੋਲ ਵਕਤ-ਜ਼ਰੂਰਤ ਲਈ ਬਹੁਤ ਸਾਰਾ ਨਗਦ ਪੈਸਾ ਨਾ ਹੋਵੇ, ਤਦੋਂ ਤਕ ਬਿਨਾ ਡਾਊਨ ਪੈਮੇਂਟ ਦਾ ਨਿਵੇਸ਼ ਤੁਹਾਡੇ ਜੀਵਨ ਦਾ ਸਭ ਤੋਂ ਮਹਿੰਗਾ ਨਿਵੇਸ਼ ਹੋ ਸਕਦਾ ਹੈ।

4. ਆਪਣੀ ਸੰਪੱਤੀਆਂ ਨੂੰ ਵਿਲਾਸੀ ਸਮਾਨ ਖਰੀਦਣ ਦਿਓ

ਸਾਡੇ ਸੰਘਰਸ਼ ਦੇ ਦੌਰ ਤੋਂ ਬਾਅਦ ਇਕ ਇਹੋ ਜਿਹਾ ਸਮਾਂ ਆਇਆ, ਜਦੋਂ ਅਸੀਂ ਜ਼ਿਆਦਾ ਵੱਡਾ ਮਕਾਨ ਖਰੀਦ ਸਕਦੇ ਸੀ। ਲੇਕਨ ਇਸਦੇ ਬਾਵਜੂਦ ਕਈ ਸਾਲਾਂ ਤਕ ਕਿਮ ਅਤੇ ਮੈਂ ਇਕ ਛੋਟੇ ਜਿਹੇ ਮਕਾਨ ਵਿਚ ਰਹਿੰਦੇ ਰਹੇ, ਜਿਸਦੀ ਮਾਸਕ ਕਿਸ਼ਤ ਲਗਭਗ 400 ਡਾੱਲਰ ਸੀ। ਅਸੀਂ ਜ਼ਿਆਦਾ ਮਹਿੰਗੀ ਕਾਰਾਂ ਖਰੀਦ ਸਕਦੇ ਸੀ, ਲੇਕਨ ਇਸਦੇ ਬਾਵਜੂਦ ਅਸੀਂ ਲੰਮੇ ਸਮੇਂ ਤਕ ਆਮ ਕਾਰਾਂ ਹੀ ਚਲਾਉਂਦੇ ਰਹੇ। ਇੰਜ ਕਿਉਂ? ਉਹ ਇਸਲਈ, ਕਿਉਂਕਿ ਇਸ ਦੌਰਾਨ ਅਸੀਂ ਆਪਣੀ ਵਾਧੂ ਆਮਦਨੀ ਨਾਲ ਆਪਣਾ ਕਾਰੋਬਾਰ ਸਥਾਪਤ ਅਤੇ ਰੀਅਲ ਐਸਟੇਟ ਵਿਚ ਨਿਵੇਸ਼ ਕਰ ਰਹੇ ਸੀ।

ਅੱਜ ਅਸੀਂ ਇਕ ਵੱਡੇ ਘਰ ਵਿਚ ਰਹਿੰਦੇ ਹਾਂ ਅਤੇ ਸਾਡੇ ਦੋਨਾਂ ਕੋਲ ਕੁਲ ਮਿਲਾ ਕੇ ਛੇ ਆਲੀਸ਼ਾਨ ਕਾਰਾਂ ਹਨ- ਲੇਕਨ ਉਹ ਮਕਾਨ ਜਾਂ ਕਾਰਾਂ ਅਸੀਂ ਨਹੀਂ ਖਰੀਦੀਆਂ। ਉਨ੍ਹਾਂ ਨੂੰ ਸਾਡੀ *ਸੰਪੱਤੀਆਂ* ਨੇ ਖਰੀਦਿਆਂ ਹੈ; ਅਸੀਂ ਤਾਂ ਸਿਰਫ਼ ਉਨ੍ਹਾਂ ਦਾ ਆਨੰਦ ਮਾਣਦੇ ਹਾਂ।

ਜਦੋਂ ਮੈਂ "ਵਿਲਾਸੀ ਸਮਾਨ" ਕਹਿੰਦਾ ਹਾਂ, ਤਾਂ ਇਹ ਜ਼ਰੂਰੀ ਨਹੀਂ ਹੈ ਕਿ ਇਹ ਕਿਸੇ ਤਰ੍ਹਾਂ ਦੀ ਫ਼ਿਜ਼ੂਲਖ਼ਰਚੀ ਜਾਂ ਦਿਖਾਵਟੀ ਚੀਜ਼ ਹੀ ਹੋਵੇ। ਇਹ ਤਾਂ ਕੋਈ ਵੀ ਚੀਜ਼ ਹੋ ਸਕਦੀ ਹੈ, ਜਿਸ ਨੂੰ ਤੁਸੀਂ ਚਾਹੁੰਦੇ ਹੋਵੋ ਅਤੇ ਜਿਸਦਾ ਆਨੰਦ ਤੁਸੀਂ ਲੈਂਦੇ ਹੋਵੋ, ਲੇਕਨ ਉਹ ਤੁਹਾਡੀ "ਜ਼ਰੂਰਤ" ਤੋਂ ਪਰੇ ਹੋਵੇ।

ਮੈਂ ਤੁਹਾਨੂੰ ਇਸਦਾ ਇਕ ਉਦਾਹਰਣ ਦਿੰਦਾ ਹਾਂ। ਕਿਸੇ ਇਹੋ ਜਿਹੇ ਪਰਿਚਤ ਬਾਰੇ ਸੋਚੋ, ਜਿਹੜਾ ਜਿਉਣ ਖ਼ਾਤਰ ਕੰਮ ਕਰਦਾ ਹੈ, ਲੇਕਨ ਉਸ ਨੂੰ ਇਹ ਨੌਕਰੀ ਕਤਈ ਪਸੰਦ ਨਹੀਂ ਹੈ। ਜੇਕਰ ਤੁਸੀਂ ਉਸ ਨੂੰ ਕਹਿੰਦੇ ਹੋ - "ਸੁਣੋ, ਜੇਕਰ ਤੁਹਾਨੂੰ ਆਪਣੀ ਨੌਕਰੀ ਪਸੰਦ ਨਹੀਂ ਹੈ, ਤਾਂ ਛੱਡ ਕਿਉਂ ਨਹੀਂ ਦੇਂਦੇ?" - ਤਾਂ ਇਸਦੇ ਜਵਾਬ ਵਿਚ ਉਹ ਕੀ ਕਹੇਗਾ?

ਮੈਂ ਤਾਂ ਇਸ ਨੂੰ ਕਦੋਂ ਦਾ ਛੱਡਣਾ ਚਾਹੁੰਦਾ ਹਾਂ- ਲੇਕਨ ਮੇਰੇ ਕੋਲ ਸੁਖ ਸਾਧਨ ਨਹੀਂ ਹਨ।

ਸਹੀ ਗੱਲ ਹੈ : ਕਈ ਲੋਕਾਂ ਲਈ ਨੌਕਰੀ ਛੱਡਣਾ ਹੀ ਉਹ ਪਹਿਲੀ ਵਿਲਾਸਤਾ ਹੈ, ਜਿਹੜੀ ਉਹ ਚਾਹੁੰਦੇ ਹਨ। ਤੁਸੀਂ ਉਹ ਵਿਲਾਸਤਾ ਕਿਵੇਂ ਪਾ ਸਕਦੇ ਹੋ? ਉਸੇ ਤਰ੍ਹਾਂ, ਜਿਸ ਤਰ੍ਹਾਂ ਕਿਸੇ ਦੂਜੀ ਵਿਲਾਸਤਾ ਨੂੰ ਪਾਉਂਦੇ ਹੋ : ਤੁਸੀਂ ਆਪਣੇ ਕਾਰੋਬਾਰ ਅਤੇ/ਜਾਂ ਆਪਣੀ ਰੀਅਲ

ਐਸਟੇਟ ਸੰਪੱਤੀਆਂ ਤੋਂ ਹੋਣ ਵਾਲੀ ਆਮਦਨੀ ਨਾਲ ਉਸ ਨੂੰ ਖਰੀਦਦੇ ਹੋ। ਜ਼ਾਹਿਰ ਹੈ, ਇਸਦੇ ਲਈ ਤੁਹਾਨੂੰ ਇੰਨੀ ਵੱਡੀ ਸੰਪੱਤੀਆਂ ਬਨਾਉਣੀ ਹੋਣਗੀਆਂ, ਤਾਂ ਕਿ ਉਹ ਤੁਹਾਨੂੰ ਤੁਹਾਡੀ ਮਨਭਾਉਂਦੀ ਚੀਜ਼ ਖਰੀਦ ਕੇ ਦੇ ਸਕਣ।

ਤੁਸੀਂ ਦੇਖਿਆ, ਇਹ ਕਿਵੇਂ ਕੰਮ ਕਰਦੀ ਹੈ?

ਤੁਸੀਂ ਆਪਣੀ ਆਮਦਨ ਦਾ ਇਸਤੇਮਾਲ ਵਿਲਾਸੀ ਵਸਤੂਆਂ ਨੂੰ ਖਰੀਦਣ ਲਈ ਨਹੀਂ ਕਰਦੇ ਹੋ : ਤੁਸੀਂ ਤਾਂ ਇਸਦਾ ਇਸਤੇਮਾਲ ਸੰਪੱਤੀ ਬਨਾਉਣ ਵਾਸਤੇ ਕਰਦੇ ਹੋ– ਆਪਣਾ ਕਾਰੋਬਰ ਅਤੇ ਰੀਅਲ ਐਸਟੇਟ ਨਿਵੇਸ਼– ਅਤੇ ਜਦੋਂ ਉਹ ਕਾਫੀ ਵੱਡੇ ਹੋ ਜਾਂਦੇ ਹਨ, ਤਾਂ ਤੁਸੀਂ *ਉਨ੍ਹਾਂਨੂੰ* ਆਪਣੇ ਵਾਸਤੇ ਵਿਲਾਸਤਾ ਦਾ ਸਾਮਾਨ ਖਰੀਦਣ ਦੀ ਮੰਜ਼ੂਰੀ ਦੇ ਦੇਂਦੇ ਹੋ।

ਜਿਹੜਾ ਕਿ ਸਾਨੂੰ ਆਪਣੇ ਸੁਫਨਿਆਂ ਵੱਲ ਲੈ ਜਾਂਦਾ ਹੈ।

ਅਧਿਆਇ 16

ਸੰਪੱਤੀ # 8 : ਵੱਡੇ ਸੁਫਨੇ ਅਤੇ ਉਨ੍ਹਾਂ ਨੂੰ ਸਾਕਾਰ ਕਰਣ ਦੀ ਸਮਰੱਥਾ

ਨੇਟਵਰਕ ਮਾਰਕੇਟਿੰਗ ਕੰਪਨੀਆਂ ਬਾਰੇ ਇਕ ਬੜੀ ਕੀਮਤੀ ਗੱਲ ਇਹ ਹੈ ਕਿ ਉਹ ਤੁਹਾਡੇ ਸੁਫਨੇ ਸਾਕਾਰ ਕਰਣ ਦੇ ਮਹੱਤਵ ਉੱਤੇ ਜ਼ੋਰ ਦੇਂਦੀਆਂ ਹਨ। ਗੌਰ ਕਰੋ, ਮੈਂ *"ਸੁਫਨਾ ਹੋਣ ਦਾ ਮਹੱਤਵ"* ਨਹੀਂ ਕਿਹਾ। ਉਹ ਸਿਰਫ਼ ਇਹੀ ਨਹੀਂ ਚਾਹੁੰਦੀਆਂ ਕਿ ਤੁਹਾਡੇ ਕੋਲ ਸੁਫਨੇ ਹੋਣ; ਉਹ ਤਾਂ ਇਹ ਵੀ ਚਾਹੁੰਦੀਆਂ ਹਨ ਕਿ ਤੁਸੀਂ ਉਨ੍ਹਾਂ ਸੁਫਨਿਆਂ ਨੂੰ ਸਾਕਾਰ ਕਰੋ ਅਤੇ ਉਨ੍ਹਾਂ *ਨਾਲ ਰਹੋ।*

ਇਹੀ ਨਹੀਂ, ਉਹ ਤੁਹਾਨੂੰ ਵੱਡੇ ਸੁਫਨੇ ਦੇਖਣ ਲਈ ਪ੍ਰੋਤਸਾਹਤ ਕਰਦੀਆਂ ਹਨ। ਨੇਟਵਰਕ ਮਾਰਕੇਟਿੰਗ ਦੀ ਪੜਚੋਲ ਸ਼ੁਰੂ ਕਰਣ ਵੇਲੇ ਮੈਂ ਪਹਿਲੇ ਦੇ ਮੁਕਾਬਲੇ ਜ਼ਿਆਦਾ ਵੱਡੇ ਸੁਫਨੇ ਦੇਖਣ ਲੱਗਾ। ਇਹ ਬੜਾ ਚੰਗਾ ਅਨੁਭਵ ਸੀ।

ਰਵਾਇਤੀ ਕੰਪਨੀਆਂ ਆਮਤੌਰ ਤੇ ਵੱਡੇ ਸੁਫਨਿਆਂ ਤੋਂ ਜ਼ਿਆਦਾ ਖ਼ੁਸ਼ ਨਹੀਂ ਹੁੰਦੀਆਂ। ਉਨ੍ਹਾਂ ਨੂੰ ਜ਼ਿਆਦਾ ਚੰਗਾ ਤਦੋਂ ਲੱਗਦਾ ਹੈ, ਜਦੋਂ ਤੁਹਾਡੇ ਸੁਫਨੇ ਛੋਟੇ ਹੋਣ: ਕੁੱਝ ਦਿਨਾਂ ਦੀ ਗਰਮੀ ਦੀਆਂ ਛੁੱਟੀਆਂ, ਸ਼ਾਇਦ ਘੱਟ ਸਮੇਂ ਦਾ ਕੋਈ ਮਨੋਰੰਜਨ, ਤੁਹਾਡਾ ਕੋਈ ਨਿੱਕਾ-ਮੁੱਕਾ ਸ਼ੌਕ, ਐਤਵਾਰ ਦੀ ਦੁਪਹਿਰ ਨੂੰ ਵਧੀਆ ਗੋਲਫ਼ ਖੇਡਣ ਦਾ ਸਮਾਂ। ਬਸ ਇਸੇ ਤਰ੍ਹਾਂ ਦੀਆਂ ਚੀਜ਼ਾਂ।

ਮੈਂ ਇਹ ਨਹੀਂ ਕਹਿ ਰਿਹਾ ਕਿ ਇੰਜ ਦੇ ਸੁਫਨੇ ਦੇਖਣਾ ਗ਼ਲਤ ਹਨ। ਮੈਂ ਤਾਂ ਬਸ ਇਹ ਕਹਿ ਰਿਹਾ ਹਾਂ ਕਿ ਇੰਜ ਦਾ ਜੀਵਨ ਛੋਟਾ ਜੀਵਨ ਹੈ।

ਵੱਡੇ ਹੋਣ ਸਮੇਂ ਮੈਂ ਅਕਸਰ ਆਪਣੇ ਮਾਂ-ਪਿਓ ਨੂੰ ਇਹ ਵਾਕ ਬੋਲਦੇ ਸੁਣਦਾ ਸੀ, "ਅਸੀਂ ਇਸਦਾ ਖ਼ਰਚ ਨਹੀਂ ਚੁੱਕ ਸਕਦੇ।" ਬਹਰਹਾਲ, ਅਮੀਰ ਡੈਡੀ ਨੇ ਆਪਣੇ ਪੁੱਤਰ ਅਤੇ ਮੈਨੂੰ ਇਹ ਸ਼ਬਦ ਨਹੀਂ ਬੋਲਣ ਦਿੱਤੇ। ਇਸਦੀ ਬਜਾਇ ਉਨ੍ਹਾਂ ਨੇ ਇਸ ਗੱਲ ਉੱਤੇ ਜ਼ੋਰ ਦਿੱਤਾ ਕਿ ਅਸੀਂ ਆਪਣੇ-ਆਪ ਨੂੰ ਪੁੱਛਿਐ, "ਅਸੀਂ ਇਸਦਾ ਖ਼ਰਚ *ਕਿਵੇਂ ਚੁੱਕ* ਸਕਦੇ ਹਾਂ?"

ਇਹਨਾਂ ਕਥਨਾਂ ਵਿਚਕਾਰ ਬੜਾ ਘੱਟ ਅੰਤਰ ਲੱਗਦਾ ਹੈ, ਲੇਕਨ ਇਨ੍ਹਾਂ ਨਾਲ ਹੀ ਸਾਰਾ ਫ਼ਰਕ ਪੈਂਦਾ ਹੈ। ਸੋਚ ਦਾ ਇਹ ਨਿੱਕਾ ਜਿਹਾ ਬਦਲਾਅ ਸਾਰੀ ਜ਼ਿੰਦਗੀ ਦੇ ਅਨੁਭਵਾਂ, ਅਨੁਭੂਤੀਆਂ

ਅਤੇ ਨਿਰਣਿਆਂ ਨਾਲੋਂ ਕਈ ਗੁਣਾ ਹੋ ਜਾਵੇਗਾ। ਆਖ਼ਰਕਾਰ, ਇਹ ਤੁਹਾਨੂੰ ਇਕ ਇਹੋ ਜਹੀ ਥਾਂ ਤੇ ਪਹੁੰਚਾ ਦੇਵੇਗਾ, ਜਿਹੜੀ ਉਸ ਥਾਂ ਤੋਂ ਕਰੋੜਾਂ ਮੀਲਾਂ ਦੀ ਦੂਰੀ ਤੇ ਹੋਵੇਗੀ, ਜਿੱਥੇ ਤੁਸੀਂ ਉਹ ਬਦਲੀ ਕੀਤੇ ਬਿਨਾ ਪੁੱਜਦੇ।

ਜਦੋਂ ਤੁਸੀਂ ਆਪਣੇ-ਆਪ ਨੂੰ ਇਹ ਪੁੱਛਣ ਦੀ ਆਦਤ ਪਾ ਲੈਂਦੇ ਹੋ, "ਮੈਂ ਇਸਦਾ ਖ਼ਰਚ *ਕਿਵੇਂ* ਚੁੱਕ ਸਕਦਾ ਹਾਂ?" ਤਾਂ ਤੁਸੀਂ ਆਪਣੇ-ਆਪ ਨੂੰ ਜ਼ਿਆਦਾ ਵੱਡੇ ਸੁਫਨੇ ਦੇਖਣ ਲਈ ਸਿਖਲਾਈ ਦੇਂਦੇ ਹੋ ਅਤੇ ਨਾਲ ਹੀ ਤੁਹਾਨੂੰ ਇਹ ਵਿਸ਼ਵਾਸ ਵੀ ਹੁੰਦਾ ਹੈ ਕਿ ਤੁਸੀਂ ਉਨ੍ਹਾਂ ਨੂੰ ਸਾਕਾਰ ਵੀ ਕਰ ਸਕਦੇ ਹੋ। ਦੂਜੇ ਪਾਸੇ, "ਮੈਂ ਇਸਦਾ ਖ਼ਰਚ ਨਹੀਂ ਚੁੱਕ ਸਕਦਾ" ਕਹਿਣਾ ਆਪਣੇ ਸੁਫਨਿਆਂ ਦਾ ਸੰਗ ਘੁੱਟਣ ਵਾਂਗ ਹੁੰਦਾ ਹੈ, ਜਿਵੇਂ ਮੋਮਬੱਤੀ ਦੀ ਲੌ ਤੇ ਗਿੱਲਾ ਤੌਲੀਆ ਰੱਖ ਦਿੱਤਾ ਜਾਵੇ। ਦੁਨੀਆ ਵਿਚ ਪਹਿਲਾਂ ਤੋਂ ਹੀ ਬੜੇ ਸਾਰੇ ਲੋਕ ਹਨ, ਜਿਹੜੇ ਆਪਣੇ ਸੁਫਨਿਆਂ ਦਾ ਗਲਾ ਘੁੱਟਣ ਦੀ ਕੋਸ਼ਸ਼ ਕਰ ਰਹੇ ਹਨ ਅਤੇ ਤੁਹਾਨੂੰ ਉਸ ਜਮਾਤ ਵਿਚ ਆਪਣੇ-ਆਪ ਨੂੰ ਸ਼ਾਮਲ ਕਰਣ ਦੀ ਕੋਈ ਲੋੜ ਨਹੀਂ ਹੈ! ਓਹ, ਸ਼ਾਇਦ ਉਨ੍ਹਾਂ ਦਾ ਇਹੋ ਜਿਹਾ ਕੋਈ ਇਰਾਦਾ ਨਹੀਂ ਹੁੰਦਾ, ਲੇਕਨ ਉਹ ਸ਼ੁਭਚਿੰਤਕ ਹੋਣ ਜਾਂ ਨਾ ਹੋਣ, ਉਨ੍ਹਾਂ ਦੇ ਸ਼ਬਦ ਬੜੇ ਭਿਅੰਕਰ ਹੁੰਦੇ ਹਨ।

"ਤੁਸੀਂ ਇਹ ਨਹੀਂ ਕਰ ਸਕਦੇ।"

"ਇਸ ਵਿਚ ਬਹੁਤ ਜ਼ਿਆਦਾ ਜੋਖ਼ਮ ਹੈ। ਕੀ ਤੁਸੀਂ ਜਾਣਦੇ ਹੋ ਕਿ ਇਸਦੀ ਕੋਸ਼ਸ਼ ਵਿਚ ਕਿੰਨੇ ਸਾਰੇ ਲੋਕ ਅਸਫਲ ਹੋ ਚੁੱਕੇ ਹਨ?"

ਮੂਰਖਤਾ ਨਾ ਕਰੋ। ਤੁਹਾਡੇ ਦਿਮਾ.ਗ 'ਚ ਇਹੋ ਜਿਹੇ ਵਿਚਾਰ ਆ ਕਿੱਥੋਂ ਜਾਂਦੇ ਹਨ?"

"ਜੇਕਰ ਇਹ ਵਿਚਾਰ ਇੰਨਾ ਹੀ ਚੰਗਾ ਹੁੰਦਾ, ਤਾਂ ਕੀ ਕੋਈ ਦੂਜਾ ਪਹਿਲਾਂ ਹੀ ਇਹ ਕੰਮ ਨਾ ਕਰ ਚੁੱਕਿਆ ਹੁੰਦਾ?"

"ਓਹ, ਮੈਂ ਸਾਲਾਂ ਪਹਿਲਾਂ ਇਸਦੀ ਕੋਸ਼ਸ਼ ਕੀਤੀ ਸੀ। ਮੈਂ ਤੁਹਾਨੂੰ ਦੱਸਦਾ ਹਾਂ ਕਿ ਇਹ ਕਿਉਂ ਕਾਰਗਰ ਨਹੀਂ ਹੋਵੇਗਾ।"

ਮਹੱਤਵਪੂਰਨ ਤਾਂ ਇਹ ਹੈ ਕਿ ਭਾਵੇਂ ਕੋਈ ਵੱਡਾ ਮਕਾਨ ਹੋਵੇ ਜਾਂ ਕੋਈ ਹੋਰ ਸੁਫਨਾ, ਉਸ ਲਈ ਤੁਸੀਂ ਆਪਣੀ ਵਿਅਕਤੀਗਤ ਸ਼ਕਤੀ ਵਿਕਸਤ ਕਰਣ ਦੀ ਪੂਰੀ ਕੋਸ਼ਸ਼ ਕੀਤੀ, ਸਿੱਖਿਆ ਅਤੇ ਕੀਤਾ। ਇਸ ਪ੍ਰਕਿਰਿਆ ਰਾਹੀਂ ਤੁਸੀਂ ਜੋ ਬਣੇ, ਉਹ ਜ਼ਿਆਦਾ ਮਹੱਤਵਪੂਰਨ ਹੈ।

ਇਹ ਸੁਫਨਿਆਂ ਦੀ ਹਤਿਆ ਕਰਣ ਵਾਲੇ ਸ਼ਬਦ ਹਨ ਅਤੇ ਇਨ੍ਹਾਂ ਨੂੰ ਕਹਿਣ ਵਾਲੇ ਲੋਕਾਂ ਬਾਰੇ ਮੈਂ ਇਕ ਦਿਲਚਸਪ ਗੱਲ ਦੇਖੀ ਹੈ: ਲਗਭਗ ਹਮੇਸ਼ਾ ਉਹ ਇਹੋ ਜਿਹੇ ਲੋਕ ਹੁੰਦੇ ਹਨ, ਜਿਹੜੇ ਆਪਣੇ ਸੁਫਨਿਆਂ ਨੂੰ ਇਕ ਪਾਸੇ ਰੱਖ ਚੁੱਕੇ ਹੁੰਦੇ ਹਨ।

ਜਦੋਂ ਮੈਂ ਅਤੇ ਕਿਮ ਦਿਵਾਲੀਆ ਸਨ, ਤਾਂ ਅਸੀਂ ਮਿਲਕੇ ਫੈਸਲਾ ਲਿਆ ਕਿ ਅਸੀਂ ਵੱਡਾ ਘਰ ਤਦੋਂ ਹੀ ਖਰੀਦਾਂਗੇ, ਜਦੋਂ ਅਸੀਂ ਇਕ ਮਿਲੀਅਨ ਡਾੱਲਰ ਤੋਂ ਜ਼ਿਆਦਾ ਕਮਾ ਲਵਾਂਗੇ। ਅਸੀਂ ਇਸ ਤਰ੍ਹਾਂ ਹੀ ਕੀਤਾ ਅਤੇ ਸਾਨੂੰ ਉਸ ਮਕਾਨ ਵਿਚ ਰਹਿਣਾ ਬੜਾ ਚੰਗਾ ਲੱਗਿਆ, ਲੇਕਨ ਧਿਆਨ

ਰਹੇ, ਉਹ ਮਕਾਨ ਆਪਣੇ-ਆਪ ਵਿਚ ਸਾਡੇ ਲਈ ਮਹੱਤਵਪੂਰਨ ਨਹੀਂ ਸੀ। ਉਸ ਮਕਾਨ ਨੂੰ ਖਰੀਦਣ ਲਈ ਸਮਰੱਥ ਹੋਣਾ ਵੀ ਸਾਡੇ ਲਈ ਮਹੱਤਵਪੂਰਨ ਨਹੀਂ ਸੀ। ਮਹੱਤਵਪੂਰਨ ਤਾਂ ਉਹ ਸੀ, ਜਿਹੜੀ ਉਸ ਪ੍ਰਕਿਰਿਆ ਰਾਹੀਂ *ਅਸੀਂ* ਬਣੇ।

ਵੱਡਾ ਮਕਾਨ ਹੋਵੇ ਜਾਂ ਭਾਵੇਂ ਕੋਈ ਸੁਫਨਾ, ਮਹੱਤਵਪੂਰਨ ਤਾਂ ਇਹ ਹੈ ਕਿ ਉਸਦੇ ਲਈ ਤੁਸੀਂ ਆਪਣੀ ਵਿਅਕਤੀਗਤ ਸ਼ਕਤੀ ਵਿਕਸਤ ਕਰਣ ਦੀ ਪੂਰੀ ਕੋਸ਼ਸ਼ ਕੀਤੀ, ਸਿੱਖਿਆ ਅਤੇ ਕੀਤਾ। ਤੁਸੀਂ ਇਸ ਪ੍ਰਕਿਰਿਆ ਵਿਚ ਜੋ ਬਣੇ, ਉਹ ਜ਼ਿਆਦਾ ਮਹੱਤਵਪੂਰਨ ਹੈ।

ਮੇਰੇ ਅਮੀਰ ਡੈਡੀ ਨੇ ਮੈਨੂੰ ਕਿਹਾ ਸੀ, "ਜਿਹੜੇ ਲੋਕ ਛੋਟੇ ਸੁਫਨੇ ਦੇਖਦੇ ਹਨ, ਉਹ ਸਾਰੀ ਜਿੰਦਗੀ ਛੋਟੇ ਹੀ ਬਣੇ ਰਹਿੰਦੇ ਹਨ।"

ਹਰ ਵਿਅਕਤੀ ਸੁਫਨੇ ਦੇਖਦਾ ਹੈ, ਲੇਕਨ ਹਰ ਵਿਅਕਤੀ ਇਕੋ ਜਿਹਾ ਸੁਫਨਾ ਨਹੀਂ ਦੇਖਦਾ। ਅਮੀਰ ਡੈਡੀ ਨੇ ਮੈਨੂੰ ਸਿਖਾਇਆ ਕਿ ਸੁਪਨਦਰਸ਼ੀ ਪੰਜ ਤਰ੍ਹਾਂ ਦੇ ਹੁੰਦੇ ਹਨ :

- ਜਿਹੜੇ ਅਤੀਤ ਵਿਚ ਸੁਫਨੇ ਦੇਖਦੇ ਹਨ।
- ਜਿਹੜੇ ਸਿਰਫ਼ ਛੋਟੇ ਸੁਫਨੇ ਦੇਖਦੇ ਹਨ।
- ਜਿਹੜੇ ਇਕ ਸੁਫਨੇ ਨੂੰ ਸਾਕਾਰ ਕਰ ਲੈਂਦੇ ਹਨ ਅਤੇ ਉਸ ਤੋਂ ਬਾਅਦ ਉਕਤਾਹਟ ਭਰਾ ਜੀਵਨ ਬਤੀਤ ਕਰਦੇ ਹਨ।
- ਜਿਹੜੇ ਵੱਡੇ ਸੁਫਨੇ ਤਾਂ ਦੇਖਦੇ ਹਨ, ਲੇਕਨ ਉਨ੍ਹਾਂ ਦੇ ਕੋਲ ਉਨ੍ਹਾਂ ਨੂੰ ਸਾਕਾਰ ਕਰਣ ਦੀ ਕੋਈ ਯੋਜਨਾ ਨਹੀਂ ਹੁੰਦੀ, ਇਸਲਈ ਉਹ ਆਖ਼ਰਕਾਰ ਨਾਕਾਮ ਹੋ ਜਾਂਦੇ ਹਨ।
- ਜਿਹੜੇ ਵੱਡੇ ਸੁਫਨੇ ਦੇਖਦੇ ਹਨ, ਉਨ੍ਹਾਂ ਨੂੰ ਹਾਸਲ ਕਰਦੇ ਹਨ ਅਤੇ ਫਿਰ ਉਸ ਤੋਂ ਵੀ ਜ਼ਿਆਦਾ ਵੱਡੇ ਸੁਫਨੇ ਦੇਖਦੇ ਹਨ !

ਜਿਹੜੇ ਅਤੀਤ ਵਿਚ ਸੁਫਨੇ ਦੇਖਦੇ ਹਨ

ਇਹ ਉਹ ਲੋਕ ਹਨ, ਜਿਨ੍ਹਾਂ ਨੂੰ ਯਕੀਨ ਹੁੰਦਾ ਹੈ ਕਿ ਉਨ੍ਹਾਂ ਦੀ ਸਭ ਤੋਂ ਵੱਡੀ ਉਪਲਬਧੀਆਂ ਅਤੀਤ ਵਿਚ ਹਨ। ਉਹ ਤੁਹਾਨੂੰ ਕਾਲਜ ਦੇ ਜਮਾਨੇ, ਫੌਜ਼ ਦੇ ਦਿਨਾਂ, ਹਾਈ ਸਕੂਲ ਦੇ ਫ਼ੁਟਬਾੱਲ ਦੇ ਦਿਨਾਂ ਅਤੇ ਬਚਪਨ ਵਿਚ ਖੇਤਾਂ ਅਤੇ ਗੁਜ਼ਰੀ ਜਿੰਦਗੀ ਦੇ ਰੌਚਕ ਕਿੱਸੇ-ਕਹਾਣੀਆਂ ਸੁਣਾਉਂਦੇ ਰਹਿੰਦੇ ਹਨ। ਲੇਕਨ ਜਦੋਂ ਤੁਸੀਂ ਉਨ੍ਹਾਂ ਨੂੰ ਭਵਿੱਖ ਬਾਰੇ ਗੱਲ ਕਰਣ ਦਾ ਸੱਦਾ ਦਿੰਦੇ ਹੋ, ਤਾਂ ਸ਼ਾਇਦ ਉਹ ਸਿਰ ਹਿਲਾ ਕੇ ਕਹਿਣਗੇ, "ਓਹ, ਦੁਨੀਆ ਠੇਲੇ ਵਿਚ ਬੈਠ ਕੇ ਪਾਤਾਲ ਵੱਲ ਜਾ ਰਹੀ ਹੈ।"

ਜਿਹੜਾ ਵਿਅਕਤੀ ਅਤੀਤ ਦੇ ਸੁਫਨੇ ਦੇਖਦਾ ਹੈ, ਉਸਦੀ ਜਿੰਦਗੀ ਖ਼ਤਮ ਹੋ ਚੁੱਕੀ ਹੈ। ਉਹ ਮਰਿਆ ਹੋਇਆ ਤਾਂ ਨਹੀਂ ਹੈ, ਲੇਕਨ ਅਸਲ ਵਿਚ ਉਹ ਜਿਊਂਦਾ ਵੀ ਨਹੀਂ ਹੈ- ਅਤੇ ਪੁਨਰਜੀਵਤ ਹੋਣ ਦਾ ਇਕੱਲਾ ਤਰੀਕਾ ਕਿਸੇ ਸੁਫਨੇ ਦੀ ਲੌ ਨੂੰ ਦੁਬਾਰਾ ਸੁਲਗਾਉਣਾ ਹੈ।

ਜਿਹੜੇ ਸਿਰ਼ਫ ਛੋਟੇ ਸੁਫਨੇ ਦੇਖਦੇ ਹਨ

ਕੁੱਝ ਲੋਕ ਸਿਰਫ਼ ਛੋਟੇ ਸੁਫਨੇ ਦੇਖ ਕੇ ਆਪਣੇ-ਆਪ ਨੂੰ ਸੀਮਤ ਕਰ ਲੈਂਦੇ ਹਨ, ਕਿਉਂਕਿ ਇਹੀ

ਇਕੱਲਾ ਤਰੀਕਾ ਹੈ, ਜਿਸ ਨਾਲ ਉਨ੍ਹਾਂ ਨੂੰ ਇਹ ਆਤਮਵਿਸ਼ਵਾਸ ਮਹਿਸੂਸ ਹੁੰਦਾ ਹੈ ਕਿ ਉਨ੍ਹਾਂ ਹਾਸਲ ਕਰ ਸਕਦੇ ਹਨ। ਵਿਡੰਬਣਾ ਦੇਖੋ! ਹਾਲਾਂਕਿ ਉਹ ਜਾਣਦੇ ਹਨ ਕਿ ਉਹ ਆਪਣੇ ਛੋਟੇ ਸੁਫਨੇ ਹਾਸਲ ਕਰ ਸਕਦੇ ਹਨ, ਲੇਕਨ ਆਮਤੌਰ ਤੇ ਉਹ ਉਨ੍ਹਾਂ ਨੂੰ ਕਦੇ ਵੀ ਹਾਸਲ ਨਹੀਂ ਕਰ ਪਾਉਂਦੇ। ਕਿਉਂ ਨਹੀਂ? ਕੌਣ ਜਾਣੇ? ਸ਼ਾਇਦ ਇੰਜ ਇਸਲਈ ਹੈ, ਕਿਉਂਕਿ ਉਹ ਜਾਣਦੇ ਹਨ ਕਿ ਜੇਕਰ ਉਨ੍ਹਾਂ ਨੇ ਆਪਣੇ ਸੁਫਨੇ ਨੂੰ ਹਾਸਲ ਕਰ ਲਿਆ, ਤਾਂ ਉਸ ਤੋਂ ਬਾਅਦ ਉਨ੍ਹਾਂ ਕੋਲ ਜੀਵਨ ਜਿਊਣ ਲਈ ਕੁੱਝ ਨਹੀਂ ਬਚੇਗਾ– ਜਦੋਂ ਤਕ ਕਿ ਉਹ ਜ਼ਿਆਦਾ ਵੱਡੇ ਸੁਫਨੇ ਦੇਖ ਕੇ ਆਪਣੇ–ਆਪ ਨੂੰ ਚੁਣੌਤੀ ਨਾ ਦੇਣ।

ਦੂਜੇ ਸ਼ਬਦਾਂ ਵਿਚ, ਉਹ ਜ਼ਿਆਦਾ ਵੱਡੇ ਜੀਵਨ ਦੇ ਖ਼ਤਰੇ ਅਤੇ ਰੁਮਾਂਚ ਦਾ ਸਾਹਮਣਾ ਕਰਣ ਦੀ ਬਜਾਇ ਛੋਟਾ ਜੀਵਨ ਪਸੰਦ ਕਰਦੇ ਹਨ। ਬੁੱਢਾਪੇ ਵਿਚ ਤੁਸੀਂ ਉਨ੍ਹਾਂ ਦੇ ਮੂੰਹ ਤੋਂ ਅਕਸਰ ਇਸ ਤਰ੍ਹਾਂ ਦੇ ਵਾਕ ਸੁਣੋਗੇ, "ਤੁਸੀਂ ਜਾਣਦੇ ਹੋ, ਮੈਨੂੰ ਇਹ ਕੰਮ ਸਾਲਾਂ ਪਹਿਲਾਂ ਕਰ ਲੈਣਾ ਚਾਹੀਦਾ ਸੀ, ਲੇਕਨ ਦਰਅਸਲ ਮੈਂ ਕਦੇ ਇਸ ਲਈ ਮਨ ਹੀਂ ਨਹੀਂ ਬਣਾ ਪਾਇਆ।"

ਮੈਂ ਇਕ ਵਾਰੀ ਆਪਣੇ ਇਕ ਵਾਕਫ਼ ਕੋਲੋਂ ਪੁੱਛਿਆ ਸੀ, "ਜੇਕਰ ਤੁਹਾਡੇ ਕੋਲ ਦੁਨੀਆ ਦਾ ਸਾਰਾ ਪੈਸਾ ਹੁੰਦਾ, ਤਾਂ ਤੁਸੀਂ ਕਿੱਥੇ ਦੀ ਯਾਤਰਾ ਕਰਦੇ?"

ਉਸਨੇ ਜਵਾਬ ਦਿੱਤਾ, "ਮੈਂ ਆਪਣੀ ਭੈਣ ਨੂੰ ਮਿਲਣ ਕੈਲੀਫੋਰਨੀਆ ਜਾਂਦਾ। ਮੈਂ ਉਸਨੂੰ ਚੌਦਾਂ ਸਾਲਾਂ ਤੋਂ ਨਹੀਂ ਦੇਖਿਆ ਅਤੇ ਮੇਰੇ ਮਨ ਵਿਚ ਉਸ ਨੂੰ ਦੇਖਣ ਦੀ ਬੜੀ ਇੱਛਾ ਹੈ, ਖ਼ਾਸਤੌਰ ਤੇ ਉਸਦੇ ਬੱਚਿਆਂ ਤੋਂ ਜ਼ਿਆਦਾ ਵੱਡੇ ਹੋਣ ਤੋਂ ਪਹਿਲਾਂ। ਇਹੀ ਮੇਰੇ ਸੁਫਨਿਆਂ ਦੀ ਛੁੱਟੀਆ ਹੋਵੇਗੀ।"

ਉਸ ਵੇਲੇ ਕੈਲੀਫੋਰਨੀਆ ਦੀ ਯਾਤਰਾ ਵਿਚ ਲਗਭਗ 500 ਡਾੱਲਰ ਦਾ ਖ਼ਰਚ ਆਉਂਦਾ ਸੀ। ਮੈਂ ਇਹ ਗੱਲ ਉਸ ਨੂੰ ਦੱਸਦਿਆਂ ਹੋਇਆ ਪੁੱਛਿਆ ਕਿ ਜਦੋਂ ਉਹ ਇਸੇ ਵੇਲੇ ਉਹ ਯਾਤਰਾ ਕਰ ਸਕਦਾ ਹੈ, ਤਾਂ ਉਹ ਟਾਲ ਕਿਉਂ ਰਿਹਾ ਹੈ। ਉਸਦਾ ਜਵਾਬ ਸੀ, "ਓਹ, ਮੈਂ ਇਸੇ ਕਰਾਂਗਾ, ਹਾਲ–ਫਿਰਹਾਲ ਤਾਂ ਮੈਂ ਬਹੁਤ ਜ਼ਿਆਦਾ ਵਿਅਸਤ ਹਾਂ।" ਦੂਜੇ ਸ਼ਬਦਾਂ ਵਿਚ, ਉਸਦੀ "ਸੁਫਨਿਆਂ ਦੀ ਛੁੱਟੀਆਂ" ਉਹ ਸੀ, ਜਿਹਨਾਂ ਦੇ ਸੁਫਨੇ ਦੇਖਣਾ ਤਾਂ ਉਸਨੂੰ ਚੰਗਾ ਲੱਗਦਾ ਸੀ, ਲੇਕਨ ਜਾਗ ਕੇ ਸੱਚਮੁੱਚ ਛੁੱਟੀਆਂ ਮਨਾਉਣ ਜਾਣਾ ਉੱਨਾ ਰਾਸ ਸੀ ਨਹੀਂ ਆਉਂਦਾ।

ਅਮੀਰ ਡੈਡੀ ਨੇ ਮੈਨੂੰ ਦਸਿਆ ਸੀ ਕਿ ਇਹੋ ਜਿਹੇ ਸੁਫਨੇਦਰਸ਼ੀ ਅਕਸਰ ਸਭ ਤੋਂ ਜ਼ਿਆਦਾ ਖ਼ਤਰਨਾਕ ਹੁੰਦੇ ਹਨ।

ਉਨ੍ਹਾਂ ਨੇ ਕਿਹਾ ਸੀ, "ਉਹ ਕੱਛੂ ਵਾਂਗ ਆਪਣੇ ਸ਼ਾਂਤ ਅਤੇ ਆਰਾਮਦਾਇਕ ਕਮਰਿਆਂ ਵਿਚ ਛੁਪੇ ਰਹਿੰਦੇ ਹਨ। ਜੇਕਰ ਤੁਸੀਂ ਉਨ੍ਹਾਂ ਨੇ ਖੋਲ ਉੱਤੇ ਦਸਤਕ ਦਿੱਤੀ ਅਤੇ ਅੰਦਰ ਝਾਂਕਿਆ, ਤਾਂ ਉਹ ਤੇਜੀ ਨਾਲ ਸਿਰ ਕੱਢ ਕੇ ਤੁਹਾਨੂੰ ਕੱਟ ਸਕਦੇ ਹਨ।"

ਸਬਕ : ਛੋਟੇ ਸੁਫਨੇ ਦੇਖਣ ਵਾਲੇ ਕੱਛੂ ਨੂੰ ਸੁਫਨੇ ਦੇਖਣ ਦਿਓ। ਉਨ੍ਹਾਂ ਵਿਚੋਂ ਜ਼ਿਆਦਾਤਰ ਕਿਤੇ ਨਹੀਂ ਜਾ ਰਹੇ ਹਨ ਅਤੇ ਉਹ ਇਸੇ ਗੱਲ ਨਾਲ ਸੰਤੁਸ਼ਟ ਹਨ।

ਜਿਹੜੇ ਇਕ ਸੁਫਨੇ ਨੂੰ ਸਾਕਾਰ ਕਰ ਲੈਂਦੇ ਹਨ ਅਤੇ ਉਸ ਤੋਂ ਬਾਅਦ

ਉਕਤਾਹਟ ਭਰਾ ਜੀਵਨ ਬਤੀਤ ਕਰਦੇ ਹਨ

ਮੇਰੇ ਇਕ ਮਿੱਤਰ ਨੇ ਮੈਨੂੰ ਇਕ ਵਾਰੀ ਕਿਹਾ ਸੀ, "ਵੀਹ ਸਾਲ ਪਹਿਲਾਂ ਮੈਂ ਡਾਕਟਰ ਬਣਨ ਦਾ ਸੁਫਨਾ ਦੇਖਿਆ ਸੀ। ਇਸਲਈ ਮੈਂ ਡਾਕਟਰ ਬਣ ਗਿਆ। ਹਾਲਾਂਕਿ ਮੈਨੂੰ ਇਸ ਕਿੱਤੇ ਵਿਚ ਮਜ਼ਾ ਆਉਂਦਾ ਹੈ, ਲੇਕਨ ਹੁਣ ਮੈਂ ਜੀਵਨ ਤੋਂ ਉਕਤਾ ਗਿਆ। ਲੱਗਦਾ ਹੈ, ਮੇਰੇ ਜੀਵਨ ਵਿਚ ਕਿਸੇ ਚੀਜ਼ ਦੀ ਕਸਰ ਹੈ।"

ਬੋਰੀਅਤ ਜਾਂ ਨੀਰਸਤਾ ਆਮ ਤੌਰ ਤੇ ਇਸ ਗੱਲ ਦੀ ਨਿਸ਼ਾਨੀ ਹੈ ਕਿ ਹੁਣ ਨਵਾਂ ਸੁਫਨਾ ਦੇਖਣ ਦਾ ਵੇਲਾ ਆ ਚੁੱਕਿਆ ਹੈ। ਅਮੀਰ ਡੈਡੀ ਨੇ ਮੈਨੂੰ ਦੱਸਿਆ ਸੀ, "ਬੜੇ ਸਾਰੇ ਲੋਕ ਉਨ੍ਹਾਂ ਕਿੱਤਿਆਂ ਵਿਚ ਕੰਮ ਕਰਦੇ ਹਨ, ਜਿਨ੍ਹਾਂ ਦਾ ਉਨ੍ਹਾਂ ਨੇ ਹਾਈ ਸਕੂਲ ਵਿਚ ਸੁਫਨਾ ਦੇਖਿਆ ਸੀ। ਸਮੱਸਿਆ ਇਹ ਹੈ ਕਿ ਉਹ ਸਾਲਾਂ ਪਹਿਲੇ ਹਾਈ ਸਕੂਲ ਛੱਡ ਚੁੱਕੇ ਹਨ। ਹੁਣ ਇਕ ਨਵੇਂ ਰੁਮਾਂਚਕ ਸੁਫਨਾ ਦੇਖਣ ਦਾ ਵਕਤ ਆ ਚੁੱਕਿਆ ਹੈ।"

ਜਿਹੜੇ ਵੱਡੇ ਸੁਫਨੇ ਤਾਂ ਦੇਖਦੇ ਹਨ, ਲੇਕਨ ਉਨ੍ਹਾਂ ਦੇ ਕੋਲ ਉਨ੍ਹਾਂ ਨੂੰ ਸਾਕਾਰ ਕਰਣ ਦੀ ਕੋਈ ਯੋਜਨਾ ਨਹੀਂ ਹੁੰਦੀ, ਇਸਲਈ ਉਹ ਆਖ਼ਰਕਾਰ ਨਾਕਾਮ ਹੋ ਜਾਂਦੇ ਹਨ

ਮੈਂ ਸੋਚਦਾ ਹਾਂ ਕਿ ਅਸੀਂ ਸਾਰੇ ਇਸ ਸ਼ਰੇਣੀ ਦੇ ਕਿਸੇ ਨਾ ਕਿਸੇ ਵਿਅਕਤੀ ਨੂੰ ਜਾਣਦੇ ਹੋਵਾਂਗੇ। ਇਹੋ ਜਿਹੇ ਲੋਕੀਂ ਕਹਿੰਦੇ ਹਨ, "ਮੈਨੂੰ ਹੁਣੇ-ਹੁਣੇ ਇਕ ਵੱਡਾ ਅਵਸਰ ਮਿਲਿਆ ਹੈ। ਆਓ, ਮੈਂ ਤੁਹਾਨੂੰ ਆਪਣੀ ਨਵੀਂ ਯੋਜਨਾ ਬਾਰੇ ਦੱਸਦਾ ਹਾਂ।" ਜਾਂ, "ਇਸ ਵਾਰ ਹਾਲਾਤ ਭਿੰਨ ਹੋਣਗੇ" ਜਾਂ, "ਹੁਣ ਮੈਂ ਨਵੀਂ ਜਿੰਦਗੀ ਸ਼ੁਰੂ ਕਰਣ ਜਾ ਰਿਹਾ ਹਾਂ।" ਜਾਂ, "ਮੈਂ ਜ਼ਿਆਦਾ ਮੇਹਨਤ ਕਰਣ ਜਾ ਰਿਹਾ ਹਾਂ, ਆਪਣੇ ਬਿਲ ਚੁਕਾਉਣ ਅਤੇ ਨਿਵੇਸ਼ ਜਾ ਰਿਹਾ ਹਾਂ।" ਜਾਂ, "ਮੈਂ ਹੁਣੇ-ਹੁਣੇ ਸ਼ਹਿਰ ਵਿਚ ਆਉਣ ਵਾਲੀ ਇਕ ਨਵੀਂ ਕੰਪਨੀ ਬਾਰੇ ਸੁਣਿਆ ਹੈ ਅਤੇ ਇਹ ਮੇਰੇ ਵਰਗੀਂ ਯੋਗਤਾਵਾਂ ਵਾਲੇ ਵਿਅਕਤੀਆਂ ਦੀ ਤਲਾਸ਼ ਕਰ ਰਹੀ ਹੈ। ਇਹ ਮੇਰਾ ਵੱਡਾ ਮੌਕਾ ਹੋ ਸਕਦਾ ਹੈ।"

ਮੇਰੇ ਅਮੀਰ ਡੈਡੀ ਨੇ ਕਿਹਾ ਸੀ, "ਇਸ ਤਰ੍ਹਾਂ ਦੇ ਲੋਕ ਅਕਸਰ ਬਹੁਤ ਕੁੱਝ ਹਾਸਲ ਕਰਣ ਦੀ ਕੋਸ਼ਸ਼ ਕਰਦੇ ਹਨ, ਲੇਕਨ ਉਹ ਉਸ ਨੂੰ ਆਪਣੇ ਦਮ ਤੇ ਹੀ ਕਰਣਾ ਚਾਹੁੰਦੇ ਹਨ। ਬਹਰਹਾਲ, ਬਹੁਤ ਘੱਟ ਲੋਕ ਆਪਣੇ ਸੁਫਨਿਆਂ ਨੂੰ ਸਿਰਫ਼ ਆਪਣੇ ਦਮ 'ਤੇ ਹਾਸਲ ਕਰ ਪਾਉਂਦੇ ਹਨ। ਇਹਨਾਂ ਲੋਕਾਂ ਨੂੰ ਵੱਡੇ ਸੁਫਨੇ ਤਾਂ ਦੇਖਦੇ ਰਹਿਣਾ ਚਾਹੀਦਾ ਹੈ, ਲੇਕਨ ਇਕ ਯੋਜਨਾ ਵੀ ਬਨਾਉਣੀ ਚਾਹੀਦੀ ਹੈ ਅਤੇ ਇਸ ਤੋਂ ਬਾਅਦ ਇਕ ਟੀਮ ਵੀ, ਜਿਹੜੀ ਸੁਫਨੇ ਸਾਕਾਰ ਕਰਣ ਵਿਚ ਉਨ੍ਹਾਂ ਦੀ ਮਦਦ ਕਰੇ।"

ਜਿਹੜੇ ਵੱਡੇ ਸੁਫਨੇ ਦੇਖਦੇ ਹਨ, ਉਨ੍ਹਾਂ ਨੂੰ ਹਾਸਲ ਕਰਦੇ ਹਨ ਅਤੇ ਫਿਰ ਉਸ ਤੋਂ ਵੀ ਜ਼ਿਆਦਾ ਵੱਡੇ ਸੁਫਨੇ ਦੇਖਦੇ ਹਨ!

ਮੈਂ ਸੋਚਦਾ ਹਾਂ ਕਿ ਸਾਡੇ ਵਿਚੋਂ ਜ਼ਿਆਦਾਤਰ ਲੋਕ ਇਸੇ ਤਰ੍ਹਾਂ ਦੇ ਵਿਅਕਤੀ ਬਣਨਾ ਚਾਹੁਣਗੇ। ਮੈਂ ਤਾਂ ਜ਼ਰੂਰ ਬਣਨਾ ਚਾਹਵਾਂਗਾ! ਕੀ ਤੁਸੀਂ ਨਹੀਂ ਬਣਨਾ ਚਾਹਵੋਗੇ?

ਅਮੀਰ ਡੈਡੀ ਨੇ ਇਸਨੂੰ ਇਸ ਤਰ੍ਹਾਂ ਕਿਹਾ ਸੀ : "ਵੱਡੇ ਲੋਕਾਂ ਕੋਲ ਵੱਡੇ ਸੁਫਨੇ ਹੁੰਦੇ ਹਨ ਅਤੇ ਛੋਟੇ ਲੋਕਾਂ ਕੋਲ ਛੋਟੇ। ਤੁਸੀਂ ਜੋ ਵੀ ਹੋ, ਉਸ ਨੂੰ ਜੇਕਰ ਤੁਸੀਂ ਬਦਲਣਾ ਚਾਹੁੰਦੇ ਹੋ, ਤਾਂ ਆਪਣੇ ਸੁਫਨੇ ਦੇ ਆਕਾਰ ਨੂੰ ਬਦਲ ਕੇ ਸ਼ੁਰੂਆਤ ਕਰੋ।"

ਜਿਵੇਂ ਤੁਸੀਂ ਜਾਣਦੇ ਹੋ, ਮੈਂ ਬਿਲਕੁੱਲ ਕੜਕੀ ਦੀ ਹਾਲਤ ਵਿਚ ਸੀ ਅਤੇ ਆਪਣੀ ਨਵੀਂ-ਨਵੇਲੀ ਪਤਨੀ ਨਾਲ ਕਾਰ ਵਿਚ ਸੌਂ ਰਿਹਾ ਸੀ। ਮੈਂ ਜਾਣਦਾ ਸੀ, ਇਹ ਕਿਵੇਂ ਲੱਗਦਾ ਹੈ। ਲੇਕਨ *ਕੜਕਾ* ਹੋਣਾ ਇਕ ਅਸਥਾਈ ਸਥਿਤੀ ਸੀ। ਗ਼ਰੀਬ ਵੱਖਰਾ ਹੈ। ਗ਼ਰੀਬੀ ਇਕ ਮਾਨਸਕ ਅਵਸਥਾ ਹੈ। ਤੁਸੀਂ ਕੜਕੇ ਹੋ ਸਕਦੇ ਹੋ, ਲੇਕਨ ਇਸਦੇ ਬਾਵਜੂਦ ਜਜ਼ਬੇ ਵਿਚ ਅਮੀਰ, ਤਾਂਘਾਂ ਵਿਚ ਅਮੀਰ ਹੋ ਸਕਦੇ ਹੋ, ਹਿੰਮਤ ਨਾਲ ਅਮੀਰ ਹੋ ਸਕਦੇ ਹੋ, ਸੰਕਲਪ ਵਿਚ ਅਮੀਰ ਹੋ ਸਕਦੇ ਹੋ। ਵੱਡੇ ਸੁਫਨੇ ਦੇਖਣ ਵਿਚ ਕੁੱਝ ਖ਼ਰਚ ਨਹੀਂ ਹੁੰਦਾ ਅਤੇ *ਵਿਸ਼ਾਲ* ਸੁਫਨੇ ਦੇਖਣ ਵਿਚ ਇਕ ਪੈਸਾ ਵੀ ਜ਼ਿਆਦਾ ਲਾਗਤ ਨਹੀਂ ਆਉਂਦੀ। ਭਾਵੇਂ ਤੁਸੀਂ ਕਿੰਨੇ ਹੀ ਕੜਕੇ ਕਿਉਂ ਨਾ ਹੋਵੋ, ਤੁਸੀਂ ਗ਼ਰੀਬ ਸਿਰਫ਼ ਤਦੋਂ ਹੀ ਬਣ ਸਕਦੇ ਹੋ, ਜਦੋਂ ਤੁਸੀਂ ਸੁਫਨੇ ਦੇਖਣਾ ਛੱਡ ਦਿਓ।

ਨੇਟਵਰਕ ਮਾਰਕੇਟਿੰਗ ਦੀ ਜੀਵਨਸ਼ੈਲੀ ਬਾਰੇ ਇਕ ਅਨੂਠੀ ਚੀਜ਼ ਇਹ ਹੈ ਕਿ ਤੁਸੀਂ ਆਪਣੇ ਸੁਫਨਿਆਂ ਨੂੰ ਇੰਜ ਸੀਮਤ ਨਹੀਂ ਕਰਦੇ ਕਿ ਉਨ੍ਹਾਂ ਨੂੰ ਚਾਲ੍ਹੀ ਸਾਲ ਬਾਅਦ ਹੀ ਸਾਕਾਰ ਕਰੋਗੇ ਜਾਂ ਸਾਲ ਭਰ ਵਿਚ ਕੇਵਲ ਕੁੱਝ ਕੁ ਹਫਤੇ ਹੀ ਜਿਓਗੇ ਜਾਂ ਹਫਤੇ ਵਿਚ ਕੇਵਲ ਐਤਵਾਰ ਦੁਪਹਿਰ ਨੂੰ ਹੀ ਉਸਦਾ ਆਨੰਦ ਮਾਣੋਗੇ। ਤੁਸੀਂ ਜਦ ਆਪਣਾ ਨੇਟਵਰਕ ਮਾਰਕੇਟਿੰਗ ਕਾਰੋਬਾਰ ਸ਼ੁਰੂ ਕਰਦੇ ਹੋ, ਤਾਂ ਆਪਣੇ ਸੁਫਨੇ ਦੇ ਸਮਤੁੱਲ ਜਿਊਣ ਲੱਗਦੇ ਹੋ, ਭਲੇ ਹੀ ਸ਼ੁਰੂਆਤ ਵਿਚ ਇਹ ਕਦਮ ਛੋਟੇ ਹੋਣ।

ਇਸ ਨਾਲ ਤੁਹਾਡੀ ਮਾਨਸਿਕਤਾ ਬਦਲ ਜਾਂਦੀ ਹੈ। "ਮੈਂ ਨਹੀਂ ਕਰ ਸਕਦਾ" ਤੋਂ "ਮੈਂ ਕਰ ਸਕਦਾ ਹਾਂ" ਤਦ ਦਾ ਬਦਲਾਅ। ਹਾਲਾਤ ਦੇ ਰਹਿਮ-ਓ-ਕਰਮ ਉੱਤੇ ਰਹਿਣ ਨਾਲ ਆਪਣੇ ਜੀਵਨ ਦੀ ਬਾਗਡੋਰ ਸਾਂਭਣ ਤਕ ਦਾ ਬਦਲਾਅ। ਗ਼ੁਲਾਮ ਰਹਿਣ ਨਾਲੋਂ ਸੁਤੰਤਰ ਹੋਣ ਤਕ ਦਾ ਬਦਲਾਅ।

ਵਾਲਡੈਨ ਪੁਸਤਕ ਵਿਚ ਥੋਰੋ ਨੇ ਆਤਮ-ਸੰਕਲਪ ਵਾਲੇ ਜੀਵਨ ਉੱਤੇ ਮਨਨ ਕੀਤਾ ਹੈ ਅਤੇ ਇਸ ਦੇ ਨਤੀਜੇ ਵਿਚ ਉਨ੍ਹਾਂ ਨੇ ਲਿਖਿਆ ਹੈ :

> *ਮੈਂ ਆਪਣੇ ਪ੍ਰਯੋਗ ਕੋਲੋਂ ਘੱਟੋਘੱਟ ਇਹ ਸਿੱਖਿਆ : ਜੇਕਰ ਕੋਈ ਆਪਣੇ ਸੁਫਨੇ ਦੀ ਦਿਸ਼ਾ ਵਿਚ ਪੂਰੇ ਭਰੋਸਾ ਨਾਲ ਅੱਗੇ ਵੱਧਦਾ ਹੈ ਅਤੇ ਉਹੀ ਜਿਹਾ ਜੀਵਨ ਜਿਊਣ ਦੀ ਕੋਸ਼ਸ਼ ਕਰਦਾ ਹੈ, ਜਿਸਦੀ ਉਸਨੇ ਕਲਪਨਾ ਕੀਤੀ ਹੈ, ਤਾਂ ਉਸ ਨੂੰ ਆਮ ਘੰਟਿਆਂ ਵਿਚ ਅਚਾਨਕ ਸਫਲਤਾ ਮਿਲ ਜਾਏਗੀ।*

ਮੈਂ ਵੀ ਇਹ ਗੱਲ ਇਸ ਨਾਲੋਂ ਜ਼ਿਆਦਾ ਚੰਗੀ ਤਰ੍ਹਾਂ ਨਹੀਂ ਸੀ ਕਹਿ ਸਕਦਾ।

ਅਧਿਆਇ 17

ਇਕ ਇਹੋ ਜਿਹਾ ਕਾਰੋਬਾਰ, ਜਿਸ ਵਿਚ ਔਰਤਾਂ ਵਧੀਆ ਕੰਮ ਕਰਦੀਆਂ ਹਨ

.... ਕਿਮ ਕਿਓਸਾਕੀ

ਹੁਣ ਤਕ ਤੁਸੀਂ ਮੇਰੀ ਪਤਨੀ ਕਿਮ ਦਾ ਜ਼ਿਕਰ ਕਈ ਵਾਰੀ ਪੜ੍ਹ ਚੁੱਕੇ ਹੋ। ਤੁਸੀਂ ਪੜ੍ਹ ਚੁੱਕੇ ਹੋ ਕਿ ਸਾਡੀ ਮੁਲਾਕਾਤ ਕਿਵੇਂ ਹੋਈ ਅਤੇ ਮੈਂ ਉਸਦਾ ਪਿੱਛਾ ਕਿਵੇਂ ਕੀਤਾ। ਤੁਸੀਂ ਸਾਡੇ ਸ਼ੁਰੂਆਤੀ ਜਦੋ-ਜਹਿਦ, ਸੰਘਰਸ਼ਾਂ, ਨਿਸ਼ਾਨਿਆਂ ਅਤੇ ਰਣਨੀਤੀਆਂ ਬਾਰੇ ਜਾਣ ਚੁੱਕੇ ਹੋ ਅਤੇ ਇਹ ਵੀ ਕਿ ਸਾਡਾ ਇਕ-ਦੂਜੇ ਨਾਲ ਜੀਵਨ ਕਿਵੇਂ ਬਤੀਤ ਹੋਇਆ। ਪੁਸਤਕ ਦਾ ਇਹ ਭਾਗ ਸਮਾਪਤ ਕਰਣ ਤੋਂ ਪਹਿਲਾਂ ਮੈਂ ਸੋਚਿਆ ਕਿ ਇਹ ਵਧੀਆ ਸਮਾਂ ਹੈ ਜਦੋਂ ਕਿਮ ਤੁਹਾਡੇ ਨਾਲ ਸਿੱਧੀ ਗੱਲ ਕਰੇ। ...... ਰੌਬਰਟ ਕਿਓਸਾਕੀ

ਰੌਬਰਟ ਨੇ ਤੁਹਾਨੂੰ ਨੇਟਵਰਕ ਮਾਰਕੇਟਿੰਗ ਬਾਰੇ ਕਾਫੀ ਕੁੱਝ ਦੱਸ ਦਿੱਤਾ ਹੈ। ਉਨ੍ਹਾਂ ਨੇ ਦੱਸਿਆ ਹੈ ਕਿ ਇਹ ਕਿੰਨੇ ਤਰੀਕਿਆਂ ਨਾਲ ਤੁਹਾਡੇ ਲਈ ਬਹੁਤ ਕੀਮਤੀ ਅਵਸਰ ਹੋ ਸਕਦਾ ਹੈ। ਮੈਂ ਤੁਹਾਨੂੰ ਇਕ ਹੋਰ ਗੱਲ ਦੱਸਣਾ ਚਾਹੁੰਦੀ ਹਾਂ : ਇਹ ਔਰਤਾਂ ਲਈ ਵੀ ਬਹੁਤ ਹੀ ਜ਼ਬਰਦਸਤ ਕਾਰੋਬਾਰ ਹੈ।

ਜਦੋਂ ਤੁਸੀ ਨੇਟਵਰਕ ਮਾਰਕੇਟਿੰਗ ਸਮੂਹ ਦੇ ਬੁਨਿਆਦੀ ਆਂਕੜਿਆਂ ਉੱਤੇ ਨਜ਼ਰ ਪਾਉਂਦੇ ਹੋ, ਤਾਂ ਤੁਹਾਡਾ ਧਿਆਨ ਇਕ ਬਹੁਤ ਹੀ ਜ਼ਿਕਰ ਯੋਗ ਗੱਲ ਉੱਤੇ ਜ਼ਰੂਰ ਜਾਵੇਗਾ : *ਇਸ ਵਿਚ ਮਰਦਾਂ ਦੇ ਮੁਕਾਬਲੇ ਚਾਰ ਗੁਣਾ ਜ਼ਿਆਦਾ ਔਰਤਾਂ ਕੰਮ ਕਰਦੀਆਂ ਹਨ।*

ਤੁਸੀਂ ਸਹੀ ਸੁਣਿਆ ! ਡਾਇਰੈਕਟ ਸੈਲਿੰਗ ਐਸੋਸੀਏਸ਼ਨ ਅਨੁਸਾਰ ਅਮਰੀਕਾ ਵਿਚ 15 ਮਿਲੀਅਨ ਲੋਕ ਨੇਟਵਰਕ ਮਾਰਕੇਟਿੰਗ ਵਿਚ ਕੰਮ ਕਰ ਰਹੇ ਹਨ, ਜਿਨ੍ਹਾਂ ਵਿਚੋਂ ਤਕਰੀਬਨ 88 ਫੀਸਦੀ ਔਰਤਾਂ ਹਨ। ਪੂਰੀ ਦੁਨੀਆ ਵਿਚ 62 ਮਿਲੀਅਨ ਲੋਕ ਇਹ ਕੰਮ ਕਰ ਰਹੇ ਹਨ, ਲੇਕਨ ਵਿਸ਼ਵਵਿਆਪੀ ਵਪਾਰ ਦੇ ਲਿੰਗ-ਵੰਡ ਦੇ ਆਂਕੜੇ ਉਪਲਬਧ ਨਹੀਂ ਹਨ। ਬਹਰਹਾਲ, ਅਸੀਂ ਇਹ ਮੰਨ ਸਕਦੇ ਹਾਂ ਕਿ ਵਿਸ਼ਵ ਪੱਧਰ ਉੱਤੇ ਵੀ ਅਨੁਪਾਤ ਅਮਰੀਕਾ ਵਰਗਾ ਹੀ ਹੋਵੇਗਾ।

ਕਿਉਂ? ਇਤਿਹਾਸਕ ਨਜ਼ਰੀਏ ਤੋਂ ਇਕ ਕਾਰਣ ਇਹ ਹੈ ਕਿ ਜ਼ਿਆਦਾਤਰ ਘਰਾਂ ਵਿਚ ਨੇਟਵਰਕ ਮਾਰਕੇਟਿੰਗ ਕਾਰੋਬਾਰ ਪਾਰਟ-ਟਾਇਮ ਕਾਰੋਬਾਰ ਦੇ ਤੌਰ ਤੇ ਸ਼ੁਰੂ ਹੋਇਆ ਸੀ। ਚੂੰਕਿ

ਨੇਟਵਰਕ ਮਾਰਕੇਟਿੰਗ ਵਿਚ ਸਪਾਂਸਰ ਆਪਣੇ ਨੌਸਿਖੀਏ ਨੇਟਵਰਕਰਸ ਦੇ ਵੱਧਦੇ ਹੋਏ ਨੇਟਵਰਕ ਦੇ ਨਾਲ ਸਮਰਥਨ, ਸਿਖਲਾਈ ਅਤੇ ਮਾਰਗਦਰਸ਼ਨ ਦਾ ਸੰਬੰਧ ਬਣਾਉਂਦੇ ਹਨ, ਉਸ ਵਿਚ ਔਰਤਾਂ ਉਤਕਰਿਸ਼ਟ ਹੁੰਦੀਆਂ ਹਨ।

ਪਰਿਵਾਰ ਵਿਚ ਮਰਦ ਹੀ ਬੁਨਿਆਦੀ ਪੂਰਨਕਾਲੀ ਨੌਕਰੀ ਕਰਦਾ ਸੀ, ਇਸਲਈ ਪਾਰਟ ਟਾਇਮ ਜਾਂ ਘਰ ਵਿਚ ਰੁੱਕ ਕੇ ਕੀਤੇ ਜਾਣ ਵਾਲਾ ਕਾਰੋਬਾਰ ਅਕਸਰ ਔਰਤਾਂ ਨੂੰ ਹੀ ਸੰਭਾਲਣਾ ਪੈਂਦਾ ਸੀ।

ਇਕ ਹੋਰ ਤੱਥ ਉੱਤੇ ਗੌਹ ਕਰੋ ! ਇਹ ਕਾਰੋਬਾਰ ਘਰੋਂ ਕੀਤਾ ਜਾ ਸਕਦਾ ਹੈ, ਜਿਸਦਾ ਮਤਲਬ ਹੈ ਕਿ ਨੇਟਵਰਕ ਮਾਰਕੇਟਿੰਗ ਕਾਰੋਬਾਰ ਸਥਾਪਤ ਕਰਣ ਅਤੇ ਘਰ-ਪਰਿਵਾਰ ਦੀਆਂ ਜ਼ਿੰਮੇਵਾਰੀਆਂ ਵਿਚ ਅਨੂਠਾ ਤਾਲਮੇਲ ਹੈ।

ਲੇਕਨ ਮੈਂ ਸੋਚਦੀ ਹਾਂ ਕਿ ਅਸਲ ਮੁੱਦਾ ਇਨ੍ਹਾਂ ਵਿਹਾਰਕ ਅਤੇ ਇਤਿਹਾਸਕ ਹਾਲਾਤਾਂ ਤੋਂ ਪਰੇ ਹੈ।

ਨੇਟਵਰਕ ਮਾਰਕੇਟਿੰਗ ਬੁਨਿਆਦੀ ਤੌਰ ਤੇ *ਸੰਬੰਧਾਂ* ਦਾ ਕਾਰੋਬਾਰ ਹੈ। ਜਿਵੇਂ ਰੱਾਬਰਟ ਨੇ ਸਪੱਸ਼ਟ ਕੀਤਾ ਹੈ, ਇਹ ਕਾਰ-ਵਿਹਾਰ *ਵਿਕਰੀ* ਕਰਣ ਦੇ ਆਲੇ-ਦੁਆਲੇ ਨਹੀਂ ਘੁੰਮਦਾ। ਇਹ ਤਾਂ *ਸੰਪਰਕ* ਬਨਾਉਣ ਦੇ ਆਲੇ-ਦੁਆਲੇ ਘੁੰਮਦਾ ਹੈ। ਇਹ ਸੰਬੰਧ ਜੋੜਨ, ਕੋਚਿੰਗ ਅਤੇ ਸਿਖਲਾਈ ਦੇਣ, ਸਿਖਿਆ ਅਤੇ ਮਾਰਗਦਰਸ਼ਨ ਦੇਣ ਬਾਰੇ ਹੈ। ਨੇਟਵਰਕ ਮਾਰਕੇਟਿੰਗ ਕਾਰੋਬਾਰ ਦਾ ਰੋਜ਼ਾਨਾ ਕੰਮ ਦਰਅਸਲ ਵਿਕਰੀ ਦੇ ਇਲਾਕੇ ਬਨਾਉਣ ਵਰਗਾ ਘੱਟ ਅਤੇ ਸਮੂਹ ਬਨਾਉਣ ਵਰਗਾ ਜ਼ਿਆਦਾ ਹੈ।

ਨੇਟਵਰਕ ਮਾਰਕੇਟਿੰਗ ਵਿਚ ਸਪਾਂਸਰ ਆਪਣੇ ਨੌਸਿਖੀਏ ਨੇਟਵਰਕਰਜ ਦੇ ਵੱਧਦੇ ਹੋਏ ਨੇਟਵਰਕ ਦੇ ਸਮਰਥਨ, ਸਿਖਲਾਈ ਅਤੇ ਮਾਰਗਦਰਸ਼ਨ ਦਾ ਸੰਬੰਧ ਬਨਾਉਂਦੇ ਹਨ, ਉਸ ਵਿਚ ਔਰਤਾਂ ਉਤਕਰਿਸ਼ਟ ਹੁੰਦੀਆਂ ਹਨ।

ਜ਼ਾਹਰ ਹੈ, ਇਸਦਾ ਇਹ ਮਤਲਬ ਨਹੀਂ ਹੈ ਕਿ ਮਰਦ ਨੇਟਵਰਕ ਮਾਰਕੇਟਿੰਗ ਵਿਚ ਸਫਲ ਨਹੀਂ ਹੋ ਸਕਦੇ। ਇਹੋ ਜਿਹੇ ਕਰੋੜੋ ਪੁਰਖ ਹਨ, ਜਿਹੜੇ ਹਰ ਦਿਨ ਇਹ ਸਾਬਤ ਕਰ ਰਹੇ ਹਨ। ਲੇਕਨ ਇਸ ਕਾਰੋਬਾਰ ਦਾ ਸਾਰ ਬੱਸ ਇਹ ਹੈ : ਇਹ ਇਕ ਇਹੋ ਜਿਹਾ ਬਿਜ਼ਨਿਸ ਮੱਾਡਲ ਹੈ, ਜਿਸ ਵਿਚ ਔਰਤਾਂ ਉਤਕਰਿਸ਼ਟ ਹੁੰਦੀਆਂ ਹਨ।

ਔਰਤਾਂ ਦੀਆਂ ਜ਼ਰੂਰਤਾਂ ਕੀ ਹਨ

ਅਤੇ ਇਹ ਇਕ ਚੰਗੀ ਗੱਲ ਵੀ ਹੈ, ਕਿਉਂਕਿ ਅੱਜ ਦੀਆਂ ਔਰਤਾਂ ਨੂੰ ਵਾਕਈ ਇਹ ਸਿਖਣ ਦੀ ਜ਼ਰੂਰਤ ਹੈ ਕਿ ਉਹ ਆਪਣੇ ਲਈ ਦੌਲਤ ਜਾਂ ਸੰਪੱਤੀ ਕਿਵੇਂ ਬਨਾਉਣ।

ਇਕ ਮੁਟਿਆਰ ਪਤਰਕਾਰ ਕੁੱਝ ਸਾਲ ਪਹਿਲਾਂ ਮੇਰੇ ਕੋਲ ਆਈ ਸੀ ਅਤੇ ਉਸਨੇ ਬੜੇ ਜੋਸ਼ ਨਾਲ ਕਿਹਾ ਸੀ, "ਸਾਨੂੰ ਔਰਤਾਂ ਨੂੰ ਜਾਗਰੂਕ ਬਨਾਉਣਾ ਹੈ ਕਿ ਉਹ ਆਪਣੇ ਪੈਸਿਆਂ ਦੀ

ਬਾਗਡੋਰ ਆਪ ਹੀ ਸਾਂਭਣ। ਇਸ ਕੰਮ ਲਈ ਉਨ੍ਹਾਂ ਨੂੰ ਕਿਸੇ ਦੂਜੇ 'ਤੇ ਨਿਰਭਰ ਨਹੀਂ ਰਹਿਣਾ ਚਾਹੀਦਾ!"

ਗੱਲਬਾਤ ਦੌਰਾਨ ਮੈਨੂੰ ਛੇਤੀ ਹੀ ਪਤਾ ਚੱਲ ਗਿਆ ਕਿ ਉਸਦੇ ਜੋਸ਼ ਦਾ ਕੀ ਕਾਰਣ ਸੀ। ਉਸਨੇ ਦੱਸਿਆ ਕਿ ਉਸਦੀ 54 ਸਾਲਾਂ ਮਾਂ ਹਾਲ ਹੀ ਵਿਚ ਉਸਦੇ ਕੋਲ ਰਹਿਣ ਲਈ ਆ ਗਈ ਸੀ, ਕਿਉਂਕਿ ਉਸ ਦਾ ਤਲਾਕ ਹੋ ਗਿਆ ਸੀ ਅਤੇ ਉਨ੍ਹਾਂ ਕੋਲ ਇਕ ਫੁੱਟੀ ਕੌਡੀ ਤਕ ਵੀ ਨਹੀਂ ਸੀ। ਹੁਣ ਉਹ ਪਤਰਕਾਰ ਆਪਣੀ ਅਤੇ ਆਪਣੀ ਮਾਂ ਦੀ ਵੀ ਸੰਭਾਲ ਕਰ ਰਹੀ ਸੀ।

ਇਹ ਆਪਣੇ-ਆਪ ਵਿਚ ਜਾਗਣ ਲਈ ਕਾਫੀ ਹੈ, ਲੇਕਨ ਜਿਸ ਗੱਲ ਨੇ ਉਸ ਨੂੰ ਸੱਚਮੁੱਚ ਹਿਲਾ ਕੇ ਰੱਖ ਦਿੱਤਾ, ਉਹ ਇਹ ਸੀ ਕਿ ਇਸ ਤੋਂ ਬਾਅਦ ਉਸਨੇ ਆਪਣੀ ਆਰਥਕ ਸਥਿਤੀ ਨੂੰ ਗੌਹ ਨਾਲ ਦੇਖਿਆ। ਉਸਨੇ ਪੜਚੋਲ ਕੀਤੀ ਕਿ ਉਸ ਕੋਲ ਉਨ੍ਹਾਂ ਦੋਨਾਂ ਨੂੰ ਸਹਾਰਾ ਦੇਣ ਲਈ ਕਿੰਨੇ ਕੁ ਵਸੀਲੇ ਸਨ। ਤਦੋਂ ਜਾ ਕੇ ਉਸਨੂੰ ਅਹਿਸਾਸ ਹੋਇਆ ਕਿ ਜੇਕਰ ਕਿਸੇ ਕਾਰਣ ਨਾਲ ਉਸਦੀ ਨੇਮਬੱਧ ਤਨਖ਼ਾਹ ਅਚਣਚੇਤ ਮਿਲਣੀ ਬੰਦ ਹੋ ਜਾਏ, ਤਾਂ ਉਸਦੇ ਕੋਲ ਬਚਤ ਵਿਚ ਕੇਵਲ 7,000 ਡਾੱਲਰ ਹਨ।

ਦੋ ਲੋਕਾਂ ਦੇ ਘਰਾਂ ਵਿਚ 7,000 ਡਾੱਲਰ ਤੋਂ ਜ਼ਿਆਦਾ ਸਮਾਂ ਕੰਮ ਨਹੀਂ ਚਲੇਗਾ। ਉਹ ਅਤੇ ਉਸਦੀ ਮਾਂ ਦੋਵੇਂ ਹੀ ਗ਼ਰੀਬ ਅਤੇ ਇੱਥੋਂ ਤਕ ਕਿ ਬੇਘਰ ਹੋਣ ਤੋਂ ਕੁੱਝ ਹੀ ਤਨਖ਼ਾਵਾਂ ਦੂਰ ਸਨ। ਕੋਈ ਹੈਰਾਨੀ ਨਹੀਂ ਕਿ ਉਹ ਇਸ ਮੁੱਦੇ ਉੱਤੇ ਇੰਨੇ ਜ਼ੋਸ਼ ਵਿਚ ਸੀ ਕਿ ਔਰਤਾਂ ਨੂੰ ਆਪਣੀ ਆਰਥਕ ਸਥਿਤੀ ਦੀ ਬਾਗਡੋਰ ਆਪਣੇ ਹੱਥਾਂ ਵਿਚ ਲੈ ਲੈਣੀ ਚਾਹੀਦੀ ਹੈ!

ਮੇਰੇ ਲਈ ਖ਼ੁਸ਼ਕਿਸਮਤੀ ਦੀ ਗੱਲ ਹੈ ਕਿ ਮੈਂ ਉਸ ਮੁਟਿਆਰ ਵਰਗੀ ਸਥਿਤੀ ਵਿਚ ਨਹੀਂ ਹਾਂ। ਭਾਵੇਂ ਅਰਥਵਿਵਸਥਾ ਕਿਹੋ ਜਹੀ ਵੀ ਰਹੇ, ਰੱਬਰਟ ਅਤੇ ਮੈਂ ਸਾਰੀ ਜਿੰਦਗੀ ਲਈ ਆਰਥਕ ਤੌਰ ਉੱਤੇ ਸੁਤੰਤਰ ਹੋ ਚੁੱਕੇ ਹਾਂ।

ਹਾਲਾਂਕਿ ਮੇਰੇ ਸਿਰ ਉੱਤੇ ਤਲਵਾਰ ਨਹੀਂ ਲਟਕ ਰਹੀ ਹੈ, ਲੇਕਨ ਇਸ ਮੁੱਦੇ ਤੇ ਮੈਂ ਵੀ ਉਸ ਮੁਟਿਆਰ ਜਿੰਨੀ ਹੀ ਜੋਸ਼ੀਲੀ ਹਾਂ ਕਿ ਔਰਤਾਂ ਨੂੰ ਆਪਣੀ ਖ਼ੁਦ ਦੀ ਆਰਥਕ ਸੁਤੰਤਰਤਾ ਹਾਸਲ ਕਰਣੀ ਚਾਹੀਦੀ ਹੈ।

ਨੇਟਵਰਕ ਮਾਰਕੇਟਿੰਗ ਦੀ "ਕਿਵੇਂ ਕਰੀਏ" ਵਾਲੇ ਨਿਯਮ-ਕਾਇਦੇ ਔਰਤਾਂ ਲਈ ਮਰਦਾਂ ਤੋਂ ਭਿੰਨ ਨਹੀਂ ਹਨ। ਬਹਰਹਾਲ, ਔਰਤਾਂ ਆਪਣੇ ਨੇਟਵਰਕ ਮਾਰਕੇਟਿੰਗ ਕਾਰੋਬਾਰ *ਕਿਉਂ* ਬਣਾਉਂਦੀਆਂ ਹਨ, ਇਸਦੇ ਪ੍ਰਮੁੱਖ ਕਾਰਣ ਮਰਦਾਂ ਨਾਲੋਂ ਆਮ ਕਰਕੇ ਬਹੁਤ ਵੱਖਰੇ ਹੁੰਦੇ ਹਨ।

ਅਸੀਂ ਜਾਣਦੀਆਂ ਹਾਂ ਕਿ ਸਾਡਾ ਜੀਵਨ ਆਪਣੀ ਮਾਂ ਦੇ ਜੀਵਨ ਨਾਲ ਬਹੁਤ ਵੱਖਰੇ ਢੰਗ ਨਾਲ ਚੱਲਦਾ ਹੈ, ਲੇਕਨ ਤੁਹਾਨੂੰ ਇਹ ਜਾਣਕੇ ਹੈਰਾਨੀ ਹੋਵੇਗੀ ਕਿ ਕਿੰਨਾ ਵੱਖਰਾ। ਇੱਥੇ ਛੇ ਕਾਰਣ ਦਿੱਤੇ ਜਾ ਰਹੇ ਹਨ ਕਿ ਔਰਤਾਂ ਨੂੰ ਦੌਲਤ ਬਨਾਉਣ ਦੇ ਖੇਡ ਵਿਚ ਉਤਰਨ ਦੀ ਲੋੜ ਕਿਉਂ ਹੈ:

1. ਆਂਕੜੇ

ਔਰਤਾਂ ਅਤੇ ਧਨ ਸੰਬੰਧੀ ਆਂਕੜੇ ਹੈਰਾਨ ਕਰਣ ਵਾਲੇ ਹਨ। ਹੇਠਾਂ ਅਮਰੀਕਾ ਦੇ ਆਂਕੜੇ ਦਿੱਤੇ ਜਾ ਰਹੇ ਹਨ, ਲੇਕਨ ਸੰਸਾਰ ਦੇ ਬਾਕੀ ਦੇਸ਼ਾਂ ਦੇ ਆਂਕੜੇ ਵੀ ਇਸੇ ਨਾਲ ਮਿਲਦੇ-ਜੁਲਦੇ ਹੋਣਗੇ ਜਾਂ

ਉਸੇ ਦਿਸ਼ਾ ਵੱਲ ਵੱਧ ਰਹੇ ਹੋਣਗੇ।

ਅਮਰੀਕਾ ਵਿਚ :

- 50 ਸਾਲ ਤੋਂ ਜ਼ਿਆਦਾ ਉਮਰ ਦੀਆਂ 47 ਫੀਸਦੀ ਔਰਤਾਂ ਇਕੱਲੀਆਂ ਰਹਿੰਦੀਆਂ ਹਨ; ਦੂਜੇ ਸ਼ਬਦਾਂ ਵਿਚ, ਉਨ੍ਹਾਂ ਨੂੰ ਆਪਣੀ ਆਰਥਕ ਜ਼ਿੰਮੇਵਾਰੀ ਆਪ ਸੰਭਾਲਣੀ ਪੈਂਦੀ ਹੈ।
- ਰਿਟਾਇਰਮੈਂਟ ਤੋਂ ਬਾਅਦ ਔਰਤਾਂ ਦੀ ਆਮਦਨ ਮਰਦਾਂ ਨਾਲੋਂ ਘੱਟ ਹੁੰਦੀ ਹੈ, ਕਿਉਂਕਿ ਘਰ ਦੀ ਸਾਰੀ ਜ਼ਿੰਮੇਵਾਰੀ ਔਰਤਾਂ ਤੇ ਹੋਣ ਦੇ ਕਾਰਣ ਉਹ ਔਸਤਨ 14.7 ਸਾਲ ਨੌਕਰੀ ਨਹੀਂ ਕਰਦੀਆਂ, ਜਦੋਂ ਕਿ ਮਰਦਾਂ ਦੇ ਮਾਮਲੇ ਵਿਚ ਇਹ ਔਸਤ 1.6 ਸਾਲ ਹੈ। ਇਸ ਤੋਂ ਇਲਾਵਾ ਔਰਤਾਂ ਨੂੰ ਤਨਖ਼ਾਹ ਵੀ ਘੱਟ ਮਿਲਦੀ ਹੈ ਅਤੇ ਤੁਹਾਨੂੰ ਮਰਦਾਂ ਦੇ ਮੁਕਾਬਲੇ ਰਿਟਾਇਰਮੈਂਟ ਦੇ ਸਿਰਫ਼ ਚੌਥੇ ਹਿੱਸੇ ਦੇ ਲਾਭ ਮਿਲਦੇ ਹਨ। *(ਨੇਸ਼ਨਲ ਸੈਂਟਰ ਫ਼ਾਰ ਵਿਮੈਨ ਐਂਡ ਰਿਟਾਇਰਮੈਂਟ ਰਿਸਰਚ-ਐਨ. ਸੀ. ਡਬਲਿਊ. ਆਰ. ਆਰ)*
- ਮਰਦਾਂ ਦੇ ਮੁਕਾਬਲੇ ਔਰਤਾਂ ਔਸਤਨ ਸੱਤ ਤੋਂ ਦੱਸ ਸਾਲ ਜ਼ਿਆਦਾ ਜਿਊਂਦੀਆ ਹਨ। *(ਐਨ ਲੇਟੇਰਸੀ, 12 ਜੂਨ 2000)*, ਜਿਸਦਾ ਅਰਥ ਹੈ ਕਿ ਉਨ੍ਹਾਂ ਨੂੰ ਉਨ੍ਹਾਂ ਵਾਧੂ ਸਾਲਾਂ ਦੀ ਵਿਵਸਥਾ ਕਰ ਲੈਣੀ ਚਾਹੀਦੀ ਹੈ। ਬਹਰਹਾਲ, ਜਿਹੜੀਆਂ ਵਿਆਹੁਤਾ ਔਰਤਾਂ ਬੇਬੀ ਬੂਮਰਸ ਹਨ, ਉਹ ਔਸਤਨ ਆਪਣੇ ਪਤੀਆਂ ਤੋਂ ਪੰਦਰਾਂ-ਵੀਹ ਸਾਲ ਜ਼ਿਆਦਾ ਵੀ ਜੀ ਸਕਦੀਆਂ ਹਨ।
- ਜਿਹੜੇ ਬਜ਼ੁਰਗ ਲੋਕ ਗ਼ਰੀਬੀ ਵਿਚ ਰਹਿ ਰਹੇ ਹਨ, ਉਨ੍ਹਾਂ ਵਿਚੋਂ 75 ਫੀਸਦੀ ਔਰਤਾਂ ਹਨ। *(ਮੋਰਨਿੰਗ ਸਟਾਰ ਫੰਡ ਇਨਵੈਸਟਰ)*
- ਦਸ ਵਿਚੋਂ ਸੱਤ ਔਰਤਾਂ ਕਿਸੇ ਨਾ ਕਿਸੇ ਸਮੇਂ ਗ਼ਰੀਬੀ ਵਿਚ ਜਿਊਣਗੀਆਂ।

ਇਹਨਾਂ ਆਂਕੜਿਆ ਤੋਂ ਸਾਨੂੰ ਕੀ ਪਤਾ ਲੱਗਦਾ ਹੈ? ਇਹੀ ਕਿ ਬਹੁਗਿਣਤੀ ਔਰਤਾਂ ਵਿੱਤੀ ਤੌਰ ਤੇ ਸਿਖਿਅਤ ਨਹੀਂ ਹਨ ਜਾਂ ਉਹ ਆਪਣੀ ਦੇਖ-ਭਾਲ ਕਰਣ ਲਈ ਤਿਆਰ ਨਹੀਂ ਹਨ, ਖ਼ਾਸ ਤੌਰ ਤੇ ਬੁੱਢੀ ਹੋਣ ਤੋਂ ਬਾਅਦ। ਅਸੀਂ ਆਪਣੇ ਪਰਿਵਾਰਾਂ ਦੀ ਦੇਖਭਾਲ ਵਿਚ ਆਪਣਾ ਸਾਰਾ ਜੀਵਨ ਲਾ ਦਿੱਤਾ, ਲੇਕਨ ਇਸ ਮਹੱਤਵਪੂਰਨ ਮਾਮਲੇ ਵਿਚ ਸਾਡੇ ਅੰਦਰ ਆਪਣੇ-ਆਪ ਦੀ ਦੇਖਭਾਲ ਕਰਣ ਦੀ ਕੋਈ ਕਾਬਲੀਅਤ ਨਹੀਂ ਹੁੰਦੀ।

2. ਨਿਰਭਰਤਾ ਤੋਂ ਬੱਚਣਾ

ਤੁਸੀਂ ਵਿਆਹ ਕਰਣ ਵੇਲੇ ਤਲਾਕ ਦੀ ਆਸ ਨਹੀਂ ਸੀ ਕੀਤੀ। ਹੁਣ ਨਵੀਂ ਨੌਕਰੀ ਸ਼ੁਰੂ ਕਰਣ ਵੇਲੇ ਛਾਂਟੀ ਦੀ ਆਸ ਨਹੀਂ ਕੀਤੀ ਜਾਂਦੀ। ਲੇਕਨ ਇਹ ਹੁੰਦਾ ਹੈ ਅਤੇ ਅੱਜਕੱਲ੍ਹ ਤਾਂ ਬਹੁਤ ਜ਼ਿਆਦਾ ਹੋ ਰਿਹਾ ਹੈ।

ਭੈਣੋ, ਜੇਕਰ ਤੁਸੀਂ ਆਪਣੇ ਵਿੱਤੀ ਭਵਿੱਖ ਲਈ ਆਪਣੇ ਪਤੀ, ਬੱਾਸ ਜਾਂ ਕਿਸੇ ਦੂਜੇ ਤੇ ਨਿਰਭਰ ਹੋ, ਤਾਂ ਦੁਬਾਰਾ ਸੋਚ ਲਓ। ਹੋ ਸਕਦਾ ਹੈ ਕਿ ਲੋੜ ਵੇਲੇ ਉਹ ਉੱਥੇ ਨਾ ਹੋਣ। ਅਕਸਰ,

ਸਾਨੂੰ ਤਦੋਂ ਤਕ ਇਸ ਗੱਲ ਦਾ ਅਹਿਸਾਸ ਵੀ ਨਹੀਂ ਹੁੰਦਾ ਕਿ ਅਸੀਂ ਕਿਸੇ 'ਤੇ ਕਿੰਨੀਆਂ ਨਿਰਭਰ ਹਾਂ, ਜਦੋਂ ਤਕ ਕਿ ਸਾਨੂੰ ਜਗਾਉਣ ਵਾਲੀ ਘੰਟੀ ਵੱਜ ਨਹੀਂ ਜਾਂਦੀ।

3. ਕੱਚ ਦੀ ਕੋਈ ਛੱਤ ਨਹੀਂ

2009 ਤੋਂ ਬਾਅਦ ਦੁਨੀਆ ਵਿਚ ਕੰਪਨੀ ਤੇ ਕਰਮਚਾਰੀਆਂ ਸਾਮ੍ਹਣੇ ਬੜੀਆਂ ਚੁਣੌਤੀਆਂ ਹਨ। ਬਹਰਹਾਲ, ਉਨ੍ਹਾਂ ਦੇ ਨਾਲ-ਨਾਲ ਔਰਤਾਂ ਨੂੰ ਇਕ ਵਾਧੂ, ਬਹੁਤ ਵੱਡੀ ਰੁਕਾਵਟ ਦਾ ਸਾਹਮਣਾ ਕਰਣਾ ਪੈਂਦਾ ਹੈ : ਬਦਨਾਮ "ਕੱਚ ਦੀ ਛੱਤ।" ਹਾਂ, ਇਹ ਅੱਜ ਵੀ ਸੱਚ ਹੈ : ਲਿੰਗਭੇਦ ਦੇ ਚਲਦੇ ਔਰਤਾਂ ਕਿਸੇ ਕੰਪਨੀ ਦੀ ਪੌੜੀ ਉੱਤੇ ਇਕ ਸੀਮਾ ਤੋਂ ਅੱਗੇ ਨਹੀਂ ਪਹੁੰਚ ਦੀਆਂ। ਅਤੇ 50 ਸਾਲ ਜਾਂ ਉਸ ਤੋਂ ਜ਼ਿਆਦਾ ਉਮਰ ਦੀਆਂ ਔਰਤਾਂ ਦੀ ਕੰਪਨੀ ਵਿਚ ਦੁਬਾਰਾ ਰੁਜ਼ਗਾਰ ਪਾਉਣ ਦੀ ਕੋਸ਼ਸ਼? ਸ਼ਾਇਦ ਤੁਸੀਂ ਉਸ ਬਾਰੇ ਜਾਣਨਾ ਵੀ ਨਹੀਂ ਚਾਹੋਂਗੇ।

ਨੇਟਵਰਕ ਮਾਰਕੇਟਿੰਗ ਦੇ ਸੰਸਾਰ ਵਿਚ ਔਰਤਾਂ ਲਈ ਕੱਚ ਦੀ ਛੱਤ ਦਾ ਵਿਚਾਰ ਹੀ ਬਕਵਾਸ ਹੈ। ਤੁਹਾਡੀ ਨੇਟਵਰਕ ਮਾਰਕੇਟਿੰਗ ਕੰਪਨੀ ਨੂੰ ਇਸ ਗੱਲ ਦੀ ਪਰਵਾਹ ਨਹੀਂ ਹੈ ਕਿ ਤੁਸੀਂ ਔਰਤ ਹੋ ਜਾਂ ਮਰਦ, ਕਾਲੇ ਹੋ ਜਾਂ ਗੋਰੇ, ਕਾਲਜ ਗ੍ਰੈਜੁਐਟ ਹੋ ਜਾਂ ਹਾਈ ਸਕੂਲ ਡ੍ਰਾਪਆਉਟ। ਇਸ ਨੂੰ ਤਾਂ ਸਿਰਫ਼ ਇਸ ਗੱਲ ਦੀ ਪਰਵਾਹ ਹੈ ਕਿ ਤੁਸੀਂ ਕਿੰਨੀ ਮੇਹਨਤ, ਸਫਲਤਾ ਅਤੇ ਪ੍ਰਭਾਵੀ ਤਰੀਕੇ ਨਾਲ ਆਪਣਾ ਨੇਟਵਰਕ ਬਣਾਉਂਦੇ ਹੋ- ਅਤੇ ਜਿਵੇਂ ਮੈਂ ਦੱਸਿਆ ਸੀ ਕਿ ਇਹ ਕੰਮ ਮਰਦਾਂ ਦੇ ਮੁਕਾਬਲੇ ਚਾਰ ਗੁਣਾ ਜ਼ਿਆਦਾ ਔਰਤਾਂ ਦਰੁਸਤੀ ਨਾਲ ਕਰ ਰਹੀਆਂ ਹਨ।

ਕੁੰਜੀ ਹੈ ਤੁਹਾਡੀ ਯੋਗਤਾ, ਸਿਖਿਆ ਤੇ ਅਨੁਭਵ। ਨੇਟਵਰਕ ਮਾਰਕੇਟਿੰਗ ਦੀ ਦੁਨੀਆ ਵਿਚ ਔਰਤਾਂ ਲਈ ਕੋਈ ਸੀਮਾ ਜਾਂ ਛੱਤ ਨਹੀਂ ਹੈ, ਭਾਵੇਂ ਉਹ ਕੱਚ ਦੀ ਹੋਵੇ ਜਾਂ ਕਿਸੇ ਦੂਜੀ ਤਰ੍ਹਾਂ ਦੀ।

4. ਆਮਨਤੀ ਉੱਤੇ ਕੋਈ ਸੀਮਾ ਨਹੀਂ

ਕੱਚ ਦੀ ਛੱਤ ਤੋਂ ਇਲਾਵਾ ਔਰਤਾਂ ਨੂੰ ਮਰਦਾਂ ਤੋਂ ਘੱਟ ਤਨਖ਼ਾਹ ਵੀ ਮਿਲਦੀ ਹੈ, ਜਿਸ ਕਾਰਣ ਔਰਤ ਦੀ ਆਮਦਨ ਅਕਸਰ ਸੀਮਤ ਹੁੰਦੀ ਹੈ। ਅਧਿਐਨਾਂ ਨਾਲ ਪਤਾ ਚੱਲਦਾ ਹੈ ਕਿ ਆਪਣੇ ਮਰਦ ਸਹਿਕਰਮੀਆਂ ਜਿੰਨੀ ਹੀ ਸਿਖਿਆ ਤੇ ਅਨੁਭਵ ਵਾਲੀ ਔਰਤਾਂ ਉਨ੍ਹਾਂ ਦੀ ਤੁਲਨਾ ਵਿਚ 26 ਫੀਸਦੀ ਘੱਟ ਕਮਾਉਂਦੀਆਂ ਹਨ।

ਲੇਕਨ ਨੇਟਵਰਕ ਮਾਰਕੇਟਿੰਗ ਕਾਰੋਬਾਰ *ਪੂਰੀ ਤਰ੍ਹਾਂ ਬਹੁਪੱਧਰੀ* ਹੈ। ਤੁਸੀਂ ਭਾਵੇਂ ਔਰਤ ਹੋ ਜਾਂ ਮਰਦ, ਨੇਟਵਰਕ ਮਾਰਕੇਟਿੰਗ ਵਿਚ ਆਪਣਾ ਨੇਟਵਰਕ ਬਣਾ ਕੇ ਤੁਸੀਂ ਮਨਚਾਹੀਂ ਕਮਾਈ ਕਰ ਸਕਦੇ ਹੋ। ਇੱਥੇ ਤੁਹਾਡੀ ਆਮਦਨ ਦੀ ਕੋਈ ਸੀਮਾ ਨਹੀਂ ਹੈ।

5. ਆਤਮਸਨਮਾਨ ਵਿਚ ਵਾਧਾ

ਵਿਅਕਤੀਗਤ ਤੌਰ ਉੱਤੇ ਮੈਂ ਇਸ ਨੂੰ ਨੇਟਵਰਕ ਮਾਰਕੇਟਿੰਗ ਕਾਰੋਬਾਰ ਦੇ ਸਭ ਤੋਂ ਵੱਡੇ ਲਾਭ ਅਤੇ ਇਨਾਮਾਂ ਵਿਚੋਂ ਇਕ ਮੰਨਦੀ ਹਾਂ- ਅਤੇ ਇਹ ਉਹ ਬਹੁਤ ਵੱਡਾ ਕਾਰਣ ਹੈ, ਜਿਸ ਦੇ ਕਾਰਣ

ਔਰਤਾਂ ਇਸ ਕਾਰੋਬਾਰ ਵਿਚ ਸ਼ਾਮਲ ਹੁੰਦੀਆਂ ਹਨ। ਇਹ ਅਸਧਾਰਨ ਨਹੀਂ ਹੈ ਕਿ ਕਿਸੇ ਔਰਤ ਦਾ ਆਤਮਸਨਮਾਨ ਉਸਦੀ ਆਪਣੀ ਰੋਜ਼ੀ ਕਮਾਉਣ ਦੀ ਕਾਬਲੀਅਤ ਨਾਲ ਜੁੜਿਆ ਹੋਵੇ। ਜਦੋਂ ਤੁਸੀਂ ਆਪਣੇ ਵਿੱਤੀ ਜੀਵਨ ਲਈ ਕਿਸੇ 'ਤੇ ਨਿਰਭਰ ਹੋਵੋ, ਤਾਂ ਇਸ ਨਾਲ ਤੁਹਾਡੇ ਆਤਮਸਨਮਾਨ ਦੇ ਅਹਿਸਾਸ ਵਿਚ ਕਸਰ ਆ ਸਕਦੀ ਹੈ। ਹੋ ਸਕਦਾ ਹੈ ਕਿ ਤੁਹਾਨੂੰ ਮਜ਼ਬੂਰੀ ਨਾਲ ਇੰਜ ਦੀਆਂ ਚੀਜ਼ਾਂ ਕਰਨੀਆਂ ਪੈਣ, ਜਿਹੜੀ ਤੁਸੀਂ ਆਰਥਕ ਤੌਰ ਤੋਂ ਨਿਰਭਰ ਨਾ ਹੋਣ ਉੱਤੇ ਨਹੀਂ ਕਰਦੇ।

ਮੈਂ ਦੇਖਿਆ ਹੈ ਕਿ ਜਦੋਂ ਔਰਤਾਂ ਨੂੰ ਇਹ ਪਤਾ ਚੱਲਦਾ ਹੈ ਕਿ ਉਹ ਆਪਣੇ ਜ਼ੋਰ ਤੇ ਆਰਥਕ ਸਫਲਤਾ ਪਾ ਸਕਦੀਆਂ ਹਨ, ਤਾਂ ਉਨ੍ਹਾਂ ਦਾ ਆਤਮਸਨਮਾਨ ਆਪਣੇ-ਆਪ ਹੀ ਵੱਧ ਜਾਂਦਾ ਹੈ। ਅਤੇ ਜਦੋਂ ਕਿਸੇ ਔਰਤ ਦਾ ਆਤਮਸਨਮਾਨ ਵੱਧਦਾ ਹੈ, ਤਾਂ ਉਸਦੇ ਨੇੜੇ-ਤੇੜੇ ਦੇ ਸੰਬੰਧ ਹੋਰ ਬੇਹਤਰ ਹੋਣ ਲੱਗਦੇ ਹਨ। ਜ਼ਿਆਦਾ ਉੱਚੇ ਆਤਮਸਨਮਾਨ ਨਾਲ ਜ਼ਿਆਦਾ ਵੱਡੀ ਸਫਲਤਾ ਵੀ ਮਿਲਦੀ ਹੈ, ਜਿਸ ਨਾਲ ਆਖ਼ਰ ਵਿਚ ਸਭ ਤੋਂ ਵੱਡਾ ਤੋਹਫ਼ਾ ਮਿਲਦਾ ਹੈ – ਸੁਤੰਤਰਤਾ।

6. ਆਪਣੇ ਸਮੇਂ ਦਾ ਨਿਯੰਤਰਣ

ਜਦੋਂ ਸੱਚੀ ਦੌਲਤ ਬਨਾਉਣ ਲਈ ਊਰਜਾ ਸਮਰਪਤ ਕਰਣ ਦੀ ਗੱਲ ਆਉਂਦੀ ਹੈ, ਤਾਂ *ਸਮੇਂ* ਦੀ ਘਾਟ ਮਰਦਾਂ ਦੇ ਮੁਕਾਬਲੇ ਔਰਤਾਂ ਲਈ ਜ਼ਿਆਦਾ ਪ੍ਰਮੁੱਖ ਰੁਕਾਵਟ ਹੁੰਦੀ ਹੈ। ਇਹ ਉਨ੍ਹਾਂ ਔਰਤਾਂ ਦੇ ਸੰਦਰਭ ਵਿਚ ਜ਼ਿਆਦਾ ਸੱਚ ਹੈ, ਜਿਨ੍ਹਾਂ ਨੂੰ ਬੱਚਿਆਂ ਦੀ ਦੇਖਭਾਲ ਵਿਚ ਕਈ ਘੰਟੇ ਬਤੀਤ ਕਰਣੇ ਪੈਂਦੇ ਹਨ। ਮੈਂ ਕਈ ਔਰਤਾਂ ਦੇ ਮੂੰਹੋਂ ਸੁਣਿਆ ਹੈ, "ਜਦੋਂ ਮੈਂ ਕੰਮ ਤੋਂ ਘਰ ਵਾਪਸ ਆਉਂਦੀ ਹਾਂ, ਤਾਂ ਮੈਨੂੰ ਰੋਟੀ ਬਨਾਉਣਾ ਪੈਂਦੀ ਹੈ, ਬੱਚਿਆਂ ਦੇ ਹੋਮਵਰਕ ਵਿਚ ਮਦਦ ਕਰਣੀ ਹੁੰਦੀ ਹੈ ਅਤੇ ਬਰਤਨ ਸਾਫ਼ ਕਰਣੇ ਪੈਂਦੇ ਹਨ। ਜਦੋਂ ਤਕ ਹਰ ਕੋਈ ਬਿਸਤਰੇ ਤੇ ਪੁੱਜਦਾ ਹਾਂ ਅਤੇ ਮੇਰੇ ਕੋਲ ਆਪਣੇ ਲਈ ਖ਼ਾਲੀ ਸਮਾਂ ਹੁੰਦਾ ਹੈ, ਤਦੋਂ ਤਕ ਮੈਂ ਬੁਰੀ ਤਰ੍ਹਾਂ ਥੱਕ ਚੁੱਕੀ ਹੁੰਦੀ ਹਾਂ!"

ਨੇਟਵਰਕ ਮਾਰਕੇਟਰ ਦੇ ਤੌਰ ਤੇ ਤੁਹਾਡਾ ਆਪਣੇ ਸਮੇਂ ਤੇ ਪੂਰਾ ਨਿਯੰਤਰਣ ਹੁੰਦਾ ਹੈ। ਇਹ ਇਕ ਇਹੋ ਜਿਹਾ ਕਾਰੋਬਾਰ ਹੈ, ਜਿਸ ਨੂੰ ਤੁਸੀਂ ਪਾਰਟ ਟਾਇਮ ਵੀ ਕਰ ਸਕਦੇ ਹੋ ਅਤੇ ਫੁਲ ਟਾਇਮ ਵੀ। ਇਹ ਇਕ ਇਹੋ ਜਿਹਾ ਕਾਰੋਬਾਰ ਹੈ, ਜਿਸ ਨੂੰ ਤੁਸੀਂ ਆਪਣੇ ਘਰ ਤੋਂ, ਫੋਨ ਅਤੇ ਕੰਪਿਊਟਰ 'ਤੇ, ਸ਼ਾਮ ਨੂੰ, ਵੀਕਐਂਡ ਸਮੇਂ, ਕਿਸੇ ਵੀ ਸਮੇਂ ਤੇ ਕਿਤੇ ਵੀ ਕਰ ਸਕਦੇ ਹੋ। ਇਹ ਇਕ ਇਹੋ ਜਿਹਾ ਕਾਰੋਬਾਰ ਹੈ, ਜਿਹੜਾ ਤੁਹਾਡੇ ਨਾਲ ਯਾਤਰਾ ਕਰ ਸਕਦਾ ਹੈ, ਜਿਸ ਨੂੰ ਤੁਸੀਂ ਆਪਣੀ ਜ਼ੇਬ ਵਿਚ ਰੱਖ ਸਕਦੇ ਹੋ ਅਤੇ ਜਿਸ ਨੂੰ ਤੁਸੀਂ ਅੱਧੇ ਘੰਟੇ ਦੇ ਟੁਕੜਿਆਂ ਵਿਚ ਵੀ ਕਰ ਸਕਦੇ ਹੋ, ਬਸ਼ਰਤੇ ਤੁਹਾਡੀ ਰੋਜ਼ਾਨਾ ਦਾ ਨੇਮ ਅਤੇ ਹਾਲਾਤ ਇਸ ਗੱਲ ਦੀ ਇਜਾਜ਼ਤ ਦੇਣ।

ਦੌਲਤ ਬਨਾਉਣਾ ਇਕ ਲੋੜ ਹੈ

ਇਹ ਛੇ ਕਾਰਣ ਇਸ ਗੱਲ ਦੀ ਪ੍ਰੋੜ੍ਹਤਾ ਕਰਦੇ ਹਨ ਕਿ ਔਰਤਾਂ ਨੂੰ ਆਪਣੇ ਆਪ ਲਈ ਦੌਲਤ ਬਨਾਉਣੀ ਸਿਖਣ ਦੀ ਬਹੁਤ ਜ਼ਿਆਦਾ ਲੋੜ ਕਿਉਂ ਹੈ। ਆਂਕੜੇ ਦੱਸਦੇ ਹਨ ਕਿ ਔਰਤਾਂ ਲਈ ਸਮਾਂ ਕਿੰਨਾ ਬਦਲ ਚੁੱਕਿਆ ਹੈ ਅਤੇ ਅਸਲੀ ਦੁਨੀਆਂ ਦੀ ਵਿੱਤੀ ਸਿਖਿਆ ਹੁਣ ਵਿਲਾਸਤਾ ਨਹੀਂ ਰਹਿ ਗਈ ਹੈ; ਇਹ ਤਾਂ ਇਕ ਜ਼ਰੂਰਤ ਬਣ ਚੁੱਕੀ ਹੈ। ਆਪਣੇ ਆਰਥਕ ਭਵਿੱਖ ਲਈ ਕਿਸੇ ਦੂਜੇ 'ਤੇ ਨਿਰਭਰ ਰਹਿਣਾ ਪਾਂਸੇ ਸੁੱਟਣ ਵਾਂਗ ਹੈ। ਆਖ਼ਰਕਾਰ ਇਨਾਮ ਮਿਲ ਸਕਦੇ ਹਨ, ਲੇਕਨ ਖ਼ਤਰੇ

ਵੀ ਬਹੁਤ ਜ਼ਿਆਦਾ ਰਹਿੰਦੇ ਹਨ।

ਕੱਚ ਦੀ ਛੱਤ ਅਤੇ ਆਮਦਨ ਦੀ ਸੀਮਾਵਾਂ ਇਹੋ ਜਿਹੇ ਮੁੱਦੇ ਹਨ, ਜਿਨ੍ਹਾਂ ਨਾਲ ਔਰਤਾਂ ਜੁਗੋ-ਜੁਗਾਂ ਤੋਂ ਜੂਝਦੀਆਂ ਆ ਰਹੀਆ ਹਨ। ਨੇਟਵਰਕ ਮਾਰਕੇਟਿੰਗ ਦੀ ਦੁਨੀਆ ਵਿਚ ਇਹ ਦੋਵੇਂ ਹੀ ਗਾਇਬ ਹੋ ਜਾਂਦੇ ਹਨ। ਅਤੇ ਦੋ ਸਭ ਤੋਂ ਵੱਡੇ ਤੋਹਫ਼ੇ- ਆਤਮਸਨਮਾਨ ਵਿਚ ਵਾਧਾ ਅਤੇ ਆਪਣੇ ਮਨਭਾਉਂਦੇ ਢੰਗ ਨਾਲ ਸਮਾਂ ਵਤੀਤ ਕਰਣ ਦੀ ਸੁਤੰਤਰਤਾ- ਤੁਹਾਨੂੰ ਮਿਲ ਸਕਦੀ ਹੈ।

ਬਹਰਹਾਲ, ਮੈਂ ਹੁਣੇ-ਹੁਣੇ ਜਿਨ੍ਹਾਂ ਕਾਰਣਾਂ ਦੀ ਸੂਚੀ ਦਰਸਾਈ ਹੈ, ਉਨ੍ਹਾਂ ਵਿਚੋਂ ਤੁਹਾਡੇ ਲਈ ਸਭ ਤੋਂ ਮਹੱਤਵਪੂਰਨ ਕਿਹੜਾ ਹੈ, ਇਹ ਜਾਣਨ ਦਾ ਮੇਰੇ ਕੋਲ ਕੋਈ ਉਪਾ ਨਹੀਂ ਹੈ। ਤੁਸੀਂ "ਆਮ ਔਰਤ" ਨਹੀਂ ਹੋ; ਤੁਸੀਂ ਤੁਸੀਂ ਹੋ। ਅਤੇ ਆਪਣਾ ਨੇਟਵਰਕ ਮਾਰਕੇਟਿੰਗ ਬਿਜ਼ਨਿਸ ਬਨਾਉਣ ਦਾ ਸਭ ਤੋਂ ਪ੍ਰਬਲ ਕਾਰਣ ਉਹੀ ਹੈ, ਜਿਸ ਨੂੰ ਸਿਰਫ਼ ਤੁਸੀਂ ਤੈਅ ਕਰ ਸਕਦੇ ਹੋ।

ਆਪਣੀ ਦੌਲਤ ਬਣਾਓ... ਅਤੇ ਇਹ ਕਰਣ ਵੇਲੇ ਮਜ਼ੇ ਲਓ

ਤੁਹਾਡਾ ਜੋਰਦਾਰ ਕਾਰਣ ਚਾਹੇ ਜਿਹੜਾ ਵੀ ਹੋਵੇ, ਤੁਹਾਨੂੰ ਨੇਟਵਰਕ ਮਾਰਕੇਟਿੰਗ ਕਾਰੋਬਾਰ ਸ਼ੁਰੂ ਕਰਣ ਵੇਲੇ ਇਕ ਹੋਰ ਗੱਲ ਦਾ ਧਿਆਨ ਰੱਖਣਾ ਹੋਵੇਗਾ – *ਮਜ਼ੇ* ਲਓ।

ਹਾਂ ਇਹ ਸੋਚਣਾ ਬੇਹਤਰੀਨ ਹੈ ਕਿ ਤੁਸੀਂ ਹਰ ਮਹੀਨੇ 100 ਡਾੱਲਰ, 1,000 ਡਾੱਲਰ ਜਾਂ 10,000 ਡਾੱਲਰ ਦੀ ਵਾਧੂ ਕਮਾਈ ਕਰ ਸਕਦੇ ਹੋ, ਕਿਸੇ ਤੇ ਨਿਰਭਰ ਰਹਿਣ ਤੋਂ ਬੱਚ ਸਕਦੇ ਹੋ ਅਤੇ ਆਪਣੇ ਸਮੇਂ ਉੱਤੇ ਤੁਹਾਡਾ ਨਿਯੰਤਰਣ ਹੋ ਸਕਦਾ ਹੈ, ਲੇਕਨ ਜੇਕਰ ਤੁਹਾਨੂੰ ਮਜ਼ੇ ਨਹੀਂ ਆ ਰਹੇ, ਤਾਂ ਇਹ ਛੇਤੀ ਹੀ ਉਸੇ ਤਰ੍ਹਾਂ ਦੀ ਚੱਕੀ ਬਣ ਸਕਦੀ ਹੈ, ਜਿਸ ਨੂੰ ਸਾਡੇ ਵਿਚੋਂ ਕਈ ਕੰਪਨੀਆਂ ਦੁਨੀਆ ਵਿਚ ਚਲਾਉਂਦੀਆਂ ਹਨ। ਸੌਖੀ ਭਾਸ਼ਾ ਵਿਚ, ਤੁਸੀਂ ਜੋ ਕਰਦੇ ਹੋ, ਉਸ ਨੂੰ ਲੈਕੇ ਤੁਹਾਡੇ ਵਿਚ ਜੋਸ਼ ਹੋਣਾ ਚਾਹੀਦਾ ਹੈ। ਜੇਕਰ ਜੋਸ਼ ਘੱਟ ਹੈ, ਤਾਂ ਇਹ ਤੁਹਾਡੇ ਬੈਂਕ ਅਕਾਉਂਟ ਵਿਚ ਸਾਫ਼ ਨਜ਼ਰ ਆਵੇਗਾ।

ਇਸਲਈ ਮੈਂ *ਪਾਰਟੀ ਪਲਾਨ* ਕਾਰੋਬਾਰ ਨੂੰ ਆਦਰਸ਼ ਮੰਨਦੀ ਹਾਂ। ਇਹ ਇਹੋ ਜਿਹਾ ਨੇਟਵਰਕ ਮਾਰਕੇਟਿੰਗ ਕਾਰੋਬਾਰ ਹੈ, ਜਿਹੜਾ ਘਰ ਵਿਚ ਆਯੋਜਤ ਪਾਰਟੀਆਂ ਉੱਤੇ ਕੇਂਦਰਤ ਹੁੰਦਾ ਹੈ। ਇਹ ਉਨ੍ਹਾਂ ਬਹੁਤ ਸਾਰੀਆਂ ਔਰਤਾਂ ਲਈ ਆਦਰਸ਼ ਹੈ, ਜਿਹੜਾ ਆਪਣਾ ਖ਼ੁਦ ਦਾ ਕਾਰੋਬਾਰ ਸੁਰੂ ਕਰਣਾ ਚਾਹੁੰਦੀਆਂ ਹਨ। ਪਾਰਟੀ ਪਲਾਨ ਕਾਰੋਬਾਰ ਪਰਿਵਾਰ ਵਾਲਿਆਂ ਅਤੇ ਸਹੇਲੀਆਂ ਨਾਲ ਆਪਣੇ ਘਰ ਵਿਚ ਸਮਾਂ ਬਤੀਤ ਕਰਣ ਦਾ ਆਦਰਸ਼ ਅਵਸਰ ਹੈ, ਜਦੋਂ ਕਿ ਤੁਸੀਂ ਨਾਲੋ-ਨਾਲ ਇਹੋ ਜਿਹਾ ਸਮਾਜਕ ਨੇਟਵਰਕ ਵੀ ਬਣਾ ਰਹੇ ਹੋ, ਜਿਹੜਾ ਤੁਹਾਡੀ ਦੌਲਤ ਬਨਾਉਣ ਦਾ ਅਵਸਰ ਵੀ ਦੇਵੇਗਾ- ਅਤੇ ਇਸ ਨੂੰ ਕਰਣ ਵਿਚ ਤੁਹਾਨੂੰ ਮਜ਼ਾ ਵੀ ਆਵੇਗਾ।

ਪਾਰਟੀ ਪਲਾਨਿੰਗ ਸੈਕਟਰ ਬਾਰੇ ਰੌਚਕ ਤੱਥ ਇਹ ਹੈ ਕਿ ਅਸ਼ਾਂਤ ਮਾਹੌਲ ਵਿਚ ਵੀ ਇਸਦੀ ਸਫਲਤਾ ਤੇ ਆਂਚ ਨਹੀਂ ਆਉਂਦੀ। ਦਰਅਸਲ, ਨੇਟਵਰਕ ਮਾਰਕੇਟਿੰਗ ਉਦਯੋਗ ਦੇ ਇੰਨਾ ਸ਼ਕਤੀਸ਼ਾਲੀ ਹੋਣ ਦਾ ਇਕ ਕਾਰਣ ਇਹ ਵੀ ਹੈ। ਵਾੱਰਵਰਕ (ਜ਼ਾਫ਼ਰਾ ਕਾੱਸਮੈਟਿਕਸ), ਮੈਰੀ ਕੇ, ਟਪਰਵੇਅਰ, ਸੈਂਟਸੀ, ਪਾਰਟੀਲਾਇਟ, ਸਟਾਮਪਿੰਗ ਅੱਪ, ਜਵੈਲਸ ਬਾਈ ਪਾਰਕ ਲੈਨ, ਦ ਲਾਂਗ ਬਰਗਰ ਕੰਪਨੀ ਅਤੇ ਸਦਰਨ ਲਿਵਿੰਗ ਐਟ ਹੋਮ ਉਨ੍ਹਾਂ ਚੌਹਠ ਡਾਇਰੈਕਟ ਸੈਲਿੰਗ ਕੰਪਨੀਆਂ 'ਚੋਂ ਕੁੱਝ ਹਨ, ਜਿਨ੍ਹਾਂ ਦੀ ਵਾਰਸ਼ਕ ਗਲੋਬਲ ਵਿਕਰੀ 100 ਮਿਲੀਅਨ ਡਾੱਲਰ ਜਾਂ ਉਸ

ਤੋਂ ਵੀ ਜ਼ਿਆਦਾ ਹੈ।

ਸਤੰਬਰ 2009 ਦੀ *ਡਾਇਰੈਕਟ ਸੈਲਿੰਗ ਨਿਊਜ਼* ਰਿਪੋਰਟ ਅਨੁਸਾਰ, ਵਿਸ਼ੇਸ਼ ਖ਼ੁਰਾਕ ਪ੍ਰਦਾਨ ਕਰਣ ਵਾਲੀ ਇਕ ਪਾਰਟੀ ਪਲਾਨ ਕੰਪਨੀ ਟੈਸਟਫੁਲੀ ਸਿਮਪਲ ਦੀ ਵਿਕਰੀ 2008 ਵਿਚ 5 ਫੀਸਦੀ ਵੱਧ ਗਈ– ਅਤੇ ਉਹ ਵੀ ਮੰਦੀ ਦੇ ਬਾਵਜੂਦ। ਇਕ ਹੋਰ ਕੰਪਨੀ ਪੈਮਪਰਡ ਸ਼ੈਫ (ਜਿਸ ਨੂੰ ਅਰਬਪਤੀ ਵੱਾਰੇਨ ਬਫ਼ੈਟ ਨੇ 2002 ਵਿਚ ਖਰੀਦਿਆਂ ਸੀ) ਨੇ ਇਸੇ ਦੌਰ ਵਿਚ ਨਿਯੁਕਤੀ ਵਿਚ 5 ਫੀਸਦੀ ਦਾ ਵਾਧਾ ਦਰਜ ਕੀਤਾ।

ਇਥੇ ਕੀ ਸੁਨੇਹਾ ਹੈ? ਪਾਰਟੀ ਪਲਾਨ ਕੰਪਨੀਆਂ ਹਰ ਉਸ ਔਰਤ ਨੂੰ ਘੱਟ ਜੋਖ਼ਮ ਅਤੇ ਉੱਚੇ ਇਨਾਮ ਦਾ ਅਵਸਰ ਪ੍ਰਦਾਨ ਕਰਦੀ ਹੈ, ਜਿਹੜੀ ਆਪਣੀ ਆਰਥਕ ਭਵਿੱਖ ਦੀ ਬਾਗਡੋਰ ਆਪ ਸੰਭਾਲਨਾ ਚਾਹੁੰਦੀ ਹੋਵੇ। ਮੈਂ ਇਸਦੀ ਸਲਾਹ ਘਰ ਵਿਚ ਰਹਿਣ ਵਾਲੀ ਮਾਂਵਾਂ ਨੂੰ ਦੇਂਦੀ ਹਾਂ, ਜਿਹੜੀਆਂ ਨਵੇਂ ਉਦਮੀਆਂ ਦੀ ਜਮਾਤ ਵਿਚ ਸ਼ਾਮਲ ਹੋਣਾ ਚਾਹੁੰਦੀਆਂ ਹਨ ਜਾਂ ਉਹਨਾਂ ਕੰਮਕਾਜੀ ਔਰਤਾਂ ਨੂੰ, ਜਿਹੜੀਆਂ ਤਨਖ਼ਾਹ ਦੇ ਨਾਲ–ਨਾਲ ਵਾਧੂ ਆਮਦਨ ਕਰਣਾ ਚਾਹੁੰਦੀਆਂ ਹਨ ਜਾਂ ਕਾਲਜ ਵਿਚ ਪੜ੍ਹਨ ਵਾਲੀਆਂ ਉਨ੍ਹਾਂ ਵਿਦਿਆਰਥਣਾਂ, ਜਿਹੜੀਆਂ ਥੋੜ੍ਹੇ ਵਾਧੂ ਪੈਸੇ ਕਮਾਉਣਾ ਚਾਹੁੰਦੀਆਂ ਹਨ– ਸੰਖੇਪ ਵਿਚ, ਕੋਈ ਵੀ ਔਰਤ, ਜਿਹੜੀ ਆਪ ਨੂੰ ਦੌਲਤ ਬਨਾਉਣ ਦਾ ਮੌਕਾ ਦੇਣਾ ਚਾਹੁੰਦੀ ਹੈ.... ਅਤੇ ਇਸ ਪ੍ਰਕਿਰਿਆ ਵਿਚ ਮਜ਼ੇ ਕਰਣਾ ਚਾਹੁੰਦੀ ਹੋਵੇ।

ਇਹ ਜਾਣੋ ਕਿ ਕੀ ਮਹੱਤਵਪੂਰਨ ਹੈ

ਸਾਡੀ ਪਹਿਲੀ ਡੇਟ ਉੱਤੇ ਹੀ ਰੱਾਬਰਟ ਨੇ ਮੈਨੂੰ ਪੁੱਛਿਆ ਸੀ ਕਿ ਮੈਂ ਆਪਣੇ ਜੀਵਨ ਵਿਚ ਕੀ ਕਰਣਾ ਚਾਹੁੰਦੀ ਹਾਂ। ਮੈਂ ਉਸ ਨੂੰ ਦੱਸਿਆ ਕਿ ਕਿਸੇ ਨਾ ਕਿਸੇ ਦਿਨ ਮੈਂ ਆਪਣਾ ਵਪਾਰ ਕਰਣਾ ਚਾਹਵਾਂਗੀ। ਉਹ ਬੋਲੇ, "ਮੈਂ ਇਸ ਕੰਮ ਵਿਚ ਤੁਹਾਡੀ ਮਦਦ ਕਰ ਸਕਦਾ ਹਾਂ।" ਅਤੇ ਇਕ ਮਹੀਨੇ ਦੇ ਅੰਦਰ ਹੀ ਸਾਡਾ ਕਾਰੋਬਾਰ ਸ਼ੁਰੂ ਹੋ ਗਿਆ।

ਲੇਕਨ ਫਿਰ ਉਹ ਮੇਰੇ ਤੋਂ ਜ਼ਿਆਦਾ ਵੱਡੀਆਂ ਚੀਜ਼ਾਂ ਬਾਰੇ ਗੱਲਾਂ ਵੀ ਕਰਣ ਲੱਗੇ– ਜਿਵੇਂ ਰੂਹਾਨੀਅਤ। ਉਨ੍ਹਾਂ ਨੇ ਮੈਨੂੰ ਮੇਰੇ ਜੀਵਨ ਦਾ ਉੱਦੇਸ਼ ਪੁੱਛਿਆ। ਉਹ 1980 ਦਾ ਦਹਾਕਾ ਸੀ, ਜਦੋਂ ਲੋਕ ਬੜੇ–ਕੰਮਕਾਜੀ (ਵਰਕੋਹੋਲਿਕ) ਸਨ ਅਤੇ ਇਸ ਗੱਲ ਤੇ ਮਾਣ ਕਰਦੇ ਸਨ। 1990 ਤੱਕ ਲੋਕ ਆਪਣੇ ਜੀਵਨ ਨੂੰ ਹੋਰ ਜ਼ਿਆਦਾ ਗੌਹ ਨਾਲ ਦੇਖਣ ਲੱਗੇ ਅਤੇ ਕੁੱਝ ਜ਼ਿਆਦਾ ਸਖ਼ਤ ਸਵਾਲ ਪੁੱਛਣ ਲੱਗੇ। ਲੇਕਨ 9/11 ਤੋਂ ਬਾਅਦ ਹੀ ਦਰਅਸਲ ਲੋਕਾਂ ਨੇ ਇਹ ਕਹਿਣਾ ਸ਼ੁਰੂ ਕੀਤਾ, "ਓਹ, ਇਕ ਮਿੰਟ ਠਹਿਰੋ। ਮੈਂ ਕੋਹਲੂ ਦੇ ਬਲਦ ਵਾਂਗ ਗੋਲ–ਗੋਲ ਕਿਉਂ ਘੁੰਮ ਰਿਹਾ ਹਾਂ? ਮੈਂ ਆਪਣੇ ਜੀਵਨ ਨਾਲ ਕੀ ਕਰ ਰਿਹਾ ਹਾਂ? ਇਹ ਸਾਰਾ ਕੁੱਝ ਕਿੱਥੇ ਜਾ ਰਿਹਾ ਹੈ?"

ਮੈਂ ਔਰਤਾਂ ਨੂੰ ਸਾਰੇ ਸਮੇਂ ਇਹ ਕਹਿੰਦਿਆਂ ਸੁਣਿਆ ਹੈ ਕਿ ਉਹ ਇੰਨੀ ਜ਼ਿਆਦਾ ਵਿਅਸਤ ਹਨ ਕਿ ਪਾਰਟ ਟਾਇਮ ਘਰੇਲੂ ਕਾਰੋਬਾਰ ਵਿਚ ਸ਼ਾਮਲ ਨਹੀਂ ਹੋ ਸਕਦੀਆਂ। ਮੈਂ ਉਨ੍ਹਾਂ ਨੂੰ ਕਹਿੰਦੀ ਹਾਂ, "ਇਥੇ ਤੁਹਾਡੇ ਕਾਰੋਬਾਰ ਨੂੰ ਸਫਲ ਬਨਾਉਣ ਦੀ ਕੁੰਜੀ ਹੈ : ਤੁਹਾਨੂੰ ਆਪਣੇ ਜੀਵਨ ਨੂੰ ਦੇਖਣਾ ਹੋਵੇਗਾ, ਸੱਚਮੁੱਚ ਗੌਹ ਨਾਲ ਦੇਖਣਾ ਹੋਵੇਗਾ ਅਤੇ ਆਪਣੇ–ਆਪ ਨੂੰ ਪੁੱਛਣਾ ਹੋਵੇਗਾ, 'ਇਹੋ ਜਹੀ ਕਿਹੜੀ ਚੀਜ਼ ਹੈ, ਜਿਹੜੀ ਮੇਰੇ ਲਈ ਇੰਨੀ ਸਾਰਥਕ ਹੈ ਕਿ ਉਹ ਮੈਨੂੰ ਆਪਣੇ ਜੀਵਨ ਵਿਚ *ਚਾਹੀਦੀ ਹੀ ਚਾਹੀਦੀ ਹੈ'।"*

ਕਿਹੜੀ ਚੀਜ਼ ਤੁਹਾਡੇ ਲਈ ਇੰਨੀ ਮਹੱਤਵਪੂਰਨ ਹੈ ਕਿ ਤੁਸੀਂ ਉਸ ਕਾਰੋਬਾਰ ਨੂੰ ਸਥਾਪਤ ਕਰਨ ਵਿਚ ਸਮਾਂ ਅਤੇ ਯਤਨ ਲਾਉਣ ਦਾ ਸੰਕਲਪ ਕਰੋ, ਜਿਹੜਾ ਆਮਦਨ ਉਤਪੰਨ ਕਰਦਾ ਹੈ ਅਤੇ ਫਿਰ ਉਸ ਆਮਦਨ ਤੋਂ ਤੁਸੀਂ ਦੌਲਤ ਬਣਾਓ, ਜਿਹੜੀ ਸਾਰੀ ਜ਼ਿੰਦਗੀ ਤੁਹਾਡੀ ਦੇਖਭਾਲ ਕਰੇ? ਕਿਉਂਕਿ ਜੇਕਰ ਤੁਸੀਂ ਇਹ ਪਤਾ ਨਹੀਂ ਲਗਾਉਂਦੇ ਹੋ ਕਿ ਉਹ ਕਿਹੜੀ ਚੀਜ਼ ਹੈ, ਤਾਂ ਇਹ ਨਹੀਂ ਹੋਣ ਵਾਲਾ।

ਸੁਤੰਤਰਤਾ ਦੇ ਮਾਇਨੇ ਹਰ ਇਕ ਲਈ ਵੱਖਰੇ ਹੁੰਦੇ ਹਨ; ਸਫਲਤਾ ਦੇ ਮਾਇਨੇ ਹਰ ਇਕ ਲਈ ਜੁਦਾ ਹੁੰਦੇ ਹਨ। ਇਹ ਵਿਅਕਤੀਗਤ ਮਸਲਾ ਹੈ ਅਤੇ ਇਸ ਨੂੰ ਵਿਅਕਤੀਗਤ ਹੋਣਾ ਵੀ ਚਾਹੀਦਾ ਹੈ। ਗਿਣਤੀਆਂ ਅਮੂਰਤ ਹੁੰਦੀਆਂ ਹਨ। ਭਾਵੇਂ ਪੰਜ ਹਜਾਰ ਡਾੱਲਰ ਹੋਣ ਜਾਂ ਇਕ ਮਿਲੀਅਨ ਡਾੱਲਰ, ਉਨ੍ਹਾਂ ਦਾ ਦਰਅਸਲ ਤਦੋਂ ਤਕ ਕੋਈ ਅਰਥ ਨਹੀਂ ਹੈ, ਜਦੋਂ ਤਕ ਕਿ ਤੁਸੀਂ ਉਨ੍ਹਾਂ ਨੂੰ ਉਹ ਅਰਥ ਨਹੀਂ ਦੇ ਦੇਂਦੇ ਜਿਹੜੇ ਉਨ੍ਹਾਂ ਦਾ ਆਪਣੇ ਜੀਵਨ ਵਿਚ ਹੈ।

ਸਾਡੇ ਵਿਆਹ ਤੋਂ ਬਾਅਦ ਸ਼ੁਰੂਆਤੀ ਦੌਰ ਵਿਚ ਰੱਾਬਰਟ ਅਤੇ ਮੈਂ ਦੋਵੇਂ ਹੀ ਆਪਣੇ ਕਾਰੋਬਾਰ ਨੂੰ ਸਥਾਪਤ ਕਰਨ ਪ੍ਰਤਿ ਉਤਸਾਹੀ ਤੇ ਸਮਰਪਤ ਸੀ। ਸਾਨੂੰ ਇਹ ਕਤਈ ਪਸੰਦ ਨਹੀਂ ਸੀ ਕਿ ਦੂਜੇ ਲੋਕ ਸਾਨੂੰ ਦੱਸਣ ਕਿ ਕੀ ਕਰਨਾ ਹੈ। ਅਸੀਂ ਆਪਣੀ ਆਰਥਕ ਤਕਦੀਰ ਦਾ ਨਿਯੰਤਰਣ ਆਪਣੇ ਹੱਥਾਂ ਵਿਚ ਕਰਨਾ ਚਾਹੁੰਦੇ ਸੀ। ਇਹ ਸਾਡੇ ਲਈ ਇੰਨਾ ਮਹੱਤਵਪੂਰਨ ਸੀ ਕਿ ਇਸ ਨੂੰ ਸਾਕਾਰ ਕਰਨ ਲਈ ਅਸੀਂ ਹਰ ਮੁਸ਼ਕਲ ਝੱਲਣ ਲਈ ਵੀ ਤਿਆਰ ਸੀ।

ਅਤੇ ਇਸ ਵਿਚ ਕਈ ਸਾਲ ਲੱਗ ਗਏ– ਦਰਅਸਲ, ਤਕਰੀਬਨ ਦਸ ਸਾਲ।

ਕਈ ਵਾਰ, ਆਮਦਨ ਨਹੀਂ ਹੋਣ ਦਾ ਤਨਾਅ ਭਿਅੰਕਰ ਹੁੰਦਾ ਹੈ। ਸਾਡੇ ਢੇਰ ਸਾਰੇ ਮਿੱਤਰ ਕਹਿ ਰਹੇ ਸਨ ਕਿ ਸਾਡਾ ਦਿਮਾਗ਼ ਚੱਲ ਗਿਆ ਹੈ, ਕਿ ਸਾਨੂੰ ਨੇਮਬੱਧ ਤਨਖ਼ਾਹ ਵਾਲੀ ਨੇਮਤ ਨੌਕਰੀ ਕਰ ਲੈਣੀ ਚਾਹੀਦੀ ਹੈ, ਲੇਕਨ ਇਹ ਅਸੀਂ ਹਰਗਿਜ਼ ਨਹੀਂ ਸੀ ਕਰਨਾ ਚਾਹੁੰਦੇ।

ਆਖ਼ਰਕਾਰ ਅਸੀਂ ਨਿਰਣਾ ਲਿਆ ਕਿ ਸਾਨੂੰ ਕੁੱਝ ਕਰਨਾ ਚਾਹੀਦਾ ਹੈ। ਇਸ ਤੋਂ ਬਾਅਦ ਰੱਾਬਰਟ ਕੁੱਝ ਕੋਰਸ ਸਿੱਖਣ ਲੱਗੇ। ਮੈਂ ਇਕ ਸਹੇਲੀ ਕੋਲ ਗਈ, ਜਿਹੜੀ ਕੱਪੜੇ ਦੇ ਕਾਰੋਬਾਰ ਵਿਚ ਸੀ। ਮੈਂ ਉਸ ਨੂੰ ਪੁੱਛਿਆ ਕਿ ਉਹ ਮੈਨੂੰ ਆਪਣੇ ਕੱਪੜੇ ਵੇਚਣ ਦੇਵੇ। ਮੈਂ ਹੈਅਰ ਸਲੂਨਸ ਵਿਚ ਗਈ ਅਤੇ ਉੱਥੇ ਇਕ ਨਿੱਕੀ ਜਹੀ ਬੂਟੀਕ ਬਣਾਈ। ਇਹਨਾਂ ਕੰਮਾਂ ਵਿਚ ਕੋਈ ਤਨਖ਼ਾਹ ਜਾਂ ਆਮਦਨ ਦੀ ਗਾਰੰਟੀ ਨਹੀਂ ਸੀ। ਸਿਰਫ਼ ਵੇਚਣ ਨਾਲ ਮਿਲਣ ਵਾਲਾ ਕਮੀਸ਼ਨ ਸੀ– ਅਤੇ ਅਸਲ ਚਿਵ, ਕਮੀਸ਼ਨ ਵਿਚ ਕੋਈ ਖ਼ਾਸ ਕਮਾਈ ਨਹੀਂ ਹੋਈ। ਲੇਕਨ ਇਹ ਕੰਮ ਕਰਕੇ ਮੈਂ ਉੱਥੇ ਪਹੁੰਚ ਗਈ, ਮੈਂ ਕੁੱਝ ਤੇ ਕੀਤਾ।

ਮੈਂ ਇਹ ਸਿੱਖਿਆ ਕਿ ਇਹੀ ਉਦਮੀ ਬਣਨ ਦਾ ਸਾਰ ਹੈ : *ਤੁਸੀਂ ਬਾਹਰ ਜਾਂਦੇ ਹੋ ਅਤੇ ਕੁੱਝ ਕਰਦੇ ਹੋ।* ਅਤੇ ਇਹ ਕਰਨ ਦਾ ਇਕੱਲਾ ਤਰੀਕਾ ਇਹ ਲਗਾਉਣਾ ਹੈ ਕਿ ਤੁਹਾਡੇ ਲਈ ਸੱਚਮੁੱਚ ਮਹੱਤਵਪੂਰਨ ਕੀ ਹੈ। ਤਦੋਂ ਹੀ ਤੁਹਾਨੂੰ ਅਹਿਸਾਸ ਹੋਵੇਗਾ ਕਿ ਉਸ ਸੱਚਮੁੱਚ ਮਹੱਤਵਪੂਰਨ ਚੀਜ਼ ਨੂੰ ਪਾਉਣ ਦਾ ਇਕਲੌਤਾ ਤਰੀਕਾ ਇਹੀ ਹੈ ਕਿ ਤੁਸੀਂ ਆਪਣੀ ਆਰਥਕ ਸਥਿਤੀ ਦੀ ਬਾਗਡੋਰ ਆਪਣੇ ਹੱਥਾਂ ਵਿਚ ਲੈ ਲਓ।

ਭਾਗ ਤੀਜਾ

ਤੁਹਾਡਾ ਭਵਿਖ ਸ਼ੁਰੂ ਹੁੰਦਾ ਹੈ ਹੁਣ ....

ਆਪਣਾ ਸਫਲ ਨੇਟਵਰਕ ਮਾਰਕੇਟਿੰਗ ਕਾਰੋਬਾਰ ਸ਼ੁਰੂ ਕਰਨ ਲਈ
ਤੁਹਾਨੂੰ ਕਿਹੜੀਆਂ ਚੀਜ਼ਾਂ ਦੀ ਲੋੜ ਹੋਵੇਗੀ

ਅਧਿਆਇ 18

ਸਿਆਣਪ ਨਾਲ ਚੁਣੋ

ਤਾਂ ਤੁਸੀਂ ਆਪਣਾ ਨੇਟਵਰਕ ਮਾਰਕੇਟਿੰਗ ਵਪਾਰ ਸ਼ੁਰੂ ਕਰਨ ਦਾ ਫ਼ੈਸਲਾ ਕਰ ਲਿਆ ਹੈ। ਵਧਾਈਆਂ ! ਹੁਣ ਤੁਹਾਡੇ ਸਾਮ੍ਹਣੇ ਬੜੇ ਸਾਰੇ ਵਿਕਲਪ ਹਨ। ਸੰਸਾਰ ਵਿਚ ਹਜ਼ਾਰਾਂ ਨੇਟਵਰਕ ਕੰਪਨੀਆਂ ਕੰਮ ਕਰ ਰਹੀਆਂ ਹਨ। ਤੁਸੀਂ ਕਿਸ ਵਿਚ ਸ਼ਾਮਲ ਹੋਵੋਗੇ? ਅਤੇ ਤੁਸੀਂ ਸਹੀ ਚੋਣ ਕਿਵੇਂ ਕਰੋਗੇ?

ਨੇਟਵਰਕ ਮਾਰਕੇਟਿੰਗ ਵਿਚ ਆਉਣ ਵਾਲੇ ਨਵੇਂ ਲੋਕ ਅਕਸਰ ਇਹ ਵਿਕਲਪ ਬੜੀ ਲਾਪਰਵਾਹੀ ਨਾਲ ਚੁਣਦੇ ਹਨ। ਉਹ ਬੱਸ ਸਾਮ੍ਹਣੇ ਆਏ ਮੌਕੇ ਉੱਤੇ ਹਸਤਾਖਰ ਕਰ ਦੇਂਦੇ ਹਨ। ਹੁਣ ਇਹ ਹੋ ਸਕਦਾ ਹੈ ਕਿ ਤੁਸੀਂ ਜਿਸ ਪਹਿਲੀ ਕੰਪਨੀ ਬਾਰੇ ਸੁਣੋ, ਉਹ ਬੇਹਤਰੀਨ ਹੋਵੇ ਅਤੇ ਤੁਹਾਡੀ ਚੋਣ ਬੁੱਧੀਮੱਤਾਪੂਰਨ ਸਾਬਤ ਹੋਵੇ। ਲੇਕਨ ਸੱਚ ਤਾਂ ਇਹ ਹੈ ਕਿ ਤੁਹਾਨੂੰ ਪੂਰੀ ਸਾਵਧਾਨੀ ਨਾਲ ਜਾਣਕਾਰੀ ਅਤੇ ਗਿਆਨ ਪ੍ਰਾਪਤ ਕਰਣ ਤੋਂ ਬਾਅਦ ਹੀ ਇਹ ਵਿਕਲਪ ਚੁਣਨਾ ਚਾਹੀਦਾ ਹੈ। ਇਹ ਨਾ ਭੁੱਲੋਂ ਕਿ ਇਸ ਗੱਲ ਉੱਤੇ ਤੁਹਾਡਾ ਭਵਿੱਖ ਦਾਅ ਤੇ ਲੱਗਿਆ ਹੋਇਆ ਹੈ।

ਤਾਂ ਤੁਸੀਂ ਕਿਵੇਂ ਚੁਣੋ? ਕਿਹੜੀ ਕਸੌਟੀ ਦੇ ਆਧਾਰ ਤੇ ਨਿਰਣਾ ਲਓਗੇ?

"ਸਾਡੀ ਕੰਪਨੀ ਦੀ ਭੁਗਤਾਨ ਯੋਜਨਾ ਸਭ ਤੋਂ ਵਧੀਆ ਹੈ- ਤੁਸੀਂ ਇੱਥੇ ਢੇਰ ਸਾਰੇ ਪੈਸੇ ਬਣਾ ਸਕਦੇ ਹੋ!"

ਜਦੋਂ ਮੈਂ ਵੱਖ-ਵੱਖ ਨੇਟਵਰਕ ਮਾਰਕੇਟਿੰਗ ਕੰਪਨੀਆਂ ਦੀ ਪੜਚੋਲ ਕਰ ਰਿਹਾ ਸੀ, ਤਾਂ ਮੈਨੂੰ ਅਕਸਰ ਇਹ ਟਿੱਪਣੀ ਸੁਣਨ ਨੂੰ ਮਿਲਦੀ ਸੀ। ਆਪਣਾ ਵਿਹਾਰਕ ਅਵਸਰ ਦਿਖਾਉਣ ਲਈ ਉਤਸਕ ਲੋਕ ਮੈਨੂੰ ਉਨ੍ਹਾਂ ਲੋਕਾਂ ਦੀ ਕਹਾਣੀਆਂ ਸੁਣਾਉਂਦੇ ਸਨ, ਜਿਨ੍ਹਾਂ ਨੂੰ ਉਨ੍ਹਾਂ ਦੇ ਨੇਟਵਰਕ ਮਾਰਕੇਟਿੰਗ ਕਾਰ-ਵਿਹਾਰ ਤੋਂ ਹਰ ਮਹੀਨੇ ਲੱਖਾਂ ਡਾੱਲਰ ਦੀ ਕਮਾਈ ਹੋ ਰਹੀ ਸੀ। ਚੂੰਕਿ ਮੈਂ ਇਹੋ ਜਿਹੇ ਲੋਕਾਂ ਨੂੰ ਮਿਲ ਚੁੱਕਿਆ ਹਾਂ, ਜਿਹੜੇ ਆਪਣੇ ਨੇਟਵਰਕ ਮਾਰਕੇਟਿੰਗ ਕਾਰੋਬਾਰ ਤੋਂ ਹਰ ਮਹੀਨੇ ਸੱਚਮੁੱਚ ਲੱਖਾਂ ਡਾੱਲਰ ਕਮਾਉਂਦੇ ਹਨ, ਇਸਲਈ ਆਮਦਨ ਦੀ ਇਸ ਬਹੁਤ ਵੱਡੀ ਸੰਭਾਵਨਾ ਬਾਰੇ ਕੋਈ ਸ਼ੱਕ ਨਹੀਂ ਹੈ।

ਲੇਕਨ ਮੈਂ ਇਹ ਸਲਾਹ ਨਹੀਂ ਦੇਂਦਾ ਕਿ ਤੁਸੀਂ ਮੁੱਢਲੇ ਤੌਰ ਉੱਤੇ ਪੈਸਿਆਂ ਦੀ ਖ਼ਾਤਰ

ਕਿਸੇ ਨੇਟਵਰਕ ਮਾਰਕੇਟਿੰਗ ਕਾਰੋਬਾਰ ਉੱਤੇ ਗੌਹ ਕਰੋ।

"ਸਾਡੇ ਕੋਲ ਸ਼ਰੇਸ਼ਠ, ਸਭ ਤੋਂ ਚੰਗੀ ਗੁਣਵੱਤਾ ਦੇ ਪ੍ਰੌਡਕਟਸ ਹਨ- ਇਹੋ ਜਿਹੇ ਪ੍ਰੌਡਕਟਸ, ਜਿਨ੍ਹਾਂ ਨਾਲ ਲੋਕਾਂ ਦੀ ਜ਼ਿੰਦਗੀ ਬਦਲ ਗਈ ਹੈ!"

ਮੈਂ ਇਹ ਗੱਲ ਵੀ ਬੜੀ ਵਾਰੀ ਸੁਣੀ ਹੈ। ਪ੍ਰੌਡਕਟਸ ਦੇ ਬੇਹਤਰੀਨ ਮੁਨਾਫ਼ੇ ਸ਼ਾਇਦ ਉਹ ਨੰਬਰ 2 ਕਾਰਣ ਸੀ, ਜਿਹੜਾ ਲੋਕਾਂ ਨੇ ਮੈਨੂੰ ਸ਼ਾਮਲ ਕਰਣ ਲਈ ਦੱਸਿਆ; ਨੰਬਰ 1 ਤੇ ਪੈਸਾ ਸੀ। ਇਕ ਵਾਰ ਫਿਰ, ਮੈਨੂੰ ਇਸ ਬਾਰੇ ਕੋਈ ਸ਼ੰਕਾ ਨਹੀਂ ਹੈ। ਹਾਲਾਂਕਿ ਮੈਂ ਬਹੁਤ ਸਾਰੀਆਂ ਅੱਤਕੱਥਨੀਪੂਰਨ ਗੱਲਾਂ ਵੀ ਸੁਣੀਆਂ ਹਨ, ਲੇਕਨ ਮੈਨੂੰ ਕੁੱਝ ਸੱਚਮੁੱਚ ਬੇਹਤਰੀਨ ਪ੍ਰੌਡਕਟਸ ਵੀ ਮਿਲੇ, ਜਿਨ੍ਹਾਂ ਵਿਚੋਂ ਕੁੱਝ ਤਾਂ ਮੈਂ ਅੱਜ ਵੀ ਇਸਤੇਮਾਲ ਕਰਦਾ ਹਾਂ। ਅਸਲ ਵਿਚ, ਬੜੀ ਉੱਚੀ ਗੁਣਵੱਤਾ ਦੇ ਪ੍ਰੌਡਕਟਸ ਨੇਟਵਰਕ ਮਾਰਕੇਟਿੰਗ ਦਾ ਇਕ ਥੰਮ ਹੈ।

ਬਹਰਹਾਲ, ਪ੍ਰੌਡਕਟਸ ਵੀ ਨੇਟਵਰਕ ਮਾਰਕੇਟਿੰਗ ਦਾ ਸਭ ਤੋਂ ਮਹੱਤਵਪੂਰਨ ਲਾਭ ਨਹੀਂ ਹੈ।

ਮੈਨੂੰ ਇਹ ਦੁਹਰਾਉਣ ਦਿਓ :

*ਤੁਸੀਂ ਕਿਸ ਕੰਪਨੀ ਨਾਲ ਕੰਮ ਕਰੋ, ਇਹ ਚੁਣਨ ਵੇਲੇ ਪ੍ਰੌਡਕਟ ਸਭ ਤੋਂ ਮਹੱਤਵਪੂਰਨ ਵਿਚਾਰਣਜੋਗ ਪ੍ਰਸ਼ਨ **ਨਹੀਂ** ਹੈ।*

ਮੈਂ ਇਸ ਗੱਲ ਉੱਤੇ ਜ਼ੋਰ ਇਸਲਈ ਦਿੰਦਾ ਹਾਂ, ਕਿਉਂਕਿ ਜ਼ਿਆਦਾਤਰ ਲੋਕ ਇਹ ਮੰਨ ਲੈਂਦੇ ਹਨ ਕਿ ਪ੍ਰੌਡਕਟ ਹੀ ਸਭ ਤੋਂ ਮਹੱਤਵਪੂਰਨ ਚੀਜ਼ ਹੈ। ਹਾਲਾਂਕਿ ਇਹ ਨਹੀਂ ਹੈ। ਯਾਦ ਰੱਖੋ, ਤੁਸੀਂ ਬਤੌਰ ਸੈਲਜ਼ਪਰਸਨ ਨੌਕਰੀ ਕਰਣ ਨਹੀਂ ਜਾ ਰਹੇ ਹੋ; ਤੁਸੀਂ ਤਾਂ ਆਪਣੇ ਲਈ ਕਾਰ-ਵਿਹਾਰ ਕਰਣ ਜਾ ਰਹੇ ਹੋ ਅਤੇ ਜਿਸ ਕਾਰੋਬਾਰ ਵਿਚ ਤੁਸੀਂ ਹੋ, ਉਹ ਹੈ *ਨੇਟਵਰਕ ਬਨਾਉਣਾ।* ਇਸਲਈ ਜਦੋਂ ਤੁਸੀਂ ਆਪਣੇ ਆਸੇ-ਪਾਸੇ ਭਿੰਨ-ਭਿੰਨ ਕੰਪਨੀਆਂ 'ਤੇ ਨਜ਼ਰ ਪਾਓ, ਤਾਂ ਤੁਹਾਡੇ ਦਿਮਾਗ਼ ਵਿਚ ਇਹ ਸਵਾਲ ਸਭ ਤੋਂ ਪਹਿਲਾਂ ਹੋਣਾ ਚਾਹੀਦਾ ਹੈ, "ਕੀ ਇਹ ਕੰਪਨੀ ਇਹ ਸਿੱਖਣ ਵਿਚ ਮੇਰੀ ਮਦਦ ਕਰੇਗੀ ਕਿ ਨੇਟਵਰਕ ਬਨਾਉਣ ਵਿਚ ਨਿਪੁੰਨ ਕਿਵੇਂ ਹੋਇਆ ਜਾਏ?"

ਨੇਟਵਰਕ ਮਾਰਕੇਟਿੰਗ ਦੀ ਸਲਾਹ ਦੇਂਦੇ ਸਮੇਂ ਮੇਰਾ ਨੰਬਰ 1 ਕਾਰਣ ਹੈ ਕੰਪਨੀ ਵੱਲੋਂ ਦਿੱਤੀ ਜਾਣ ਵਾਲੀ ਅਸਲ ਦੁਨੀਆ ਦੀ ਵਿਹਾਰਕ ਸਿਖਿਆ ਅਤੇ ਵਿਅਕਤੀਗਤ ਵਿਕਾਸ ਦੀ ਪਰਣਾਲੀ।

ਨੇਟਵਰਕ ਮਾਰਕੇਟਿੰਗ ਤੰਤਰ ਇਸ ਤਰ੍ਹਾਂ ਬਣਾਇਆ ਗਿਆ ਹੈ ਕਿ ਦੌਲਤ ਦੀ ਹਿੱਸੇਦਾਰੀ ਕਰਣਾ ਹਰ ਵਿਅਕਤੀ ਲਈ ਸੰਭਵ ਹੋ ਸਕੇ। ਇਹ ਹਰ ਉਸ ਵਿਅਕਤੀ ਲਈ ਖੁੱਲ੍ਹਿਆ ਹੈ, ਜਿਸ ਵਿਚ ਉਤਸ਼ਾਹ, ਸੰਕਲਪ ਅਤੇ ਲਗਨ ਹੈ। ਇਸਨੂੰ ਇਸ ਗੱਲ ਦੀ ਪਰਵਾਹ ਵੀ ਨਹੀਂ ਹੈ ਕਿ ਤੁਹਾਡਾ ਸਿਰਨਾਵਾਂ ਕੀ ਹੈ ਜਾਂ ਤੁਸੀਂ ਕਿਸ ਕਾਲਜ ਵਿਚ ਗਏ ਸੀ (ਜਾਂ ਗਏ ਵੀ ਸੀ ਜਾਂ ਨਹੀਂ), ਤੁਸੀਂ ਅੱਜ ਕਿੰਨਾ ਪੈਸਾ ਕਮਾਉਂਦੇ ਹੋ, ਤੁਹਾਡੀ ਜਾਤਿ ਜਾਂ ਲਿੰਗ ਕੀ ਹੈ, ਤੁਸੀਂ ਕਿੰਨੇ ਚੰਗੇ ਦਿਖਦੇ ਹੋ, ਤੁਸੀਂ ਕਿੰਨੇ ਹਰਮਨਪਿਆਰੇ ਹੋ ਜਾਂ ਇਹ ਵੀ ਕਿ ਤੁਸੀਂ ਕਿੰਨੇ ਸਮਾਰਟ ਹੋ।

ਜ਼ਿਆਦਾਤਰ ਨੇਟਵਰਕ ਮਾਰਕੇਟਿੰਗ ਕੰਪਨੀਆਂ ਮੂਲ ਰੂਪ ਵਿਚ ਇਸ ਗੱਲ ਦੀ ਪਰਵਾਹ ਕਰਦੀਆਂ ਹਨ ਕਿ ਤੁਸੀਂ ਸਿੱਖਣ, ਪਰਿਵਰਤਨ ਕਰਣ ਅਤੇ ਵਿਕਾਸ ਕਰਣ ਦੇ ਕਿੰਨੇ ਚਾਹਵੰਦ ਹੋ

ਅਤੇ ਜਦੋਂ ਤੁਸੀਂ ਕਾਰੋਬਾਰ ਦੇ ਮਾਲਕ ਬਣਨਾ ਸਿੱਖਦੇ ਹੋ, ਤਾਂ ਕੀ ਤੁਹਾਡੇ ਵਿਚ ਚੰਗੀ-ਮਾੜੀ ਹਰ ਤਰ੍ਹਾਂ ਦੇ ਹਾਲਾਤ ਵਿਚ ਜੁਟੇ ਰਹਿਣ ਦੀ ਹਿੰਮਤ ਹੈ।

ਕੀ ਇਹ ਹਰ ਨੇਟਵਰਕ ਕੰਪਨੀ ਬਾਰੇ ਸੱਚ ਹੈ, ਜਿਹੜਾ ਕੰਮ ਕਰ ਰਹੀ ਹੈ? ਨਹੀਂ। ਹਰ ਖੇਤਰ ਦੀ ਤਰ੍ਹਾਂ ਹੀ ਨੇਟਵਰਕ ਮਾਰਕੇਟਿੰਗ ਖੇਤਰ ਵਿਚ ਵੀ ਚੰਗੀ, ਮਾੜੀ ਅਤੇ ਬੇਕਾਰ ਕੰਪਨੀਆਂ ਹਨ- ਅਤੇ ਇਹੋ ਜਹੀਆ ਵੀ ਹਨ, ਜਿਹੜੀ ਵਾਕਈ ਬੇਹਤਰੀਨ ਹਨ।

ਦਰਅਸਲ, ਸਾਰੀ ਨੇਟਵਰਕ ਮਾਰਕੇਟਿੰਗ ਕੰਪਨੀਆਂ ਸਿਖਿਆ ਨੂੰ ਨਹੀਂ ਵਧਾਉਂਦੀਆਂ। ਕੁੱਝ ਇਹੋ ਜਹੀਆਂ ਵੀ ਹਨ, ਜਿਹੜੀਆਂ ਬਸ ਹੜਬੜੀ ਵਿਚ ਨਜ਼ਰ ਆਉਂਦੀਆਂ ਹਨ : ਉਹ ਸਿਰਫ਼ ਇਹ ਚਾਹੁੰਦੀਆਂ ਹਨ ਕਿ ਤੁਸੀਂ ਉਨ੍ਹਾਂ ਦਾ ਸਮਾਨ ਵੇਚੋਂ; ਉਨ੍ਹਾਂ ਨੂੰ ਤੁਹਾਨੂੰ ਕੁੱਝ ਸਿਖਾਉਣ ਦੀ ਕੋਈ ਪਰਵਾਹ ਹੀ ਨਹੀਂ ਹੁੰਦੀ। ਉਹ ਤਾਂ ਬੱਸ ਇੰਨਾ ਚਾਹੁੰਦੀਆਂ ਹਨ ਕਿ ਤੁਸੀਂ ਆਪਣੇ ਮਿੱਤਰਾਂ ਤੇ ਪਰਿਵਾਰ ਵਾਲਿਆਂ ਨੂੰ ਉਨ੍ਹਾਂ ਦੇ ਜਾਲ ਵਿਚ ਫਾਂਸ ਲਓ। ਜੇਕਰ ਤੁਹਾਨੂੰ ਇਹੋ ਜਹੀ ਕੋਈ ਕੰਪਨੀ ਨਜ਼ਰ ਆਏ, ਤਾਂ ਮੈਂ ਤਾਂ ਉਸ ਵਿਚ ਕਦੇ ਸ਼ਾਮਲ ਨਹੀਂ ਹੋਵਾਂਗਾ : ਉਹ ਤੁਹਾਡੇ ਵਿਕਾਸ ਵਿਚ ਯੋਗਦਾਨ ਨਹੀਂ ਦੇਵੇਗੀ ਅਤੇ ਜ਼ਿਆਦਾ ਸਮੇਂ ਤਕ ਕਾਇਮ ਵੀ ਨਹੀਂ ਰਹਿਣਗੀਆਂ।

ਲੇਕਨ ਬੇਹਤਰੀਨ ਕੰਪਨੀਆਂ ਤੁਹਾਡੀ ਵਿਹਾਰਕ ਸਿਖਿਆ ਪ੍ਰਤਿ ਪੂਰੀ ਤਰ੍ਹਾਂ ਸਮਰਪਿਤ ਹੁੰਦੀਆਂ ਹਨ। ਉਨ੍ਹਾਂ ਦਾ ਦਰਿਸ਼ਟੀਕੋਣ ਲੰਮੇ ਸਮੇਂ ਦਾ ਹੁੰਦਾ ਹੈ ਅਤੇ ਉਹ ਤੁਹਾਡੀ ਯੋਗਤਾਵਾਂ ਦੇ ਵਿਕਾਸ ਨੂੰ ਪਹਿਲ ਦੇਂਦੇ ਹਨ। ਜਦੋਂ ਤੁਹਾਨੂੰ ਇਹੋ ਜਹੀ ਕੰਪਨੀਆਂ ਮਿਲੇ, ਜਿਸ ਵਿਚ ਤੁਹਾਡੇ ਉਤਲੇ ਲੀਡਰਸ ਤੁਹਾਨੂੰ ਸਿਖਿਅਤ ਅਤੇ ਮਦਦ ਕਰਣ ਦੇ ਵਾਕਈ ਚਾਹਵੰਦ ਹੋ, ਤਾਂ ਕਿ ਤੁਸੀਂ ਉਂਜ ਦੇ ਕਾਰੋਬਾਰੀ ਬਣ ਸਕੋ, ਜਿਵੇਂ ਕਿ ਤੁਸੀਂ ਬਣ ਸਕਦੇ ਹੋ, ਤਾਂ ਸਮਝ ਜਾਓ ਕਿ ਇਹੀ ਉਹ ਕੰਪਨੀ ਹੈ, ਜਿਸ ਦੇ ਨਾਲ ਤੁਹਾਨੂੰ ਜੁੜਨਾ ਚਾਹੀਦਾ ਹੈ।

ਜੇਕਰ ਤੁਹਾਨੂੰ ਸ਼ੁਰੂਆਤੀ ਪ੍ਰਸਤੁਤਿ ਵਿਚ ਸੁਣੀਆ ਹੋਈਆਂ ਗੱਲਾਂ ਪਸੰਦ ਆ ਜਾਣ, ਤਾਂ ਥੋੜ੍ਹਾਂ ਸਮਾਂ ਕੱਢ ਕੇ ਉਨ੍ਹਾਂ ਲੋਕਾਂ ਨੂੰ ਮਿਲੋ, ਜਿਹੜੇ ਸਿਖਿਆ ਤੇ ਸਿਖਲਾਈ ਦੇਣ ਦਾ ਕੰਮ ਕਰਦੇ ਹਨ।

ਕੀ ਭੁਗਤਾਨ ਯੋਜਨਾ ਮਹੱਤਵਪੂਰਨ ਹੈ? ਯਕੀਨਨ। ਕੀ ਪ੍ਰੋਡਕਟਸ ਦੀ ਗੁਣਵੱਤਾ ਮਹੱਤਵਪੂਰਨ ਹੈ? ਜ਼ਾਹਿਰ ਹੈ। ਲੇਕਨ ਇਨ੍ਹਾਂ ਚੀਜ਼ਾਂ ਤੋਂ ਕਿਤੇ ਵੱਧ ਕੇ, ਮੈਂ ਦਰਅਸਲ ਇਹ ਦੇਖਣਾ ਚਾਹੁੰਦਾ ਹਾਂ ਕਿ ਕੰਪਨੀ ਪ੍ਰਬਲ ਬੀ ਕੁਆਡਰੈਂਟ ਦੇ ਵਿਅਕਤੀ- ਸੱਚੀ ਦੌਲਤ ਬਨਾਉਣ ਵਾਲੇ ਕਾਰੋਬਾਰੀ- ਦੇ ਤੌਰ ਤੇ ਤੁਹਾਡਾ ਵਿਕਾਸ ਕਰਣ ਪ੍ਰਤਿ ਕਿੰਨੀ ਸਮਰਪਤ ਹੈ। ਤੁਸੀ ਜਿਹੜੀ ਨੇਟਵਰਕ ਮਾਰਕੇਟਿੰਗ ਕੰਪਨੀ ਨਾਲ ਜੁੜਦੇ ਹੋ, ਉਸ ਬਾਰੇ ਇਹੀ ਸਭ ਤੋਂ ਮਹੱਤਵਪੂਰਨ ਚੀਜ਼ ਹੈ: ਇਹ ਦਰਅਸਲ ਤੁਹਾਡਾ ਬਿਜ਼ਨਿਸ ਸਕੂਲ ਹੈ।

ਭੁਗਤਾਨ ਅਤੇ ਪ੍ਰੋਡਕਟਸ ਤੋਂ ਪਾਰ ਦੇਖਣ ਦਾ ਸਮਾਂ ਕੱਢੋ; ਕੰਪਨੀ ਦੇ ਦਿਲ ਵਿਚ ਸੱਚਮੁੱਚ ਝਾਂਕੋ : ਕੀ ਇਹ ਵਾਕਈ ਤੁਹਾਨੂੰ ਸਿਖਿਅਤ ਅਤੇ ਸਿਖਲਾਈ ਕਰਣ ਵਿਚ ਰੁਚੀ ਰੱਖਦੀ ਹੈ? ਇਸ ਵਿਚ ਤੀਹ ਮਿੰਟ ਦੀ ਸੇਲਜ਼ ਸਪੀਚ ਸੁਣਨ, ਰੰਗੀਨ ਵੈੱਬਸਾਇਟ ਉੱਤੇ ਕਲਿਕ ਕਰਣ ਅਤੇ ਲੋਕ ਕਿੰਨਾ ਜ਼ਿਆਦਾ ਪੈਸਾ ਕਮਾ ਰਹੇ ਹਨ, ਸੁਣਨ ਨਾਲੋਂ ਜ਼ਿਆਦਾ ਸਮਾਂ ਲੱਗਦਾ ਹੈ। ਕਿਸੇ

ਕੰਪਨੀ ਦੀ ਸਿਖਿਆ ਦਰਅਸਲ ਕਿੰਨੀ ਚੰਗੀ ਹੈ, ਇਹ ਪਤਾ ਲਾਉਣ ਲਈ ਇਸ ਗੱਲ ਦੀ ਲੋੜ ਹੋ ਸਕਦੀ ਹੋਵੇ ਕਿ ਤੁਸੀਂ ਬਿਸਤਰੇ ਤੋਂ ਉੱਠੋ ਅਤੇ ਇਸਦੀ ਸਿਖਲਾਈ, ਸਿਖਿਅਤ ਸੈਮੀਨਾਰਸ ਅਤੇ ਕਾਰਜਕ੍ਰਮ ਦੀ ਪੜਤਾਲ ਕਰੋ।

ਸ਼ੁਰੂਆਤੀ ਪ੍ਰਸਤਤਿ ਵਿਚ ਸੁਣੀਆਂ ਹੋਈਆਂ ਗੱਲਾਂ ਜੇਕਰ ਤੁਹਾਨੂੰ ਪਸੰਦ ਆਣ, ਤਾਂ ਥੋੜ੍ਹਾ ਜਿਹਾ ਸਮਾਂ ਕੱਢਕੇ ਉਨ੍ਹਾਂ ਲੋਕਾਂ ਨਾਲ ਮਿਲੋ, ਜਿਹੜੀ ਸਿਖਣ ਅਤੇ ਸਿਖਲਾਈ ਦੇਣ ਦਾ ਕੰਮ ਕਰਦੇ ਹਨ।

ਅਤੇ ਪੂਰੀ ਸਾਵਧਾਨੀ ਨਾਲ ਪੜਤਾਲ ਕਰੋ, ਕਿਉਂਕਿ ਕਈ ਨੇਟਵਰਕ ਮਾਰਕੇਟਿੰਗ ਕਹਿੰਦੀਆਂ ਤਾਂ ਹਨ ਕਿ ਉਨ੍ਹਾਂ ਦੀ ਸਿਖਿਅਕ ਯੋਜਨਾਵਾਂ ਬੇਹਤਰੀਨ ਹੈ, ਲੇਕਨ ਇੰਜ ਹੁੰਦਾ ਨਹੀਂ। ਜਿਹੜੀਆਂ ਕੰਪਨੀਆਂ ਦੀ ਮੈਂ ਘੋਖ-ਪੜਤਾਲ ਕੀਤੀ, ਉਨ੍ਹਾਂ ਵਿਚੋਂ ਕੁੱਝ ਇਕ ਦੀ ਇਕੱਲੀ ਸਿਖਲਾਈ ਇਕ ਸਿਫ਼ਾਰਸ ਕੀਤੀ ਪੁਸਤਕਾਂ ਦੀ ਸੂਚੀ ਸੀ ਅਤੇ ਇਸ ਤੋਂ ਬਾਅਦ ਉਨ੍ਹਾਂ ਦਾ ਸਾਰਾ ਜ਼ੋਰ ਤੁਹਾਨੂੰ ਆਪਣੇ ਮਿੱਤਰਾਂ ਅਤੇ ਪਰਿਵਾਰ ਵਾਲਿਆਂ ਨੂੰ ਕਾਰੋਬਾਰ ਵਿਚ ਨਿਯੁਕਤ ਕਰਣ ਦੀ ਸਿਖਲਾਈ ਉੱਤੇ ਸੀ।

ਇਸਲਈ ਸਮਾਂ ਲਾਓ ਅਤੇ ਗੌਹ ਨਾਲ ਦੇਖੋ, ਕਿਉਂਕਿ ਬਹੁਤੀਆਂ ਨੇਟਵਰਕ ਕੰਪਨੀਆਂ ਦੀ ਸਿਖਿਅਤ ਅਤੇ ਸਿਖਲਾਈ ਯੋਜਨਾਵਾਂ ਉੱਤਮ ਹੁੰਦੀਆਂ ਹਨ- ਅਸਲ ਵਿਚ, ਕੁੱਝ ਵਿਚ ਤਾਂ ਇੰਨਾ ਵਧੀਆ ਵਿਹਾਰਕ ਸਿਖਲਾਈ ਦਿੱਤੀ ਜਾਂਦੀ ਹੈ, ਜਿੰਨਾ ਮੈਂ ਕਿਤੇ ਵੀ ਨਹੀਂ ਦੇਖਿਆ।

ਕਿਸੇ ਨੇਟਵਰਕ ਮਾਰਕੇਟਿੰਗ ਕੰਪਨੀ ਬਾਰੇ ਆਪਣੇ-ਆਪ ਨੂੰ ਇਹ ਸਵਾਲ ਪੁੱਛੋ:

- ਜਹਾਜ ਕੌਣ ਚਲਾ ਰਿਹਾ ਹੈ?
- ਕੀ ਕੰਪਨੀ ਅਜ਼ਮਾਈ ਹੋਈ ਕਾਰਜਯੋਜਨਾ ਪ੍ਰਦਾਨ ਕਰਦੀ ਹੈ?
- ਕੀ ਕੰਪਨੀ ਵਿਹਾਰਕ ਯੋਗਤਾਵਾਂ ਅਤੇ ਵਿਅਕਤੀਗਤ ਵਿਕਾਸ ਦੋਨਾਂ ਨੂੰ ਹੀ ਆਪਣੇ ਸਿਖਿਅਕ ਤੇ ਸਿਖਲਾਈ ਪ੍ਰੋਗਰਾਮਾਂ ਦਾ ਨੇਮਤ ਹਿੱਸਾ ਬਣਾਉਂਦੀ ਹੈ?
- ਕੀ ਕੰਪਨੀ ਦੀ ਪ੍ਰੋਡਕਟ ਲਾਇਨ ਜ਼ਬਰਦਸਤ, ਉੱਚ ਗੁਣਵੱਤਾਪੂਰਨ ਅਤੇ ਆਸਾਨੀ ਨਾਲ ਵੇਚਣ ਜੋਗ ਹੈ ਜਿਸ ਬਾਰੇ ਤੁਸੀਂ ਜੋਸ਼ੀਲੇ ਹੋ ਸਕਦੇ ਹੋ?

ਜਹਾਜ ਕੌਣ ਚਲਾ ਰਿਹਾ ਹੈ?

ਜਿਹੜੇ ਅਨੁਭਵਹੀਣ ਲੋਕ ਕਿਸੇ ਨਵੇਂ ਕਾਰੋਬਾਰ ਨੂੰ ਈ ਜਾਂ ਐਸ ਕੁਆਰਡੈਂਟ ਦੇ ਨਜ਼ਰੀਏ ਨਾਲ ਦੇਖਦੇ ਹਨ, ਉਹ ਅਕਸਰ ਕਿਸੇ ਕੰਪਨੀ ਦੇ ਪ੍ਰੋਡਕਟਸ, ਭੁਗਤਾਨ ਯੋਜਨਾ ਜਾਂ ਪ੍ਰਚਾਰ ਨੂੰ ਦੇਖ ਕੇ ਹੀ ਕੰਪਨੀ ਦੀ ਸ਼ਕਤੀ ਦਾ ਮੁੱਲਾਕਣ ਕਰਦੇ ਹਨ। ਮੈਂ ਇਨ੍ਹਾਂ ਸਾਰਿਆਂ ਗੱਲਾਂ ਨੂੰ ਛੱਡ ਦਿੰਦਾ ਹਾਂ ਅਤੇ ਸਿੱਧੇ ਸਭ ਤੋਂ *ਮਹੱਤਵਪੂਰਨ* ਲੋਕਾਂ ਨੂੰ ਦੇਖਦਾ ਹਾਂ- ਟੀਸੀ ਭਾਵ ਸਿਖਰ ਤੇ ਪੁੱਜੇ ਲੋਕਾਂ ਨੂੰ।

ਇਹੋ ਜਹੀ ਗੱਲ ਨਹੀਂ ਹੈ ਕਿ ਪ੍ਰੋਡਕਟਸ, ਭੁਗਤਾਨ ਯੋਜਨਾ ਅਤੇ ਬਾਕੀ ਚੀਜ਼ਾਂ ਮਹੱਤਵਪੂਰਨ ਨਹੀਂ ਹਨ। ਲੇਕਨ ਕੋਈ ਕੰਪਨੀ ਆਦਰਸ਼ ਨਹੀਂ ਹੁੰਦੀ। ਸਮੱਸਿਆਵਾਂ ਹਮੇਸ਼ਾ ਰਹਿੰਦੀਆਂ ਹਨ। ਜੇਕਰ ਤੁਹਾਡੇ ਜਹਾਜ ਨੂੰ ਚਲਾਉਣ ਵਾਲੇ ਲੋਕ ਸਹੀਂ ਹੋਣ, ਤਾਂ ਭਾਵੇਂ ਕੁੱਝ ਵੀ ਗੜਬੜ ਹੋ ਜਾਏ,

ਤਾਂ ਉਹ ਉਸਨੂੰ ਠੀਕ ਕਰ ਦੇਣਗੇ। ਅਸਲ ਵਿਚ, ਜੇਕਰ ਤੁਹਾਡੇ ਕੋਲ ਕੰਪਨੀ ਚਲਾਉਣ ਵਾਲੇ ਬੇਹਤਰੀਨ ਲੋਕ ਹਨ, ਤਾਂ ਇਹੋ ਜਹੀ ਕੋਈ ਸਮੱਸਿਆ ਨਹੀਂ ਹੈ, ਜਿਸ ਨੂੰ ਉਹ ਠੀਕ ਨਾ ਕਰ ਸਕਣ। ਲੇਕਨ ਜੇਕਰ ਟੀਸੀ ਉੱਤੇ ਗ਼ਲਤ ਲੋਕ ਹੋਣ, ਤਾਂ ਸਮੱਸਿਆਵਾਂ ਸਾਮ੍ਹਣੇ ਆਉਣ ਤੇ ਤੁਸੀਂ ਉਨ੍ਹਾਂ ਬਾਰੇ ਕੁੱਝ ਵੀ ਨਹੀਂ ਕਰ ਸਕਦੇ।

ਤੁਸੀਂ ਕਿਸੇ ਪੁਸਤਕ ਦਾ ਅੰਦਾਜ਼ ਉਸਦੇ ਕਵਰ ਦੇ ਆਧਾਰ 'ਤੇ ਨਹੀਂ ਕਰ ਸਕਦੇ। ਪ੍ਰਚਾਰ ਲਈ ਵੀਡਿਓਜ਼ ਅਤੇ ਵੈੱਬ ਸਾਇਟਸ ਤੋਂ ਪਰੇ ਦੇਖੋ। ਟੀਸੀ ਤੇ ਪੁੱਜੇ ਲੋਕਾਂ ਨੂੰ ਦੇਖੋ। ਉਨ੍ਹਾਂ ਦੀ ਪਿਛੋਕੜ, ਉਨ੍ਹਾਂ ਦਾ ਅਨੁਭਵ, ਉਨ੍ਹਾਂ ਦਾ ਟ੍ਰੈਕ ਰਿਕਾਰਡਜ਼, ਉਨ੍ਹਾਂ ਦਾ ਚਰਿੱਤਰ ਕਿਹੋ ਜਿਹਾ ਹੈ? ਭਾਵੇਂ ਤੁਸੀਂ ਉਨ੍ਹਾਂ ਨੂੰ ਵਿਅਕਤੀਗਤ ਤੌਰ ਤੇ ਜਾਣਦੇ ਹੋ ਜਾਂ ਨਹੀਂ ਜਾਂ ਉਨ੍ਹਾਂ ਨਾਲ ਕਦੇ ਸਿੱਧਾ ਕੰਮ ਕਰੋ ਜਾਂ ਨਾ ਕਰੋ, ਦਰਅਸਲ ਉਹੀ *ਉਹ ਪਾਰਟਨਰਸ* ਹਨ, ਜਿਨ੍ਹਾਂ ਨਾਲ ਤੁਸੀਂ ਕਾਰੋਬਾਰ ਕਰਣ ਜਾ ਰਹੇ ਹੋ।

ਜੌਨ : ਇੱਥੇ ਮੈਂ ਇਕ ਭਰਮਾਉਣ ਵਾਲੀ ਮਿਥ ਨੂੰ ਠੀਕ ਕਰਣਾ ਚਾਹਵਾਂਗਾ, ਜਿਸ ਨੂੰ ਕੰਪਨੀ ਦੇ ਉਤਸਕ ਮਾਲਕ ਕਈ ਵਾਰ ਫੈਲਾਉਂਦੇ ਹਨ : ਕਿ "ਵੱਡਾ ਪੈਸਾ" ਬਨਾਉਣ ਲਈ ਤੁਹਾਨੂੰ "ਹੇਠਲੀ ਮੰਜ਼ਿਲ 'ਤੇ ਅੰਦਰੋਂ ਵੜਨਾ ਚਾਹੀਦਾ ਹੈ।" ਇਹ ਸੱਚ ਨਹੀਂ ਹੈ।

ਰੌਬਰਟ : ਨਾ ਸਿਰਫ਼ ਇਹ ਝੂਠ ਹੈ, ਬਲਕਿ ਸਰਾਸਰ ਮੂਰਖਤਾਪੂਰਨ ਵੀ ਹੈ ! ਕਾਰੋਬਾਰ ਸ਼ੁਰੂ ਕਰਣ ਵਾਲੀ ਜ਼ਿਆਦਾਤਰ ਕੰਪਨੀਆਂ ਪਹਿਲੇ ਇਕ-ਦੋ ਸਾਲਾਂ ਅੰਦਰ ਹੀ ਡੁੱਬ ਜਾਂਦੀਆਂ ਹਨ ਅਤੇ ਇਨ੍ਹਾਂ ਵਿਚ ਸ਼ੁਰੂਆਤੀ ਨੇਟਵਰਕ ਮਾਰਕੇਟਿੰਗ ਕਾੱਰਪੋਰੇਸ਼ਨਸ ਵੀ ਸ਼ਾਮਲ ਹਨ। ਤੁਸੀਂ ਕਿਸੇ ਇਹੋ ਜਹੀ ਕੰਪਨੀ ਵਿਚ ਆਪਣੀ ਕਰੜੀ ਮੇਹਨਤ, ਸਮਾਂ ਅਤੇ ਊਰਜਾ ਦੇ ਨਿਵੇਸ਼ ਦਾ ਜੋਖ਼ਮ ਕਿਉਂ ਲੈਣਾ ਚਾਹੁੰਦੇ ਹੋ, ਜਿਸ ਦੇ ਕੋਲ ਆਪਣਾ ਕੋਈ ਟ੍ਰੈਕ ਰਿਕਾਰਡ ਹੀ ਨਹੀਂ ਹੈ?

ਜੌਨ : ਮੌਜੂਦਾ ਹਾਲਾਤਾਂ ਵਿਚ ਇਹੋ ਜਹੀ ਸਸ਼ਕਤ, ਵਿਹਾਰਕ, ਉੱਤਮ ਨੇਟਵਰਕ ਮਾਰਕੇਟਿੰਗ ਕੰਪਨੀਆਂ ਹਨ, ਜਿਹੜੀਆਂ 3 ਸਾਲ ਪੁਰਾਣੀਆਂ ਹਨ ਅਤੇ ਇਹੋ ਜਹੀਆਂ ਵੀ ਹਨ, ਜਿਹੜੀਆਂ 30 ਸਾਲ ਪੁਰਾਣੀਆਂ ਹਨ। ਇਹ ਸੱਚ ਹੈ ਕਿ ਕਿਸੇ ਨਵੀਂ ਸ਼ੁਰੂਆਤ ਕਰਣ ਵਾਲੀ ਕੰਪਨੀ ਦਾ ਹਿੱਸਾ ਬਣਨ 'ਤੇ ਰੁਮਾਂਚ ਅਤੇ ਊਰਜਾ ਦਾ ਅਹਿਸਾਸ ਮਿਲਦਾ ਹੈ, ਲੇਕਨ ਦੂਜੇ ਪਾਸੇ ਇਹ ਵੀ ਸੱਚ ਹੈ ਕਿ ਕਈ ਦਹਾਕਿਆਂ ਤੋਂ ਕਾਰੋਬਾਰ ਕਰਣ ਵਾਲੀ ਕੰਪਨੀ ਨਾਲ ਜੁੜਨ ਉੱਤੇ ਬੜੀ ਸਾਰੀ ਸ਼ਕਤੀ ਅਤੇ ਪਰਤੀਤ ਹਾਸਲ ਹੁੰਦੀ ਹੈ।

ਜਿਹੜੀ ਕੰਪਨੀ ਨੇ ਹੁਣੇ-ਹੁਣੇ ਆਪਣੇ ਦਰਵਾਜ਼ੇ ਖੋਲ੍ਹੇ ਹਨ, ਉਸ ਵਿਚ ਸ਼ਾਮਲ ਹੋਣ ਬਾਰੇ ਮੈਂ ਥੋੜਾ ਜ਼ਿਆਦਾ ਸਾਵਧਾਨ ਰਹਾਂਗਾ। ਬਹਰਹਾਲ, ਇੱਥੇ ਵੀ ਅਪਵਾਦ ਹੁੰਦੇ ਹਨ। ਤੁਹਾਨੂੰ ਇਹੋ ਜਹੀ ਵੀ ਨਵੀਂ ਕੰਪਨੀ ਮਿਲ ਸਕਦੀ ਹੈ, ਜਿਹੜੀ ਸ਼ੁਰੂ ਹੀ ਹੋ ਰਹੀ ਹੋਵੇ, ਲੇਕਨ ਉਸਦੇ ਪਿੱਛੇ ਇੰਨੇ ਦਮਦਾਰ ਲੋਕ ਹਨ ਕਿ ਤੁਹਾਨੂੰ ਉਸਦੇ ਬਾਰੇ ਗੰਭੀਰਤਾ ਨਾਲ ਵਿਚਾਰ ਕਰਣਾ ਚਾਹੀਦਾ ਹੈ।

ਪਤੇ ਦੀ ਗੱਲ ਇਹ ਹੈ ਕਿ ਤੁਹਾਨੂੰ ਚੰਗੀ ਤਰ੍ਹਾਂ ਪੁੰਨ-ਛਾਣ ਕਰ ਲੈਣੀ ਚਾਹੀਦੀ ਹੈ: ਤੁਸੀਂ ਜਿਸ ਨੂੰ ਦੇਖ ਰਹੇ ਹੋ, ਉਸਦੇ ਬਾਰੇ ਪੂਰਾ ਪਤਾ ਲਾਓ। ਤੁਸੀਂ ਕਿਸਦੇ ਨਾਲ ਕਾਰੋਬਾਰ ਵਿਚ ਉਤਰ ਰਹੇ ਹੋ, ਇਸਦੀ ਚੰਗੀ ਤਰ੍ਹਾਂ ਤਹਕੀਕਾਤ ਕਰ ਲਓ।

ਉਨ੍ਹਾਂ ਲੋਕਾਂ ਦੀ ਗੱਲਾਂ ਵਿਚ ਆਕੇ ਮੂਰਖ ਨਾ ਬਣੋ, ਜਿਹੜੇ ਤੁਹਾਨੂੰ ਦੱਸਦੇ ਹਨ ਕਿ ਅਮੀਰ ਬਣਨ ਦਾ ਰਾਜ਼ ਕਿਸੇ ਬਿਲਕੁੱਲ ਨਵੀਂ ਕੰਪਨੀ ਜਾਂ 5 ਸਾਲ ਪੁਰਾਣੀ ਜਾਂ 35 ਸਾਲ ਪੁਰਾਣੀ ਕੰਪਨੀ ਨਾਲ ਜੁੜਨਾ ਹੈ। ਦਰਅਸਲ ਕੋਈ "ਰਾਜ਼" ਹੈ ਹੀ ਨਹੀਂ। ਕੋਈ ਜਾਦੂਈ ਫਾਰਮੂਲਾ ਨਹੀਂ ਹੈ। ਤੁਸੀਂ ਤਾਂ ਇਕ ਇਹੋ ਜਹੀ ਕੰਪਨੀ ਚਾਹੁੰਦੇ ਹੋ, ਜਿਹੜੀ ਇਹ ਜਾਣਦੀ ਹੋਵੇ ਕਿ ਇਹ ਕੀ ਕਰ ਰਹੀ ਹੈ ਅਤੇ ਜਿਹੜਾ ਤੁਹਾਨੂੰ ਸਪੱਸ਼ਟ ਇਸ਼ਾਰਾ ਦੇਵੇ ਕਿ ਇਹ ਲੰਮੇ ਸਮੇਂ ਤੱਕ ਕੰਮ ਕਰਣ ਜਾ ਰਹੀ ਹੈ।

ਕੀ ਕੰਪਨੀ ਅਜ਼ਮਾਈ ਹੋਈ ਕਾਰਜਯੋਜਨਾ ਪ੍ਰਦਾਨ ਕਰਦੀ ਹੈ?

ਜੱਾਨ : ਸਭ ਤੋਂ ਜ਼ਿਆਦਾ ਆਮਦਨ ਦੇਣ ਵਾਲੀ ਨੇਟਵਰਕ ਮਾਰਕੇਟਿੰਗ ਕੰਪਨੀਆਂ ਤੁਹਾਡੇ ਕੋਲੋਂ ਇਹ ਆਸ ਨਹੀਂ ਕਰਦੀਆਂ ਕਿ ਤੁਸੀਂ ਨਵੇਂ ਸਿਰੇ ਤੋਂ ਪਹੀਐ ਦੀ ਖੋਜ ਕਰੋ। ਇਸਦੀ ਬਜਾਇ, ਉਹ ਤੁਹਾਨੂੰ ਕੰਮ ਕਰਣ ਦੀ ਯੋਜਨਾਵਾਂ ਦੇਂਦੀਆਂ ਹਨ, ਤਾਂ ਕਿ ਤੁਹਾਨੂੰ ਆਪਣੀ ਮਨਭਾਉਂਦੀ ਸਫਲਤਾ ਪਾਉਣ ਵਿਚ ਮਦਦ ਮਿਲੇ। ਮਿਸਾਲ ਲਈ, ਉਨ੍ਹਾਂ ਕੋਲ ਇਕ ਸਿਖਲਾਈ ਮਾਰਗਦਰਸ਼ਕਾਂ ਹੋਵੇਗੀ, ਜਿਸ ਵਿਚ ਰੋਜ਼ਾਨਾ ਜਾਂ ਸਪਤਾਹਕ ਗਤੀਵਿਧੀਆਂ ਦਾ ਸੁਝਾ ਦਿੱਤਾ ਗਿਆ ਹੋਵੇਗਾ।

ਕੁੱਝ ਕੰਪਨੀਆਂ ਕਾਰੋਬਾਰ ਦੇ ਮਾਲਕਾਂ ਨੂੰ ਇਕ ਵਿਅਕਤੀਗਤ ਵੈੱਬਸਾਇਟ ਬਨਾਉਣ ਦੀ ਪੇਸ਼ਕਸ਼ ਵੀ ਦਿੰਦੀਆਂ ਹਨ, ਤਾਂ ਕਿ ਸੰਭਾਵਤ ਗਾਹਕਾਂ ਨੂੰ ਸਿਖਿਅਤ ਕਰਣ ਵਿਚ ਮਦਦ ਮਿਲੇ ਜਾਂ ਪ੍ਰੱਾਡਕਟਸ ਅਤੇ ਮੌਕੇ ਦੱਸਣ ਵਿਚ ਸਹੂਲੀਅਤ ਹੋਵੇ। ਸੀਡੀ, ਡੀਵੀਡੀ, ਪੱਾਡਕਾਸਟ ਅਤੇ ਪ੍ਰਿੰਟ ਮੈਟੇਰੀਅਲ ਵਰਗੇ ਆਲਾ ਦਰਜ਼ੇ ਦੇ ਪੇਸ਼ੇਵਰ ਪ੍ਰਸਤੁਤਿ ਸਾਧਨ ਅੱਜਕੱਲ੍ਹ ਆਮ ਨੇਟਵਰਕ ਮਾਰਕੇਟਰ ਦੇ ਟੂਲਬੱਾਕਸ ਦਾ ਸਧਾਰਨ ਹਿੱਸਾ ਬਣ ਚੁੱਕੇ ਹਨ।

ਕੀ ਕੰਪਨੀ ਵਿਹਾਰਕ ਯੋਗਤਾਵਾਂ ਤੇ ਵਿਅਕਤੀਗਤ ਵਿਕਾਸ ਦੋਨਾਂ ਨੂੰ ਹੀ ਆਪਣੇ ਸਿਖਿਅਕ ਅਤੇ ਸਿਖਲਾਈ ਪ੍ਰੋਗਰਾਮਾਂ ਦਾ ਨੇਮਤ ਹਿੱਸਾ ਬਣਾਉਂਦੀ ਹੈ?

ਮੈਂ ਹੁਣ ਤਾਂਈ ਬੜਾ ਕੁੱਝ ਸਪਸ਼ਟ ਕਰ ਦਿਤਾ ਹੈ ਕਿ ਮੈਂ ਤੁਹਾਨੂੰ ਮਿਲਣ ਵਾਲੀ ਸਿਖਿਆ ਤੇ ਸਿਖਲਾਈ ਨੂੰ ਤੁਹਾਡੇ ਨੇਟਵਰਕ ਮਾਰਕੇਟਿੰਗ ਅਨੁਭਵ ਦਾ ਸਭ ਤੋਂ ਮਹੱਤਵਪੂਰਨ ਪਹਿਲੂ ਮੰਨਦਾ ਹਾਂ– ਤੁਹਾਨੂੰ ਹੋਣ ਵਾਲੀ ਆਮਦਨ ਤੋਂ ਵੀ ਜ਼ਿਆਦਾ। ਇਸਲਈ ਇਹ ਸੁਨਿਸ਼ਚਤ ਕਰੋ ਕਿ ਇਹ ਲਾਭ ਉੱਥੇ ਹੋਣ।

ਇਹ ਸੁਨਿਸ਼ਚਤ ਕਰੋ ਕਿ ਤੁਹਾਡੀ ਕੰਪਨੀ ਨੇਮਤ ਸਿਖਲਾਈ ਨੂੰ ਕਾਫੀ ਮਹੱਤਵ ਦੇਂਦੀ ਹੋਵੇ– ਵਿਹਾਰਕ ਯੋਗਤਾਵਾਂ ਵਿਚ ਵੀ, ਚਰਿੱਤਰਕ ਅਤੇ ਵਿਅਕਤੀਗਤ ਵਿਕਾਸ ਉੱਤੇ ਵੀ। ਦਹਾਕਿਆਂ ਤੋਂ ਇਸ ਉਦਯੋਗ ਦੇ ਲੀਡਰਸ ਜਾਣਦੇ ਹਨ ਕਿ ਬੇਹਤਰੀਨ ਪ੍ਰੇਰਕ ਅਤੇ ਸਿਖਿਅਕ ਸਮਗਿਰੀ ਦੀ ਨੇਮਤ ਖ਼ੁਰਾਕ ਨਾਲ ਉਨ੍ਹਾਂ ਨਾਲ ਜੁੜੇ ਹੋਏ ਲੋਕਾਂ ਨੂੰ ਫਾਇਦਾ ਹੁੰਦਾ ਹੈ। ਪੁਰਾਣੇ ਜਮਾਨੇ ਵਿਚ ਇਸਦੇ ਸਾਧਨ ਪੁਸਤਕਾਂ ਅਤੇ ਅੱਾਡਿਓਟੈਪਸ ਹੁੰਦੇ ਸਨ। 21ਵੀਂ ਸਦੀ ਵਿਚ ਇਹ ਸੀਡੀ, ਡੀਵੀਡੀ, ਪੱਾਡਕਾਸਟ, ਲਾਇਵ ਟੈਲੀ-ਕੱਾਨਫਰੈਨਸੇਸ ਅਤੇ ਵੈੱਬੀਨਾਰਸ ਹਨ– ਅਤੇ ਹਾਂ,

ਪੁਸਤਕਾਂ। ਪੁਸਤਕਾਂ ਕਦੇ ਵੀ ਫ਼ੈਸ਼ਨ ਤੋਂ ਬਾਹਰ ਨਹੀਂ ਹੁੰਦੀਆਂ!

ਜੱਾਨ : ਅਤੇ ਲਾਇਵ ਪ੍ਰੋਗਰਾਮ ਵੀ। ਇੰਟਰਨੈਟ ਦੇ ਦੌਰ ਵਿਚ ਵੀ ਕਿਸੇ ਲਾਇਵ ਪ੍ਰੋਗਰਾਮ ਵਿਚ ਸਰੀਰਕ ਤੌਰ ਤੇ ਮੌਜੂਦ ਰਹਿਣ 'ਚ ਜਿਹੜੀ ਸ਼ਕਤੀਸ਼ਾਲੀ ਚੀਜ਼ ਹੁੰਦੀ ਹੈ, ਉਸ ਨੂੰ ਕੋਈ ਹੋਰ ਸਾਧਨ ਪੂਰੀ ਤਰ੍ਹਾਂ ਉਤਪੰਨ ਨਹੀਂ ਕਰ ਸਕਦਾ।

ਇਨ੍ਹਾਂ ਦਿਨਾਂ, ਨੇਟਵਰਕ ਮਾਰਕੇਟਿੰਗ ਬਨਾਉਣ ਦਾ ਰੋਜ਼ਾਨਾ ਕਾਰੋਬਾਰ ਆਮ ਤੌਰ 'ਤੇ ਫੋਨ ਅਤੇ ਇੰਟਰਨੈਟ ਉੱਤੇ ਵੀ ਉੱਨਾ ਹੀ ਕੀਤਾ ਜਾਂਦਾ ਹੈ, ਜਿੰਨਾ ਕਿ ਰੂਬਰੂ। ਲੇਕਨ ਤੁਸੀਂ ਹੁਣ ਵੀ ਦੇਖੋਗੇ ਕਿ ਬੇਹਤਰੀਨ ਕੰਪਨੀਆਂ ਆਪਣੇ ਵਾਰਸ਼ਕ, ਛੇਮਾਹੀ, ਤਿਮਾਹੀ ਅਤੇ/ਜਾਂ ਮਾਸਕ ਪ੍ਰੋਗਰਾਮਾਂ 'ਤੇ ਬੜਾ ਜ਼ੋਰ ਦੇਂਦੀਆ ਹਨ। ਕਿਉਂ? ਉਨ੍ਹਾਂ ਦੇ ਸਿਖਿਅਕ, ਸਿਖਲਾਈ ਅਤੇ ਵਿਅਕਤੀਗਤ ਵਿਕਾਸ ਦੇ ਮਹੱਤਵ ਕਾਰਣ।

ਉਂਜ, ਸਿਰਫ਼ ਨੇਟਵਰਕ ਮਾਰਕੇਟਿੰਗ ਕੱਾਰਪੋਰੇਸ਼ਨ ਹੀ ਤੁਹਾਡੀ ਸਿਖਲਾਈ ਤੇ ਸਿਖਿਆ ਦਾ ਧਿਆਨ ਨਹੀਂ ਰਖੇਗਾ। ਤੁਹਾਡੀ ਮਦਦ ਕਰਣ ਲਈ ਬੜੇ ਸਾਰੇ ਲੋਕ ਹੋਣਗੇ– ਤੁਹਾਨੂੰ ਇਸ ਕਾਰੋਬਾਰ ਵਿਚ ਸਿੱਧਾ ਲਿਆਉਣ ਵਾਲਾ ਵਿਅਕਤੀ (ਜਿਸ ਨੂੰ ਆਮ ਤੌਰ ਤੇ ਤੁਹਾਡਾ "ਸਪਾਂਸਰ" ਕਿਹਾ ਜਾਂਦਾ ਹੈ), *ਉਸ* ਵਿਅਕਤੀ ਦਾ ਸਪਾਂਸਰ ਅਤੇ ਇਸ ਤਰ੍ਹਾਂ ਦੀ ਸਪਾਂਸਰਸ਼ਿਪ ਦੀ ਪੂਰੀ ਲੜੀ (ਤੁਹਾਡੀ "ਅਪਲਾਇਨ"), ਇਸ ਤੋਂ ਇਲਾਵਾ ਕੰਪਨੀ ਦੇ ਅਧਿਕਾਰੀ– ਅਤੇ ਉਹ *ਸਾਰੇ* ਲੋਕ ਜਿਨ੍ਹਾਂ ਦੀ ਤੁਹਾਡੇ ਵਿਕਾਸ ਕਰਣ, ਸਿਖਣ ਅਤੇ ਸਫਲ ਹੋਣ ਵਿਚ ਦਿਲਚਸਪੀ ਹੈ।

ਨੇਟਵਰਕ ਮਾਰਕੇਟਿੰਗ ਦੀ ਇਕ ਸੁੰਦਰਤਾ ਇਹ ਹੈ ਕਿ ਇਸ ਨੂੰ ਕੰਪਨੀਆਂ ਦੀ ਗਲਾਵੱਢੂ ਮੁਕਾਬਲੇ ਤੋਂ ਠੀਕ ਪੁੱਠਾ ਜਾਂ ਉਲਟ ਬਣਾਇਆ ਗਿਆ ਹੈ। ਕੰਪਨੀਆਂ ਵਿਚ ਤਾਂ ਤੁਹਾਡਾ ਸਭ ਤੋਂ ਚੰਗਾ ਦੋਸਤ ਵੀ ਅਗਲੇ ਪਾਇਦਾਨ ਤੇ ਪੁੱਜਣ ਲਈ ਤੁਹਾਨੂੰ ਮਿਧ ਕੇ ਅੱਗੇ ਨਿਕਲ ਸਕਦਾ ਹੈ।

ਨੇਟਵਰਕ ਮਾਰਕੇਟਿੰਗ ਵਿਚ ਇਸ ਤਰ੍ਹਾਂ ਦੀ ਗਲਾਵੱਢੂ ਮੁਕਾਬਲਾ ਨਹੀਂ ਹੁੰਦਾ, ਸਿਰਫ਼ ਇਸਲਈ ਕਿਉਂਕਿ ਤੁਹਾਡੀ ਸਫਲਤਾ 'ਤੇ ਤੁਹਾਡੇ ਸਪਾਂਸਰ ਅਤੇ ਅਪਲਾਇਨ ਦੀ ਸਫਲਤਾ ਵੀ ਨਿਸ਼ਚਤ ਹੁੰਦੀ ਹੈ। ਜਿਨ੍ਹਾਂ ਲੋਕਾਂ ਨੂੰ ਤੁਹਾਡੀ ਤਰੱਕੀ ਨਾਲ ਲਾਭ ਹੋਵੇਗਾ, ਉਹ ਤਾਂ ਇਹੀ *ਚਾਹੁਣਗੇ* ਕਿ ਤੁਸੀਂ ਤਰੱਕੀ ਕਰਦੇ ਰਹੋ!

ਕੀ ਕੰਪਨੀ ਦੀ ਪ੍ਰੱਾਡਕਟ ਲਾਇਨ ਜ਼ਬਰਦਸਤ, ਉੱਚ ਗੁਣਵੱਤਾ ਅਤੇ ਆਸਾਨੀ ਨਾਲ ਵੇਚਣ ਜੋਗ ਹੈ ਜਿਸ ਬਾਰੇ ਤੁਸੀਂ ਜੋਸ਼ੀਲੇ ਹੋ ਸਕਦੇ ਹੋ?

ਭਲੇ ਹੀ ਇਹ ਸਭ ਤੋਂ ਮਹੱਤਵਪੂਰਨ ਵਿਚਾਰਣਯੋਗ ਮੁੱਦਾ ਨਾ ਹੋਵੇ, ਲੇਕਨ ਕਿਸੇ ਕੰਪਨੀ ਦੀ ਪ੍ਰੱਾਡਕਟ ਲਾਇਨ ਅਤਿਅੰਤ ਮਹੱਤਵਪੂਰਨ ਹੁੰਦੀ ਹੈ। ਕਿਉਂ? *ਮੂੰਹ-ਜਬਾਨੀ ਪ੍ਰਚਾਰ* ਕਾਰਣ।

ਨੇਟਵਰਕ ਮਾਰਕੇਟਿੰਗ ਕੰਪਨੀਆਂ ਆਮ ਤੌਰ ਤੇ ਅਖ਼ਬਾਰਾਂ ਜਾਂ ਮੈਗਜ਼ੀਨਾਂ ਵਿਚ ਢੇਰ ਸਾਰੇ ਵਿਗਿਆਪਨ ਨਹੀਂ ਦੇਂਦੀਆਂ। ਤੁਹਾਨੂੰ ਹਰ ਥਾਂ ਇਨ੍ਹਾਂ ਦੇ ਪ੍ਰੱਾਡਕਟਸ ਦੇ ਬਿਲਬੋਰਡਸ ਜਾਂ ਟੀਵੀ ਵਿਗਿਆਪਨ ਨਜ਼ਰ ਨਹੀਂ ਆਉਂਦੇ। ਕਿਉਂ? ਕਿਉਂਕਿ ਉਨ੍ਹਾਂ ਦੇ ਪ੍ਰਚਾਰ ਦਾ ਮੱਾਡਲ ਬਿਲਕੁੱਲ ਵੱਖਰਾ ਹੈ। ਮਹਿੰਗੇ ਮਾਸ ਮੀਡੀਆ ਵਿਚ ਵਿਗਿਆਪਨ ਦੇਣ ਦੇ ਬਜਾਇ ਉਹ ਆਪਣੇ ਵਿਗਿਆਪਨ

ਦਾ ਬਜਟ ਤੁਹਾਡੇ ਵਰਗੇ ਲੋਕਾਂ 'ਤੇ ਖ਼ਰਚ ਕਰਦੇ ਹਨ।

ਜੌਨ : ਮੂੰਹ-ਜਬਾਨੀ ਪ੍ਰਚਾਰ ਹੀ ਕਿਸੇ ਵਿਕਾਸਸ਼ੀਲ ਨੇਟਵਰਕ ਦੀ ਆੱਕਸੀਜਨ ਹੈ- ਲੋਕ ਦੂਜੇ ਲੋਕਾਂ ਨੂੰ ਆਪਣੇ ਪ੍ਰੋਡਕਟਸ, ਸੇਵਾਵਾਂ ਅਤੇ ਅਵਸਰ ਬਾਰੇ ਦੱਸਦੇ ਹਨ, ਜਿਸ ਦਾ ਉਹ ਹਿੱਸਾ ਬਣ ਗਏ ਹਨ।

ਇਸੇ ਵਜ੍ਹਾ ਨਾਲ ਨੇਟਵਰਕ ਮਾਰਕੇਟਿੰਗ ਮੱਡਲ ਵਿਚ ਉਹੀ ਪ੍ਰੋਡਕਟਸ ਤੇ ਸੇਵਾਵਾਂ ਸੱਚਮੁੱਚ ਚੰਗਾ ਪ੍ਰਦਰਸ਼ਨ ਕਰ ਪਾਉਂਦੀਆਂ ਹਨ, ਜਿਨ੍ਹਾਂ ਬਾਰੇ ਲੋਕ ਰੁਮਾਂਚਤ ਹੋ ਸਕਣ, ਜਿਨ੍ਹਾਂ ਦੀ ਕੋਈ ਬੇਹਤਰੀਨ ਕਹਾਣੀ ਹੋਵੇ, ਜਿਨ੍ਹਾਂ ਵਿਚ ਕੋਈ ਉਭਾਰਨ ਵਾਲੇ ਤੱਥ ਹੋਣ ਜਾਂ ਅਨੂਠਾ ਇਤਿਹਾਸ ਹੋਵੇ, ਜਿਨ੍ਹਾਂ ਨਾਲ ਉਪਯੋਗ ਕਰਣ ਵਾਲੇ ਨੂੰ ਬੜਾ ਜ਼ਬਰਦਸਤ ਫ਼ਾਇਦਾ ਮਿਲਦਾ ਹੋਵੇ ਜਾਂ ਜਿਹੜਾ ਆਪਣੀ ਕਿਸਮ ਦਾ ਪਹਿਲਾ ਹੋਵੇ- ਇਹੋ ਜਿਹੇ ਪ੍ਰੋਡਕਸਟ ਜਾਂ ਸੇਵਾਵਾਂ, ਜਿਨ੍ਹਾਂ ਦੀ ਕਹਾਣੀ ਅਨੂਠੀ ਹੋਵੇ।

ਇਕ ਸ਼ਬਦ ਵਿਚ : *ਮੂੰਹ-ਜਬਾਨੀ ਪ੍ਰਚਾਰ।*

ਦੇਖੋ, ਮੈਨੂੰ ਗ਼ਲਤ ਨਾ ਸਮਝਣਾ : ਮੈਂ ਅਤਕਥਨੀਪੂਰਨ ਜਾਂ ਝੂਠੇ ਪ੍ਰਚਾਰ ਬਾਰੇ ਨਹੀਂ ਬੋਲ ਰਿਹਾ ਹਾਂ। ਮੈਂ ਤਾਂ ਵਾਸਤਵਕ ਗੁਣ ਅਤੇ ਵਿਸ਼ੇਸ਼ਤਾਵਾਂ ਬਾਰੇ ਦੱਸ ਰਿਹਾ ਹਾਂ। ਤੁਹਾਡੇ ਪ੍ਰੋਡਕਟਸ ਨੂੰ ਸੱਚਮੁੱਚ ਅਨੂਠਾ ਸੌਦਾ ਦਿਖਣਾ ਚਾਹੀਦਾ ਹੈ।

ਇਹ ਕਹਿਣ ਤੋਂ ਬਾਅਦ ਇਸ ਗੱਲ ਨੂੰ ਯਾਦ ਰੱਖਣਾ ਵੀ ਮਹੱਤਵਪੂਰਨ ਹੈ ਕਿ ਕੋਈ ਵੀ ਇਕ "ਸ਼ਰੇਸ਼ਠ" ਪ੍ਰੋਡਕਟ ਨਹੀਂ ਹੁੰਦਾ। ਹਜ਼ਾਰਾਂ ਵਧੀਆ ਪ੍ਰੋਡਕਟਸ ਅਤੇ ਸੇਵਾਵਾਂ ਲਈ ਥਾਂ ਹੁੰਦੀ ਹੈ। ਕੁੱਝ ਹੱਦ ਤਕ, ਬੇਹਤਰੀਨ ਪ੍ਰੋਡਕਟ ਚੁਣਨਾ ਇਕ ਨਿਹਾਇਤ ਵਿਅਕਤੀਗਤ ਚੀਜ਼ ਹੁੰਦੀ ਹੈ। ਕੁੱਝ ਲੋਕਾਂ ਦਾ ਰੂਝਾਨ ਚਮੜੀ ਦੀ ਦੇਖਭਾਲ ਵਾਲੇ ਪ੍ਰੋਡਕਟਸ ਉੱਤੇ ਹੁੰਦਾ ਹੈ, ਤਾਂ ਕੁੱਝ ਦਾ ਪਾਲਣ-ਪੋਸ਼ਣ ਜਾਂ ਟੈਕਨੋਲੱਜੀ ਉੱਤੇ।

ਕੀ ਪ੍ਰੋਡਕਟ ਲਈ ਸ਼ਕਤੀਸ਼ਾਲੀ ਬਾਜ਼ਾਰ ਹੈ? ਕੀ ਇਹ ਬਹੁਤ ਸਾਰੇ ਲੋਕਾਂ ਨੂੰ ਆਕਰਸ਼ਕ ਲੱਗੇਗਾ? ਕੀ ਇਸਦਾ ਮੁੱਲ ਮੁਕਾਬਲੇਯੋਗ ਹੈ?

ਕੀ ਤੁਹਾਨੂੰ ਪ੍ਰੋਡਕਟ ਦੇ ਮਹੱਤਵ ਉੱਤੇ ਭਰੋਸਾ ਹੈ ਅਤੇ ਤੁਸੀਂ ਇਸਦਾ ਵਿਅਕਤੀਗਤ ਉਪਯੋਗ ਕਰੋਗੇ? ਕੀ ਇਸਦੀ ਕੋਈ ਬੇਹਤਰੀਨ ਕਹਾਣੀ ਹੈ, ਜਿਹੜੀ ਸੁਣਾਈ ਜਾ ਸਕਦੀ ਹੋਵੇ? ਜਦੋਂ ਤੁਸੀਂ ਪ੍ਰੋਡਕਟ ਬਾਰੇ ਪੂਰੇ ਜੋਸ਼ ਨਾਲ ਦੱਸੋਗੇ, ਤਾਂ ਸਾਮ੍ਹਣੇ ਵਾਲੇ ਦੇ ਰੁਮਾਂਚਤ ਹੋਣ ਦੀ ਜ਼ਿਆਦਾ ਸੰਭਾਵਨਾ ਰਹਿੰਦੀ ਹੈ।

ਅਧਿਆਇ 19

ਇਨ੍ਹਾਂ ਵਿਚੋਂ ਕਿਹੜੀਆਂ ਚੀਜ਼ਾਂ ਦੀ ਲੋੜ ਹੁੰਦੀ ਹੈ

ਆਪਣਾ ਸਫਲ ਨੇਟਵਰਕ ਮਾਰਕੇਟਿੰਗ ਕਾਰੋਬਾਰ ਬਨਾਉਣ ਲਈ ਤੁਹਾਨੂੰ ਕਿਹੜੀਆਂ ਚੀਜ਼ਾਂ ਦੀ ਲੋੜ ਹੁੰਦੀ ਹੈ? ਲੇਕਨ ਪਹਿਲਾਂ ਅਸੀਂ ਇਹ ਦੇਖ ਲਈਏ ਕਿ ਇਸ ਵਿਚ ਕਿਹੜੀਆਂ ਚੀਜ਼ਾਂ ਦੀ ਲੋੜ ਨਹੀਂ ਹੁੰਦੀ।

ਤੁਹਾਨੂੰ ਐਮਬੀਏ ਜਾਂ ਉੱਚੀ ਵਿਹਾਰਕ ਪਿਛੋਕੜ ਦੀ ਲੋੜ ਨਹੀਂ ਹੁੰਦੀ

ਦੁਹਰਾਓ ਸ਼ਬਦ ਨੂੰ ਯਾਦ ਰੱਖੋ। ਨੇਟਵਰਕ ਮਾਰਕੇਟਿੰਗ ਵਿਚ ਉਹੀ ਰਣਨੀਤੀ ਸਾਰਿਆਂ ਤੋਂ ਵਧੀਆ ਢੰਗ ਨਾਲ ਕੰਮ ਕਰਦੀ ਹੈ, ਜਿਨ੍ਹਾਂ ਦਾ ਸਭ ਤੋਂ ਚੰਗੀ ਤਰ੍ਹਾਂ *ਦੁਹਰਾਓ* ਕੀਤਾ ਜਾ ਸਕਦਾ ਹੈ। ਨੇਟਵਰਕ ਮਾਰਕੇਟਿੰਗ ਬੀ ਕੁਆਡਰੈਂਟ ਦੇ ਬਿਜ਼ਨਿਸ ਮਾੱਡਲ ਲਈ ਉਹੀ ਕੰਮ ਕਰਦਾ ਹੈ, ਜਿਹੜਾ ਹੈਨਰੀ ਫੋਰਡ ਨੇ ਕਾਰ ਉਦਯੋਗ ਲਈ ਕੀਤਾ ਸੀ : ਇਹ ਹਿੱਸਿਆਂ ਨੂੰ ਜੋੜਨ ਦੀ ਪ੍ਰਕਿਰਿਆ ਨੂੰ ਘੱਟ ਕਰ ਦੇਂਦਾ ਹੈ, ਜਿਨ੍ਹਾਂ ਦਾ ਵਿਆਪਕ ਉਤਪਾਦਨ ਕੀਤਾ ਜਾ ਸਕਦਾ ਹੈ।

ਜਾੱਨ : ਸਫਲ ਨੇਟਵਰਕ ਮਾਰਕੇਟਿੰਗ ਕਾਰੋਬਾਰ ਹੱਥਾਂ ਨਾਲ ਬਣੀ ਬੇਜੋੜ ਪੇਟਿੰਗ ਨਹੀਂ ਹੈ, ਜਿਸ ਨੂੰ ਕਿਸੇ ਵਿਅਕਤੀ ਨੇ ਆਪਣੇ ਨਿਪੁੰਨ ਹੱਥਾਂ ਨਾਲ ਬਣਾਇਆ ਹੋਵੇ। ਇਹ ਤਾਂ ਸਾਦਗੀ ਦੀ ਇਕ ਸਿਮਫਨੀ ਹੈ, ਜਿਸ ਵਿਚ ਲੱਖਾਂ ਹੱਥਾਂ ਦਾ ਯੋਗਦਾਨ ਹੈ।

ਤੁਹਾਨੂੰ "ਵੇਚਣ ਵਿਚ ਬੇਹਤਰੀਨ" ਹੋਣ ਦੀ ਲੋੜ ਨਹੀਂ ਹੈ

ਇਕ ਵਾਰੀ ਫਿਰ, ਜਿਹੜੇ ਲੋਕ ਨੇਟਵਰਕ ਮਾਰਕੇਟਿੰਗ ਵਿਚ ਨਹੀਂ ਹਨ, ਉਨ੍ਹਾਂ ਨੂੰ ਅਕਸਰ ਇਸ ਕਾਰੋਬਾਰ ਬਾਰੇ ਜਿਹੜੀ ਸਭ ਤੋਂ ਵੱਡੀ ਗ਼ਲਤਫਹਿਮੀ ਹੁੰਦੀ ਹੈ, ਉਨ੍ਹਾਂ ਵਿਚੋਂ ਇਕ ਇਹ ਹੈ ਕਿ ਸਫਲ ਹੋਣ ਲਈ ਤੁਹਾਨੂੰ "ਪੈਦਾਇਸ਼ੀ ਸੈਲਜ਼ਮੈਨ" ਹੋਣ ਦੀ ਲੋੜ ਹੁੰਦੀ ਹੈ।

ਕੋਈ ਵੀ ਚੀਜ਼ ਸੱਚਾਈ ਤੋਂ ਇੰਨੀ ਦੂਰ ਨਹੀਂ ਹੋ ਸਕਦੀ। ਅਸਲ ਵਿਚ, ਇਸ ਵਿਚਾਰ ਕਾਰਣ ਤੁਹਾਨੂੰ ਨੇਟਵਰਕ ਮਾਰਕੇਟਿੰਗ ਵਿਚ ਨੁਕਸਾਨ ਹੋਵੇਗਾ। ਕਿਉਂ? ਕਿਉਂਕਿ "ਬੇਹਤਰੀਨ

ਸੈਲਜ਼ਮੈਨ" ਕਿਸਮ ਦੇ ਲੋਕਾਂ ਦਾ ਦੂਜੇ ਲੋਕ ਦੂਹਰਾ ਜਾਂ ਨਕਲ ਨਹੀਂ ਕਰ ਸਕਦੇ।

ਜੱਾਨ : ਯਾਦ ਰੱਖੋ, ਇਹ ਮੁੱਢਲੇ ਤੌਰ ਤੇ ਵੇਚਣ ਨਾਲ ਸੰਬੰਧਤ ਕਾਰੋਬਾਰ ਨਹੀਂ ਹੈ; ਇਹ ਤਾਂ ਸਿਖਿਅਤ ਕਰਣਵਾਲਾ, ਟੀਮ ਬਨਾਉਣ ਵਾਲਾ ਅਤੇ ਅਗਵਾਈ ਕਰਨ ਵਾਲਾ ਕਾਰੋਬਾਰ ਹੈ। ਤੁਹਾਡਾ ਕੰਮ ਬਹੁਤ ਸਾਰੇ ਪ੍ਰੌਡਕਟਸ ਵੇਚਣਾ ਨਹੀਂ ਹੈ ਅਤੇ ਨਾ ਹੀ ਬੜੇ ਸਾਰੇ ਲੋਕਾਂ ਨੂੰ ਬੜੇ ਸਾਰੇ ਪ੍ਰੌਡਕਟਸ ਵੇਚਣਾ ਸਿਖਾਉਣਾ ਹੈ। ਇਹ ਤਾਂ ਲੋਕਾਂ ਦੀ ਅਗਵਾਈ ਕਰਣਾ, ਉਨ੍ਹਾਂ ਨੂੰ ਸਿਖਲਾਈ ਦੇਣਾ ਅਤੇ ਤਿਆਰ ਕਰਣਾ ਹੈ। ਇਹ ਸਭ ਤੋਂ ਪਹਿਲਾਂ ਨੇਟਵਰਕ ਬਨਾਉਣ ਬਾਰੇ ਹੈ।

ਰੱਾਬਰਟ : ਅਸਲ *ਮੁੱਦਾ* ਵੇਚਣਾ ਨਹੀਂ ਹੈ; ਅਸਲ ਮੁੱਦਾ ਤਾਂ *ਨੇਟਵਰਕ* ਬਨਾਉਣਾ ਹੈ।

ਜੱਾਨ : ਬਿਲਕੁੱਲ।

ਤੁਹਾਨੂੰ ਆਪਣੀ ਨੌਕਰੀ ਛੱਡਣ ਦੀ ਲੋੜ ਨਹੀਂ ਹੈ!

ਦਰਅਸਲ ਬੇਹਤਰ ਇਹੀ ਰਹੇਗਾ ਕਿ ਨੇਟਵਰਕ ਮਾਰਕੇਟਿੰਗ ਵਿਚ ਸ਼ੁਰੂਆਤ ਕਰਣ ਵੇਲੇ ਤੁਸੀਂ ਆਪਣੀ ਨੌਕਰੀ *ਨਾ* ਛੱਡੋ। ਇਕ ਗੱਲ ਤਾਂ ਇਹ ਹੈ ਕਿ ਆਪਣਾ ਖ਼ੁਦ ਦਾ ਕਾਰੋਬਾਰ ਸ਼ੁਰੂ ਕਰਣਾ ਕਿਸੇ ਨਵੀਂ ਨੌਕਰੀ ਨੂੰ ਸ਼ੁਰੂ ਕਰਣ ਵਰਗਾ ਨਹੀਂ ਹੁੰਦਾ, ਜਿੱਥੇ ਜਾਂਦੇ ਹੀ ਤੁਹਾਨੂੰ ਤਨਖ਼ਾਹ ਮਿਲਣ ਲੱਗਦੀ ਹੈ। ਨੇਟਵਰਕ ਬਨਾਉਣ ਵਿਚ ਸਮਾਂ ਲੱਗਦਾ ਹੈ। ਇਸ ਨੂੰ ਸਮਾਂ ਦਿਓ।

ਜੱਾਨ : ਅਤੇ ਸਿਰਫ਼ ਆਰਥਕ ਕਾਰਣਾਂ ਨਾਲ ਨਹੀਂ। ਭਲੇ ਹੀ ਆਰਥਕ ਦਰਿਸ਼ਟੀ ਤੋਂ ਤੁਹਾਨੂੰ ਆਪਣੀ ਨੌਕਰੀ ਛੱਡਣ ਵਿਚ ਕੋਈ ਦਿੱਕਤ ਨਾ ਹੋਵੇ, ਲੇਕਨ ਕਈ ਨਵੇਂ ਨੇਟਵਰਕਰਸ ਪਾਉਂਦੇ ਹਨ ਕਿ ਇਕ ਵਾਰੀ ਜਦੋਂ ਉਨ੍ਹਾਂ ਦਾ ਕਾਰੋਬਾਰ ਚੱਲ ਪੈਂਦਾ ਹੈ, ਤਾਂ ਸਹਿਕਰਮੀਆਂ ਨਾਲ ਜੁੜੇ ਰਹਿਣ ਨਾਲ ਉਨ੍ਹਾਂ ਨੂੰ ਇਹ ਲਾਭ ਹੋ ਸਕਦਾ ਹੈ ਕਿ ਉਹ ਸੰਭਾਵਤ ਪਾਰਟਨਰ ਬਣ ਜਾਣ ਜਾਂ ਸੰਭਾਵਤ ਪਾਰਟਨਰ ਨੂੰ ਰੈਫ਼ਰਲਸ ਦੇ ਸਕਣ।

ਬਹੁਗਿਣਤੀ ਨੇਟਵਰਕ ਮਾਰਕੇਟਰਸ ਇਹ ਕਾਰੋਬਾਰ ਪਾਰਟ-ਟਾਇਮ ਕਰਦੇ ਹਨ। ਡਾਇਰੈਕਟ ਸੈਲਿੰਗ ਐਸੋਸੀਐਸ਼ਨ ਵਲੋਂ ਕੀਤੇ ਗਏ 2008 ਦੇ ਨੈਸ਼ਨਲ ਸੈਲਜ਼ਫੋਰਸ ਸਰਵੇ ਤੋਂ ਪਤਾ ਚੱਲਦਾ ਹਾਂ ਕਿ ਅੱਠ ਨੇਟਵਰਕ ਮਾਰਕੇਟਰਸ ਵਿਚੋਂ ਸਿਰਫ਼ ਇਕ ਹੀ ਆਪਣੇ ਕਾਰੋਬਾਰ ਵਿਚ ਹਰ ਹਫਤੇ ਵੀਂਹ ਘੰਟੇ ਜਾਂ ਇਸ ਤੋਂ ਵਧ ਕੰਮ ਕਰਦਾ ਹੈ।

ਤੁਹਾਨੂੰ ਅਮੀਰ ਹੋਣ ਜਾਂ ਆਪਣੇ ਮਕਾਨ ਉੱਤੇ ਦੁਬਾਰਾ ਕਰਜ਼ ਲੈਣ ਦੀ ਲੋੜ ਨਹੀਂ ਹੈ

ਜ਼ਿਆਦਾਤਰ ਨੇਟਵਰਕ ਮਾਰਕੇਟਿੰਗ ਕਾਰੋਬਾਰਾਂ ਲਈ ਦਰਅਸਲ 500 ਡਾੱਲਰ ਤੋਂ ਵੀ ਘੱਟ ਸ਼ੁਰੂਆਤੀ ਪੂੰਜੀ ਦੀ ਲੋੜ ਹੁੰਦੀ ਹੈ। ਇਸ ਨੂੰ ਸਮਝਣ ਵਿਚ ਕੋਈ ਗ਼ਲਤੀ ਨਾ ਕਰੋ : ਨਗਦ ਪੂੰਜੀ ਦੀ ਭਰਪਾਈ ਤੁਹਾਨੂੰ ਆਪਣੀ ਮੇਹਨਤ ਅਤੇ ਜੋਸ਼ ਨਾਲ ਕਰਣੀ ਹੁੰਦੀ ਹੈ। ਇਸ ਕਾਰੋਬਾਰ ਵਿਚ ਤੁਹਾਨੂੰ ਦਰਅਸਲ ਸਭ ਤੋਂ ਪ੍ਰਮੁੱਖ ਨਿਵੇਸ਼ *ਆਪਣੇ-ਆਪ* ਨਾਲ ਕਰਣਾ ਹੁੰਦਾ ਹੈ, ਜਿਵੇਂ ਸਮਾਂ, ਇਕਗਰਤਾ ਅਤੇ ਲਗਨ ਵਿਕਸਤ ਕਰਣਾ। ਇਸ ਨੂੰ ਸ਼ੁਰੂ ਕਰਣ ਲਈ ਢੇਰ ਸਾਰੀ ਪੂੰਜੀ ਦੀ ਲੋੜ

ਨਹੀਂ ਹੁੰਦੀ ਹੈ।

ਜੌਨ : ਪੂੰਜੀ ਦਾ ਨਿਵੇਸ਼ ਬੜਾ ਘੱਟ ਹੈ, ਇਸਦਾ ਇਹ ਮਤਲਬ ਨਹੀਂ ਹੈ ਕਿ ਇਸਦੀ ਲੋੜ ਨਹੀਂ ਹੁੰਦੀ। ਇਹ ਇਕ ਵਪਾਰ ਹੈ ਅਤੇ ਇਸ ਨੂੰ ਤੁਹਾਨੂੰ ਕਿਸੇ ਵਪਾਰ ਵਾਂਗ ਹੀ ਚਲਾਉਣਾ ਚਾਹੀਦਾ ਹੈ। ਅਤੇ ਇਸਦਾ ਮਤਲਬ ਹੈ ਕਿ ਤੁਹਾਨੂੰ ਹਰ ਮਹੀਨੇ ਕੰਮ ਕਰਣ ਦੀ ਲਾਗਤ ਆਵੇਗੀ।

ਆਮਤੌਰ ਤੇ ਤੁਹਾਡਾ ਮਾਸਕ ਬਜ਼ਟ ਬੜਾ ਘੱਟ ਹੋਵੇਗਾ: ਪ੍ਰੌਡਕਟ ਸੈਂਪਲਿੰਗ ਦੀ ਮਾਸਕ ਆਪੂਰਤੀ, ਸੰਪਰਕ ਅਤੇ ਪ੍ਰਸਤੁਤਿ ਸਾਧਨਾਂ ਦੀ ਲਾਗਤ, ਜਿਵੇਂ ਉੱਤੇ ਦੱਸੇ ਗਏ ਸੰਸਾਧਨ ਸੀਡੀ, ਡੀਵੀਡੀ, ਵੈੱਬ ਸਾਇਟਸ ਆਦਿ), ਨਾਲ ਹੀ ਵਿਹਾਰਕ ਅਤੇ ਵਿਅਕਤੀਗਤ ਵਿਕਾਸ ਸਮਗਿਰੀ ਦਾ ਖ਼ਰਚ।

ਇਸ ਤਰ੍ਹਾਂ ਅਸੀਂ ਦੇਖਦੇ ਹਾਂ ਕਿ ਤੁਹਾਨੂੰ ਸ਼ੁਰੂਆਤ ਕਰਣ ਲਈ ਬਹੁਤ ਜ਼ਿਆਦਾ ਪੈਸਿਆਂ ਦੀ ਲੋੜ ਤਾਂ ਨਹੀਂ ਹੁੰਦੀ, ਲੇਕਨ ਹਾਂ, ਤੁਹਾਨੂੰ ਹਰ ਮਹੀਨੇ ਕੁੱਝ ਤਾਰਕਕ ਖ਼ਰਚਿਆਂ ਦੇ ਬਜ਼ਟ ਦੀ ਲੋੜ *ਅਵੱਸ਼* ਹੁੰਦੀ ਹੈ।

ਤੁਹਾਨੂੰ ਸੌਦੇਬਾਜੀ ਵਿਚ ਉਸਤਾਦ ਹੋਣ ਜਾਂ ਗਿਣਤੀ-ਮਿਣਤੀ ਵਿਚ ਮਾਹਰ ਹੋਣ ਦੀ ਲੋੜ ਨਹੀਂ ਹੁੰਦੀ

ਤੁਹਾਨੂੰ ਇਕ ਭੜਕਦੀ ਹੋਈ ਇੱਛਾ ਅਤੇ ਸੰਕਲਪ ਦੀ ਲੋੜ ਹੁੰਦੀ ਹੈ, ਜਿਸ ਵਿਚ ਜੋਸ਼ ਦਾ ਪ੍ਰਬਲ ਬਾਲਣ ਹੋਵੇ।

ਮੇਰੇ ਮਿੱਤਰ ਡੋਨਾਲਡ ਟਰੰਪ ਕਹਿੰਦੇ ਹਨ, "ਤੁਸੀਂ ਜਿਹੜਾ ਕੁੱਝ ਕਰਦੇ ਹੋ, ਉਸ ਨਾਲ ਤੁਹਾਨੂੰ ਪ੍ਰੇਮ ਹੋਣਾ ਚਾਹੀਦਾ ਹੈ। ਜੋਸ਼ ਤੋਂ ਬਿਨਾ ਮਹਾਨ ਸਫਲਤਾ ਮਿਲਣੀ ਮੁਸ਼ਕਲ ਹੈ। ਉਦਮੀ ਦੇ ਤੌਰ ਤੇ ਤੁਸੀਂ ਜਿਹੜਾ ਕੁੱਝ ਕਰ ਰਹੇ ਹੋ, ਜੇਕਰ ਤੁਸੀਂ ਉਸ ਨੂੰ ਲੈ ਕੇ ਜੋਸ਼ੀਲੇ ਨਹੀਂ ਹੋ, ਤਾਂ ਤੁਹਾਨੂੰ ਮੁਸ਼ਕਲਾਂ ਦਾ ਸਾਮ੍ਹਣਾ ਕਰਣਾ ਹੋਵੇਗਾ।"

ਇਹ ਕੁੱਝ ਇਹੋ ਜਹੀਆਂ ਗੱਲਾਂ ਹਨ, ਜਿਨ੍ਹਾਂ ਦੀ ਲੋੜ ਤੁਹਾਨੂੰ ਸਫਲ ਨੇਟਵਰਕ ਮਾਰਕੇਟਿੰਗ ਕਾਰੋਬਾਰ ਬਨਾਉਣ ਲਈ ਨਹੀਂ ਹੁੰਦੀ। ਹੁਣ ਆਓ, ਇਸ ਗੱਲ ਉੱਤੇ ਨਜ਼ਰਸਾਨੀ ਕਰੀਏ ਕਿ ਤੁਹਾਨੂੰ ਕਿਹੜੀਆਂ ਗੱਲਾਂ ਦੀ ਲੋੜ ਹੁੰਦੀ ਹੈ।

ਤੁਹਾਨੂੰ ਆਪਣੇ ਨਾਲ ਇਮਾਨਦਾਰ ਹੋਣ ਦੀ ਲੋੜ ਹੁੰਦੀ ਹੈ

ਬੀ ਕੁਆਡਰੈਂਟ ਦਾ ਕਾਰੋਬਾਰ ਬਨਾਉਣਾ ਸੌਖਾ ਨਹੀਂ ਹੁੰਦਾ। ਤੁਹਾਨੂੰ ਆਪਣੇ-ਆਪ ਕੋਲੋਂ ਇਹ ਪੁੱਛਣ ਦੀ ਲੋੜ ਹੁੰਦੀ ਹੈ, "ਕੀ ਮੇਰੇ ਕੋਲ ਉਹ ਸਾਰਾ ਕੁੱਝ ਹੈ, ਜਿਸਦੀ ਮੈਨੂੰ ਲੋੜ ਹੈ? ਕੀ ਮੈਂ ਆਪਣੇ ਆਰਾਮਦਾਈ ਦਾਇਰੇ ਤੋਂ ਬਾਹਰ ਪੈਰ ਰੱਖਣ ਦਾ ਚਾਹਵੰਦ ਹਾਂ? ਕੀ ਮੈਂ ਦੂਜਿਆਂ ਦੀ ਅਗਵਾਈ ਵਿਚ ਚੱਲਣ ਅਤੇ ਨਾਲ ਹੀ ਅਗਵਾਈ ਕਰਣ ਨੂੰ ਸਿੱਖਣ ਦਾ ਚਾਹਵੰਦ ਹਾਂ? ਕੀ ਮੇਰੇ ਅੰਦਰ ਇਕ ਅਮੀਰ ਆਦਮੀ ਛੁਪਿਆ ਹੋਇਆ ਹੈ, ਜਿਹੜਾ ਬਾਹਰ ਆਉਣ ਨੂੰ ਤਿਆਰ ਹੈ?" ਜੇਕਰ ਜਵਾਬ "ਹਾਂ" ਹੋਵੇ, ਤਾਂ ਫਿਰ ਇਹੋ ਜਹੀ ਨੇਟਵਰਕ ਮਾਰਕੇਟਿੰਗ ਕੰਪਨੀ ਦੀ ਤਲਾਸ਼ ਸ਼ੁਰੂ

ਕਰ ਦਿਓ, ਜਿਸਦੀ ਇਕ ਬੇਹਤਰੀਨ ਸਿਖਲਾਈ ਯੋਜਨਾ ਹੋਵੇ।

ਜੱਾਨ : ਮੈਂ ਇਸ ਵਿਚ ਇਹ ਜੋੜਨਾ ਚਾਹਵਾਂਗਾ : ਪੂਰੀ ਤਰ੍ਹਾਂ ਸਪਸ਼ਟ ਕਰ ਲਓ ਕਿ ਤੁਸੀਂ ਕਿੱਥੇ ਹੋ ਅਤੇ ਆਪਣੇ ਜੀਵਨ ਵਿਚ ਕੀ ਹਾਸਲ ਕਰਣਾ ਚਾਹੁੰਦੇ ਹੋ। ਤੁਸੀਂ ਕੀ ਹਾਸਲ ਕਰਣਾ ਚਾਹੁੰਦੇ ਹੋ, ਉਸਦਾ ਸੁਫਨਾ ਜ਼ਰੂਰੀ ਹੈ।

ਫਿਰ, ਆਪਣੀ ਆਸਾਵਾਂ ਬਾਰੇ ਸਪਸ਼ਟ ਰਹੋ। ਇਸ ਬਾਰੇ ਸਪਸ਼ਟ ਰਹੋ ਕਿ ਇਸ ਵਿਚੋਂ ਕਿਹੜੀਆਂ ਚੀਜ਼ਾਂ ਦੀ ਲੋੜ ਹੋਵੇਗੀ, ਹਰ ਹਫਤੇ ਕਿੰਨਾ ਸਮਾਂ ਦੇਣਾ ਹੋਵੇਗਾ, ਨਾਲ ਹੀ ਲੱਗਣ ਵਾਲੇ ਧਨ, ਯੋਗਤਾਵਾਂ ਅਤੇ ਸੰਸਾਧਨਾਂ ਦੀ ਲੋੜ ਬਾਰੇ ਵੀ ਜਾਣ ਲਓ। ਇਹ ਸਪਸ਼ਟ ਜਾਣ ਲਓ ਕਿ ਇਸ ਕਾਰੋਬਾਰ ਨੂੰ ਸਫਲ ਬਨਾਉਣ ਲਈ ਤੁਹਾਨੂੰ ਕਿਹੜੇ ਕੰਮ ਕਰਣੇ ਪੈਣਗੇ। ਇਕ ਯਥਾਰਥਵਾਦੀ ਸਮਾਂ ਸੀਮਾ ਤੈਅ ਕਰ ਲਓ।

ਡੋਨਾਲਡ ਟਰੰਪ ਨਾਲ ਮੈਂ ਇਕ ਪੁਸਤਕ ਲਿਖੀ ਹੈ : *ਅਸੀਂ ਤੁਹਾਨੂੰ ਅਮੀਰ ਕਿਉਂ ਬਨਾਉਣਾ ਚਾਹੁੰਦੇ ਹਾਂ।* ਇਸ ਵਿਚ ਡੋਨਾਲਡ ਨੇ ਲਿਖਿਆ ਸੀ:

"ਨੇਟਵਰਕ ਮਾਰਕੇਟਿੰਗ ਵਿਚ ਉਦਮਤਾ ਭਾਵਨਾ ਦੀ ਲੋੜ ਹੁੰਦੀ ਹੈ ਅਤੇ ਇਸਦਾ ਅਰਥ ਹੈ ਇਕਾਗਰਤਾ ਅਤੇ ਲਗਨ। ਜਿਹੜੇ ਲੋਕ ਜ਼ਿਆਦਾ ਸਵੈ-ਪ੍ਰੇਰਤ ਨਹੀਂ ਹਨ, ਉਨ੍ਹਾਂ ਨੂੰ ਮੈਂ ਨੇਟਵਰਕ ਮਾਰਕੇਟਿੰਗ ਦੀ ਸਲਾਹ ਨਹੀਂ ਦੇਂਦਾ।"

ਡੋਨਾਲਡ ਨੇ ਬਿਲਕੁੱਲ ਠੀਕ ਕਿਹਾ ਹੈ।

ਇਸ ਵਿਚ ਸਹੀ ਨਜ਼ਰੀਏ ਦੀ ਲੋੜ ਹੁੰਦੀ ਹੈ

ਮੇਰੇ ਲਈ ਉਦਮੀ ਬਣਨਾ ਇਕ ਨਿਰੰਤਰ ਪ੍ਰਕਿਰਿਆ ਹੈ, ਜਿਹੜੀ ਅੱਜ ਵੀ ਜਾਰੀ ਹੈ ਅਤੇ ਮੈਨੂੰ ਯਕੀਨ ਹੈ ਕਿ ਉਦਮਤਾ ਦੀ ਮੇਰੀ ਸਿਖਲਾਈ ਅੰਤ ਤਕ ਚੱਲਦੀ ਰਹੇਗੀ। ਮੈਨੂੰ ਕਾਰੋਬਾਰ ਕਰਣਾ ਚੰਗਾ ਲੱਗਦਾ ਹੈ ਅਤੇ ਵਿਹਾਰਕ ਸਮੱਸਿਆਵਾਂ ਨੂੰ ਸੁਲਝਾਉਣ ਨਾਲ ਪ੍ਰੇਮ ਹੈ। ਇਹ ਇਕ ਇਹੋ ਜਹੀ ਪ੍ਰਕਿਰਿਆ ਹੈ, ਜਿਹੜੀ ਮੈਨੂੰ ਮਨਭਾਉਂਦਾ ਜੀਵਨ ਪ੍ਰਦਾਨ ਕਰਦੀ ਹੈ। ਹਾਲਾਂਕਿ ਇਹ ਪ੍ਰਕਿਰਿਆ ਮੇਰੇ ਲਈ ਕਈ ਵਾਰੀ ਮੁਸ਼ਕਲ ਰਹੀ ਹੈ, ਲੇਕਨ ਇਹ ਸਾਰਥਕ ਰਹੀ ਹੈ।

ਇਕ ਵਿਚਾਰ ਨੇ ਮੈਨੂੰ ਲਗਾਤਾਰ ਚੱਲਦੇ ਰਹਿਣ ਲਈ ਪ੍ਰੇਰਤ ਕੀਤਾ। ਇਹ ਹਨ੍ਹੇਰੇ ਤੋਂ ਭਰਪੂਰ ਇਥੋਂ ਤਕ ਕਿ ਸਭ ਤੋਂ ਵਧ ਹਨ੍ਹੇਰੇ ਘੰਟਿਆਂ ਵਿਚ ਵੀ ਮੇਰੀ ਰਾਹ ਨੂੰ ਰੌਸ਼ਨ ਕਰਦਾ ਰਿਹਾ। ਇਹ ਵਿਚਾਰ ਮੈਨੂੰ ਇਕ ਚੀਨੀ ਫੱਾਰਚਿਊਨ ਕੁਕੀ ਤੋਂ ਮਿਲਿਆ ਸੀ। ਮੈਂ ਇਸ ਨੂੰ ਸਾਡੀ ਸਰਫ਼ਰ ਵੱਾਲੇਟ ਕੰਪਨੀ ਦੇ ਆੱਫਿਸ ਫੋਨ ਦੇ ਥੱਲੇ ਟੇਪ ਨਾਲ ਚਿਪਕਾ ਲਿਆ ਸੀ। ਇਸ ਤੇ ਲਿਖਿਆ ਸੀ:

ਤੁਸੀਂ ਕਦੇ ਵੀ ਮੈਦਾਨ ਛੱਡ ਸਕਦੇ ਹੋ। ਤਾਂ ਫਿਰ ਇਸੇ ਵੇਲੇ ਕਿਉਂ ਨਹੀ ਛੱਡਦੇ?

ਮੈਨੂੰ ਕਈ ਇਹੋ ਜਿਹੇ ਫੋਨ ਕਾਲਜ਼ ਸੁਣਨੇ ਪੈਂਦੇ ਸਨ, ਜਿਨ੍ਹਾਂ ਨਾਲ ਮੈਂ ਸੋਚਣ ਲੱਗਦਾ ਸੀ ਕਿ ਮੈਦਾਨ ਛੱਡ ਦਿਆ। ਬਹਰਹਾਲ, ਫੋਨ ਰੱਖਣ ਤੋਂ ਬਾਅਦ ਮੈਂ ਫੱਾਰਚਿਊਨ ਕੁਕੀ ਦੇ ਬੁੱਧੀਮੱਤਾ ਪੂਰਨ ਸ਼ਬਦਾਂ ਉੱਤੇ ਨਜ਼ਰ ਪਾਉਂਦਾ ਸੀ ਅਤੇ ਆਪਣੇ-ਆਪ ਨੂੰ ਕਹਿੰਦਾ ਸੀ, "ਮੇਰੀ ਮੈਦਾਨ ਛੱਡਣ ਦੀ ਬੜੀ ਤੀਵਰ ਇੱਛਾ ਹੋ ਰਹੀ ਹੈ, ਲੇਕਨ ਮੈਂ ਅੱਜ ਮੈਦਾਨ ਨਹੀਂ ਛੱਡਾਂਗਾ। ਮੈਂ ਕੱਲ੍ਹ ਮੈਦਾਨ ਛੱਡਾਗਾਂ।"

ਚੰਗੀ ਗੱਲ ਇਹ ਹੈ ਕਿ ਉਹ ਕੱਲ੍ਹ ਕਦੇ ਆਇਆ ਹੀ ਨਹੀਂ।

ਮੇਰੇ ਅਮੀਰ ਡੈਡੀ ਕਹਿੰਦੇ ਸਨ ਕਿ ਜੇਕਰ ਅਮੀਰ ਬਣਨਾ ਇੰਨਾ ਸੌਖਾ ਹੁੰਦਾ, ਤਾਂ ਸੰਸਾਰ ਦਾ ਹਰ ਵਿਅਕਤੀ ਅਮੀਰ ਬਣ ਜਾਂਦਾ। ਇਸਲਈ ਜਦੋਂ ਲੋਕ ਮੈਨੂੰ ਪੁੱਛਦੇ ਹਨ ਕਿ ਉਹ ਨੰਬਰ ਵਨ ਚੀਜ਼ ਕਿਹੜੀ ਹੈ, ਜਿਸਨੇ ਅਮੀਰ ਬਣਨ ਵਿਚ ਮੇਰੀ ਮਦਦ ਕੀਤੀ, ਤਾਂ ਮੇਰਾ ਜਵਾਬ ਹੁੰਦਾ ਹੈ: ਮੈਂ ਨਹੀਂ ਚਾਹੁੰਦਾ ਸੀ ਕਿ ਕੋਈ ਮੈਨੂੰ ਦੱਸੇ ਕਿ ਮੈਨੂੰ ਕੀ ਕਰਣਾ ਹੈ। ਮੈਂ ਆਪਣੀ ਸੁਤੰਤਰਤਾ ਨੂੰ ਬੜੀ ਸ਼ਿੱਦਤ ਨਾਲ ਚਾਹੁੰਦਾ ਸੀ। ਮੈਂ ਨੌਕਰੀ ਦੀ ਸੁਰੱਖਿਆ ਨਹੀਂ ਸੀ ਚਾਹੁੰਦਾ। ਮੈਂ ਤਾਂ ਵਿੱਤੀ ਸੁਤੰਤਰਤਾ ਚਾਹੁੰਦਾ ਸੀ। ਅਤੇ ਨੇਟਵਰਕ ਮਾਰਕੇਟਿੰਗ ਇਹੀ ਪ੍ਰਦਾਨ ਕਰਦੀ ਹੈ।

ਜੇਕਰ ਤੁਹਾਨੂੰ ਇਹ ਪਸੰਦ ਹੋਵੇ ਕਿ ਕੋਈ ਦੂਜਾ ਤੁਹਾਨੂੰ ਦੱਸੇ ਕਿ ਤੁਸੀਂ ਕਿੰਨੇ ਪੈਸੇ ਕਮਾ ਸਕਦੇ ਹੋ ਅਤੇ ਤੁਹਾਨੂੰ ਕੰਮ ਤੇ ਕਦੋਂ ਆਉਣਾ ਚਾਹੀਦਾ ਹੈ ਅਤੇ ਕਦੋ ਜਾਣਾ, ਤਾਂ ਨੇਟਵਰਕ ਮਾਰਕੇਟਿੰਗ ਕਾਰੋਬਾਰ ਤੁਹਾਡੇ ਲਈ ਨਹੀਂ ਹੈ।

ਇਸ ਵਿਚ ਸੱਚੇ ਵਿਕਾਸ ਦੀ ਲੋੜ ਹੁੰਦੀ ਹੈ

ਨੇਟਵਰਕ ਮਾਰਕੇਟਿੰਗ ਕਾਰੋਬਾਰ ਬੀ ਕੁਆਡਰੈਂਟ ਦਾ ਕਾਰੋਬਾਰ ਹੋ ਸਕਦਾ ਹੈ। ਲੇਕਨ ਜ਼ਰੂਰੀ ਨਹੀਂ ਹੈ ਕਿ ਇਹ ਬਣੇ ਹੀ। ਇਹ ਤੁਹਾਡੇ ਉੱਤੇ ਨਿਰਭਰ ਕਰਦਾ ਹੈ।

ਨੇਟਵਰਕ ਮਾਰਕੇਟਿੰਗ ਉਨ੍ਹਾਂ ਲੋਕਾਂ ਲਈ ਆਦਰਸ਼ ਜ਼ਰੀਆ ਹੈ, ਜਿਹੜੇ ਬੀ ਕੁਆਡਰੈਂਟ ਦੇ ਸੰਸਾਰ ਵਿਚ ਦਾਖ਼ਲ ਹੋਣਾ ਚਾਹੁੰਦੇ ਹਨ। ਈ ਅਤੇ ਐਸ ਕੁਆਡਰੈਂਟਸ ਵਿਚ ਤੁਹਾਡੀ ਆਮਦਨ ਦੀ ਸੰਭਾਵਨਾ ਆਮ ਤੌਰ ਤੇ ਇਸ ਗੱਲ ਕਾਰਣ ਸੀਮਤ ਹੁੰਦੀ ਹੈ ਕਿ *ਤੁਸੀਂ ਵਿਅਕਤੀਗਤ ਤੌਰ ਤੇ* ਕਿੰਨਾ ਉਤਪਾਦਨ ਕਰ ਸਕਦੇ ਹੋ, ਲੇਕਨ ਨੇਟਵਰਕ ਮਾਰਕੇਟਿੰਗ ਕਾਰੋਬਾਰ ਵਿਚ ਤੁਸੀਂ ਉੱਨਾ ਕਮਾ ਸਕਦੇ ਹੋ, ਜਿੰਨਾ ਕਿ ਤੁਹਾਡਾ ਨੇਟਵਰਕ ਉਤਪੰਨ ਕਰਦਾ ਹੈ। ਇਸਦਾ ਮਤਲਬ ਹੈ ਕਿ ਜਦੋਂ ਤੁਸੀਂ ਇਕ ਬਹੁਤ ਵੱਡਾ ਨੇਟਵਰਕ ਬਣਾ ਲੈਂਦੇ ਹੋ ਤਾਂ ਤੁਸੀਂ ਢੇਰ ਸਾਰਾ ਪੈਸਾ ਬਣਾ ਸਕਦੇ ਹੋ।

ਬਹਰਹਾਲ, ਕਿਸੇ ਨੇਟਵਰਕ ਮਾਰਕੇਟਿੰਗ ਕੰਪਨੀ ਵਿਚ ਸ਼ਾਮਲ ਹੋਣ ਨਾਲ ਹੀ ਤੁਹਾਡਾ ਨਵਾਂ ਕਾਰੋਬਾਰ ਬੀ ਕੁਆਡਰੈਂਟ ਕਾਰੋਬਾਰ ਨਹੀਂ ਬਣ ਜਾਂਦਾ– ਜਦੋਂ ਤਕ ਕਿ ਇਹ ਵਾਕਈ ਵੱਡਾ ਨਾ ਹੋਵੇ।

> **ਜੱਾਨ :** "ਵੱਡੇ ਕਾਰੋਬਾਰ" ਦੀ ਤਕਨੀਕੀ ਵਿਆਖਿਆ ਇਹ ਹੈ ਕਿ ਉਸ ਵਿਚ 500 ਜਾਂ ਉਸ ਤੋਂ ਵਧ ਲੋਕ ਹੁੰਦੇ ਹਨ। ਇਕ ਵਾਰ ਫਿਰ, ਆਮ ਤੌਰ ਤੇ ਇਨ੍ਹਾਂ 500 ਲੋਕਾਂ ਨੂੰ "ਕਰਮਚਾਰੀਆਂ" ਦੇ ਰੂਪ ਵਿਚ ਪਰਿਭਾਸ਼ਤ ਕੀਤਾ ਜਾਂਦਾ ਹੈ, ਲੇਕਨ ਮੁੱਦੇ ਦੀ ਗੱਲ ਲੋਕਾਂ ਦੀ ਗਿਣਤੀ ਹੈ। ਜਦੋਂ ਤੁਸੀਂ 500 ਜਾਂ ਵਧ ਸੁਤੰਤਰ ਪ੍ਰਤਿਨਿਧੀਆਂ ਦਾ ਨੇਟਵਰਕ ਬਣਾ ਲੈਂਦੇ ਹੋ, ਤਾਂ ਤੁਸੀਂ ਨਿਸ਼ਚਤ ਤੌਰ ਤੇ ਇਕ *ਵੱਡੇ* ਜਾਂ ਬੀ ਕੁਆਡਰੈਂਟ ਦੇ ਕਾਰੋਬਾਰ ਦੀ ਵਿਆਖਿਆ ਉੱਤੇ ਖਰੇ ਉਤਰਦੇ ਹੋ। ਇਹ ਆਮ ਜਹੀ ਗੱਲ ਹੈ ਕਿ ਕਿਸੇ ਵਿਅਕਤੀ ਦਾ ਨੇਟਵਰਕ ਸੰਘ ਵੱਧਦੇ-ਵੱਧਦੇ ਕਈ ਹਜ਼ਾਰ ਲੋਕਾਂ ਦਾ ਬਣ ਜਾਏ ਜਾਂ ਦਸ ਹਜ਼ਾਰ ਨੂੰ ਪਾਰ ਕਰ ਜਾਏ। ਉਂਜ *ਲੱਖਾਂ* ਦੇ ਨੇਟਵਰਕ ਸੰਘ ਦੇਖਣਾ ਵੀ ਅਸਧਾਰਣ ਨਹੀਂ ਹੈ।

ਨੇਟਵਰਕ ਮਾਰਕੇਟਿੰਗ ਕਾਰੋਬਾਰ ਵਿਚ ਨਵੇਂ ਆਉਣ ਵਾਲੇ ਲੋਕ ਅਕਸਰ ਆਪਣੇ

ਸ਼ੁਰੂਆਤੀ ਨੇਟਵਰਕ ਦੀ ਆਮਦਨ ਨੂੰ "ਮੁਫ਼ਤ ਪੈਸਾ" ਮੰਨਣ ਦੀ ਗ਼ਲਤੀ ਕਰ ਬੈਠਦੇ ਹਨ- ਜਿਸ ਨੂੰ ਉਹ ਪਹਿਲੇ ਦਿਨ ਤੋਂ ਹੀ ਉਡਾ ਸਕਦੇ ਹਨ। ਲੇਕਨ ਜਦੋਂ ਤੁਹਾਡੇ ਨੇਟਵਰਕ ਵਿਚ ਸਿਰਫ਼ 5, 10, 50, 100 ਜਾਂ 200 ਲੋਕ ਹੀ ਹੁੰਦੇ ਹਨ, ਤਾਂ ਸਮਝ ਲਓ, ਤੁਹਾਡਾ ਨਵਾਂ ਕਾਰੋਬਾਰ ਅਜੇ ਵੀ ਆਪਣੇ ਬਚਪਨ ਵਿਚ ਹੀ ਹੈ। ਇਹ ਹੁਣ ਵੀ ਵੱਡੇ ਕਾਰੋਬਾਰ ਦੀ ਲੜੀ ਵਿਚ ਨਹੀਂ ਪਹੁੰਚਿਆ ਹੈ।

ਜਦੋਂ ਤੁਹਾਡਾ ਨੇਟਵਰਕ ਵੱਧ ਕੇ 500 ਲੋਕਾਂ ਦੇ ਪਾਰ ਹੋ ਜਾਂਦਾ ਹੈ ਅਤੇ ਹਜ਼ਾਰਾਂ ਵਿਚ ਪਹੁੰਚ ਜਾਂਦਾ ਹੈ, ਤਦੋਂ ਇਹ ਬੀ ਕੁਆਡਰੈਂਟ ਦਾ ਸੱਚਾ ਕਾਰੋਬਾਰ ਬਣਦਾ ਹੈ, ਜਿਸ ਨਾਲ ਨਿਸ਼ਕਿਰਿਅ ਆਮਦਨ ਉਤਪੰਨ ਹੁੰਦੀ ਹੈ। ਇਹ ਸਿਰਫ਼ ਕਾਰਜਕਾਰੀ ਨੇਟਵਰਕ ਹੀ ਨਹੀਂ ਹੈ; ਇਹ ਤਾਂ ਆਮਦਨ ਉਤਪੰਨ ਕਰਣ ਵਾਲੀ ਸੰਪੱਤੀ ਹੈ।

ਲੇਕਨ ਇਸਦਾ ਮਤਲਬ ਹੈ ਕਿ ਕੰਪਨੀ ਵਿਚ ਸ਼ਾਮਲ ਹੋਣ ਦੇ ਦਿਨ ਤੋਂ ਲੈ ਕੇ 500 ਤੋਂ ਵੱਧ ਲੋਕਾਂ ਦਾ ਨੇਟਵਰਕ ਬਨਾਉਣ ਦੀ ਅਵਸਥਾ ਤਕ ਪਹੁੰਚਣ ਦੀ ਸਮਾਂ-ਸੀਮਾ ਅਰੰਭਕ ਸਮੇਂ ਤੈਅ ਹੁੰਦੀ ਹੈ, ਜਿਸ ਵਿਚ ਤੁਸੀਂ ਆਪਣੀ ਨੀਂਹ ਪਾਉਂਦੇ ਹੋ। ਇਸ ਨੂੰ ਸਹੀ ਨਜ਼ਰੀਏ ਨਾਲ ਦੇਖੋ। ਅਸਲ ਨਿਸ਼ਾਨੇ ਉੱਤੇ ਨਜ਼ਰ ਜਮਾਈ ਰੱਖੋ : ਦੌਲਤ ਜਾਂ ਸੰਪੱਤੀ ਬਨਾਉਣਾ।

ਇਸ ਵਿਚ ਸਮੇਂ ਦੀ ਲੋੜ ਹੁੰਦੀ ਹੈ

ਜੇਕਰ ਤੁਹਾਡੇ ਮਨ ਵਿਚ ਇਹ ਵਿਚਾਰ ਹੈ ਕਿ ਤੁਸੀਂ ਕੋਈ ਨੇਟਵਰਕ ਮਾਰਕੇਟਿੰਗ ਕਾਰੋਬਾਰ ਸ਼ੁਰੂ ਕਰਣ ਤੋਂ ਤੁਰੰਤ ਬਾਅਦ ਪੈਸਾ ਕਮਾਉਣ ਲਗੋਗੇ, ਤਾਂ ਹੁਣ ਵੀ ਤੁਸੀਂ ਈ ਜਾਂ ਐਸ ਕੁਆਡਰੈਂਟ ਵਿਚ ਰਹਿਣ ਵਾਲੇ ਵਿਅਕਤੀ ਵਾਂਗ ਹੀ ਸੋਚ ਰਹੇ ਹੋ। ਅਸਲ ਵਿਚ, ਫਟਾਫਟ ਅਮੀਰ ਬਣੋ ਵਾਲੀ ਧੋਖਾਧੜੀ ਦੀ ਯੋਜਨਾਵਾਂ ਵਿਚ *ਈ ਅਤੇ ਐਸ* ਕੁਆਡਰੈਂਟਸ ਦੇ ਲੋਕ ਹੀ ਸਾਰਿਆ ਤੋਂ ਜ਼ਿਆਦਾ ਫੱਸਦੇ ਹਨ।

> **ਜੌਨ :** ਨੇਟਵਰਕ ਮਾਰਕੇਟਿੰਗ ਵਿਚ ਫਟਾਫਟ ਅਮੀਰ ਬਣੋ ਵਰਗੀ ਕੋਈ ਚੀਜ਼ ਨਹੀਂ ਹੁੰਦੀ। ਹਾਲਾਂਕਿ ਇਸ ਕਾਰੋਬਾਰ ਦੀ ਗਤੀਵਿਧੀਆਂ ਸੌਖੀਆਂ ਹਨ, ਲੇਕਨ ਉਨ੍ਹਾਂ ਵਿਚ ਸਮਾਂ ਅਤੇ ਯਤਨ ਦੋਨਾਂ ਦੀ ਹੀ ਲੋੜ ਹੁੰਦੀ ਹੈ, ਜਿਹੜੀ ਨਿਸ਼ਕਿਰਿਅ ਆਮਦਨ ਦੀ ਬੁਨਿਆਦ ਹੈ।
>
> ਡੀਐਸਏ ਦਾ ਕਹਿਣਾ ਹੈ ਕਿ ਜਿਹੜੇ ਦਸ ਲੋਕਾਂ ਨਾਲ ਤੁਸੀਂ ਸੰਪਰਕ ਕਰੋਗੇ, ਔਸਤਨ ਉਸ ਵਿਚੋਂ ਇਕ ਹੀ ਅਵਸਰ ਬਾਰੇ ਜਾਣਨ ਲਈ "ਹਾਂ" ਕਹੇਗਾ। ਬਹਰਹਾਲ, ਕਾਰੋਬਾਰੀ ਅਨੁਭਵ ਵੱਧਣ ਨਾਲ ਇਹ ਔਸਤ ਵੀ ਬੇਹਤਰ ਹੁੰਦਾ ਜਾਂਦਾ ਹੈ। ਯਾਦ ਰੱਖੋ, ਇਹ ਗਿਣਤੀ ਛੋਟੀ ਨਹੀਂ, ਵੱਡੇ ਪੈਮਾਨੇ ਉੱਤੇ ਜ਼ਿਆਦਾ ਸੱਚ ਹੁੰਦੀ ਹੈ। ਹੋ ਸਕਦਾ ਹੈ ਕਿ ਸਿਰਫ਼ 10 ਸੰਪਰਕਾਂ ਨਾਲ ਤੁਹਾਡਾ ਇਹ ਔਸਤ ਨਾ ਰਹੇ, ਲੇਕਨ 100 ਸੰਪਰਕਾਂ ਦੇ ਮਾਮਲੇ ਵਿਚ ਤੁਹਾਡਾ ਔਸਤ ਕਮੋਬੈਸ਼ ਇਹੀ ਰਹੇਗਾ।
>
> ਸਾਲਾਂ ਤਕ ਕੁੱਝ ਲੋਕਾਂ ਨੇ ਨੇਟਵਰਕ ਮਾਰਕੇਟਿੰਗ ਕਾਰੋਬਾਰ ਨੂੰ ਦੌਲਤ ਦੇ "ਤੀਵਰ ਰਾਹ" ਵਜੋਂ ਪ੍ਰਚਾਰਤ ਕੀਤਾ। ਜ਼ਾਹਰ ਹੈ, ਇਹ ਸਰਾਸਰ ਬਕਵਾਸ ਹੈ। ਨੇਟਵਰਕ ਮਾਰਕੇਟਿੰਗ ਵਿਚ ਜਿਨ੍ਹਾਂ ਲੋਕਾਂ ਨੇ ਅਗਵਾਈ ਯੋਗਤਾਵਾਂ ਵਿਕਸਤ ਕੀਤੀਆਂ ਹਨ, ਆਪਣੇ

ਕਾਰੋਬਾਰ ਨੂੰ ਸਥਾਪਤ ਕੀਤਾ ਹੈ ਅਤੇ ਸੱਚੀ ਦੌਲਤ ਬਣਾਈ ਹੈ, ਉਨ੍ਹਾਂ ਨੇ ਇਸ ਕੰਮ ਵਿਚ ਕਈ ਲੰਮੇ, ਮੁਸ਼ਕਲ ਸਾਲ ਲਾਏ ਹਨ।

ਇਸਲਈ ਜੇਕਰ ਤੁਸੀਂ ਕਿਸੇ ਨੂੰ ਇਹ ਕਹਿੰਦੇ ਸੁਣਦੇ ਹੋ ਕਿ ਫਟਾਫਟ ਨਤੀਜੇ ਦਿਖਣੇ ਚਾਹੀਦੇ ਹਨ ਤਾਂ ਮੂਰਖ ਨਾ ਬਣੋ। ਇਹ ਹੱਥ ਦੀ ਸਫਾਈ ਜਾਂ ਛੇ ਮਹੀਨਿਆਂ ਦੀ ਖ਼ੁਸ਼ਕਿਸਮਤੀ ਦੇ ਘੋੜੇ ਦੀ ਸਵਾਰੀ ਨਹੀਂ ਹੈ : ਇਹ ਤਾਂ ਗੰਭੀਰ ਕਾਰੋਬਾਰ ਹੈ। ਇਹ *ਤੁਹਾਡਾ ਜੀਵਨ* ਹੈ, ਜਿਸ ਬਾਰੇ ਅਸੀਂ ਇਥੇ ਗੱਲ ਕਰ ਰਹੇ ਹਾਂ।

ਕਾਰੋਬਾਰ ਦੀ ਅਸਲੀ ਦੁਨੀਆ ਵਿਚ ਜੇਕਰ ਤੁਸੀਂ ਤਿੰਨ ਤੋਂ ਛੇ ਮਹੀਨਿਆਂ ਵਿਚ ਸਫਲ ਨਹੀਂ ਹੋ ਪਾਉਂਦੇ, ਤਾਂ ਤੁਹਾਨੂੰ ਕੱਢ ਦਿੱਤਾ ਜਾਂਦਾ ਹੈ। ਜ਼ੇਰੱਾਕਸ ਵਾਲੇ ਥੋੜ੍ਹੇ ਜ਼ਿਆਦਾ ਉਦਾਰ ਸਨ। ਉਨ੍ਹਾਂ ਨੇ ਮੈਨੂੰ ਸਿੱਖਣ ਲਈ ਇਕ ਸਾਲ ਦਾ ਸਮਾਂ ਦਿੱਤਾ ਅਤੇ ਹੋਰ ਇਕ ਸਾਲ ਦਾ ਪ੍ਰੋਬੇਸ਼ਨ ਸਮਾਂ ਵੀ ਦਿੱਤਾ। ਜੇਕਰ ਮੈਨੂੰ ਦੋ ਸਾਲਾਂ ਦਾ ਸਮਾਂ ਨਹੀਂ ਮਿਲਦਾ, ਤਾਂ ਮੈਨੂੰ ਕੱਢ ਦਿੱਤਾ ਜਾਂਦਾ।

ਤੁਹਾਡੀ ਸਥਿਤੀ ਭਿੰਨ ਹੈ : ਤੁਹਾਡੀ ਨੇਟਵਰਕ ਮਾਰਕੇਟਿੰਗ ਕੰਪਨੀ ਤੁਹਾਨੂੰ ਕਦੇ ਨਹੀਂ ਕੱਢੇਗੀ– ਇਸਲਈ ਆਪਣੇ–ਆਪ ਨੂੰ ਬਾਹਰ ਨਾ ਕੱਢੋ। ਇਸ ਨੂੰ ਕੇਵਲ ਕੁੱਝ ਮਹੀਨਿਆਂ ਜਾਂ ਸਾਲ ਦੀ ਕੋਸ਼ਸ਼ ਨਾ ਮੰਨੋ ਅਤੇ ਇਸ ਤੋਂ ਬਾਅਦ ਇਹ ਨਾ ਕਹੋ, "ਓਹ ਚੰਗਾ, ਮੈਨੂੰ ਲੱਗਦਾ ਹੈ ਕਿ ਇਹ ਕਾਰਗਰ ਨਹੀਂ ਰਿਹਾ।" ਇਸ ਨੂੰ ਉੱਨਾ ਸਮਾਂ ਦਿਓ, ਜਿੰਨੇ ਦੀ ਲੋੜ ਹੈ।"

ਰੱਬਰਟ : ਜਾੱਨ, ਜਦੋਂ ਮੈਂ ਲੋਕਾਂ ਨੂੰ ਕਹਿੰਦਾ ਹਾਂ, "ਇਸ ਨੂੰ ਸਮਾਂ ਦਿਓ," ਤਾਂ ਉਹ ਹਮੇਸ਼ਾ ਮੈਨੂੰ ਸਵਾਲ ਪੁੱਛਦੇ ਹਨ, "ਠੀਕ ਹੈ– *ਕਿੰਨਾ* ਸਮਾਂ ਦਈਏ?" ਤੁਹਾਡਾ ਜਵਾਬ ਕੀ ਹੋਵੇਗਾ"

ਜਾੱਨ : ਮੈਂ ਕਹਾਂਗਾ ਕਿ ਇਸ ਨੂੰ ਪੰਜ ਸਾਲ ਦਾ ਸਮਾਂ ਦਿਓ।

ਰੱਬਰਟ : ਮੈਂ ਵੀ ਬਿਲਕੁੱਲ ਇਹੀ ਜਵਾਬ ਦਿੰਦਾ ਹਾਂ! ਅਸਲ ਵਿਚ, ਇਹ *ਕਿਸੇ ਵੀ* ਪ੍ਰਕਾਰ ਦਾ ਕਾਰੋਬਾਰ ਬਨਾਉਣ ਬਾਰੇ ਸਹੀ ਹੈ– ਮੈਂ ਇਸ ਨੂੰ "ਆਪਣੀ ਪੰਜ ਸਾਲਾਂ ਯੋਜਨਾ" ਕਹਿੰਦਾ ਹਾਂ।

ਪੰਜ ਸਾਲਾਂ ਯੋਜਨਾ

ਜੇਕਰ ਤੁਸੀਂ ਆਪਣੀ ਯਾਤਰਾ ਸ਼ੁਰੂ ਕਰਣ ਬਾਰੇ ਗੰਭੀਰ ਹੋ, ਤਾਂ ਮੇਰੀ ਸਲਾਹ ਹੈ ਕਿ ਤੁਸੀਂ ਪੰਜ ਸਾਲ ਸਮਰਪਤ ਕਰਨ ਦਾ ਸੰਕਲਪ ਲਓ। ਸਿਖਣ, ਵਿਕਾਸ ਕਰਣ, ਆਪਣੇ ਬੁਨਿਆਦੀ ਜੀਵਨ ਮੁੱਲਾਂ ਨੂੰ ਬਦਲਣ ਅਤੇ ਨਵੇਂ ਦੋਸਤਾਂ ਨੂੰ ਮਿਲਣ ਲਈ ਘੱਟੋਘੱਟ ਪੰਜ ਸਾਲ ਤਕ ਜੁਟੇ ਰਹਿਣ ਦਾ ਸੰਕਲਪ ਕਰੋ। ਕਿਉਂ? *ਕਿਉਂਕਿ ਇਹੀ ਯਥਾਰਥਵਾਦੀ ਨੀਤੀ ਹੈ।*

ਦਸ ਹਜਾਰ ਘੰਟੇ : ਗਣਿਤ ਦਾ ਇਸਤੇਮਾਲ ਕਰੋ। ਜੇਕਰ ਤੁਸੀਂ ਹਰ ਦਿਨ ਅੱਠ ਘੰਟੇ ਅਤੇ ਹਫਤੇ ਵਿਚ ਪੰਜ ਦਿਨ ਮੇਹਨਤ ਕਰਦੇ ਹੋ, ਤਾਂ *ਪੰਜ ਸਾਲਾਂ* ਦੀ ਘਾਲਣਾ ਤੋਂ ਬਾਅਦ ਤੁਸੀਂ 10,000 ਘੰਟਿਆਂ ਦੇ ਆਂਕੜੇ ਤੱਕ ਪਹੁੰਚ ਜਾਂਦੇ ਹੋ।

ਹਾੱਵਰਡ ਸ਼ੁਲਟਜ਼ ਨੂੰ ਸਟਾਰਬਕਸ ਬਨਾਉਣ ਵਿਚ ਕਈ ਸਾਲ ਲੱਗ ਗਏ। ਇਸੇ ਤਰ੍ਹਾਂ ਰੇ ਕਰੋਕ ਨੂੰ ਮੈਕਡਾੱਨਲਡਸ ਅਤੇ ਮਾਇਕਲ ਡੈਲ ਨੂੰ ਡੈਲ ਕੰਪਿਊਟਰਸ ਬਨਾਉਣ ਵਿਚ ਕਈ ਸਾਲਾਂ ਦਾ ਸਮਾਂ ਲੱਗਿਆ। ਵੱਡੀ ਕੰਪਨੀਆਂ ਅਤੇ ਵੱਡੇ ਵਿਹਾਰਕ ਦਿੱਗਜਾਂ ਨੂੰ ਬਣਨ ਵਿਚ ਸਮਾਂ ਲੱਗਦਾ ਹੈ। ਮੇਰੇ ਆਪਣੇ ਸਫਲ ਬੀ ਕੁਆਡਰੈਂਟ ਕਾਰੋਬਾਰ ਨੂੰ ਸਥਾਪਤ ਕਰਣ ਵਿਚ ਮੈਨੂੰ ਕਈ ਸਾਲਾਂ ਦਾ ਸਮਾਂ ਲੱਗਿਆ ਸੀ। ਤੁਹਾਨੂੰ ਵੀ ਆਪਣਾ ਨੇਟਵਰਕ ਮਾਰਕੇਟਿੰਗ ਕਾਰੋਬਾਰ ਸਥਾਪਤ ਕਰਣ ਵਿਚ ਕਈ ਸਾਲ ਲੱਗ ਜਾਣਗੇ। ਇਹ ਵੱਖਰਾ ਕਿਉਂ ਹੋਵੇਗਾ?

ਜ਼ਿਆਦਾਤਰ ਲੋਕ ਸਾਲਾਂ ਲਈ ਨਹੀਂ, ਬਲਕਿ ਮਹੀਨਿਆਂ ਅਤੇ ਦਿਨਾਂ ਦੇ ਸੰਦਰਭ ਵਿਚ ਸੋਚਦੇ ਹਨ। ਚੂੰਕਿ ਉਨ੍ਹਾਂ ਕੋਲ ਵਿਗਿਆਪਨਾਂ ਅਤੇ ਈ ਕੁਆਡਰੈਂਟ ਦੇ ਤਨਖ਼ਾਹ-ਤੋਂ-ਤਨਖ਼ਾਹ ਤਕ ਦੇ ਜੀਵਨਮੁੱਲਾਂ ਦੀ ਸਿਖਲਾਈ ਹੁੰਦੀ ਹੈ, ਇਸਲਈ ਉਹ ਤਤਕਾਲਕ ਸੰਤੁਸ਼ਟੀ ਦੇ ਸੰਦਰਭ ਵਿਚ ਸੋਚਦੇ ਹਨ। ਕੀ ਇਸ ਵਿਚ ਕੋਈ ਹੈਰਾਨੀ ਦੀ ਗੱਲ ਹੈ ਕਿ ਇੰਨੇ ਸਾਰੇ ਲੋਕ ਜਦੋਂ ਬੀ ਸੰਸਾਰ ਵਿਚ ਆਪਣਾ ਅੰਗੂਠਾ ਰੱਖਣ ਬਾਰੇ ਵਿਚਾਰ ਕਰਦੇ ਹਨ, ਤਾਂ ਉਹ "ਫਟਾਫਟ ਅਮੀਰ ਬਣੋ" ਦੇ ਵਿਚਾਰ ਨਾਲ ਸੰਮੋਹਤ ਹੋ ਜਾਂਦੇ ਹਨ?

"ਮੈਂ ਇਕ ਹਫਤੇ ਪਹਿਲਾਂ ਸਾਇਨ ਕੀਤਾ ਸੀ। ਮੈਨੂੰ ਢੇਰ ਸਾਰੀ ਕਮਾਈ ਕਦੋਂ ਹੋਵੇਗੀ?"

ਦੋਸਤੋਂ, *ਫਟਾਫਟ ਅਮੀਰ* ਬਣੋਂ ਇਕ ਵਿਰੋਧਾਭਾਸੀ ਕਥਨ ਹੈ। ਕੋਈ ਵੀ ਸਮਰਿਧ ਸੰਬੰਧ ਕਦੇ ਫਟਾਫਟ ਨਹੀਂ ਬਣਦਾ, ਕੋਈ ਵੀ ਬੇਹਤਰੀਨ ਨਾਵਲ ਰਾਤੋਂ-ਰਾਤ ਨਹੀਂ ਲਿਖਿਆ ਜਾਂਦਾ। ਕਿਸੇ ਵੀ ਸਮਰਿਧ ਚੀਜ਼ ਨੂੰ ਬਨਾਉਣ ਵਿਚ ਸਮਾਂ ਲੱਗਦਾ ਹੈ ਅਤੇ ਇਹ ਵਿੱਤੀ ਸਮਰਿਧੀ ਬਾਰੇ ਵੀ ਉੱਨਾ ਸੱਚ ਹੈ, ਜਿੰਨਾ ਕਿ ਕਿਸੇ ਹੋਰ ਤਰ੍ਹਾਂ ਦੀ ਸਮਰਿਧੀ ਬਾਰੇ ਵਿਚ। ਇਸਲਈ ਬੀ ਕੁਆਡਰੈਂਟ ਵਿਚ ਇੰਨੇ ਘੱਟ ਲੋਕ ਰਹਿੰਦੇ ਹਨ। ਜ਼ਿਆਦਾਤਰ ਲੋਕ ਪੈਸੇ ਤਾਂ ਚਾਹੁੰਦੇ ਹਨ, ਲੇਕਨ ਉਹ ਆਪਣੇ ਸਮੇਂ ਦਾ ਨਿਵੇਸ਼ ਨਹੀਂ ਕਰਣਾ ਚਾਹੁੰਦੇ।

ਆਉਟਲਾਇਰਸ : ਦ ਸਟੋਰੀ ਆੱਫ ਸਕਸੈਸ ਵਿਚ ਮੈਲਕਮ ਗਲੈਡਵੈਲ ਦੱਸਦੇ ਹਨ ਕਿ ਕਿਸੇ ਵੀ ਚੀਜ਼ ਵਿਚ ਮਾਹਰ ਬਣਨ ਲਈ 10,000 ਘੰਟਿਆਂ ਦੀ ਕਰੜੀ ਘਾਲ ਦੀ ਲੋੜ ਹੁੰਦੀ ਹੈ। ਹਾਈ ਸਕੂਲ ਵਿਚ ਪੜ੍ਹਨ ਵੇਲੇ ਬਿਲ ਗੇਟਸ ਨੇ 10,000 ਘੰਟਿਆਂ ਤਕ ਪ੍ਰੋਗਾਮਿੰਗ ਕੀਤੀ। ਅਣਜਾਣੇ ਬ੍ਰਿਟਿਸ਼ ਬੈਂਡ ਦੇ ਤੌਰ ਤੇ ਬੀਟਲਸ ਨੇ ਹੈਮਬਰਗ ਦੇ ਇਕ ਨਾਇਟਕਲਬ ਵਿਚ ਹਰ ਦਿਨ ਸੱਤ ਘੰਟੇ, ਹਰ ਹਫਤੇ ਦੇ ਸੱਤਾਂ ਦਿਨਾਂ ਵਿਚ ਪ੍ਰੋਗਰਾਮ ਦਿੱਤੇ- ਅਤੇ ਤਕਰੀਬਨ 10,000 ਘੰਟਿਆਂ ਦਾ ਨਿਵੇਸ਼ ਕੀਤਾ।

ਗਲੈਡਵੈਲ ਕਹਿੰਦੇ ਹਨ, "10,000 ਘੰਟਿਆਂ ਦਾ ਨਿਯਮ ਬਾਰੇ ਸੱਚਮੁੱਚ ਰੌਚਕ ਗੱਲ ਇਹ ਹੈ ਕਿ ਇਹ ਲਗਭਗ ਹਰ ਖੇਤਰ ਵਿਚ ਲਾਗੂ ਹੁੰਦਾ ਹੈ। ਤੁਸੀਂ ਸ਼ਤਰੰਜ ਦੇ ਗ੍ਰੈਂਡ ਮਾਸਟਰ ਤਦੋਂ ਤਕ ਨਹੀਂ ਬਣ ਸਕਦੇ, ਜਦੋਂ ਤਕ ਕਿ 10,000 ਘੰਟਿਆਂ ਦਾ ਅਭਿਆਸ ਨਾ ਕਰ ਲਓ। ਜਿਹੜੇ ਪ੍ਰਤਿਭਾਸ਼ਾਲੀ ਟੇਨਿਸ ਖਿਡਾਰੀ 6 ਸਾਲ ਦੀ ਉਮਰ ਵਿਚ ਖੇਡਣਾ ਸ਼ੁਰੂ ਕਰਦਾ ਹੈ, ਉਹ ਬੋਰਿਸ ਬੇਕਰ ਵਾਂਗ 16 ਜਾਂ 17 ਸਾਲ ਦੀ ਉਮਰ 'ਚ ਵਿਮਬਲਡਨ ਖੇਡ ਰਹੇ ਹੁੰਦੇ ਹਨ। ਜਿਹੜਾ ਹੋਣਹਾਰ ਸ਼ਾਸਤਰੀ ਸੰਗੀਤਕਾਰ 4 ਸਾਲ ਦੀ ਉਮਰ 'ਚ ਵਾਇਲਿਨ ਬਜਾਉਣਾ ਸ਼ੁਰੂ ਕਰ ਦਿੰਦਾ ਹੈ, ਉਹ 15 ਸਾਲ ਦੀ ਉਮਰ ਵਿਚ ਕਾਰਨੇਗੀ ਹਾੱਲ ਵਿਚ ਸ਼ੁਰੂਆਤ ਕਰਦਾ ਹੈ।"

ਦਸ ਹਜਾਰ ਘੰਟੇ : ਗਣਿਤ ਦਾ ਇਸਤੇਮਾਲ ਕਰੋ। ਜੇਕਰ ਤੁਸੀਂ ਹਰ ਦਿਨ ਅੱਠ ਘੰਟੇ

ਮੇਹਨਤ ਕਰਦੇ ਹੋ ਅਤੇ ਹਫਤੇ ਦੇ ਪੰਜ ਦਿਨ ਕੰਮ ਵਿਚ ਲੱਗੇ ਰਹਿੰਦੇ ਹੋ, ਤਾਂ *ਪੰਜ ਸਾਲਾਂ* ਦੀ ਸਾਧਨਾ ਤੋਂ ਬਾਅਦ ਤੁਸੀਂ 10,000 ਘੰਟਿਆਂ ਦੇ ਪੂਰਨਕਾਲਕ ਕੋਸ਼ਸ਼ ਦੇ ਆਂਕੜੇ ਤੱਕ ਪੁੱਜ ਜਾਂਦੇ ਹੋ।

ਤੁਹਾਡੇ ਲਈ ਚੰਗੀ ਗੱਲ ਇਹ ਹੈ ਕਿ ਨੇਟਵਰਕ ਮਾਰਕੇਟਿੰਗ ਵਿਚ ਮਾਹਰ ਬਣਨਾ ਸ਼ਤਰੰਜ ਦੇ ਗ੍ਰੈਂਡਮਾਸਟਰ ਬਣਨ ਵਰਗਾ ਨਹੀਂ ਹੈ। ਤੁਹਾਨੂੰ ਬੋਰਿਸ ਬੇਕਰ, ਬੀਟਲਸ ਜਾਂ ਬਿਲ ਗੇਟਸ ਬਣਨ ਦੀ ਲੋੜ ਨਹੀਂ ਹੈ। ਤੁਹਾਨੂੰ ਦੁਨੀਆ ਵਿਚ ਸ਼ਰੇਸ਼ਠ ਬਣਨ ਦੀ ਲੋੜ ਵੀ ਨਹੀਂ ਹੈ– ਲੇਕਨ ਤੁਹਾਨੂੰ ਆਪਣੇ ਕਾਰੋਬਾਰ ਦੀ ਯੋਗਤਾਵਾਂ ਵਿਚ ਮਾਹਰ ਜ਼ਰੂਰ ਬਣਨਾ ਹੁੰਦਾ ਹੈ। ਇਸ ਵਿਚ ਤੁਹਾਨੂੰ ਪੰਜ ਸਾਲ ਤਾਂ ਪੂਰਨਕਾਲਕ, ਚਾਲ੍ਹੀ ਘੰਟੇ ਦੇ ਹਫਤਿਆਂ ਦੀ ਲੋੜ ਨਹੀਂ ਹੋਵੇਗੀ। ਲੇਕਨ ਨਿਸ਼ਕਿਰਿਅ ਆਮਦਨ ਵਾਲਾ ਵਿਸ਼ਾਲ ਨੇਟਵਰਕ ਬਨਾਉਣ ਲਈ ਜਿਹੜੀਆਂ ਚੀਜ਼ਾਂ ਦੀ ਲੋੜ ਹੁੰਦੀ ਹੈ, ਉਨ੍ਹਾਂ ਨੂੰ ਸਿੱਖਣ ਅਤੇ ਮਾਹਰ ਬਣਨ ਲਈ ਆਪਣੇ–ਆਪ ਉੱਤੇ ਇਕ ਅਹਿਸਾਨ ਕਰੋ ਅਤੇ ਆਪਣੇ–ਆਪ ਨੂੰ ਪੂਰਾ ਸਮਾਂ ਦਿਓ।

ਉਂਜ, ਮੈਂ *ਹੁਣ ਵੀ* ਪੰਜ ਸਾਲਾਂ ਯੋਜਨਾ ਦਾ ਇਸਤੇਮਾਲ ਕਰਦਾ ਹਾਂ।

ਜਦੋਂ ਵੀ ਮੈਂ ਕੋਈ ਨਵੀਂ ਚੀਜ਼ ਸਿਖਣ ਦਾ ਨਿਰਣਾ ਲੈਂਦਾ ਹਾਂ– ਮਿਸਾਲ ਲਈ, ਰੀਅਲ ਐਸਟੇਟ ਵਿਚ ਨਿਵੇਸ਼ ਕਰਣਾ– ਤਾਂ ਮੈਂ ਪ੍ਰਕਿਰਿਆ ਨੂੰ ਸਿੱਖਣ ਲਈ ਆਪਣੇ–ਆਪ ਨੂੰ ਅੱਜ ਵੀ ਪੰਜ ਸਾਲ ਦਾ ਸਮਾਂ ਦਿੰਦਾ ਹਾਂ। ਜਦੋਂ ਮੈਂ ਸਟੌਕਸ ਵਿਚ ਨਿਵੇਸ਼ ਕਰਣਾ ਸਿਖਣਾ ਚਾਹੁੰਦਾ ਸੀ, ਤਾਂ ਇਸਦੀ ਪ੍ਰਕਿਰਿਆ ਸਿਖਣ ਲਈ ਮੈਂ ਇੱਥੇ ਵੀ ਆਪਣੇ–ਆਪ ਨੂੰ ਪੰਜ ਸਾਲ ਦਾ ਸਮਾਂ ਦਿੱਤਾ। ਕਈ ਲੋਕ ਇਕ ਵਾਰ ਨਿਵੇਸ਼ ਕਰਦੇ ਹਨ, ਕੁੱਝ ਡਾੱਲਰਸ ਗੁਆਂਦੇ ਹਨ ਅਤੇ ਫਿਰ ਇਹ ਕੰਮ ਛੱਡ ਦਿੰਦੇ ਹਨ। ਉਹ ਆਪਣੀ ਪਹਿਲੀ ਗ਼ਲਤੀ ਤੋਂ ਬਾਅਦ ਮੈਦਾਨ ਛੱਡ ਦੇਂਦੇ ਹਨ, ਇਸਲਈ ਕੁੱਝ ਸਿਖ ਨਹੀਂ ਪਾਉਂਦੇ। ਉਹ ਇਹ ਗੱਲ ਭੁੱਲ ਜਾਂਦੇ ਹਨ ਕਿ ਹਾਰਣਾ ਤਾਂ ਜਿੱਤਣ ਦੀ ਪ੍ਰਕਿਰਿਆ ਦਾ ਹਿੱਸਾ ਹੈ। ਕੇਵਲ ਹਾਰੇ ਹੋਏ ਲੋਕ ਹੀ ਇਹ ਸੋਚਦੇ ਹਨ ਕਿ ਜੇਤੂ ਕਦੇ ਨਹੀਂ ਹਾਰਦੇ। ਕੇਵਲ ਹਾਰੇ ਹੋਏ ਲੋਕ ਹੀ ਇਹ ਸੋਚਦੇ ਹਨ ਕਿ ਗ਼ਲਤੀਆਂ ਨਾਲ ਹਰ ਕੀਮਤ ਉੱਤੇ ਬੱਚਣਾ ਚਾਹੀਦਾ ਹੈ। ਦਰਅਸਲ, ਗ਼ਲਤੀਆਂ ਜ਼ਰੂਰੀ ਸਬਕ ਸਿਖਣ ਦਾ ਅਨਮੋਲ ਮੌਕਾ ਹੁੰਦੀਆਂ ਹਨ।

ਮੈਂ ਅੱਜ ਵੀ ਜ਼ਿਆਦਾ ਤੋ ਜ਼ਿਆਦਾ ਸੰਭਵ ਗ਼ਲਤੀਆਂ ਕਰਣ ਲਈ ਆਪਣੇ–ਆਪ ਨੂੰ ਪੰਜ ਸਾਲ ਦਾ ਸਮਾਂ ਦਿੰਦਾ ਹਾਂ। ਮੈਂ ਇੰਜ ਇਸਲਈ ਕਰਦਾ ਹਾਂ, ਕਿਉਂਕਿ ਮੈਨੂੰ ਪਤਾ ਹੈ ਕਿ ਮੈਂ ਜਿੰਨੀ ਜ਼ਿਆਦਾ ਗ਼ਲਤੀਆਂ ਕਰਦਾ ਹਾਂ ਅਤੇ ਉਨ੍ਹਾਂ ਨਾਲ ਸਿਖਦਾ ਹਾਂ, ਮੈਂ ਉੱਨਾ ਹੀ ਜ਼ਿਆਦਾ ਸਮਾਰਟ ਬਣਾਂਗਾ। ਮੈਂ ਜੇਕਰ ਪੰਜ ਸਾਲ ਤਕ ਇਕ ਵੀ ਗ਼ਲਤੀ ਨਾ ਕਰਾਂ, ਤਾਂ ਪੰਜ ਸਾਲ ਪਹਿਲੇ ਜਿੰਨਾ ਸਮਾਰਟ ਸੀ, ਉਸ ਤੋਂ ਜ਼ਿਆਦਾ ਸਮਾਰਟ ਨਹੀਂ ਹੋਵਾਂਗਾ– ਮੈਂ ਤਾਂ ਬਸ ਪੰਜ ਸਾਲ ਜ਼ਿਆਦਾ ਬੁੱਢਾ ਬਣਾਂਗਾ।

ਆਪਣੇ–ਆਪ ਨੂੰ ਸਿਖੀਆਂ ਹੋਈਆਂ ਗੱਲਾਂ ਨੂੰ ਵੀ ਭੁੱਲਣ ਦਾ ਸਮਾਂ ਦਿਓ

ਤੁਸੀਂ ਇਸ ਕਾਰੋਬਾਰ ’ਚ ਕਾਫੀ ਕੁੱਝ ਸਿਖੋਗੇ, ਲੇਕਨ ਇਸ ਗੱਲ ਦਾ ਚੰਗੀ ਸੰਭਾਵਨਾ ਹੈ ਕਿ ਤੁਹਾਨੂੰ ਬਹੁਤ ਸਾਰੀਆਂ ਪੁਰਾਣੀਆਂ ਸਿੱਖੀਆਂ ਹੋਈਆਂ ਗੱਲਾਂ ਨੂੰ *ਭੁਲਾਉਣ ਦੀ* ਵੀ ਲੋੜ ਹੋਵੇਗੀ।

ਬਹੁਤ ਸਾਰੇ ਲੋਕ *ਈ* ਅਤੇ *ਐਸ* ਕੁਆਡਰੈਂਟ ਵਿਚ ਤੰਬੂ ਗੱਡ ਲੈਂਦੇ ਹਨ, ਇਸਦਾ ਇਕ

ਕਾਰਣ ਇਹ ਹੁੰਦਾ ਹੈ ਕਿ ਉਹ ਉੱਥੇ ਆਰਾਮ ਮਹਿਸੂਸ ਕਰਣ ਲੱਗਦੇ ਹਨ। ਇੰਜ ਨਹੀਂ ਹੈ ਕਿ ਕੁਆਡਰੈਂਟਸ ਅਸਲ ਵਿਚ ਜ਼ਿਆਦਾ ਆਰਾਮਦਾਈ ਹੁੰਦੇ ਹਨ। ਦੇਖੋ, ਤੁਹਾਡੇ ਉੱਤੇ ਟੈਕਸ ਦਾ ਬਹੁਤ ਜ਼ਿਆਦਾ ਭਾਰ ਲੱਦਿਆ ਜਾਂਦਾ ਹੈ, ਤੁਹਾਡਾ ਸਮਾਂ ਕਦੇ ਤੁਹਾਡਾ ਨਹੀਂ ਹੁੰਦਾ, ਤੁਹਾਨੂੰ ਅਕਸਰ ਉਨ੍ਹਾਂ ਲੋਕਾਂ ਨਾਲ ਕੰਮ ਕਰਣ ਲਈ ਮਜ਼ਬੂਰ ਕੀਤਾ ਜਾਂਦਾ ਹੈ, ਜਿਨ੍ਹਾਂ ਨੂੰ ਤੁਸੀਂ ਬਰਦਾਸ਼ਤ ਨਹੀਂ ਕਰ ਸਕਦੇ.. ਬੜੇ ਮਾਇਨਿਆਂ ਵਿਚ ਇਹ ਕੁਆਡਰੈਂਟਸ ਕਤਈ *ਆਰਾਮਦਾਈ ਨਹੀਂ* ਹੁੰਦੇ। ਲੇਕਨ ਲੋਕਾਂ ਨੂੰ ਇਨ੍ਹਾਂ ਦੀ *ਆਦਤ* ਪੈ ਜਾਂਦੀ ਹੈ, ਕਿਉਂਕਿ ਉਨ੍ਹਾਂ ਨੇ ਇਹ ਸਿਖਣ ਵਿਚ ਸਾਲਾਂ ਦਾ ਸਮਾਂ ਲਾਇਆ ਹੈ ਕਿ ਉੱਥੇ ਕਿਵੇਂ ਰਿਹਾ ਜਾਵੇ ਅਤੇ ਉਹ ਇਸ ਤੋਂ ਜ਼ਿਆਦਾ ਕੁੱਝ ਨਹੀਂ ਜਾਣਦੇ।

ਲੇਕਨ ਨੇਟਵਰਕ ਮਾਰਕੇਟਿੰਗ ਦੀ ਦੁਨੀਆ ਵਿਚ ਪੈਰ ਰੱਖਦੇ ਹੀ ਇਹ ਸਾਰਾ ਕੁੱਝ ਬਦਲ ਜਾਂਦਾ ਹੈ। ਰਵਾਇਤੀ ਰੁਜ਼ਕਾਰ ਜਾਂ ਸਵੈ-ਰੁਜ਼ਕਾਰ ਵਿਚ ਵਤੀਤ ਕੀਤੇ ਸਮੇਂ ਨਾਲ ਨੌਕਰੀ ਦਾ ਜਿਹੜਾ ਅਨੁਭਵ ਮਿਲਦਾ ਹੈ, ਉਹ ਅਕਸਰ ਨੇਟਵਰਕ ਮਾਰਕੇਟਿੰਗ ਵਿਚ ਉਪਯੋਗੀ ਸਾਬਤ ਨਹੀਂ ਹੁੰਦਾ। ਕੰਮ ਦੇ ਨਿਸ਼ਚਤ ਘੰਟੇ, ਕੰਮੇ ਦੇ ਸਮੇਂ ਤੇ ਅਧਾਰਤ ਨਿਸ਼ਚਤ ਤਨਖ਼ਾਹ ਜਾਂ ਮਜ਼ਦੂਰੀ, ਬੱਸ ਅਤੇ ਪ੍ਰਬੰਧਨ ਦੀ ਲੜੀ ਦਾ ਤੰਤਰ, ਬਹੁਤ ਵਿਸਤਰਤ ਕਾਰਜ ਵਿਵਰਣ, ਸਪਸ਼ਟ ਤੌਰ ਤੇ ਪਰਿਭਾਸ਼ਤ ਗਾਹਕ, ਸਪਸ਼ਟਤਾ ਨਾਲ ਪਰਿਭਾਸ਼ਤ ਇਲਾਕਾ ਅਤੇ ਭੌਤਕ ਪਲਾਂਟਸ- ਰਵਾਇਤੀ ਕੰਮ ਕਰਣ ਦੀ ਥਾਂ ਦੇ ਇੰਨੇ ਸਾਰੇ ਝਮੇਲੇ ਇਸ ਕਾਰੋਬਾਰ ਵਿਚ ਹੁੰਦੇ ਹੀ ਨਹੀਂ ਹਨ।

ਜਿਵੇਂ ਮੈਂ ਪਹਿਲਾਂ ਕਹਿ ਚੁੱਕਿਆ ਹਾਂ, ਜੇਕਰ ਤੁਸੀਂ ਰਵਾਇਤੀ ਸੈਲਜ਼ ਵਿਚ ਕੰਮ ਕਰ ਚੁੱਕੇ ਹੋ, ਤਾਂ ਤੁਹਾਨੂੰ ਦਰਅਸਲ ਇਸ ਯੋਗਤਾ ਨੂੰ ਭੁੱਲਣਾ ਹੋਵੇਗਾ, ਕਿਉਂਕਿ ਨੇਟਵਰਕ ਮਾਰਕੇਟਿੰਗ ਵਿਚ ਸਿਰਫ਼ ਇਹੀ ਮਹੱਤਵਪੂਰਨ ਨਹੀਂ ਹੁੰਦਾ ਕਿ ਤੁਸੀਂ ਕੀ ਕਰ ਸਕਦੇ ਹੋ। ਮਹੱਤਵਪੂਰਨ ਤਾਂ ਇਹ ਹੁੰਦਾ ਹੈ ਕਿ ਤੁਸੀਂ ਕੀ ਕਰ ਸਕਦੇ ਹੋ *ਅਤੇ ਕਿੰਨਾ ਦੁਹਰਾ* ਕਰ ਸਕਦੇ ਹੋ।

ਜੇਕਰ ਤੁਹਾਨੂੰ ਕਰਮਚਾਰੀਆਂ ਦਾ ਪ੍ਰਬੰਧਨ ਕਰਣ ਦਾ ਅਨੁਭਵ ਹੈ, ਤਾਂ ਉਸ ਨੂੰ ਭੁੱਲਣ ਦੀ ਲੋੜ ਹੋਵੇਗੀ- ਕਿਉਂਕਿ ਨੇਟਵਰਕ ਮਾਰਕੇਟਿੰਗ ਵਿਚ ਤੁਸੀਂ ਕਿਸੇ ਨੂੰ ਨੌਕਰੀ 'ਤੇ ਨਹੀਂ ਰੱਖਦੇ ਹੋ ਜਾਂ ਨੌਕਰੀ ਤੋਂ ਨਹੀਂ ਕੱਢਦੇ ਜਾਂ ਲੋਕਾਂ ਨੂੰ ਇਹ ਨਹੀਂ ਕਹਿੰਦੇ ਕਿ ਉਨ੍ਹਾਂ ਨੂੰ ਕੀ ਕਰਨਾ ਹੈ। ਇਹ ਬਿਲਕੁੱਲ ਨਵਾਂ ਖੇਤਰ ਹੈ, ਇਹ 21ਵੀਂ ਸਦੀ ਦਾ ਕਾਰੋਬਾਰ ਹੈ ਅਤੇ ਇਸ ਵਿਚ ਉੱਤਮ ਬਣਨ ਲਈ ਤੁਹਾਨੂੰ ਕੁੱਝ ਪੁਰਾਣੀਆਂ ਆਦਤਾਂ ਨੂੰ ਪਿੱਛੇ ਛੱਡਣ ਦੀ ਲੋੜ ਹੋਵੇਗੀ।

ਸਿਖਣ ਦੇ ਨਾਲ-ਨਾਲ ਭੁੱਲਣ ਲਈ ਵੀ ਸਮਾਂ ਦਿਓ। ਕੁੱਝ ਲੋਕਾਂ ਲਈ ਕੁਆਡਰੈਂਟ ਦਾ ਖੱਬੇ ਹਿੱਸੇ ਤੋਂ ਸੱਜੇ ਹਿੱਸੇ ਵਿਚ ਪੁੱਜਣ ਦਾ ਸਭ ਤੋਂ ਮੁਸ਼ਕਲ ਪਹਿਲੂ ਈ ਅਤੇ ਐਸ ਕੁਆਡਰੈਂਟਸ ਦੇ ਨਜ਼ਰੀਏ ਨੂੰ ਭੁੱਲਣਾ ਹੁੰਦਾ ਹੈ। ਜਦੋਂ ਤੁਸੀਂ ਪਹਿਲਾਂ ਤੋਂ ਸਿੱਖੀਆਂ ਹੋਈਆਂ ਗੱਲਾਂ ਭੁੱਲਣ ਲੱਗੋਗੇ, ਤਾਂ ਪਰਿਵਰਤਨ ਜ਼ਿਆਦਾ ਤੇਜੀ ਅਤੇ ਸੌਖੇ ਢੰਗ ਨਾਲ ਹੋ ਜਾਵੇਗਾ।

ਇਹ ਸਾਰਾ ਕੁੱਝ ਅਮਲ ਉੱਤੇ ਨਿਰਭਰ ਕਰਦਾ ਹੈ

ਤੁਸੀਂ ਭਾਵੇਂ ਜਿੰਨੀਆਂ ਵੀ ਯੋਜਨਾਵਾਂ ਬਣਾ ਲਓ। ਤੁਸੀਂ ਭਾਵੇਂ ਜਿੰਨਾ ਅਧਿਐਨ ਕਰ ਲਓ। ਅਤੇ ਭਾਵੇਂ ਜਿੰਨਾ ਸਿਖ ਲਓ, ਲੇਕਨ ਨੇਟਵਰਕ ਮਾਰਕੇਟਿੰਗ ਵਿਚ ਜਿੱਤ ਦਾ ਸੇਹਰਾ ਉਨ੍ਹਾਂ ਲੋਕਾਂ ਦੇ ਸਿਰ ਉੱਤੇ ਹੀ ਬੰਨ੍ਹਦਾ ਹੈ, ਜਿਹੜੇ ਕਰਮ ਕਰਦੇ ਹਨ- ਅੱਜ ਵੀ, ਕੱਲ੍ਹ ਵੀ ਅਤੇ ਹਰ ਦਿਨ।

ਅਧਿਆਇ 20

ਜੀਵਨ ਜਿਊਣਾ

ਕਿਹੜੀਆਂ ਚੀਜ਼ਾਂ ਤੁਹਾਨੂੰ ਅਮੀਰ ਬਣਾਉਂਦੀਆਂ ਹਨ? ਜ਼ਿਆਦਾਤਰ ਲੋਕ ਜਵਾਬ ਦੇਣਗੇ, "ਜ਼ਾਹਰ ਹੈ, ਪੈਸਾ!" ਉਨ੍ਹਾਂ ਦੀ ਗੱਲ ਸਰਾਸਰ ਗ਼ਲਤ ਹੈ। ਸਿਰਫ਼ ਪੈਸਾ ਹੋਣ ਨਾਲ ਤੁਸੀਂ ਅਮੀਰ ਨਹੀਂ ਬਣ ਜਾਂਦੇ, ਕਿਉਂਕਿ ਕਿਸੇ ਵੀ ਸਮੇਂ ਪੈਸਾ ਗੁਆਇਆ ਜਾ ਸਕਦਾ ਹੈ। ਰੀਅਲ ਐਸਟੈਟ ਦੇ ਮਾਲਕ ਬਣਨ ਤੋਂ ਵੀ ਤੁਸੀਂ ਸੱਚਮੁੱਚ ਅਮੀਰ ਨਹੀਂ ਬਣਦੇ, ਕਿਉਂਕਿ (ਜਿਵੇਂ ਅਸੀਂ ਪਿਛਲੇ ਕੁੱਝ ਸਾਲਾਂ ਵਿਚ ਚੰਗੀ ਤਰ੍ਹਾਂ ਦੇਖ ਚੁੱਕੇ ਹਾਂ) ਰੀਅਲ ਐਸਟੈਟ ਦਾ ਮੁੱਲ ਕਦੇ ਵੀ ਘੱਟ ਹੋ ਸਕਦਾ ਹੈ।

ਤਾਂ ਫਿਰ ਕਿਹੜੀ ਚੀਜ਼ ਤੁਹਾਨੂੰ ਅਮੀਰ ਬਣਾਉਂਦੀ ਹੈ? *ਗਿਆਨ।*

ਮੇਰਾ ਸੁਨਹਿਰੀ ਸਬਕ

ਗਭਰੂ ਅਵਸਥਾ ਵੇਲੇ ਹੀ ਮੈਂ ਰੀਅਲ ਐਸਟੈਟ 'ਚ ਨਿਵੇਸ਼ ਕਰਨਾ ਸ਼ੁਰੂ ਕੀਤਾ, ਲੇਕਨ ਉਸ ਤੋਂ ਪਹਿਲਾਂ ਮੈਂ ਸੋਨੇ ਵਿਚ ਨਿਵੇਸ਼ ਕੀਤਾ ਸੀ। ਮੈਂ ਆਪਣੇ-ਆਪ ਨੂੰ ਤਰਕ ਦੇ ਕੇ ਸੰਤੁਸ਼ਟ ਕਰਣ ਦੀ ਕੋਸ਼ਸ ਕੀਤੀ, "ਸੋਨਾ ਹੀ ਇਕਲੌਤਾ ਅਸਲੀ ਧਨ ਹੈ। ਮੈਂ ਗ਼ਲਤ ਕਿਵੇਂ ਹੋ ਸਕਦਾ ਹਾਂ?" ਮੈਂ 1972 ਵਿਚ ਸੋਨੇ ਦੇ ਸਿੱਕੇ ਖਰੀਦਣ ਲੱਗਾ। ਤਦੋਂ ਸੋਨੇ ਦਾ ਭਾਵ 85 ਡਾੱਲਰ ਪ੍ਰਤੀ ਔਂਸ ਸੀ ਅਤੇ ਉਸ ਵੇਲੇ ਮੈਂ 25 ਸਾਲਾਂ ਦਾ ਸੀ। ਜਦੋਂ ਮੈਂ 32 ਸਾਲਾਂ ਦਾ ਹੋਇਆ, ਸੋਨਾ 800 ਡਾੱਲਰ ਪ੍ਰਤੀ ਔਂਸ ਦੇ ਨੇੜੇ ਪੁੱਜ ਗਿਆ ਅਤੇ ਮੇਰਾ ਪੈਸਾ ਤਕਰੀਬਨ *ਦਸ ਗੁਣਾ* ਹੋ ਗਿਆ। ਹਾੱਟ ਡਾੱਗ!

ਲੋਕ ਪਗਲਾ ਰਹੇ ਸਨ ਅਤੇ ਲਾਲਚ ਸਾਵਧਾਨੀ ਉੱਤੇ ਹਾਵੀ ਹੋ ਗਿਆ। ਅਫਵਾਹਾਂ ਉੱਡਣ ਲੱਗੀਆਂ ਕਿ ਸੋਨਾ 2,500 ਡਾੱਲਰ ਪ੍ਰਤਿ ਔਂਸ ਤੱਕ ਪੁੱਜਣ ਵਾਲਾ ਹੈ। ਲਾਲਚੀ ਨਿਵੇਸ਼ਕ ਬੇਹਤਾਸ਼ਾ ਸੋਨਾ ਖਰੀਦਣ ਲੱਗੇ, ਉਹ ਲੋਕ ਵੀ, ਜਿਨ੍ਹਾਂ ਨੇ ਪਹਿਲਾਂ ਕਦੇ ਸੋਨਾ ਨਹੀਂ ਸੀ ਖਰੀਦੀਆਂ। ਮੈਂ ਆਪਣੇ ਸੋਨੇ ਦੇ ਸਿੱਕੇ ਭਾਰੀ ਮੁਨਾਫ਼ੇ ਤੇ ਵੇਚ ਸਕਦਾ ਸੀ, ਲੇਕਨ ਮੈਂ ਉਨ੍ਹਾਂ ਨੂੰ ਸੀਨੇ ਨਾਲ ਲਾ ਕੇ ਰੱਖਿਆ। ਮੈਂ ਆਸ ਕਰ ਰਿਹਾ ਸੀ ਕਿ ਭਾ ਹੋਰ ਵਧਣਗੇ। ਤਕਰੀਬਨ ਇਕ ਸਾਲ ਬਾਅਦ ਜਦ ਸੋਨਾ ਦੁਬਾਰਾ 500 ਡਾੱਲਰ ਪ੍ਰਤੀ ਔਂਸ ਤਕ ਹੇਠਾਂ ਆ ਗਿਆ, ਤਦੋਂ ਮੈਂ ਆਪਣਾ ਅਖੀਰਲਾ ਸਿੱਕਾ

ਰੀਅਲ ਐਸਟੇਟ, ਸੋਨਾ, ਸਟੱਾਕਸ, ਕਰੜੀ ਮੇਹਨਤ ਜਾਂ ਪੈਸਾ ਤੁਹਾਨੂੰ ਅਮੀਰ ਨਹੀਂ ਬਣਾਉਂਦਾ; ਇਸਦੀ ਬਜਾਇ ਰੀਅਲ ਐਸਟੇਟ, ਸੋਨੇ, ਸਟੱਾਕਸ, ਕਰੜੀ ਮੇਹਨਤ ਅਤੇ ਧਨ ਸੰਬੰਧੀ ਗਿਆਨ ਤੁਹਾਨੂੰ ਅਮੀਰ ਬਨਾਉਂਦਾ ਹੈ। ਅੰਤਮ ਵਿਸ਼ਲੇਸ਼ਣ ਵਿਚ, ਤੁਹਾਡੀ ਵਿੱਤੀ ਬੁੱਧੀਮੱਤਾ ਤੁਹਾਨੂੰ ਅਮੀਰ ਬਣਾਉਂਦੀ ਹੈ।

ਵੀ ਵੇਚ ਦਿੱਤਾ। ਮੈਂ 1996 ਤਕ ਸੋਨੇ ਦੇ ਭਾ ਨੂੰ ਹੇਠਾਂ ਡਿਗਦਿਆਂ ਦੇਖਿਆਂ, ਜਦੋਂ ਇਹ 275 ਡਾੱਲਰ ਤੱਕ ਪੁੱਜਣ ਤੋਂ ਬਾਅਦ ਦੁਬਾਰਾ ਉੱਤੇ ਚਣਨ ਲੱਗਾ।

ਇਸ ਸੌਦੇ ਵਿਚ ਮੈਂ ਜ਼ਿਆਦਾ ਪੈਸੇ ਨਹੀਂ ਬਣਾ ਪਾਇਆ, ਲੇਕਨ ਸੋਨੇ ਦੇ ਇਸ ਨਿਵੇਸ਼ ਨਾਲ ਮੈਂ ਪੈਸੇ ਬਾਰੇ ਇਕ ਅਨਮੋਲ ਸਬਕ ਸਿੱਖਿਆ। ਇਕ ਵਾਰ ਜਦੋਂ ਮੈਂ ਦੇਖ ਲਿਆ ਕਿ ਮੈਂ "ਅਸਲ ਪੈਸੇ" ਵਿਚ ਨਿਵੇਸ਼ ਕਰਣ ਦੇ ਬਾਵਜੂਦ ਵੀ ਪੈਸਾ *ਗੁਆਂ* ਸਕਦਾ ਹਾਂ, ਤਾਂ ਮੈਨੂੰ ਅਹਿਸਾਸ ਹੋਇਆ ਕਿ ਸਥੂਲ ਸੰਪੱਤੀ ਕੀਮਤੀ ਨਹੀਂ ਹੁੰਦੀ। ਦਰਅਸਲ ਉਸ ਸੰਪੱਤੀ ਤੋਂ ਸੰਬੰਧਤ *ਜਾਣਕਾਰੀ* ਦੀ ਬਦੌਲਤ ਹੀ ਵਿਅਕਤੀ ਅਮੀਰ ਜਾਂ ਗ਼ਰੀਬ ਬਣਦਾ ਹੈ।

ਰੀਅਲ ਐਸਟੇਟ, ਸੋਨਾ, ਸਟੱਾਕਸ, ਕਰੜੀ ਮੇਹਨਤ ਜਾਂ ਪੈਸਾ ਤੁਹਾਨੂੰ ਅਮੀਰ ਨਹੀਂ ਬਣਾਉਂਦਾ ਹੈ; ਇਸਦੀ ਬਜਾਇ ਰੀਅਲ ਐਸਟੇਟ, ਸੋਨੇ, ਸਟੱਾਕਸ, ਕਰੜੀ ਮੇਹਨਤ ਅਤੇ ਧਨ ਸੰਬੰਧੀ ਗਿਆਨ ਤੁਹਾਨੂੰ ਅਮੀਰ ਬਨਾਉਂਦਾ ਹੈ। ਅੰਤਮ ਵਿਸ਼ਲੇਸ਼ਣ ਵਿਚ, ਤੁਹਾਡੀ *ਵਿੱਤੀ ਬੁੱਧੀਮੱਤਾ* ਤੁਹਾਨੂੰ ਅਮੀਰ ਬਣਾਉਂਦੀ ਹੈ।

ਵਿੱਤੀ ਬੁੱਧੀ ਦਾ ਸਿਖਿਅਕ ਬੁੱਧੀ ਨਾਲ ਬਹੁਤ ਘੱਟ ਲੈਣਾ-ਦੇਣਾ ਹੈ ਜਾਂ ਬਿਲਕੁੱਲ ਵੀ ਨਹੀਂ ਹੈ। ਹੋ ਸਕਦਾ ਹੈ ਕਿ ਸਿਖਿਅਕ ਬੁੱਧੀ ਦੇ ਸੰਦਰਭ ਵਿਚ ਤੁਸੀਂ ਜੀਨੀਅਸ ਹੋਵੇ, ਲੇਕਨ ਵਿੱਤੀ ਬੁੱਧੀ ਦੇ ਮਾਮਲੇ ਵਿਚ ਬਿਲਕੁੱਲ ਹੀ ਮੰਦਬੁੱਧੀ।

1. ਜਾਣੋ ਕਿ ਜ਼ਿਆਦਾ ਧਨ ਕਿਵੇਂ ਬਣਾਇਆ ਜਾਵੇ

ਤੁਸੀਂ ਜਿੰਨਾ ਜ਼ਿਆਦਾ ਪੈਸਾ ਬਣਾਉਂਦੇ ਹੋ, ਤੁਹਾਡੀ ਵਿੱਤੀ ਬੁੱਧੀ ਉੱਨੀ ਹੀ ਜ਼ਿਆਦਾ ਹੁੰਦੀ ਹੈ। ਜਿਹੜਾ ਵਿਅਕਤੀ ਇਕ ਸਾਲ ਵਿਚ ਦਸ ਲੱਖ ਡਾੱਲਰ ਕਮਾਉਂਦਾ ਹੈ, ਉਸਦਾ ਵਿੱਤੀ ਆਈਕਿਊ ਉਸ ਵਿਅਕਤੀ ਨਾਲੋਂ ਜ਼ਿਆਦਾ ਹੁੰਦਾ ਹੈ, ਜਿਹੜਾ ਇਕ ਸਾਲ ਵਿਚ ਸਿਰਫ਼ 30,000 ਡਾੱਲਰ ਕਮਾਉਂਦਾ ਹੈ।

2. ਜਾਣੋ ਕਿ ਆਪਣੇ ਪੈਸਿਆਂ ਦੀ ਰੱਖਿਆ ਕਿਵੇਂ ਕੀਤੀ ਜਾਵੇ

ਦੁਨੀਆ ਤੁਹਾਡਾ ਪੈਸਾ ਖੋਹਣ ਦੀ ਫਿਰਾਕ ਵਿਚ ਹੈ ਅਤੇ ਇਹ ਕੇਵਲ ਬਰਨੀ ਮੈਡਾੱਫ਼ ਵਰਗੇ ਲੋਕਾਂ ਤੱਕ ਹੀ ਸੀਮਤ ਨਹੀਂ ਹੈ। ਤੁਹਾਡੇ ਪੈਸੇ ਉੱਤੇ ਸਾਰਿਆਂ ਤੋਂ ਵੱਧ ਨਜ਼ਰਾਂ ਸਰਕਾਰ ਦੀ ਲੱਗੀ ਰਹਿੰਦੀ ਹੈ, ਜਿਹੜੀ ਤੁਹਾਡਾ ਪੈਸਾ *ਕਾਨੂੰਨੀ ਤੌਰ ਤੇ* ਲੈਂਦੀ ਹੈ।

ਦੋ ਲੋਕਾਂ ਨੂੰ ਲਓ, ਜਿਹੜੇ ਹਰ ਸਾਲ 1 ਮਿਲੀਅਨ ਡਾਲਰ ਬਣਾਉਂਦੇ ਹਨ। ਜੇਕਰ ਉਨ੍ਹਾਂ ਵਿਚੋਂ ਇਕ 20 ਫੀਸਦੀ ਦੀ ਦਰ ਨਾਲ ਟੈਕਸ ਦਿੰਦਾ ਹੈ, ਜਦੋਂ ਕਿ ਦੂਜਾ 35 ਫੀਸਦੀ ਦੀ ਦਰ ਨਾਲ, ਤਾਂ ਪਹਿਲੇ ਵਿਅਕਤੀ ਦਾ ਵਿੱਤੀ ਆਈਕਿਊ ਜ਼ਿਆਦਾ ਉੱਚਾ ਹੈ।

3. ਜਾਣੋ ਕਿ ਆਪਣੇ ਪੈਸਿਆਂ ਦਾ ਬਜ਼ਟ ਕਿਵੇਂ ਬਣਾਇਆ ਜਾਵੇ

ਕਈ ਲੋਕ ਜਿੰਨਾ ਪੈਸੇ ਕਮਾਉਂਦੇ ਹਨ, ਉਸ ਵਿਚ ਜ਼ਿਆਦਾਤਰ ਆਪਣੇ ਕੋਲ ਰੱਖਣ ਵਿਚ ਇਸ ਲਈ ਅਸਫਲ ਰਹਿੰਦੇ ਹਨ, ਕਿਉਂਕਿ ਉਹ ਅਮੀਰ ਵਿਅਕਤੀ ਦੀ ਬਜਾਇ ਗ਼ਰੀਬ ਵਿਅਕਤੀ ਵਾਂਗ ਬਜ਼ਟ ਬਣਾਉਂਦੇ ਹਨ। ਪੈਸੇ ਦਾ ਬਜ਼ਟ ਬਨਾਉਣ ਵਿਚ ਵੀ ਵਿੱਤੀ ਬੁੱਧੀ ਦੀ ਲੋੜ ਹੁੰਦੀ ਹੈ।

ਦੋ ਲੋਕਾਂ ਨੂੰ ਲਓ : ਪਹਿਲਾਂ ਵਿਅਕਤੀ ਹਰ ਸਾਲ 1,20,000 ਡਾਲਰ ਕਮਾਉਂਦਾ ਹੈ ਅਤੇ ਦੂਜਾ ਹਰ ਸਾਲ ਕੇਵਲ 60,000 ਡਾਲਰ ਹੀ। ਕਿਸ ਵਿਚ ਜ਼ਿਆਦਾ ਵਿੱਤੀ ਬੁੱਧੀ ਹੈ? ਪਹਿਲੇ ਵਿਅਕਤੀ ਵਿਚ ! ਇੰਨੀ ਛੇਤੀ ਨਿਰਣਾ ਨਾ ਲਓ ! ਆਓ, ਮੰਨ ਲੈਂਦੇ ਹਾਂ ਕਿ ਪਹਿਲਾਂ ਵਿਅਕਤੀ ਹਰ ਸਾਲ 1,20,000 ਡਾਲਰ *ਖ਼ਰਚ*ਵੀ ਕਰ ਦਿੰਦਾ ਹੈ, ਜਿਸ ਨਾਲ ਸਾਲ ਦੇ ਅੰਤ ਵਿਚ ਉਹ ਠਨ-ਠਨ ਗੋਪਾਲ ਬਣ ਜਾਂਦਾ ਹੈ। ਲੇਕਨ ਦੂਜਾ ਵਿਅਕਤੀ, ਜਿਹੜਾ ਸਿਰਫ਼ 60,000 ਡਾਲਰ ਕਮਾਉਂਦਾ ਹੈ, ਸਾਵਧਾਨੀ ਨਾਲ ਬਜ਼ਟ ਬਣਾਉਂਦਾ ਹੈ ਅਤੇ ਸਿਰਫ਼ 50,000 ਡਾਲਰ ਵਿਚ ਚੰਗੀ ਤਰ੍ਹਾਂ ਗੁਜ਼ਾਰਾ ਕਰਦਾ ਹੈ ਅਤੇ ਬਾਕੀ ਬਚੇ ਹੋਏ 10,000 ਡਾਲਰ ਦਾ ਨਿਵੇਸ਼ ਕਰ ਦੇਂਦਾ ਹੈ। ਅੰਤ ਵਿਚ ਕਿਸਦੇ ਕੋਲ ਜ਼ਿਆਦਾ ਪੈਸਾ ਰਹਿੰਦਾ ਹੈ?

ਜੇਕਰ ਤੁਹਾਡੇ ਵਿਚ ਧਨ-ਪ੍ਰਬੰਧਨ ਦੀ ਯੋਗਤਾਵਾਂ ਕਮਜ਼ੋਰ ਹਨ, ਤਾਂ ਸੰਸਾਰ ਦਾ ਸਾਰਾ ਪੈਸਾ ਵੀ ਤੁਹਾਨੂੰ ਬਚਾ ਨਹੀਂ ਸਕਦਾ। ਜੇਕਰ ਤੁਸੀਂ ਸਿਆਣਪ ਨਾਲ ਆਪਣੇ ਧਨ ਦਾ ਬਜ਼ਟ ਬਣਾਉਂਦੇ ਹੋ ਅਤੇ ਬੀ ਅਤੇ ਆਈ ਕੁਆਡਰੈਂਟਸ ਬਾਰੇ ਸਿਖਦੇ ਹੋ, ਤਾਂ ਸਮਝ ਲਓ ਕਿ ਤੁਸੀਂ ਭਾਰੀ ਵਿਅਕਤੀਗਤ ਦੌਲਤ ਦੀ ਰਾਹ ਉੱਤੇ ਹੋ ਅਤੇ, ਸਭ ਤੋਂ ਮਹੱਤਵਪੂਰਨ ਗੱਲ, ਸੁਤੰਤਰਤਾ ਦੀ ਰਾਹ ’ਤੇ।

ਚੰਗੀ ਤਰ੍ਹਾਂ ਜਿਊਣ ਅਤੇ ਇਸਦੇ ਬਾਵਜੂਦ ਨਿਵੇਸ਼ ਕਰਣ ਲਈ ਵਿੱਤੀ ਬੁੱਧੀ ਦੇ ਉੱਚੇ ਸਤਰ ਦੀ ਲੋੜ ਹੁੰਦੀ ਹੈ, ਭਾਵੇਂ ਤੁਸੀਂ ਕਿੰਨਾ ਵੀ ਘੱਟ ਜਾਂ ਜ਼ਿਆਦਾ ਕਿਉਂ ਨਾ ਕਮਾਉਂਦੇ ਹੋਵੇ। ਬਚਤ ਕਰਣ ਲਈ ਤੁਹਾਨੂੰ ਸਰਗਰਮੀ ਨਾਲ ਬਜ਼ਟ ਬਨਾਉਣਾ ਹੁੰਦਾ ਹੈ।

4. ਜਾਣੋ ਕਿ ਆਪਣੇ ਧਨ ਦੀ ਲੀਵਰੇਜਿੰਗ ਕਿਵੇਂ ਕੀਤੀ ਜਾਂਦੀ ਹੈ

ਜਦੋਂ ਤੁਸੀਂ ਬਚਤ ਦਾ ਬਜ਼ਟ ਬਣਾ ਲਓ, ਤਾਂ ਅਗਲੀ ਵਿੱਤੀ ਚੁਣੌਤੀ ਉਸ ਬਚਤ ਦੀ ਲੀਵਰੇਜਿੰਗ ਕਰਣਾ ਹੈ। ਨਿਵੇਸ਼ ਉੱਤੇ ਲਾਭ ਵਿੱਤੀ ਬੁੱਧੀ ਦਾ ਇਕ ਹੋਰ ਪੈਮਾਨਾ ਹੈ। ਜਿਹੜਾ ਵਿਅਕਤੀ ਆਪਣੇ ਧਨ ਉੱਤੇ 50 ਫੀਸਦੀ ਲਾਭ ਕਮਾਉਂਦਾ ਹੈ, ਉਸ ਵਿਚੋਂ ਉਸ ਵਿਅਕਤੀ ਨਾਲੋਂ ਜ਼ਿਆਦਾ ਵਿੱਤੀ ਆਈਕਿਊ ਹੁੰਦਾ ਹੈ, ਜਿਹੜਾ ਸਿਰਫ਼ 5 ਫੀਸਦੀ ਫਾਇਦਾ ਕਮਾਉਂਦਾ ਹੈ। ਅਤੇ ਜਿਹੜਾ ਵਿਅਕਤੀ ਆਪਣੇ ਪੈਸੇ ਉੱਤੇ 50 ਫੀਸਦੀ *ਟੈਕਸ-ਫ੍ਰੀ*ਮੁਨਾਫਾ ਕਮਾਉਂਦਾ ਹੈ, ਉਸ ਵਿਚ ਉਸ ਵਿਅਕਤੀ ਕੋਲੋਂ ਜ਼ਿਆਦਾ ਆਈਕਿਊ ਹੁੰਦਾ ਹੈ, ਜਿਹੜਾ ਕੇਵਲ 5 ਫੀਸਦੀ ਲਾਭ ਕਮਾਉਂਦਾ ਹੈ ਅਤੇ ਫਿਰ ਉਸ ਉੱਤੇ 35 ਫੀਸਦੀ ਦੀ ਦਰ ਉੱਤੇ ਟੈਕਰ ਦਿੰਦਾ ਹੈ।

ਜ਼ਿਆਦਾਤਰ ਲੋਕਾਂ ਕੋਲ ਜੇਕਰ ਮਹੀਨੇ ਦੇ ਆਖ਼ਰ ਵਿਚ ਪੈਸਾ ਬੱਚਦਾ ਹੈ, ਤਾਂ ਉਹ ਉਸ ਨੂੰ ਬੈਂਕ ਜਾਂ ਮਿਊਚਲ ਫੰਡ ਪੋਰਟਫੋਲਿਓ ਵਿਚ ਪਾ ਦੇਂਦੇ ਹਨ ਅਤੇ ਆਸ ਕਰਦੇ ਹਨ ਕਿ ਇਸ ਨਾਲ ਉਨ੍ਹਾਂ ਦੇ ਪੈਸੇ ਦੀ ਲੀਵਰੇਜ਼ਿੰਗ ਹੋ ਜਾਵੇਗੀ। ਲੇਕਨ ਤੁਹਾਡੇ ਧਨ ਦੀ ਲੀਵਰੇਜਿੰਗ ਕਰਣ ਲਈ ਬਚਤ ਅਤੇ ਮਿਊਚਲ ਫੰਡਜ਼ ਦੇ ਮੁਕਾਬਲੇ ਜ਼ਿਆਦਾ ਬੇਹਤਰ ਤਰੀਕੇ ਵੀ ਮੌਜੂਦ ਹਨ। ਇਨ੍ਹਾਂ ਵਿਚ ਜ਼ਿਆਦਾ ਵਿੱਤੀ ਬੁੱਧੀ ਦੀ ਲੋੜ ਨਹੀਂ ਹੁੰਦੀ। ਪੈਸੇ ਬਣਾਉਣ ਅਤੇ ਮਿਊਚਲ ਫੰਡਜ਼ ਵਿਚ ਨਿਵੇਸ਼ ਕਰਣ ਦੀ ਸਿਖਲਾਈ ਤਾਂ ਤੁਸੀਂ ਕਿਸੇ ਬਾਂਦਰ ਨੂੰ ਵੀ ਦੇ ਸਕਦੇ ਹੋ- ਇਸੇ ਕਾਰਣ ਇਤਿਹਾਸਕ ਨਜ਼ਰੀਏ ਨਾਲ ਇਨ੍ਹਾਂ ਨਿਵੇਸ਼ ਸਾਧਨਾਂ ਵਿਚ ਬਹੁਤ ਘੱਟ ਲਾਭ ਹੁੰਦਾ ਹੈ।

ਇਕ ਸ਼ਾਨਦਾਰ ਜੀਵਨ

ਤੁਹਾਡੇ ਨੇਟਵਰਕ ਮਾਰਕੇਟਿੰਗ ਕਾਰੋਬਾਰ ਦਾ ਉੱਦੇਸ਼ ਤੁਹਾਡੇ ਲਈ ਮਹਿਜ਼ ਪੈਸਾ ਬਨਾਉਣਾ ਹੀ ਨਹੀਂ ਹੈ। ਇਸਦਾ ਉੱਦੇਸ਼ ਤਾਂ ਤੁਹਾਨੂੰ ਉਹ ਯੋਗਤਾਵਾਂ ਅਤੇ ਵਿੱਤੀ ਬੁੱਧੀ ਸਿਖਾਉਣਾ ਵੀ ਹੈ, ਜਿਨ੍ਹਾਂ ਦੀ ਮਦਦ ਨਾਲ ਤੁਸੀਂ ਉਸ ਵਾਧੂ ਧਨ ਦਾ ਇਸਤੇਮਾਲ ਕਰਕੇ ਸੱਚੀ ਦੌਲਤ ਬਣਾਓ।

ਲੇਕਨ ਉਹ ਵੀ ਅੰਤਮ ਨਿਸ਼ਾਨਾ ਨਹੀਂ ਹੈ। ਉਸ ਦੌਲਤ ਨੂੰ ਬਨਾਉਣ ਦਾ ਅੰਤਮ ਨਿਸ਼ਾਨਾ ਸ਼ਾਨਦਾਰ ਜੀਵਨ ਜਿਊਣਾ ਹੈ।

ਕਈ ਅੱਡ-ਅੱਡ ਹਾਲਾਤਾਂ ਵਿਚ ਲੋਕਾਂ ਦੀ ਪੜਚੋਲ ਕਰਣ ਤੋਂ ਬਾਅਦ ਮੈਂ ਇਸ ਨਤੀਜੇ ਤੇ ਪੁੱਜਿਆ ਹਾਂ ਕਿ ਜਿਊਣ ਦੇ ਤਿੰਨ ਤਰੀਕੇ ਹੁੰਦੇ ਹਨ। ਇਹ ਤਿੰਨੇ ਤਰੀਕੇ ਤਿੰਨ ਜੁਦਾ-ਜੁਦਾ ਭਾਵਾਂ ਨਾਲ ਸੰਚਾਲਤ ਹੁੰਦੇ ਹਨ ਅਤੇ ਉਹ ਤਿੰਨੇ ਵੱਖਰੇ-ਵੱਖਰੇ ਵਿੱਤੀ ਅਤੇ ਭਾਵਨਾਤਮਕ ਅਵਸਥਾਵਾਂ ਦੇ ਅਨੁਰੂਪ ਹੁੰਦੇ ਹਨ।

ਡਰ ਵਿਚ ਜਿਊਣਾ

ਮੈਂ ਜਾਣਦਾ ਹਾਂ ਕਿ ਕੜਕੀ ਵਿਚ ਜਿਊਣਾ ਕਿਵੇਂ ਹੁੰਦਾ ਹੈ। ਮੈਂ ਦੱਸਿਆ ਸੀ ਕਿ 1985 ਕਈ ਮਾਇਨਿਆਂ ਨਾਲ ਮੇਰੇ ਜੀਵਨ ਦਾ ਸਭ ਤੋਂ ਬੁਰਾ ਸਾਲ ਸੀ। ਉਸ ਸਾਲ ਕਿਮ ਤੇ ਮੇਰੀ ਆਰਥਕ ਹਾਲਤ ਇੰਨੀ ਮਾੜੀ ਸੀ ਕਿ ਅਸੀਂ ਲੋਕ ਵਾਕਈ ਬੇਘਰ ਸੀ ਅਤੇ ਆਪਣੀ ਪੁਰਾਣੀ ਖਟਾਰਾ ਟੋਐਟਾ ਵਿਚ ਰਹਿ ਰਹੇ ਸੀ। ਉਨ੍ਹਾਂ ਦਿਨਾਂ ਡਰ ਦੀ ਭਾਵਨਾ ਨੇ ਸਾਨੂੰ ਅਪੰਗ ਬਣਾ ਦਿੱਤਾ ਸੀ। ਡਰ ਇੰਨਾ ਡੂੰਘਾ ਸੀ ਕਿ ਉਸ ਨਾਲ ਸਾਡਾ ਸਾਰਾ ਸਰੀਰ ਸੁੰਨ ਹੋ ਜਾਂਦਾ ਸੀ।

ਮੈਂ ਉਸ ਭਾਵਨਾ ਨਾਲ ਜਾਣੂ ਸੀ : ਇੰਜ ਹੀ ਅਹਿਸਾਸ ਮੈਨੂੰ ਬਚਪਨ ਵਿਚ ਹੁੰਦਾ ਸੀ, ਕਿਉਂਕਿ ਮੈਂ ਇਕ ਇਹੋ ਜਿਹੇ ਪਰਿਵਾਰ ਵਿਚ ਵੱਡਾ ਹੋਇਆ ਸੀ, ਜਿਹੜਾ ਜ਼ਿਆਦਾਤਰ ਸਮਾਂ ਕੜਕੀ ਵਿਚ ਰਹਿੰਦਾ ਸੀ। ਮੇਰੇ ਬਚਪਨ ਵਿਚ ਜ਼ਿਆਦਾਤਰ ਸਮੇਂ "ਪਰਯਾਪਤ ਧਨ ਦੀ ਘਾਟ" ਦਾ ਕਾਲਾ ਬੱਦਲ ਸਾਡੇ ਪਰਿਵਾਰ ਉੱਤੇ ਮਡਰਾਉਂਦਾ ਰਿਹਾ ਸੀ। ਜਿਊਣ ਲਈ ਪਰਯਾਪਤ ਪੈਸਿਆਂ ਦਾ ਨਾ ਹੋਣਾ ਇਕ ਭਿਅੰਕਰ ਅਨੁਭਵ ਹੈ ਅਤੇ ਇਹ ਕੇਵਲ ਵਿੱਤੀ ਕਸ਼ਟ ਹੀ ਨਹੀਂ, ਬਲਕਿ ਕਈ ਹੋਰ ਕਸ਼ਟ ਵੀ ਦਿੰਦਾ ਹੈ। ਇਹ ਤੁਹਾਡੇ ਆਤਮਵਿਸ਼ਵਾਸ ਅਤੇ ਆਤਮ ਮਹੱਤਵ ਦੇ ਅਹਿਸਾਸ ਨੂੰ ਕਮਜ਼ੋਰ ਕਰ ਸਕਦਾ ਹੈ ਅਤੇ ਤੁਹਾਡੇ ਜੀਵਨ ਦੇ ਹਰ ਪਹਿਲੂ ਨੂੰ ਨੁਕਸਾਨ ਪਹੁੰਚਾ ਸਕਦਾ ਹੈ।

ਕਰੋਧ ਅਤੇ ਕੁੰਠਾ/ਨਿਰਾਸ਼ਾ ਵਿਚ ਜਿਊਣਾ

ਜਿਊਣ ਦਾ ਦੂਜਾ ਤਰੀਕਾ ਕਰੋਧ ਜਾਂ ਨਿਰਾਸ਼ਾ ਦੇ ਭਾਵ ਨਾਲ ਨੌਕਰੀ ਕਰਣਾ ਹੈ, ਵਿਸ਼ੇਸ਼ ਤੌਰ ਤੇ ਤਦੋਂ ਜਦ ਤੁਸੀਂ ਕੋਈ ਦੂਜੀ ਚੀਜ਼ ਕਰਣਾ ਚਾਹ ਰਹੇ ਹੋ। ਜਿਹੜਾ ਵਿਅਕਤੀ ਇਸ ਭਾਵਨਾ ਨਾਲ ਜਿਊਂਦਾ ਹੈ, ਹੋ ਸਕਦਾ ਹੈ ਕਿ ਉਸਦੇ ਕੋਲ ਚੰਗੀ ਨੌਕਰੀ ਅਤੇ ਉੱਚੀ ਤਨਖ਼ਾਹ ਹੋਵੇ। ਸਮੱਸਿਆ ਇਹ ਹੈ ਕਿ ਉਹ ਉਸ ਨੂੰ ਛੱਡ ਨਹੀਂ ਸਕਦਾ। ਅਤੇ ਇੱਥੋਂ ਹੀ ਨਿਰਾਸ਼ਾ ਉਤਪੰਨ ਹੁੰਦੀ ਹੈ। ਉਹ ਜਾਣਦਾ ਹੈ ਕਿ ਜੇਕਰ ਉਸ ਨੇ ਨੌਕਰੀ ਛੱਡੀ, ਤਾਂ ਉਸਦਾ ਸਾਰਾ ਸੰਸਾਰ ਢਹਿ-ਢੇਰੀ ਹੋ ਜਾਵੇਗਾ।

ਇੰਜ ਲੋਕ ਕਹਿ ਸਕਦੇ ਹਨ, "ਮੈਂ ਨੌਕਰੀ ਛੱਡਣਾ ਗਵਾਰਾ ਨਹੀਂ ਕਰ ਸਕਦਾ। ਜੇਕਰ ਮੈਂ ਨੌਕਰੀ ਛੱਡੀ, ਤਾਂ ਬੈਂਕ ਵਾਲੇ ਆ ਜਾਣਗੇ ਜਾਂ ਆ ਧਮਕਣਗੇ ਤੇ ਘਰ ਦਾ ਸਾਰਾ ਸਮਾਨ ਚੁੱਕ ਕੇ ਲੈ ਜਾਣਗੇ।" ਇਹ ਲੋਕ ਅਕਸਰ ਕਹਿੰਦੇ ਹਨ, "ਮੈਂ ਆਪਣੀ ਅਗਲੀ ਛੁੱਟੀਆਂ ਤਕ ਇੰਤਜ਼ਾਰ ਨਹੀਂ ਕਰ ਸਕਦਾ," ਜਾਂ "ਰਿਟਾਇਰਮੈਂਟ ਵਿਚ ਸਿਰਫ਼ ਦਸ ਸਾਲ ਬਚੇ ਹਨ।"

ਆਨੰਦ, ਸ਼ਾਂਤੀ ਅਤੇ ਸੰਤੁਸ਼ਟੀ ਨਾਲ ਜਿਊਣਾ

ਜਿਊਣ ਦਾ ਤੀਜਾ ਤਰੀਕਾ ਇਹ ਸ਼ਾਂਤੀਦਾਈ ਅਹਿਸਾਸ ਹੈ ਕਿ ਤੁਸੀਂ ਭਾਵੇਂ ਕੰਮ ਕਰੋ ਜਾਂ ਨਹੀਂ, ਪਰਯਾਪਤ ਪੈਸਾ ਆਉਂਦਾ ਰਹੇਗਾ। ਇਹੀ ਉਹ ਭਾਵਨਾ ਹੈ, ਜਿਸਦੇ ਨਾਲ ਕਿਮ ਅਤੇ ਮੈਂ 1994 ਤੋਂ ਰਹਿ ਰਹੇ ਹਾਂ, ਜਦੋਂ ਅਸੀਂ ਆਪਣੇ ਕਾਰੋਬਾਰ ਵੇਚ ਕੇ ਰਿਟਾਇਰ ਹੋ ਗਏ ਸੀ। ਤਦੋਂ ਕਿਮ ਦੀ ਉਮਰ 37 ਸਾਲ ਸੀ ਅਤੇ ਮੇਰੀ 47। ਸਾਲਾਂ ਬਾਅਦ ਅੱਜ ਵੀ ਅਸੀਂ ਕੰਮ ਕਰਦੇ ਹਾਂ; ਅਸਲ ਵਿਚ ਅਸੀਂ ਬੜੀ ਕਰੜੀ *ਮੇਹਨਤ* ਕਰਦੇ ਹਾਂ। ਕਿਉਂ? ਕਿਉਂਕਿ ਸਾਨੂੰ ਆਪਣੇ ਕੰਮ ਨਾਲ ਪ੍ਰੇਮ ਹੈ।

ਜਦੋਂ ਤੁਹਾਡੇ ਕੋਲ ਕੰਮ ਕਰਣ ਦੀ ਮਜ਼ਬੂਰੀ ਜਾਂ ਦਬਾ ਨਾ ਰਹੇ, ਜਦੋਂ ਸਾਨੂੰ ਪਤਾ ਹੋਵੇ ਕਿ ਅਸੀਂ ਭਾਵੇਂ ਕੁੱਝ ਵੀ ਕਰੀਏ, ਸਾਡੇ ਕੋਲ ਪਰਯਾਪਤ ਤੋਂ ਵੱਧ ਪੈਸਾ ਸਾਰਾ ਜੀਵਨ ਆਉਂਦਾ ਰਹੇਗਾ, ਤਾਂ ਇਹ ਅਦਭੁੱਤ ਰੂਪ ਤੋਂ ਸੁਤੰਤਰਤਾਦਾਈ ਅਤੇ ਅਨੰਦਮਈ ਅਹਿਸਾਸ ਹੁੰਦਾ ਹੈ। ਇਸ ਨਾਲ ਸਾਨੂੰ ਉਹ ਕਰਣ ਦੀ ਸੁਤੰਤਰਤਾ ਮਿਲ ਜਾਂਦੀ ਹੈ, ਜਿਸ ਨਾਲ ਅਸੀਂ ਸਚਮੁੱਚ ਪ੍ਰੇਮ ਕਰਦੇ ਹਾਂ।

ਅਸੀਂ ਦੋਵੇਂ ਆਪਣਾ ਸਮਾਂ ਨਾਲ ਵਤੀਤ ਕਰਦੇ ਹਾਂ ਅਤੇ ਭਾਵੇਂ ਅਸੀਂ ਗੋਲਫ਼ ਖੇਡੀਏ, ਦੁਨੀਆ ਘੁੰਮਦੇ ਹੋਈਏ ਜਾਂ ਆਪਣੇ ਬੈਡਰੂਮ ਵਿਚ ਸਮਾਂ ਵਤੀਤ ਕਰਦੇ ਹੋਈਏ, ਸਾਡੇ ਲਈ ਇਹ ਸਾਰਾ ਕੁੱਝ ਕਿਸੇ ਖੇਡ ਜਾਂ ਸੁਫਨੇ ਵਾਂਗ ਹੁੰਦਾ ਹੈ। ਇਹ ਸਾਡਾ ਜੀਵਨ ਹੈ, ਬਿਲਕੁੱਲ ਉਂਜ ਦਾ ਹੀ, ਜਿਵੇਂ ਅਸੀਂ ਹਮੇਸ਼ਾ ਇਸ ਨੂੰ ਬਨਾਉਣਾ ਚਾਹੁੰਦੇ ਸੀ ਅਤੇ ਅਸੀਂ ਇਸਦੇ ਹਰ ਪਲ ਨੂੰ ਅਨਮੋਲ ਖ਼ਜਾਨੇ ਵਾਂਗ ਸੰਭਾਲਦੇ ਹਾਂ।

ਕੀੜੀਆਂ, ਟਿੱਡੇ ਅਤੇ ਇਨਸਾਨ

ਮੈਂ ਕੀੜੀਆਂ ਅਤੇ ਟਿੱਡੇ ਦੀ ਨੀਤੀ ਕਥਾ ਦਾ ਜ਼ਿਕਰ ਕਰ ਚੁੱਕਾ ਹਾਂ। ਅਸੀਂ ਸਾਰੇ ਇਸੇ ਵਿਚਾਰ ਨਾਲ ਵੱਡੇ ਹੋਏ ਹਾਂ ਕਿ ਜਿਊਣ ਦੇ ਦੋ ਤਰੀਕੇ ਹਨ : ਤੁਸੀਂ ਚੰਗੀ, ਨਿਮਰ, ਮੇਹਨਤੀ ਅਤੇ ਕਿਫਾਇਤੀ ਕੀੜੀ ਵਾਂਗ ਜੀ ਸਕਦੇ ਹੋ, ਜਿਹੜੀ ਭਵਿੱਖ ਲਈ ਟੁਕੜੇ ਸਹੇਜ਼ ਕੇ ਰੱਖਦੀ ਹੈ ਜਾਂ

ਫਿਰ ਅਸੀਂ ਗੈਰ-ਜ਼ਿੰਮੇਵਾਰ ਅਤੇ ਫਿਜ਼ੂਲਖ਼ਰਚ ਟਿੱਡੇ ਵਾਂਗ ਭਵਿੱਖ ਦੀ ਚਿੰਤਾ ਕੀਤੇ ਬਿਨਾ ਨੱਚਣ-ਗਾਉਣ ਵਿਚ ਵੀ ਆਪਣੇ ਦਿਨ ਬਤੀਤ ਕਰ ਸਕਦੇ ਹਾਂ।

ਕੁੱਝ ਮਾਇਨਿਆਂ ਵਿਚ ਇਸ ਵਿਚਾਰ ਨਾਲ ਸਾਨੂੰ ਲਾਭ ਘੱਟ, ਨੁਕਸਾਨ ਜ਼ਿਆਦਾ ਹੋਇਆ ਹੈ। ਯਕੀਨਨ, ਜ਼ਿੰਮੇਵਾਰ, ਕਿਫਾਇਤੀ ਹੋਣਾ ਜਾਂ ਭਵਿੱਖ ਦੀ ਤਿਆਰੀ ਕਰਣਾ ਚੰਗੀ ਗੱਲ ਹੈ। ਲੇਕਨ ਕੀੜੀਆਂ ਦੀ ਜੀਵਨ ਸ਼ੈਲੀ ਉੱਤੇ ਵੀ ਗੌਹ ਕਰੋ! ਕੀ ਤੁਸੀਂ ਸੱਚਮੁੱਚ ਕੀੜੀ ਦੇ ਇਕ ਵਿਸ਼ਾਲ ਘਰ ਦਾ ਹਿੱਸਾ ਬਣਨਾ ਚਾਹੁੰਦੇ ਹੋ, ਸਾਰਾ ਜੀਵਨ ਹਰ ਦਿਨ ਧੂੜ ਦੇ ਨਿੱਕੇ-ਨਿੱਕੇ ਕਣਾਂ ਨੂੰ ਧੱਕਦੇ ਰਹਿਣਾ ਚਾਹੁੰਦਾ ਹੋ?

ਆਓ ਸੱਚਾਈ ਦਾ ਸਾਮ੍ਹਣਾ ਕਰੋ: ਅਸੀਂ ਕੀੜੀਆਂ ਨਹੀਂ ਹਾਂ ਅਤੇ ਅਸੀਂ ਟਿੱਡੇ ਵੀ ਨਹੀਂ ਹਾਂ। ਅਸੀਂ ਤਾਂ *ਇਨਸਾਨ* ਹਾਂ। ਕੀ ਇਹ ਆਸ ਕਰਣੀ ਅਤਾਰਕਿਕ ਹੈ ਕਿ ਸਾਨੂੰ ਉਂਜ ਦਾ ਹੀ ਸੰਪੂਰਨ ਜੀਵਨ ਜਿਊਣ ਵਿਚ ਸਮਰੱਥ ਹੋਣਾ ਚਾਹੀਦਾ ਹੈ, ਜਿਹੜਾ ਅਸੀਂ ਜਿਊਣ ਵਿਚ ਸਮਰੱਥ ਹਾਂ?

ਜੇਕਰ ਤੁਸੀਂ ਦੌਲਤ ਦੀਆਂ ਬੁਨਿਆਦੀ ਗੱਲਾਂ ਨੂੰ ਸਮਝ ਲੈਂਦੇ ਹੋ; ਜੇਕਰ ਤੁਸੀਂ ਆਪਣੇ ਧਨ, ਆਪਣੇ ਸਮੇਂ ਅਤੇ ਆਪਣੇ ਧਿਆਨ ਦਾ ਪ੍ਰਬੰਧਨ ਬੁੱਧੀਮਾਨੀ ਨਾਲ ਕਰਦੇ ਹੋ; ਜੇਕਰ ਤੁਸੀਂ ਵੱਡੇ ਸੁਫਨੇ ਦੇਖਦੇ ਹੋ ਅਤੇ ਤੁਹਾਡੇ ਵਿਚ ਉਨ੍ਹਾਂ ਦਾ ਪਿੱਛਾ ਕਰਣ ਦੀ ਹਿੰਮਤ ਹੈ, ਤਾਂ ਤੁਹਾਨੂੰ ਜੀਵਨ ਵਿਚ ਇਹੋ ਜਹੀ ਸਫਲਤਾ ਮਿਲੇਗੀ, ਜਿਹੜੀ ਆਮ ਘੰਟਿਆਂ ਵਿਚ ਅਚਾਨਕ ਹੁੰਦੀ ਹੈ।

ਅਧਿਆਇ 21

21ਵੀਂ ਸਦੀ ਦਾ ਕਾਰੋਬਾਰ

ਮੇਰੇ ਮਨ ਵਿਚ ਨੇਟਵਰਕ ਮਾਰਕੇਟਿੰਗ ਦੇ ਪ੍ਰਤਿ ਬਹੁਤ ਜ਼ਿਆਦਾ ਸਨਮਾਨ ਹੈ ਅਤੇ ਇਸਦਾ ਇਕ ਕਾਰਣ ਇਹ ਹੈ ਕਿ ਇਹ ਸਾਰਿਆਂ ਨੂੰ ਸੱਚਮੁੱਚ ਸਮਾਨ ਅਵਸਰ ਪ੍ਰਦਾਨ ਕਰਦਾ ਹੈ।

ਨੇਟਵਰਕ ਮਾਰਕੇਟਿੰਗ ਦੀਆਂ ਸੰਭਾਵਨਾਵਾਂ ਬਹੁਤ ਵਿਆਪਕ ਹਨ। ਜਦੋਂ ਤੁਸੀਂ ਇਸ ਕਾਰ-ਵਿਹਾਰ ਵਿਚ ਲੱਗੇ ਹੋਏ ਦੁਨੀਆ ਭਰ ਦੇ 6 ਕਰੋੜ ਤੋਂ ਜ਼ਿਆਦਾ ਲੋਕਾਂ ਨੂੰ ਗੌਹ ਨਾਲ ਦੇਖਦੇ ਹੋ, ਤਾਂ ਇਸ ਵਿਚ ਤੁਹਾਨੂੰ ਹਰ ਰੰਗ ਤੇ ਨਸਲ, ਹਰ ਉਮਰ ਅਤੇ ਪਿਛੋਕੜ ਦੇ, ਅਨੁਭਵ ਅਤੇ ਯੋਗਤਾ ਵਾਲੇ ਲੋਕ ਮਿਲਣਗੇ।

ਇਸੇ ਕਾਰਣ ਤੋਂ ਇਹ ਭਵਿੱਖ ਦਾ ਕਾਰੋਬਾਰ ਵੀ ਬਣ ਜਾਂਦਾ ਹੈ। ਜਿਵੇਂ ਮੈਂ ਪਹਿਲਾਂ ਕਿਹਾ ਸੀ, 21ਵੀਂ ਸਦੀ ਵਿਚ ਸਾਨੂੰ ਪਹਿਲਾਂ ਤੋਂ ਕਿਤੇ ਜ਼ਿਆਦਾ ਅਹਿਸਾਸ ਹੋ ਰਿਹਾ ਹੈ ਕਿ ਦੌਲਤ ਸੀਮਤ ਨਹੀਂ ਹੈ। ਇਹ ਇਹੋ ਜਿਹਾ ਮਾਮਲਾ ਨਹੀਂ ਹੈ ਕਿ ਸਾਡੇ ਵਿਚੋਂ ਕੁੱਝ ਲੋਕ ਦੂਜਿਆਂ ਨੂੰ ਹੇਠਾਂ ਦੱਬ ਕੇ ਆਪ ਦੌਲਤਮੰਦ ਬਣ ਜਾਣ। ਸੱਚੀ ਦੌਲਤ ਦਾ ਭਵਿਖ ਇਸ ਤਰ੍ਹਾਂ ਨਾਲ ਕਾਰੋਬਾਰ ਕਰਣ ਵਿਚ ਅੰਤਰੀਵ ਹੈ, ਜਿਸ ਨਾਲ ਮਨੁੱਖਤਾ ਦੇ ਵਿੱਤੀ ਕਲਿਆਣ ਵਿਚ ਵਾਧਾ ਹੋਵੇ।

ਇਹ ਮੇਰੇ ਵਿਅਕਤੀਗਤ ਵਪਾਰਕ ਜੀਵਨ ਮੂਲ ਹਨ ਅਤੇ ਨੇਟਵਰਕ ਮਾਰਕੇਟਿੰਗ ਵਿਚ ਵੀ ਇਹੀ ਜੀਵਨ ਮੂਲ ਹੁੰਦੇ ਹਨ। ਇਨ੍ਹਾਂ ਜੀਵਨ ਮੂਲਾਂ ਦਾ ਸਮਰਥਨ ਕਰਣ ਵਿਚ ਨਾ ਸਿਰਫ਼ ਚੰਗਾ *ਅਹਿਸਾਸ* ਹੁੰਦਾ ਹੈ- ਬਲਕਿ ਇਹ *ਚੰਗਾ ਕਾਰੋਬਾਰ* ਵੀ ਹੈ।

ਸੰਪੱਤੀ ਬਨਾਉਣ ਦਾ ਲੋਕਰਾਜੀ ਤਰੀਕਾ

ਮੈਂ ਨੇਟਵਰਕ ਮਾਰਕੇਟਿੰਗ ਉਦਯੋਗ ਦੇ ਸਮਰਥਨ ਅਤੇ ਪ੍ਰਚਾਰ ਵਿਚ ਇੰਨੀ ਊਰਜਾ ਲਾਈ, ਇਸਦਾ ਇਕ ਪ੍ਰਮੁੱਖ ਕਾਰਣ ਇਹ ਹੈ : ਇਸ ਦੀ ਸ਼ੈਲੀ ਦੌਲਤ ਹਾਸਲ ਕਰਣ ਦੇ ਪੁਰਾਣੇ ਤਰੀਕਿਆਂ ਨਾਲੋਂ ਜ਼ਿਆਦਾ ਚੰਗੀ ਹੈ।

ਕੋਈ ਵੀ ਨੇਟਵਰਕ ਮਾਰਕੇਟਿੰਗ ਪ੍ਰਣਾਲੀ ਇਸ ਤਰ੍ਹਾਂ ਬਣਾਈ ਜਾਂਦੀ ਹੈ, ਤਾਂ ਜੁ ਦੌਲਤ ਵਿਚ ਹਿੱਸੇਦਾਰੀ ਕਰਣਾ ਹਰ ਵਿਅਕਤੀ ਲਈ ਸੰਭਵ ਹੋ ਸਕੇ। ਇਹ ਸੰਪਤੀ ਬਨਾਉਣ ਦਾ ਬਹੁਤ

ਲੋਕਰਾਜੀ ਤਰੀਕਾ ਹੈ। ਇਹ ਸ਼ੈਲੀ ਹਰ ਉਸ ਵਿਅਕਤੀ ਲਈ ਖੁੱਲੀ ਹੋਈ ਹੈ, ਜਿਸ ਵਿਚ ਪ੍ਰੇਰਣਾ, ਸੰਕਲਪ ਅਤੇ ਲਗਨ ਹੋਵੇ। ਇਸ ਪੱਧਤੀ ਨੂੰ ਦਰਅਸਲ ਇਸ ਗੱਲ ਦੀ ਪਰਵਾਹ ਨਹੀਂ ਹੈ ਕਿ ਤੁਸੀਂ ਕਾਲਜ ਗਏ ਵੀ ਹੋ ਜਾਂ ਕਿ ਨਹੀਂ। ਇਸ ਨੂੰ ਪਰਵਾਹ ਨਹੀਂ ਹੈ ਕਿ ਤੁਸੀਂ ਅੱਜ ਕਿੰਨੇ ਪੈਸੇ ਕਮਾ ਰਹੇ ਹੋ, ਤੁਹਾਡੀ ਜਾਤ ਜਾਂ ਲਿੰਗ ਕੀ ਹੈ, ਤੁਸੀਂ ਕਿੰਨੇ ਚੰਗੇ ਦਿਖਦੇ ਹੋ, ਤੁਹਾਡੇ ਮਾਂ-ਪਿਓ ਕੌਣ ਹਨ ਜਾਂ ਤੁਸੀਂ ਕਿੰਨੇ ਲੋਕਪਿਆਰੇ ਜਾਂ ਪ੍ਰਸਿੱਧ ਹੋ। ਜ਼ਿਆਦਾਤਰ ਨੇਟਵਰਕ ਮਾਰਕੇਟਿੰਗ ਕੰਪਨੀਆਂ ਬੁਨਿਆਦੀ ਤੌਰ ਉੱਤੇ ਸਿਰਫ਼ ਇਸ ਵੱਲ ਧਿਆਨ ਦੇਂਦੀਆਂ ਹਨ ਕਿ ਤੁਸੀਂ ਸਿੱਖਣ, ਬਦਲਣ ਅਤੇ ਵਿਕਾਸ ਕਰਣ ਦੇ ਕਿੰਨੇ ਚਾਹਵੰਦ ਹੋ ਅਤੇ ਕੀ ਤੁਹਾਡੇ ਵਿਚ ਕਾਰੋਬਾਰ ਦੇ ਮਾਲਕ ਬਣਨ ਨੂੰ ਸਿਖਣ ਦੌਰਾਨ ਚੰਗੇ-ਮਾੜੇ ਭਾਵ ਹਰ ਤਰ੍ਹਾਂ ਦੇ ਹਾਲਾਤਾਂ ਵਿਚ ਜੁਟੇ ਰਹਿਣ ਦੀ ਹਿੰਮਤ ਹੈ?

ਨੇਟਵਰਕ ਮਾਰਕੇਟਿੰਗ ਸਿਰਫ਼ ਇਕ ਵਧੀਆ ਵਿਚਾਰ ਹੀ ਨਹੀ ਹੈ; ਇਹ ਇਸ ਤੋਂ ਵੀ ਕਿਤੇ ਵੱਧ ਕੇ ਹੈ। ਕਈ ਮਾਇਨਿਆਂ ਵਿਚ ਇਹ ਭਵਿੱਖ ਦਾ ਬਿਜ਼ਨਿਸ ਮੱਡਲ ਹੈ। ਕਿਉਂ? ਕਿਉਂਕਿ ਸੰਸਾਰ ਆਖ਼ਰਕਾਰ ਇਸ ਸੱਚ ਨੂੰ ਪਛਾਣ ਰਿਹਾ ਹੈ ਕਿ ਉਦਯੋਗਕ ਯੁੱਗ ਹੁਣ ਖ਼ਤਮ ਹੋ ਚੁੱਕਿਆ ਹੈ।

ਦੁਨੀਆ ਵਿਚ ਸੁਰੱਖਿਆ ਦਿਨੋ-ਦਿਨ ਘੱਟਦੀ ਜਾ ਰਹੀ ਹੈ। ਇਹੋ ਜਿਹੇ ਦੌਰ ਵਿਚ ਨੇਟਵਰਕ ਮਾਰਕੇਟਿੰਗ ਵਿਅਕਤੀਗਤ ਉਪਲਬਧੀ ਅਤੇ ਸੁਰੱਖਿਆ ਦੇ ਇਕ ਨਵੇਂ ਸਰੋਤ ਦੇ ਤੌਰ ਤੇ ਉਭਰ ਕੇ ਸਾਮ੍ਹਣੇ ਆ ਰਿਹਾ ਹੈ। ਨੇਟਵਰਕ ਮਾਰਕੇਟਿੰਗ ਸੰਸਾਰ ਭਰ ਵਿਚ ਕਰੋੜਾਂ ਲੋਕਾਂ ਨੂੰ ਇਹ ਮੌਕਾ ਪ੍ਰਦਾਨ ਕਰਦਾ ਹੈ ਕਿ ਉਹ ਆਪਣੇ ਜੀਵਨ ਤੇ ਆਰਥਕ ਭਵਿਖ ਦੀ ਬਾਗਡੋਰ ਆਪਣੇ ਹੱਥਾਂ ਵਿਚ ਸੰਭਾਲ ਲੈਣ। ਹਾਲਾਂਕਿ ਦੁਨੀਆ ਦੇ ਪੁਰਾਣੇ ਵਿਚਾਰਕਾਂ ਨੇ ਹੁਣ ਤਕ ਇਸ ਨੂੰ ਜਾਣ-ਬੁੱਝ ਕੇ ਅਣਦੇਖਾ ਕੀਤਾ ਹੈ, ਲੇਕਨ ਨੇਟਵਰਕ ਮਾਰਕੇਟਿੰਗ ਉਦਯੋਗ ਦਾ ਵਿਕਾਸ ਨਿਸ਼ਚਤ ਹੈ!

ਆਉਣ ਵਾਲੇ ਸਾਲਾਂ ਵਿਚ ਮੈਂ ਮੋਹਰੀ ਨੇਟਵਰਕ ਮਾਰਕੇਟਿੰਗ ਕੰਪਨੀਆਂ ਦੀ ਪਰਵੇਸ਼, ਪ੍ਰਸਿੱਧੀ, ਪ੍ਰਚਾਰ ਅਤੇ ਪ੍ਰੋੜ੍ਹਤਾ ਵਿਚ ਜ਼ਬਰਦਸਤ ਧਮਾਕਾ ਦੇਖਣ ਜਾਂ ਹੋਣ ਦੀ ਆਸ ਕਰਦਾ ਹਾਂ।

ਆਪਣੀ ਪ੍ਰਕਿਰਤੀ ਅਤੇ ਸੰਰਚਨਾ ਦੀ ਬਦੌਲਤ ਨੇਟਵਰਕ ਮਾਰਕੇਟਿੰਗ ਦੌਲਤ ਉਤਪੰਨ ਕਰਣ ਦੀ ਬੜੀ ਹੀ ਨਿਰਪੱਖ, ਲੋਕਰਾਜੀ ਅਤੇ ਸਮਾਜਕ ਤੌਰ ਤੋਂ ਜਿੰਮੇਵਾਰ ਪਰਣਾਲੀ ਹੈ।

ਪਹਿਲਾਂ ਮੈਂ ਇਸ ਬਾਰੇ ਲਿਖ ਚੁੱਕਿਆ ਹਾਂ ਕਿ ਥੱਮਸ ਐਡੀਸਨ ਕਿਵੇਂ ਅਮੀਰ ਬਣੇ। ਉਹ ਬਿਜਲੀ ਦਾ ਬੇਹਤਰ ਬਲਬ ਬਣਾ ਕੇ ਨਹੀਂ, ਬਲਕਿ ਉਸ ਬਲਬ ਨੂੰ ਸਹਾਰਾ ਦੇਣ ਵਾਲੇ ਨੇਟਵਰਕ ਨੂੰ ਬਣਾਕੇ ਅਮੀਰ ਬਣੇ ਸਨ। ਐਡੀਸਨ ਦਾ ਇਕ ਨੌਜਵਾਨ ਕਰਮਚਾਰੀ ਸੀ, ਜਿਸਦਾ ਨਾਂ ਹੈਨਰੀ ਸੀ। ਉਸਨੇ ਵੀ ਐਡੀਸਨ ਨਾਲ ਮਿਲਦਾ-ਜੁਲਦਾ ਕੰਮ ਕੀਤਾ, ਹਾਲਾਂਕਿ ਉਸ ਵਕਤ ਉਸਦਾ ਕੋਈ ਸੱਚਾ ਵਿਹਾਰਕ ਉਪਯੋਗ ਨਜ਼ਰ ਨਹੀਂ ਸੀ ਆ ਰਿਹਾ।

ਜਿਵੇਂ ਐਡੀਸਨ ਨੇ ਬਿਜਲੀ ਦੇ ਬਲਬ ਦੀ ਖੋਜ ਨਹੀਂ ਸੀ ਕੀਤੀ, ਉਸੇ ਪ੍ਰਕਾਰ ਹੈਨਰੀ ਫੋਰਡ ਨੇ ਵੀ ਕਾਰਾਂ ਦੀ ਖੋਜ ਨਹੀਂ ਸੀ ਕੀਤੀ, ਲੇਕਨ ਉਨ੍ਹਾਂ ਨੇ ਇਹੋ ਜਹੀ ਕ੍ਰਾਂਤੀਕਾਰੀ ਚੀਜ਼

ਕੀਤੀ, ਜਿਸ ਨਾਲ ਉਹ ਖੋਜ– ਅਤੇ ਕਰੋੜਾਂ ਲੋਕਾਂ– ਦੀ ਤਕਦੀਰ ਸਦਾ–ਸਦਾ ਲਈ ਬਦਲ ਗਈ। ਉਨ੍ਹੀਵੀਂ ਸਦੀ ਦੇ ਅੰਤ ਤਕ ਕਾਰ ਅਮੀਰਾਂ ਦਾ ਖਿਡੌਣਾ ਮਾਤਰ ਸੀ। ਉਸ ਦੌਰ ਵਿਚ ਕਾਰਾਂ ਇੰਨੀ ਜ਼ਿਆਦਾ ਮਹਿੰਗੀ ਹੁੰਦੀ ਸੀ ਕਿ ਸਿਰਫ਼ ਅਮੀਰ ਲੋਕ ਹੀ ਉਸ ਨੂੰ ਖਰੀਦ ਸਕਦੇ ਸਨ। ਫ਼ੋਰਡ ਦਾ ਕ੍ਰਾਂਤੀਕਾਰੀ ਵਿਚਾਰ ਇਹ ਸੀ ਕਿ ਕਾਰ ਨੂੰ *ਹਰ ਇਕ ਲਈ* ਮੁਮਕਨ ਕਰ ਦਿਤਾ ਜਾਵੇ।

ਉਤਪਾਦਨ ਦੀ ਲਾਗਤ ਘੱਟ ਕਰ ਅਤੇ ਸਸਤੀ ਕਾਰਾਂ ਦੇ ਵਿਆਪਕ ਉਤਪਾਦਨ ਲਈ ਅਸੈਂਬਲੀ ਲਾਇਨ ਦੀ ਪ੍ਰਣਾਲੀ ਅਪਣਾ ਕੇ ਫ਼ੋਰਡ ਸੰਸਾਰ ਦੇ ਸਭ ਤੋਂ ਵੱਡੇ ਕਾਰ ਉਤਪਾਦਕ ਬਣ ਗਏ। ਉਨ੍ਹਾਂ ਨੇ ਨਾ ਕੇਵਲ ਸਸਤੀਆਂ ਕਾਰਾਂ ਬਣਾਈਆਂ, ਬਲਕਿ ਉਦਯੋਗ ਵਿਚ ਸਭ ਤੋਂ ਉੱਚੀ ਮਜ਼ਦੂਰੀ ਵੀ ਦਿੱਤੀ ਅਤੇ ਲਾਭ ਵਿਚ ਹਿੱਸੇਦਾਰੀ ਦੀ ਯੋਜਨਾ ਵੀ ਲਾਗੂ ਕੀਤੀ। ਉਨ੍ਹਾਂ ਨੇ ਆਪਣੇ ਕਰਮਚਾਰੀਆਂ ਨੂੰ 30 ਮਿਲੀਅਨ ਡਾੱਲਰ ਤੋਂ ਜ਼ਿਆਦਾ ਫ਼ਾਇਦਾ ਵੰਡਿਆ– ਅਤੇ ਵੀਹਵੀਂ ਸਦੀ ਦੀ ਸ਼ੁਰੂਆਤੀ 30 ਮਿਲੀਅਨ ਡਾੱਲਰ ਅੱਜ ਦੀ ਤੁਲਨਾ ਵਿਚ ਬਹੁਤ ਜ਼ਿਆਦਾ ਮਾਇਨੇ ਰੱਖਦੇ ਸਨ !

ਫ਼ੋਰਡ ਦਾ ਮਿਸ਼ਨ ਸਟੇਟਮੈਂਟ ਸੀ, "ਕਾਰਾਂ ਦਾ ਲੋਕਰਾਜੀਕਰਣ ਕਰੋ," ਅਤੇ ਇਸ ਮਿਸ਼ਨ ਨੂੰ ਪੂਰਾ ਕਰਣ ਦੀ ਪ੍ਰਕਿਰਿਆ ਵਿਚ ਉਨ੍ਹਾਂ ਨੇ ਆਪਣੇ–ਆਪ ਨੂੰ ਬਹੁਤ ਅਮੀਰ ਬਣਾ ਲਿਆ।

ਨੇਟਵਰਕ ਮਾਰਕੇਟਿੰਗ ਕਾਰੋਬਾਰ ਕਰਣ ਦਾ ਇਕ ਕ੍ਰਾਂਤੀਕਾਰੀ ਰੂਪ ਹੈ : ਇਤਿਹਾਸ ਵਿਚ ਪਹਿਲੀ ਵਾਰ ਇਹ ਹਰ ਇਕ ਲਈ ਸੰਭਵ ਹੋਇਆ ਕਿ ਉਹ ਉਸ ਦੌਲਤ ਵਿਚ ਹਿੱਸੇਦਾਰੀ ਕਰਣ, ਜਿਹੜੀ ਹੁਣ ਤਕ ਕੇਵਲ ਕੁੱਝ ਜਾਂ ਖ਼ੁਸ਼ਕਿਸਮਤ ਲੋਕਾਂ ਤਕ ਹੀ ਸੀਮਤ ਸੀ।

ਉਂਜ ਇਸ ਵਪਾਰ ਦੇ ਆਲੋਚਕਾਂ ਦੀ ਵੀ ਕੋਈ ਘਾਟ ਨਹੀਂ ਹੈ। ਅਤੇ ਹਰ ਵਪਾਰ ਵਾਂਗ ਹੀ ਤੁਹਾਨੂੰ ਇਸ ਵਿਚ ਮੱਕਾਰ ਅਤੇ ਅਨੈਤਕ ਲੋਕ ਦਿਖ ਸਕਦੇ ਹਨ, ਜਿਹੜੇ ਫਟਾਫਟ ਪੈਸੇ ਬਨਾਉਣ ਦੇ ਚੱਕਰ ਵਿਚ ਰਹਿੰਦੇ ਹਨ। ਲੇਕਨ ਆਪਣੀ ਪ੍ਰਕਿਰਤੀ ਅਤੇ ਸੰਰਚਨਾ ਦੀ ਬਦੌਲਤ ਨੇਟਵਰਕ ਮਾਰਕੇਟਿੰਗ ਦੌਲਤ ਉਤਪੰਨ ਕਰਣ ਦੀ ਬੜੀ ਹੀ ਨਿਰਪੱਖ, ਲੋਕਰਾਜੀ ਅਤੇ ਸਮਾਜਕ ਤੌਰ ਤੋਂ ਜ਼ਿੰਮੇਵਾਰ ਪ੍ਰਣਾਲੀ ਹੈ।

ਇਸ ਦੇ ਆਲੋਚਕ ਭਾਵੇਂ ਜੋ ਵੀ ਕਹਿਣ, ਨੇਟਵਰਕ ਮਾਰਕੇਟਿੰਗ ਲਾਲਚੀ ਵਿਅਕਤੀਆਂ ਲਈ ਬਹੁਤ ਵਧੀਆ ਕਾਰੋਬਾਰ ਨਹੀਂ ਹੈ। ਅਸਲ ਵਿਚ, ਨੇਟਵਰਕ ਮਾਰਕੇਟਿੰਗ ਵਿਚ ਤੁਸੀਂ ਸਿਰਫ਼ ਇਕੋ ਹੀ ਤਰੀਕੇ ਨਾਲ ਅਮੀਰ ਬਣ ਸਕਦੇ ਹੋ : ਉਹ ਹੈ ਅਮੀਰ ਬਣਨ ਵਿਚ ਦੂਜਿਆਂ ਦੀ ਮਦਦ ਕਰਣ ਨਾਲ। ਮੇਰੇ ਲਈ ਇਹ ਉੱਨਾ ਹੀ ਕ੍ਰਾਂਤੀਕਾਰੀ ਹੈ, ਜਿੰਨਾ ਕਿ ਥਾੱਮਸ ਐਡੀਸਨ ਅਤੇ ਹੈਨਰੀ ਫ਼ੋਰਡ ਆਪਣੇ ਜ਼ਮਾਨੇ ਵਿਚ ਸਨ। ਸੰਰਚਨਾ ਦੇ ਨਜ਼ਰੀਏ ਨਾਲ ਇਹ ਉਨ੍ਹਾਂ ਲੋਕਾਂ ਲਈ ਆਦਰਸ਼ ਕਾਰੋਬਾਰ ਹੈ, ਜਿਹੜੇ ਦੂਜੇ ਲੋਕਾਂ ਦੀ ਮਦਦ ਕਰਣਾ ਪਸੰਦ ਕਰਦੇ ਹਨ।

ਮੈਂ ਲਾਲਚ/ਲੋਭ ਦੀ ਨਿੰਦਾ ਨਹੀਂ ਕਰ ਰਿਹਾ ਹਾਂ। ਥੋੜ੍ਹਾ ਲਾਭ ਅਤੇ ਵਿਅਕਤੀਗਤ ਸੁਆਰਥ ਹਮੇਸ਼ਾ ਚੰਗਾ ਹੁੰਦਾ ਹੈ। ਲੇਕਨ ਜਦੋਂ ਵਿਅਕਤੀਗਤ ਮੁਨਾਫ਼ੇ ਦਾ ਨਿਸ਼ਾਨਾ ਆਮ ਦਾਇਰੇ ਨੂੰ ਪਾਰ ਕਰ ਜਾਂਦਾ ਹੈ ਅਤੇ ਲੋਕ ਦੂਜਿਆਂ ਨੂੰ ਨੁਕਸਾਨ ਪਹੁੰਚਾ ਕੇ ਸਾਰੀ ਮਲਾਈ ਆਪ ਖਾਉਣ ਦੀ ਕੋਸ਼ਸ਼ ਕਰਦੇ ਹਨ, ਤਾਂ ਇਹ ਨਿੰਦਣਯੋਗ ਬਣ ਜਾਂਦਾ ਹੈ। ਮੈਨੂੰ ਯਕੀਨ ਹੈ ਕਿ ਜ਼ਿਆਦਾਤਰ ਲੋਕ ਦਿਲ ਤੋਂ ਉਦਾਰ ਹੁੰਦੇ ਹਨ ਅਤੇ ਸਾਨੂੰ ਸਭ ਤੋਂ ਜ਼ਿਆਦਾ ਸੰਤੋਖ ਤੇ ਸੰਤੁਸ਼ਟੀ ਆਪਣੇ ਉਨ੍ਹਾਂ ਕੰਮਾਂ ਨਾਲ ਮਿਲਦੀ ਹੈ, ਜਿਸ ਕਾਰਣ ਦੂਜੇ ਲੋਕ ਉੱਤੇ ਨੂੰ ਉੱਠਦੇ ਹਨ, ਹੇਠਾਂ ਨਹੀਂ ਡਿੱਗਦੇ।

ਨੇਟਵਰਕ ਮਾਰਕੇਟਿੰਗ ਸਾਡੀ ਇਸ ਉਦਾਰ ਪ੍ਰਵਿਰਤੀ ਨੂੰ ਸੰਤੁਸ਼ਟ ਕਰਦੀ ਹੈ। ਇਹ ਵਿਅਕਤੀਗਤ ਸਫਲਤਾ ਦੀ ਰਾਹ ਪ੍ਰਦਾਨ ਕਰਦੀ ਹੈ। ਇਹ ਮਹਾਨ ਦੌਲਤ ਬਨਾਉਣ ਅਤੇ ਆਰਥਕ ਸੁਤੰਤਰਤਾ ਪਾਉਣ ਦਾ ਰਾਹ ਦੱਸਦੀ ਹੈ। ਅਤੇ ਇਸਦੀ ਪ੍ਰਕਿਰਿਆ ਸਫਲਤਾਪੂਰਵਕ ਤਦੋਂ ਕੰਮ ਕਰਦੀ ਹੈ, ਜਦੋਂ ਤੁਸੀਂ ਆਪਣੇ ਸਾਥੀ ਇਨਸਾਨਾਂ ਦੀ ਮਦਦ ਕਰਣਾ ਚਾਹੁੰਦੇ ਹੋ।

ਤੁਸੀਂ ਸਸਤੇ ਅਤੇ ਲੋਭੀ ਬਣ ਕੇ ਅਮੀਰ ਬਣ ਸਕਦੇ ਹੋ। ਤੁਸੀਂ ਸਮਰਿਧ ਅਤੇ ਉਦਾਰ ਹੋ ਕੇ ਵੀ ਅਮੀਰ ਬਣ ਸਕਦੇ ਹੋ। ਤੁਸੀਂ ਕਿਹੜਾ ਤਰੀਕਾ ਚੁਣਦੇ ਹੋ, ਇਹ ਇਸ ਗੱਲ ਉੱਤੇ ਨਿਰਭਰ ਕਰਦਾ ਹੈ ਕਿ ਤੁਹਾਡੇ ਦਿਲ ਦੀ ਡੂੰਘਿਆਈ ਵਿਚ ਕਿਹੜੇ ਬੁਨਿਆਦੀ ਜੀਵਨਮੁੱਲ ਹਨ।

ਸ਼ਾਂਤੀ ਲਈ ਆਰਥਕ ਬੁਨਿਆਦ

ਮੈਂ ਵਿਅਤਨਾਮ ਦੇ ਜੰਗਲਾਂ ਉੱਪਰ ਮਿਸ਼ਨ ਦੇ ਤਹਿਤ ਹੈਲੀਕੱਪਟਰ ਉਡਾਏ ਹਨ। ਮੈਂ ਆਪਣੇ ਵਿਅਕਤੀਗਤ ਅਨੁਭਵ ਨਾਲ ਜਾਣਦਾ ਹਾਂ ਕਿ ਜੰਗ ਕਿਵੇਂ ਹੁੰਦੀ ਹੈ। ਮੈਂ ਇਹ ਵੀ ਜਾਣਦਾ ਹਾਂ ਕਿ ਅਨਿਆਂ ਜੰਗ ਦੇ ਮੁੱਖ ਕਾਰਣਾਂ ਵਿਚੋਂ ਇਕ ਹੈ। ਜਦੋਂ ਤਕ ਅਮੀਰਾਂ ਅਤੇ ਗ਼ਰੀਬਾਂ ਵਿਚਕਾਰ ਖਾਈ ਚੌੜੀ ਹੁੰਦੀ ਰਹਿੰਦੀ ਹੈ, ਤਦੋਂ ਤਕ ਸਥਾਈ ਸ਼ਾਂਤੀ ਕਾਇਮ ਰੱਖਣਾ ਮੁਸ਼ਕਲ ਰਹੇਗੀ। ਅਸੀਂ ਸ਼ਾਂਤੀ ਲਈ ਰੈਲੀ ਕੱਢ ਸਕਦੇ ਹਾਂ, ਸ਼ਾਂਤੀ ਦੇ ਸਮਰਥਨ ਵਿਚ ਭਾਸ਼ਣ ਦੇ ਸਕਦੇ ਹਾਂ, ਸ਼ਾਂਤੀ ਦੇ ਅਧਿਐਨ ਲਈ ਕਮੇਟੀਆਂ ਗਠਤ ਕਰ ਸਕਦੇ ਹਾਂ ਅਤੇ ਸ਼ਾਂਤੀ ਦਾ ਪ੍ਰਚਾਰ-ਪ੍ਰਸਾਰ ਕਰ ਸਦੇ ਹਾਂ, ਲੇਕਨ ਅਸੀਂ ਜਿਸ ਸ਼ਾਂਤੀ ਦੀ ਗੱਲ ਕਰਦੇ ਹਾਂ, ਉਸ ਨੂੰ *ਉਤਪੰਨ* ਕਰਣਾ ਤਦੋਂ ਤਕ ਅਸੰਭਵ ਹੋਵੇਗਾ, ਜਦੋਂ ਤਕ ਕਿ ਅਸੀਂ ਕਰੋੜਾਂ ਲੋਕਾਂ ਨੂੰ ਬਹੁਤ ਜ਼ਿਆਦਾ ਆਰਥਕ ਅਵਸਰ ਪ੍ਰਦਾਨ ਨਾ ਕਰੀਏ।

ਹਾਲਾਂਕਿ ਇਹ ਇਕ ਵਿਸ਼ਾਲ ਨਿਸ਼ਾਨਾ ਲੱਗਦਾ ਹੈ, ਲੇਕਨ ਨੇਟਵਰਕ ਮਾਰਕੇਟਿੰਗ ਇਹੀ ਕੰਮ ਤੇ ਕਰ ਰਹੀ ਹੈ।

ਅੱਜ ਕਈ ਨੇਟਵਰਕ ਮਾਰਕੇਟਿੰਗ ਕੰਪਨੀਆਂ ਸਾਰੇ ਸੰਸਾਰ ਵਿਚ ਆਰਥਕ ਅਵਸਰ ਪ੍ਰਦਾਨ ਕਰ ਸ਼ਾਂਤੀ ਫੈਲਾ ਰਹੀਆਂ ਹਨ। ਨੇਟਵਰਕ ਮਾਰਕੇਟਿੰਗ ਕੰਪਨੀਆਂ ਨਾ ਕੇਵਲ ਸੰਸਾਰ ਦੀ ਸਾਰੀ ਰਾਜਧਾਨੀਆਂ ਵਿਚ ਸਮਰਿਧ ਹੋ ਰਹੀਆਂ ਹਨ, ਬਲਕਿ ਕਈ ਤਾਂ ਵਿਕਾਸਸ਼ੀਲ ਦੇਸ਼ਾਂ ਵਿਚ ਵੀ ਕੰਮ ਕਰ ਰਹੀਆਂ ਹਨ ਅਤੇ ਗ਼ਰੀਬ ਦੇਸ਼ਾਂ ਵਿਚ ਰਹਿਣ ਵਾਲੇ ਲੱਖਾਂ ਲੋਕਾਂ ਨੂੰ ਆਰਥਕ ਸਮਰਿਧੀ ਦਾ ਮੌਕਾ ਪ੍ਰਦਾਨ ਕਰ ਰਹੀਆਂ ਹਨ। ਦੂਜੇ ਪਾਸੇ, ਜ਼ਿਆਦਾਤਰ ਰਵਾਇਤੀ ਕੱਾਰਪੋਰੇਸ਼ਨਸ ਵਿਚੋਂ ਕੇਵਲ ਉਹੀ ਕਾਇਮ ਰਹਿ ਸਕਦੇ ਹਨ, ਜਿੱਥੇ ਲੋਕ ਅਮੀਰ ਹੋਣ ਅਤੇ ਜਿਨ੍ਹਾਂ ਦੇ ਕੋਲ ਖ਼ਰਚ ਕਰਣ ਲਈ ਪੈਸਾ ਹੋਵੇ।

ਹੁਣ ਸਮਾਂ ਆ ਗਿਆ ਹੈ ਕਿ ਲੋਕ ਅਮੀਰਾਂ ਨੂੰ ਜ਼ਿਆਦਾ ਅਮੀਰ ਬਨਾਉਣ ਲਈ ਸਾਰਾ ਜੀਵਨ ਕਰੜੀ ਮੇਹਨਤ ਕਰਣਾ ਛੱਡ ਦੇਣ ! ਹੁਣ ਸਮਾਂ ਆ ਗਿਆ ਹੈ ਕਿ ਸਾਰੇ ਸੰਸਾਰ ਦੇ ਲੋਕਾਂ ਨੂੰ ਅਮੀਰ ਅਤੇ ਸਮਰਿਧ ਜੀਵਨ ਦਾ ਆਨੰਦ ਲੈਣ ਦਾ ਇਕੋ ਜਿਹਾ ਅਵਸਰ ਮਿਲੇ।

ਹੁਣ ਸਮਾਂ ਆ ਗਿਆ ਹੈ ਕਿ ਉਹ ਮੌਕੇ, ਅਵਸਰ *ਤੁਹਾਡੇ* ਕੋਲ ਵੀ ਹੋਣ।

21ਵੀਂ ਸਦੀ ਵਿਚ ਤੁਹਾਡਾ ਸੁਆਗਤ ਹੈ !

ਰੱਬਰਟ ਟੀ. ਕਿਓਸਾਕੀ

ਨਿਵੇਸ਼ਕ, ਉਦਮੀ, ਵਿੱਤੀ ਸਿਖਿਆ ਸਮਰਥਕ ਅਤੇ ਬੈਸਟਸੈਲਿੰਗ ਲੇਖਕ

ਰੱਬਰਟ ਕਿਓਸਾਕੀ *ਰਿਚ ਡੈਡ ਪੁਅਰ ਡੈਡ* ਦੇ ਲੇਖਕ ਹਨ। ਇਸ ਨੂੰ ਨੰਬਰ 1 ਪਰਸਨਲ ਫਾਇਨੈਂਸ ਬੁਕ ਕਿਹਾ ਜਾਂਦਾ ਹੈ, ਕਿਉਂਕਿ ਇਸਨੇ ਪੈਸਿਆਂ ਬਾਰੇ ਸੋਚਣ ਦੇ ਕਰੋੜਾਂ ਲੋਕਾਂ ਦੇ ਤਰੀਕਿਆਂ ਨੂੰ ਚੁਣੌਤੀ ਦਿੱਤੀ ਅਤੇ ਬਦਲ ਦਿੱਤਾ। *ਰਿਚ ਡੈਡ ਪੁਅਰ ਡੈਡ ਪਬਲੀਸ਼ਰਸ ਵੀਕਲੀ* ਵਿਚ ਦਰਜ਼ ਚਾਰਾਂ ਸੂਚੀਆਂ- *ਦ ਨਿਊਯਾਰਕ ਟਾਇਮਜ਼, ਬਿਜ਼ਨਿਸ ਵੀਕ, ਦ ਵੱਲ ਸਟਰੀਟ ਜਰਨਲ ਅਤੇ ਯੂਐਸਏ ਟੂਡੇ*- ਵਿਚ ਸਭ ਤੋਂ ਲੰਮੇ ਤਕ ਬੈਸਟ ਸੈਲਰ ਰਹੀ ਹੈ। ਇਸ ਨੂੰ ਦੋ ਸਾਲਾਂ ਤਕ ਲਗਾਤਾਰ "*ਯੂਐਸਏ ਟੂਡੇਜ਼* ਨੰਬਰ 1 ਮਨੀ ਬੁਕ" ਕਿਹਾ ਗਿਆ। ਇਹ "ਕਿਵੇਂ ਕਰੋ" ਦੀ ਸਰਵਕਾਲਕ ਬੈਸਟ ਸੈਲਰ ਸੂਚੀ ਵਿਚ ਸਭ ਤੋਂ ਲੰਮੇਂ ਸਮੇਂ ਤਕ ਕਾਇਮ ਰਹਿਣ ਵਾਲੀ ਤੀਜੀ ਪੁਸਤਕ ਰਹੀ ਹੈ।

ਧਨ ਅਤੇ ਨਿਵੇਸ਼ ਦਾ ਉਨ੍ਹਾਂ ਦਾ ਨਜ਼ਰੀਆ ਆਮ ਕਰਕੇ ਰਵਾਇਤੀ ਬੁੱਧੀਮੱਤਾ ਦੇ ਵਿਰੋਧ ਵਿਚ ਜਾਂਦਾ ਹੈ। ਰੱਬਰਟ ਨੇ ਖ਼ਰੀ ਗੱਲ, ਸੱਚਾਈ ਅਤੇ ਹਿੰਮਤ ਦੀ ਤਸਵੀਰ ਬਣਾ ਲਈ ਹੈ। ਉਨ੍ਹਾਂ ਨਜ਼ਰੀਆ ਇਹ ਹੈ ਕਿ "ਪੁਰਾਣੀ" ਸਲਾਹ- ਚੰਗੀ ਨੌਕਰੀ ਕਰੋ, ਪੈਸੇ ਬਚਾਓ, ਕਰਜ਼ ਤੋਂ ਬਾਹਰ ਨਿਕਲੋ, ਸਟੌਕਸ, ਬਾਂਡਸ ਅਤੇ ਮਿਊਚਲ ਫੰਡਜ਼ ਦੇ ਡਾਇਵਰਸੀਫਾਇਡ ਪੋਰਟਫ਼ੋਲਿਓ ਵਿਚ ਦੀਰਘਕਾਲੀ ਨਿਵੇਸ਼ ਕਰੋ- "ਮਾੜੀ" ਸਲਾਹ ਹੈ (ਪੁਰਾਤਨਪੰਥੀ ਵੀ ਅਤੇ ਦੋਸ਼ਪੂਰਨ ਵੀ)। ਉਨ੍ਹਾਂ ਦਾ ਇਹ ਨਜ਼ਰੀਆ ਯਥਾਸਥਿਤੀ ਨੂੰ ਚੁਣੌਤੀ ਦਿੰਦਾ ਹੈ। "ਤੁਹਾਡਾ ਮਕਾਨ ਸੰਪੱਤੀ ਨਹੀਂ ਹੈ" ਉਨ੍ਹਾਂ ਦੇ ਇਸ ਕਥਨ ਉੱਤੇ ਕਾਫੀ ਵਿਵਾਦ ਹੋਇਆ, ਲੇਕਨ ਬਾਅਦ ਵਿਚ ਕਈ ਮਕਾਨ ਮਾਲਕਾਂ ਨੂੰ ਇਸਦੀ ਸੱਚਾਈ ਦਾ ਅਹਿਸਾਸ ਹੋਇਆ।

2001 ਤੋਂ 2008 ਤਕ *ਰਿਚ ਡੈਡ* ਦੇ ਕਈ ਹੋਰ ਟਾਇਟਲਜ਼ ਨੀਲਸਨ ਬੁਕਸਕੈਨ ਲਿਸਟ ਦੇ ਮੋਹਰੀ ਦਸ ਸਥਾਨਾਂ ਵਿਚੋਂ ਚਾਰ ਉੱਤੇ ਰਹੇ ਹਨ। ਰਿਚ ਡੈਡ ਲੜੀ ਦਾ ਅਨੁਵਾਦ 51 ਭਾਸ਼ਾਵਾਂ ਵਿਚ ਹੋ ਚੁੱਕਿਆ ਹੈ ਅਤੇ ਇਹ 109 ਦੇਸ਼ਾਂ ਵਿਚ ਉਪਲਬਧ ਹੈ। ਸਾਰੀ ਦੁਨੀਆ ਵਿਚ ਉਨ੍ਹਾਂ ਦੀ ਪੁਸਤਕਾਂ ਦੀਆਂ 2.8 ਕਰੋੜ ਕਾਪੀਆਂ ਵਿਕ ਚੁੱਕੀਆਂ ਹਨ ਅਤੇ ਉਹ ਏਸ਼ੀਆ, ਔਸਟਰੈਲੀਆ, ਦੱਖਣ ਅਮਰੀਕਾ, ਮੈਕਸਿਕੋ ਅਤੇ ਯੂਰਪ ਦੀ ਬੈਸਟ ਸੈਲਰ ਸੂਚੀਆਂ ਵਿਚ ਹਾਵੀ ਰਹੀਆਂ ਹਨ। 2005 ਵਿਚ ਰੱਬਰਟ ਨੂੰ ਅਮੇਜ਼ੱਨਡੱਟਕੱਮ ਵਲੋਂ ਹੱਲ ਆੱਫ ਫ਼ੇਮ ਵਿਚ ਸ਼ਾਮਲ ਕੀਤਾ ਗਿਆ, ਕਿਉਂਕਿ ਉਹ ਇਸਦੇ ਪੱਚੀ ਮੂਹਰਲੇ ਲੇਖਕਾਂ ਵਿਚੋਂ ਇਕ ਸਨ। *ਰਿਚ ਡੈਡ* ਸੀਰੀਜ਼

ਵਿਚ ਇਸ ਵੇਲੇ 27 ਪੁਸਤਕਾਂ ਹਨ। ਉਨ੍ਹਾਂ ਦੀ ਜ਼ਿਕਰਯੋਗ ਪੁਸਤਕਾਂ ਵਿਚੋਂ ਇਕ ਹੈ *ਵਾਈ ਵੀ ਵਾਂਟ ਯੂ ਟੂ ਬੀ ਰਿਚ : ਟੂ ਮੈਨ–ਵਨ ਮੈਸੇਜ,* ਜਿਹੜੀ ਰੱਬਰਟ ਨੇ ਆਪਣੇ ਮਿੱਤਰ ਡੋਨਾਲਡ ਟਰੰਪ ਨਾਲ 2006 ਵਿਚ ਲਿਖੀ ਸੀ ਅਤੇ ਜਿਹੜੀ *ਨਿਊਯਾਰਕ ਟਾਇਮਸ* ਦੀ ਨੰਬਰ ਵਨ ਬੈਸਟ ਸੈਲਰ ਸੀ। ਇਸ ਵੇਲੇ ਦੋਵੇਂ ਮਿਤਰ ਅਤੇ ਕਾਰੋਬਾਰ ਮੁੱਖੀ ਇਕ ਹੋਰ ਪੁਸਤਕ ਉੱਤੇ ਕੰਮ ਕਰ ਰਹੇ ਹਨ, ਜਿਹੜੀ ਛੇਤੀ ਹੀ ਪ੍ਰਕਾਸ਼ਤ ਹੋਣ ਵਾਲੀ ਹੈ।

ਰੱਬਰਟ ਦੀ ਨਵੀਨ ਪੁਸਤਕਾਂ ਵਿਚੋਂ *ਦ ਰੀਅਲ ਬੁਕ ਔੱਫ ਰੀਅਲ ਐਸਟੈਟ* ਸ਼ਾਮਲ ਹੈ, ਜਿਹੜੀ ਰੱਬਰਟ ਦੇ ਆਪਣੇ ਸਲਾਹਕਾਰਾਂ ਅਤੇ ਅਨੁਭਵੀ ਰੀਅਲ ਐਸਟੈਟ ਨਿਵੇਸ਼ਕਾਂ ਦੀ ਸਲਾਹ ਅਤੇ ਅਸਲ ਜਿੰਦਗੀ ਵਿਚ ਪ੍ਰਾਪਤ ਸਬਕਾਂ ਦਾ ਸੰਕਲਨ ਹੈ। ਇਨ੍ਹਾਂ ਵਿਚ *ਕੱਨਸਿਪਰੈਸੀ ਔੱਫ ਦ ਰਿਚ : ਦ 8 ਨਿਊ ਰੂਲਜ ਔੱਫ ਮਨੀ* ਵੀ ਸ਼ਾਮਲ ਹੈ। ਇਹ ਇਕ ਨਵੀਨਤਾਕਾਰੀ ਅਤੇ ਕ੍ਰਾਂਤੀਕਾਰੀ ਮੁਫ਼ਤ ਇੰਟਰਐਕਟਿਵ ਔੱਨਲਾਇਨ ਪੁਸਤਕ ਹੈ, ਜਿਹੜੀ ਕਾਫੀ ਪ੍ਰਸਿੱਧ ਹੋਈ ਅਤੇ *ਨਿਊਯਾਰਕ ਟਾਇਮਜ਼* ਦੀ ਬੈਸਟ ਸੈਲਰ ਸੂਚੀ ਵਿਚ ਪੰਜਵੇਂ ਸਥਾਨ ਉੱਤੇ ਰਹੀ।

ਰੱਬਰਟ ਨੂੰ *ਲੈਰੀ ਕਿੰਗ ਲਾਇਵ* ਅਤੇ *ਓਪਰਾ* ਵਰਗੇ ਸ਼ੋਜ਼ ਵਿਚ ਸ਼ਾਮਲ ਕੀਤਾ ਗਿਆ। ਹਾਲ ਹੀ ਵਿਚ ਉਨ੍ਹਾਂ ਨੂੰ *ਟਾਇਮ* ਮੈਗਜ਼ੀਨ ਦੇ "10 ਕੁਆਸ਼ਚਨਸ" ਕੱਾਲਮ ਵਿਚ ਵੀ ਲਿਆ ਗਿਆ, ਜਿਹੜਾ ਸਵਾਲ–ਜਵਾਬ ਦਾ ਇਕ ਜ਼ਿਕਰਯੋਗ ਕੱਾਲਮ ਹੈ, ਜਿਸ ਵਿਚ ਹੋਰ ਲੋਕਾਂ ਤੋਂ ਇਲਾਵਾ ਨਿਰਦੇਸ਼ਕ ਸਪਾਇਕ ਲੀ ਅਤੇ ਐਕਟਰ ਮਾਇਕਲ ਜੇ. ਫੱਾਕਸ ਵਰਗੇ ਲੋਕ ਆ ਚੁੱਕੇ ਹਨ।

ਆਪਣੀ ਪੁਸਤਕਾਂ ਤੋਂ ਇਲਾਵਾ ਰੱਬਰਟ ਯਾਹੂ ! ਫਾਇਨੈਂਸ ਲਈ "ਵਾਈ ਦ ਰਿਚ ਆਰ ਗੇਟਿੰਗ ਰਿਚਰ" ਕੱਾਲਮ ਲਿਖਦੇ ਹਨ ਅਤੇ *ਐਂਟਰਪ੍ਰੇਨਿਓਰ* ਪਤਰਿਕਾ ਲਈ "ਰਿਚ ਰਿਟਰਨਸ" ਨਾਂ ਦਾ ਮਾਸਕ ਕੱਾਲਮ ਵੀ।

ਜੱਾਨ ਫ਼ਲੈਮਿੰਗ

ਜੱਾਨ ਫ਼ਲੈਮਿੰਗ ਦਾ ਜਨਮ ਰਿਕਮੰਡ, ਵਰਜੀਨੀਆ ਵਿਚ ਹੋਇਆ ਅਤੇ ਉਨ੍ਹਾਂ ਦੀ ਪਰਵਰਸ਼ ਵੀ ਉੱਥੇ ਹੋਈ। ਆਰਕੀਟੈਕਚਰ ਵਿਚ ਉਨ੍ਹਾਂ ਦੀ ਰੁਚੀ ਇਕ ਪਰਿਵਾਰਕ ਪਰੰਪਰਾ ਦੀ ਬਦੌਲਤ ਵੱਧੀ, ਜਿਹੜੇ ਉਨ੍ਹਾਂ ਦੇ ਪੜਦਾਦਿਆਂ ਤੱਕ ਜਾਂਦੀ ਹੈ। ਜੱਾਨ ਵਿਚ ਆਕਰੀਟੈਕਚਰਲ ਡਿਜ਼ਾਇਨ ਦੀ ਜਨਮਜਾਤ ਯੋਗਤਾ ਸੀ, ਜਿਹੜੀ ਇਲਿਨਾਯ ਇੰਸਟੀਚਿਊਟ ਆੱਫ ਟੈਕਨੋਲੱਾਜੀ ਵਿਚ ਹੋਰ ਵੀ ਨਿਖਰ ਗਈ। ਇਹ ਇੰਸਟੀਚਿਊਟ ਮਾਇਸ ਵੈਨ ਡਰ ਰੋਹੇ ਦੇ ਸਿਧਾਂਤਾਂ ਦਾ ਦੁਹਰਾਓ ਕਰਣ ਲਈ ਜਾਣਿਆ ਜਾਂਦਾ ਹੈ, ਜਿਹੜੇ ਅਜੋਕੇ ਦੌਰ ਵਿਚ ਸਭ ਤੋਂ ਮਸ਼ਹੂਰ ਆਰਕੀਟੈਕਟਸ ਵਿਚੋਂ ਇਕ ਹਨ। ਸਨਾਤਕ ਹੋਣ ਤੋਂ ਬਾਅਦ ਜੱਾਨ ਨੇ ਉਸ ਮਹਾਨ ਆਰਕੀਟੈਕਟ ਲਈ ਕੰਮ ਕੀਤਾ ਅਤੇ ਉਨ੍ਹਾਂ *ਮਾਇਸ ਵੈਨ ਡਰ ਰੋਹੇ–ਦ ਆਰਟ ਆੱਫ਼ ਸਟਰਕੱਚਰ* ਵਿਚ ਕਈ ਚਿੱਤਰ ਬਨਾਉਣ ਲਈ ਚੁਣਿਆ ਗਿਆ, ਜਿਹੜੀ ਰੋਹੇ ਉੱਤੇ ਪ੍ਰਕਾਸ਼ਤ ਅੰਤਮ ਪੁਸਤਕ ਸੀ।

ਆਰਕੀਟੈਕਚਰ ਦੇ ਗਿਆਨ ਅਤੇ ਦਿਲਚਸਪੀ ਦੀ ਹੀ ਬਦੌਲਤ ਜੱਾਨ ਨੂੰ ਆਖ਼ਰ ਇਹ ਅਹਿਸਾਸ ਹੋਇਆ ਕਿ ਸੰਰਚਨਾ ਅਤੇ ਨਿਰਮਾਣ ਦੇ ਸਿਧਾਂਤ ਜੀਵਨ ਵਿਚ ਵੀ ਲਾਗੂ ਕੀਤੇ ਜਾ ਸਕਦੇ ਹਨ। ਇਨ੍ਹਾਂ ਵਿਚਾਰਾਂ ਨਾਲ ਉਨ੍ਹਾਂ ਦੇ ਮਨ ਵਿਚ ਇਹ ਵਿਸ਼ਵਾਸ ਜਾਗਿਆ ਕਿ ਨਿਰਮਾਣ ਦੇ ਇਹਨਾਂ ਸੰਕਲਪਾਂ ਉੱਤੇ ਅਮਲ ਕਰਕੇ ਸਧਾਰਨ ਲੋਕ ਵੀ ਅਸਧਾਰਣ ਚੀਜ਼ਾਂ ਹਾਸਲ ਕਰ ਸਕਦੇ ਹਨ। ਇਸ ਉਤਸਾਹਪੂਰਨ ਵਿਸ਼ਵਾਸ ਦੀ ਬਦੌਲਤ ਹੀ ਉਨ੍ਹਾਂ ਨੇ ਆਰਕੀਟੈਕਚਰ ਦੇ ਅਧਿਐਨ ਨਾਲ ਆਪਣਾ ਧਿਆਨ ਡਾਇਰੈਕਟ ਸੈਲਿੰਗ ਦੇ ਕੈਰੀਅਰ ਵੱਲ ਮੋੜਿਆ।

ਡਾਇਰੈਕਟ ਸੈਲਿੰਗ ਉਦਯੋਗ ਵਿਚ ਆਉਣ ਦਾ ਨਿਰਣਾ ਜੱਾਨ ਨੇ ਇਸਲਈ ਲਿਆ, ਕਿਉਂਕਿ ਇਹ ਉਦਯੋਗ ਪਿਛਲੇ 100 ਤੋਂ ਵੀ ਜ਼ਿਆਦਾ ਸਾਲਾਂ ਤੋਂ ਜੀਵਨ ਦੇ ਸਾਰੇ ਖੇਤਰਾਂ ਦੇ ਲੋਕਾਂ ਦਾ ਸੁਆਗਤ ਕਰ ਰਿਹਾ ਸੀ– ਭਾਵੇਂ ਉਨ੍ਹਾਂ ਦੇ ਅਤੀਤ ਦਾ ਅਨੁਭਵ ਜਾਂ ਅਨੁਭਵਹੀਣਤਾ ਜਿਹੜੀ ਵੀ ਹੋ। ਉਨ੍ਹਾਂ ਨੂੰ ਯਕੀਨ ਸੀ ਕਿ ਡਾਇਟੈਕਟ ਸੈਲਿੰਗ ਉਦਯੋਗ ਸਿੱਖਣ ਦੇ ਚਾਹਵੰਦ ਲੋਕਾਂ ਨੂੰ ਦੂਜਿਆਂ ਨੂੰ ਸਮਾਨ ਤੇ ਸੇਵਾ ਵੇਚਣ ਦੀ ਕੁੱਝ ਬੁਨਿਆਦੀ ਯੋਗਤਾਵਾਂ ਸਿਖਾ ਕੇ ਉਨ੍ਹਾਂ ਨੂੰ ਅਮਰੀਕੀ ਪੂੰਜੀਵਾਦ ਦਾ ਹਿੱਸਾ ਬਣਨ ਦਾ ਮੌਕਾ ਪ੍ਰਦਾਨ ਕਰਦਾ ਹੈ। ਅਗਲੇ 40 ਸਾਲਾਂ ਤਕ ਉਨ੍ਹਾਂ ਨੇ ਆਪਣੀ ਧਾਰਨਾਵਾਂ ਨੂੰ ਨਾ ਸਿਰਫ਼ ਆਪਣੇ ਉੱਤੇ ਅਜ਼ਮਾਇਆ, ਬਲਕਿ ਉਨ੍ਹਾਂ ਹਜਾਰਾਂ ਲੋਕਾਂ ਤੇ ਵੀ ਪਰਖਿਆ, ਜਿਨ੍ਹਾਂ ਬਾਰੇ ਉਨ੍ਹਾਂ ਨੂੰ ਯਕੀਨ ਸੀ ਕਿ ਉਹ ਆਪਣੀ ਤਕਦੀਰ ਆਪ ਬਣਾ ਸਕਦੇ ਹਨ।

ਜੱਾਨ ਉਦਮੀ, ਸਲਾਹਕਾਰ, ਲੇਖਕ ਅਤੇ ਵਕਤਾ ਦੇ ਤੌਰ ਤੇ ਸਫਲ ਕੈਰੀਅਰ ਬਣਾ ਚੁੱਕੇ ਹਨ। ਉਹ ਆਪਣੀ ਖ਼ੁਦ ਦੀ ਡਾਇਰੈਕਟ ਸੈਲਿੰਗ ਕੰਪਨੀ ਦੇ ਮਾਲਕ ਹਨ ਅਤੇ ਉਸ ਨੂੰ ਚਲਾਉਂਦੇ

ਵੀ ਹਨ। ਉਹ ਇਕ ਸੁਤੰਤਰ ਕਾਂਟਰੈਕਟਰ ਰਹਿ ਚੁੱਕੇ ਹਨ ਅਤੇ ਬੜੀ ਹੀ ਮਸ਼ਹੂਰ ਕੰਪਨੀਆਂ ਵਿਚ ਕਈ ਐਕਜੀਕਿਊਟਿਵ ਓਹਦਿਆਂ ਉੱਤੇ ਵੀ ਰਹੇ ਹਨ, ਜਿਨ੍ਹਾਂ ਵਿਚ ਏਵਨ ਪ੍ਰੋਡਕਟਸ, ਇੰਕ. ਵਿਚ 15 ਸਾਲ ਦਾ ਕਾਰਜਕਾਲ ਵੀ ਸ਼ਾਮਲ ਹੈ। ਇੱਥੇ ਉਨ੍ਹਾਂ ਨੇ ਕੰਪਨੀ ਦੇ ਪੱਛਮੀ ਬਿਜ਼ਨਿਸ ਯੂਨਿਟ ਦੀ ਅਗਵਾਈ ਕੀਤੀ ਅਤੇ ਲਗਾਤਾਰ ਛੇ ਸਾਲਾਂ ਤਕ ਆਮਦਨ ਅਤੇ ਮੁਨਾਫ਼ੇ ਦੋਨਾਂ ਦੇ ਸੰਦਰਭਾਂ ਵਿਚ ਰਿਕਾਰਡਤੋੜ ਪ੍ਰਦਰਸ਼ਨ ਕੀਤਾ। ਜੱਾਨ 2005 ਵਿਚ ਏਵਨ ਤੋਂ ਰਿਟਾਇਰ ਹੋਏ।

ਜੱਾਨ ਡਾਇਰੈਕਟ ਸੈਲਿੰਗ ਐਸੋਸੀਏਸ਼ਨ ਅਤੇ ਡਾਇਰੈਕਟ ਸੈਲਿੰਗ ਐਡਜੂਕੇਸ਼ਨ ਫਾਉਂਡੇਸ਼ਨ ਨਾਲ ਲੰਮੇ ਸਮੇਂ ਤੋਂ ਜੁੜੇ ਰਹੇ ਹਨ। ਵਰਤਮਾਨ ਵਿਚ ਉਹ ਇਨ੍ਹਾਂ ਦੋਨਾਂ ਸੰਗਠਨਾਂ ਦੇ ਸੰਚਾਲਕ ਮੰਡਲ ਵਿਚ ਹਨ। 1997 ਵਿਚ ਡਾਇਰੈਕਟ ਸੈਲਿੰਗ ਐਡਜੂਕੇਸ਼ਨ ਫਾਉਂਡੇਸ਼ਨ ਨੇ ਉਨ੍ਹਾਂ ਦੇ ਯੋਗਦਾਨ ਨੂੰ ਮਾਨਤਾ ਦੇਂਦਿਆਂ ਆਪਣੇ ਸਰਵਉੱਚ ਸਨਮਾਨ ਦ ਸਰਕਲ ਆੱਫ ਆੱਨਰ ਅਵਾਰਡ ਨਾਲ ਨਿਵਾਜਿਆ।

ਪਿਛਲੇ ਕੁੱਝ ਸਾਲਾਂ ਤੋਂ ਜੱਾਨ ਨੇ ਕਈ ਸੰਗਠਨਾਤਮਕ ਤੰਤਰ ਬਣਾਏ ਹਨ, ਜਿਨ੍ਹਾਂ ਦੇ ਜ਼ਰੀਏ ਉਨ੍ਹਾਂ ਨੇ ਸਲਾਹ ਅਤੇ ਅਗਵਾਈ ਕਾਰੋਬਾਰ, ਸਿਖਿਅਕ ਅਤੇ ਜੀਵਨ ਸਮਾਧਾਨਾਂ ਉੱਤੇ ਧਿਆਨ ਕੇਂਦਰਤ ਕੀਤਾ ਹੈ। 2006 ਵਿਚ ਉਹ *ਡਾਇਰੈਕਟ ਸੈਲਿੰਗ ਨਿਊਜ਼* (www.directselling news.com) ਦੇ ਪ੍ਰਕਾਸ਼ਕ ਅਤੇ ਚੀਫ ਐਡੀਟਰ ਦਾ ਫ਼ਰਜ਼ ਨਿਭਾਉਣ ਲੱਗੇ। ਇਹ ਟਰੈਡ ਪਬਲੀਕੈਸ਼ਨ ਡਾਇਰੈਕਟ ਸੈਲਿੰਗ ਉਦਯੋਗ ਦੀ ਸੇਵਾ ਕਰਦਾ ਹੈ। ਉਹ ਆਪਣੇ ਗਿਆਨ ਨਾਲ ਉਦਯੋਗ ਦੇ ਲੀਡਰਸ ਨੂੰ ਫਾਇਦਾ ਪਹੁੰਚਾਉਂਦੇ ਹਨ। 2008 ਤੋਂ ਉਹ ਸਕਸੈਸ ਫਾਉਂਡੇਸ਼ਨ (www.SUCCESSFoundation.org) ਵਿਚ ਬਤੌਰ ਐਗਜ਼ੀਕਿਊਟਿਵ ਡਾਇਰੈਕਟਰ ਦੇ ਕੰਮ ਕਰ ਰਹੇ ਹਨ। ਇਹ ਗ਼ੈਰ-ਫਾਇਦੇ ਵਾਲਾ ਸੰਗਠਨ ਕਿਸ਼ੋਰਾਂ ਦੇ ਵਿਅਕਤੀਗਤ ਵਿਕਾਸ ਦੀ ਅਤਿ ਮਹੱਤਵਪੂਰਨ ਯੋਗਤਾਵਾਂ ਸਿਖਾਉਣ ਪ੍ਰਤਿ ਸਮਰਪਤ ਹੈ, ਤਾਂ ਜੁ ਉਹ ਆਪਣੀ ਸਮੁੱਚੀ ਸੰਭਾਵਨਾਵਾਂ ਨੂੰ ਸਾਕਾਰ ਕਰ ਸਕਣ (www.theonecourse.com) ਜੱਾਨ *ਦ ਵਨ ਕੋਰਸ* ਦੇ ਲੇਖਕ ਵੀ ਹਨ, ਜਿਸ ਵਿਚ ਦੱਸਿਆ ਗਿਆ ਹੈ ਕਿ ਆਰਕੀਟੈਕਚਰ ਦੇ ਸਿਧਾਂਤਾਂ ਦਾ ਇਸਤੇਮਾਲ ਕਰ ਕੇ ਜੀਵਨ ਨੂੰ ਕਿਵੇਂ ਸਫਲ ਬਣਾਇਆ ਜਾਵੇ।

ਕਿਮ ਕਿਓਸਾਕੀ

ਧਨ ਅਤੇ ਨਿਵੇਸ਼ ਬਾਰੇ ਇਸਤਰੀਆਂ ਨੂੰ ਸਿਖਿਅਤ ਕਰਣ ਦੇ ਉਤਸ਼ਾਹ ਨਾਲ ਕਿਮ ਕਿਓਸਾਕੀ ਕਾਰੋਬਾਰ, ਰੀਅਲ ਐਸਟੇਟ ਅਤੇ ਨਿਵੇਸ਼ ਦੇ ਆਪਣੀ ਜਿੰਦਗੀ ਦੇ ਅਨੁਭਵਾਂ ਦਾ ਫਾਇਦਾ ਪ੍ਰਦਾਨ ਕਰਦੀ ਹੈ, ਤਾਂ ਜੁ ਵਿੱਤੀ ਸਿਖਿਆ ਦੇ ਸਮਰਥਨ ਦਾ ਉਨ੍ਹਾਂ ਦਾ ਉੱਦੇਸ਼ ਪੂਰਾ ਹੋ ਸਕੇ। ਕਿਮ *ਦ ਲੈਰੀ ਕਿੰਗ ਸ਼ੋ, ਫੌਕਸ ਨਿਊਜ਼* ਅਤੇ *ਏ ਬਰੈਵਹਾਰਟ ਵਿਊ* ਨਾਂ ਦੇ *ਇੰਟਰਨੇਟ* ਟੈਲੀਵਿਜਨ ਸ਼ੋ ਦੀ ਗੈਸਟ ਰਹਿ ਚੁੱਕੀ ਹੈ। ਉਹ ਪੀਬੀਐਸ *ਰਿਚ ਵੁਮੈਨ ਸ਼ੋ* ਦੀ ਹੋਸਟ ਹੈ। ਹਾਲ ਹੀ ਵਿਚ *ਐਸੇਂਸ* ਮੈਗਜ਼ੀਨ ਵਿਚ ਬਤੌਰ ਵਿੱਤੀ ਸਿਖਿਆ ਦੇ ਸਮਰਥਕ ਕਾਰਣ ਕਿਮ ਉੱਤੇ ਲੇਖ ਲਿਖਿਆ ਗਿਆ ਅਤੇ ਉਹ WomanEntrepreneur.com ਦੀ ਕਾਲਮਨਵੀਸ ਵੀ ਹਨ।

ਕਿਮ ਆਪਣੇ ਦਮ ਉੱਤੇ ਕਰੋੜਪਤੀ ਬਣੀ ਅਤੇ ਉਹ ਸੁਖਦ ਤੌਰ ਤੇ ਵਿਆਹੁਤਾ (ਲੇਕਨ ਬੜੇ ਸੁਤੰਤਰ ਮਾਨਸਕਤਾ ਦੀ) ਇਸਤਰੀ ਹੈ। ਉਨ੍ਹਾਂ ਦੀ ਪਹਿਲੀ ਕਿਤਾਬ *ਰਿਚ ਵੁਮੈਨ : ਏ ਬੁਕ ਔਨ ਇਨਵੈਸਟਿੰਗ ਫ਼ਾਰ ਵੁਮੈਨ* ਪ੍ਰਕਾਸ਼ਤ ਹੁੰਦੇ ਹੀ *ਬਿਜ਼ਨਿਸ ਵੀਕ* ਦੀ ਬੈਸਟ ਸੈਲਰ ਸੂਚੀ ਵਿਚ ਆ ਗਈ। *ਰਿਚ ਵੁਮੈਨ* ਦੁਨੀਆ ਦੇ ਬੜੇ ਸਾਰੇ ਦੇਸ਼ਾਂ ਵਿਚ ਬੈਸਟ ਸੈਲਰ ਹੈ, ਜਿਨ੍ਹਾਂ ਵਿਚ ਮੈਕਸਿਕੋ, ਦੱਕਣ ਅਫ਼ਰੀਕਾ, ਭਾਰਤ, ਔਸਟਰੈਲੀਆ, ਨਿਊਜ਼ੀਲੈਂਡ ਅਤੇ ਯੂਰਪ ਦੇ ਦੇਸ਼ ਵੀ ਸ਼ਾਮਲ ਹਨ। ਡੋਨਾਲਡ ਟਰੰਪ ਨੇ ਰਿਚ ਵੁਮੈਨ ਬਾਰੇ ਕਿਹਾ ਸੀ, "ਇਹ ਕਿਤਾਬ ਸਾਰੀ ਇਸਤਰੀਆਂ ਨੂੰ ਜ਼ਰੂਰ ਪੜ੍ਹਨੀ ਚਾਹੀਦੀ ਹੈ। ਅੱਜ ਇਸਤਰੀਆਂ ਨੂੰ ਵਿੱਤੀ ਗਿਆਨ ਦੀ ਪਹਿਲੇ ਤੋਂ ਕਿਤੇ ਵੱਧ ਲੋੜ ਹੈ।" *ਰਿਚ ਵੁਮੈਨ* 2009 ਵਿਚ ਡੋਨਾਲਡ ਟਰੰਪਸ ਸਮਰ ਰੀਡਿੰਗ ਲਿਸਟ ਵਿਚ ਵੀ ਸ਼ਾਮਲ ਸੀ।

ਕਿਮ ਨੇ ਰਿਚ ਵੁਮੈਨ ਦੇ ਅੰਤਰਕੌਮੀ ਸਟੇਜ਼ ਦਾ ਇਸਤੇਮਾਲ ਇਸਤਰੀਆਂ ਅਤੇ ਧਨ ਸੰਬੰਧੀ ਹੈਰਾਨਕੁਨ ਆਂਕੜੇ ਦੱਸਣ ਲਈ ਕੀਤਾ ਹੈ। www.richwoman.com ਦੇ ਜ਼ਰੀਏ ਉਨ੍ਹਾਂ ਨੇ ਇਕ ਇੰਟਰਐਕਟਿਵ ਔਨਲਾਇਨ ਸਮੂਹ ਬਣਾ ਲਿਆ ਹੈ, ਜਿੱਥੇ ਇਸਤਰੀਆਂ ਸਿਖ ਅਤੇ ਵਿਕਾਸ ਕਰ ਸਕਦੀਆਂ ਹਨ।

ਕਿਮ ਕਿਓਸਾਕੀ ਅਤੇ ਉਨ੍ਹਾਂ ਦੇ ਪਤੀ ਰੌਬਰਟ ਕਿਓਸਾਕੀ ਦੋਵੇਂ ਹੀ ਜਾਣਦੇ ਹਨ ਕਿ ਆਰਥਕ ਸੰਕਟ ਵਿਚ ਰਹਿਣਾ ਕਿੱਦਾ ਦਾ ਹੁੰਦਾ ਹੈ, ਜਿਸਦਾ ਸਾਮ੍ਹਣਾ ਅੱਜ ਬਹੁਤ ਸਾਰੇ ਅਮਰੀਕੀ ਕਰ ਰਹੇ ਹਨ। 1980 ਦੇ ਦਹਾਕੇ ਵਿਚ ਉਹ ਬੇਘਰ, ਬੇਰੁਜ਼ਗਾਰ ਅਤੇ ਚਾਰ ਲੱਖ ਡਾੱਲਰ ਤੋਂ ਜ਼ਿਆਦਾ ਦੇ ਕਰਣ ਵਿਚ ਡੁੱਬੇ ਹੋਏ ਸਨ। ਉਸ ਮੁਸ਼ਕਲ ਸਮੇਂ ਵਿਚ ਉਨ੍ਹਾਂ ਨੇ ਮਾੜੇ ਕਰਜ਼ ਤੋਂ ਬਾਹਰ ਆਉਣ ਵਾਸਤੇ 10 ਕਦਮਾਂ ਦਾ ਸਿੱਧਾ ਫਾਰਮੂਲਾ ਬਣਾਇਆ ਅਤੇ ਉਸ ਉੱਤੇ ਅਮਲ

ਕੀਤਾ। ਉਹ ਆਪਣੇ ਪ੍ਰਸਿੱਧ ਆਡੀਓ ਸੀਡੀ *ਹਾਉ ਵੀ ਗਾੱਟ ਆਉਟ ਆੱਫ ਬੈਡ ਡੇਬਟ* ਵਿਚ ਉਹ ਫਾਰਮੂਲਾ ਦੱਸਦੇ ਹਨ। ਅੱਜ ਉਹ ਦੋਵੇਂ ਹੀ ਸਫਲ ਉਦਮੀ ਅਤੇ ਬੈਸਟ ਸੈਲਿੰਗ ਲੇਖਕ ਹਨ।

ਇਸ ਤੋਂ ਇਲਾਵਾ, ਰੱਾਬਰਟ ਅਤੇ ਕਿਮ ਕਿਓਸਾਕੀ ਨੇ ਉਨ੍ਹਾਂ ਵਿੱਤੀ ਅਤੇ ਨਿਵੇਸ਼ ਰਣਨੀਤੀਆਂ ਨੂੰ ਸਿਖਾਉਣ ਲਈ 1996 ਵਿਚ ਕੈਸ਼ਫਲੋ ਬੋਰਡ ਗੇਮ ਵੀ ਬਣਾਇਆ, ਜਿਹੜਾ ਰੱਾਬਰਟ ਦੇ ਅਮੀਰ ਡੈਡੀ ਨੇ ਉਨ੍ਹਾਂ ਨੂੰ ਸਾਲਾਂ ਤਕ ਸਿਖਾਇਆ ਸੀ। ਇੰਨਾਂ ਰਣਨੀਤੀਆਂ ਦੀ ਬਦੌਲਤ ਉਹ ਇੰਨੀ ਛੇਤੀ ਰਿਟਾਇਰ ਹੋਣ ਵਿਚ ਕਾਮਯਾਬ ਹੋਏ। ਅੱਜ ਸਾਰੀ ਦੁਨੀਆ ਵਿਚ ਹਜ਼ਾਰਾਂ ਕੈਸ਼ਫਲੋ ਕਲਬਸ ਹਨ।

1997 ਵਿਚ ਕਿਮ ਅਤੇ ਰੱਾਬਰਟ ਨੇ ਦ ਰਿਚ ਡੈਡ ਕੰਪਨੀ ਦੀ ਸਥਾਪਨਾ ਕੀਤੀ। ਇਸ ਕੰਪਨੀ ਨੇ ਕਿਤਾਬਾਂ, ਗੇਮਸ ਅਤੇ ਹੋਰ ਸਿਖਿਅਕ ਸਾਧਨਾਂ ਰਾਹੀਂ ਰਿਚ ਡੈਡ ਦੇ ਵਿੱਤੀ ਸਾਖਰਤਾ ਦੇ ਸੁਨੇਹੇ ਅਤੇ ਉੱਦੇਸ਼ਾਂ ਨੂੰ ਅੰਤਰਕੌਮੀ ਮਾਨਤਾ ਅਤੇ ਪ੍ਰਸਿੱਧੀ ਪ੍ਰਾਪਤ ਕਰਾਈ।

"ਬਹੁਤ ਸਾਰੀ ਇਸਤਰੀਆਂ, ਖ਼ਾਸ ਤੌਰ ਤੇ ਜਦੋਂ ਸਾਡੀ ਉਮਰ ਜ਼ਿਆਦਾ ਹੋ ਜਾਂਦੀ ਹੈ, ਤਲਾਕ, ਪਤੀ ਦੀ ਮਿਰਤੂ ਜਾਂ ਨਿਯੋਜਨ ਦੀ ਘਾਟ ਕਾਰਣ ਆਪਣੇ–ਆਪ ਨੂੰ ਗੰਭੀਰ ਵਿੱਤੀ ਸਥਿਤੀ ਵਿਚ ਪਾ ਰਹੀਆਂ ਹਨ। ਸਮੱਸਿਆ ਇਹ ਹੈ ਕਿ ਸਾਡੇ ਵਿਚੋਂ ਬੜੀ ਸਾਰੀ ਇਸਤਰੀਆਂ ਨੂੰ ਧਨ ਅਤੇ ਨਿਵੇਸ਼ ਬਾਰੇ ਸਿਖਿਆ ਹੀ ਨਹੀਂ ਦਿੱਤੀ ਗਈ। ਵਿੱਤੀ ਸਿਖਿਆ ਦਾ ਅਰਥ ਇਹ ਨਹੀਂ ਹੈ ਕਿ ਕਾਰ ਦਾ ਬੀਮਾ ਕਿਵੇਂ ਖਰੀਦੀਏ ਜਾਂ ਕਿਰਾਣਾ ਸਟੋਰ ਵਿਚ ਕੁੱਝ ਥੋੜ੍ਹੇ ਜਿਹੇ ਸਿੱਕੇ ਕਿਵੇਂ ਬਚਾਈਐ। ਮੈਂ ਸੋਚਦੀ ਹਾਂ ਕਿ ਅਸੀਂ ਇਸਤਰੀਆਂ ਨੂੰ ਇਸ ਤੋਂ ਵੀ ਜ਼ਿਆਦਾ ਸਿਆਣਾ ਹੋਣਾ ਹੈ। ਇਸਤਰੀਆਂ ਨੂੰ ਆਪਣੇ ਆਰਥਕ ਜੀਵਨ ਦੀ ਬਾਗਡੋਰ ਸੰਭਾਲਣ ਦੀ ਜ਼ਰੂਰਤ ਹੈ; ਸਾਨੂੰ ਆਪਣੇ ਹੱਥਾਂ ਤੇ ਹੱਥ ਰੱਖ ਕੇ ਇਹ ਆਸ ਨਹੀਂ ਕਰਣੀ ਚਾਹੀਦੀ ਕਿ ਕੋਈ ਦੂਜਾ ਸਾਡੇ ਵਿੱਤੀ ਭਵਿਖ ਦੀ ਪਰਵਾਹ ਕਰੇ।"